பாரதி: காலமும் கருத்தும்

இலக்கியச் சிந்தனை மற்றும் சாகித்திய அகாடமி
பரிசுகளைப் பெற்ற நூல்

தொ.மு.சி. ரகுநாதன்

நியூ செஞ்சுரி புக் ஹவுஸ் (பி) லிட்.,
41-பி, சிட்கோ இண்டஸ்டிரியல் எஸ்டேட்,
அம்பத்தூர், சென்னை - 600 050.
☎: 044 - 26251968, 26258410, 48601884

Language: Tamil

Bharathi: Kaalamum Karuththum

Author : **T.M.C. Ragunathan**

N.C.B.H. First Edition: January, 2008

Revised Second Edition: November, 2022

Third Edition: July, 2023

Copyright: Publisher

No.of Pages: 406

Publisher:

New Century Book House Pvt. Ltd.,

41-B, SIDCO Industrial Estate,

Ambattur, Chennai - 600 050.

Tamilnadu State, India.

email: info@ncbh.in

Online: www.ncbhpublisher.in

ISBN. 978 - 81 - 2341 - 225 - 2

Code No. A 1675

₹ 570/-

Branches

Ambattur (H.O.) 044 - 26359906, **Spenzer Plaza (Chennai)** 044-28490027 **Trichy** 0431-2700885 **Pudukkottai** 04322- 227773 **Thanjavur** 04362-231371 **Tirunelveli** 0462- 2323990, 4210990, **Madurai** 0452-2344106, 4374106 **Dindigul** 0451-2432172 **Coimbatore** 0422-2380554 **Erode** 0424-2256667 **Salem** 0427-2450817 **Hosur** 04344-245726 **Krishnagiri** 04343-234387 **Ooty** 0423- 2441743 **Vellore** 0416-2234495 **Villupuram** 04146-227800 **Pondicherry** 0413-2280101 **Nagercoil** 04652-234990

பாரதி: காலமும் கருத்தும்

ஆசிரியர்: **தொ.மு.சி. ரகுநாதன்**

என்.சி.பி.எச். முதல் பதிப்பு: ஜனவரி, 2008

திருத்திய இரண்டாம் பதிப்பு: நவம்பர், 2022

மூன்றாம் பதிப்பு: ஜுலை, 2023

அச்சிட்டோர்: **பாவை பிரிண்டர்ஸ் (பி) லிட்.,**

16 (142), ஜானி ஜான் கான் சாலை, இராயப்பேட்டை, சென்னை - 14

☎: 044-28482441

All rights reserved. No part of this book may be reprinted or reproduced or utilised in any form or by any electronic, mechanical, or other means, now known or hereafter invented, including photocopying and recording, or in any information storage or retrieval system, without permission in writing from the publishers.

பதிப்புரை

தொ.மு.சி.ரகுநாதனுக்குச் சிறப்புமிக்க சாகித்திய அகாதமி விருது பெற்றுத் தந்த நூல் இது.

தமிழகத்தில் ஜீவானந்தத்துக்கு அடுத்தபடியாக சுப்பிரமணிய பாரதியின் பணிகளையும் பாட்டுகளையும் ஆராய்ந்து அவற்றின் சிறப்பைத் தமிழ் மக்களிடையே பரப்பி வந்தவர் மறைந்த புகழ்மிக்க எழுத்தாளர் தொ.மு.சி.ரகுநாதன்.

பாரதி கவிஞரே அல்லர் என்றும், கவிஞர்தான், ஆனால் வேதாந்தக் கவிஞர் என்றும், உலகக் கவிஞர் அல்லர் தேசியக் கவிஞர் என்றும் பின்னர் மகாகவிஞர் என்றும் மதிப்பீடுகள் படிப்படியாக வளர்ந்து வந்துள்ளன.

சங்க காலத்திலிருந்து பல வளர்ச்சிப் படிநிலைகளைக் கடந்து முன்னேறிய தமிழரும் தமிழும் இருபதாம் நூற்றாண்டில் தலைநிமிர்ந்து வாழத்தொடங்கியது பாரதியாரால்தான் என்பது இன்று அனைவரும் ஏற்றுக்கொண்ட உண்மை. இதில் பாரதிதாசனின் பங்கும் பாத்திரமும் சிறப்புமிக்கவை.

ரகுநாதன் கூறுவதுபோல், "**பாரதி பற்றிய குறிப்புகள் பலவற்றிலும் மறைக்கப்பட்ட, மறுக்கப்பட்ட, திரிக்கப்பட்ட, திரையிட்டு மூடப்பட்ட பாரதியின் இலக்கிய மற்றும் அரசியல் வாழ்வின் ஓர் அம்சத்தை இந்த நூல் ஆராய்கிறது**," எனினும், பல கோணங்களிலிருந்து திறமையாகச் செய்யப்படுகிறது.

ரகுநாதனுக்கு முன்னும் பலர் பாரதியை ஆய்ந்தனர். அவர்களுடைய கருத்துக்களைத் திறனாய்வு செய்தும் புதுச் செய்திகளைப் பல நூல்களிலிருந்து அரணாகத் திரட்டியும் தந்து நிறைவு செய்துள்ளார் ரகுநாதன். அரிய முயற்சி; சிறந்த பணி. அதாவது ஏறத்தாழ தமிழகத்தில் ஒரு நூற்றாண்டுக் கால அரசியல் சமூக மாற்றங்களையும் அவற்றுக்கான காரணங்களையும் மிக விரிவாக விளக்கிக் கூறும் ஆவணம் இது.

இருபதாம் நூற்றாண்டின் இறுதிக் கட்டத்தில் எழுந்த இந்நூலில் கடந்த நூற்றாண்டு என்று 19ஆம் நூற்றாண்டை ஆசிரியர் குறிப்பிடுகிறார். வாசக அன்பர்கள் இதனைக் கவனத்தில் கொள்ளுவது நல்லது.

சிந்தனையாளர் தொ.மு.சி. ரகுநாதன் எழுத்துக்கள் எல்லாவற்றையும் தொகுத்து வெளியிடும் பணியை என்.சி.பி.எச். நிறுவனம் ஏற்றுக்கொண்டுள்ளது.

இப்பணியின் தொடக்கம், முதற்பணி இந்த வெளியீடு.

- ஆர். பார்த்தசாரதி

முதற் பதிப்பின் முன்னுரை

இது பாரதியைப் பற்றி வெளிவரும் எனது நான்காவது நூலாகும். பாரதியின் பிறந்த தின நூற்றாண்டு விழா நிறைவுறும்போது அவனது நினைவைப் போற்றும் எனது இதயாஞ்சலியாக வெளிவரும் இந்நூலும், எனது முந்தைய நூல்களைப் போலவே, பாரதியைச் சமுதாயக் கண்ணோட்டத்திலும் சரித்திரப் பின்னணியிலும் ஆராயும் நூலேயாகும். என்றாலும், பாரதி பற்றிய எனது நூல் வரிசையில் இது அசாதாரணமான நூலாகும். பாரதி வரலாற்றாசிரியர்களும், பாரதி பற்றிய நூலாசிரியர்களும், கட்டுரையாளர்களும், மற்றும் பிறரும் காணத் தவறிவிட்ட அல்லது கண்ணை மூடிக்கொண்டுவிட்ட சொல்லப்போனால் பாரதி பற்றிய குறிப்புக்கள் பலவற்றிலும் மறைக்கப்பட்ட, மறுக்கப்பட்ட, திரிக்கப்பட்ட, திரையிட்டு மூடப்பட்ட பாரதியின் இலக்கிய மற்றும் அரசியல் வாழ்வின் ஓர் அம்சத்தைப் பற்றி மட்டுமே நான் இந்நூலில் ஆராய்ந்திருக்கிறேன்.

எனது இலக்கிய நோக்கையும் போக்கையும் உருவாக்கி வளர்த்ததில் பாரதிக்கும் பெரும் பங்குண்டு. எனவே எனது இலக்கிய வாழ்வை மேற்கொண்ட காலந்தொட்டு, சென்ற நாற்பதாண்டுக் காலமாகவே நான் பாரதியைப் பலவாறும் பயின்று வந்திருக்கிறேன்; பயின்று வருகிறேன். எனது இலக்கிய நோக்குக்கும் போக்குக்கும் ஏற்ப, சரித்திர வளர்ச்சியின் ஒளியில் அவனை நான் பலவாறும் இனம் கண்டு வந்தபோதே, இந்த நூலை எழுத வேண்டும் என்ற எண்ணம் எனக்கு இருபதாண்டுகளுக்கு முன்னால் ஏற்பட்டது. எனினும் நான் அவசரப்படவில்லை. இதனை எழுதப் புகுமுன் எவ்வளவோ நூல்களையும் சஞ்சிகைகளையும் தேடிப் படித்தேன். மேலும் காலம் செல்லச் செல்ல இதனை எழுதுவதற்கான புதிய தகவல்களும் ஆதாரங்களும் எனக்குப் புதையலைப்போல கிடைத்தே வந்தன. அவற்றையெல்லாம் கர்ம சிரத்தையோடு தொகுத்துப் பகுத்து வைத்துக்கொண்ட பின்னர்தான் இந்நூலை எழுத முற்பட்டேன்.

என்றாலும், இந்நூலை எழுதுவதற்கு நான் அறுபதாம் ஆண்டுகளிலேயே அடியெடுத்துவிட்டேன். இந்நூலிலுள்ள முதற்கட்டுரை, 'தேசபக்தியின் தோற்றம்' என்ற தலைப்பில், 'தாமரை' (செப்டம்பர் 1967) இதழில் சுருக்க வடிவில் வெளிவந்தது. அதனை அதன்பின் கிடைத்த புதிய செய்திகளோடு விரிவாக்கி இந்நூலில் வழங்கியிருக்கிறேன். அதேபோல் பாரதி முதன்முதலில் ஆசிரியராகயிருந்து பணியாற்றிய 'சக்கரவர்த்தினி' பத்திரிகை பற்றிய ஆராய்ச்சியும் (1968 செப்டம்பரில்) 'தாமரை' இதழில் வெளிவந்ததேயாகும். இந்த ஆராய்ச்சியையும் நான் இந்நூலில் விரிவுபடுத்தியுள்ளேன். இதனை நான் எழுதிய பின்னர், பாரதியின் 'சக்கரவர்த்தினி' பத்திரிகையின் இதழ்கள் சிலவற்றைத் தேடி எடுத்து, அவற்றிலிருந்த பாரதியின் எழுத்துக்களைத் தொகுத்து, பாரதி அன்பர் திரு.சீனி.விசுவநாதனும், டி.வி.எஸ்.மணியும் 'பாரதியின் சக்கரவர்த்தினிக் கட்டுரைகள்' என்ற தலைப்பில் 1979 செப்டம்பரில் வெளியிட்டு, பாராட்டுக்குரிய அரிய சேவையைப் புரிந்திருக்கின்றனர். எனினும் இந்தத் தொகுதி வெளிவருவதற்கு முன் அந்தச் சஞ்சிகையைப் பற்றி நான் எழுதிய கட்டுரைகளிலும் பல புதிய செய்திகள் இடம் பெற்றிருப்பதை வாசகர்கள் காணலாம். இம்மூன்று கட்டுரைகளும் தனிக்கட்டுரைகளாயினும், இவை இந்நூலில் ஆராயப்பட்டுள்ள விஷயத்துக்கு அடியெடுத்துக் கொடுத்து, நூலின் தொடர்ச்சிக்குத் துணைநின்று, அதனோடு அவயவ சம்பந்தம் கொண்டுள்ள கட்டுரைகளேயாகும். இவற்றுக்குப் பின் இந்நூலில் பெரும் பகுதியாக இடம்பெற்றுள்ள கட்டுரைகள் யாவும் இதற்காகவே எழுதப்பட்டு, இப்போதுதான் அச்சேறுகின்றன.

இந்நூலில் நான் இந்த நூற்றாண்டின் தொடக்கத்தில் எழுந்த தீவிரத் தேசியவாதத்தோடு சேர்ந்து வலுப்பெற்று வந்த இந்திய நாட்டுப் புரட்சி இயக்கத்தில் பாரதிக்கு ஈடுபாடும் தொடர்பும் இருந்ததா என்ற கேள்விக்கே விடைகாண முற்பட்டிருக்கிறேன். இதன் காரணமாக, நான் எழுப்பிக் கொண்ட கேள்வியின் எல்லைக்குள் நின்று, சுதேசிய இயக்கம் பிறந்து முடிவுற்ற 1905 -1911 ஆண்டுக் கால கட்டத்தின் பாரதியின் அரசியல் மற்றும் இலக்கிய வாழ்வை மட்டுமே விரிவாக ஆராய்ந்திருக்கிறேன். எந்தவொரு நாட்டிலும் புரட்சி இயக்கத்தைப் பற்றிய பல செய்திகள் அதன் ரகசியத்தன்மையின் காரணமாக, ஏடும் நாடும் இனம் காணாதவாறு, கால வெள்ளத்தில் புதைந்தும், மறைந்தும், மறந்தும், மறைக்கப்பட்டும் போய்விடுவதுண்டு. பாரதி வாழ்ந்த காலத்திய புரட்சி இயக்கத்தைக் குறித்து, பாரதியின் சமகாலத்தவரும் அத்தகைய இயக்கத்தில் சம்பந்தப்பட்டிருந்தவர் களும் நமக்கு எவ்வளவோ செய்திகளை வழங்கியிருக்க முடியும். ஆனால் பாரதி மறைந்து ஏறத்தாழ ஒரு தலை முறைக்காலம் வரையிலும்,

இங்கு அன்னியராட்சி நிலவி வந்த காரணத்தால், அத்தகைய செய்திகளை வெளியிடக்கூடிய சூழ்நிலை அவர்களுக்கு இருக்கவில்லை என்பது ஒருபுறமிருக்க, பாரதி அமரனாவதற்கு முன்பே, இந்திய அரசியல் அரங்கில் 'காந்தியுகம்' தோன்றி, அவரது அறப்போர் வழி போற்றப் படத் தொடங்கிய பின்னால், அத்தகைய செய்திகளை இனியும் அறிவிக்கவோ ஆராயவோ வேண்டிய அவசியமில்லை என்று அவர்கள் கருதி விட்டார்கள் என்றே நமக்குத் தோன்றுகிறது. என்றாலும் சரித்திரத்தை என்றும் சாகடிக்கவோ மூடி மறைக்கவோ முடியாது. அதனை இனம் கண்டறியக்கூடிய எச்சமச்சங்களும் சுவடுகளும் இலைமறை காய் மறையாக எங்கெங்கோ இடம்பெற்று இருக்கத்தான் செய்யும். அத்தகைய எச்சமச்சங்களை இனம் கண்டறிந்து அவற்றை ஆதாரமாகக் கொண்டே நான் இந்நூலை எழுதியிருக்கிறேன். இந்நூலில் நான் கண்டுள்ள முடிவுகள் ஒவ்வொன்றுக்கும் அதற்கான சான்றை அல்லது மேற்கோளை ஆங்காங்கே சுட்டிக்காட்டியே, அந்த முடிவை வழங்கியுள்ளேன் என்பதை இந்நூலைப் படிக்கும் வாசகர் எவரும் உணர்வார் என்றே நம்புகிறேன். மேலும், எனது ஏனைய நூல்களைப் போலவே, இந்நூலும் வாசகர்கள் மத்தியில் நல்ல வரவேற்பைப் பெறும் என்றும் நம்புகிறேன்.

இந்நூலின் ஆறாம், ஏழாம் கட்டுரைகளின் இறுதியில் சேர்க்கப்பட்டுள்ள 'திருநெல்வேலிச் சதி வழக்கு' சம்பந்தப்பட்ட 'எக்ஸிபிட்டுகள்' (தடயங்கள்) இந்நூலில்தான் முதன்முறையாக அச்சேறுகின்றன. இவற்றின் பழம் பிரதிகளை எனக்கு வழங்கி உதவியவர், நெல்லை 'தினமலர்' பத்திரிகையின் உதவியாசிரியரான திரு.ராதாகிருஷ்ணன் ஆவார். அன்னாருக்கு என் உளமார்ந்த நன்றி உரியது.

சென்னை **தொ.மு.சி. ரகுநாதன்**

டிசம்பர் 82

பொருளடக்கம்

1. தேச பக்தியின் வித்து — 11
2. முதல் பத்திரிகை — 46
3. சக்கரவர்த்தினி — 59
4. குருமணியின் உபதேசம் — 86
5. தீவிரத் தேசியவாதமும், புரட்சி இயக்கமும் — 145
6. "இந்தியா" உணர்த்தும் உண்மைகள் — 201
7. கவிதையில் தெறித்த கனல் — 312
8. பின்னுரை — 357

   ஆசிரியரின் பிற நூல்கள் — 405

1. தேச பக்தியின் வித்து

மகாகவி பாரதியின் முதல் கவிதைத் தொகுதியான "ஸ்வதேச கீதங்கள்" 1908 ஜனவரி மாதம் வெளிவந்தது. தனது முதல் நூலை "ஸ்மர்ப்பணம்" என்ற தலைப்பில் பாரதி பின்வருமாறு சமர்ப்பித்துள்ளான்:

"ஶ்ரீ கிருஷ்ணன் அர்ஜுனனுக்கு விசுவரூபம் காட்டி ஆத்தும நிலை விளக்கியதொப்ப எனக்குப் பாரததேவியின் ஸம்பூர்ண ரூபத்தைக் காட்டி, ஸ்வதேச பக்தியுபதேசம் புரிந்தருளிய குருவின் சரண மலர்களில் இச்சிறு நூலை ஸமர்ப்பிக்கிறேன்.

- ஆசிரியன்."

மேற்கண்ட சமர்ப்பணத்தில் பாரதி தனக்குச் சுதேச பக்தி உபதேசம் புரிந்தருளிய குரு ஒருவர் இருந்ததாகக் குறிப்பிடுகிறான். ஆனால குருவின் பெயரைக் குறிப்பிடவில்லை.

அடுத்து பாரதியின் இரண்டாவது கவிதைத் தொகுதியான "ஜென்ம பூமி" (ஸ்வதேச கீதங்கள் - இரண்டாம் பாகம்) அடுத்த 1909ஆம் ஆண்டில் வெளிவந்தது. அந்நூலையும் அவன் பின்வருமாறு "ஸ்மர்ப்பணம்" செய்திருக்கிறான்:

"எனக்கு ஒரு கடிகையிலே மாதாவினது மெய்த்தொண்டின் தன்மையையும் துறவுப் பெருமையையும், சொல்லாமலுணர்த்திய குருமணியும் பகவான் விவேகானந்தருடைய தர்மபுத்திரியும் ஆகிய ஶ்ரீமதி நிவேதிதா தேவிக்கு இந்நூலை ஸமர்ப்பிக்கின்றேன்.

- ஸி.சுப்பிரமணிய பாரதி."

இந்நூலின் சமர்ப்பணத்தில் தனது குரு ஶ்ரீமதி நிவேதிதா தேவியே என்ற உண்மையைப் பாரதி வெளியிடுகிறான்.

இதனை அடுத்து 1910 பிப்ரவரி மாதத்தில் பாரதி புதுச்சேரியிலிருந்து தனது 'ஞானரதம்' என்ற வசன நூலின் முதற்பதிப்பை வெளியிட்டபோதும், அதன் முதற்பக்கத்தை,

ஓம்
ஶ்ரீமதி நிவேதிதா தேவிக்கு
ஸமர்ப்பணம் செய்யப்பட்டது.

என்ற சமர்ப்பணக் கூற்றுக்கு மட்டுமே முழுமையாக ஒதுக்கியிருக்கிறான்.*

'ஞானரதத்துக்குப் பின்னர், பாரதியின் மூன்றாவது கவிதை நூலான 'ஸ்வசரிதை' 1910ஆம் ஆண்டு நவம்பரில் வெளிவந்தது. இந்நூலையும் பாரதி ஸ்ரீமதி நிவேதிதா தேவிக்கே சமர்ப்பணம் செய்திருந்தான் என்று தெரிகிறது. இந்தச் சமர்ப்பணம் பின்வரும் குரு வணக்கப் பாடலாக அமைந்துள்ளது:

அருளுக்கு நிவேதனமாய், அன்பினுக்கோர்
கோயிலாய், அடியேன் நெஞ்சில்
இருளுக்கு ஞாயிறாய், எமதுஉயிர் நாடாம்
பயிர்க்கு மழையாய், இங்குப்
பொருளுக்கு வழியறியா வறிஞர்க்குப்
பெரும் பொருளாய், புன்மைத் தாதச்
சுருளுக்கு நெருப்பாகி விளங்கிய தாய்
நிவேதிதையைத் தொழுது நிற்பேன்.

(இப்பாடல் இப்போதைய பதிப்புக்களில் 'ஸ்வசரிதை'யிலிருந்து பிரித்தெடுக்கப்பட்டு, 'சான்றோர்' என்ற பிரிவில், 'நிவேதிதா தேவி' என்ற தலைப்பின் கீழ் பிரசுரிக்கப்பட்டு வருகிறது. இது நிவேதிதா தேவியைப் பற்றிய தனிக் கவிதை என்ற தவறான கருத்தே இதற்குக் காரணம். இந்தப் பிழையை "ஆராய்ந்து" வெளியிடப்பட்ட அரசாங்கப் பதிப்பே தொடங்கி வைத்தது எனலாம். உண்மையில் இப்பாடல் பாரதி பிரசுராலயத்தார் வெளியிட்ட 'ஸ்வசரிதையும் பிற பாடல்களும்' என்ற தொகுதியின் முதற்பதிப்பில் (1937), ஸ்வசரிதைக்கு முன்னால்,

"தமது ஞான குருவாகிய ஸ்ரீ நிவேதிதா தேவியின் துதி"

என்ற தலைப்பில் குறிப்போடு ஒரு தனிப்பக்கத்திலேயே அச்சிடப்பெற்றுள்ளது. இது தனிப்பாடலாகக் குறிப்பிடப்படவில்லை.

---

* **இங்கு ஒரு சிறு குறிப்பு:** என்னிடமுள்ள இம் முதற்பதிப்பின் இறுதியில் "ஞானரதம் (முதற்பாகம்) முற்றிற்று" என்று அச்சாகியுள்ளது. ஆயினும், பாரதி பிரசுராலயம் முதன் முதலில் வெளியிட்ட முதற்பதிப்பில் 'முதற் பாகம்' என்பதை ஏனோ அகற்றிவிட்டனர். இப்போது நமக்குக் கிட்டியுள்ள பாரதியின் 'ஞானரதம்' அதனளவில் முழுமைத் தன்மை வாய்ந்த நூலாகவே விளங்குகிறது. எனினும், பாரதி வெளியிட்ட முதற்பதிப்பில் கண்டுள்ள குறிப்பைப் பார்க்கும்போது, பாரதி இந்நூல் மேலும் தொடர்ந்து எழுதத் திட்டமிட்டிருந்தான் என்ற உண்மை நமக்குத் தெரியவருகிறது.

எனவே தனது முதல் மூன்று நூல்களையும் தனது குருமணிக்குச் சமர்ப்பணம் செய்த பாரதி, தனது நான்காவது நூலையும் அவருக்கு வணக்கம் செலுத்திவிட்டே எழுதத் தொடங்கியிருக்கிறான் என்று நாம் கொள்ளலாம். மேலும், 'ஸ்வசரிதை' ஒரு தனி நூல். இத்தகைய தனி நூலை எழுதும்போது குரு வணக்கம். கூறித் தொடங்குவதும் நமது மரபே ஆகும். எனவே, இப்பாடலும் பாரதியின் சமர்ப்பணக் கூற்றே என்று கொள்வதுதான் மிகவும் பொருத்தமாகும்.

மேற்கூறியவற்றிலிருந்து பாரதி 1908, 1909, 1910 ஆகிய மூன்று ஆண்டுகளிலும் தொடர்ச்சியாக வெளியிட்ட தனது முதல் நான்கு நூல்களையும் நிவேதிதா தேவிக்கே சமர்ப்பணம் செய்திருக்கிறான் என்பதும், அவரையே தனது குருமணியாக ஏற்றுக் கொண்டிருந்தான் என்பதும் தெளிவு. இந்தச் சமர்ப்பணங்களின் மூலம் நிவேதிதா தேவியிடம் பாரதி கொண்டிருந்த தனிப்பெரும் பக்தி நமக்குப் புலனாகின்றது.

இங்கு இன்னொரு விஷயத்தைக் குறிப்பிட வேண்டும். தனது முதல் நான்கு நூல்களையும் நிவேதிதா தேவிக்கே சமர்ப்பணம் செய்த பாரதி, 1910ஆம் ஆண்டில் வெளியிடப்பட்ட "ஆறிலொரு பங்கு" என்ற தனது நீண்ட சிறுகதையை (இதுவும் தனிப் புத்தக வடிவிலேயே வெளியிடப்பட்டது என்பது 8-10-1912 அன்று பாரதி 'இந்து'ப் பத்திரிகைக்கு எழுதிய கடிதத்தின் மூலம் தெளிவாகிறது - பாரதி தமிழ் - தூரன். பக். 134). நிவேதிதா தேவிக்குச் சமர்ப்பணம் செய்யவில்லை. மாறாக, அந்த வெளியீட்டுக்குத் தான் எழுதிய முகவுரையில்,

"இந்நூலைப் பாரத நாட்டில் உழவுத் தொழில் புரிந்து நமக்கெல்லாம் உணவு கொடுத்து ரக்ஷிப்பவர்களாகிய பள்ளர் பறையர் முதலிய பரிசுத்தத் தன்மை வாய்ந்த வைசிய சகோதரர்களுக்குச் சமர்ப்பணம் செய்கிறேன்"

என்று பாரதி எழுதியிருக்கிறான். ஆரம்பம் முதற்கொண்டு தனது நூல்களை வரிசையாகத் தனது குருமணி நிவேதிதா தேவிக்கே சமர்ப்பணம் செய்து வந்த பாரதி, இந்த நூலை மட்டும் அவருக்கு ஏன் சமர்ப்பணம் செய்யவில்லை என்பது தனி ஆராய்ச்சிக்குரியது.

எனவே, 'ஆறிலொரு பங்கு' என்ற நூலைத் தவிர, தான் முதலில் வெளியிட்ட நான்கு நூல்களையும் பாரதி நிவேதிதா தேவிக்கே சமர்ப்பணம் செய்திருக்கிறான். மேலும், 'ஆறிலொரு பங்கு', நூலையும்கூட அவன் எந்தவொரு தனி நபருக்கும் சமர்ப்பணம் செய்யாமல் பாடுபடும் தாழ்த்தப்பட்ட மக்கள் சமுதாயத்துக்கே சமர்ப்பணம் செய்திருக்கிறான். இங்கு இன்னொரு விஷயத்தையும்

குறிப்பிட வேண்டும். பாரதி தன் குருமணியாக ஏற்றுக்கொண்ட நிவேதிதா தேவி 1911 அக்டோபர் 13 அன்று அமரராகிவிட்டார். இதன் பின் 1912இல் பாரதி புதுவையிலிருந்து வெளிக்கொணர்ந்த தனது "பாஞ்சாலி சபத"த்தைப் (முதற் பாகம்) பின்வருமாறு சமர்ப்பணம் செய்திருக்கிறான்.

ஸமர்ப்பணம்

தமிழ் மொழிக்கு அழியாத உயிரும் ஒளியும் இயலுமாறு இனிப் பிறந்து காவியங்கள் செய்யப்போகிற

வரகவிகளுக்கும்

அவர்களுக்குத் தக்கவாறு கைங்கரியங்கள் செய்யப்போகிற

பிரபுக்களுக்கும்

இந்நூலைப் பாத காணிக்கையாகச் செலுத்துகிறேன்.

- ஆசிரியன்

இதன் மூலம் நிவேதிதா தேவி ஜீவியவந்தராக இருந்த காலத்தில் தான் வெளியிட்ட முதல் நான்கு நூல்களையும் அன்னாருக்கே சமர்ப்பணமாக்கி வந்த பாரதி, அவர் அமரரான பின் தான் வெளியிட்ட தனது காவியத்தை, வேறு எந்தவொரு தனி நபருக்கும் சமர்ப்பணம் செய்யாது, வரப்போகும் புதிய கவிஞர் தலைமுறைக்கும் அவர்களைப் போற்ற முன்வரும் புரவலருக்குமே சமர்ப்பணம் செய்து விடுவதை நாம் பார்க்கிறோம். இதற்குப் பின் தனது ஆயுட்காலத்தில் வெளிவந்த நூல்கள் எதையும் பாரதி யாருக்கும் சமர்ப்பணம் செய்யவில்லை.

தனது நூல்களை நிவேதிதா தேவிக்குச் சமர்ப்பணம் செய்து பாரதி எழுதியுள்ள வரிகளிலிருந்து நமக்கு மேலோட்டமாகத் தெரியக்கூடிய உண்மை, பாரதிக்கு "ஸ்வதேச பக்தி உபதேசம் புரிந்தருளிய" ஞானகுரு நிவேதிதா தேவியே என்பதாகும். இவ்வாறு கொண்டால், பாரதி நிவேதிதா தேவியை நேரில் சந்தித்து, "ஸ்வதேச பக்தி உபதேசம்" பெறுவதற்கு முன்னால் அவனுக்குத் தேச பக்த உணர்வு ஏற்படவில்லை, தேசிய இயக்கத்தின்பால் அவன் கவரப்படவில்லை என்ற முடிவுக்கே நாம் வருவோம்; வரமுடியும்.

இது சரிதானா?

சந்தித்தது எப்போது?

பாரதி நிவேதிதா தேவியை எப்போது சந்தித்தான்?

பாரதியின் மனைவி செல்லம்மா பாரதி இவ்வாறு எழுதுகிறார்:

"காசியில் நடந்த காங்கிரஸ் பாரதியாரைப் புது மனிதனாக மாற்றியது. அதற்கு முன்னால் நடந்த காங்கிரஸுக்களைப் போலன்றி இந்தக் காங்கிரஸ் புத்துயிர் பெற்று விளங்கிற்று. 1906இல் தாதாபாய் நவுரோஜி காங்கிரஸ் தலைவராயிருந்தார். "சுயராஜ்யம்" என்ற கோஷத்தையும் கிளப்பிவிட்டார். பாரதியாரும் இந்தக் காங்கிரஸுக்குச் சென்றார். வரும் வழியில் கல்கத்தாவின் அருகிலுள்ள 'டம்டம்' என்ற ஊரில் ஸ்ரீமதி நிவேதிதா தேவி இருப்பதாகக் கேள்வியுற்று அவரைப் பார்ப்பதற்குச் சென்றார். அங்கே தாம் சென்றதையும் தேவியார் தமக்கு ஞானோபதேசம் செய்ததையும் பாரதியார் ரொம்பவும் உணர்ச்சியோடு என்னிடம் தெரிவித்திருக்கின்றார்…" **(பாரதியார் சரித்திரம் -** அத். 10).

இதனை அடியொற்றி, பெ.தூரன் பின்வருமாறு எழுதுகிறார்:

"1905இல் காசியில் நடைபெற்ற காங்கிரசுக்குப் பாரதியார் சென்றிருந்ததாகத் திருமதி செல்லம்மா பாரதி எழுதியுள்ளார்கள். அது சமயம் டம்டம் என்னும் ஊரிலிருந்த சகோதரி நிவேதிதா தேவியாரை அவர் சென்று தரிசிக்கிறார். அந்த அம்மையாரின் உபதேசத்திலே பாரதியாரின் உள்ளம் லயித்துவிடுகிறது… அவரையே தமது குருவாக ஏற்றுக் கொள்கிறார்…" **பாரதி தமிழ்** - தூரன். பக். 27).

பாரதி அன்பரான ரா.அ.பத்மநாபனும் இதனை அடியொற்றி 1905ஆம் ஆண்டு காசிக் காங்கிரசுக்குச் சென்றுவிட்டு வரும் வழியிலேயே பாரதி நிவேதிதா தேவியைச் சந்தித்ததாகக் குறிப்பிடுகிறார்:

"1905ஆம் ஆண்டு காசியில் நடந்த காசிக் காங்கிரசுக்குப் பாரதி போய் வந்தார், பழைய பழக்கமான ஊரைப் பார்க்கலாமென்று போனாரோ, அரசியலில் ஊக்கம் மேலிட்டுப் போனாரோ, தமது ஆசிரியர் ஸ்ரீ.ஜி.சுப்ரமண்ய ஐயருடன் அவருக்குத் துணையாய்ப் போனாரோ, தெளிவாய்த் தெரியவில்லை. ஆனால் இந்தப் பிரயாணம் அவருடைய வாழ்க்கையில் பெரும் புரட்சியை உண்டாக்கிற்று. காசிக் காங்கிரசிலிருந்து திரும்பும்போது கல்கத்தா அருகே 'டம்டம்' என்ற இடத்தில் ஸ்வாமி விவேகானந்தரின் சிஷ்யையான நிவேதிதா தேவியைத் தரிசித்தார் பாரதி" ("பாரதியார் நடத்திய பத்திரிகைகள்" - கட்டுரை, தினமணி சுடர், அனுபந்தம், 8-9-1957).

ஆனால் பேராசிரியர் பி.மகாதேவன் எழுதியுள்ள Subramania Bharathi - patriot and poet என்ற ஆங்கில நூலில் 1906இல் கல்கத்தாவில் தாதாபாய் நவுரோஜியின் தலைமையில் நடந்த காங்கிரசுக்குப் பாரதி சென்றதாகவும், வரும் வழியில் நிவேதிதா தேவியைச் சந்தித்து ஞானோபதேசம் பெற்றதாகவும் எழுதுகிறார்.

அரசாங்கப் பதிப்பாக வெளிவந்துள்ள பாரதி நூல்களில் காணப்படும் "பாரதியாரின் வாழ்க்கை நிகழ்ச்சி"களில் பின்வரும் குறிப்பே காணப்படுகிறது:

"1906 - கல்கத்தாவில் தாதாபாய் நவுரோஜி தலைமையில் நடந்த காங்கிரசில் பாரதியார் கலந்து கொண்டார். ஊர் திரும்பும் வழியில் கல்கத்தாவின் அருகிலுள்ள டம்டம் என்ற ஊரில் வசித்திருந்த ஸ்ரீநிவேதிதா தேவியைச் சந்தித்தார். அவரைத் தமது ஞான குருவாகப் பாரதி கொண்டார்" (பாரதி நூல்கள் - தேசிய கீதங்கள், அரசாங்கப் பதிப்பு, 1953).

இதனால் பாரதி 1905இல் நடந்த காசிக் காங்கிரசுக்குப் போய்விட்டு வரும் வழியில் நிவேதிதா தேவியைச் சந்தித்தானா, அல்லது 1906இல் நடந்த கல்கத்தாக் காங்கிரசுக்குச் சென்று திரும்பும்போது சந்தித்தானா என்ற ஐயப்பாடு எழுகிறது. செல்லம்மா பாரதி அவர்கள் எழுதியுள்ள குறிப்பிலுள்ள பிழையினால் ஏற்பட்டுள்ள கோளாறு இது.

காசிக் காங்கிரஸ் 1905இல் டிசம்பர் 27 முதல் 30 வரை நடைபெற்றது. இதற்குத் தலைமை வகித்தவர் கோபாலகிருஷ்ண கோகலே.

கல்கத்தாக் காங்கிரஸ் 1906 டிசம்பர் 26 முதல் 29 வரை நடந்தது. இதற்குத் தலைமை வகித்தவரே தாதாபாய் நவுரோஜி.

ஆனால் செல்லம்மா பாரதி தமது கணவர் காசிக் காங்கிரசுக்குச் சென்றார் என்று குறிப்பிட்டுவிட்டு, பின்னர் தாதாபாய் நவுரோஜி, காங்கிரஸ் தலைவராக இருந்தார் எனக் கூறி, கல்கத்தாக் காங்கிரஸ் செய்திகளை எழுதியதால், சிலர் காசி என்பதைக் கொண்டு நிவேதிதாவைச் சந்தித்தது 1905ஆம் ஆண்டு என்றும், சிலர் நவுரோஜி தலைமை வகித்த காங்கிரஸ் என்பதைக்கொண்டு, 1906ஆம் ஆண்டு என்றும் கொள்ள நேர்ந்துவிட்டது.

பாரதி 1906 இறுதியில் கல்கத்தாவில் நடைபெற்ற காங்கிரசுக்குச் சென்றான் என்பது 1975இல் வெளியான "பாரதி தரிசனம்" (பாரதியாரின் 'இந்தியா' பத்திரிகைக் கட்டுரைகள் மே - டிசம்பர் 1906) என்ற நூலின் மூலம் இப்போது நன்கு ஊர்ஜிதமாகிவிட்டது. 1906 டிசம்பர் 22 தேதியிட்ட 'இந்தியா' பத்திரிகையில்.

"சென்னையில் புதிய கட்சிக்கு ஒரே பிரதிநிதியாய் இருக்கும் நமது தமிழ்ப் பத்திரிகையின் ஆசிரியர் மேற்படி சபைக்கு (கல்கத்தாக் காங்கிரசுக்கு - இந் நூலாசிரியர்) அவசியம் வந்து சேரவேண்டுமென்று ஸ்ரீ விபின் சந்திரபாலரும், ஸ்ரீ திலகரின் உயிர்த்துணையாகிய ஸ்ரீ கபார்தேயும் வற்புறுத்திக் கடிதம் எழுதியபடியால் இப்பத்திராதிபர் அங்குச் செல்கின்றார்."

என்ற செய்தியைத் தொடர்ந்து, 'இந்தியா' பத்திரிகை அலுவலகத்தில் 'பால இந்தியா' சபையோர் கூடி, கல்கத்தாக் காங்கிரசுக்கு 'டெலிகேட்டுகளை'த் தேர்ந்தெடுத்த விவரமும், அவ்வாறு தேர்ந்தெடுக்கப்பட்ட பிரதிநிதிகளில் பாரதி பெயர் முதலிடம் பெற்றிருந்த விவரமும் நமக்குத் தெரிய வருகிறது (**பாரதி தரிசனம்** - 1. தொகுப்பாசிரியர்: இளசைமணியன். பக். 48 - 49).

எனவே பாரதி 1906ஆம் ஆண்டில் நடந்த கல்கத்தாக் காங்கிரசுக்குச் சென்றிருந்தான் என்பதில் ஐயப்பாட்டுக்கு இடமில்லை. எனினும், பாரதி 1905 இறுதியில் காசியில் நடந்த காங்கிரஸ், 1906 இறுதியில் கல்கத்தாவில் நடந்த காங்கிரஸ் ஆகிய இரண்டுக்குமே சென்றான். ஆயினும் 1905 இறுதியில் காசியில் நடந்த காங்கிரசுக்குச் சென்றுவிட்டு வரும்போதுதான் அவன் நிவேதிதா தேவியைச் சந்தித்து "ஸ்வதேச பக்தி உபதேசம்" பெற்றான் என்று கொள்வதே மிகவும் சரியாகும். இவ்வாறு கூறுவதற்குக் காரணங்களும் உண்டு.

காசிக் காங்கிரஸ்

இந்தக் காரணங்களைப் புரிந்துகொள்ள முதலில் காசிக் காங்கிரஸ் பற்றிய சில செய்திகளை நினைவூட்டிக் கொள்ள வேண்டும். காசிக் காங்கிரசுக்குச் சில மாதங்களுக்கு முன்னர்தான் அன்றைய வைஸ்ராய் லார்டு கர்சான் வங்காளப் பிரிவினையைக் கொண்டு வந்தான். வங்காளப் பிரிவினை அமலுக்கு வந்த நாளான அக்டோபர் 16 (1905) அன்று, இந்தியச் சரித்திரத்தில் அதுவரையில் கண்டிராத பெருங்கொந்தளிப்பு வங்கத்தில் வெடித்தது. வந்தேமாதர கோஷம் தேசிய தாரக மந்திரம் ஆயிற்று. தேசிய இயக்கத்தில் தீவிரவாதக் கருத்து மேன்மேலும் கூர்மை பெறத் தொடங்கியது. எனினும் தீவிரவாதிகள் காங்கிரஸ் ஸ்தாபனத்துக்குள் பெரும்பான்மைச் செல்வாக்கைப் பெற முடியவில்லை. கோகலே போன்ற தலைவர்கள் மிதவாதக் கருத்தைக் கொண்டிருந்தனர். லாலா லஜபதிராய், திலகர், விபின் சந்திர பாலர் போன்றவர்கள் தீவிரவாத அணியைச் சேர்ந்திருந்தனர். வங்காளப் பிரிவினை எதிர்ப்பியக்கத்தால் தேசிய இயக்கம் சூடுபிடித்து வந்த நேரத்தில் அதன் காரணமாகச் சிறுபான்மையினரான தீவிரவாதி களுக்குச் செல்வாக்கு பெருகி வந்த தருணத்தில், அதே சமயம் காங்கிரஸ் ஸ்தாபனம் மிதவாதிகளின் உடும்புப் பிடியிலிருந்து விடுபடாது இருந்து வந்த சூழ்நிலையில்தான் காசிக் காங்கிரஸ் கூடியது.

காசிக் காங்கிரசுக்குச் சென்றிருந்த சென்னைத் தலைவர்களில் 'சுதேசமித்திரன்' ஆசிரியர் ஜி.சுப்பிரமணிய அய்யரும் ஒருவர். எனவே, 1904 நவம்பரில் 'சுதேசமித்திர'னில் சேர்ந்து ஓராண்டுக்காலம்

பணியாற்றி, அய்யரின் நன்மதிப்பைப் பெற்றிருந்த பாரதியும், 'சுதேசமித்திர'னின் விசேட நிருபர் என்ற முறையிலோ, அல்லது பார்வையாளராகவோ அய்யருடன் காசிக் காங்கிரசுக்குச் சென்றிருக்கலாம் என்று நாம் முடிவு கட்டலாம்.

'சுதேசமித்திரன்' ஆசிரியர் ஜி.சுப்பிரமணிய அய்யர் மிதவாதக் கோஷ்டியைச் சேர்ந்தவர். காசிக் காங்கிரசில் மிதவாதத் தலைவரான கோகலேயைத் தலைமைப் பீடத்துக்கு முன் மொழிந்தபோது, அதனை வழிமொழிந்து ஆதரித்துப் பேசியவர். ஜி.சுப்பிரமணிய அய்யரே ஆவார்.

காசிக் காங்கிரசின்போது மிதவாதிகளுக்கும் தீவிரவாதிகளுக்கும் இடையே கருத்து வேற்றுமை முற்றத் தொடங்கியது. அதிலும், கர்சானின் நடவடிக்கையை எதிர்த்து வங்க நாடே கொதித்துக் குமுறிக்கொண்டிருந்த நேரத்தில், மிதவாதிகள் அடுத்த மாதம் (1906 ஜனவரியில்) இந்தியாவுக்கு வரவிருந்த வேல்ஸ் இளவரசரை வரவேற்றுத் தீர்மானம் கொண்டுவரத் திட்டமிட்டனர். இதனைக் குறித்துப் பேராசிரியர் ஹிரேன் முகர்ஜி "இந்தியா விடுதலைக்காகப் போராடுகிறது" என்ற தமது நூலில் பின்வருமாறு எழுதுகிறார்:

"இத்தகைய உணர்ச்சி வேகம் மிகுந்த சூழ்நிலையில் 1905 கிறிஸ்துமஸ் வாரத்தின்போது காசியில் காங்கிரஸ் கூடியது என்றும் பிறர் மதிப்பைப் பெறத் தவறாத கோகலே தலைமை வகித்தார். ஆனால் திலகரும் லஜபதி ராயும் வாழ்த்தி வரவேற்ற வங்காள இயக்கத்தின் வேகம் அவரது மனோபாவத்துக்கு மிகவும் அத்து மீறிய போர்க் குணப் போக்காகத் தோன்றியது. விஷயாலோசனைக் கமிட்டியில் வேல்ஸ் இளவரசரையும் இளவரசியையும் வரவேற்கும் தீர்மானம் வந்தபோது, அதனை எதிர்ப்பதன் மூலம் 'பழைய தலைமையைப் பழி தூற்றிப் பேசிய தீவிரவாதி'களைப் பற்றி நாம் அறிய வருகிறோம். 'ராஜ தம்பதிகள் வருகை தரும் நேரத்தில் இந்திய நாட்டில் ஒரு பெரிய மாகாணம் மூர்க்கமான ஆர்ப்பாட்டத்திலும் துக்கம் கொண்டாடு வதிலும் ஈடுபடாமல் பார்த்துக்கொள்வது, அவர் (அதாவது லார்டு கர்சான்) ராஜ தம்பதிகளுக்குச் செய்ய வேண்டிய கடமையாகும்' என்றுதான் கோகலே சொல்ல முடிந்தது. ஆனால் ராஜ தம்பதிகளை வரவேற்கும் தீர்மானம் சபையின் முன்னால் கொண்டுவரப்பட்ட போது, பிடிவாதக்காரர்களாக 'தீவிரவாதிகள்' வெளிநடப்புச் செய்தனர்.." (India Struggles for Freedom. 1946. பக்: 88).

எனவே, மிதவாதியான கோகலே கர்சானையும் ராஜ தம்பதி களையும் திருப்தி செய்வதற்காக அந்தத் தீர்மானத்தையும் வலியுறுத்தினார் என்பது வெளிப்படை. தீவிரவாதிகள் அதனை

எதிர்த்தபோதிலும் அவர்களுக்குப் பெரும்பான்மைப் பலம் இல்லை. எனவே, தீர்மானம் நிறைவேறியது. எப்படி நிறைவேறியது? இரு சாராரையும் திருப்திப்படுத்தும் விதத்தில் நிறைவேறியது. இதனைக் குறித்து ஜி.பி.பிரதானும், ஏ.கே.பகவத்தும் எழுதியுள்ள "லோகமான்ய திலகர்" என்ற வரலாற்று நூல் பின்வருமாறு குறிப்பிடுகின்றது.

"உண்மையில் மிதவாதிகளின் போக்குக்கும் தீவிரவாதிகளின் போக்குக்கும் துலாம்பரமான வேற்றுமை நிலவியது. குறிப்பாக இது இந்தியாவுக்கு வரவிருந்த வேல்ஸ் இளவரசரை மனமார வரவேற்கும் தீர்மானம் விஷயாலோசனைக் கமிட்டியில் வந்தபோது எழுந்த புயல் போன்ற எதிர்ப்பினால் வெளிப்பட்டது. இத்தகைய தீர்மானங்களின் மூலம் தமது ராஜ விசுவாச உணர்ச்சியை வெளியிடுவதையே மிதவாதிகள் எப்போதும் விரும்பினர். ஆனால் திலகரும் லாலா லஜபதிராயும் இதனை வன்மையாக எதிர்த்தனர். எனினும் கோகலே லாலாஜியை மத்தியஸ்தராக இருக்கக் கேட்டுக்கொண்டார். பின்னர் அந்தத் தீர்மானம் ஏகமனதாக நிறைவேறியதாக அறிவிக்கப்பட மாட்டாது என்ற உறுதிமொழியின் பேரில் திலகர் தமது எதிர்ப்பை வாபஸ் வாங்கிக்கொண்டார்" (Lokamanya Tilak - A Biography. G.P.Pradhan and A.K.Bhagwat. 1958 பக்: 171).

இத்தகைய காரசாரமான போராட்டத்துக்குப் பின்னர்தான் வேல்ஸ் இளவரசரை வரவேற்கும் தீர்மானம் நிறைவேறியது. பாரதி தீவிரவாதக் கட்சியைச் சேர்ந்தவன் என்பதை நாம் அறிவோம். இந்தத் தீவிரவாதக் கருத்து காசிக் காங்கிரசுக்கு அவன் சென்றிருந்தபோதே அவனுக்கு உரம் பெற்றிருக்க வேண்டும். ஏற்கெனவே ஆங்கில நாட்டுப் புரட்சிக் கவிஞனான ஷெல்லியின் தாசனாகத் தன்னைக் கூறிக் கொண்டவன் அவன்; மேலும் காசிக் காங்கிரசுக்குச் செல்லும் காலத்தில் பாரதிக்கு வயது 23 முடிந்த வாலிபப் பருவம். எனவே, தீவிரவாதக் கருத்து அவனை ஆட்கொண்டதில் வியப்பேதும் இல்லை. இவ்வாறு தீவிரவாதக் கருத்துக்கு ஆட்பட்ட நிலையில்தான் அவன் நிவேதிதாவைச் சந்திக்க விருப்பம்கொண்டிருக்க வேண்டும். ஏனெனில் தீவிரவாத நோக்கம்கொண்ட அன்றைய வங்காள இளைஞர்களுக்கு உணர்ச்சியும் உத்வேகமும் ஊட்டி வந்தவர்களில் நிவேதிதா தேவியும் ஒருவர்.

மேலும், காசிக் காங்கிரஸ் நடைபெற்ற சமயத்தில் கோகலே அக்காங்கிரசில் வந்து பங்குகொள்ளுமாறு நிவேதிதா தேவிக்கும் அழைப்பு விடுத்திருந்தார். அந்த அழைப்பை ஏற்று நிவேதிதா காசிக் காங்கிரசுக்குச் சென்றார். எனினும் அவர் அங்கு பார்வையாளராக இருந்தாரேயன்றி அதில் பங்குகொள்ளச் சம்மதிக்கவில்லை.

அடுத்த ஆண்டு நடந்த கல்கத்தா காங்கிரசிலும் அவர் அவ்வாறே நடந்துகொண்டார். காசிக் காங்கிரசின் போது நிவேதிதா தேவியைத் தரிசிக்கும் பேற்றைப் பெற்ற பாரதி, அவரை நேரில் சந்தித்து அவரோடு உரையாடவும் விரும்பி இருக்கலாம்.

இவ்வாறு நிவேதிதா தேவியைச் சந்தித்த பாரதி அவரிடம் உபதேசம் பெறுகிறான்; தேசத்துக்காகத் தன் வாழ்வை அர்ப்பணிக்க முடிவு செய்து, அவரைத் தனது குருவாக ஏற்றுக்கொள்கிறான்; இவ்வாறு ஏற்றுக் கொண்ட நிலையில்தான் அவன் சென்னை திரும்புகிறான்.

இதனை உறுதிப்படுத்துவது எது?

ஆனால் சென்னையிலோ அவன் வேலை பார்த்து வந்த 'சுதேசமித்திரன்' பத்திரிகை கோகலேயைத் தலைமைப் பீடத்துக்கு வழிமொழிந்த சுப்பிரமணிய அய்யருக்கு உரியது. அவரோ மிதவாதி. அதாவது வேல்ஸ் இளவரசருக்கு வரவேற்பு அளிக்கும் தீர்மானத்தை ஆதரித்தவர்; அதற்கு வாக்களித்தவர். பாரதியோ அதனை வெளிப் படையாக இல்லாவிட்டாலும், உள்ளுக்குள் எதிர்த்தவன். எனினும் காசியிலிருந்து அவன் திரும்பி வந்த சில நாட்களில், 1906 ஜனவரி 26ஆம் தேதியன்று, "வேல்ஸ் இளவரசருக்குப் பரத கண்டத் தாய் நல்வரவு கூறுதல்" என்ற தலைப்பில் எழுதப்பட்ட ஓர் ஆசிரியப்பா, "மிஸ்டர் சி.சுப்பிரமணிய பாரதி இயற்றியது" என்ற குறிப்புடன் 'சுதேசமித்திர'னில் வெளிவருகிறது (**பாரதி தமிழ்** - தூரன். பக்.97).

வேல்ஸ் இளவரசருக்கு வரவேற்புக் கூறும் இந்தப் பாடல் பாரதி ஆராய்ச்சியாளர்களுக்கு ஒரு பெரும் புதிர். தீவிரவாதியான பாரதி எப்படி வேல்ஸ் இளவரசரை வரவேற்கத் துணிந்தான் என்பதே அவர்களது திகைப்பு. இந்தப் பாடலைத் தேடியெடுத்து வெளியிட்ட திரு.தூரன் அவர்களே இப்பாடலுக்கும் தாம் எழுதிய அடிக்குறிப்பில் பின்வருமாறு எழுதுகிறார்.

"இணையற்ற உணர்ச்சி மிக்க தேச பக்திப் பாடல்களைப் பாடித் தமிழ் மக்களைத் தட்டி எழுப்பிய பாரதியார் வேல்ஸ் இளவரசருக்கு நல்வரவு கூறிப் பாட்டியற்றியிருப்பது ஆச்சரியமாகவே தோன்றும். முழுமனத்தோடு இதைப் பாரதியார் இயற்றினாரா என்பது சந்தேகம்தான். தாம் ஏற்றுக்கொண்டிருந்த கடமையை நிறைவேற்றவே இதை அவர் செய்திருக்கலாம். என்றாலும் இப்பாடலிலும் பாரதியாரது தேசபக்தி ஒளிவிடுவதை நாம் காணலாம். ஆங்கிலேயரால் புதிய தொல்லைகள் பல நம் நாட்டுக்கு நேர்ந்துள்ளன என்பதைக் குறிப்பிட, பாரதியார் தவறவில்லை. மேலும் இப்பாடல் 'என் சேய்கள் வாழிய வாழிய' என்ற மொழிகளோடு முடிவதையும் கவனிக்க வேண்டும்" (**பாரதி தமிழ்** - பக். 99).

பாரதி இந்தப் பாடலை முழுமனத்தோடு இயற்றியிருக்க முடியாது என்பதை உணர்த்த திரு. தூரன் இத்தனை விளக்கம் எழுதியிருக்க வேண்டிய அவசியமில்லை. "முழுமனத்தோடு இதைப் பாரதி இயற்றினாரா என்பது சந்தேகம்தான்" என்ற ஐயப்பாட்டிலிருந்தே இத்தனை விளக்கமும் எழுகிறது. ஆனால் அத்தகைய சந்தேகத்துக்கே பாரதி இடம் வைக்கவில்லை. ஆனால் தூரன் அவர்களும் பிறரும் அதைக் காணத் தவறிவிட்டனர்.

"வேல்ஸ் இளவரசருக்குப் பரதகண்டத் தாய் நல்வரவு கூறுதல்" என்ற தலைப்பிட்டுப் பாடலைத் தொடங்கும் பாரதி, அந்தத் தலைப்புக்கு அடியிலேயே, அடைப்புக் குறிகளுக்குள் **"பாரதி மாது தானே பணித்தன்று"** என்று அடிக்குறிப்பும் எழுதியுள்ளான். இந்த அடிக் குறிப்புக்கு என்ன அர்த்தம்?

இப்படிப்பட்ட பாடலை எழுது என்று பாரத மாதா எனக்குக் கட்டளையிடவில்லை என்பதுதானே பொருள். அப்படியானால், கட்டளையிட்டது யார்? வேல்ஸ் இளவரசருக்கு வரவேற்புக் கூறும் காங்கிரஸ் தீர்மானத்தை ஆதரித்து வாக்களித்த 'சுதேசமித்திரன்' பத்திராதிபர் ஜி.சுப்பிரமணிய அய்யர்தான் என்பது தெளிவு.

இந்த அடிக்குறிப்பே பாரதி தீவிரவாதியாக விளங்கியதைப் புலப்படுத்தும் முதல் அறிகுறி; அதேபோல் மிதவாதியான 'சுதேசமித்திரன்' ஆசிரியருக்கும், அந்தப் பத்திரிகையில் உதவி யாசிரியராயிருந்த தீவிரவாதியான பாரதிக்கும் இடையே முரண்பாடு தோன்றுவதன் தொடக்கமும் இதுவே. அது மட்டுமல்ல. நிவேதிதா தேவியிடம் தேசபக்தி உபதேசம் பெற்றுவந்த பின்னரே பாரதி இதனை எழுதினான் என்று ஊகிக்கவும் இடமுண்டு. நிவேதிதா காட்டிய பாதையில் தேசத்துக்கு உழைக்க உறுதி பூண்டு, அவரைத் தனது குருமணியாக ஏற்றுக்கொண்டு வந்த பாரதிக்கு, தான் வேலை பார்க்கும் இடத்தில், தான் கொண்ட உறுதிக்கு மாறாக எழுதும் நிர்ப்பந்த சங்கடம் ஏற்படுகிறது. இப்படி ஏற்பட்டுவிட்டதை எப்படியேனும் சுட்டிக் காட்டிவிட வேண்டும் என்று துடித்த துடிப்பின் விளைவுதான் இந்த அடிக்குறிப்பு.

மேலும் தலைப்பை இன்னும் ஊன்றிப் படித்தால், முதல் தலைப்பில் **"பரத கண்டத் தாய்"** நல்வரவு கூறுவதாகப் பார்க்கிறோம். இந்தத் தாய் யார்? இவள் மிதவாதிகள் ஆதரித்து நிற்கும் தாய். தீவிரவாதிகள் போற்றி வணங்கும் தாயல்ல. அடுத்து வரும் அடிக் குறிப்பில் "பாரத மாது" இவ்வாறு பாடுமாறு தன்னைப் பணிக்கவில்லை

என்ற பாரதி குறிப்பிடுகிறான். இந்தப் பாரத மாது (**பாரத மாதா** என்று கூட இல்லை என்பதைக் கவனிக்க வேண்டும்) யார்? மேலோட்டமாகப் பார்த்தால், பாரத மாதா என்பது இந்தியத்தாய் என்று பொருள்படும். ஆனால் கிருஷ்ணன் அர்ஜுனனுக்கு விசுவரூபம் காட்டியது போல், நிவேதிதா தேவி பாரதிக்குப் "பாரத தேவியின் ஸம்பூர்ண ரூபத்தைக் காட்டியதாக" - அதாவது தமது சொரூபத்திலேயே பாரத மாதாவின் தோற்றத்தைக் காட்டி, மாதாவின் மெய்த்தொண்டின் தன்மையைச் சொல்லாமல் உணர்த்தியதாக , பாரதியே தனது சமர்ப்பண உரையில் குறிப்பிட்டுள்ளான். எனவே இங்குக் குறிப்பிடப்பெறும் "**பாரத மாது**" நிவேதிதா தேவிதான் என்பதில் ஐயமில்லை. 'அவர் என்னை இவ்வாறு பாடுமாறு பணிக்கவில்லை. ஆனால் நிர்ப்பந்த சங்கடத்தால் தான் நான் இவ்வாறு எழுத நேர்ந்துவிட்டது' என்று தனது குருமணியிடம் ஆத்மார்த்தமாக மன்னிப்புக்கேட்டுக் கொள்வது போலத்தான் இந்த அடிக்குறிப்பு அமைந்துள்ளது. இதனைப் புரிந்து கொண்டால்தான், இந்த மறைமுகமான சிறு குறிப்பினுள் எத்தனை மனவேதனை அடங்கியிருக்கிறது என்பதை நாம் உணர முடியும்.

மேற்கண்டவற்றிலிருந்து பாரதி 1905 இறுதியில் நிவேதிதாவைச் சந்தித்து அவரிடம் "ஸ்வதேச பக்தி உபதேசம்" பெற்று, அதன்படி நடக்கத் தனக்குள் உறுதியும் பூண்டு விட்டான் என்று நாம் ஊகிக்க முடியும்.

சென்னையிலா? காசியிலா?

எனினும், சுதேச பக்தியையே நிவேதிதா தேவிதான் பாரதிக்கு ஊட்டினாரா? அவரது உபதேசத்தினால்தான் பாரதி தேசபக்தனாக மாறினானா? இதுதான் நமது ஆராய்ச்சிக்குரிய கேள்வி.

உண்மையில், 1905 இறுதியில், பாரதி நிவேதிதா தேவியை நேரில் சந்தித்து உபதேசம் பெறுவதற்கு முன்பே, அவரைக் குருமணியாக ஏற்றுக்கொள்வதற்கு முன்பே, 1905 செப்டம்பர் 14ஆம் தேதியன்று மாலையில் சுதேசிய மாணவர் சார்பில் நடந்த சென்னைக் கடற்கரைப் பெருங் கூட்டத்தில், "வங்கமே வாழிய" என்ற தலைப்பில், வங்கத்தில் நடைபெற்று வந்த போராட்டத்தை வாழ்த்திச் சில பாடல்கள் பாடியுள்ளான். இது மறுநாள் 'சுதேசமித்திரன்' பத்திரிகையிலும் வெளிவந்துள்ளது (**பாரதி தமிழ்** - தூரன். பக். 89). "நான் ஆராய்ந்த அளவில் 'வங்கமே வாழிய' என்ற பாடலே சுதேசமித்திரனில் வெளிவந்த (பாரதியின்) முதற் பாடலாகக் காண்கிறது" என்று தூரன் குறிப்பு எழுதியுள்ளார். இதனை அடுத்து பங்கிம் சந்திரரின் 'வந்தே மாதர கீத'த்துக்குப் பாரதி எழுதிய முதல் மொழி பெயர்ப்பும் அவனது

ஆசிரியப் பொறுப்பில் வெளிவந்த ‘சக்கரவர்த்தினி’யில் 1905 நவம்பர் மாதத்திலும், ‘சுதேசமித்திர’னில் காசிக் காங்கிரசையொட்டி, டிசம்பர் 28ஆம் தேதியிலும் வெளிவந்திருக்கிறது (**ஆதாரம்: பாரதி தமிழ்** - தூரன். பக். 93).

எனவே, நிவேதிதா தேவியைச் சந்திப்பதற்கு முன்பே பாரதி தேசியப் பாடல்களை எழுதத் தொடங்கிவிட்டான் என்பது வெளிப்படை.

மேலும், பாரதியின் நண்பராக இருக்கும் பாக்கியம் பெற்ற வ.ரா. தமது பாரதி வரலாற்றில் பாரதியின் நெருங்கிய நண்பரான எஸ்.துரைசாமி அய்யர் பின்வருமாறு கூறியதாகக் குறிப்பிடுகிறார்.

“நமது நாட்டிலே பொதுவாக தேச பக்தி உணர்ச்சி தோன்றியது வங்காளப் பிரிவினையினால். அக்காலத்தில் விபின் சந்திரபாலரின் எழுத்தும் பிரசங்கமும் நம்மவர்களைப் பெரிதும் கலக்கி வந்தன. இது 1905ஆம் வருஷத்துக்குப் பின்னர். ஆனால் பாரதியோ 1904ஆம் வருஷத்திலேயே எனக்கு அரசியலில் தீவிர ஊக்கமும் உற்சாகமும் வரும்படி செய்தான். பாரதியின் தேசபக்தி கடன் வாங்கிய சரக்கல்ல. அது அவனுடைய சொந்தச் சொத்து. தமிழ்நாடுதான் பாரதி. அப்படித் தான் எனக்குச் சொல்லத் தெரியும்” (**மகாகவி பாரதியார்** - வரா. அத். 5).

பாரதி, மதுரை சேதுபதி உயர்நிலைப் பள்ளியில் 1-8-1904 முதல் 10-11-1904 வரையிலும் வேலை பார்த்தான் (ஆதாரம்: **பாரதி தமிழ்** - தூரன். பக்: 18). நவம்பர் 10ஆம் தேதிக்கு மேல்தான் பாரதி சென்னைக்கு வந்து ‘சுதேசமித்திர’னில் உதவியாசிரியராகப் பணியாற்றத் தொடங்கினான். பாரதியின் முதல் சென்னை வாச காலத்தின்போது அவனது உற்ற நண்பர்களில் ஒருவராக இருந்த துரைசாமி அய்யரின் மேற்கூறிய கூற்றின்படிப் பார்த்தால், பாரதி சென்னையில் காலடி வைத்த காலத்திலேயே அவன் சிறந்த தேசபக்தனாக விளங்கினான் என்பது தெளிவாகிறது.

சரி, சென்னைக்கு வருவதற்கு முன்பே பாரதியின் நெஞ்சில் தேச பக்தியும் தேசிய இயக்கத்தின்பால் ஈடுபாடும் குடிகொண்டுவிட்டன என்று சொன்னால், அதற்குமுன் அவனது தேசபக்தி பற்றிக் குறிப்பு ஏதேனும் உண்டா? ஆம். பாரதியின் மனைவி செல்லம்மா பாரதி பின்வருமாறு எழுதுகிறார்:

“பாரதியார் காசியில் படித்துக்கொண்டிருந்தபோது ஒரு சமயம் ஸ்ரீ விசுவநாத சிவன் (எனது தமக்கை புருஷர்) கடையம் வந்தார்... ஒரு நாள் என்னைத் தனியாக அழைத்து... உன் புருஷன் பாரதி

மகாபுத்திசாலியாயினும் அவன் செய்யும் காரியங்கள் மூலமாக நீ கஷ்டந்தான் அனுபவிக்க வேண்டுமென்று எனக்குத் தோன்றுகிறது. அவனுக்கிருக்கும் தாய்நாட்டு அபிமானமும் சுதந்திர ஆவலும் கட்டுக் கடங்காதவை. அவை வெளியில் தெரிந்தால் அவன் சர்க்காரின் கோபத்துக்கு ஆளாகக்கூடும் என்று விஷயமறிந்தவர்கள் கூறுகின்றார் கள்... 'தேசத்தை முன்னுக்குக் கொண்டு வரவேண்டும், அதற்கு எந்தத் தியாகமும் செய்ய ஒவ்வொரு வாலிபனும் தயாராயிருக்க வேண்டும் என்பதுதான் அவனுடைய நினைப்பு...' என்றார். இவ்விஷயம் என்னைத் தூக்கி வாரிப்போட்டது" (**பாரதியார் சரித்திரம்** - செல்லம்மா பாரதி, அத். 8).

இதன் மூலம் பாரதி தாயையும் தந்தையையும் இழந்து காசியில் தனது அத்தை குப்பம்மாள், அவர் கணவர் கிருஷ்ண சிவன் ஆகியோர் ஆதரவில் இருந்து வந்த காலத்திலேயே அவன் உள்ளத்தில் தேச பக்தியார்வம் குடிகொண்டிருந்தது என்று நாம் கொள்ளலாம். பாரதி காசியில் இருந்த காலம் 1898 இறுதி முதல் 1903 தொடக்கம் வரையிலும் ஆகும் எனக் கூறலாம். எனவே செல்லம்மாவின் கூற்றுப்படி இந்த நூற்றாண்டு பிறப்பதற்கு முன்பே - பாரதிக்கு 18 வயது பூர்த்தியாகு முன்பே - அவனுக்குத் தேச பக்தியுணர்வு மேலோங்கிவிட்டது எனக் கொள்ள வேண்டும்.

ஆனால், பாரதி காசியில் இருந்த காலத்தில், பாரதியின் உற்ற நண்பராகக் காசியில் இருந்து வந்த கரூரைச் சேர்ந்த பண்டித எஸ்.நாராயண அய்யங்கார் "காசியில் சுப்பையா" என்ற கட்டுரையில் பின்வருமாறு குறிப்பிடுகிறார்:

"சுப்பையாவுக்கு அப்பொழுது வயது 18. எனக்கு வயது 16. அக்காலத்தில் லார்டு கர்சான் பிரபு இந்தியாவின் வைசிராயாக இருந்தார். 1900ஆம் வருஷம் எங்களுக்குள் நட்பு வலுவடைந்தது. சுப்பையா மிக்க வறுமையில் ஆழ்ந்திருந்தார். ராஜ்ய விஷயங்களில் எவ்விதச் சம்பந்தமும் அவருக்குக் கிடையாது. எனது 12ஆவது வயதிலிருந்தே தினசரி பத்திரிகைகள் படிப்பது எனது வழக்கமாக இருந்தது. தவிர, தீவிர தேசியவாதிகள் கோஷ்டியிலும் சேர்ந்தவன் நான். வெள்ளையர்களை அழிக்காமல் இந்தியா சுயராஜ்யம் அடையாது என்பது எனது தீவிரமான முடிவு. சுப்பையா அரசியல் விஷயத்தில் கொஞ்சமும் அறிவு இல்லாமலேயே இருந்து வந்தது எனக்கு வியப்பைத் தந்தது... அக்காலத்தில் அவருக்குத் தமிழ் இலக்கியம் தெரியும் என்றோ, கவிபாடும் திறமை பெற்றவர் என்றோ நான் நினைக்கச் சந்தர்ப்பம் வாய்க்கவில்லை. கையில் எப்போதும் ஷெல்லியின் ஆங்கிலப் புத்தகத்தை வைத்துக்கொண்டிருப்பார்... பெண் கல்வி, சமத்துவம் - இந்த இரு விஷயங்களைத் தவிர அப்போது வேறு எதிலும் அவர் அதிகக் கவனம் செலுத்தவில்லை..." (தினமணி சுடர் கட்டுரை - 8-9-1956).

பண்டித நாராயண அய்யங்கார் தரும் விவரமோ செல்லம்மா பாரதி தந்துள்ள விவரத்திலிருந்து முற்றிலும் மாறுபடுகிறது. காசியில் இருக்கும்போது பாரதிக்கு "அரசியல் விஷயத்தில் கொஞ்சமும் அறிவு இல்லை" என்று அய்யங்கார் வியப்படைகிறார். பாரதியின் உற்ற நண்பர் என்ற முறையில் அய்யங்காரின் கூற்றுக்கு மதிப்புக் கொடுக்க நாம் கடமைப்பட்டவர்கள். ஆனால் அயயங்காருக்கு ஏற்பட்ட வியப்பைக் காட்டிலும், அவருடைய கூற்றில் நமக்கு வியப்புக்கள் அதிகம் இருக்கின்றன. பாரதி பாலியத்திலேயே கவிபாடும் திறமையைப் பெற்று பதினோரு வயதில் பாரதி என்ற பட்டத்தையும் பெற்றுவிட்டான். காசியிலிருந்து திரும்பி வந்ததும் எட்டயபுரத்தில் சில மாதங்கள் இருந்துவிட்டு, மதுரை சேதுபதி உயர்நிலைப் பள்ளியில் சில மாதங்கள் தமிழாசிரியர் வேலையும் பார்த்தான். எனவே தமிழாசிரியர் வேலை பார்க்குமளவுக்கு அவனுக்குத் தமிழ் இலக்கியத்திலும் இலக்கணத்திலும் போதிய பயிற்சி இருந்தது என்பது தெளிவு. ஆனால் பாரதியோடு நெருங்கிப் பழகும் பாக்கியம் பெற்ற அய்யங்காருக்கோ "அவருக்குத் தமிழ் இலக்கியம் தெரியும் என்றோ, கவி பாடும் திறமை பெற்றவர் என்றோ" தெரிந்துகொள்ளச் சந்தர்ப்பமே கிடைக்க வில்லையாம்! பரிதாபம்தான்! மேலும் பாரதி அரசியல் விஷயத்தில் அறிவு சூன்யமாக இருந்த காலத்தில், தாம் வெள்ளையர்களை அழிக்காமல் சுயராஜ்யம் பெற முடியாது என்று கருதிய தீவிரவாதிகள் கோஷ்டியைச் சேர்ந்திருந்ததாகவும் அய்யங்கார் குறிப்பிடுகிறார். அவரையெல்லாம் கவர்ந்திழுக்கும் அளவுக்கு அந்தக் காலத்தில் (1898 - 1902) பலாத்கார இயக்கம் தோன்றவும் இல்லை. வளரவும் இல்லை என்பது சரித்திரம் நமக்கு உணர்த்தும் உண்மை. மேலும் இத்தகைய "தீவிரவாதி"யான அய்யங்கார் தமது உற்ற நண்பனான பாரதியையும் தமது "கோஷ்டி"க்குள் இழுக்க என்ன முயற்சி செய்தார் என்பதும் தெரியவில்லை. இத்தனைக்கும் மேல், இத்தனை தீவிரவாதியாக இருந்த அய்யங்கார், உண்மையிலேயே இந்த நாட்டில் நாலைந்து ஆண்டுகளுக்குப் பின்னர் தீவிரவாத இயக்கம் காட்டுத் தீயைப்போல் பரவத் தொடங்கிய காலத்தில், அதிலும் தனது காசிவாச காலத்தின்போது அரசியலில் அறிவு சூன்யமாக இருந்த" பாரதியே அவ்வியத்தில் தீவிரமாக ஈடுபட்டிருந்த காலத்தில், என்ன செய்துகொண்டிருந்தார் என்ற கேள்வியும் நமக்கு எழுகிறது.

இதற்கு அவரே தமது கட்டுரையின் பிற்பகுதியில் விடை தருகிறார். 1904ஆம் ஆண்டின் இறுதியில் பாரதி சென்னைக்கு வந்து 'சுதேசமித்திரன்' பத்திரிகையில் வேலை பார்க்கத் தொடங்கிய பிறகு, அய்யங்காரும் சென்னைக்கு வந்து குடியேறிவிட்டார். "அக்காலத்தில் பிரபல ஜோசியரான பி.சூர்யநாராயண ராவ் ஆங்கிலத்தில்

'அஸ்ட்ராலஜிகல் மாகஸைன்' என்ற மாதப் பத்திரிகை நடத்தி வந்தார். அதில் பிருகத் ஜாதகம் முதலிய வடமொழி நூல்களை ஆங்கிலத்தில் மொழிபெயர்க்க உதவிபுரிந்து ஒரு சிறிய உத்தியோகத்தைப் பெற்றேன். ஆகவே, நானும் குடும்பத்தோடு சென்னையில் வசித்து வந்தேன்" எழுதுகிறார் அய்யங்கார் (**தினமணி சுடர்** கட்டுரை).

ஆம், காசியில், "அரசியல் விஷயத்தில் கொஞ்சமும் அறிவு" இல்லாது இருந்து வந்த பாரதி, தீவிரவாதியாக மாறி, "இந்தியா" பத்திரிகையின் மூலம் கனல் கக்கிக் கொண்டிருந்த காலத்தில், காசியில் இருந்த காலத்தில் வெள்ளையனை அழித்தால்தான் விமோசனம் என்ற உணர்வோடு, "தீவிரவாதியாக" இருந்த நாராயண அய்யங்கார் சென்னையில் ஒரு ஜோதிடப் பத்திரிகையில் சிறு உத்தியோகத்தைப் பெற்று ஜீவனோபாயம் நடத்தி வந்திருக்கிறார்! எனவே பாரதியின் காசி வாசம் பற்றி அய்யங்கார் எழுதியுள்ளதைப் பார்க்கும்போது, பாரதி பின்னர் தனது சென்னை வாசத்தின்போது தீவிரவாதியாக மாறினாலும், காசி வாசத்தின்போது அவனைக் காட்டிலும் தாமே அரசியல் ஞானமும் தீவிரவாதமும் அதிகம் பெற்றிருந்ததாகக் கூறிக்கொள்ளும் ஒரு தன் முனைப்பான போக்கே அவரது கூற்றில் மேலோங்கியிருப்பதை நாம் உணர்கிறோம். இதனால் பாரதியின் காசி வாச காலம் பற்றி அய்யங்கார் கூறியுள்ள "உண்மைகளை" நாம் அப்படியே ஏற்றுக்கொள்ள முடியாது போகிறது.

இவ்வாறு இதுவரையில் நாம் பார்த்து வந்த கூற்றுக்களிலிருந்து பாரதிக்கு உண்மையில் தேசபக்தி உணர்வு எப்போது தோன்றியது என்ற கேள்விக்கு நமக்குத் தக்க விடை கிடைக்காததையே நாம் உணர்கிறோம். நமக்கு உண்மை தெரியவேண்டுமென்றால், பாரதியின் நண்பர்கள், உறவினர்கள் ஆகியோரைக் காட்டிலும், பாரதியே அதற்கான சான்றுகளை வழங்கியிருக்கின்றானா என்றே பார்க்க வேண்டும். வழங்கியிருந்தால் அதைக் காட்டிலும் சிறந்த சான்றுகள் வேறு தேவையில்லை. உண்மையில் அத்தகைய சான்றுகள் சிலவற்றையும் நாம் இனம் காணமுடிகிறது.

சின்னச்சாமி அய்யரின் தொழில் முயற்சி

"பாரதியின் தேசபக்தி கடன் வாங்கிய சரக்கல்ல. அது அவருடைய சொந்தச் சொத்து" என்று பாரதியின் நண்பர் துரைசாமி அய்யர் கூறியதாக வ.ரா. குறிப்பிட்டதை முன்னர் பார்த்தோம். இது உண்மைதான் என்பதை நமக்குக் கிடைக்கும் சான்றுகள் காட்டுகின்றன. ஆம். பாரதிக்கு வாழ்க்கையே - சொல்லப்போனால் அவனது சொந்த வாழ்க்கையே - தேச பக்தியை உண்டாக்கியது எனலாம். எவ்வாறு?

இதற்கு நாம் பாரதியின் தந்தை சின்னச்சாமி அய்யரின் வாழ்க்கையையும் பாரதியின் இளமைக் காலத்தையும் கூர்ந்து நோக்க வேண்டும்.

பாரதியின் தந்தையான சின்னச்சாமி அய்யருக்கு சொந்த ஊர் திருநெல்வேலிக்கு அருகிலுள்ள சீவலப்பேரியாகும். அங்கிருந்துதான் அவர் எட்டயபுரத்தில் வந்து குடியேறினார். அவர் தமிழில் நல்ல பாண்டித்தியம் பெற்றிருந்தார். எனவே, அக்காலத்தில் தமிழையும் தமிழ்ப் புலவர்களையும் ஆதரித்து வந்த எட்டயபுர சமஸ்தானத்துக்குச் சென்று, மன்னரின் கீழ் வேலையும், பின்னர் மன்னரிடத்தில் செல்வாக்கும் பெற்றார் என்றுதான் பாரதி வரலாறுகளில் பொதுவாகக் கூறப்பட்டுள்ளது. ஆனால் அவர் எட்டயபுரம் சென்றதற்கு ஓர் அந்தரங்கமான எண்ணமும் இருந்திருக்கக்கூடும் என்ற உண்மையைப் பேராசிரியர் பி.மகாதேவன் மட்டும்தான் தமது ஆங்கில நூலில் சுட்டிக் காட்டியுள்ளார்.

அவர் எழுதுவதாவது:

"சின்னச்சாமி அய்யரின் இளமைக்காலக் கல்விப் பயிற்சியைக் குறித்து நமக்கு விவரங்கள் கிடைக்கவில்லை. எனினும் தமிழ் இலக்கியத்தில் மரபு வழியான பயிற்சியும் அத்துடன் ஆங்கில ஞானமும் சின்னச்சாமிக்குப் பண்டிதர் என்ற மதிப்பைப் பெற்றுத் தந்திருந்தன. தென்னிந்தியாவில் கிறிஸ்தவ மிஷனரிகள் தொடங்கிய கல்வி ஸ்தாபனக் கேந்திரங்களில் திருநெல்வேலியும் பாளையங் கோட்டையும் மிகவும் முந்தியவை. மதப்பற்றினால் ஏற்பட்ட இந்தப் புதிய ஒளியினால் சின்னச்சாமி பயன் பெற்றிருக்க வேண்டும். பிற்காலத்தில் எந்திரங்களில் அவருக்கிருந்த ஈடுபாட்டைக்கொண்டு, ஆங்கிலத்தோடு அவர் கொண்ட முதல் தொடர்பு அவருள்ளத்தில் விஞ்ஞான ஆர்வத்தைத் தூண்டியிருக்க வேண்டும் என்றே நாம் ஊகிக்க வேண்டியிருக்கிறது. மேலை நாடுகளின் முன்னேற்றத்துக்கு அவற்றின் தொழில்நுட்ப முன்னேற்றங்களே காரணம் என்பதை உணர்ந்த அவருக்கு விஞ்ஞான நுட்பங்களைக் கற்பதில் வேட்கை மிகுந்தது. அவற்றைத் திறம்படக் கற்கவும் அவர் ஆசைகொண்டார். அதன்மூலம் நாட்டின் பெரும் இயற்கை வளச் செல்வங்களைப் பயன்படுத்தும் விதத்தில் எல்லா விதமான தொழிற்சாலைகளையும் நிறுவுவதற்கும் கனவு கண்டார். எந்திரங்கள் மீது அவருக்கு ஒரு பைத்தியமே பிடித்திருந்தது. எனவே அவர் பழசாய்ப்போன அல்லது கழித்துத் தள்ளிய மாதிரி எந்திரங்களை வாங்கி அவற்றை அக்கக்காகப் பிரித்து, அவற்றின் எந்திர நுட்பத்தைக் கற்றுக்கொள்ள முயன்றதாகவும் கூறப்படுகிறது. இவையனைத்திலிருந்தும் அவர் தமது காலத்துக்கு எவ்வளவு தூரம் முன்னால் இருந்தார்

என்பதை நாம் ஊகிக்கலாம். ஏனெனில் அவர் இவ்வாறு கனவுகள் கண்டு, தொழில் நுட்ப விஞ்ஞான ரகசியங்களைக் கண்டறிவதற்குச் சிறுபிள்ளைத் தனமான முயற்சிகள் செய்து, வந்த காலத்தில் இந்தியாவில் இந்திய அல்லது ஐரோப்பிய நிர்வாகத்தின் கீழ் ஓர் ஆலையைக் கூடக் காண்பது அரிதாக இருந்தது. தேசிய முன்னேற்றத்தையும் நல்வாழ்வையும் உறுதிப்படுத்தக்கூடிய இந்த அடிப்படை அம்சங்களைக் கருதிப் பார்த்த காரணத்தால், சின்னச்சாமி அய்யர் முதன்மையான பெருமைக்கு உரியவராகிறார்....." (Subramania Bharathi - Patriot and poet, 1957, அத். 1).

இவ்வாறு எந்திரசாலைகளை நிறுவும் ஆர்வத்தோடுதான் சின்னச்சாமி அய்யர் எட்டயபுரம் ஜமீன்தாரிடம் வேலை பார்த்து வந்தார். பேராசிரியர் மகாதேவன் மேலும் எழுதுகிறார்:

"சின்னச்சாமி அய்யர் சீக்கிரத்திலேயே அவரது (ஜமீன்தாரது) நம்பிக்கையைப் பெற்றார். எனவே, எந்திர சாதனங்களின் உதவியால் மேலைநாட்டுப் பெருவாரி உற்பத்தி முறைகளைக் கையாண்டு நாட்டை மேம்படுத்தவும் வளப்படுத்தவும் தாம் கொண்டிருந்த கனவுகளிலும் நம்பிக்கைகளிலும் அவரையும் அக்கறை கொள்ளச் செய்யச் சின்னச்சாமி அய்யர் முயன்றிருக்க வேண்டும். ஆனால் சின்னச்சாமி அய்யர் தமது பரிசோதனைகளை நடத்திப் பார்க்க, ராஜா அவ்வப்போது பண உதவிகள் செய்திருக்கிறார் என்று தோன்றிய போதிலும், ராஜாவுக்கு அதில் போதுமான அக்கறை இல்லை. தமது உதவிக்கு மாறாக, அவர் சின்னச்சாமி அய்யரிடம் உரையாடலுக்குப் பயன்படும் விதத்தில் ஆங்கிலப் பயிற்சி மட்டும் பெற்றுக் கொண்டார். இதற்கிடையில் சின்னச்சாமி அய்யருக்கு சமஸ்தானத்தில் சலுகை மிக்க ஸ்தானம் வழங்கப்பட்டது. அவரோ இந்த ஸ்தானத்தைப் பயன்படுத்தித் தமது ஆசைக் கனவுகளை நிறைவேற்றிக்கொள்ள முயன்றார். நெய்து முடிக்கப்பெற்ற துணிமணிகளைச் செய்து குவிக்கும் பஞ்சாலைக் கேந்திரமாகத் திருநெல்வேலியை மாற்றிவிடலாம் என்று திட்டமிட்டார். மேலும் அந்த ஜில்லாவில் பஞ்சாலைகளுக்குத் தீனி போடக்கூடிய அளவுக்குப் பருத்தியும் விளைந்தது. எனவே, திருநெல்வேலி சுற்று வட்டாரத்துக்கான துணிமணித் தேவைகளைப் பூர்த்தி செய்வதோடு மட்டுமல்லாமல், பிரிட்டிஷார் வருவதற்கு முன்னர் செய்தது போல் அச்சரக்குகளை வெளிநாடுகளுக்கும் ஏற்றுமதி செய்ய முடியும் என்ற அளவுக்குச் சின்னச்சாமி அய்யரின் கற்பனை சென்றது. எனவே, 1880 வாக்கில் சின்னச்சாமி எட்டயபுரத்தில் ஒரு பஞ்சாலையை நிறுவினார். இது தென்னிந்தியாவில் மிகவும் முதன்மையான ஆலைகளில் ஒன்றாகும்" (மேற்கூறிய நூல், அத். 1).

சின்னச்சாமி அய்யர் எட்டயபுரத்தில் பஞ்சாலையை நிறுவினாரா அல்லது பஞ்சு அரைவையாலையைத் (ஜின்னிங் பாக்டரி) தொடங்கினாரா என்று தெரியவில்லை. ஏனெனில் பாரதியின் பால்ய நண்பரான காலஞ்சென்ற நாவலர் சோமசுந்தர பாரதி, 1922 தொடக்கத்தில் (துன்மதி, மார்கழி) தாம் எழுதிய "ஸ்ரீசுப்பிரமணிய பாரதியார் சரித்திரச் சுருக்கம்" என்ற கட்டுரையொன்றில், "இவர் (சின்னச்சாமி அய்யர்) எட்டயபுரத்தில் யந்திர மணைச்சாலை ஏற்படுத்த முன்னின்று முயன்று முடித்தார். இந்தப் பிரதேசத்தில் யந்திர மணைச்சாலை முதலில் ஏற்படுத்தத் துணிந்தவர் இவரே" என்று எழுதியுள்ளார் (**பாரதியார் சரித்திரம்**, பாரதி பிரசுராலயம் வெளியிட்ட கட்டுரைத் தொகுதி, 1928). இங்குக் குறிப்பிடப் பெறும் மணைச்சாலை ஜின்னிங் பாக்டரியேயாகும். எவ்வாறாயினும் எட்டயபுரத்தில் சின்னச்சாமி அய்யர் ஓர் எந்திர ஆலையை நிறுவினார் என்பது தெளிவு.

இதனால்தான் சின்னச்சாமி அய்யர் தமது மகன் சுப்பையாவை (பாரதியை) நன்றாகப் படிக்க வைக்க வேண்டும் என்று கருதி, தமது மகனை ஆங்கிலக் கல்வி பெறத் திருநெல்வேலிக்கு அனுப்பி வைத்தார். "அய்யர் தமது குமாரனைக் கணிதப் புலவனாகச் செய்யப் பெரிதும் முயன்றார். அவருக்கு யந்திரப் பழக்கம் மிகுதியும் உண்டாம்.... இவ்விரு துறைகளிலும் பையன் பாரதி தேர்ச்சியடைந்து குவியல் குவியலாகப் பணம் சம்பாதிக்க வேண்டுமென்பது தகப்பனாரின் கருத்து. அல்லது ஏதோ அற்பப்படிப்புடன் இந்தியாவைவிட்டு வெளியேற்றி, சீமையிலே தள்ளி, சில காலம் அங்கே இருக்கச் செய்ய வேண்டும், தமிழ் நாட்டுக்கு வரும்போது பாரதியார் ஜில்லாக் கலெக்டராய், கைச்சொக்காய் கால்சராயுடன் வரவேண்டும் என்பது தகப்பனாரின் பேரவா" (**மகாகவி பாரதி** - வ.ரா. அத். 2).

ஆனால் பாரதிக்கோ "பள்ளிப் படிப்பில் மனம் பற்றிடவில்லை." இதனால் சீமைப்படிப்புப் படித்துச் சிறந்த கணிதப் புலவனாக அல்லது தொழில் நுட்ப மேதையாகத் தமது பையன் வரவேண்டும் என்ற சின்னச்சாமி அய்யரின் கனவு முளையிலேயேஅவரையறியாமலே கருகத் தொடங்கிவிட்டது. கணிதப் புலவனாக்கத் தந்தை கனவுகண்டு வந்த பிள்ளையோ காவியப் புலவனாக உள்ளுக்குள் பரிணமித்துக் கொண்டிருந்தான். தனது பையனைச் சீமைப் படிப்புப் படிக்க வைக்க வேண்டும் என்று கனவு கண்டு வந்த சின்னச்சாமி அய்யருக்குத் தமது பையனைப் பற்றிய கனவு அவரையறியாமலே சிதைந்தது; அதே சமயம் திருநெல்வேலிச் சீமையைத் தொழில் கேந்திரமாக்க வேண்டும் என்ற அவர் கண்ட சொந்தக் கனவோ அவரறிய அவரது கண்முன்னாலேயே சிதைந்து அழிந்தது.

சின்னச்சாமி அய்யரின் தொழில் முயற்சி தோல்வியடைந்தது. அவர் தொடங்கிய ஆலை அவரது பணத்தையெல்லாம் தின்று தீர்த்தது. "யந்திரப் போட்டியில் ஈடுபட்டுச் சின்னச்சாமி அய்யர் தமது சொத்தையெல்லாம் இழந்தார். தந்தையாரது பொருள் சேர்க்கும் ஆவலையும், அதற்கவர் பட்ட கஷ்டத்தையும், அபஜயமடைந்தவுடன் அவர் மனமிடிந்து இறந்ததையும் பாரதியார் தம் சுயசரிதையில் வெகு உருக்கமாகக் கூறியிருக்கின்றார்" என்று எழுதுகிறார் செல்லம்மா பாரதி (**பாரதியார் சரித்திரம்**. அத். 5).

ஆம், பாரதியே பின்வருமாறு பாடுகிறான்:

வேர்ப்ப வேர்ப்பப் பொருள் செய்வ தொன்றையே
    மேன்மை கொண்ட தொழிலெனக் கொண்டனன்;
ஆர்ப்பு மிஞ்சப் பலபல வாணிகம்
    ஆற்றிமிக்க பொருள் செய்து வாழ்ந்தனன்;...

தேசத்தார் புகழ் நுண்ணறி வோடுதான்
    திண்மை விஞ்சிய நெஞ்சின னாயினும்
நாசக் காசினில் ஆசையை நாட்டினன்;
    நல்லன் எந்தை துயர்க்கடல் வீழ்ந்தனன்...

- (சுயசரிதை, பாடல் - 40, 42)

பாரதியின் இந்தக் கூற்றை அடிப்படையாகக் கொண்டு பாரதி வரலாற்று ஆசிரியர்களெல்லாம் சின்னச்சாமி அய்யர் "வேர்ப்ப வேர்ப்பப் பொருள்" சேர்க்கும் பணத்தாசையினாலேயே எந்திர முயற்சிகளில் ஈடுபட்டுத் தோற்றுப் போனார் என்றே எழுதியுள்ளனர். பேராசை பெரு நஷ்டம் என்ற கதையில் அவரது வாழ்வு முடிந்ததாகவே கருதியுள்ளனர். ஆனால் உண்மை என்ன? சின்னச்சாமி அய்யர் தொழில் முயற்சி தோற்றுப்போனதற்கு உண்மையான காரணம் என்ன? அதனை வரலாற்று ஆசிரியர்கள் யாரும் குறிப்பிடவில்லை. ஆனால் பேராசிரியர் மகாதேவன் முன்னர் குறிப்பிட்ட தமது ஆங்கில நூலில் சின்னச்சாமி அய்யர் எட்டயபுரத்தில் ஆலை தொடங்கியதைக் குறிப்பிட்டுவிட்டுப் பின்வருமாறு எழுதுகிறார்;

"இதன் பின்னர் (சின்னச்சாமி அய்யர் ஆலை தொடங்கிய பின்) விரைவிலேயே ஸ்காட்லாந்துக்காரர்களான இரு இளைஞர்கள் - சகோதரர்கள் - திருநெல்வேலிக்கு வந்தனர். அங்கு (சின்னச்சாமி அய்யர் தமது கருத்தில் கொண்டிருந்த) சாத்தியப்பாடுகளும் வாய்ப்புக்களும் இருப்பதை, நம்பிக்கை தோன்றக் கண்ணால் கண்டனர். இதன்பின் அவர்கள் தூத்துக்குடியில் ஒரு சிறு ஆலையைத் தொடங்கினர்;

இதுவே மதுரையில் தலைமையகத்தையும், பசுமலை, தூத்துக்குடி, அம்பாசமுத்திரம், புனலூர் ஆகிய இடங்களில் கிளையாலைகளையும் கொண்ட உலகப் பிரசித்தி பெற்ற ஹார்வி நூற்பாலையாக விரிவடைந்துள்ளது. இந்த ஆலைகளெல்லாம் நாட்டின் தென்கோடியில் நூறு மைல் சுற்றளவுக்குள்ளேயே அமைந்துள்ளன. கூட்டுக் குடும்ப முறை மேலை நாட்டில் கூட்டு வாணிபக் கம்பெனிக்கு இடமளித்தது. இன்று அது வட்டார, பிராந்திய தேசிய எல்லைகளையும் கடந்து தொழில்துறை சாம்ராஜ்யமாக ஆட்சி செலுத்துகிறது. சர்வ தேசியத்தைக் கூட இன உணர்ச்சிக்கும் தனியார் லாபத்துக்கும் பயன்படுத்துகிறது. இதைக்காட்டிலும் திருப்தியளிக்கும் விஷயம் என்னவென்றால் நாம் மீண்டும் துணிமணிகளை ஏற்றுமதி செய்வோராக மாறவேண்டும் என்ற சின்னச்சாமி அய்யரின் கனவு **முற்றிலும் நிறைவேறிவிட்டது"** (மேற் கூறிய நூல். அத். 1).

பேராசிரியர் குறிப்பிட்டுள்ள மேற்கண்ட செய்தி மிகவும் பயனுள்ள குறிப்பாகும். அதாவது சின்னச்சாமி அய்யரின் தொழில் முயற்சியைத் தொடர்ந்து ஆங்கிலேயரும் திருநெல்வேலியில் (தூத்துக்குடியில்) ஒரு பஞ்சாலையைத் தொடங்கினர் என்பது. இந்த ஆலை 1893இல் ஸ்காட்லாந்தைச் சேர்ந்த பிராங்க் ஹார்வி, ஆண்ட்ரூ ஹார்வி என்ற சகோதரர்களால் தொடங்கப்பட்டது (இதுவே 'கோரல் மில்ஸ்' என வழங்கப்பெற்றது). இந்தக் கோரல் மில்லில்தான் இந்நூற்றாண்டின் தொடக்கத்தில் வ.உ.சிதம்பரம் பிள்ளை தலைமையில் பெரும் வேலை நிறுத்தம் நடந்தது. இந்த ஆலையே பின்னர் 'ஏ அண்டு எஃப் ஹார்வி மில்ஸ்' எனப் பெயர் பெற்றது. இந்தியா சுதந்திரமடைந்த பல ஆண்டு களுக்குப் பின் இந்த ஆலை இந்திய முதலாளிகளின் நிர்வாகத்துக்கு வந்த பிறகு இப்போது 'மதுரை கோட்ஸ்' என்ற பெயரைப் பெற்றுள்ளது. ஆனால் திருநெல்வேலி ஜில்லாவில் ஆங்கிலேயர்கள் இந்தப் பஞ்சாலையைத் தொடங்கியதற்கும், சின்னச்சாமி அய்யரின் ஆலை முயற்சி தோற்றுப் போனதற்கும் சம்பந்தம் உண்டா என்று தமது ஆராய்ச்சியைச் செலுத்தாமல், சின்னச்சாமி அய்யரின் கனவு ஆங்கிலேயரின் முயற்சியால் நமது காலத்தில் 'முற்றிலும் நிறைவேறி விட்டது' என்று பரவசப்பட்டு மகிழ்ந்துபோய் விடுகிறார் பேராசிரியர்! இது அவர் செய்த பெரும் பிழையாகும்.

உண்மையில் நடந்ததென்ன?

உள்நாட்டுத் தொழில் வளர்ச்சியில் நம்மையாண்டு வந்த ஆங்கிலேயர்களுக்கு என்றும் அக்கறை இருக்கவில்லை. நமது நாட்டுச் செல்வாதாரங்களை, மூலப்பொருள்களைத் தாமே வாணிபப் பண்டங்களாக மாற்றி நம்மைச் சுரண்டிக் கொழுப்பதே அவர்களது

நோக்கமாக இருந்ததே ஒழிய, நமது நாட்டினர் தொழில் முயற்சிகளில் ஈடுபடுவதையோ, லாபம் பெறுவதையோ அவர்கள் விரும்பவில்லை; சகிக்கவில்லை. ஹார்வி ஆலையும் இதற்குப் புறம்பாக இருக்கவில்லை. எட்டயபுரம் அமைந்துள்ள கோவில்பட்டித் தாலுகாவும் அதனையடுத்த பிரதேசங்களும் வெள்ளையரின் ஹார்வி மில்லுக்கு "இரைபோடும்" பிரதேசங்களாகவே இருந்து வந்தன. அங்குள்ள பருத்தி பயிர் செய்யும் விவசாயிகளிடம் அறுவடைக்கு முன்பே குறைந்த விலை பேசி, விளையும் பருத்தி அனைத்துக்கும் முன் பணம் கொடுத்து, விளையும் பஞ்சு முழுவதையும் தனது ஆலைக்கு ஏகபோகமாக்கிக் கொள்வதும், அதன் மூலம், அறுவடையான பின்பு அனைத்தையும் கொள்முதல் செய்து, பஞ்சுக்குத் தான் வைத்ததே விலை என்று நிர்ணயித்து அதனைப் பிறருக்கு விற்பதும் அந்த ஆலையின் நடைமுறையாக இருந்து வந்தது. இதனால் உள்ளூரில் யாரேனும் பருத்தி அரைவையாலை தொடங்கினாலும் அவர்கள் ஹார்வி நிர்ணயித்த கூலிக்கு ஹார்வியின் பஞ்சை அரைத்துக்கொடுக்கவோ, அல்லது ஹார்வியின் தயவின்றித் தாமே ஆலையை நடத்த முடியாத நிலையில், பெரிய மீன் தன்னை விழுங்கச் சம்மதிக்கும் சின்ன மீனைப் போன்று தமது ஆலைகளையே ஹார்வியின் கையில் ஒப்படைத்துவிட வேண்டிய நிலைதான் நேர்ந்து வந்தது. இறைவைக் கிணற்றுக்கு அருகில் பம்ப்செட் வைத்துக் கிணறு வெட்டினால் இறைவைக் கிணற்று நீர் எப்படி மாயமாக மறைந்து போகுமோ, அதுபோல் உள்ளூர்த் தொழில் முயற்சிகள் அன்னிய மூலதனத்தின் அசுர முயற்சிகளுக்கு ஈடுகொடுக்க முடியாமல் இரையாகிப்போகும் உண்மையை, நாம் சுதந்திரமடைந்த பின்னரும் கூட, நமது தலைமுறைக் காலத்தில் கண்டிருக்கிறோம். எனினும் இந்த உண்மையானது ஆங்கிலேயர் ஆட்சி இந்த நாட்டில் கொடிகட்டிப் பறந்த காலத்தில், எத்தனை கோரமான சொரூபத்துடன் சின்னச்சாமி அய்யரைப் பழிவாங்கியிருக்கும் என்பதைப் பேராசிரியர் மகாதேவன் உட்பட பாரதி வரலாற்றாசிரியர்கள் எவரும் கண்டுணராமற் போனது பரிதாபத்துக்குரிய விஷயமேயாகும்.

நாவலர் சோமசுந்தர பாரதியார், நாம் முன்னர் குறிப்பிட்ட கட்டுரையில், "தனிகரும் பொது நலப் பிரியரும் அருகிய ஊரில் இவர் (சின்னச்சாமி அய்யர்) முயன்று ஸ்தாபித்த பருத்தியரைவைச் சாலை தற்காலம் பராதீனப்பட்டு நடப்பதன் சரிதமும், தொழிலபிவிருத்தி முதலிய நம்மவர் முன்னேற்ற முயற்சிகளால் இவர் கைப்பணமிழந்து வறுமையுற்று வருந்திய விருத்தாந்தங்களும் இக்கதைக்கு அவசிய மற்றவை" என்று கூறி முடித்துவிடுகிறார். பாரதியின் பால்ய கால நண்பர் என்ற முறையிலும், எட்டயபுரவாசி என்ற முறையிலும், சின்னச்சாமி அய்யரின் தொழில் முயற்சி தோற்றுப்போனதற்கான காரணங்களை

நாவலர் பாரதியார் நன்கு அறிந்திருக்கவே வேண்டும். எனினும், "அந்த விருத்தாந்தங்கள் இக்கதைக்கு அவசியமற்றவை" என்று அவர் அவற்றைக் கூறாது ஒதுக்கிவிட்டுவிடுகிறார். ஒருவேளை அவற்றைக் கூறப் புகுந்தால், சில கசப்பான உண்மைகளைக் கூற நேர்ந்து, சிலரது விரோதத்தையோ மனக் கசப்பையோ தேடிக்கொள்ள நேரும் என்று அவர் நினைத்தாரோ, என்னவோ?

எனினும் சின்னச்சாமி அய்யரின் எந்திரத் தொழில் முயற்சி ஆங்கிலேயர் செய்த சதியால்தான் அழிந்தது, அதனால்தான் அவர் சொத்துச் சுகங்களையெல்லாம் இழந்து தோல்வியுற்று வறியவராகி மனமிழந்து மாண்டார் என்ற உண்மையைப் பாரதியே குறிப்பிடுகிறான். ஆனால் வரலாற்றாசிரியர்கள் எவர் கண்ணிலும் அது புலப்படாமல் போனது விந்தையாகவே இருக்கிறது.

சரி, பாரதி என்ன கூறுகிறான்? "நாசக்காசில் ஆசையை நாட்டிய நல்லன்" ஆன தன் தந்தை அழிந்ததைக் கூறும் அதே சுயசரிதையில் அவன் பின்வருமாறு பாடுகிறான்:

ஈங்கு இதற்கிடை எந்தை பெருந்துயர்
எய்தி நின்றனன் தீய வறுமையான்;
ஓங்கி நின்ற பெருஞ்செல்வம் யாவையும்
ஊணர் செய்த சதியில் இழந்தனன்.

- (சுயசரிதை, பாடல் - 39)

தனது தந்தை ஊணர் செய்த சதியால் செல்வம் முற்றும் இழந்ததாகப் பாரதி திட்டவட்டமாகக் குறிப்பிடுகிறான்.

ஊணர்கள் என்ற சொல் Huns என ஆங்கிலத்தில் வழங்கப்படும் சொல்லின் தமிழாக்கம்தான். இந்த Huns என்பவர்கள் யார்? இவர்கள் மங்கோலியாவைச் சேர்ந்த ஒரு நாடோடி ஜாதியினர். இவர்கள் கி.பி. நான்காம், ஐந்தாம் நூற்றாண்டுகளில் மத்திய ஆசியாவிலேயிருந்து தொடங்கி மேற்கு நோக்கிப் படையெடுத்து, கிழக்கு ஐரோப்பா, மத்திய ஐரோப்பா ஆகியவற்றின் பெரும் பகுதியை மிருகத் தனமாகத் தாக்கிப் படுநாசங்களை விளைவித்து அந்தப் பிரதேசம் அனைத்தையும் கைப்பற்றினார்கள். இவர்கள் புரிந்த கொலைகள், விளைவித்த படு நாசங்கள் ஆகியவற்றின் காரணமாக Huns என்ற சொல்லே காட்டு மிராண்டித்தனமாக நடந்துகொள்பவனைக் குறிக்கும் அளவுக்கு ஐரோப்பிய மொழிகளில் இடம் பெற்றுவிட்டது. இந்தச் சொல்லின் அடிப்படையில் Hunnish என்ற சொல்லுக்கும் 'மிருகத்தனமான' என்ற பொருள் ஏற்பட்டுவிட்டது. இவ்வாறு மிருகத் தனமாக நடந்து கொண்ட ஆசிய நாட்டு நாடோடி ஜாதியினரைக் குறிக்க ஐரோப்பியர்கள்

பயன்படுத்திய சொல்லை, அதே ஐரோப்பாவிலிருந்து வந்து ஆசிய நாடுகளை அடிமைப்படுத்திக் கொள்ளையடித்த ஆங்கிலேயரைக் குறிக்கவே பாரதி பயன்படுத்திக் கொண்டுவிட்டான். இதனை, பாரதி வழங்கும் மேலும் இரு சான்றுகளே உறுதிப்படுத்திவிடுகின்றன. அவையாவன:

1. பாரதி ஆரம்ப காலத்தில் எழுதிய "சந்திரிகை" என்ற 'சானெட்' (தனிநிலைக் கவிதை; 14 வரிகள் கொண்ட மேலை நாட்டுக் கவி வடிவம்) 1906 செப்டம்பர் 25ஆம் தேதி 'சுதேசமித்திர'னில் வெளிவந்துள்ளது. இக்கவிதையில்,

"ஊணப்புலவோன் உரைத்துளன் முன்னாள்"

என்று ஓர் அடி வருகிறது. இந்த 'ஊணப் புலவன்' என்ற சொற்சேர்க்கைக்கு "ஊணப்புலவன் - ஆங்கிலப் புலவன்" என்று பாரதியே அடிக்குறிப்பில் அர்த்தம் எழுதியுள்ளான்.

(பாரதி தமிழ் - தூரன், பக். 113).

2. மேலும் தனது "ஸ்வசரிதை"யிலேயே, தனது தந்தை திருநெல்வேலிக்குச் சென்று ஆங்கிலக் கல்வி கற்குமாறு தன்னை அனுப்பி வைத்ததைக் கூறும்போது,

"நெல்லையூர் சென்று அவ்ஊணர் கலைத்திறன்
நேருமாறு எனை எந்தை பணித்தனன்"
- (சுய சரிதை - பாடல் - 21)

என்று பாரதி பாடுகிறான்.

எனவே, ஊணர் என்ற சொல் ஆங்கிலேயரைத்தான் குறிக்கிறது என்பது, ஆங்கிலேயர் செய்த சதியினால்தான் சின்னச்சாமி அய்யர் தொழில் முயற்சியில் தோல்வி கண்டு, செல்வம் முற்றும் இழந்து வறியவராகி மாண்டார் என்பதும் தெள்ளத் தெளிவாகிறது.

மேலும், கடந்த இருபது ஆண்டுகளுக்கும் மேலாக நான் பாரதி விழாவையொட்டி எட்டயபுரத்துக்குச் சென்று வரும்போதெல்லாம், அங்குள்ள முதியோரிடமும் பாரதி குடும்பத்தை அறிந்தவர்களிடமும் கேட்டறிந்த விவரங்களும் இதனை ஊர்ஜிதப்படுத்துவதாகவே இருந்தன. சின்னச்சாமி அய்யர் தமது ஆலை முயற்சியைத் தொடங்கிய காலத்தில், அவருக்குப் பணம் மற்றும் பிற வழிகளில் உதவமுன்வந்த எட்டயபுர மன்னரும், மற்றும் பணம் படைத்த நண்பர்களும், பின்னர் ஆங்கிலேய அரசாங்க அதிகாரிகள் அளித்து வந்த நிர்ப்பந்தத்தின் காரணமாகத் தமது ஆதரவையும் உதவியையும் வாபஸ் வாங்கிக் கொண்டதாகவும், அதன் காரணமாகச் சின்னசாமி அய்யர் கை

முதலையும் இழந்து தொழில் முயற்சியிலும் தோற்று நசித்துப் போய் விட்டதாகவும், கட்டிய ஆலையை நடத்த முடியாமல் எந்திரங்களைக் கழற்றி விற்க நேர்ந்ததாகவும் அவர் கட்டிய ஆலை எட்டயபுரத்திலிருந்து ஒரு மைல் தள்ளி மேற்குத் திசையில் எட்டயபுரத்துக்கும் பிதப்புரம் என்ற கிராமத்துக்கும் இடையே சிதிலமடைந்த பாழுங் கட்டிடமாக இன்றும் கிடப்பதாகவும் நான் அறியவந்தேன். இதன் காரணமாகச் சின்னச்சாமி அய்யருக்கும் எட்டயபுரத்து மன்னருக்கும் இடையே நிலவிய உறவும் கரகரத்து விரிசல் கண்டுவிட்டதாகவும் கேள்வியுற்றேன்.

(பாரதிக்குப் பதினைந்து வயது இளையவரான பாரதியின் தம்பி சி.விசுவநாத அய்யரை நான் சில மாதங்களுக்கு முன் சந்தித்து உரையாடிக்கொண்டிருந்தபோது, அவர் தமது தந்தை சின்னச்சாமி அய்யர் தமது 'காட்டான் ஜின்னிங் பாக்டரி'யை 1892 பிப்ரவரி 6ஆம் தேதியன்று தொடங்கியதாகவும், இந்தத் தொழில் முயற்சி 20 ஆயிரம் ரூபாய் பங்குத் தொகையுடன் தொடங்கப்பட்டதாகவும், இதில் எட்டயபுர மன்னரே 50 பங்குகள் எடுத்திருந்ததாகவும் கூறினார். அத்துடன் இந்தத் தொழிற் சாலைக்கென மதுரை வரையிலும் வந்து சேர்ந்துவிட்ட சில எந்திர சாதனங்களை, மதுரையிலிருந்து எட்டயபுரத்துக்குக் கொண்டுசெல்லவே அன்றைய ஆங்கிலேய அதிகாரிகள் அனுமதிக்கவில்லை எனவும் கூறினார்).

ஊணர் செய்த சதியால் தன் தந்தை செல்வம் யாவும் இழந்தனன் என்று பாடவந்த பாரதி அடுத்துவரும் அடிகளில்,

பாங்கின் நின்று புகழ்ச்சிகள் பேசிய
பண்டை நண்பர்கள் கைநெகிழ்ந்து ஏகினர்;
வாங்கி உய்ந்த கிளைஞரும் தாதரும்
வாழ்வு தேய்ந்தபின் யாதும் மதிப்பரோ?

(பாடல் - 39)

என்றும் பாடுகிறான். சின்னச்சாமி அய்யரின் தொழில் முயற்சிக்குத் தாம் அளித்து வந்த உதவியையும் ஒத்துழைப்பையும் அவரது நண்பர்கள் வெள்ளையரின் நிர்ப்பந்தத்தின் காரணமாக வாபஸ் வாங்கி, அவரை நிர்க்கதியாகக் கைவிட்டுப் போனதைத்தான் பாரதி இந்த வரிகளின் மூலம் நமக்கு உணர்த்தியுள்ளானோ என்றும் நமக்கு எண்ணத் தோன்றுகிறது.

மேலும், சின்னச்சாமி அய்யர் இவ்வாறு தமது தொழில் முயற்சியில் தோற்று வறிஞராகிவிட்ட நிலையில், அவரது குடும்ப நிலையும், அப்போது பாரதியின் நிலையும் எவ்வாறு இருந்தன என்பதை அறிந்துகொள்வதற்கான ஒரு சான்றும் நமக்குச் சமீப காலத்தில் கிடடியுள்ளது. இந்தக் காலகட்டத்தில் பாரதி எழுதிய பாடல் ஒன்றைப்

பாரதியின் தம்பி சி.விசுவநாதன் தேடி எடுத்து வெளியிட்டிருக்கிறார் (கலைமகள், ஆகஸ்டு 1974). எட்டயபுரம் மன்னரிடம் பண உதவி கேட்டுப் பாரதி பாடல் வடிவில் எழுதிக்கொடுத்த விண்ணப்பம் அது.

இந்தப் பாடல் எழுதப்பட்ட தேதி 1897 ஜனவரி 27ஆம் தேதி, இந்தத் தேதியில் பாரதிக்கு வயது பதினான்கு முடிந்து ஒரு மாதம்தான் ஆகியிருந்தது. இந்தத் தேதியில் அவன் இன்னும் பள்ளி மாணவன்தான். ஆனால் இதற்குள் அவனது தந்தை கைப்பொருளையெல்லாம் இழந்து நொடித்துப் போய்விட்டார். அதனால் அப்போது திருநெல்வேலி இந்துக் கலாசாலையில் (ஆங்கிலோ - வெர்னாகுலர் ஸ்கூல்) படித்து வந்த பாரதியின் படிப்பு தடைப்படாமல் தொடர்வதற்குக்கூட, அவரால் உதவ முடியவில்லை. இந்நிலையில்தான் பாரதி தனது பள்ளிப் படிப்பைத் தொடர்வதற்குப் பண உதவி கேட்டு எட்டயபுர மன்னருக்கு அகவற்பா வடிவில் ஒரு விண்ணப்பம் எழுதியிருக்கிறான். அந்தப் பாடலின் ஒரு பகுதி வருமாறு:

“இன்னமுதினும் சுவை எய்வுறீஇ அமைந்த
செந்தமிழ்த் திருமொழி சிறிதும் ஆதரிப்பவர்
இன்மையின், இந்நாள் இனிது கற்பவர்க்கு
நன்மை பயவாது நயந்திட, மற்றைப்
புன்மொழி யாவும் பொலிவுற லாயின;
உகதன் மத்தான் உலகினைப் பற்பல
வகையினர் புலைஞர் மாண்பினொடு ஆளலின்,
ஆதலின், ஐய, நின் அருளே அருங்கதியென்ன
உய்ய இவண்வந் துற்றஎன் தந்தையார்,
என்னையான் செய்குவது? இன்தமிழ் கற்பினோ
பின்னை ஒருவரும் பேணார் ஆதலின்
கன்ன, யான் இம்மொழி கற்கத் துணிந்தனன்;
எனினும்,
கைப்பொருள் அற்றான் கற்பது எவ்வகை?
பொருளால் அன்றிக்கல்வியும் வரவில;
கல்வியால் அன்றிப் பொருளும் வரவில;
முதற்கண் கல்வியே பயிறல் முறைமையாம்;
அதற்குப் பொருள் இலை; ஆதலின் அடியேன்
வருந்தியே நின்பால் வந்த டைந்தனன்;
பெருந்திரு உடையை; நின் பேரருள் உடைமையான்
மாந்தர்ப் புரத்தல் வேந்தர்தம் திருவருட்கு

"இலக்கியம் ஆதலின், எளியனேற்கு இந்நாள்
அரும்பொருள் உதவிநீ அனைத்தும் அருள்வையால்...
என்னை, இச் சிறுவன் இயம்புவது? என்னாது
மன்ன! நின் அருளான் அடியனை வாழ்வித்து
உன்னருளானே உய்ந்தோன் எனப் பிறர்
என்னைச் சாற்றலால் இரும்புகழினை எற்கு
ஈந்தருளுதிநீ இனிது வாழ்கவே."

இந்த வரிகளில் கூறுவதன் பொருள் என்ன?

தமிழ்மொழி அமிழ்தினினும் இனிய மொழிதான். எனினும், அதற்கு ஆதரவில்லை. இந்த மொழியைக் கற்றுத் தேர்ந்தவர்களுக்கு நன்மைகள் ஏதும் இல்லை. அதனால் தமிழ்ப் பயிற்சி மட்டும் பெற்றவர்கள் நலிவையே அடைகின்றனர். அதே சமயத்தில் இங்கு மற்றைய மொழிகள் சிறப்புற்று வாழ்கின்றன. இன்றைய 'யுகதர்மப்படி' உலக நியதிப்படி - புலைஞர்களான எவரெவரோ உலகில் ஆட்சி செலுத்தி வருகின்றனர். இதனால்தான் என் தந்தை நீரே கதியென உமது சமஸ்தானத்தை வந்தடைந்தார். நானும் இந்த இனிய தமிழ்மொழியைக் கற்க முனைந்தால், பின்னால் எனக்கு எந்த ஆதரவும் இல்லாது போகக்கூடும் என்ற காரணத்தினால்தான் ஆங்கிலக் கல்வியைக் கற்க முற்பட்டேன். ஆனால் பண வசதி இல்லாதவன் எவ்வாறு பள்ளி செல்ல முடியும்? கல்வி கற்பது என்று சொன்னால் அதற்குக் கையில் பணம் வேண்டும். அதேபோல் கல்வியைப் பயின்று முடித்தால்தான் நானும் ஏதாவது உத்தியோகம் தேடிப் பொருள் பெற முடியும். எனவே முதலில் கல்வியைக் கற்று முடிப்பதே முறையாகும். ஆனால் அதற்கோ பணமில்லை. எனவேதான் உங்கள் ஆதரவை நாடி வந்திருக்கிறேன். நீங்களோ பெரும் செல்வம் படைத்தவர். மேலும், கருணையுள்ளத்தோடு பிறருக்கு உதவிக்காத்தருள்வதே மன்னர்களுக்கு இலக்கணமாகும். அதனால் எனக்குத் தேவையான உதவியனைத்தையும் நீங்கள் செய்தருள வேண்டும். இந்தச் சிறுவன் ஏதோ கூறுகிறான் என்று கருதி என்னை உதறித் தள்ளிவிடக்கூடாது. நாளைக்கு நான் படித்து முன்னுக்கு வந்து சிறப்போடு வாழ்ந்தால், பிறர் என்னைப் பார்த்து இவன் எட்டயபுர மன்னரின் அருளால் நல்வாழ்வு பெற்றவன் என்று வாழ்த்துவார்கள். என்னை வாழ்த்தும் வாழ்த்து உங்களுக்குச் சேரும் புகழேயாகும். எனவே அத்தகைய வாழ்வு பெற நீங்கள் எனக்கு உதவ வேண்டுகிறேன் இதுதான் பாரதி விடுத்த விண்ணப்பத்தின் சாரமாகும்.

நமக்குக் கிட்டியுள்ள இந்த அரிய பாடல் நமக்கு எத்தனையோ உண்மைகளை உணர்த்திவிடுகிறது. முதலாவதாக, பாரதியின் தந்தை சின்னச்சாமி அய்யர் முன்னர் எட்டயபுர மன்னரின் ஆதரவில் இருந்தபோதிலும், இப்போது அதே மன்னரை அவரே நேரில் சந்தித்து

உதவிகோரக்கூடிய மனோநிலையிலோ, உறவு நிலையிலோ அவர் இருக்கவில்லை என்பது தெளிவாகிறது. எனவேதான் தன் தந்தை உயிரோடிருக்கும்போதே பாரதி, மன்னரின் உதவியைத் தானே நாடியிருக்கின்றான். அவனது படிப்பைத் தொடர்வதற்குத் தம்மால் இனியும் வகை செய்ய இயலாது என்று சின்னச்சாமி ஐயர் சொல்லி விட்ட நிலையிலோ, இதற்காக மன்னரின் உதவியை நாடிச் செல்ல அவர் மறுத்துவிட்ட நிலையிலோதான் பாரதி தனது படிப்பைத் தொடர்வதற்குத் தானே மன்னரின் உதவியை நாடிப் பார்ப்பது என்று தீர்மானித்து பாடலை எழுதியிருக்க வேண்டும்.

இரண்டாவதாக, ஆங்கிலேயர் ஆட்சி நிலவிவந்த காலத்தில் தமிழ்மொழிக் கல்வியோ பாண்டித்தியமோ ஒருவருக்கு வாழ்வையோ, ஜீவனோபாயத்தையோ வழங்கிவிடுவதில்லை என்பதைப் பாரதியும் அவனது தந்தையும் உணர்ந்திருந்ததன் காரணமாகத்தான், ஆங்கிலக் கல்வி கற்பதற்காகப் பாரதி திருநெல்வேலி சென்றிருக்கிறான்.

எல்லாவற்றுக்கும் மேலாக, இப்பாடலில் குறிப்பிடத்தக்க விஷயம் என்னவென்றால், இந்தப் பாடலில் பாரதி தமிழ்மொழியின் சிறப்பையும் இனிமையையும் சுட்டிக் காட்டுகின்ற அதே நேரத்தில், அன்னியர் ஆதிக்கத்தால் அது வாழ்விழந்து, அன்னிய மொழியான ஆங்கிலம் சீரும் சிறப்பும் பெற்று விளங்கியதைக் கண்டு அவன் இளவயதிலேயே எவ்வளவு மனக்கொதிப்பு அடைந்திருந்தான் என்பதேயாகும். தமிழ் மொழியை அடிமை கொண்டு ஆட்சி செலுத்திவந்த ஆங்கிலத்தை அவன் 'புன்மொழி' என்றே கடிந்துரைக்கிறான். அதேபோல் இந்த நாட்டை ஆண்டு வந்த ஆங்கிலேயரையும் 'புலைஞர்' என்றே இழித்துரைக்கிறான். அதுவும் ஆங்கிலேயர் ஆட்சிக்குட்பட்ட, அதன் அடிவருடியாக விளங்கிய ஒரு குட்டி சமஸ்தானாதிபதியான எட்டயபுர மன்னரிடம் உதவி கோரி, அவரது சந்நிதியில் பாடுகின்ற பாடலிலேயே, ஆங்கிலேயரைப் 'புலைஞர்' என்று பாரதி கூறத் துணிந்திருக்கிறான் என்றால் அவன் மனத்தின் அடியாழத்தில் ஆங்கிலேயர் மீது எத்தனை வெறுப்பு குடிகொண்டிருந்தது என்பதை நாம் ஊகித்துக் கொள்ளலாம். தான் இவ்வாறு மன்னரிடம் உதவி கோரி நிற்கும் நிலைக்கே, அந்த அன்னியர்கள் தன் தந்தைக்கு எதிராகப்புரிந்த சதிதானே காரணம் என்ற உணர்வும் அவனுக்கு நியாயமாகவே இருந்திருக்க வேண்டும் என்றும் நாம் உணரலாம்.

மேலும், இந்தப் பாடல் நமக்கு இன்னோர் உண்மையையும் உணர்த்துகிறது. பதினான்கு வயதுப் பாலகனான பாரதி இவ்வாறு

விண்ணப்பித்தும்கூட, பாரதி தனது குறைக் கல்வியையும் படித்து முடிக்கஎட்டயபுர மன்னர் அவனுக்கு உதவ முன்வரவில்லை என்பதே அது. அவர் அவ்வாறு உதவியிருந்தால், பாரதி பின்னர் காசியில் வசித்த தனது அத்தை குப்பம்மாளின் ஆதரவை நாடிச்சென்று, அங்குத் தனது படிப்பைத் தொடர வேண்டிய அவசியம் நேர்ந்திருக்காது அல்லவா? ஒருவேளை சின்னச்சாமி அய்யரின் புத்திரனான பாரதியின் படிப்புக்குத் தாம் உதவுவதுகூட, தமது வெள்ளை எஜமானர்களின் விருப்பத்துக்கு உகந்ததாக இருக்காது என்று எட்டயபுர மன்னர் தீர்மானித்துவிட்டாரோ என்னவோ?

எவ்வாறாயினும் பாரதியின் படிப்பு இதன்பின் நெல்லையில் தொடரவில்லை. அவனது தந்தையும் அடுத்த ஆண்டிலேயே (1898 ஜூன்) காலமாகிவிட்டார். காலமாவதற்கு முன் தந்தை மகற்காற்றும் உதவியில் ஒன்றைச் செய்து முடித்தோம் என்ற ஆத்ம திருப்திக்காகவோ என்னவோ, அவர் தம் மகன் பாரதிக்குத் திருமணமும் (1897 ஜூன்) நடத்தி முடித்துவிட்டுப் போய் விட்டார். எனவே தந்தையின் மரணம் பாரதியைப் பெரிதும் பாதித்துவிட்டது. இதனைக் குறித்து பாரதியே இவ்வாறு பாடுகிறான்:

தந்தை போயினன்; பாழ்மிடி சூழ்ந்தது;
தரணி மீதினில் 'அஞ்சல்' என்பார் இலர்:
சிந்தையில் தெளிவில்லை; உடலினில் திறனுமில்லை;
உரன் உளத்து இல்லையால்;
மந்தர்பால் பொருள்போக்கிப் பயின்றதாம்
மடமைக் கல்வியில் மண்ணும் பயனிலை;
எந்த மார்க்கமும் தோற்றிலது; என்செய்வேன்;
ஏன் பிறந்தனன் இத்துயர் நாட்டிலே!

(சுய சரிதை, பாடல் - 46).

தந்தை இறந்தபோது பாரதிக்கு வயது பதினாறு முடியவில்லை. மேலும் அவனுக்குத் திருமணமாகிச் சரியாக ஓராண்டுதான் ஆகியிருந்தது. இந்த வயதில் அவன் 'நான் ஏன் பிறந்தேன்?' என்று வாழ்க்கையையே வெறுக்கும் அளவுக்கு அவன் மனம் இடிந்துபோய் விட்டது. சீரும் செயலுமாக வாழ்ந்த குடும்பம் செயலிழந்தது; குடும்பத் தலைவர் மனமிடிந்து மாண்டுவிட்டார். ஆறுதல் கூறுவோர் யாரும் இல்லை; ஆதரிப்பார் யாருமில்லை. இத்தனைக்கும் காரணம் - **ஊணர் செய்த சதி! இல்லையா?**

இதனை நம்மை ஆண்டுவந்த ஆங்கிலேயரும் கூட உணர்ந்திருந் தார்கள் போலும்! 1911-ஆம் ஆண்டில் மணியாச்சியில் கலெக்டர் ஆஷ்

துரையை வாஞ்சி அய்யர் சுட்டுக் கொலைசெய்த பின் நடந்த வழக்கில், வழக்குச் சாட்சியமாகக் கோர்ட்டில் சமர்ப்பிக்கப் பட்ட (எக்ஸிபிட்டுகள்) பாரதியின் 'சுயசரிதை'யில் இந்த 39ஆவது பாடலின்,

> ஓங்கிநின்ற பெருஞ்செல்வம் யாவையும்
> ஊணர் செய்த சதியில் இழந்தனன்

என்ற இரு வரிகள் மட்டுமே காட்டப்பட்டிருந்தன என்பதும் குறிப்பிடத் தகுந்ததாகும்.

தேச பக்தியின் வித்து

எனவே, பாரதியின் சொந்த வாழ்வில், அதுவும் பால்ய வயதிலேயே ஏற்பட்ட கசப்பான அனுபவமும் சொல்லொணாத நெருக்கடியுமே ஆங்கிலேயரை அவன் விஷம்போல் வெறுப்பதற்கு அடிப்படையாகி விடுகின்றன. ஆம். தேசியக் கவிஞனாகப் பாரதி மலர்ச்சி பெறுவதற்கு முன்பே, இளமையில் அவனது உள்ளத்தில் பதிந்த ஆங்கிலேயர் சதி பற்றிய எண்ணமே அதற்கு வித்தூன்றி விடுகின்றது. ஆனால் அந்த வித்து தேச பக்தியாக விகசித்துப் பூத்துக் குலுங்குவதற்கு, அப்போது இருந்த சூழ்நிலையில் அவனே சொல்வதுபோல், அவனது "சிந்தையில் தெளிவில்லை; உடலில் திறனில்லை; உள்ளத்தில் உரம் இல்லை."

இவ்வாறு உள்ளத்தில் உரமும் சிந்தனையில் தெளிவும் இல்லாதிருந்த பாரதிதான் பிற்காலத்தில்,

> சதையைத் துண்டுதுண்டாக்கினும் உன்எண்ணம்
> சாயுமா? ஜீவன் ஓயுமா?
>
> (தேச பக்தர் சிதம்பரம்பிள்ளை மறுமொழி - 7)

என்று உள்ளத்தின் உரத்தோடு குரல் கொடுக்கிறான்.

> சித்தத் தெளிவென்னும் தீயின்முன்
> நிற்பாயோ மாயையோ!
>
> (மாயையைப் பழித்தல் - 2)

என்று ஆங்கிலேயர் ஆட்சியென்னும் மாயையை நோக்கிச் சித்தத் தெளிவோடு பேசுகிறான்.

அது மட்டுமல்ல, தொழில் வளர்ச்சியில் நாட்டங்கொண்ட தன் தந்தையின் கனவை நனவாக்கும் விதத்தில் கணிதக் கல்வியில் மனம் ஈடுபட மறுத்துக் கவிஞனாக மலர்ந்த பாரதிதான் பிற்காலத்தில்,

> ஆயுதம் செய்வோம்; நல்ல காகிதம் செய்வோம்
> ஆலைகள் வைப்போம்; கல்விச்சாலைகள் வைப்போம்
>
> (பாரத தேசம் - 9)

என்றும்,

உலகத் தொழிலனைத்தும் உவந்து செய்வோம்

(பாரத தேசம் - 12)

என்றும் உற்சாகமாகப் பாடுகிறான். ஊணர் செய்த சதியை இளமையிலேயே உணர்ந்த அவன்,

பொழுதெல்லாம் எங்கள்செல்வம் கொள்ளைகொண்டு
போகவோ? - நாங்கள் சாகவோ?

(தேச பக்தர் சிதம்பரம்பிள்ளை மறுமொழி - 3)

என்று பிற்காலத்தில்தான் குரல் கொடுக்கிறான்.

எனவே, பாரதியின் தேச பக்திக்கான அடிப்படை அவனது பதினான்காவது வயதிலேயே அவனது இதயத்தில் பதிந்துவிட்டது என்று நாம் திட்டவட்டமாகக் கூறலாம். எனினும், இதயத்தின் அடியாழத்தில் பதிந்த இந்த அடிப்படை மீது அவனது உள்ளத்தில் தேசபக்தி எப்போது உருவாகி வளரத் தொடங்கியது? இந்தக் கேள்விக்கும் பாரதியே பதிலளித்துள்ளான். துர்ப்பாக்கியவசமாக பாரதியின் இந்தத் துலாம்பரமான குறிப்பையும் அவனது வரலாற்றாசிரியர்கள் எவரும் கண்டுணர்ந்து பயன்படுத்திக் கொள்ளவில்லை. அந்தக் குறிப்பு என்ன?

பாரதி 1909இல் வெளியிட்ட தனது 'ஜென்மபூமி' என்ற சுதேச கீதத் தொகுதியின் முகவுரையில் பின்வருமாறு எழுதுகிறான்:

"சூரியன் உதித்தவுடனேயே சேதனப் பிரகிருதி மட்டுமேயன்றி அசேதனப் பிரகிருதியும் புதிய ஜீவனையும் உற்சாகத்தையும் பெற்றுத் திகழ்கின்றது. இவற்றினையொப்பவே, நாட்டில் ஓர் புதிய ஆதர்சம் - ஓர் கிளர்ச்சி - ஓர் தர்மம் - ஓர் மார்க்கம் தோன்றுமேயானால், மேன் மக்களின் நெஞ்சமனைத்தும் இரவியை நோக்கித் திரும்பும் சூரியகாந்த மலர்போல அவ்வாதர்சத்தை நோக்கித் திரும்புகின்றன. சென்ற **சுபகிருது** வருஷத்திலே, பாரத நாட்டின் சர்வ சுபங்களுக்கும் மூலாதாரமான 'தேசபக்தி' என்ற நவீன மார்க்கம் தோன்றியது. நல்லோர்களின் சிந்தையெல்லாம் உடனே புளகாங்கிதமாயின. நல்லோருடைய குணங்களிலே குறைவுடையவனாகிய யானும் தேவியினது கிருபையால் அப்புதிய சுடரினிடத்து அன்பு பூண்டேன்....."

மேற்காணும் குறிப்பில் பாரதி சுபகிருது ஆண்டில் தேசபக்தி என்ற நவீன மார்க்கம் தோன்றியதாகவும் அதன்பால்தான் சூரியனைக்கண்ட சூரியகாந்தி மலர்போல் திரும்பி அன்பு பூண்டதாகவும் கூறுகிறான். இந்தச் சுபகிருது ஆண்டு எது?

1902 ஏப்ரலில் தொடங்கி 1903 ஏப்ரலில் முடிவடைந்த காலகட்டம் தான் அந்த ஆண்டு ஆகும். எனவே, 1902ஆம் ஆண்டில் அல்லது 1903

தொடக்கத்தில் பாரதிக்குத் தேசபக்தி உணர்வு நெஞ்சில் ஆழமாகக் குடிகொள்ளத் தொடங்கியது என நாம் திட்டவட்டமாகக் கூறலாம்.

இந்தக் கால கட்டத்தில் "பாரத நாட்டில் சர்வ சுபங்களுக்கும் மூலாதாரமாகிய தேசபக்தி என்ற நவீன மார்க்கம்" தோன்றியதாகப் பாரதி குறிப்பிடுகிறான். இதன் மூலம் பாரதி உணர்த்துவது என்ன?

உண்மையில் பிற்காலத்தில் தேச விடுதலைக்காகப் பாடுபட்ட காங்கிரஸ் மகாசபை இந்தக் கால கட்டத்துக்குப் பதினேழு ஆண்டுகளுக்கு முன்பே தோன்றிவிட்டது. எனினும் அது ராஜ வாழ்த்துப் பாடி மன்னர் பிரானுக்கு விசுவாசம் தெரிவிக்கும் மிதவாத இயக்கமாகவே இருந்து வந்தது. இருபதாண்டுக் காலத்துக்குள் அதன் தலைவர்களாக ஆங்கிலேயர்களே நான்கு முறை இருந்து வந்தனர்! மேலும் 1892ஆம் ஆண்டில் காங்கிரஸ் மகாசபையை லண்டனில் கூட்டலாமா என்றும்கூட அந்த மிதவாதிகள் பலமாக விவாதித்தனர்! பாரதி குறிப்பிடும் கால கட்டத்தில் லார்டு கர்சான் இந்தியாவின் வைசிராயாக இருந்து வந்தான். காங்கிரஸ் மகாசபை இருந்து வந்த லட்சணத்தைக் கண்டு அவன் மசிழ்ச்சியடைந்தான். 1900ஆம் ஆண்டின் இறுதியில் அவன் இங்கிலாந்திலுள்ள ராஜியத்துறைச் செயலாளருக்கு "காங்கிரஸ் ஸ்தாபனம் கலகலத்துச் சரிந்துகொண்டிருக்கிறது. நான் இந்தியாவில் இருக்கும்போதே அது அமைதியான முடிவை எய்துவதற்குத் துணை செய்துவிட வேண்டும் என்பது எனது அபிலாஷைகளில் ஒன்றாகும்" என்று குதூகலத்துடன் எழுதினான். இங்கிலாந்தின் ராஜியத் துறைச் செயலாளருக்குக் கர்சான் எழுதிய ரகசியக் கடிதங்கள் இந்தியா சுதந்திரமடைந்த பின்னர், லண்டனிலுள்ள இந்திய அலுவலக நூலகத்துக்குக் கிட்டின. அவற்றைச் சில இந்திய ஆராய்ச்சி மாணவர்கள் பிரதிசெய்து இந்தியாவுக்குக் கொண்டு வந்து சேர்த்தனர். அந்தக் கடிதங்கள் ஒன்றில் கர்சான் இவ்வாறு எழுதியிருந்தான் என்ற தகவலை டைம்ஸ் ஆஃப் இந்தியா பத்திரிகை வெளியிட்டிருந்தது (Times of India செப். 1, 1955).

ஆனால் எந்தக் கர்சான் காங்கிரசுக்குச் சமாதி கட்டிவிட வேண்டும் என்று ஆசைப்பட்டானோ, அந்தக் கர்சானே காங்கிரஸ் ஸ்தாபனத்தையும் தேசிய இயக்கத்தையும் தன்னையறியாமலே விழிப்புறச் செய்து விட்டான். கர்சான் சிறந்த நிர்வாகியாக இருந்தான். எனவே இந்திய மிதவாதத் தலைவர்கள் முதலில் அவனை "வாராது வந்த மாமணிபோல்" வரவேற்கவும் செய்தனர். ஆனால் அவன் செய்துவந்த காரியங்களோ மிதவாதத் தலைவர்களின் வெறுப்பைக்கூடச் சம்பாதித்துக் கொள்பவையாக இருந்தன. அவற்றில் முதலாவது காரியம், அவன் 1903 ஜனவரி முதல் தேதியன்று டில்லி மாநகரில் ஏழாவது எட்வர்டு மன்னரின் முடிசூட்டு விழாவையொட்டி ஏற்பாடு செய்த தடபுடலான

தர்பாராகும். இந்தியாவில் தொடர்ந்து பஞ்சமும் கொள்ளை நோயும் நிலவிவந்த காலம் அது. இந்தக் காலத்தில் கர்சான் ஏராளமான பணத்தை வாரியிறைத்துக் கோலாகலமான தர்பாரை நடத்தினான். இந்த அக்கிரமத்தை மிதவாதிகள்கூடச் சகித்துக்கொள்ள வில்லை. “டில்லியில் நடந்தது காரனேஷன் தர்பார் அல்ல; கர்ஸானரேஷன் தர்பார்!” என்று அன்றை காங்கிரஸ் தலைவர் லால்மோகன் கோஷ் குறிப்பிட்டார்.

அத்துடன் அதே ஆண்டில் கர்சான் அநாவசியமாகத் திபெத்தின் மீது படையெடுத்தான். அதனாலும் இந்தியாவுக்கு ஏகப்பட்ட செலவு. இதுவும் மிதவாதிகளுக்குக் கூடப் பொறுக்கவில்லை. இதனைக் குறித்து ரமேஷ் சந்திர தத்தர் பின்வருமாறு எழுதினார்;

“1903ஆம் ஆண்டு டில்லி தர்பாரில் ஏழாவது எட்வர்டு மன்னரின் முடிசூட்டுவிழாப் பிரகடனத்தோடு தொடங்கியது. இந்தத் தர்பார் அர்த்தமற்ற ஆடம்பரத்தோடும் அநாவசியச் செலவோடும் நடந்தது. அதே சமயத்தில் இந்தியாவோ தொடர்ச்சியாக நான்கு ஆண்டுகளாகப் பஞ்சத்தில் வாடிக்கொண்டிருந்தது” (India inVictorian Age; Preface. R.C. Dutt).

இதே கர்சான்தான் பின்னால் 1905ஆம் ஆண்டில் வங்காளப் பிரிவினையைக் கொண்டு வந்தான். வங்கப் பிரிவினைக்குப் பின்னர் இந்திய நாடே விழிப்புற்றெழுந்ததையும், தீவிரவாதத் தேசிய இயக்கம் பிறப்பெடுத்து வளர்ந்ததையும் நாம் அறிவோம்.

எனவே, பாரதி குறிப்பிடும் காலம் கர்சான் தர்பார் நடத்திய காலமேயாகும். அரை வயிற்றுக் கஞ்சியில்லாமல் இந்திய மக்கள் பஞ்சத்தால் செத்துக்கொண்டிருந்த வேளையில் அவர்களைக் கேலி செய்வதுபோல் நடத்திய இந்த ஆடம்பரமான தர்பார், நல்லோரின் உள்ளங்களையெல்லாம் கொதித்தெழச் செய்தது. இதேபோல் பாரதியும் இந்தக் காலத்தில் உள்ளம் கொதித்துத் தேசிய உணர்வுக்கு ஆளாகியிருந்தால் அதில் வியப்பேதும் இல்லை.

கர்சான் நடத்திய தர்பார் நிகழ்ந்தது 1903 ஜனவரியில் ஆகும். இந்தச் சமயத்தில் பாரதி காசியில் இருந்தான். தந்தை இறந்தபின், ‘ஏன் பிறந்தோம்?’ என்று சலித்துக்கொண்ட பாரதி, நான்காண்டுகளில் தன்னைத்தானே வளர்த்துக் கொண்டிருந்தான். அலகாபாத் சர்வ கலாசாலையில் பிரவேசப் பரீட்சையில் தேறியிருந்தான்; இந்தி, சமஸ்கிருதம் முதலிய மொழிகளையும் கற்றிருந்தான். ஏன் பிறந்தோம் என்ற சலிப்பு மாறி, வாழ வேண்டும் என்ற துடிப்பும், வாழ முடியும் என்ற நம்பிக்கையும் அவனிடம் தோன்றியிருக்கக் கூடிய பருவம் இது என்று சொல்லலாம். இத்தகைய சூழ்நிலையில் அவன் உள்ளத்தில் தேசபக்தி இடம் பெற்றிருப்பது முற்றிலும் சாத்தியமே எனலாம்.

(1903 ஜனவரி முதல் தேதியன்று நடந்த) டில்லி தர்பாருக்குச் சென்ற எட்டயபுரம் ஜமீன்தாரே பாரதியை எட்டயபுரத்துக்கு வரச்சொன்னார் என்றும், அதன் காரணமாகவே அவன் எட்டயபுரம் திரும்பினான் என்றும் அவனைப் பற்றிய வரலாறுகள் கூறுகின்றன. எனவே, அவன் 1903 ஜனவரி மாத இறுதிவாக்கில் எட்டயபுரம் திரும்பியிருக்கலாம் என்று நாம் ஊகிக்கலாம் (1902 என்றுதான் அவனைப் பற்றிய வரலாறுகள் குறிப்பிடுகின்றன. அது தவறாகும்).

எட்டயபுரத்துக்கு அவன் வந்ததன் நோக்கம் மன்னரின் கீழ் சேவை செய்வதற்காகத்தான் என்று நாம் கொள்ள முடியவில்லை. இந்த நான்காண்டுக் காலத்தில் அவன் ஆயிரக்கணக்கான மைல்கள் தாண்டிச் சென்று, பரந்து கிடக்கும் இந்திய நாட்டையும் இந்திய மக்களையும் கண்டுவிட்டான். நல்ல பாண்டித்தியமும் பெற்றுவிட்டான். அப்படிப் பட்டவன் ஒரு சுண்டைக்காய் சமஸ்தானத்தில் வந்து அடைந்துகிடக்க விரும்பியிருக்க மாட்டான். எனினும், அவனுக்கு அப்போது இருபது வயது. திருமணமான மனைவியைப் பார்த்து வருடம் நாலாகிவிட்டது. எனவே, மனைவியைச் சந்திக்கும் வேட்கையும், வேறு வேலை ஏதாவது தேடிக்கொள்ளும் வரை இடைக்கால நிவாரணமாக எட்டயபுர சமஸ்தான ஆதரவில் இருக்கலாம் என்ற எண்ணமும்தான், அவனை எட்டயபுரத்துக்கு இழுத்து வந்திருக்க வேண்டும். மேலும், பிறந்து வளர்ந்து மண்ணின்மீது கொள்ளும் பாசம் வேறு இருக்கிறதே!

எனவே, பாரதி எட்டயபுரம் வருவதற்கு முன்பே அவனுள்ளத்தில் தேசபக்தி குடிகொண்டுவிட்டது என்றே சொல்லலாம்.

எனினும் பாரதியின் குறுகிய கால (1903 பிப்ரவரி முதல் 1904 ஜூலை முடிய) எட்டயபுர வாசத்தின்போது, நமக்குப் புரியாத புதிர் ஒன்றும் இருக்கிறது. பாரதி எட்டயபுரத்துக்கு வந்த காலத்தில் அங்கு லஷ்மண சிங் தேவோ என்ற வட நாட்டுக்காரர் ஒருவர் இருந்தார். அவர் ஆரிய சமாஜி; ரோம் முதலிய பல வெளிநாட்டு நகரங்களைக் கண்டவர்; ஆப்பிரிக்காவில் வசித்தவர்; போயர் யுத்தத்தின்போது அவர் அங்கிருந்து புறப்பட்டுக் கொழும்பு மார்க்கமாக இந்தியாவுக்குள் வந்து எட்டயபுரத்தில் தங்கியிருந்தார் எனக் கூறப்படுகிறது. இவரது இயற் பெயரும் தெரியவில்லை. லஷ்மண சிங் என்பது இவரது புனைபெயர்தான். பாரதி காசியில் இருந்த காலத்தில் இந்தி மொழியில் தேர்ச்சி பெற்றிருந்த காரணத்தால் அவனால் அவரோடு உரையாட முடிந்தது. இருவரும் நெருங்கிய நண்பர்களாயினர். இந்த மர்ம மனிதர் இருந்திருந்து எட்டயபுரம் என்ற கிராமத்தில் வந்து தங்கியிருந்த காரணம் என்ன என்பது நமக்குப் புரியவில்லை; பாரதியின் தேச பக்தியைத் தூண்டிவிடுவதில் ஆரிய சமாஜியான இந்த மர்ம மனிதருக்கும் பங்கு

இருந்திருக்குமோ என்று நமக்கு எண்ணத் தோன்றுகிறது. எனினும் மேற்கூறிய மனிதரைப் பற்றிய பிரஸ்தாபம் பாரதியின் வாழ்க்கை வரலாற்றில் பின்னர் எந்தக் காலத்திலும் காணவில்லை. (மேற்கூறிய மர்ம மனிதரைப் பற்றிப் பேராசிரியர் மகாதேவன் தமது ஆங்கில நூலிலும், சக்திதாசன் சுப்பிரமணியன் தமது "பாரதி லீலை" என்ற சிறு நூலிலும் குறிப்பிட்டுள்ளனர். மேற்கூறிய விவரங்களைத் தவிர அவற்றில் குறிப்பிடத்தக்கது வேறு ஒன்றும் இல்லை).

எவ்வாறாயினும், பாரதியே குறிப்பிட்டுள்ளதுபோல், அவனது தேசபக்தியுணர்வு சுபகிருது ஆண்டில்தான் விகசிக்கத் தொடங்கியது. எனவே, 1903ஆம் ஆண்டுத் தொடக்கத்தில், கர்சான் தர்பார் நிகழ்ச்சிக்குப் பின்னால் பாரதி தேசபக்தி என்ற நவீன மார்க்கத்தின் மீது ஈடுபாடு கொண்டான் என்று நாம் தீர்மானிக்கலாம்.

அப்படியானால், பாரதி தனக்கு "ஸ்வதேச பக்தி உபதேசம் புரிந்தருளிய குரு" என்று தான் 1905ஆம் ஆண்டின் இறுதியில் சந்தித்த ஸ்ரீமதி நிவேதிதா தேவியைக் குறிப்பிடுவானேன்? அவ்வாறாயின் அவன் நிவேதிதா தேவியிடம் பெற்ற உபதேசம் என்ன? "கிருஷ்ணன் அர்ஜுனனுக்கு விசுவரூபம் காட்டியது ஒப்ப" தனக்குப் பாரத தேவியின் ரூபத்தை அவர் காட்டியதாகப் பாரதி கூறியுள்ளதன் பொருள் என்ன? தனக்கு "ஒரு கடிகையிலே மாதாவின் மெய்த்தொண்டின் தன்மையையும் துறவுப் பெருமையையும் சொல்லாமல் உணர்த்திய" குருமணி என்று பாரதி குறிப்பிடுகிறானே, அதன் அர்த்தம் என்ன? தனது நெஞ்சின் "இருளுக்கு ஞாயிறாய்" நிவேதிதாதேவி விளங்கினார் என்று கூறுகிறானே, இதற்குப் பொருள் என்ன? - என்ற கேள்விகள் நமக்குள் எழுவது இயற்கை. இந்தக் கேள்விகளுக்கு இந்நூலில் இடம் பெற்றுள்ள 'குருமணியின் உபதேசம்' என்ற கட்டுரையில் விடை காண முயல்வோம்.

2. முதல் பத்திரிகை

பாரதியின் பத்திரிகைத் தொழில் பிரவேசம் 'சுதேசமித்திர'னோடு தொடங்கியது. மதுரை சேதுபதி உயர் நிலைப் பள்ளியில் தான் பார்த்து வந்த உபாத்திமைத் தொழிலை (1-8-1904 முதல் 10-11-1904) விரைவிலேயே உதறித் தள்ளிவிட்டு 1904ஆம் ஆண்டு நவம்பர் மாத மத்தியில் பாரதி 'சுதேசமித்திர'னில் உதவியாசிரியராக வந்து சேர்ந்தான் எனக் கொள்ளலாம் (**பாரதி தமிழ்** : பாரதி வாழ்க்கை வரலாறு, தூரன், பக்.18). பின்னர் ஒன்றரை ஆண்டு காலம் கழித்து பாரதி 'இந்தியா' பத்திரிகையின் ஆசிரியப் பொறுப்பை ஏற்றுக்கொண்டு, 'சுதேசமித்திர'னி லிருந்து விலகிவிட்டான். "1906ஆம் ஆண்டு மே மாதம் அவர் (பாரதி) சுதேசமித்திரனை விட்டுவிட்டு, 'இந்தியா' என்ற வாரப் பத்திரிகைக்குப் போய்ச்சேர்ந்தார். அதில் அவர் ஆசிரியரெனச் சட்டபூர்வமான அறிவிப்பு இல்லை. ஆனால் ஆசிரியர் பொறுப்பு முழுவதும் அவர் கையிலேயே இருந்தது" என்று எழுதுகிறார் ரா.அ. பத்மநாபன் (**"பாரதி நடத்திய பத்திரிகைகள்"** கட்டுரை, தினமணி சுடர் அனுபந்தம், 8-9-1957).

பாரதி 'சுதேசமித்திர'னில் (1904 நவம்பரில்) சேர்ந்து, அதிலிருந்து விலகிக்கொண்ட (1906 மே மாதம்) காலத்துக்கிடையில் - அதாவது இந்த ஒன்றரை ஆண்டுக் காலத்துக்கிடையில் - அவன் 'சக்கரவர்த்தினி' என்ற பத்திரிகைக்கும் ஆசிரியப் பொறுப்பு வகித்து வந்ததாகவும் நமக்குத் தெரியவந்துள்ளது. இதனைக் குறித்துப் பாரதி வரலாற்று ஆசிரியர்களில் பெ.தூரனும், ரா.அ. பத்மநாபனும் பின்வரும் குறிப்புக் களைத் தந்துள்ளனர்.

தூரன் இவ்வாறு எழுதுகிறார்:

1. "ஆனால் ('சுதேசமித்திர'னில்) உதவியாசிரியராகவே இருப்பதில் அவருக்குத் (பாரதிக்கு) திருப்தி ஏற்படவில்லை. அவருடைய கருத்துக் களையும், புதிய தேசிய உணர்ச்சிகளையும் யாதொரு தடையுமில்லாமல் வெளியிடுவதற்கு வாய்ப்பேற்படவில்லை. சுதேசமித்திரன் அலுவலகத்தி லிருந்தே 'சக்கரவர்த்தினி' என்ற மாத இதழ் வெளியாயிற்று. அதற்குப் பாரதியார் ஆசிரியராக இருந்தார் (**பாரதி தமிழ்**; பாரதி வாழ்க்கை வரலாறு, பக். 21).

2. "பாரதியார் 1904ஆம் ஆண்டு நவம்பர் மாதம் சென்னைக்கு வந்து **சுதேசமித்திரனில்** உதவியாசிரியராகச் சேர்ந்தார். அந்தச் சமயத்தில்

தமது சொந்தக் கருத்துக்களை வெளியிட அவருக்கு அதிகம் வாய்ப்பு இருக்கவில்லை. 'சுதேசமித்திரன்' அலுவலகத்திலிருந்தே **சக்கரவர்த்தினி** *என்ற மாத இதழும் வெளியாயிற்று. அதற்கு பாரதியார் ஆசிரியரானார். 1905 நவம்பர் மாதத்தில் வெளியான அதன் இதழிலிருந்து* **வந்தே மாதரம்** *என்ற பாரதியாரின் கட்டுரை 28-12-1905 'சுதேசமித்திரன்' இதழில் வெளியிடப்பட்டிருக்கிறது. இப் பத்திரிகை எவ்வளவு காலம் நடைபெற்றதென்று தெரியவில்லை. இதில் பாரதியாரால் எழுதப்பட்ட 'வியாசங்களும் பாடல்களும் புதுமணம் கமழ்ந்து யாவராலும் விரும்பப்பட்டன' என்று எஸ்.ஜி.இராமாநுஜலு நாயுடு* **சென்றுபோன நாட்கள்** *என்ற கட்டுரையில் குறிப்பிடுகிறார் (***பாரதி தமிழ்:** *பாரதியின் பத்திரிகைத் தொண்டு, பக். 71).*

ரா. அ. பத்மநாபன் இவ்வாறு எழுதுகிறார்:

*"சுதேசமித்திரனில் இருந்த பாரதி அதே காரியாலயத்திலிருந்து வெளிவந்த 'சக்கரவர்த்தினி' மாதப் பத்திரிகையின் பொறுப்பாசிரியராகவும் இருந்தார். ஆனாலும் இதிலும் சரி, மித்திரனிலும் சரி, அவர் தம்முடைய மனம்போல் தமது தீவிரமான கருத்துக்களைக் கொட்டித் தீர்க்க இடமிருக்கவில்லை..." (***"பாரதி நடத்திய பத்திரிகைகள்"***- மேலே குறிப்பிட்ட 'தினமணி' கட்டுரை).*

பாரதி சுதேசமித்திரனில் உதவியாசிரியராக இருந்த காலத்திலேயே 'சக்கரவர்த்தினி' என்ற மாதப் பத்திரிகைக்கும் ஆசிரியராக இருந்து வந்தான் என்று துணிவதற்கு ஆதாரமாகக் கிட்டிய விவரங்கள் இரண்டு தான் எனத் தெரிகிறது.

ஒன்று: *தூரன் அவர்களே மிகவும் அரும்பாடுபட்டுத் தொகுத்து அளித்துள்ள பாரதி தமிழில் 1905 டிசம்பர் 28ஆம் தேசிய 'சுதேசமித்திர'னில் வெளிவந்துள்ள பாரதியின் 'வந்தேமாதர கீத'த்தின் முதல் மொழி பெயர்ப்பிலும், அதற்குரிய முன்னுரைக் கட்டுரையிலும், "நவம்பர் இதழ் 'சக்கரவர்த்தினியில் வந்தது' என்ற அடிக் குறிப்பும், கட்டுரைக்கு மேல் தலைப்பில் திருவல்லிக்கேணியிலிருந்து பிரசுரமாகும் 'சக்கரவர்த்தினி' என்ற மாதாந்தரப் பத்திரிகையில் அதன் ஆசிரியர் மிஸ்டர் சி.சுப்பிரமணிய பாரதியாரால் வரையப்பட்டிருப்பது" என்ற ஆசிரியர் குறிப்பும் இடம் பெற்றிருப்பது (***பாரதி தமிழ்:** *பக். 93).*

இரண்டு: *பாரதி காலத்திய எழுத்தாளரும், 'பிரஜானு கூலன்' பத்திரிகை ஆசிரியருமான எஸ்ஜி. இராமாநுஜலு நாயுடு, தமது* **'சென்று போன நாட்கள்'** *என்ற கட்டுரையில்* **'சக்கரவர்த்தினி'***யைப் பற்றிக் குறிப்பிட்டிருப்பது.*

இந்த ஆதாரங்களின் அடிப்படையிலேயே முதலில் தூரனும், பின்னர் பத்மநாபனும் 'சக்கரவர்த்தினி'யைப் பற்றிய தமது குறிப்புக்களை எழுதியுள்ளனர். ஆயினும் இந்த ஆதாரங்களின் அடிப்படையில், பாரதி 'சுதேசமித்திர'னில் வேலை பார்த்த காலத்திலேயே அவனை ஆசிரியராகக் கொண்டு 'சக்கரவர்த்தினி' என்ற மாதப் பத்திரிகை ஒன்று வெளிவந்தது என்ற செய்தி மட்டுமே தெள்ளத் தெளிவாகத் தெரிகிறது. வரலாற்று ஆசிரியர்களின் ஏனைய குறிப்புக்கள் எல்லாம் விசாரணைக்குரியவை.

சுதேசமித்திரன் சேய்ப் பத்திரிகைதானா?

முதலாவதாக, தூரன், பத்மநாபன் ஆகிய இருவரும் 'சக்கரவர்த்தினி' பத்திரிகை 'சுதேசமித்திரன்' அலுவலகத்திலிருந்தே வெளிவந்தது என்று கொண்டுள்ளனர். இந்த அடிப்படையிலேயே, தூரன் 'சுதேசமித்திர'னில் தமது சொந்தக் கருத்துக்களை வெளியிட முடியாத பாரதி, 'சக்கரவர்த்தினி' மூலம் அவற்றை எழுதி வந்ததாகத் தொனிக்கும் விதத்திலும் பத்மநாபன் 'சக்கரவர்த்தினி'யிலும் பாரதி தனது இஷ்டம் போல் எழுதிவர முடியவில்லை எனவும் மாறுபட்ட கருத்துக்களைத் தெரிவிக்கின்றனர். 'சுதேசமித்திரன்' அலுவலகத்திலிருந்தே 'சக்கரவர்த்தினி' வெளிவந்தது என்று கொண்டுவிட்டால், பின்னர் பத்மநாபன் கூறுவதே பொருத்த மானதாகும். ஒரே பத்திரிகை அலுவலகத்திலிருந்து மிதவாத அரசியலை ஆதரிக்கும் - பாரதி தனது இஷ்டம்போல் எழுத முடியாத - ஒரு பத்திரிகையும், தீவிரவாத அரசியலை ஆதரிக்கும் - அதிலும் பாரதியையே ஆசிரியராகக் கொண்டு, அவனது கருத்துக்களை அவன் இஷ்டம்போல் எழுதி வர அனுமதிக்கும் - ஒரு பத்திரிகையும் வெளிவந்திருக்க முடியுமா?

இரண்டாவதாக, பாரதி பத்திரிகை உலகில் புகுந்த காலத்தில், சக்கரவர்த்தினி என்ற சொல்லாட்சி விக்டோரியா மகாராணியையே குறித்து வந்தது என்பது யாவரும் அறிந்த உண்மை. எனவே விக்டோரியா மகாராணியைக் குறிக்கும் பெயரில் ஒரு தீவிரவாத அரசியல் பத்திரிகை, அதுவும் பாரதியின் ஆசிரியப் பொறுப்பில் வெளிவந்திருந்தால் அது விந்தையினும் விந்தையல்லவா? அவ்வாறாயின் பாரதி ஆசிரியப் பொறுப்பேற்றிருந்த 'சக்கரவர்த்தினி'ப் பத்திரிகை ஓர் அரசியல் பத்திரிகையா? இலக்கியப் பத்திரிகையா? அல்லது செய்தி வர்த்தமானப் பத்திரிகையா?

இந்தப் பத்திரிகை எப்போது தொடங்கப்பட்டது? இதில் எவ்வளவு காலம் ஆசிரியனாக இருந்தான்? எப்போது விலகிக்கொண்டான்?

இத்தகைய கேள்விகள் என்னுள் எழுந்தன. இதனால் பாரதி பற்றிய எனது 'வேட்டை'யில் 'சக்கரவர்த்தினி'யையும் கருத்தில் கொண்டு,

இந்தக் கேள்விகளுக்கு விடைகளையும் விடைகளுக்கான தடயங் களையும் தேடி வந்தேன். இந்த 'வேட்டை' பலனும் அளித்தது.

இந்தப் பத்திரிகை 'சுதேசமித்திரன்' அலுவலகத்திலிருந்தே வெளிவந்ததுதானா? அங்கிருந்துதான் வெளிவந்தது என்று சொல்வதற்கு ஏற்கெனவே கிட்டியுள்ள ஆதாரமும் உதவவில்லை; மாறாக அதனை மறுக்கவே உதவுகின்றது. ஏனெனில் பாரதி 'சுதேசமித்திர'னில் உதவியாசிரியராகச் சேர்ந்த காலத்தில், 'சுதேசமித்திரன்' அலுவலகம் சென்னை ஜார்ஜ் டவுண் பகுதியில், அரண்மனைக்காரன் தெருவில் இருந்ததாக ரா.அ.பத்மநாபனே குறிப்பிட்டிருக்கிறார் (**சித்திர பாரதி** - ரா.அ.ப. பக். 20). ஆனால் 'சக்கரவர்த்தினி'யோ "சென்னை திருவல்லிக்கேணியிலிருந்து பிரசுரமான"தாக முன்னர் பார்த்த ஆதாரமே தெளிவாகத் தெரிவிக்கிறது. ஆயினும் பாரதி 'சுதேசமித்திர'னில் உதவியாசிரியராக இருந்த காலத்திலேயே இந்தப் பத்திரிகை வெளிவந்துள்ளதால், இதுவும் 'சுதேசமித்திர'னுக்கு உட்பட்டே, அந்தக் காரியாலயத்திலிருந்தே வெளிவந்திருக்க வேண்டும் என்று பாரதி வரலாற்றாசிரியர்கள் தவறாக ஊகித்துவிட்டார்கள் என்றே தோன்றுகிறது. இந்த ஊகத்தின் அடிப்படையிலேயே, பாரதி அதில் எழுதி வந்தவை பற்றிய ஊகத்திலும் இருவரும் மாறுபட்ட கருத்துக்களைத் தெரிவிக்க நேர்ந்துவிட்டது.

'சுதேசமித்திரன்' அலுவலகத்திலிருந்து 'சக்கரவர்த்தினி' வெளிவர வில்லை என்று கொள்வதற்குச் 'சுதேசமித்திர'னில் அந்தக் காலத்தில் வெளிவந்துள்ள ஒரு விளம்பரமும் நமக்கு உதவுகிறது. 1905 அக்டோபர் மூன்றாவது வாரத்தில் 'சுதேசமித்திர'னில் பின்கண்ட விளம்பரம் பிரசுரமாகியுள்ளது:

சக்கரவர்த்தினி

தமிழுணர்வோர் இருக்கும் ஒவ்வொரு வீட்டிலும் இம் மாதாந்தரப் பத்திரிகை அவசியம் இருக்க வேண்டும்.

வருஷமொன்றுக்கு ரூபா இரண்டே விலை.

மானேஜர்,
100, வீரராகவ முதலித் தெரு,
திருவல்லிக்கேணி, சென்னை.

'சுதேசமித்திரன்' அலுவலகத்திலிருந்து 'சக்கரவர்த்தினி' வெளி வரவில்லை என்பதற்கு இந்த விளம்பரம் நல்லதொரு சான்றாகும். ஆயினும் 1905 செப்டம்பர் முதற்கொண்டு 'சுதேசமித்திர'னில் பாரதியின் எழுத்துக்களைத் தேடிக்கண்டெடுத்த தூரன் அவர்கள் 1905 அக்டோபரில்

'சுதேசமித்திர'னில் வெளிவந்திருந்த இந்த விளம்பரத்தைக் காணத் தவறிவிட்டார்போலும்.

எத்தகைய பத்திரிகை?

அடுத்து 'சக்கரவர்த்தினி' எத்தகைய பத்திரிகை? அரசியல் பத்திரிகையா? அல்லது வேறு பத்திரிகையா?

பாரதி காலத்தில் சக்கரவர்த்தினி என்ற பெயர் விக்டோரியா மகாராணியையே குறித்தது என்று முன்னர் பார்த்தோம். இதனை வலியுறுத்தும் விதத்தில் திருமதி 'குகப்பிரியை' 1960ஆம் ஆண்டு சென்னை வானொலியில் பேசிய ஒரு பேச்சு நமக்கு உதவுகிறது. "அந்தக் காலத்துப் பத்திரிகைகள்" பற்றிய அந்த உரையின்போது, அவர் "பொதுவாக, வாணீ விலாசினி, விவேக சிந்தாமணி, விவேக போதினி, பிழைக்கும் வழி போன்ற பத்திரிகைகளும், விக்டோரியா மகாராணியின் நினைவின் சின்னமாகப் பெண்களுக்கென்று சக்கரவர்த்தினி, மாதர் மனோரஞ்சினி, பெண் கல்வி, ஹித ஹாரிணி போன்றவைகளும் வெளிவந்தன" என்று கூறியுள்ளார். அவ்வாறாயின் 'சக்கரவர்த்தினி' விக்டோரியா மகாராணியின் பேரில் "பெண்களுக்கென்று" வெளிவந்த பத்திரிகைதானா?

இந்தக் கேள்விக்கு விடை காண நான் அந்தக் காலத்தில் வெளிவந்த பத்திரிகைகள் பற்றிய விவரங்கள் பலவற்றையும் தேடிப் பார்த்தேன். அவற்றில், **"நாள், கிழமை, திங்கள் இதழ் விளக்க வரிசை"** (குறிப்பு எழுதியவர்: சு.அ.ராமசாமிப் புலவர், வெளியீடு: சைவ சித்தாந்தக் கழகம், 1961) என்ற நூலின் மூலம் சில விவரங்கள் கிட்டின. சைவ சித்தாந்தக் கழகம் தனது பார்வைக்குக் கிட்டிய பழந்தமிழ்ப் பத்திரிகைகளைப் பற்றித் தொகுத்துத் தந்துள்ள விவரக் குறிப்பே இந்த நூல். இந்நூலின் 19ஆம் நூற்றாண்டின் பிற்பகுதியில் பெண்களுக்கென வெளிவந்த சுகுணகுண போதினி, மாதர் மித்திரி, பெண்மதி போதினி, மாதர் மனோரஞ்சினி, தமிழ் மாது முதலிய பத்திரிகைகளோடு, 'சக்கரவர்த்தினி' பத்திரிகையைப் பற்றியும் பின்வரும் விவரங்கள் காணப்பட்டன:

'சக்கரவர்த்தினி' (தொடக்கம் - 1905) மாத இதழ். "பார்வைக்குக் கிடைத்தது மலர் 2, இதழ் 9. 1907 ஏப்ரல் மாத இதழ். ஆசிரியர் எம்.எஸ்.நடேசய்யர். வெளியிட்டவர்: பி. வித்தியநாதய்யர். அச்சகம்: ஏ.எல்.வி. அச்சகம், சென்னை. அளவு 24 x 16 செ.மீ. பக். 32. சந்தா ரூ.2. தனியிதழ் 3 அணா."

"இவ்விதழ் பெண்கள் முன்னேற்றத்தின் பொருட்டு வெளியிடப் பட்டது. மாதராடவர் கடமை, பெண்களும் பேயென்னும் வியாதியும், கலாவதி முதலிய கட்டுரைகள் பார்வைக்குக் கிடைத்த இதழில் வெளியாகியுள்ளன."

இந்தக் குறிப்பைக் கண்டவுடன் பாரதி ஆசிரியப் பொறுப்பேற்றிருந்த 'சக்கரவர்த்தினி' பத்திரிகை இதுவாகவே இருக்க வேண்டும் என்பதையும், ஏனெனில், பாரதி 'சுதேசமித்திர'னில் வேலை பார்த்து வந்த (1904 நவம்பர் - 1906 மே மாதங்களுக்கிடைப்பட்ட) காலத்திலேயே, இப்பத்திரிகை 1905இல் தோன்றியுள்ளது என்பதையும், குறிப்பிட்ட இதழின் எண்ணைக்கொண்டு (அதாவது மலர் 2, இதழ் 9, 1907 ஏப்ரல் மாத இதழ்) கணக்கிட்டுப் பார்க்கும்போது, இந்தப் பத்திரிகை 1905 ஆகஸ்டு மாதம் தொடங்கப்பட்டிருக்கிறது என்பதையும், குறிப்பிட்ட இதழ் வெளிவந்த காலத்தில் (1906 மே மாதத்திலேயே 'இந்தியா' பத்திரிகையின் ஆசிரியப் பொறுப்பை ஏற்றுவிட்ட காரணத்தால்) பாரதி இதன் ஆசிரியராக இருக்கவில்லை என்பதையும், 1907 ஏப்ரல் மாதத்துக்குச் சில மாதங்களுக்கோ அல்லது ஓராண்டுக்கு முன்போ, பாரதி அதன் ஆசிரியப் பொறுப்பிலிருந்து விலகிக்கொண்டிருக்கக் கூடும் என்பதையும், பாரதிக்குப் பின்னர் மேற்கூறப்பட்ட எம்.எஸ். நடேசய்யர் என்பவர் அதன் ஆசிரியர் பொறுப்பை ஏற்றிருக்கிறார் என்பதையும் ஊகிக்க முடிந்தது.

ஆயினும், மேற்கண்ட விவரங்களில் (அப்பத்திரிகை 1905இல் வெளிவந்தது என்ற திட்டவட்டமான குறிப்பைத் தவிர) பாரதி பற்றிய குறிப்புக்கள் ஏதும் இல்லாததால், இத்தனை ஊகங்களையும் ஊர்ஜிதம் செய்ய இயலாமல் இருந்தது. இதனால் எனது 'வேட்டை' மேலும் தொடர்ந்தது. அதன் மூலம் மேற்கூறிய பத்திரிகையே பாரதி ஆசிரியப் பொறுப்பேற்றிருந்த 'சக்கரவர்த்தினி' பத்திரிகையாகும் என்பதைத் திட்டவட்டமாக உறுதிப்படுத்த முடிந்தது. அதற்கு உதவியது "செந்தமிழ்" பத்திரிகையின் பழைய இதழ் ஒன்றில் காணக் கிடைத்த ஒரு மதிப்புரை.

விசுவாவசு வருஷம், புரட்டாசி மாதம் வெளிவந்த 'செந்தமிழ்' பத்திரிகையில் (தொகுதி 3, பகுதி 11), 'சக்கரவர்த்தினி'யைப் பற்றிப் பின்வரும் மதிப்புரை வெளிவந்துள்ளது:

"**சக்கரவர்த்தினி**, இது சென்னையினின்று மாதந்தோறும் வெளியேறும் ஒரு தமிழ்ப் பத்திரிகை. பெண்பாலாரின் அறிவுப் பெருக்கத்துக்கென்று தொடங்கப் பெற்றது. இதன் முதலிரு பகுதிகள் கிடைக்கப்பெற்றோம். நம் நாட்டு மாதர்கள் நிலையைச் சீர்ப்படுத்துவதற் கென்றே எத்தனை பத்திரிகைகள் வெளியேறினும் அவை மிகையாகா தென்று பத்திராசிரியர் இப்பத்திரிகையின் முதற்பகுதியில் எழுதியது முற்றிலும் பொருத்தமேயாகும். ஒரு நாட்டின் சீரும் சிறப்பும் அந்நாட்டு மாதர்களைப் பொறுத்தே பெரும்பாலும் இருத்தலின் தேச நலத்தைக் கருதும் நன்மக்களெல்லாம் அதினுங் கவலை செலுத்தற்குரியர். இப்பத்திரிகை பெண்பாலார்க்கு முக்கியமாகத் தெரியவேண்டிய பல

இனிய வியாசங்களைத் தன்பால் நிரம்பவுள்ளது. இது போன்ற சிறந்த பத்திரங்களை நம் நாட்டு மாதர்கள் பெற்றுப் படித்துவரின் அவர்கள் லௌகிக வைதீக ஞானங்களில் தேர்ச்சி பெற்று விளங்குவரென்பது திண்ணம். இதற்குச் சுதேசமித்திரன் பத்திராசிரியராகிய ஸ்ரீ.ஜி.சுப்பிரமணிய ஐயரவர்கள் முதலிய நல்லறிஞர்கள் விஷயமெழுதி வருகின்றனர். **இதன் பத்திராசிரியர் ஸ்ரீ.சி.சுப்பிரமணிய பாரதியாரவர்கள்**. இந்தப் பத்திரிகையை எல்லாரும் அபிமானித்து, அதனை நடாத்துபவர்க்கு ஊக்கமளித்து வர நம்மவர்கள் கடமைப்பட்டவர்களாவர்" (பக். 442).

மேற்கூறிய 'செந்தமிழ் இதழ்' வெளிவந்த காலம் விசுவாவசு வருடம், புரட்டாசி மாதம். அதாவது 1905 செப்டம்பர் மாத மத்தியாகும். இவ்விதழில் 'சக்கரவர்த்தினி' பத்திரிகையின் "முதலிரு பகுதிகள் கிடைக்கப் பெற்றோம்" எனக் கூறப்பட்டுள்ளதால், 'செந்தமிழ்' பத்திராதிபருக்கு 1905 ஆகஸ்டு, செப்டம்பர் மாத இதழ்கள் இரண்டும் கிடைத்திருக்கின்றன என்பது தெளிவு. எனவே, 'சக்கரவர்த்தினி' பத்திரிகை 1905ஆம் ஆண்டு ஆகஸ்டு மாதத்திலேயே வெளிவரத் தொடங்கியிருக்கிறது என்று முன்னர் கூறிய கணிப்பும் பொருந்தி வருவதோடு, இம் மதிப்புரையின் மூலம் மேற்கூறிய 'சக்கரவர்த்தினி' பத்திரிகை தொடங்கப் பெற்ற காலத்தில் அதன் முதல் ஆசிரியராகப் பாரதியே இருந்திருக்கிறான் என்பதும் தெளிவாகிவிடுகிறது.

இதனால் பாரதி முதன்முதலில் ஆசிரியர் பொறுப்பேற்றிருந்த பத்திரிகை, "பெண்பாலாரின் அறிவுப் பெருக்கத்துக்கென்று தொடங்கப் பெற்ற" சக்கரவர்த்தினி பத்திரிகையே என்பது தெளிவு. எனினும், இப்பத்திரிகையைப் பற்றிப் போதிய விவரங்கள் கிட்டாமையினாலும், இதில் பாரதியின் "வந்தே மாதர கீத"த்தின் தமிழாக்கம் வெளிவந்திருந் தாலும் பாரதி தீவிர அரசியல்வாதியாக இருந்தமையாலும், இந்தப் பத்திரிகை அரசியல் பத்திரிகையாகவே இருந்திருக்கக்கூடும் என்று தூரனும், பத்மநாபனும் ஊகித்துவிட்டனர் போலும்.

ஆசிரியப் பொறுப்பை ஏற்றதேன்?

இருப்பினும் நமக்கு ஒரு கேள்வி எழுகிறது. தீவிர அரசியல் வாதியாக இருந்த பாரதி, முதன்முதலில் பெண்கள் முன்னேற்றப் பத்திரிகையின் ஆசிரியப் பொறுப்பை ஏற்பானேன்? தனது ஆசிரியர் பொறுப்பில் ஒரு பத்திரிகை கிட்டியும், அதனை அரசியல் கருத்துக்களுக்குப் பயன் படுத்தாமல், மாதர் முன்னேற்றத்துக்குப் பயன்படுத்தியது ஏன்?

இந்தக் கேள்விக்கு விடை காண்பது ஒன்றும் சிரமம் அல்ல.

முதலாவதாக, 'சக்கரவர்த்தினி' பாரதியின் சொந்தப் பத்திரிகை அல்ல. அதனை வெளியிட்டு வந்தவர் பி.வைத்தியநாதய்யர் என்பதை முன்னர் 'சக்கரவர்த்தினி' பத்திரிகை பற்றிய விவரக் குறிப்பில் பார்த்தோம். சொந்தப் பத்திரிகை நடத்தும் அளவுக்குப் பாரதிக்கு என்றும் பண வசதி இருந்ததில்லை. பாரதிக்குப் பிதிரார்ஜிதச் சொத்து எதுவும் மிஞ்சியிருக்கவில்லை. அதனால்தான் அவன் காசிக்குச் செல்ல நேர்ந்தது. பின்னரும் எட்டயபுர மன்னர் ஆதரவில் சிறிது காலம் இருந்துவிட்டு, மதுரை சேதுபதி உயர்நிலைப் பள்ளியில் அவன் மாதம் பதினேழரை ரூபாய்ச் சம்பளத்துக்கே தமிழாசிரியராக வேலை பார்த்தான் (ஆதாரம்: **பாரதி தமிழ்**: பாரதி வாழ்க்கை வரலாறு - தூரன், பக். 18). 'சுதேசமித்திரன்' பத்திரிகையிலும் சம்பளம் ஒன்றும் அதிகமில்லை. "சுதேசமித்திரன்" பத்திரிகையில் உதவி ஆசிரியராக அமர்ந்த பாரதியார் கஜானாவைப் பார்த்து அதைப் பெற்றுவிட்டதாக எண்ணவேண்டாம். "சம்பளம் ரொம்பக் குறைவு" என்று எழுதுகிறார். வரா. (**மகாகவி பாரதியார்**. 1944 அத். 6) எனவே, பாரதி 'சுதேசமித்திர'னில் வந்து சேர்ந்த எட்டு மாதங்களுக்குள்ளாகவே அவனுக்குச் சொந்தப் பத்திரிகை நடத்தும் அளவுக்கு வசதிகள் ஏற்பட்டிருக்கவும் முடியாது; ஏற்படவும் இல்லை. வேறொருவரின் முதலீட்டில்தான் பாரதி பத்திரிகை ஆசிரியராக இருந்திருக்கிறான். ஆயினும் 'இந்தியா' பத்திரிகையைத் தொடங்கிய திருமலாச்சாரியாரைப்போல், 'சக்கரவர்த்தினி'யைத் தொடங்கிய அதன் உரிமையாளர் பி.வைத்தியநாதய்யரும் அரசியல் ஈடுபாடும், அரசியலில் பாரதியோடு ஒத்த கருத்தும் கொண்டவராக இருந்திருந்தால், பாரதி அப்பத்திரிகையை அரசியல் பத்திரிகையாகவே நடத்தியிருக்க வேண்டும். அவ்வாறாயின் 'சக்கரவர்த்தினி'யின் ஆசிரியப் பொறுப்பை ஏற்று நடத்திய ஒன்பது மாத காலத்திலேயே 'இந்தியா' பத்திரிகையின் ஆசிரியர் பொறுப்பை அவன் ஏற்றிருக்க நேர்ந்திருக்காது. எனவே, 'சக்கரவர்த்தினி'யின் உரிமையாளருக்கு அரசியலில் அத்தனை ஈடுபாடும் ஒத்த கருத்தும் இருக்கவில்லை என்பது தெளிவு. எனினும், பெண்கள் முன்னேற்றத்தில் அவருக்குப் பாரதியைப் போலவே ஒத்த கருத்துக்கள் இருந்திருக்கக் கூடும். இதன் காரணமாகவே, பாரதி அந்தப் பத்திரிகையின் ஆசிரியப் பொறுப்பை ஏற்றிருக்கிறான் என்று கொள்ளலாம். மேலும், 'சுதேசமித்திர'னில் சேர்ந்த எட்டு மாதத்திலேயே பாரதி ஒரு பத்திரிகை ஆசிரியர் பொறுப்பை ஏற்றதிலிருந்து, பாரதிக்குப் பத்திரிகை ஆசிரியராக வரவேண்டும் என்ற லட்சியமும் கனவும் நெடுநாட்களாக நெஞ்சில் இருந்திருக்க வேண்டும் என்றும் ஊகிக்கலாம் அத்துடன் 'சுதேசமித்திர'னில் குறைந்த ஊதியத்தையே பெற்றுவந்த பாரதி உபரி வருமானத்தைக் கருதியும், 'சுதேசமித்திரன்' அதிபர் ஜி.சுப்பிரமணிய ஐயரின் அனுமதியோடு அந்த மாதப் பத்திரிகையின் ஆசிரியப் பொறுப்பை ஏற்றிருக்கலாம்.

ஆயினும், அரசியல்வாதியாக இருந்தும் பாரதி முதன்முதலில் பெண்கள் முன்னேற்றத்துக்கான ஒரு பத்திரிகையின் ஆசிரியப் பொறுப்பை ஏன் ஏற்றுக் கொண்டான்?

இக் கேள்விக்கு விடை காண அப்பத்திரிகை வெளிவரத் தொடங்கிய காலத்தை நோக்க வேண்டும். 'சக்கரவர்த்தினி' வெளிவரத் தொடங்கிய காலம் 1905 ஆகஸ்டு மாதம். பாரதிக்கு தேசபக்தி தோன்றுவதற்கான வித்து பாலியப் பருவத்திலேயே நெஞ்சில் விழுந்துவிட்டது என்றும், 1903ஆம் ஆண்டுத் தொடக்கத்தில்தான் அவன் பார்வை "தேசபக்தி என்ற நவீன மார்க்க"த்தில் திரும்பியது என்றும் முந்தைய கட்டுரையில் தெளிவுபடுத்தியிருக்கிறோம். ஆயினும் பாரதி அரசியலில் தனது பார்வையைச் செலுத்தியதோடு நின்றுவிடாமல் அதில் முதலில் அக்கறைகாட்டவும், பின்னர் தீவிரமாக ஈடுபடவும் முனைந்தது இந்நாட்டில் 'சுதேசிய இயக்கம்' தோன்றிய பின்னர்தான். அந்தச் சுதேசிய இயக்கமோ 'சக்கரவர்த்தினி' தொடங்கிய பின்னர்தான் தொடங்கியது.

அதே சமயத்தில் பாரதி அரசியலில் அக்கறையும் தீவிர ஈடுபாடும் கொள்வதற்கு முன்பே, காசியில் அவன் இருந்த (1898 இறுதி முதல் 1903 தொடக்கம் வரை) காலத்திலேயே பெண்கள் முன்னேற்றத்தில் பெருத்த ஈடுபாடு கொண்டிருந்தான் எனத் தெரிகிறது. பாரதியின் காசிவாச கால நண்பரான கரூர் பண்டித எஸ்.நாராயண அய்யங்கார் இவ்வாறு எழுதியிருக்கிறார்:

"ஒரு சமயம் சரஸ்வதி பூஜை அன்று பாரதி தமிழில் ஓர் உபந்நியாஸம் செய்ய விரும்பினார் (காசியில் வசிக்கும் வீட்டின் கூடத்தில் உபந்நியாஸத்துக்கு ஏற்பாடு செய்யப்பட்டது). தலைமை வகிக்க காசியிலேயே பிரபல வித்வானாகிய ஸ்ரீசீதாராம சாஸ்திரிகள் இசைந்தார். பெண்கல்வி என்பது பேச்சுக்கு விஷயமாகக் கொள்ளப் பட்டது. சுப்பையா (பாரதி) தமிழில் பிரசங்கம் நிகழ்த்தினார். பிரசங்கம் காரசாரமாக இருந்தது. ஸ்திரீகளுக்கும் கல்வி அவசியமானது என்று அவர் வற்புறுத்திப் பேசினார். தலைவர் அந்த அபிப்பிராயத்தை ஏற்றுக்கொள்ளவில்லை; கண்டித்தும் பேசினார். சுப்பையாவுக்குக் கோபம் மிகுந்துவிட்டது. பெண்கள் கல்வி இன்றித் தேசம் முன்னுக்கு வரமுடியாது என்று மேலும் அடித்துப் பேசினார். பெண்களின் சமத்துவத்தைப் பற்றி அடிக்கடி வற்புறுத்துவது அவர் வழக்கம். பெண்கள் கல்வி, சமத்துவம் இந்த இரு விஷயங்களைத் தவிர அப்போது வேறு எதிலும் அவர் அதிகம் கவனம் செலுத்தவில்லை" (**"காசியில் சுப்பையா"**, கட்டுரை, தினமணி சுடர், 8-9-1956).

இளமையிலேயே ஷெல்லியிடம் பெரிதும் ஈடுபட்டு 'ஷெல்லிதாசன்' என்று தன்னை அழைத்துக்கொண்ட பாரதி, ஆங்கிலக் கவிஞன் ஷெல்லியைப் போலவே பெண்கள் முன்னேற்றத்திலும் விடுதலையிலும் அதிகக் கவனம் செலுத்தியதில் அதிசயம் ஏதுமில்லை. எனவே பாரதி அரசியலில் தீவிர அக்கறை கொண்டிருந்தான் என்பது தெளிவு. இதனால் 'சக்கரவர்த்தினி' பத்திரிகையின் ஆசிரியப் பொறுப்பையும் பாரதி 1905 ஆகஸ்டில் மனப்பூர்வமாக விரும்பியே ஏற்றுக் கொண்டிருக்கிறான் என்றும் நாம் முடிவு கட்டலாம்.

ஆயினும், பாரதி அப்பத்திரிகையின் ஆசிரியப் பொறுப்பை ஏற்ற அதே மாதத்திலேயே சுதேசிய இயக்கம் பிறப்பெடுத்துவிட்டது! வங்காளத்தை இரண்டாகப் பிரிக்கப் போவதாக வைஸ்ராய் கர்சான் அறிவித்ததைத் தொடர்ந்து வங்காளத்தில் பேரெழுச்சி வெடித்தது. "வங்காளம் வேதனையால் முனகவில்லை; கர்ஜித்தது. மாகாணத் தலைவர்கள் ஒன்று கூடிப் பேசினர்; பிரிவினைக்குக் கண்டனம் தெரிவிக்கும் முறையில் அன்னியச்சாமான்கள் அனைத்தையும் பகிஷ்கரிப்பது என முடிவு எடுத்தனர். மேலும் 1905 ஆகஸ்டு 7ஆம் தேதியன்று ஒரு மறக்க முடியாத கூட்டம் நடந்தது. அதுவே **சுதேசி இயக்கம்** எனச் சொல்லப்படுவதைத் தொடங்கிவைத்தது" என "இந்தியா விடுதலைக்காகப் போராடுகிறது" என்ற நூலில் எழுதுகிறார் பேராசிரியர் ஹிரேன் முகர்ஜி (India Struggles for Freedom - Hirendranath Mukerjee, 87). இந்தச் சுதேசி இயக்கம் பாரதியை **உடனடியாகக்** கவர்ந்திருக்கிறது. 1905 செப்டம்பர் 14 அன்று சென்னையில் நடந்த "சுதேசிய மாணவரின் கடற்கரைப் பெருங்கூட்ட"த்தில் பாரதி தனது "வங்க வாழ்த்துக் கவி"களைப் பாடியுள்ளான். அது மறுநாள் (15ஆம் தேதி) 'சுதேசமித்திர'னில் பிரசுரமாகியுள்ளது. "நான் ஆராய்ந்த அளவில் **வங்கமே வாழிய** என்ற இந்தப் பாடலே 'சுதேசமித்திர'னில் வெளிவந்த (பாரதியின்) முதற்பாடலாகக் காண்கிறது" என்று எழுதுகிறார் தூரன் **பாரதி தமிழ்** - பக். 89 - 90).

இதன் பின்னர் வங்கப் பிரிவினை அமலுக்கு வரவிருந்த நாளான 1905 அக்டோபர் 16 ஆம் தேதியன்று முதல், வங்காளத்தில் பெரும் ஆர்ப்பாட்டங்கள் நிகழ்ந்துவந்த காலத்திலேயே, "பங்கிம் சந்திரரின் வந்தே மாதர கீதம் தேசியகீதம் போல் மாறியது" என எழுதுகிறார் ஹிரேன் முகர்ஜி (முன்னர் குறிப்பிட்ட நூல் - பக். 87). இந்தச் சந்தர்ப்பத்தில்தான் பாரதி அந்தக் கீதத்தை **உடனடியாகத்** தமிழாக்கி, 'சக்கரவர்த்தினி'யின் **நவம்பர்** மாத இதழிலேயே வெளியிட்டுள்ளான். இதுவே பின்னர் 'சுதேசமித்திர'னிலும் வெளிவந்தது (முன்னர் குறிப்பிட்டுள்ள "**பாரதி தமிழ்**" பக். 93 மேற்கோள் பார்க்கவும்).

இந்தப் பாடலுக்கு எழுதிய முன்னுரையிலும் பாரதி இவ்வாறு எழுதியுள்ளான். "இப்போது பெங்காள மாகாணத்திலிருக்கும் ஒவ்வொரு ஹிந்துவாலும் ஸாம கீதத்தைப் போல அத்தனை பக்தியுடன் பாடப்பட்டு வருகின்ற வந்தேமாதரம் என்ற திவ்ய கீதம். இது... 25 வருஷங்களுக்கு முன்பு இவர் (பங்கிம் சந்திரர்) இந்தப் பெருநூலைப் (ஆனந்த மடம்) பிரசுரித்தபோது... எழுதி 25 வருஷங்களுக்குள்ளாக மேற்படி திவ்ய கீதம் வங்காளத்து ஜனங்கள் எல்லோருடைய நாவிலும் இருக்கும் என்பதை அந்தக் கவியரசர் அறிந்திருந்தார்போலும்," (**பாரதி தமிழ்** - பக். 93-94). எனவே, பாரதி வங்காளத்தில் நிகழத் தொடங்கிய சுதேசி இயக்கத்தில் எடுத்த எடுப்பிலேயே ஈடுபாடு கொண்டுவிட்டான் என்பது புலனாகின்றது.

இங்கு ஒரு விஷயத்தைக் குறிப்பிட வேண்டும்:

பங்கிம் சந்திரனின் 'ஆனந்த மடம்' என்ற நவீனத்தைத் தமிழில் முதன்முதலில் மொழிபெயர்த்து, 1908இல் வெளியிட்ட மகேச குமார் சர்மா தமது மொழிபெயர்ப்புக்கு எழுதிய முன்னுரையில் இவ்வாறு எழுதியிருக்கிறார்:

"இதில் வரும் வந்தே மாதரம் பாடலையும், ஜயதேவ கவியின் கீத கோவிந்த கீர்த்தனைகள் சிலவற்றையும் நான் கேட்டபொழுதெல்லாம் தமக்குள்ள அவசர வேலைகளைக் கூடப் பாராமல், மனமுவந்து தயவுகூர்ந்து இன்சுவையொழுகும் செந்தமிழ்ப் பாக்களில் மொழிபெயர்த்து அளித்த தேசபக்த ஆசுகவியும், 'இந்தியா' பத்திரிகாசிரியருமான ஸ்ரீயுத சி.சுப்ரமண்ய பாரதியிடம் நன்றிக்கடன் பட்டவனாயுள்ளேன்."

மகேச குமார சர்மாவின் இந்த முன்னுரைக் குறிப்போ அவர் வேண்டிக் கொண்டதன் பேரில் பாரதி வந்தே மாதர கீதத்தைத் தமிழாக்கிக் கொடுத்ததாகக் கூறுகிறது. ஆனால் வங்காளத்தில் பங்கிம் சந்திரரின் வந்தே மாதர கீதம் தேசியகீதம் போல் **அக்டோபரில்** ஒலிக்கத் தொடங்கிய **சில நாட்களிலேயே** பாரதி அதனைத் தமிழாக்கி, சக்கரவர்த்தினியின் **நவம்பர்** இதழில் வெளியிட்டிருக்கிறான் என்பதை நாம் ஏற்கெனவே பார்த்தோம். ஒரு வேளை வங்காளத்தில் அந்தக் கீதம் முழங்கத் தொடங்கிய காலத்திலேயே, அந்த 'வந்தே மாதரம்' பாடலையும், 'ஆனந்த மடம்' நாவலையும் தமிழில் மொழி பெயர்த்து வெளியிட வேண்டியதன் அவசியத்தைப் பாரதியும் மகேச குமார சர்மாவும் கூட்டாகவே உணர்ந்திருக்கலாம். அதன் பயனாக வரகவியான பாரதி அந்தப் பாடலை உடனே தமிழாக்கி வழங்கியிருக்கலாம்:

அதனைத் தனது பத்திரிகையிலும் வெளியிட்டிருக்கலாம். பல பக்கங்கள் கொண்ட 'ஆனந்த மடம்' நாவலையும் மகேச குமார சர்மா அப்போதே மொழி பெயர்க்கத் தொடங்கியிருக்கலாம். பாரதியும் அவர் கேட்டுக் கொண்ட கீத கோவிந்தக் கீர்த்தனைகளைப் பின்னர் மொழி பெயர்த்துக் கொடுத்திருக்கலாம் என்றே நாம் ஊகிக்கத் தோன்றுகிறது.

ஆனால் மகேச குமார சர்மாவின் உறவினரான வி.கே.ராமநாத ஐயர் தம்மிடம் "வந்தே மாதர கீதத்தின் மொழிபெயர்ப்பை ஒட்டிய ரஸமான சம்பவத்தை"க் கூறியதாகக் குறிப்பிட்டு, பெ.தூரன் பின்வருமாறு எழுதியுள்ளார்: "மஹேச குமாரசர்மா 'ஆனந்த மடம்' என்ற நூலைத் தமிழிலே பெயர்த்து அழகாக எழுதியிருக்கிறார். அதிலே வெளியிடுவதற்காக வந்தே மாதர கீதத்தை மொழிபெயர்த்துத் தரும்படி பாரதியாரைக் கேட்டுக் கொண்டாராம். இரண்டு மூன்று மாதங்கள் அவருடைய வேண்டுகோள் நிறைவேறவில்லை. பிறகு ஒருநாள் இரவு சுமார் பத்து மணிக்குப் பாரதியார் மஹேச குமார சர்மாவின் வீட்டுக் கதவைத் தட்டினார். அவர் அப்பொழுது சென்னை ஜார்ஜ்டவுனில் வசித்து வந்தார். பாரதியார் திருவல்லிக்கேணியிலிருந்தார். அந்த நேரத்தில் பாரதியார் வந்தது சர்மாவுக்குச் சற்று ஆச்சரியத்தை விளைவித்தது. 'சர்மா, பாட்டு வந்துவிட்டது - எழுதிக்கொள். கடற்கரையிலே உட்கார்ந்திருந்தேன். நீ கேட்ட பாட்டு திடீரென்று உதயமாயிற்று. கடற்கரையோரமாகவே நேராக இங்கு வந்து விட்டேன்' என்று பாரதியார் கூறினாராம்" (**பாரதி தமிழ்** - பக். 95 -96).

ராமநாதய்யர் கூறியுள்ள விஷயம் "ரஸமாக"த்தான் இருக்கிறது. ஆனால் அது உண்மையாக இருக்க முடியாது என்பதை நாம் மேலே கண்ட விவரங்களே புலப்படுத்திவிடும். மகேச குமார சர்மா கேட்டுக்கொண்டும், வந்தே மாதர கீதத்தைப் பாரதி, "இரண்டு மூன்று மாதங்களாக" மொழிபெயர்த்துத் தரவில்லை என ராமநாதய்யர் கூறியிருக்கிறார். ஒருவேளை பாரதி மகேச குமார சர்மா கேட்டுக்கொண்ட ஜயதேவரின் கீத கோவிந்தக் கீர்த்தனைகளையே விரைவில் தமிழாக்கிக் கொடுக்காது தாமதப்படுத்தியிருக்கக் கூடும். அந்தக் கீதங்களில் சில 'ஆனந்த மடம்' நாவலின் தமிழ்ப் பதிப்புக்குத் தேவைப்பட்ட போதிலும், சுதேசிய இயக்கம் தோன்றியவுடனேயே அதில் பெரும் ஈடுபாடுகொண்டு, குறிப்பாக 1907ஆம் ஆண்டில் ஏராளமான தேசிய கீதங்களை எழுதிக் குவிக்கத் தொடங்கிவிட்ட பாரதிக்கு, பெரும்பாலும் சிருங்கார ரசமே மிகுந்து நிற்கும் கீத கோவிந்தக் கீர்த்தனைகளைத் தமிழாக்கிக் கொடுப்பதில் அத்தனை அக்கறையும் ஆர்வமும் அந்நாளில்

இருந்திருக்காது என்பது தெளிவு. 1907இல் அவனது கவனத்தை முழுவதும் தேசிய இயக்கமும் தேசிய இயக்கத்தின் போர்க் கருவிகளாகப் பயன்படும் பாடல்களை எழுத வேண்டிய தேவையும்தான் ஈர்த்திருந்தன என்பது அவனது வரலாறும் எழுத்துக்களும் புலப்படுத்தும் உண்மை. எனவே, கீத கோவிந்தக் கீர்த்தனைகளைத் தமிழாக்கிக் கொடுப்பதிலேயே பாரதி காலதாமதம் செய்திருக்கலாம் என்று நாம் ஊகிக்க இடமுண்டு. மற்றபடி வந்தே மாதர கீதத்தைத் தமிழாக்குவதற்கு அவனது சொந்த உணர்வும் உத்வேகமுமே பெருந்தூண்டுதலாய் இருந்திருக்கும். அதனைத் தமிழாக்க வேறொருவரின் தூண்டுதலோ வேண்டுதலோ அவனுக்குத் தேவைப்பட்டிருக்காது என்றே நாம் கூறலாம்.

இவ்வாறு 'சக்கரவர்த்தினி' பத்திரிகை தொடங்கிய காலத்திலேயே தொடங்கிவிட்ட சுதேசி இயக்கம் பாரதியை எடுத்த எடுப்பிலேயே கவர்ந்துவிட்டது என்பதை நாம் மேலே பார்த்தோம். எனவே, "சக்கரவர்த்தினி'யில் பெண்கள் முன்னேற்றம் பற்றிய கருத்துக்களைத் தவிர, பாரதியின் அரசியல் கருத்துக்கள் முதலியவற்றுக்கு இடம் இருந்ததா, இருந்ததெனில் எந்த அளவுக்கு இருந்தது, அந்தப் பத்திரிகையில் பாரதி எவ்வளவு காலம் மேலும் பணியாற்றினான், எப்போது அதிலிருந்து விலகிக் கொண்டான் என்பன போன்ற கேள்விகளும் என்னுள் எழுந்தன. இந்தக் கேள்விகளுக்கு விடை காணும் நோக்கத்தோடு மேலும் எனது 'வேட்டை' தொடர்ந்தது. இதன் பயனாக, தேடிச் சென்ற மூலிகை காலில் வந்து சிக்கியதுபோல், பாரதி ஆசிரியப் பொறுப்பேற்றிருந்த 'சக்கரவர்த்தினி' பத்திரிகையின் இரண்டு இதழ்களே அதிருஷ்டவசமாக பார்வைக்குக் கிட்டின.

அவற்றின் மூலம் தெரியக் கிடைத்த விவரங்கள் என்ன, அப்பத்திரிகை இதழ்களில் வெளிவந்திருந்த விஷயங்களின் தன்மை என்ன என்பதை அடுத்த கட்டுரையில் பார்ப்போம்.

3. சக்கரவர்த்தினி

எனக்குக் கிடைத்த 'சக்கரவர்த்தினி' இதழ்கள் இரண்டும் முறையே 1906 ஜூலை மாதத்திலும், 1906 ஆகஸ்டு மாதத்திலும் அடுத்தடுத்து வெளிவந்த இதழ்களாகும்.

CHAKRAVARTINI
A TAMIL MONTHLY DEVOTED MAINLY TO
THE ELEVATION OF INDIAN LADIES

சக்கரவர்த்தினி

தமிழ்நாட்டு மாதர்களின் அபிவிருத்தியே நோக்கமாக வெளியிடப்படும் மாதாந்தரப் பத்திரிகை என்று அட்டையின் முதற்பக்கத்திலேயே ஆங்கிலத்திலும் தமிழிலுமாக அச்சிடப் பெற்றுள்ள பத்திரிகையின் தலைப்பு பத்திரிகையின் பிரதான நோக்கம் மாதர் முன்னேற்றம் ஒன்றே என்பதைத் தெளிவுபடுத்திவிடுகிறது. அட்டைப் பக்கம் பத்திரிகையின் தலைப்புக்கும், குறிப்பிட்ட இதழில் இடம்பெறும் பொருளடக்கத்துக்குமே ஒதுக்கப்பட்டுள்ளது. தலைப்புக்குக் கீழ் அந்தந்த இதழின் பொருளடக்கம் ஆங்கிலத்திலும் தமிழிலுமாக எழுதியவர்களின் பெயர்களோடு இரு பத்திகளில் இடம்பெற்றுள்ளது. பொருளடக்கத்துக்குக் கீழ் இரு பத்திகளுக்கும் அடியில் ஒருபுறம் பி.வைத்தியநாதய்யர், புரோப்ரைட்டர் என்றும், மறுபுறம் சி.சுப்பிரமணிய பாரதி ஆசிரியர் என்றும் ஆங்கிலத்தில் அச்சிடப் பெற்றுள்ளது.

ஜூலை மாத இதழின் அட்டையிலும் உட்புறம் முதற்பக்கம் தலையங்கப் பகுதியிலும் பத்திரிகையின் இதழ் எண் தொகுதி 1 பகுதி 12 என்று ஆங்கிலத்திலும் தமிழிலும் குறிப்பிடப்பட்டுள்ளது. மேலட்டையின் உட்புறத்தில் பத்திராதிபர் (ஆசிரியர்) தமிழில் எழுதியுள்ள விண்ணப்பம் ஒன்று இடம்பெற்றுள்ளது. அந்த 'விண்ணப்பம்' வருமாறு:

விண்ணப்பம்

இத்துடன் நமது பத்திரிகைக்கு ஒரு வயது முற்றுப் பெறுகின்றது. அடுத்த இதழ் முதல் தகுந்த வித்வான்களாலும், கல்வித் தேர்ச்சி பெற்ற

பெண்மணிகளாலும், பல உயர்ந்த விஷயங்கள் எழுதுவித்து, நமது பத்திரிகையை மிகவும் சீர்திருத்தத்துடன் பிரசுரிக்கக் கருதியிருக்கிறோம். சக்கரவர்த்தினியைப் படிக்கும் ஒவ்வொருவரும் புதிய சந்தாதாரர்கள் சேர்க்க முயற்சி பண்ணி இப்பத்திரிகையை அதிக உபயோககரமாக வேண்டுமென்று நமக்கிருக்கும் நோக்கம் எளிதில் நிறைவேறுமாறு புரிவார்களென நம்புகிறோம்.

நமது பத்திரிகையின் அபிவிருத்திக்குரிய ஆலோசனைகள் இதனைப் படிக்கும் பெண்மணிகளாலும் ஆடவர்களாலும் எழுதியனுப்பப் படுமாயின் அவை நன்றியறிவுடன் ஏற்றுக் கொள்ளப்படும்.

– பத்திராதிபர்

1906 ஜூலை மாத இதழின் எண் தொகுதி 1, பகுதி 12 எனக் குறிக்கப்பட்டிருப்பதும், "இத்துடன் நமது பத்திரிகைக்கு ஒரு வயது முற்றுப்பெறுகின்றது" என்ற ஆசிரியர் குறிப்பும், 'சக்கரவர்த்தினி' பத்திரிகை, 1905 ஆகஸ்டு மாதம் தொடங்கப்பட்டு, மாதாமாதம் தவறாமல் வெளிவந்திருக்கிறது என்பதை உணர்த்துகின்றன.

ஆசிரியரின் விண்ணப்பத்தின் கீழ்

Notice

Contributions wanted specialy from Ladies. For terms communicate with the Editor. Preference is given to Educational and Literary articles.

என்று ஆங்கிலத்தில் ஓர் அறிவிப்பு இடம் பெற்றுள்ளது. இதன் மூலம் பத்திரிகையின் ஆசிரியர் பாரதி, மாதர் முன்னேற்றத்திற்கான 'சக்கரவர்த்தினி' பத்திரிகையில் மாதர்களின் எழுத்துக்களே பெரிதும் இடம்பெற வேண்டும் என்று விரும்பிய உண்மை புலப்படுகின்றது.

இந்த அறிவிப்பின் கீழ் மீண்டும் ஆங்கிலத்தில் "WANTED" என்ற தலைப்பில் ஓர் அறிவிப்பு இடம்பெற்றுள்ளது. "அடுத்த மாதத்தி லிருந்து அழகிய அபிவிருத்திகளைப் பெறவிருக்கும் 'சக்கரவர்த்தினி' என்ற இந்தத் தனிச் சிறப்புமிக்க மாதர் சஞ்சிகைக்குச் சந்தா செலுத்த 2000க்கு மேற்பட்ட நபர்கள் தேவை. எமது வாசகர்களுக்கு மேலும் மகிழ்ச்சியையும், மனோ மேன்மையையும் வழங்க முயலும் எமது முயற்சிக்கு எமது வாசகர்கள் சாத்தியமான சகல வழிகளிலும் எமக்கு உதவுவார்கள் என்று நாங்கள் உறுதியாக நம்புகிறோம்" என்று பொருள்படும் ஆங்கில வாசகங்கள் அறிவிப்பில் இடம்பெற்றுள்ளன.

பத்திரிகையின் சந்தாதாரர்கள் எவ்வளவு, அச்சிட்டு விற்பனையான பிரதிகள் எத்தனை என்ற விவரங்கள் நமக்குத் தெரியவராவிட்டாலும், மேற்கண்ட அறிவிப்பின் மூலம் பத்திரிகைக்கு இரண்டாயிரத்துக்கு

மேற்பட்ட சந்தாதாரர்களைச் சேர்க்க வேண்டும் என்ற குறிக்கோள் பத்திரிகை ஆசிரியருக்கும், அதிபருக்கும் இருந்திருக்கிறது என்பது நமக்குத் தெரியவருகிறது.

இந்த அறிவிப்புக்குக் கீழ், 24 x 16 செ.மீ. அளவும், பத்திரிகையில் இடம்பெறும் விஷயங்களுக்கு மட்டுமே 24 பக்கமும் கொண்ட இந்தப் பத்திரிகையின் 'சந்தா விவரம்' இடம்பெற்றுள்ளது. இதன் மூலம் பத்திரிகையின் ஆண்டுச் சந்தா ரூபாய் இரண்டு என்றும், ஆறு மாதச் சந்தா ஒரு ரூபாய் இரண்டு அணா என்றும், தனிப்பிரதியின் விலை மூன்று அணா என்றும், "சிங்கப்பூர் பினாங்கு முதலிய இடங்களுக்கு" ஆண்டுச் சந்தா விகிதம் இரண்டரை ரூபாய் என்றும் நிர்ணயிக்கப் பட்டிருந்த விவரம் தெரியவருகிறது. சந்தா விவரத்துக்கு அடியில் பத்திரிகை அலுவலகத்தின் விலாசம்,

நெ.100, வீரராகவ முதலித் தெரு,

திருவல்லிக்கேணி, சென்னை.

எனக் குறிப்பிடப்பட்டுள்ளது. வீரராகவ முதலித்தெரு என்பது இப்போது சென்னை திருவல்லிக்கேணியில் பொதுவாகப் 'பெரிய தெரு' எனக் கூறப்பட்டுவரும் வீதியாகும்.

தலையங்கங்கள்

தலையங்கப் பக்கத்தில் 'சக்கரவர்த்தினி' என்ற மகுடத்தலைப் பின் கீழ்,

"பெண்மை யறிவுயரப் பீடோங்கும் பெண்மைதான்
ஒண்மையுற வோங்கும் உலகு"

என்ற ஈரடிக் குறட்பா பத்திரிகையின் லட்சிய கோஷம் போல் ஒவ்வோர் இதழிலும் அச்சிடப் பெற்றுள்ளது. 'பெண்களின் அறிவு உயர்ந்தால் பெருமிதம் தோன்றும்; பெண்கள் சிறந்தொளிர்ந்தால் உலகமே சிறந்தோங்கும்' என்ற கருத்துக் கொண்ட இந்தக் குறட்பாவைப் பாரதியே இயற்றியிருக்கக் கூடும் என்று தோன்றுகிறது.

கிடைத்த இதழ்கள் இரண்டிலும் முதற் பக்கம் தொடங்கி எழுதப்பட்டுள்ள பத்திராதிபரின் (ஆசிரியரின்) தலையங்கங்களும் சரி, உள்ளே இடம் பெற்றுள்ள கதைகள், கட்டுரைகள், நாடகங்கள் முதலியனவும் சரி, "மாதர்களின் அபிவிருத்தியே நோக்கம்" என்ற பத்திரிகையின் குறிக்கோளுக்கு இசைந்தனவாகவே உள்ளன.

1906 ஜூலை மாத இதழில் "காதல்" என்பதே தலையங்கத்தின் தலைப்பு. மூன்று முழுப் பக்கங்கள் அளவுள்ள இந்தத் தலையங்கக் கட்டுரையில், காதல், கற்புடைமை, குடும்ப நலம் என்ற மூன்று பகுதிகளில் பாரதி தான் கூறவந்த விஷயத்தை விவரித்து எழுதியுள்ளான். முதற் பகுதியில், "அறிவு சம்பந்தப்படாத வெறும் உடலாசை 'காதல்' அல்லது 'பிரேமை' என்று சொல்வதற்குத் தகுதியுடைய தில்லை" என்பதை விளக்கிக் கூறிவிட்டு, உடற் காதலை'க் காட்டிலும் உயிர்க் காதலே சிறந்தது என்று கூறுகிறான். மேலும் ஆண் பெண்பாலர்கள் காதல் விஷயத்திலும் உயர்வு பெறுவதற்குக் கல்வியறிவு அவசியம் என்று வலியுறுத்திப் பின்வருமாறு எழுதுகிறான்: "பொதுவாக எல்லாத் தேசங்களிலும் கல்வித் தேர்ச்சி பெற்றிருக்கும் புமான்களும்கூட, 'உடற் காதல்' பாராட்டும் தன்மை யுடையவராயிருக்கின்றார்களே யல்லாமல் 'உயிர்க் காதல்' பாராட்டும் நிலைமைக்கு வரவில்லை. இப்படி யெல்லாமிருந்த போதிலும், ஆண்களும் பெண்களும் மற்ற விஷயங் களைப் போலவே காதல் விஷயத்திலும் உயர்ந்த இயற்கை பெறுவதற்கு நன்னெறிப்பட்ட கல்வியொன்றைத் தவிர வேறுவழி யாதொன்றும் இருப்பதாக நமக்குத் தோன்றவில்லை."

அடுத்து வரும் 'கற்புடைமை' என்ற உப தலைப்பின் கீழ் பாரதி இவ்வாறு எழுதுகிறான்.

"மேற்கூறி வந்ததிலிருந்து உடற் பிரேமையைக் காட்டிலும் அறிவுப் பிரேமை விசேஷமானதென்றும் அறிவுப் பிரேமையைக் காட்டிலும் 'உயிர்க் காதல்' அல்லது 'ஆத்மப் பிரேமை' சிறந்ததென்றும் இனிது விளங்கும். இந்த ஆத்மப் பிரேமையைத்தான் கற்புடைமை என்று சொல்கிறார்கள். இந்த உயிர்க் காதல் எவ்வாறு ஏற்படுகிற தென்பதை ஊஹித்துச் சொல்வது கஷ்டமாக இருக்கிறது. ஒருவேளை உடல், அறிவு என்பவை இதற்கு ஒரு விதமான பாதையாக இருக்கலாம். ஆனால் உடலொருமிப்பு, அறிவொருமிப்பு என்பவற்றால் ஆத்மக் காதல் முற்றிலும் ஏற்பட்டு விடாதென்பதைப் பற்றிச் சந்தேகமே கிடையாது. ஸாவித்ரி, ஸீதை, சகுந்தலை முதலிய பெண்களின் சரிதை களையும், ராமன் முதலிய ஆண்களின் சரிதைகளையும் கேட்கும்போது, இத்தகையோர்களுக்கு இம்மாதிரி மனப்போக்கு எவ்விதமாக ஏற்பட்டதென்று நினைத்து நினைத்து மிகுந்த ஆச்சரியமுண்டாகிறது ... இம்மாதிரியான கற்புடைமை இத்தேசத்துப் பெண்களுக்கு என்றும் ஒரு சிறந்த பூஷணமாக விளங்கி நின்றமை நமது நாட்டிற்கே ஒரு பெருமை ஆகும். ஆனால் நமது நாட்டு ஆண்களுக்கு இவ்வருமையான மனநிலை அதிகமாக புராதன காலத்தில் இருந்ததென்றேனும், இப்போது

இருக்கின்றதென்றேனும் நினைக்க இடமில்லை. ஏககாலத்தில் ஒரு மனிதன் இரண்டு மூன்று ஸ்திரீகளை விவாகம் செய்துகொள்ளலாமென்ற விதி முற்காலத்திலே இருந்ததாகத் தெரிகிறது. இக்காலத்திலும் மேற்கண்ட விதி முற்றிலும் மாறிவிட்டதாகத் தோன்றவில்லை. இது நமது தேசத்திற்கும் பெரிய அவமானமென்று நாம் உறுதியாக நம்புகிறோம்... பெண்களுக்கு கற்பு நிலை எத்தனை அவசியமோ அத்தனை ஆண்களுக்கு அவசியமில்லை என்று நினைப்பதைப் போல் மூடத்தனம் வேறு கிடையாது. வண்டியிழுக்கும் மாடுகளிலே ஒரு மாடு காலொடிந்து கண் தெரியாமலிருக்கும் பக்ஷத்தில் மற்றொரு மாடு எவ்வளவு நன்றாக இருந்தும் என்ன பிரயோஜனம்? ஆண்கள் ஒருவிதமான கட்டுப்பாடு இல்லாமலிருக்கும் நாட்டிலே பெண்கள் நன்னெறியிலே நிற்பது சாத்தியமில்லையென்பது மஹா மூடனுக்குக்கூட எளிதில் விளங்கக் கூடும்..."

இதன்பின், 'குடும்ப நலம்' என்ற இறுதிப் பகுதியில் பாரதி இவ்வாறு எழுதுகிறான்:

"இயற்கையிலேயே உண்மைக் காதல் ஏற்படுவதென்பது மனிதனது இஷ்டத்தைப் பொறுத்ததன்று என்ற போதிலும் கிரக க்ஷேமாபிவிருத்தியின் பொருட்டு, ஒன்று சேர்ந்திருக்கும் கணவனும் மனைவியும் தம்மால் கூடியவரை ஒருவருக்கொருவர் ஹிதம் தேடுதல் அவர்களின் கடமையாகும். இன்சொல், வெடுவெடுப்பில்லாமை, சிறிய துன்பங்களால் மனக் குழப்பமடைந்துவிடாதிருக்கும் திறமை, மற்ற உயிர்களுக்கு இயன்றவரை கஷ்டமேற்படுத்தாமலிருக்கவேண்டுமென்ற ஆசை என்பவை இருக்குமானால், எத்தனையோ ஹிதம் உண்டாகக்கூடும். மேற்படி நற்குணங்கள் எல்லோராலும் பயின்று கொள்ளத்தக்கவை. தாய் தந்தையர்கள் தமது குழந்தைகளுக்குச் சிறுபிராய முதலே அவ்வித நற்குணங்கள் ஏற்படுமாறு பழக்க வேண்டும். நாம் இதை வெறும் பள்ளிக்கூடப் பாடமாகச் சிலர் படிக்க வேண்டுமென்ற நோக்கத்துடன் எழுதவில்லை. இதனை முழு மனதுடன் படித்து அது நமது நாட்டவரின் தினசரி அனுபவத்தில் சேர்ந்துவிட வேண்டுமென்பது நமது நோக்கம். கற்புடைய மங்கையர் மட்டுமேயல்லாமல் கற்புடைய புமான்களும் இந்நாட்டில் பெருகி நிற்க வேண்டுமென்ற ஆசை நமது நெஞ்சிலே நிரம்பிக் கிடக்கிறது."

காதல் பற்றிய மேற்கூறிய தலையங்கத்திலிருந்து, காதல் என்பதைப் பாரதி எவ்வாறு புரிந்து கொண்டிருந்தான் என்பதையும், கற்புடைமை என்பதற்கு என்ன விளக்கம் கொண்டிருந்தான் என்பதையும் நாம் புரிந்து கொள்ள முடிகிறது.

கற்பு நிலையென்று சொல்ல வந்தார் - இரு
கட்சிக்கும் அஃது பொதுவில் வைப்போம்"

(பெண் விடுதலைக் கும்மி - 5)

என்றும்,

"ஆணெல்லாம் கற்பைவிட்டுத் தவறு செய்தால்
அப்போது பெண்மையும்கற் பழிந்தி டாதோ?
நாணற்ற வார்த்தையன்றோ? வீட்டைச் சுட்டால்
நலமான கூரையும்தான் எரிந்தி டாதோ?"

(பாரதி அறுபத்தாறு - 56)

என்றும் அவன் பின்னால் பாடிய பாடல்களுக்கான கருத்துக்கள் அவன் நெஞ்சில் முன்பே உருப்பெற்று நிலைத்திருந்த கருத்துக்கள்தான் என்பதையும் நாம் இந்தத் தலையங்கத்திலிருந்து தெரிந்துகொள்ள முடிகிறது.

1906 ஆகஸ்டு மாதத்தில் வெளிவந்த 'சக்கரவர்த்தினி' இதழில் அதன் எண் தொகுதி 2, பகுதி 1 என்று குறிப்பிடப்பட்டுள்ளதால், இந்த இதழ் அப்பத்திரிகையின் இரண்டாம் ஆண்டின் முதல் இதழாகும். எனவே இயல்பாகவே இந்த இதழில் பாரதி தான் ஆசிரியப் பதவி வகித்து வந்த பத்திரிகையின் கடந்த ஆண்டுச் சாதனையையும் புத்தாண்டின் நம்பிக்கையையும் குறித்தே "நமது பத்திரிகையின் அபிவிருத்தி" என்ற தலையங்கத்தை எழுதியுள்ளான். அத்தலையங்கம் பின்வருமாறு:

"நமது சக்கரவர்த்தினிக்கு இரண்டாம் வயது பிறந்து விட்டது. இவள் தமிழ்நாட்டு ஜனங்களின் மன அரசின்மீது சிறிது சிறிதாகத் தனது ஆட்சியைப் பெருக்கி வருகின்றாள். நாம் எதிர்பார்த்த அளவு இவள் அரசு பரவி நிற்கவில்லை என்ற போதிலும், இவ் வருஷத்தில் இவளது புகழும் வல்லமையும் அதிகப்படுமென்பதற்குப் பல நற்சின்னங்கள் புலப்படுகின்றன. பண்டிதை அசலாம்பிகை, ஸ்ரீ ஜி.சுப்பிரமணிய அய்யர் முதலிய சிற்சில பண்டிதைகளும் பண்டிதர்களும் நமது 'சக்கரவர்த்தினி'க்குத் திறை செலுத்தியிருக்கின்றார்களாயினும், மற்றவர்கள் இன்னும் கப்பம் கொண்டு வராமலேயிருக்கிறார்கள். ராஜாக்கள், ஜமீந்தார்கள் முதலிய பிரபுக்களெல்லாம் சக்கரவர்த்தினியை ஆதரவு செய்ய முன்வந்திருப்பதை மிகவும் மகிழ்ச்சியுடன் அறிவிக்கிறோம். ஆனால் இன்னும் சில முக்கிய ஜமீந்தார்கள் 'சக்ரவர்த்தினி'யை மறந்திருப்பது நியாயமில்லையென்பதை அவர்களுக்கு அறிவுறுத்த விரும்புகிறோம். மேலும், தமிழ் நாட்டுப் பெண்மணிகளின் சீரையும் சிறப்பையும் அறிவு நலத்தையும் அபிவிருத்திபுரிவதே பெரு நோக்கமாகக் கொண்ட இப்பத்திரிகை விஷயத்தில் மாதர்கள் நாம் விரும்பியபடி சிரத்தையெடுக்காமை பற்றி

அவர்களிடம் நாம் குற்றம் கூறச் சுதந்திரம் பெற்றிருக்கின்றோம். நமது பத்திரிகையைப் படிக்கும் மாதர்களிலே பலர் இதற்குச் சிறிய உபந்யாசங்கள், கதைகள், பாடல்கள், நாட்டு வர்த்தமானங்கள், சந்தேகங்கள் முதலியன எழுதியனுப்ப வேண்டுமென்பது வற்புறுத்திக் கேட்டுக்கொள்கிறோம். இதுவரை இப்பத்திரிகையிலே மாதர்கள் அனுப்பி விஷயங்கள் அதிகமாக இல்லாது போயினமை அதிருப்திக் கிடமாயிருக்கின்றது.

"நமது பத்திரிகையின் முதற் பக்கத்திலே மாதந்தோறும் எழுதப்பட்டிருக்கும் குறளை நேயர்கள் கவனித்திருப்பார்களென்றே நம்புகிறோம்.

"பெண்மை யறிவோங்கப் பீடுயரும்; பெண்மைதான்
ஒண்மையுற வோங்கும் உலகு"

"அறிவின் வளர்ச்சியினாலே பெண்மைக்குச் சிறப்புண்டாகும். பெண்மை பெருமையுடன் கலந்தவிடத்து அந்நாடு சிறப்புடையதாகும் என்பது பொருள்.

"இதைத் தமிழ் நாட்டார் நன்கு மனங் கொண்டிருப்பதாகத் தோன்றவில்லை. 'சக்கரவர்த்தினி' பத்திரிகையின் இரண்டாம் வருஷ முடிவில் நாம் தமிழ் நாட்டார் இங்கே கூறியிருக்கும், சிறு குறைகள் கூட மீண்டும் சொல்ல இடமில்லாமல் இதனிடத்தே உரிய அளவு அன்பும் அவாவும் செலுத்துவார்கள் என எதிர்பார்க்கிறோம்.

"எம்மால் இயன்ற அளவு இப்பத்திரிகையைப் படிப்போருக்கு இனிமையும் பயனும் உண்டாக்கத் தக்கவாறு முயற்சி புரிந்திருக் கின்றோம். இனி அம்முயற்சியைப் பதின் மடங்கு செய்ய நிச்சயித்திருக் கின்றோம். நேயர்களும் தமது உதவியையும் அனுதாபத்தையும் நூறு மடங்காகப் புரிய முற்படுதல் வேண்டும்."

இந்தத் தலையங்கத்திலிருந்து "சக்கரவர்த்தினி" பத்திரிகை அதன் முதலாண்டில் அதன் கர்த்தாக்கள் எதிர்பார்த்த அளவுக்குப் பரவலாக வினியோகம் ஆகவில்லை என்றும், முதலாண்டில் ஜி.சுப்ரமணிய அய்யர், பண்டிதை அசலாம்பிகை போன்றோர் விஷயதானம் செய்து வந்திருக்கிறார்கள் என்றும், சில பிரபுக்களும் ஜமீந்தார்களும்கூட அதற்குச் சந்தாவோ நன்கொடையோ வழங்கி உதவியிருக்கிறார்கள் என்றும் நாம் தெரிந்துகொள்கிறோம். அதே சமயம் பெண்களுக்காக நடத்தப்பெறும் பத்திரிகையில் பெண்களே பெரிதும் பங்கெடுக்க வேண்டும் என்றும், அவர்களது பிரச்சினைகளையும் சந்தேகங்களையும் அவர்கள் அப்பத்திரிகைக்கு எழுதியனுப்ப வேண்டுமென்றும் பாரதி விரும்பியிருக்கிறான் என்பதும் இந்தத் தலையங்கத்திலிருந்து நமக்குத் தெரியவருகிறது.

பாரதியின் எழுத்தோவியங்கள்

எனக்குக் கிட்டிய இரு இதழ்களிலும் தலையங்கத்தைத் தவிர, ஒவ்வோர் இதழிலும் பாரதி தனது படைப்புக்கள் ஒவ்வொன்றே இடம் பெறுமாறு பார்த்துக் கொண்டிருக்கிறான். பத்திரிகையின் பெரும் பகுதிப் பக்கங்களைத் தானே ஆக்கிரமித்துக் கொண்டுவிடாமல், அதிகமான பக்கங்களை ஏனைய எழுத்தாளர்களின் கதை, கட்டுரை, நாடகம், பாடல் முதலியவற்றுக்கே ஒதுக்கியிருக்கிறான்.

ஜூலை (1906 மாத இதழில் பாரதி 'சக்கரவர்த்தினி'ப் பத்திரிகையில் தொடர்ச்சியாக எழுதி வந்துள்ள "துளசி பாய் சரித்திரம்" என்ற நெடுங்கதையின் இறுதிப் பகுதி இடம் பெற்றிருக்கிறது. இதனை அவன், 'ஷெல்லிதாஸ்' என்ற புனை பெயரில் எழுதியிருக்கிறான். 'ஷெல்லிதாசன்' என்ற புனைபெயரில் பாரதி ஆரம்ப காலத்தில் எழுதி வந்தான் என்று பாரதி வரலாற்றாசிரியர்கள் பலரும் குறிப்பிட்டுள்ளனர். ஆனால் இதற்கு ஆதாரமாக அவர்கள் எந்தச் சான்றையும் குறிப்பிட்டதில்லை. எனினும், 'சக்கரவர்த்தினி' ஜூலை 1906) இதழ் மூலம் அவன் இந்தப் புனைபெயரில் எழுதி வந்ததற்கான முதற் சான்று நமக்குக் கிடைத்துள்ளது என்றே கூறலாம்.

இரண்டு பக்கமேயுள்ள இறுதிப் பகுதி மட்டுமே இந்த இதழில் இருப்பதால், 'துளசிபாய் சரித்திர'த்தின் முழுக்கதை என்ன, அது இதற்குமுன் எத்தனை இதழ்களில் வெளிவந்துள்ளது என்ற விவரங்கள் நமக்குத் தெரியவில்லை. எனினும், கிடைத்துள்ள பகுதியைக்கொண்டு பார்க்கும்போது, இது ஒரு சரித்திரக் கதை அல்லது சரித்திரம் தழுவிய கதை என்றும், துளசிபாய் என்ற ராஜபுத்திரவம்சப் பெண்மணிக்கும், அப்பஸ்கான் என்ற முஸ்லிம் வீரனுக்கும் இடையே மலர்ந்த காதல் பற்றிய கதை என்றும் தெரிகிறது. நமக்குக் கிடைத்துள்ள இறுதிப் பகுதி. இருவேறு மதங்களைச் சேர்ந்த இந்த இளம் காதலர்களிடையே மலர்ந்த காதல், தோல்வியுற்று நிராசையாக முடியாமல், இருவரும் ஒன்று கூடிய நிகழ்ச்சியோடு மங்களகரமாகவே முடிகிறது.

ஒருவரையொருவர் பகைத்துக்கொண்டிருந்த இந்து சமயத்தைச் சேர்ந்த ராஜபுத்திர வம்சத்தில் பிறந்த ஒரு பெண்ணுக்கும், இஸ்லாமிய சமயத்தைச் சேர்ந்த ஒரு முகம்மதிய வாலிபனுக்கும் இடையே காதல் பிறந்ததும், இறுதியில் அந்த ராஜபுத்திரப் பெண்மணி அவனையே மணம்புரிந்து கொள்ளவேண்டும் எனத் தீர்மானித்ததும் எவ்வாறு நிகழ்ந்தன என்று கூறும்போது பாரதி பின்வருமாறு எழுதுகிறான்:

"இந்தச் சிறுகதையைப் படிப்போர்களுக்கு இது சிறிது ஆச்சரிய மாகத் தோன்றக்கூடும். பரம்பரையாக மகமதியத் துவேஷிகளான

மஹாவீரர்களின் குலத்திலே ஜனித்த துளசி தேவிக்கு அவளது ரத்தத்திலே மகமதிய வெறுப்பு கலந்திருந்தது. உறக்கத்திலேகூட மகமதிய னொருவனைக் கொலைபுரிவதாகக் கனவு காணக்கூடிய ஜாதியிலே பிறந்த இந்த வீர கன்னிகை மகமதியனை விவாகம் செய்து கொள்ளலா மென்று நிச்சயிப்பது அசம்பாவிதமென்று நினைக்கக்கூடும். ஆனால் அப்படி நினைப்பவர்கள் காதலின் இயற்கையை அறியாதவர்கள். காதல் குலப் பகைமையை அறியமாட்டாது. காதல் மதவிரோதங்களை அறியமாட்டாது. காதல் ஜாதி பேதத்தை மறந்துவிடும். காம தெய்வத்தின் உபாஸகர்கள் 'அத்வைதிகளே'யல்லாமல் 'துவைதி'களல்ல; தன்னை ஒருமுறை கொள்ளைக்காரர்களிடமிருந்தும் காப்பாற்றி, அதற்கப்பாலும் கூட தன்னைப் பலவந்தமாக அபஹரித்துக்கொள்ள வேண்டுமென்ற நோக்கம் சிறிதேனுமற்று விளங்குபவனாகிய மகமதிய குமாரனது வாலிபத்தையும், வீரத்தன்மையையும், லாவணியத்தையும், பெருந் தன்மையையும் நினைக்க நினைக்க அவனது மனம் உருகிப்போய் விட்டது. ஜாதியாசாரம், மதத் துவேஷம் என்பவையெல்லாம் அழிந்து போய்விட்டன. மேலும், டெல்லி நகரத்தில் அக்பர் சக்ரவர்த்திக்கும் அவரது முக்கியப் படைத்தலைவர்களுக்கும் அநேக ராஜபுத்திர முடி மன்னர்கள் தமது பெண்களை விவாகம் செய்துகொடுத்திருக் கிறார்களென்ற வதந்திகள் அவள் காதிலே விழுந்திருக்கின்றன. அதெல்லாம் இப்போது ஞாபகத்துக்கு வந்துவிட்டது. சமயத்திற்குத் தக்கபடி அனுகூலமான காரியங்களும் அனுகூலமான விவகாரங்களும் நினைப்பிற்கு வருவது சகஜந்தானல்லவா?"

இந்தக் குறிப்பிலிருந்து ஜாதிவிட்டு வேறு ஜாதியில் திருமணம் செய்யும் கலப்புத் திருமணத்தை மட்டுமல்லாது, மதம்விட்டு வேறு மதத்தில் திருமணம் செய்யும் கலப்புத் திருமணத்தையும் பாரதி ஆதரித்திருக்கிறான் என்பதையும், மேலும், வங்காளப் பிரிவினை நடந்துமுடிந்த சில மாதங்களில் எழுதத் தொடங்கிய இந்தக் கதையில் பாரதி இந்து - முஸ்லிம் ஒற்றுமையையும் மறைமுகமாக வலியுறுத்தி யிருக்கிறான் என்பதையும் நாம் தெரிந்துகொள்கிறோம்.

1906 ஆகஸ்டு இதழில் பாரதி 'ராஜாராம் மோஹன ராயர்' என்ற தலைப்பில் அவரைப்பற்றி நான்கு பக்கக் கட்டுரையொன்றை எழுதியிருக்கிறான்.

"இந்நாட்டு மாதர்களின் அபிவிருத்தியின் பொருட்டாக முதல் முதல் பாடுபட்ட மஹான் ராஜாராம் மோஹன ராயரென்பவர்" என்று தொடங்கும் இந்தக் கட்டுரையில், பாரதி ராஜாராம் மோகன்ராயின் பிரம்மஞான தத்துவம் பற்றிச் சுருக்கமாகக் கூறிவிட்டு, அவரது சீர்திருத்தப் பணியையே பெரிதும் வலியுறுத்தி எழுதியிருக்கிறான்.

கட்டுரையின் ஆரம்பத்தில், "ராஜாராம் மோஹனர் விக்கிரக ஆராதனை முதலிய சில விஷயங்களில் சாதாரண அபிப்பிராயத்தினின்றும் மாறுபட்டிருந்தமை அவருக்குப் புகழ்ச்சியேயாகுமன்றிக் குறைவாக மாட்டாது" என்று குறிப்பிட்ட பாரதி, இதனை நியாயப்படுத்துவது போல் கட்டுரையின் பிற்பகுதியில் இவ்வாறு எழுதுகிறான்:

"ராம் மோஹன சூரியன் பெங்காளத்திலே உதித்தபோது இத்தேசம் பேரிருளில் மூழ்கிக் கிடந்தது.

"கண்ணால் பார்க்கவும் மனத்தால் நினைக்கவும் அருவருப்புத் தரக்கூடியனவாகிய விக்கிரகங்கள் வணங்கப்பட்டன. ஐயோ! நாம் முதன்முறை காசியிலே ஓர் பெங்காளிக் கூட்டத்தார் தொழுகின்ற பொம்மையைப் பார்த்தோம். கரேலென்ற உருவமும், இரத்த நிறங் கொண்ட விழிகளும், பேய் கண்டாலும் அஞ்சக்கூடிய பற்களும், சரியாக ஒன்றரை முழம் கீழே தள்ளியிருக்கும் நாக்கும் பார்த்தவுடன் எம்மையறியாமல் எமதுடலம் பதறத் தொடங்கிற்று. இந்தக் கருங்காலிப் பொம்மையின் காலடியில் ஓர் ஆணுருவம் கிடந்தது. அதன் மீது இக்கரும்பேய் உண்மையாகவே நடனஞ் செய்வதுபோல் எமக்குத் தோன்றியது.

"இக் காளிப்பொம்மையின் முன்பு நூற்றுக்கணக்கான எருமைகள் வரிசையாக வெட்டுண்டன. வடநாட்டெருமைகள் இந்நாட்டெருமை களினும் மிகப்பெரிய வடிவமுள்ளன. எங்கே பார்த்தாலும் இரத்தமயமாயிருந்தது. நாம் கண்டு கண்ணை மூடிக்கொண்டு திரும்பிவிட்டோம். ஐயோ! ராம் மோஹனராயரும், கேசவ சந்திரரும் வாழ்ந்த நாட்டார் இன்னும் இப்பாதகச் செயல்களை நிறுத்தவில்லையே யென்று எமது மனம் பொங்கத் தொடங்கிவிட்டது.

"ராம் மோஹன ராயர் பிறந்த நாட்களில் இந்தப் பொம்மை வணக்கத்தினும் அதிபாதகச் செயல்கள் பல நடைபெற்றன."

இதன்பின் ஸதி தகனம் என்ற உடன்கட்டையேறும் வழக்கத்தை ஒழிப்பதற்கு ராம் மோஹன ராய் பாடுபட்டது போன்ற செய்திகளை, பாரதி தொட்டுக் காட்டிவிட்டு, "தீமைப் பாதைகளிலிருந்து ஜனங்களுக்கு நல்வழி காட்டப் பிறந்தவர்" அவர் என்று அவரைப் பாராட்டி, தனது கட்டுரையைப் பின்வருமாறு முடிக்கிறான்:

"எனினும், ராம் மோஹனருடைய சுதேசத்தார் அவர் தகுதிக்குத் தக்கவாறுகூட அவரை நன்கு மதிக்கத் தவறிவிட்டார்கள்.

"ஊருக்கூர் ராம்மோஹனருடைய சிலை ஸ்தாபித்திருக்க வேண்டும்.

"எண்ணிறந்த ஸ்திரீ ஹத்தி புரிந்து, இத்தேசத்துக்கெல்லாம் அழிக்க முடியாத பெரும்பழி கொடுத்த ஸதிதஹனமென்னும் அரக்கனை

மதித்துக் கொல்லும் படியாக முதலிலே தூக்கப்பட்ட ராம் மோஹனரின் திருவடியை நாம் மறந்துவிட்டால் நமக்கு உய்வுண்டாமா?

"இத்தேசத்திலிருந்து ஒவ்வொரு பாஷையிலேயும் அவரது திருச்சரித்திரம் எழுதப்பட்டு அதனை ஒவ்வொரு வீட்டிலும் வைத்திருக்க வேண்டாமா?"

இவ்வாறு ராம்மோகன் ராயின் புகழைப் பாராட்டி எழுதியுள்ள பாரதி, அவரிடம் தான் கண்ட ஒரு குறைபாட்டையும் சுட்டிக்காட்டத் தவறவில்லை. மேற்கண்டவாறு அவரைப் பாராட்டி எழுதுவதற்கு முன்பு அவன் பின்வருமாறு எழுதியுள்ளான்.:

"ஸ்ரீ புத்தப் பெருமான், சங்கராச்சாரியார், கிறிஸ்து யேசு முதலியவர்களைப்போல அத்தனை உயர்ந்த நிலைமையில் ராம் மோஹனர் இருக்கவில்லை. ஜாதி சமயக் கட்டுக்களையெல்லாம் அவர் அறுத்து வெளியேறிய போதிலும், மரணக் காலத்தில் அவர் மார்பின் மீது பிராமணர்கள் போடுகிற முப்புரி நூல் தவழ்ந்துகொண்டிருந்ததாம். ஐயோ, பாவம்! இத்தேச ரக்ஷணையின் பொருட்டு முழு வீரனொரு வனையனுப்ப ஈசனுக்குக் கருணை பிறக்கவில்லை. கார்லைல் ஆசிரியர் ராம் மோஹனரைப் பற்றிப் பேசியிருப்பாராகின் பாதி வீரனென்று கூறியிருப்பார்."

இதன் மூலம் ராம் மோஹன்ராய் ஜாதி சமயக் கட்டுக்களை யெல்லாம் அறுத்து பிராமணீயத்தின் அர்த்தமற்ற போலிச் சடங்குகளையும் சம்பிரதாயங்களையும் கண்டனம் செய்து, பிரமஞானம் பேசிய போதிலும், அவர் தாம் அணிந்திருந்த பூணூலை மட்டும் களைந்தெறியவில்லை என்ற ரகசியம் அவரது மரண காலத்தில் வெளிப்பட்ட உண்மையை அறிந்து பாரதி மனம் கொதித்திருக்கிறான் என்று அறிகிறோம். மேலும், பிராமண குலத்தில் பிறந்த பாரதியும் இதற்கு முன்பே தனது பூணூலையும் களைந் தெறிந்திருந்தாலன்றி, ராம் மோஹனராயிடம் தான் கண்ட இந்தக் குற்றத்தை அவன் கண்டித்திருக்க முடியாது என்றும் நம்மால் ஊகிக்க முடிகிறது.

பாரதி காசியில் இருந்த காலத்திலேயே, "அந்தணருக்கேற்ற ஆசாரமின்றி, ... நியம் நிஷ்டை இல்லாது" கோட்டும் சட்டையும் தலையில் முண்டாசும் காலில் பூட்சும் அணிந்து திரிந்தான் என்றும், மேலும் அவன் மீசையும் கிராப்பும் வைத்திருந்தான் என்றும் இதனைக் கண்டு பாரதியின் அத்தை கணவர் கிருஷ்ண சிவன் வெறுப்படைந்தார் என்றும், பின்னர் அவர் பாரதியின் ஞானத்தைக் கண்டு அதிசயித்து,"அப்பனே! இவ்வளவு சிறுவயதில் உனக்கு இத்தனை ஞானம் ஏற்பட்டு விட்டது.

நாங்கள் வெறும் ஆஷாட பூதிகளே. எங்களுக்குத்தான் குடுமியும் வேதியர் வேஷமும் வேண்டும். உன்னைப்போல் உண்மையான மனமுடையவருக்குக் குடுமியும் வேண்டாம், பூணூலும் வேண்டாம்" என்று புகழ்ந்தார் என்றும் பாரதியின் மனைவி செல்லம்மா பாரதி எழுதுகிறார் (**பாரதியார் சரித்திரம்** - பக். 16-19). இதன் மூலம் பாரதி காசியில் இருந்த காலத்திலேயே தனது பூணூலைக் களைந்தெறிந்து விட்டான் என்றே நாம் துணிய முடிகிறது. பின்னர் அவன் புதுச்சேரியில் தனது ஹரிஜனச் சீடர் ரா.கனகலிங்கத்திற்குப் பூணூல் அணிவித்து, "இன்று முதல் நீ பிராமணன்" என்று கூறிய போதும்கூட, பாரதி பூணூல் அணிந்துகொண்டு, இந்தச் சடங்கைச் செய்துமுடித்ததாகக் குறிப்பில்லை (**என் குருநாதர் பாரதியார்** - ரா. கனகலிங்கம் - அத்தியாயம். 4). எனவே, பாரதி தான் காசியில் இருந்த காலத்தில் களைந்தெறிந்த பூணூலைப் பின்னர் எந்தக் காலத்திலும் திரும்பத் தரித்துக்கொண்டதில்லை என்றும் நாம் முடிவு கட்ட முடிகிறது.

ஏனையோர் எழுதியுள்ள விஷயங்கள்

1906 ஜூலை, ஆகஸ்டு மாதச் 'சக்கரவர்த்தினி' இதழ்களில் பாரதியின் படைப்புக்களைத் தவிர, மகேச குமார சர்மா (பங்கிம் சந்திரரின் 'ஆனந்த மடம்' நாவலைத் தமிழில் மொழிபெயர்த்தவர்), எஸ்.வி.ஸ்ரீனிவாஸ அய்யர், டி.வி.அய்யர், ஸாமி அய்யர், எஸ். ஸ்ரீனிவாச அய்யர், எல்.நாராயணசாமி அய்யர் ஆகியோரின் எழுத்துக்களும், மற்றும் பண்டிதை அசலாம்பிகை அம்மை, ஆர்.எஸ்.சுப்புலக்ஷ்மி அம்மை ஆகிய பெண் எழுத்தாளர்களின் எழுத்துக்களும் இடம் பெற்றுள்ளன. பாரதியே 1906 ஆகஸ்டு இதழ் தலையங்கத்தில் கூறியுள்ளபடி, மாதர் முன்னேற்றத்துக்காக நடத்தப்பெற்ற 'சக்கரவர்த்தினி'யில் மாதர்கள் எழுதிய எழுத்தோவியங்கள் மிகவும் குறைவாக இருந்திருக்கின்றன என்று தெரிய வருகிறது.

இவர்கள் எழுதியுள்ள விஷயங்கள் பெரும்பாலும் பத்திரிகையின் நோக்கமாகிய மாதர் முன்னேற்றத்தைக் கருத்தில்கொண்டு எழுதப் பட்டவையாகவே உள்ளன. உதாரணமாக, "பெண்மணிகளின் பரிதாபகரமான ஏலம்" என்ற தலைப்பில் டி.வி.அய்யாசாமி அய்யர் (ஜூலை இதழில்) எழுதியுள்ள கட்டுரை வரதட்சணைக் கொடுமையைக் கண்டித்து எழுதிய கட்டுரையாக விளங்குகிறது. "பெண்கள் அபிவிருத்தியடைவதின் அவசியத் தன்மை" என்ற தலைப்பில் (ஆகஸ்டு இதழில்) எஸ்.ஸ்ரீனிவாச அய்யர் எழுதியுள்ளது பெண் கல்வியை வலியுறுத்தி எழுதப்பட்ட கட்டுரையாகும். எஸ்.வி.ஸ்ரீனிவாச அய்யர் என்பவர் 'ராமதிலகம்' என்ற தலைப்பில் ஒரு தொடர் நாடகம் எழுதி வந்திருக்கிறார். இந்த நாடகம் ஷேக்ஸ்பியரின் 'ரோமியோ ஜூலியத்' நாடகத்தின் அப்பட்டமான தழுவல். அவ்வாறு குறிப்பிடப்

படவில்லையெனினும், ஜூலை, ஆகஸ்டு இதழ்களில் இடம் பெற்றுள்ள பகுதிகள் ஷேக்ஸ்பியரின் நாடகத்தில் ரோமியோவும் ஜூலியத்தும் சந்தித்து உரையாடும் அருமையான உப்பரிகைக் காட்சியின் அமைப்பையும் உரையாடலையும் அப்படியே தழுவியுள்ளன என்பது தெளிவு. நாடகாசிரியர் ரோமியோவை ராமாமிர்தமாகவும், ஜூலியத்தைத் திலகமாகவும் மாற்றி, தமது நாடகத்துக்கு ராம திலகம் என்று பெயர் சூட்டியிருக்கின்றார். மேலும் இந்த நாடகத்தில் கதாநாயகன் ராமாமிர்தத்தை வெள்ளாளப் பிள்ளைமார் குலத்தில் பிறந்தவனாகவும், கதாநாயகி திலகத்தை முதலியார் குலத்தில் பிறந்தவளாகவும், கொண்டிருப்பதன் மூலம் இந்த நாடகம் கலப்புத் திருமணத்தை ஆதரிக்கும் கருத்தை ஆதாரமாகக் கொண்டே எழுதப் பட்டிருக்கிறது என்றும் புலனாகிறது. "ஸதி" என்ற தலைப்பில் எல்.நாராயணசாமி அய்யர் எழுதி வந்துள்ள தொடர்கதையில், ஆகஸ்டு இதழில் இடம்பெற்றுள்ள கதைப்பகுதியும், கதையின் கருத்து பொருந்தா மணத்தையும் வரதட்சணைக் கொடுமையையும் கண்டிக்கும் விதமாகவே உள்ளது என்பதைத் தெளிவுபடுத்துகிறது. "சந்திரமதி என்ற தலைப்பில் மகேச குமார சர்மா உரையாடல் வடிவத்தில் எழுதியுள்ள கட்டுரை ஒன்றுதான் மாதர் முன்னேற்றக் கருத்து எதுவும் இல்லாமல் குடும்ப சுகாதாரம் பற்றிய கருத்தைத் தன்னுட் கொண்டதாக அமைந்துள்ளது. இந்தக் கதை, கட்டுரை, நாடகம் எல்லாமே "சக்கரவர்த்தினி"யில் தொடர் விஷயங்களாகவே வெளிவந்துள்ளன என்றும், கிடைத்த இதழ்களில் அவற்றின் சில பகுதிகளே இடம் பெற்றுள்ளன என்றும் தெரிகிறது. இவைபோக "கோழியும் முட்டையும்" என்ற தலைப்பில் தெய்வ பக்தியை வலியுறுத்தும் என்ற தலைப்பில் தெய்வ பக்தியை வலியுறுத்தும் கட்டுரை ஆசிரியர் பெயரில்லாமல் இடம் பெற்றிருக்கிறது. எனினும் இக்கட்டுரையின் அடியில் "ஜ-நி" என்ற குறிப்பு உள்ளதால், இது ஜனாபிமானி பத்திரிகையிலிருந்து எடுத்து மறுபிரசுரம் செய்யப்பட்ட கட்டுரையாக இருக்கலாம் என்று தோன்றுகிறது.

ஆடவர்கள் எழுதியுள்ள விஷயங்களைத் தவிர, ஜூலை இதழில் பண்டிதை அசலாம்பிகை அம்மாள் எழுதியுள்ள படித்த பெண்களினால் 'எய்தும் பயன்' என்ற தொடர்கட்டுரையின் இறுதிப்பகுதி இடம் பெற்றுள்ளது. இந்தக் கட்டுரை, 'பெண்கள் படித்தால் கெட்டுப்போய் விடுவார்கள்' என்ற போலி வாதத்தை மறுப்பதாகவும், கணவன் மனைவி இருவருக்கும் கல்வி எத்தனை அவசியம் என்பதை வலியுறுத்து வதாகவும் உள்ளது. அடுத்த பெண்மணியான ஆர்.எஸ். சுப்புலஷ்மி "பார்வதி சோயணம்" என்ற தலைப்பில் பாடியுள்ள அம்மானைப் பாடலில் "மன்மத தகனம்" என்ற பகுதி ஜூலை, ஆகஸ்டு ஆகிய இரு

இதழ்களிலும் இடம் பெற்றுள்ளது. இந்த அம்மானைப் பாட்டில் குறிப்பிடத்தக்கது ஒன்றுமில்லை; வழக்கமான அம்மானைப் பாட்டாகவே இது உள்ளது.

பொது வர்த்தமான குறிப்புக்கள்

'சக்கரவர்த்தினி' பத்திரிகையின் ஆசிரியர் என்ற முறையில், பாரதி பத்திரிகையின் இதழ்களில் புத்தக விமர்சனம், மற்றும் 'பொது வர்த்தமானங்கள்' என்ற தலைப்பில் செய்திக் குறிப்புக்கள் ஆகியவற்றையும் (தனது பெயரைக் குறிப்பிடாமல்) எழுதி வந்திருக்கிறான் என்றும் கிடைத்த இதழ்களிலிருந்து தெரியவருகிறது.

1906 ஜூலை மாத இதழில் புத்தக வரவு என்ற தலைப்பில் ஸ்ரீமதி ஆர்.எஸ்.சுப்புலஷ்மி எழுதியுள்ள "வால்மீகி ராமாயணப் பாட்டு" என்ற நூலுக்கும், எட்டயபுரம் ஸ்ரீலஸ்ரீ சிவஞான சுவாமிகள் எழுதியிருந்த 'இந்திய சக்கரவர்த்தியின் முடிசூட்டு வாழ்த்துப்பா' என்ற நூலுக்கும் பாரதி மதிப்புரை எழுதியிருக்கிறான்.

ஸ்ரீமதி சுப்புலஷ்மியின் நூலுக்கு அவன் எழுதியுள்ள மதிப்புரை வருமாறு:

"தமிழ்நாட்டு மாதர்கள் எத்தனையோ தலைமுறைகளாக மதப்பயிற்சியும், சன்மார்க்க நடையும் அடைவதற்கு முக்கிய ஆதாரங்களாக இருந்தவை, பாரத ராமாயண முதலிய புராதன சரித்திரங்களின் ஸாரத்தை எளிய நடையில் கொண்டனவாகிய வீட்டுப்பாடல்களேயென்பதை எல்லோரும் அறிவார்கள். பழைய காலத்து மாதர்கள் பள்ளிக்கூடங்களில் சென்று படிக்காவிடினும் மேற்கூறப்பட்ட பாடல்களே அவர்களுக்குக் கூடியவரை ஞான ஊற்றுக்களாக விளங்கின. கல்விப் பயிற்சியின் பொருட்டுப் பாடசாலை களுக்குச் செல்வோராகிய தற்காலத்துப் பெண்கள் இளமையிலிருந்தே வீட்டில் மேற்கூறப்பட்ட இனிய பாடல்களைக் கற்றுக்கொள்ள சாவகாசம் ஏற்படுகிறதில்லை. ஆதலால் மேற்படி பாடல்களை யாவரேனும் திரட்டிப் பிரசுரித்துக் கொடுப்பார்களாயின் அது மிகுந்த உபகாரச் செயலாகுமென்பதில் ஆக்ஷேபமில்லை. இதற்கிணங்கவே எழும்பூரிலுள்ள ஸ்ரீமத் ஆர்.வி.சுப்பிரமணிய அய்யரவர்களின் குமாரத்தியாகிய ஸ்ரீமதி ஆர்.எஸ்.சுப்புலக்ஷ்மி அம்மை "வால்மீகி ராமாயணப் பாட்டும், ஞான ராமாயணக் கப்பலும்" என்பதோர் சிறிய புஸ்தகம் பிரசுரித்து நமது பார்வைக்கு அனுப்பியிருக்கிறார். இந்தப் புத்தகம் தமிழ்நாட்டு மாதர்களுக்கு மிகவும் பயனுடையதாகுமென்பது எவருக்கும் இனிது விளங்கும்.

சிவஞான சுவாமிகளின் வாழ்த்துப்பாவுக்கு எழுதியுள்ள மதிப்புரை வருமாறு:

“எட்டயபுரம் ஸ்ரீலஸ்ரீ சிவஞான ஸ்வாமிகள் ‘இந்திய மன்னிறை முடிசூட்டு வாழ்த்துப்பா’ என்னும் நூலொன்றை நமது பார்வைக்கு அனுப்பியிருக்கிறார். எட்வர்ட் சக்ரவர்த்தியின் பட்டாபிஷேக சமயத்தையொட்டி மேற்படி ஸ்வாமிகளால் சுத்த தமிழ் நடையில் எழுதப்பட்டிருக்கும் இந்நூல் தமிழ்ப் புலவோருக்கு ஓர் பெருவிருந்தாக இருக்கும். இதில் ஆசிரியர் எடுத்துக்கொண்டிருக்கும் சிரமமும் சாமர்த்தியமும் மிகவும் பாராட்டத்தக்கவை.”

பத்திரிகையின் இறுதிப் பகுதியில், “பொது வர்த்தமானங்கள்” என்ற தலைப்பின்கீழ் அந்தந்த மாதத்திய செய்திக் குறிப்புக்கள் சில இடம்பெற்று வந்துள்ளன. பத்திரிகையின் ஆசிரியர் என்ற முறையில் இந்தக் குறிப்புக்களையும் பாரதியே எழுதியிருக்க வேண்டும் என்று தோன்றுகிறது. இந்தப் பகுதியில் இடம்பெற்றுள்ள செய்திகள் யாவும் ஏதாவதொரு விதத்தில் மாதர்களோடு சம்பந்தப்பட்ட செய்திகளாக மட்டுமே உள்ளன.

ஜுலை 1906 இதழில் ‘ஸ்ரீநகரம் இந்து காலேஜ்’ என்ற தலைப்பில், அன்னிபெஸன்ட் அம்மையாரின் ஆலோசனையின் பேரில் காஷ்மீர் மகாராஜா ஸ்ரீநகரில் ஒரு ஹிந்து கல்லூரி (ஸ்ரீ பிரதாப் காலேஜ்) கட்டுவிக்க அடிக்கல் நாட்டிய விஷயமும், அவ்வமயம் பெஸண்ட் அம்மையார் ஆற்றிய உரை பற்றிய சிறு குறிப்பும், ‘டிரெயினில் ஓர் இந்திய மாதை தொந்தரவு செய்த ஐரோப்பியன்’ என்ற தலைப்பில், இவ்வாறு தொந்தரவு செய்த ஐரோப்பியன் மீது நடந்த விசாரணை, அவனுக்கு வழங்கப்பட்ட தண்டனை பற்றிய சிறு குறிப்பும், ‘தர்பங்கா மகாராஜாவுக்கு ஏற்பட்ட துக்கம்’ என்ற தலைப்பில், அந்த மகாராஜாவின் இளைய பத்தினிக்கு இரட்டைப் பிள்ளைகள் பிறந்து இரண்டும் இறந்து போய்விட்டது பற்றிய செய்தியும், அடுத்து நேபாள மகாராஜாவுக்குப் பட்டத்துக் குமரனாக ஆண் குழந்தை பிறந்துள்ள செய்தியும், இதன் பின்னர் காசியிலுள்ள பெஸண்ட் அம்மையாரின் பெண் பாடசாலைக்குக் கோயமுத்தூரைச் சேர்ந்த மாரண்ணக் கவுண்டர் என்பவர் நன்கொடையளித்த செய்தியும், அடுத்து ‘ஹிந்து மாதர்களின் லாவணியமும் பயிற்சியும்’ என்ற தலைப்பில் இந்தியா முதலிய நாடுகளில் சுற்றுப்பயணம் செய்த பிரயான் என்ற அமெரிக்கர் ஒருவர் உலகத்தில் தாம் பார்த்த பெண்களுக்குள்ளே இந்து மாதரைக் காட்டிலும் நாகரிகம், அழகு, பயிற்சி முதலியவற்றில் சிறந்தவர்கள் யாரையும் கண்டதில்லை எனக் கல்கத்தாவில் உரையாற்றிய செய்தியும், பின்னர் வேல்ஸ் இளவரசி, சக்கரவர்த்தியின் படமொன்றை

அன்னிபெஸண்டுக்கு அனுப்பி அதனைத் தன் சார்பில் காசி இந்துக் கல்லூரிக்கு வழங்கக் கேட்டுக்கொண்டுள்ள செய்தியும், இறுதியாக இந்தியாவில் வைசிராயாக இருந்த லார்டு கர்சானின் மனைவி மரணம் அடைந்தது பற்றிய அனுதாபச் செய்தியும் இடம்பெற்றுள்ளன.

1906 ஆகஸ்டு இதழிலும் இதே போன்ற செய்திகளே இடம் பெற்றுள்ளன. உதாரணமாக, கொச்சி சமஸ்தானத்தில் பாதிரியார்கள் பெண்களுக்கெனப் புதிதாகத் தொடங்கியுள்ள பள்ளிக்கூடம், கவனகர் சமஸ்தானத்தில் ஒரு பெண் அனாதைப் பிள்ளைகள் விடுதி நடத்த நன்கொடை அளித்தது. கல்கத்தா 'உபாத்திமார் சங்கம்' இரு மாதர்களை மேற்கல்வி கற்று வருவதற்காக இங்கிலாந்துக்கு அனுப்பியது, பாலக்காட்டில் ஒரு மாதிரிப் பெண் பாலர் பள்ளி தொடங்குவதற்கான முயற்சி, வங்காளத்தில் 'ஸ்திரீகளின் உபாத்தியாயர் காலேஜை' பெத்யூன் காலேஜோடு இணைத்துவிட உத்தரவிட்டது, பம்பாயில் முந்தைய வருடம் நடந்த எல்.எம்.எஸ்.பட்டப் பரீட்சையில் நான்கு பெண்கள் தேர்வு பெற்றது, சென்னை வந்திருந்த சுவாமி அபேதானந்தர் ராமகிருஷ்ணா பெண்கள் பாடசாலையில் பெண்களுக்கு அறிவுரை கூறி ஆற்றிய சொற்பொழிவின் சுருக்கம், திருவல்லிக்கேணி பெண்கள் பாடசாலைக்கு, பார்த்தசாரதி அய்யங்கார் பத்தாயிரம் ரூபாய் நன்கொடை அளித்தது, தென்னிந்திய மாது ஒருவர் பம்பாயில் ஆற்றிய உரை பற்றி அமெரிக்கப் பத்திரிகையொன்று பிரஸ்தாபித்துள்ளது போன்ற செய்திகளே அடங்கியுள்ளன.

அரசியலுக்கு இடமிருந்ததா?

எனக்குக் கிட்டிய 'சக்கரவர்த்தினி' இதழ்களில் வெளிவந்துள்ள விஷயங்கள் பற்றி மேலே குறிப்பிட்டு வந்துள்ள விவரங்கள் அனைத்தும் அப்பத்திரிகையின் முதலும் முடிவுமான நோக்கம் மாதர் முன்னேற்றம் சம்பந்தப்பட்டதாகவே இருந்திருக்கிறது என்பதையே வலியுறுத்துகின்றன. அவ்வாறாயின் 'சக்கரவர்த்தினி'யின் ஆசிரியர் பொறுப்பை ஏற்றுக்கொண்ட ஆண்டிலேயே இந்திய அரசியலில் பெரும் ஈடுபாடு கொள்ள முனைந்துவிட்ட பாரதியின் அரசியல் கருத்துக்களுக்கு அப்பத்திரிகையில் இடமில்லையா என்ற கேள்வி எழுகிறது. ஆம், அவற்றுக்கு இடமில்லை என்பதே நமக்குப் பதிலாகவும் கிட்டுகிறது.

நாம் ஏற்கெனவே கூறியபடி பாரதி அந்தப் பத்திரிகையின் ஆசிரியரேயன்றி, உரிமையாளர் அல்ல. முதலாவதாக அவன் அதற்கு உரிமையாளராக இருந்திருந்தால், விக்டோரியா மகாராணியை நினைவூட்டும் 'சக்கரவர்த்தினி' என்ற பெயரையே அப்பத்திரிகைக்குப்

பெயராக வைத்திருக்க மாட்டான். எனவே, மாதர் முன்னேற்ற விஷயத்தில் தன்னோடு ஒத்த கருத்துக் கொண்ட ஒருவர், அந்த நோக்கத்துக்காக ஒரு பத்திரிகை தொடங்க முன்வந்தபோது, அந்த நோக்கத்துக்குத் தானும் பங்காற்றலாம் என்ற எண்ணத்தில்தான் அவன் அதன் ஆசிரியப் பொறுப்பை ஏற்றிருக்க வேண்டும். அரசியலைப் பொறுத்தவரையில், 'சக்கரவர்த்தினி' பத்திரிகையின் உரிமையாளரான பி.வைத்தியநாதய்யர் அரசியலில் ஈடுபாடு அற்றவராகவோ அல்லது பாரதியின் அரசியல் கருத்தை ஏற்றுக்கொள்ளாத மிதவாத அரசியல்வாதியாகவோ இருந்திருக்கலாம். எனவே, 'சுதேசமித்திரன்' பத்திரிகையில் இருந்ததைப் போலவே 'சக்கரவர்த்தினி' பத்திரிகையிலும் பாரதி அரசியல் விஷயத்தில் முழுமையான கருத்துச் சுதந்திரத்தைப் பெற்றிருக்க இயலவில்லை. இதனால் தனக்குக் கிட்டியிருந்த குறுகிய கருத்துச் சுதந்திர வரம்புக்குள் நின்றே அவன் 'சக்கரவர்த்தினி' பத்திரிகையில் அரசியல் சார்புகொண்ட தனது உணர்ச்சிகளை மிகவும் நாசூக்காகத் தெரிவிக்க நேர்ந்திருக்கிறது எனலாம்.

இதற்கு முந்தைய கட்டுரையில், 1905 நவம்பர் மாதத்தில் வெளிவந்த 'சக்கரவர்க்கினி' இதழில் பாரதியின் 'வந்தே மாதர கீத'த்தின் மொழிபெயர்ப்பும் அதற்கு முன்னுரையாக எழுதப்பட்ட கட்டுரையும் இடம் பெற்றிருந்தன என்ற செய்தியைப் பார்த்தோம். ஆயினும் அந்த முன்னுரை வந்தே மாதர கீதத்தின் வரலாற்றையும், அது பின்னர் வங்காளத்தில் செல்வாக்குப் பெற்ற தன்மையையும் கூறும் அளவில் நின்று கொண்டதே தவிர, பாரதியின் தீவிர அரசியல் சார்பைப் புலப்படுத்துவதாக இருக்கவில்லை. எனவே, 'சக்கரவர்த்தினி' பத்திரிகையில் பாரதி அரசியல் சார்பான தனது உணர்ச்சிகளை மிகவும் நளினமாகவும் சூசகமாகவும்தான் தெரிவிக்க நேர்ந்திருக்கிறது. இதனை நாம் ஏற்கெனவே குறிப்பிட்டுள்ள சிவஞான சுவாமிகளின் 'இந்திய சக்கரவர்த்தியின் முடிசூட்டு வாழ்த்துப்பா'வுக்கு அவன் எழுதிய மதிப்புரையிலேயே காணலாம். 1903ஆம் ஆண்டுத் தொடக்கத்தில் நடந்த இந்த ஆடம்பரமான முடிசூட்டு விழாவுக்குப் பின்னர்தான் பாரதியின் கவனம் தேசபக்தி மார்க்கத்தில் திரும்பியது என்று முன்னர் பார்த்தோம். எனவே இந்த முடிசூட்டு விழாவை வாழ்த்தி ஒரு வாழ்த்துப்பா பாடுவதே அவனுக்குப் பிடிக்காத விஷயமாக இருந்திருக்கலாம். எனினும் தான் பிறந்த ஊரைச் சேர்ந்த புலவர் ஒருவர் பாடிய பாட்டுக்கு லௌகிக மரியாதையைக் கருதி மதிப்புரை எழுத வந்த பாரதி, முடிசூட்டு விழாவைப் பற்றிய தனது கருத்து எதையும் நேரடியாகக் குறிப்பிடாமல், "சுத்தத் தமிழ்நடையில் எழுதப்பட்டிருக்கும் இந்நூல் தமிழ்ப் புலவோர்க்கு ஓர் பெருவிருந்தாக அமையும்" என்று கூறிவிட்டு, "இதில் ஆசிரியர் எடுத்துக்கொண்டிருக்கும் **சிரமமும் சாமர்த்தியமும்**

மிகவும் பாராட்டத் தக்கவை" என்று எழுதி, அந்த "முடிசூட்டு விழா"வைப் பாராட்டுவது என்றால் அதற்குச் சாமர்த்தியமும் வேண்டும், அது சிரமமும் கூட என்று உணர்த்துவதன் மூலம் மட்டுமே அவன் தனது உணர்ச்சியை வெளியிட நேர்ந்திருக்கிறது.

பாரதி அரசியல் சம்பந்தப்பட்ட தனது மன உணர்ச்சி எத்தனை நாசூக்காகச் 'சக்கரவர்த்தினி'யில் வெளியிட நேர்ந்திருக்கிறது என்பதை, இந்தியருக்கு இழைத்த அநீதி சம்பந்தமாக இரு வெள்ளைக்காரர்கள் மீது நடந்த வழக்குகளையும், அதற்கு 'இந்தியா' பத்திரிகையில் எழுதியுள்ள குறிப்பையும், 'சக்கரவர்த்தினி' பத்திரிகையில் எழுதியுள்ள குறிப்பையும் ஒப்புநோக்குவதன் மூலம் புரிந்துகொள்ளலாம்.

1907 ஜூலை 7ஆம் தேதியிட்ட 'இந்தியா' பத்திரிகையில் "மிஸ்டர் சார்ட்டர்டன் தண்டனையடைந்தமை" என்ற தலைப்பில் பாரதி பின்வருமாறு எழுதியுள்ளான்:

"சென்னை சித்திர கலாசாலை பிரின்ஸ்பாலாகிய மிஸ்டர் சார்ட்டர்டன் தாம் பைஸிக்கிள் விட்டுக்கொண்டுபோகும்போது எதிரே ஜாக்கிரதையாக வண்டி செலுத்திக் கொண்டு வராததின் பொருட்டு, அந்த வண்டிக்காரனை அடித்து, வண்டிக்குள்ளிருந்த யஜமானனையும் உதாஸீனமாகப் பேசிய கேஸ் நேயர்களுக்கு ஞாபகமிருக்கும். இந்தக் கேஸ் சேலம் ஜில்லா மாஜிஸ்ட்ரேட் முன்பு விசாரணையாகி மிஸ்டர் சாட்டர்டன்னுக்கு 3 ரூபாய் அபராதம் தண்டனையாக விதிக்கப்பட்டது - இவருடைய செய்கையின் தன்மையை நினைக்கும்போது, நமக்கு மிகுந்த வெறுப்புண்டாகிறது. இவ்வளவு தூரம் கல்வியும், அறிவும், புகழும் பெற்ற இவர் தனது வெள்ளைத்தோல் அகந்தையினால் எவ்வளவு இழிவான செய்கையைச் செய்துவிட்டார் பார்த்தீர்களா? வண்டிக்குள்ளிருந்த யஜமான் வெள்ளை மனிதனாக இருந்திருக்கும் பட்சத்தில் மிஸ்டர் சார்ட்டர்டன் அந்த வண்டிக்காரனை அடித்து யஜமானனையும் அக்கிரமமாகப் பேசியிருப்பாரா? கருப்பு மனிதன் ஒருவன், பைஸிக்கிளின் மீது ஏறிவரும் வெள்ளை தெய்வத்தைக் கண்டு சரியானபடி பயந்து ஒதுங்கி நடவாமல் இருந்து விட்டானே என்ற ஆக்கிரஹமல்லவா மிஸ்டர் சார்ட்டர்டன்னை இந்தப் பாடு படுத்திவிட்டது... இதை நெடுநாள் நம்மவர் பொறுத்துக் கொண்டிருப்பார் என்று தோன்றவில்லை. இவ்விஷயத்தில் கவர்மெண்டார் எச்சரிக்கையாய் இருப்பார்கள் என்று நம்புகிறோம். இது நிற்க, மிஸ்டர் சார்ட்டர்டன் கேஸ் சேலம் ஜில்லா மாஜிஸ்ட்ரேட் முன்பாக நடந்தபோது, சார்ட்டர்டன் ராஜாவைப் போல நாற்காலி போட்டு சாய்ந்து கொண்டிருந்தாராம். அருகே சேலம் கவர்மெண்டு நெசவுச் சாலை விசாரணைத் தலைவராகிய சுப்பிரமணிய

ஐயர் என்பவர் நின்றுகொண்டு, அவருக்கு கேஸ் சம்பந்தமான விஷயங்களைச் சொல்லிக் கொண்டிருந்தாரெனப்படுகிறது. சார்ட்டர்டன் வண்டிக்காரனை அக்கிரமமாக அடித்த கேஸின் விசாரணை நடக்கும் போது, அங்கே நின்றுகொண்டு சார்ட்டர்டன்னுக்குச் சேவைபுரிவதற்காகவர்மெண்டார் மேற்படி சுப்பிரமணிய அய்யருக்குச் சம்பளம் கொடுக்கிறார்கள்? தொழிற்சாலை விசாரணைக்காரராகிய மேற்படி அய்யருக்கு அந்தச் சமயத்தில் தனது வேலையைவிட்டு மிஸ்டர் சார்ட்டர்டன்னுடன் கோர்ட்டில் வந்து நிற்க என்ன அதிகாரமிருக்கிறது. கோர்ட்டார் சார்ட்டர்டன்னுக்கு விதித்த அபராதம் அவர் குற்றத்தை யோசிக்கும் பொருட்டு மிகவும் குறைவாகுமென்பது குழந்தைக்குக் கூடப் புலப்படுமாதலால் அதைப்பற்றி இங்கு விவரித்துப் பேச நமக்குப் பிரியமில்லை"

- (**பாரதி தரிசனம்** - 1. பக். 60-61)

இங்கு இந்திய வண்டிக்காரன் ஒருவனை வெள்ளைக்காரன் ஒருவன் அடித்துவிட்டான் என்ற செய்தியைக் கண்டு பாரதி எவ்வளவு ஆத்திரமும் ஆக்கிரோஷமும் கொண்டிருக்கிறான் என்பதையும், தனது எழுத்தின் மூலம் அந்த ஆத்திரத்தையும் ஆக்கிரோஷத்தையும் வாசகர்கள் மனத்திலும் எவ்வாறு எழுப்ப முயன்றிருக்கிறான் என்பதையும் நாம் பார்க்கிறோம்.

இனி இதைக் காட்டிலும் கொடிய செயலொன்றை இழைத்த வெள்ளைக்காரன் ஒருவனுக்கு அளித்த தண்டனை பற்றி 'சக்கரவர்த்தினி' பத்திரிகையில் பாரதி எவ்வாறு எழுத நேர்ந்திருக்கிறது என்பதைப் பார்ப்போம்.

1906 ஜூலை இதழில், "டிரெயினில் ஓர் இந்திய மாதரைத் தொந்தரவு செய்த ஐரோப்பியன்" என்ற தலைப்பில் பாரதி பின்வருமாறு எழுதியிருக்கிறான்:

"பம்பாய் வாசியாகிய டில்லான் என்ற ஐரோப்பியன் டிரெயினில் முதல் வகுப்பு அறையிலே ஓர் இந்திய ஸ்திரீயைத் தொந்தரவு செய்த விஷயத்தைப் பற்றி முன்னமே பிரஸ்தாபித்திருக்கிறோம். இந்தக் கேஸ் இம் மாதம் 21ஆம் தேதியன்று புனாவில் மாஜிஸ்ட்ரேட் முன்பாக விசாரணை செய்யப்பட்டது. அப்போது மேற்படி டில்லானுக்கு மாஜிஸ்ட்ரேட் ரூபாய் 200 அபராதம் விதித்தார். அபராதம் செலுத்தத் தவறும் பக்ஷத்திலே 2 மாதம் சிறையிலிருக்க வேண்டுமென்று மாஜிஸ்ட்ரேட் உத்தரவு செய்தார். டில்லான் அபராதத்தைக் கட்டி விட்டான். டில்லான் செய்த மிருகத்தனமான குற்றத்தை உத்தேசிக்கும் போது அவனுக்கு ஏற்பட்ட தண்டனை மிகவும் சொற்பமென்றே கூறும்படியாக இருக்கிறது."

பெண்களுக்கு இழைக்கப்பட்ட கொடுமைகளைக் கண்டு பாரதி எவ்வாறு கொதித்தெழுந்தான் என்பதற்கு அவனது பல கவிதைகளும் சான்று பகர்கின்றன; இந்தக் கொடுமையைக் கண்டிப்பதற்காக அவன், "பாஞ்சாலி சபதம்" என்ற காவியத்தையே எழுதினான். அத்தகைய பாரதி 'சக்கரவர்த்தினி'யில் தனது ஆத்திரத்தையும் கோபாவேசத்தையும் கொட்டித் தீர்க்க வழியின்றி, எத்தனை சாதுவான முறையில் டில்லான் செய்த அக்கிரமத்தைக் கண்டிக்க நேர்ந்திருக்கிறது என்பதையே மேலே கண்ட குறிப்பு புலப்படுத்துகிறது.

எனவே, 'சுதேசமித்திரன்' அரசியல் பத்திரிகையாக இருந்தும், அதன் உரிமையாளரும் ஆசிரியருமான ஜி.சுப்பிரமணிய அய்யர் அப்போது மிதவாதியாக இருந்த காரணத்தினாலும், பாரதி அதில் தனது சொந்த அரசியல் கருத்துக்கான சுதந்திரத்தைப் பெற்றிராத உதவியாசிரியராக இருந்த காரணத்தினாலும், அதில் அவனது சொந்த அரசியல் கருத்துக்களை வெளியிட இயலவில்லை. 'சக்கரவர்த்தினி' பத்திரிகைக்கு அவனே ஆசிரியராக இருந்தும், அதன் உரிமையாளர் அவனது அரசியல் கருத்துக்களுக்கு இடம் தர விரும்பாத வேறொரு நபராக இருந்ததால், அதிலும் அவன் தனது அரசியல் கருத்துக்களை வெளியிட வாய்ப்பிருக்கவில்லை. எனவே, தன்னோடு முழுக்க முழுக்க அரசியல் கருத்தொற்றுமைகொண்ட ஒருவர் நடத்தும் பத்திரிகைக்கு, தனக்கு முழுமையான கருத்துச் சுதந்திரமும் வழங்கும் ஒரு பத்திரிகைக்கு ஆசிரியராகிவிட வேண்டும் என்ற ஆசையும் தாகமும் பாரதிக்கு இருந்திருக்க வேண்டும். 'இந்தியா' பத்திரிகையின் தோற்றம் பாரதியின் இந்த ஆசையும் தாகமும் நிறைவேறுவதற்கான வாய்ப்பை வழங்கியது. இந்த வாய்ப்புக் கிட்டியதும் அவன் 'சுதேசமித்திர'னையும் 'சக்கரவர்த்தினி'யையும் விட்டு விலகி, 'இந்தியா' பத்திரிகையின் ஆசிரியப் பொறுப்பை முழு மனதுடன் ஏற்றுக்கொண்டான் என்றே நாம் கூறலாம்.

எப்போது விலகினான்?

பாரதி 'சுதேசமித்திரன்' பத்திரிகையில் 1904 நவம்பர் மாத மத்தியில் உதவியாசிரியராக வந்து சேர்ந்தான். 'இந்தியா' பத்திரிகை தொடங்கியதும் பாரதி 'சுதேசமித்திர'னிலிருந்து விலகி, 'இந்தியா' பத்திரிகையின் ஆசிரியப் பொறுப்பை ஏற்றுக்கொண்டான் என்பது பாரதி வரலாற்றாசிரியர்கள் யாவரும் குறிப்பிடும் செய்தி. 'இந்தியா' பத்திரிகை 1906 மே 9ஆம் தேதி முதல் வெளிவரத் தொடங்கியது என்ற

பாரதி அன்பர் ரா.அ.பத்மநாபன் எழுதுகிறார் (Bharathi's Unrivalled 'India' weekly - ஆங்கிலக் கட்டுரை Indian Review. March 1978). எனவே, பாரதி 1906 ஏப்ரல் மாதத்தோடு 'சுதேசமித்திர'னில் தான் வகித்துவந்த உதவியாசிரியர் பதவியை உதறித் தள்ளிவிட்டு, 1906 மே மாதத் தொடக்கம் முதல் 'இந்தியா' பத்திரிகையின் ஆசிரியப் பொறுப்பை ஏற்றுக்கொண்டான் என்று நாம் கொள்ளலாம். எனவே, அவன் 'சுதேசமித்திர'னில் பணியாற்றியது சரியான ஒன்றரை வருடம் என்று கூறலாம்.

இந்த ஒன்றரை ஆண்டுக் காலத்துக்கிடையில்தான் அவன் 'சக்கரவர்த்தினி'யின் ஆசிரியராகப் பொறுப்பேற்றிருக்கிறான். முந்தைய கட்டுரையில் மேற்கோள் காட்டிய 'செந்தமிழ்' பத்திரிகையின் 'மதிப்புரை'யின் படி, 'சக்கரவர்த்தினி' 1905 ஆகஸ்டு மாதம் முதல் வெளிவரத் தொடங்கியது எனக் கண்டோம். எனக்குக் கிடைத்த 1906 ஜூலை, ஆகஸ்ட் மாதங்களில் வெளிவந்த 'சக்கரவர்த்தினி' இதழ்கள் மூலமும் இப்பத்திரிகை 1905 ஆகஸ்டு மாதத்திலேயே தொடங்கப் பெற்றது என்பது ஊர்ஜிதமாகியுள்ளது. மேலும், மேற்கூறிய செந்தமிழ்ப் பத்திரிகையின் 'மதிப்புரை' மூலம் இந்தப் பத்திரிகையின் ஆரம்ப இதழ்தொட்டே பாரதிதான் அதன் ஆசிரியராக இருந்து வந்திருக்கிறான் என்பதும் உறுதிப்பட்டுள்ளது. எனவே, பாரதி 'சுதேசமித்திரன்' பத்திரிகையில் உதவியாசிரியராகச் சேர்ந்த எட்டுமாத காலத்துக்குப் பின் 1906 ஜூலை மாதத்தில் 'சக்கரவர்த்தினி'யின் ஆசிரியப் பொறுப்பை ஏற்று, 1906 ஆகஸ்டு மாதத் தொடக்கத்தில் அதன் முதல் இதழை வெளிக்கொணர்ந்திருக்க வேண்டும் என்று நாம் ஊகிக்கலாம். 'சக்கரவர்த்தினி' பத்திரிகைக்கு அவன் எவ்வளவு காலம் ஆசிரியராக இருந்தான்? எப்போது அதிலிருந்து விலகிக் கொண்டான்? எனக்குக் கிட்டிய 1906 ஜூலை, ஆகஸ்டு இதழ்கள் இரண்டிலும் ஆசிரியரின் பெயர் சி.சுப்பிரமணிய பாரதி என்றே பிரசுரிக்கப்பட்டுள்ளது. எனவே, 1906 ஆகஸ்டு இதழ் வரையிலும் அதன் ஆசிரியராகப் பாரதி இருந்து வந்திருக்கிறான் என்பது தெளிவு. அதே சமயம் ஆகஸ்டு இதழில் வெளிவந்துள்ள ஒரு குறிப்பின் மூலம் அந்த ஆகஸ்டு இதழோடு பாரதி 'சக்கரவர்த்தினி' பத்திரிகையின் ஆசிரியப் பொறுப்பிலிருந்து விலகிக் கொண்டிருக்க வேண்டும் என்பதும் தெரிய வருகிறது.

1906 ஆகஸ்டு மாதத்திய 'சக்கரவர்த்தினி' இதழின் பின் அட்டையின் உட்புறத்தில் பின்வரும் முக்கிய அறிவிப்பு உள்ளது.

முக்கிய விளம்பரம்

எமது பத்திரிகைக்கு விஷயதானம் செய்யும் அன்பர்களும் மாற்றுப் பத்திரிகை (எக்ஸ்சேஞ்சு) அனுப்பும் சோதரப் பத்திராதிபர்களும் **இனி எமது பெயருக்கே** அனுப்பக் கோருகிறோம்.

இங்ஙனம்

பி.வைத்தியநாதய்யர்

புரொப்ரைட்டர்

இந்த அறிவிப்பின் மூலம் 1906 ஆகஸ்டு மாத இதழை வெளிக்கொணர்ந்ததோடு, அம் மாதத் தொடக்கம் முதற்கொண்டே பாரதி 'சக்கரவர்த்தினி' பத்திரிகையிலிருந்து விலகிக் கொண்டிருக்க வேண்டும் என்பது தெளிவாகிறது. இதன் மூலம் 'இந்தியா' பத்திரிகை தொடங்குவதற்கு முன்னால் 'சுதேசமித்திர'னிலிருந்து விலகிக்கொண்டு விட்ட பாரதி, 'இந்தியா' பத்திரிகை தொடங்கிய பின் மூன்று மாதங்கள் கழித்தே 'சக்கரவர்த்தினி'யிலிருந்து விலகிக்கொண்டிருக்கிறான் என்பதும் புலனாகிறது. ஒருவேளை 'சக்கரவர்த்தினி' பத்திரிகையின் உரிமையாளர் ஆசிரியப் பொறுப்புக்கு மாற்று ஏற்பாடு செய்துகொள்வதற்காக, பாரதி இந்தக் கால அவகாசத்தை வழங்கியிருக்கக்கூடும். இவற்றின் மூலம் 1905 ஆகஸ்டு தொடங்கி 1906 ஆகஸ்டு வரையிலும் பாரதி 'சக்கரவர்த்தினி, பத்திரிகையின் 13 இதழ்களுக்கு ஆசிரியராக இருந்திருக்கிறான் என்பதும், 1906 மே முதல் 1906 ஜூலை முடியவுள்ள இடைக்காலத்தில் 'இந்தியா', சக்கரவர்த்தினி' ஆகிய இரண்டு பத்திரிகைகளின் ஆசிரியப் பொறுப்பையும் ஏககாலத்தில் வகித்து வந்திருக்கிறான் என்பதும் தெரியவருகின்றது.

சுதேசமித்திரன் அலுவலகத்திலிருந்து வந்ததுதானா?

'சக்கரவர்த்தினி' பத்திரிகை 'சுதேசமித்திரன்' காரியாலயத்திலிருந்து வெளிவந்த பத்திரிகையே என்று பெ.தூரன், ரா.அ.பத்மநாபன் ஆகியோர் கூறியுள்ளதைக் குறிப்பிட்டு, ஏற்கெனவே கிட்டியுள்ள ஆதாரங்கள் இந்தக் கூற்றுக்கு ஆதரவாக இல்லை என்பதை முந்திய கட்டுரையில் தொட்டுக்காட்டியிருந்தோம். தூரன் மேற்கோள் காட்டியுள்ள 'சென்று போன நாட்கள்' என்ற இராமாநுஜலு நாயுடுவின் கட்டுரையும் 'சக்கரவர்த்தினி' சுதேசமித்திரன் காரியாலயத்திலிருந்து வந்ததாகக் குறிப்பிடவில்லை. "மித்திரனில் உதவி ஆசிரியராய் இருந்து கொண்டே 'சக்கரவர்த்தினி' என்ற மாத ஸஞ்சிகையின் ஆசிரியத்துவத்தையும் ஏற்று அவர் நடத்தி வந்தார்" என்று மட்டுமே நாயுடு குறிப்பிட்டிருக்கிறார் (மேற்படி கட்டுரையின்

மறு பிரசுரம்: **குமரி மலர்**, பிங்கள, புரட்டாசி, செப். 1977). எனக்குக் கிட்டியுள்ள 'சக்கரவர்த்தினி' இதழ்களும் இதனையே ஊர்ஜிதப் படுத்துகின்றன.

'சக்கரவர்த்தினி' மாதர் முன்னேற்றத்திற்கான பத்திரிகை என்பதால், அதனைச் 'சுதேசமித்திரன்' அதிபரான ஜி.சுப்பிரமணிய அய்யரே நடத்தியிருக்கலாம் என்று ஊகிக்க இடமுண்டு. ஏனெனில், ஜி.சுப்பிரமணிய அய்யரும் மாதர் முன்னேற்றத்திலும் அதற்கான சீர்திருத்தங்களிலும் மிகுந்த ஈடுபாடு கொண்டவர். பால்ய விதவையாகி விட்ட நமது மூத்த புதல்விக்கு அவர் 1899ஆம் ஆண்டிலேயே மறுமணம் செய்துவைத்து, அதன் காரணமாகப் பிராமண சமூகத்தின் தூற்றலுக்கும் ஜாதிப் பிரஷ்டத்துக்கும் ஆளானவர். எனினும், மாதர் முன்னேற்ற லட்சியத்தில் அவர் உறுதியாகவே இருந்தார். அவரது இந்தத் தன்மையைப் போற்றும் விதத்தில், பாரதி தனது 'சந்திரிகையின் கதை'யில் அவரையும் ஒரு பாத்திரமாக்கி, விதவையான விசாலாட்சி மறுவாழ்வு தேடிச்செல்லும்போது ஜி.சுப்பிரமணிய அய்யரிடம் உதவி நாடிச் சென்றதாகவும், அவளுக்கு அவர் உதவியதாகவும் எழுதியிருக்கிறான் (**சந்திரிகையின் கதை** - அத்தியாயம்: விசாலாக்ஷிக்குக் கிடைத்த உதவி). என்றாலும் 'சக்கரவர்த்தினி' பத்திரிகைக்கு ஜி.சுப்பிரமணிய அய்யரின் ஆதரவு இருந்திருக்கிறது என்று முடிவு கட்ட முடிகிறதே தவிர, அவரே அதன் உரிமையாளராகவும் இருந்தார் எனக் கொள்வதற்கு இடமில்லை. 'சுதேசமித்திர'னில் பணியாற்றி வந்த பாரதியை அதே சமயத்தில் 'சக்கரவர்த்தினி' மாசிகையின் ஆசிரியப் பொறுப்பை ஏற்றுக்கொள்ள அவர் அனுமதித்துள்ளதோடு, அந்தப் பத்திரிகைக்கு விஷயதானமும் செய்து வந்திருக்கிறார் என்று முடிவு கட்டவே கிட்டியுள்ள 'சக்கரவர்த்தினி' இதழ்கள் உதவுகின்றன.

'சக்கரவர்த்தினி'யின் அலுவலகம் திருவல்லிக்கேணி வீரராகவ முதலித் தெருவிலேயே இருந்திருக்கிறது; ஜி.சுப்பிரமணிய அய்யரின் வீடும் வீரராகவ முதலித் தெருவிலேயே இருந்தது. "அக்காலத்தில் திருவல்லிக்கேணி வீரராகவ முதலித் தெருவில் ஜி.சுப்பிரமணிய அய்யர் மகாகீர்த்தி பெற்று விளங்கினார், என்று பாரதியே தனது "சந்திரிகையின் கதை"யில் எழுதியுள்ளான். எனவே, 'சக்கரவர்த்தினி' பத்திரிகை ஜி.சுப்பிரமணிய அய்யரின் வீட்டிலிருந்து வெளியிடப்பட்டதாக ரா.அ.பத்மநாபன் முடிவுகட்டிவிடுகிறார் (Tamil Monthlies. 1901-1910 - ஆங்கிலக் கட்டுரை Indian Review. June. 1978). ஆயினும், இதன் மூலம் 'சக்கரவர்த்தினி' பத்திரிகை ஜி.சுப்பிரமணிய அய்யரை உரிமையாளராகக் கொண்டு, 'சுதேசமித்திர'னின் சேய்ப்பத்திரிகையாக வெளிவந்தது என்று கொள்ளவே இடமில்லை.

'சக்கரவர்த்தினி' பத்திரிகையின் உரிமையாளர் பி.வைத்தியநாதய்யர் (100, வீரராகவ முதலித் தெரு, திருவல்லிக்கேணி, சென்னை) என்று அப் பத்திரிகையில் தெளிவாகவே குறிப்பிடப்பட்டிருக்கிறது. மேலும், 'சக்கரவர்த்தினி' பத்திரிகையில் வெளிவந்துள்ள விளம்பரங்களின் மூலம் இதே விலாசத்தில், (100, வீரராகவ முதலித் தெரு, திருவல்லிக்கேணி) "லக்ஷ்மி விலாஸ புஸ்தகசாலை" என்ற புத்தக விற்பனை நிலையமும் இருந்ததாகவும் அதன் மூலம் பண்டைத் தமிழ் இலக்கியங்கள் தொட்டு, அ.மாதவையாவின் நூல்கள், மற்றும் வேதநாயகம் பிள்ளையின் பிரதாப முதலியார் சரித்திரம் முதலிய அக்கால நவீனங்கள் வரை ஏராளமான புத்தகங்கள் விற்பனை செய்யப்பட்டு வந்ததாகவும் இதே விலாசத்தில் 'டி.ஸி ஸ்ரீனிவாச ராகவாச்சாரியார் அண்டு கோ என்ற பெயரில் வைத்தியநாதய்யரின் நிர்வாகத்தில் ஓர் ஆயுர்வேத மருந்துக் கடையும் இருந்து வந்ததாகவும் தெரியவருகிறது. எல்லாவற்றிற்கும் மேலாக எனக்குக் கிட்டிய 'சக்கரவர்த்தினி' இதழ்கள் இரண்டும் சுதேசமித்திரன் அச்சகத்தில் அச்சாகாமல் சென்னை ஐரிஷ் அச்சகத்திலேயே அச்சிடப் பெற்று உள்ளன. இதன்பின் 'சக்கரவர்த்தினி' பிற்காலத்தில் சென்னை ஏ.எல்.வி. அச்சகத்தில் அச்சாகியுள்ளது என்பதையும் முந்தைய கட்டுரையில் கண்ட விவரம் ஊர்ஜிதப்படுத்துகிறது. இவை யாவும் 'சக்கரவர்த்தினி' பத்திரிகை சுதேசமித்திரனின் சேய்ப்பத்திரிகையாக ஜி.சுப்பிரமணிய அய்யரால் வெளியிடப்பட்டு வரவில்லை என்பதை ஐயமற உறுதிப்படுத்துகின்றன.

'சக்கரவர்த்தினி' பற்றிய மதிப்புரைகள்

எனக்குக் கிட்டிய 'சக்கரவர்த்தினி' பத்திரிகையின் 1906 ஆகஸ்ட் மாத இதழில் - அதாவது அப் பத்திரிகையின் இரண்டாவது ஆண்டின் தொடக்க இதழில் - அப்பத்திரிகை பற்றி 'இண்டியன் பேட்ரியட்', 'ஹிந்து', 'தி. எஜுகேஷனல் ரெவ்யூ' முதலிய ஆங்கிலப் பத்திரிகைகள் எழுதியுள்ள மதிப்புரைகள் விளம்பரப் பகுதியில் முழுப் பக்கத்தில் பிரசுரிக்கப்பட்டுள்ளன. 'சக்கரவர்த்தினி'யின் தன்மை, தரம், அதில் வெளிவந்த விஷயங்கள் முதலியவை குறித்து இம் மதிப்புரைகள் நமக்குச் சில விவரங்களை வழங்குவதால் அந்த மதிப்புரைகளை இங்கு அப்படியே வழங்குகிறேன்.

THE INDIAN PATRIOT says: "Chakravartini" a Tamil magazine edited by Mr.Subramania Bharati subeditor of the Swadesamitran, is, as its name indicates, a high class monthly for Hindu Ladies. The contributions are on a variety of interesting subjects, by competant men, several of whom are graduates and are written in easy flowing Tamil. The get-up of the magazine leaves nothing to be desired and the annual subscription is fixed at the exceedingly moderate rate of two rupees. From the manner in which it is being conducted, there is no doubt the "Chakravartini" deserves the support of our educated Tamil speaking countrymen.

THE HINDU says: "Chakravartini" As described in its title page is a Tamil Monthly devoted entirely to female education and to the elevation of our women in general. With this sole object in view, such subjects are chosen as tend to elucidate to our women their duties towards their husbands and superiors, their inferiors and their equals in society. They are written in such an easy style, as any women of ordinary ability can read and understand them. This was started some three months ago. The last two issues contain some interesting stories and ideas which are both pleasing and instructive.

The current number contains among many interesting subjects one which is well - worth reading. viz "An Exemplary Lady of the Punjab" written by the Editor, describing the character of an ideal Hindu wife.

THE EDUCATIONAL REVIEW (September 1905) writes: "To judge by the first number which has been kindly sent to us. We should think that the editor has placed a sold ideal before him, and we are sure that if he keeps up to the high level the journal will be greatly appreciated.

இந்த மதிப்புரைகள் யாவும் பாரதி ஆசிரியப் பொறுப்பேற்று நடத்திய முதல் பத்திரிகையான 'சக்கரவர்த்தினி' அந்தக் காலத்துப் பத்திரிகைகளால் மிகவும் உயர்வாக மதிப்பிடப்பட்டது என்ற உண்மைகளையே நமக்குப் புலப்படுத்துகின்றன.

மேலும் சில தகவல்கள்

ஒருமுறை நான் 'உலகம் சுற்றிய தமிழர்' ஏ.கே.செட்டியார் அவர்களோடு பாரதியைப் பற்றி உரையாடிக்கொண்டிருந்தபோது, அவர் தமக்கும் பாரதியின் 'சக்கரவர்த்தினி' இதழ்கள் இரண்டு பார்வைக்குக் கிடைத்ததாகச் சொன்னார். அன்னார் தமக்குக் கிடைத்த 'சக்கரவர்த்தினி' இதழ்களில் (1906ஆம் ஆண்டு பிப்ரவரி, மார்ச் இதழ்கள்) இரண்டிலும் இடம்பெற்றிருந்த பாரதியின் எழுத்துக்களைத் தமது 'குமரி மலர்' பத்திரிகையின் பரிதாபி ஆண்டு புரட்டாசி, ஐப்பசி, கார்த்திகை, மார்கழி ஆகிய மாதங்களில் வெளிவந்த இதழ்களில் வெளியிட்டும் உதவியிருக்கிறார்.

இதன்மூலம் டாக்டர் உ.வே.சாமிநாதய்யருக்கு மகா மகோபாத்தி யாயப் பட்டம் வழங்கியபோது பாரதி பாடிய 'செம்பருதி ஒளி பெற்றான்'

எனத் தொடங்கும் மூன்று பாடல்களும், அய்யரவர்களைப் பற்றிப் பாரதி முன்னுரையாக எழுதிய ஒரு சிறிய குறிப்போடு 1906 பிப்ரவரி மாதச் 'சக்கரவர்த்தினி' இதழில் வெளிவந்த விஷயம் தெரியவருகிறது. மேலும், அதே பிப்ரவரி மாத இதழில் 'மாதர் கல்விக் கணக்கு' என்ற தலைப்பில் பாரதி இந்திய மாதரின் கல்வி நிலை மிகவும் பரிதாபகரமாக இருந்ததைக் குறித்து வருந்தி எழுதிய சிறு குறிப்பொன்றும், சென்னை கிறிஸ்தவக் கல்லூரியின் பேராசிரியர் லஷ்மி நரசு நாயுடு என்பவர் ஒரு வாராந்தரப் பத்திரிகையில் எழுதியிருந்த கட்டுரையை ஆதாரமாகக்கொண்டு, 'பௌத்த மார்க்கத்திலே மாதர்களின் நிலை என்ற தலைப்பில் பாரதி எழுதியிருந்த நீண்ட கட்டுரையொன்றும் இடம் பெற்றிருந்தன என்பது 'குமரி மலர்' இதழ்களில் வெளிவந்த விஷயங்களிலிருந்து தெரியவருகிறது. 1906 மார்ச் மாதச் 'சக்கரவர்த்தினி' இதழில் வெளிவந்த பாரதியின் விவேகானந்தர் பற்றிய கட்டுரையும் 'குமரி மல'ரில் மறுபிரசுரம் ஆகியுள்ளது. 'ஸ்ரீமத் ஸ்வாமி விவேகானந்த பரமஹம்ஸர்' என்ற தலைப்பில் பாரதி விவேகானந்தரின் வாழ்க்கையையும் பணியையும் பற்றிச் 'சக்கரவர்த்தினி' பத்திரிகையில் தொடர்ந்து சில மாதங்களுக்கு எழுதி வந்திருக்க வேண்டும் என்பது மார்ச் மாத இதழில் வெளிவந்துள்ள அக் கட்டுரையின் முதற்பகுதியிலிருந்து தெரியவருகிறது. இக் கட்டுரையில் பாரதி விவேகானந்தரை "உண்மையான புருஷத் தன்மையும் வீரநெறியும் மனித வடிவெடுத்தாற்போல அவதரித்திருந்த ஸ்வாமிகள்" என்று போற்றிப் புகழ்ந்திருக்கிறான்.

மேலும், திரு.ஏ.கே.செட்டியார் தமது 'குமரி மலர்' பத்திரிகையின் விரோதிகிருது - ஆனி இதழில், "மௌனத்தின் வலிமை - The power of silence என்ற தலைப்பில் 1904-1906 ஆண்டுகளில் 'சக்கரவர்த்தினி' பத்திரிகையில் உள்ள கட்டுரையை 1921 ஜூலை 'கதாரத்னாகரம்' என்ற மாசிகை வெளியிட்டுள்ளது.... இக் கட்டுரையை ஸ்ரீ பாரதியார் எழுதியிருக்கக்கூடும் என்று தோன்றுகிறது" என்ற குறிப்புடன் அந்தக் கட்டுரையையும் வெளியிட்டு உதவியிருக்கிறார்.

இவை, தவிர, 'சக்கரவர்த்தினி' பத்திரிகையின் 1906 ஜனவரி மாத இதழ் குறித்து, பர்மாவில் ரங்கூனிலிருந்து வெளிவந்துகொண்டிருந்த 'சுதேச பரிபாலினி' என்ற தமிழ்த் தினப் பத்திரிகையில் வெளிவந்த அரிய மதிப்புரையையும் ஏ.கே.செட்டியார் தேடி எடுத்துத் தமது 'குமரி மலர்' பத்திரிகையில் வெளியிட்டு உதவியிருக்கிறார். அந்த மதிப்புரை வருமாறு:

சக்கரவர்த்தினி

“சக்கரவர்த்தினி பத்திரிகையின் ஜனவரி மாதப் பிரசுரம் நமக்கு வந்திருக்கிறது.”

“ஒவ்வொரு தடவையும் இதில் எழுதப்படும் வியாசங்கள் ஒன்றையொன்று மிஞ்சுபவையாயிருக்கின்றன.”

“இந்தப் பிரதியில் பத்திராதிபரால் (சி.சுப்பிரமணிய பாரதி) எழுதப்பட்டிருக்கும் ‘பாரத குமாரிகள்’ என்ற வியாஸம் படிப்போர் கருத்தைக் கவருந் தன்மையாய் அமைந்திருக்கிறது.”

“நான் ஜென்ம பூமியாகிய பரத கண்ட மாதாவின் துக்கத்தையும், அந்தக் துக்கத்துக்கான காரணங்களையும் பற்றி எழுதியிருப்பவை நேர்த்தியாக இருக்கின்றது.”

“சென்னையில் இளவரசரின் வருகையில் நடந்த முழுவிவரங்களும் எழுதப்பட்டிருக்கின்றன. ‘ராம திலகம்’, ‘சந்திரமதி’, ‘துளசிபாய்’ என்பவற்றின் தொடர்புகளும், இன்னும் பல அரிய விஷயங்களும் காணப்படுகின்றன.”

4. குருமணியின் உபதேசம்

இந்நூலின் முதல் கட்டுரையில் பாரதி நிவேதிதா தேவியிடம் பெற்ற உபதேசம் என்ன என்பதைப் பின்னர் ஆராய்வதாகக் குறிப்பிட்டிருந்தோம். இந்தக் கேள்விக்கான விடையை இங்கு விரிவாகக் காண்போம்.

பாரதி பற்றிய நினைவுக் குறிப்புக்களையும் பாரதியின் வரலாற்றையும் முதன்முதலில் எழுதிய நூலாசிரியர்களான ச.சோமசுந்தர பாரதி, வி.சக்கரைச் செட்டியார், பரலி சு.நெல்லையப்பர் (இவர்கள் மூவரும் 1922இல் கட்டுரைகளாக எழுதியவற்றைத் தொகுத்து 1928இல் 'பாரதியார் சரித்திரம்' என்ற தலைப்பில் வெளிவந்த சிறு நூல்), பாரதியின் தம்பி சி.விசுவநாதன் (1929இல் 'Bharathi and his Works' என்ற தலைப்பில் வெளிவந்த ஆங்கில நூல்), ஆக்கூர் அனந்தாச்சாரி (கவிச் சக்கரவர்த்தி சுப்ரமணிய பாரதி சரிதம் - 1936), சுத்தானந்த பாரதி (பாரதி விளக்கம் - 1937), சக்திதாசன் சுப்பிரமணியன் (பாரதி லீலை - 1938), வ.ரா. (1934இல் 'காந்தி'ப் பத்திரிகையில் கட்டுரைகளாக எழுதப்பட்டு, 1944இல் புத்தகமாக வெளிவந்த 'மகாகவி பாரதியார்'), தி.ஜ.ர. (புதுமைக்கவி பாரதியார் - 1940) ஆகிய எவருமே, பாரதி நிவேதிதா தேவியைச் சந்தித்து அவரிடமிருந்து "ஸ்வதேச பக்தி உபதேசம்" பெற்ற செய்தியைக் குறிப்பிடவில்லை.

1941ஆம் ஆண்டு வெளிவந்த பாரதியின் மனைவி செல்லம்மா பாரதி எழுதிய 'பாரதியார் சரித்திரம்' என்ற நூலில்தான் முதன்முதலில் இந்தச் செய்தி ஓர் அத்தியாயமாகவே குறிப்பிடப்பட்டுள்ளது.

"....கல்கத்தாவின் அருகிலுள்ள ஊராகிய 'டம்டம்' என்ற ஊரில் ஸ்ரீமதி நிவேதிதா தேவி இருப்பதாகக் கேள்வியுற்று அவரைப் பார்ப்பதற்குச் சென்றார். அங்கே தாம் சென்றதையும் தேவியார் தமக்கு ஞானோபதேசம் செய்ததையும் பாரதியார் ரொம்பவும் உணர்ச்சியோடு என்னிடம் தெரிவித்திருக்கிறார். ஆனால் அவற்றை என்னால் விரித்துக் கூற முடியவில்லை."

என்று இந்தச் செய்தியை கூற வந்த திருமதி செல்லம்மா பாரதி இதன்பின் இவ்வாறு எழுதுகிறார்:

"பாரதியார் முதலில் 'என்னதான் விவேகானந்தருடைய சிஷ்யையாயிருந்தாலும் ஆங்கில மாதுதானே!' என்ற மனோபாவத்தோடு

இருந்ததாக அம்மையார் மனத்தில் தோன்றியதாம். உடனே 'மகனே! உன் மனத்தில் பிரிவுணர்ச்சியை நீக்கு. ஜாதி, மதம், குலம், கோத்திரம் என்ற அநாகரிகமான வித்தியாசங்களை விடு. அன்பை மட்டும் அகத்தில் கொள். பிற்காலத்தில் நீ ஒரு தீரனாக - சரித்திரப் பிரசித்தி பெற்ற தேவனாக வருவாய்' என்றுரைத்துவிட்டு, 'அன்ப, உனக்கு இன்னும் விவாகம் ஆகவில்லை?' என்றாராம்."

"பாரதியார் வெட்கித் தலைகுனிந்தார். பின்பு, 'தாயே! எனக்கு விவாகமாகி, இரண்டு வயதான பெண் குழந்தை ஒன்றும் இருக்கின்றது' என்றார்."

"ரொம்ப சந்தோஷம்! ஆனால் 'மனைவியை ஏன் உடனழைத்து வரவில்லை?' என்றார் அம்மையார்."

"இன்னும் எங்களில் மனைவியரைச் சரிசமமாகப் பொதுவிடங் களுக்கு அழைத்துச் செல்லும் வழக்கம் இல்லை. மேலும், காங்கிரஸிற்கு அவளை அழைத்து வந்தால் 'என்ன பிரயோஜனம்?' என்றார் பாரதியார்."

"இதைக் கேட்டு அம்மையாருக்கு வெகு கோபம் உண்டாயிற்று 'மகனே! புருஷர்கள் அனேகம் பேர் படித்தும் ஒன்றும் அறியாத சுய நல வெறிகொண்டவர்கள். ஸ்திரீகளை அடிமையென மதிப்பவர்கள். ஒரு சிலர் உன்போன்ற அறிவாளிகள். அவர்களுங்கூட இப்படி அறியாமையில் மூழ்கி, ஸ்திரீகளுக்குச் சம உரிமையும், தகுந்த கல்வியும் கொடுக்காவிட்டால், எப்படி நாடு சமூக சீர்த்திருத்தமடையும்?' என்று அன்பாகக் கடிந்துரைத்துவிட்டுப் பின்பு, 'சரி, போனது போகட்டும். இனிமேலாகிலும் அவளைத் தனியென்று நினைக்காமல், உனது இடக்கை என்று மதித்து, மனதில் அவளைத் தெய்வமெனப் போற்றி நடந்து வருதல் வேண்டும்' என்றாராம்."

"அப்படியே வாக்களித்து, தேவியாரிடம் உபதேசம் பெற்றுத் திரும்பினார்....."

(**குரு உபதேசம்:** *அத்தியாயம் - 10*).

செல்லம்மா பாரதி எழுதிய இந்தக் குறிப்பின் அடிப்படையில் தான் பெ.தூரனும் (**பாரதி தமிழ்**, *1954*), ரா.அ.பத்மநாபனும் (**சித்திர பாரதி**, *1957*), பாரதி நிவேதிதா தேவியைச் சந்தித்து, குரு உபதேசம் பெற்றதாக எழுதியுள்ளனர் எனினும் பாரதி பெற்ற உபதேசம் என்ன என்பதை இருவரும் குறிப்பிடவில்லை. இதன்பின் பாரதியைப் பற்றி, Subramania Bharathi - Patriot and poet *(1957)* என்ற ஆங்கில நூலை எழுதிய பேராசிரியர் மகாதேவன் தமது நூலில், செல்லம்மா பாரதி எழுதியுள்ள விவரத்தை அப்படியே ஆங்கிலத்தில் மொழி பெயர்த்துக்

கொடுத்து விட்டார் (**அத்தியாயம் -** [8]). இதன்பின் பாரதியின் வரலாற்றை எழுதப் புகுந்த பலரும், பெரும்பாலும் இதே அடிப்படையிலேயே பாரதி நிவேதிதா தேவியிடம் உபதேசம் பெற்ற செய்தியைக் குறிப்பிட்டுள்ளனர்.

ஒரு விசாரணை

பாரதியின் மனைவி என்ற முறையில் பாரதியைப் பற்றிச் செல்லம்மா பாரதி வழங்கியுள்ள தகவலுக்கு நாம் மதிப்புக் கொடுக்கத்தான் வேண்டும். எனினும் அதே சமயம் இந்தத் தகவலைச் சான்றுகளின் அடிப்படையில் விசாரணை செய்து, உண்மையைக் கண்டு தெளிந்து உறுதிப் படுத்திக்கொள்வதும் நமது கடமையாகும்.

நிவேதிதா தேவியைப் பாரதி சந்திக்கச் சென்றபோது, 'என்னதான் விவேகானந்தருடைய சிஷ்யையாக இருந்தாலும், ஆங்கில மாதுதானே!' என்ற மனோபாவம் பாரதிக்கு இருந்ததாகச் செல்லம்மா கூறுகிறார். ஆனால் இது நம்பக் கூடியதாக இல்லை. முதலாவதாக நிவேதிதா தேவி இங்கிலாந்தைச் சேர்ந்த ஆங்கில மாது அல்ல. மாறாக, ஆங்கிலேயர் ஆட்சியை எதிர்த்துச் சுதந்திரத்துக்காகப் போராடிக்கொண்டிருந்த இந்தியாவைப் போலவே, அதே ஆங்கிலேயர் ஆட்சியை எதிர்த்துச் சுதந்திரத்துக்காகச் சென்ற நூற்றாண்டு தொட்டு வீராவேசத்தோடு போராடிக் கொண்டிருந்த அயர்லாந்து நாட்டைச் சேர்ந்தவர் அவர். இந்த உண்மை பாரதிக்கும் தெரிந்திருக்கும். மேலும், இந்நூலின் முதற் கட்டுரையில் குறிப்பிட்டுள்ளபடி 1905 இறுதியில் பாரதி காசியில் நடந்த காங்கிரசுக்குச் சென்றிருந்த காலத்தில், நிவேதிதா தேவியும் அந்தக் காங்கிரசுக்கு வந்திருந்தார். எனவே பாரதிக்கு நிவேதிதா தேவியின் தரிசனம் காசியிலேயே கிடைத்துவிட்டது. ஒருவேளை, செல்லம்மா பாரதி கூறுவதுபோல் 'ஆங்கில மாதுதானே' என்ற மனோபாவம் பாரதிக்கு இல்லாது போய்விட்டாலும், 'அடக்கியாளப் பிறந்ததாக எண்ணிக் கொண்டிருக்கும் வெள்ளையர் இனத்தைச் சேர்ந்தவர் தானே இவர்' என்ற மனோபாவம் பாரதிக்கு இருந்திருந்தாலும், அவன் காசிக் காங்கிரசில் நிவேதிதா தேவியைக் கண்ணால் கண்டதோடு நின்றுகொண்டிருக்கக் கூடும். ஆனால், பாரதி இதன் பின்னரும் நிவேதிதா தேவியை நேரில் கண்டு பேசும் விருப்போடு, அவர் தங்கியிருந்த டம்டம் என்ற ஊருக்கே சென்றிருக்கிறான் என்றால், தேசபக்தனான பாரதி, நிவேதிதா தேவியின் புகழையும், இந்திய தேசத்தின் விடுதலையின்பால் அவர் கொண்டிருந்த ஆர்வத்தையும் பற்றித் தெரிந்துகொண்டிருந்ததன் விளைவாகத்தான் அவரை நேரில் சென்று சந்திக்க விரும்பியிருக்கிறான் என்பது தெளிவு.

அடுத்து, பாரதியின் மேற்கூறிய "மனோபாவத்தை"க் கண்டுணர்ந்து கொண்டதன் காரணமாக, நிவேதிதா தேவி பிரிவு உணர்ச்சியை 'நீக்குமாறு, ஜாதி, மதம், குலம், கோத்திரம் என்ற அநாகரிகமான வித்தியாசங்களைக் கைவிடுமாறும் பாரதிக்கு உபதேசம் செய்ததாகச் செல்லம்மா கூறுகிறார். நிவேதிதா தேவியைச் சந்தித்த காலத்தில் அவர் பாரதிக்கு இத்தகைய உபதேசத்தையும் வழங்கியிருக்கலாம். ஆயினும், பாரதி காசியில் தன் அத்தை வீட்டில் இருந்த காலத்திலேயே, "அந்தணருக்கேற்ற ஆசாரமின்றி,..... எல்லா ஜாதியாருடனும் கைகோத்துக் கொண்டு உலாவுவதும், நியம நிஷ்டையில்லாது கோட்டும் சட்டையும் தலையில் முண்டாசும் காலில் பூட்சும் அணிந்திருப்பதும்" பாரதியின் அத்தை கணவர் ஸ்ரீ கிருஷ்ண சிவனுக்குப் பிடிக்காது போன விவரத்தையும், இறுதியில் ஒருநாள் அவர் பாரதியின் பரிபக்குவ நிலையை உணர நேர்ந்து, "அப்பனே! இவ்வளவு சிறுவயதில் உனக்கு இத்தனை ஞானம் ஏற்பட்டுவிட்டது. நாங்கள் வெறும் ஆஷாடபூதிகளே. எங்களுக்குத்தான் குடுமியும் வேதியர் வேஷமும் வேண்டும். உன்னைப் போல் உண்மையான மனதுடையோருக்குக் குடுமியும் வேண்டாம். பூணூலும் வேண்டாம்" என்று புகழ்ந்து கூறிய விவரத்தையும் செல்லம்மா பாரதியே எழுதியிருக்கிறார் என்பதை முன்னரே பார்த்தோம் (**பாரதியார் சரித்திரம்** - அத்.6). எனவே பாரதி விஷயத்தில் நிவேதிதா தேவி இத்தகைய உபதேசம் செய்வதற்கு அவசியமே இருக்கவில்லை என்பது தெளிவு.

மூன்றாவதாக, தமது மனைவியைப் பாரதி ஏன் தம்முடன் அழைத்து வரவில்லை என்று நிவேதிதா தேவி பாரதியிடம் கேட்டுவிட்டு, பின்னர் பெண்களுக்குச் சம உரிமையும் தகுந்த கல்வியும் கொடுக்க வேண்டிய அவசியம் பற்றியும், பெண்களை மதித்துப் போற்றி வரும்படியும் பாரதிக்கு உபதேசம் செய்தார் என்று செல்லம்மா பாரதி கூறுகிறார். பாரதியே தான் பின்னர் 1907 பிப்ரவரி 7 அன்று, "நாகரிக வளர்ச்சியிலே ஸ்திரீகளின் ஸ்தானம்" என்ற தலைப்பில் ஒரு கட்டுரையை எழுதியபோது, அதனைப் பின்வருமாறு முடித்திருக்கிறான். "தேசத்திலே எந்த விதமான பெருங்காரியமும் கைகூடி வரவேண்டுமானால், ஸ்திரீகளின் மனோபலம் இல்லாமல் தீராது. இதனை எழுதுபவரிடம் ஸ்ரீ சகோதரி நிவேதிதா தேவி சில நற்போதனைகள் கூறிவருமிடையே அந்த அம்மை சொன்னார்: "ஐயா, மாதர்களை இருட்டிலே தள்ளி விட்டு, அவர்கள் அறியாமல் நீங்கள் மேலான நிலைமைக்கு வந்து விட முயல்வது வீண்முயற்சி. அது ஒருபோதும் நடக்கமாட்டாது" இந்த வசனத்தை ஒவ்வொரு தேசாபிமானியும் மனதிலே பதித்துக்கொள்ளும் படி விரும்புகிறோம்." (**பாரதி தரிசனம்-2** பக். 196) எனவே நிவேதிதாதேவி பெண்ணுரிமையையும் ஆண் பெண் சமத்துவத்தையும் பற்றிய

உபதேசத்தையும் பாரதிக்கு அருளியிருக்கிறார் என்பது பாரதியின் வாய் மொழியினாலேயே நமக்குத் தெரிய வருகிறது.

ஆயினும் நாம் இங்கு சில விஷயங்களை நினைவூட்டிக் கொள்ள வேண்டும். இந்நூலின் இரண்டாம், மூன்றாம் கட்டுரைகளில் கண்டபடி, 1905 இறுதியில் பாரதி நிவேதிதா தேவியைச் சந்திப்பதற்கும் முன்பே 1905 ஆகஸ்டு முதற்கொண்டு 'தமிழ் நாட்டு மாதர்களின் அபிவிருத்தியே நோக்க'மாகக் கொண்டு வெளிவந்த 'சக்கரவர்த்தினி'ப் பத்திரிகைக்கு ஆசிரியராக இருந்து வந்திருக்கிறான்; நிவேதிதா தேவியைச் சந்தித்த காலத்திலும் பாரதி அந்தப் பத்திரிகையின் ஆசிரியராகவே இருந்திருக்கிறான்: அதில் பெண் விடுதலை, பெண் கல்வி, ஆண் - பெண் சமத்துவம் பற்றிப் பல கட்டுரைகளையும் எழுதியிருக்கிறான். மேலும், 'சக்கரவர்த்தினி' பத்திரிகைக்கு ஆசிரியரா வதற்கும் முன்பே, அவன் பெண் விடுதலைக்காகப் போர்க் குரல் எழுப்பிய ஆங்கிலக் கவிஞனான ஷெல்லியிடம் ஈடுபட்டு, தன்னை ஷெல்லிதாசனாகவும் குறிப்பிட்டுக்கொண்டிருக்கிறான். இத்தனைக்கும் மேல் செல்லம்மா பாரதியே தமது 'பாரதியார் சரித்திர'த்தில், அக்காலத்தில் விவாகம் முடிந்தவுடன் கணவன் மனைவியர் பேசுவதில்லை. கணவரைக் கண்டால் ஓடி ஒளிய வேண்டும். பாரதியார் மட்டும் இதற்கு விதிவிலக்காக நடக்க வேண்டுமென்பார். எல்லோருக்கும் எதிரில்... என்னைப் பார்த்துக் காதல் பாட்டுக்கள் பாடுவார் என்று புது மாப்பிளையான பதினாலு வயதுப் பாரதியை நமக்கு இனம் காட்டுகிறார். (**அத்தியாயம் - 3**) மேலும், 1903இல் பாரதி காசியிலிருந்து திரும்பி வந்து தம்மோடு இல்லறம் நடத்தத் தொடங்கியதைப் பற்றி அவர் கூறும்போது, "பாரதியார் அப்போது நவநாகரிகத்தை உயர்ந்த முறையில் அனுஷ்டித்துக் காண்பிக்க விரும்பினார். பெண்கள் கல்வியில் முன்னேற்றமடைந்து, ஆங்கிலப் பெண்மணிகளைப் போல் நாகரிகமடைந்து வாழ வேண்டுமென்றும் கருதினார். நமது சம்பிரதாயங்களும் மூடப் பழக்கவழக்கங்களும் அவருக்குப் பெருத்த வேதனையை உண்டு பண்ணின" என்றும் எழுதுகிறார் (**அத்தியாயம் - 7**). எனவே பெண்களின் சம உரிமை, பெண் கல்வி முதலிய விஷயங்களைக் குறித்து நிவேதிதா தேவியிடமிருந்து உபதேசம் பெற வேண்டிய அவசியமும் பாரதிக்கு இருக்கவில்லை என்பது தெளிவு.

எனவே, நிவேதிதா தேவியைத் தனது குருமணியாகப் பாரதி ஏற்றுக்கொள்ளும் அளவுக்கு, அவர் பாரதிக்கு வழங்கிய உபதேசம்தான் என்ன? இந்தக் கேள்விக்குச் செல்லம்மா பாரதியிடம் நாம் விடை காண இயலவில்லை. நிவேதிதா தேவி ஞானோபதேசம் செய்ததைக் குறித்து, பாரதி தம்மிடம் உணர்ச்சியோடு தெரிவித்ததாகவும், ஆனால் அதைத் தம்மால் "**விரித்துக் கூற**" இயலவில்லை எனவும் செல்லம்மா பாரதி

கூறி நிறுத்திவிடுகிறார். எனவே கேள்விக்கான விடையைக் காண நாம் வேறு விசாரணையைத்தான் தொடங்கியாக வேண்டும்.

நிவேதிதா தேவியை 1905 இறுதியில் தான் சந்தித்துப் பேசுவதற்கும் முன்பே பாரதி தேசபக்தனாகத்தான் இருந்தான். நிவேதிதா தேவியைச் சந்திப்பதற்கு இரண்டரை மாதத்துக்கும் முன்பே அவன் தேசியப் பாடல்களைப் பாடத் தொடங்கிவிட்டான். 1905 செப்டம்பர் மாதத்திலேயே அவனது **'வங்க வாழ்த்துக் கவிதை'** சுதேசமித்திரனில் வெளிவந்துவிட்டது, மேலும் சுபகிருது வருஷத்திலேயே (1902-1903), தேசபக்தி என்னும் 'புதிய சுடரினிடத்து'த் தான் அன்பு பூண்டது குறித்தும் அவனே எழுதியிருக்கிறான். இன்னும் சொல்லப்போனால், சுபகிருது ஆண்டுக்கும் முன்பே அவனது உள்ளத்தில் தேச பக்திக்கான வித்து ஊன்றப்பட்டுவிட்டது (இந்நூலின் முதல் கட்டுரை - தேச பக்தியின் வித்து). என்றாலும், 1905இல் நிவேதிதா தேவியைச் சந்தித்த பாரதி, அந்த அம்மையாரிடமிருந்து "ஸ்வதேச பக்தி உபதேச"த்தையே பெற்றதாகக் கூறுகிறான்.

அவ்வாறாயின், நிவேதிதா தேவியிடமிருந்து பாரதி பெற்ற தேசபக்தி உபதேசத்தின் தன்மை என்ன என்பதை நாம் ஆராய வேண்டும். இந்த ஆராய்ச்சியில் ஈடுபட்டு, கேள்விக்கான விடையைக் காணும் முன்பு, நாம் பல விஷயங்களைத் தெரிந்துகொள்ள வேண்டும். முதலாவதாக, பாரதியின் குருமணியான நிவேதிதா தேவிக்கே குருமணியாக விளங்கிய சுவாமி விவேகானந்தரைப் பற்றியும் நாம் சில உண்மைகளைத் தெரிந்தாக வேண்டும்.

விவேகானந்தரின் போதனைகள்

சுவாமி விவேகானந்தர் தம்மை ஓர் அரசியல்வாதி எனக் கூறிக்கொள்ளவில்லை என்பது உண்மை. தமக்கும் தாம் தோற்றுவித்த ராமகிருஷ்ணா மிஷனுக்கும் அரசியலோடு சம்பந்தம் கிடையாது என்று அவர் கூறியதும், அவரே வகுத்துக்கொடுத்த ராமகிருஷ்ணா மிஷனின் சட்டதிட்டங்களில், "மிஷனின் நோக்கங்களும் லட்சியங் களும் முற்றிலும் ஆன்மிகத் தன்மையும் மனிதாபிமானத் தன்மையும் மிக்கவையே; அதற்கு அரசியலோடு எந்தச் சம்பந்தமும் கிடையாது" என்ற ஷரத்து இடம் பெற்றிருந்ததும் உண்மை. அவரது பிரசங்கங்களும் உபதேசங்களும் எழுத்துக்களும் முதன்மையாக வேதாந்த சமய சம்பந்தப்பட்டவையாகவே இருந்தன. ஆயினும், அவை யாவும் அடியாழத்தில் தேசபக்தியுணர்வின் அடிப்படையிலேயே அமைந்திருந்தன என்பதையும், அவரே சாராம்சத்தில் தீவிரமான தேசபக்த சிகாமணி யாகவே விளங்கினார் என்பதையும் அவற்றைப் படிக்கும் எவருக்கும் உணர்த்துவதாகவே இருந்தன.

சுருங்கக் கூறின், சுவாமி விவேகானந்தருக்குச் சமயமே தேசிய மாகவும், தேசியமே சமயமாகவும் இருந்தது என்றே சொல்லிவிடலாம். அவர் தமது நாட்டு மக்களுக்கு விடுத்த செய்தியின் சாராம்சம், அந்த மக்களது துன்ப துயரங்கள், வறுமை, அடிமைத்தனம் எல்லாவற்றுக்கும் அவர்களே பெரிதும் பொறுப்பாளிகள் ஆவர் என்பதும், எனவே, அவர்கள் விழித்தெழுந்து நிமிர்ந்து நின்று, ஆண்மையும் வீறும் மிக்க மனிதர்களாக மாறித் தமக்குத் தாமே உதவிக் கொள்ளத் துணிந்துவிட்டால், பின்னர் தமது துன்பதுயரங்களிலிருந்து அவர்களே விமோசனத்தையும் விடுதலையையும் தேடிக் கொள்ள முடியும் என்பதுதான். இதற்கான தன்னம்பிக்கையையும் ஆண்மையுணர்வையும் நாட்டு மக்கள் உள்ளத்தில் உருவேற்றும் வீராவேச இடிமுழக்கங் களாகவே அவரது பிரசங்கங்களும் எழுத்துக்களும் விளங்கின. இந்த உண்மையைக் கண்டுணர அவரது பொன்னான வாசகங்கள் சிலவற்றையே இங்கு மேற்கோள் காட்டுவோம்:

இந்தியாவின் வருங்காலம்: "எனது சோதரர்களே, நாம் எல்லோரும் கடினமாக உழைப்போம். தூங்குவதற்கு நமக்கு நேரமில்லை. நமது உழைப்பைப் பொறுத்துத்தான் வருங்கால இந்தியாவின் வாழ்வே இருக்கிறது. இந்தியத் தாயான அவள் ஏற்கெனவே காத்துக் கொண்டிருக்கிறாள். விழித்தெழுங்கள். இந்த நமது தாய்நாடான அவளை, அவள் முன்னென்றுமே காணாத அளவுக்கு அத்தனை மகத்துவத்தோடு, புத்துணர்வோடு, அவளது நிரந்தரமான **அரியாசனத்தில் வீற்றிருக்கச் செய்யுங்கள்....** 'இந்தியா, நமது இந்தத் தாய் நாடு' என்ற குரல் நம்மை நோக்கி மென்மையாக, உறுதியாக, எனினும் உச்சரிப்பில் பிழையேதுமின்றி, நெருங்கி வந்து கொண்டிருக்கிறது. நாளுக்கு நாள் அதன் ஸ்தாயியின் பரிமாணம் அதிகரிக்கிறது. கவனியுங்கள். தூங்கியவள் விழித்துக்கொள்கிறாள்! இமய பர்வதத்திலிருந்து வரும் மந்தமாருதம்போல், அந்தக் குரல் ஏறத்தாழ இறந்துபட்டுப்போன எலும்புகளிலும் தசைகளிலும் ஜீவனூட்டுகிறது; அசமந்தப் போக்கு செத்து மடிகிறது. குருடர்கள்தான் இதைக் காண முடியாது; அல்லது வக்கிர புத்தி படைத்த வர்கள்தான் நமது நாடான இந்தத் தாய் தனது ஆழ்ந்த நெடிய தூக்கத்திலிருந்து விழித்தெழுகிறாள் என்பதைக் காண மாட்டார்கள். இனியும் யாரும் அவளைத் தடுத்து நிறுத்துவிட முடியாது; இனியும் அவள் தூங்கப் போவதில்லை; எந்தப் **புறச்சக்திகளும்** அவளை இழுத்துப் பிடித்து நிறுத்த முடியாது. ஏனெனில் அந்த எல்லையற்ற விசுவரூபி எழுந்து நிற்கத் தொடங்கிவிட்டாள்!....."

நமது பலவீனம்: "உபநிஷத்துக்களின் மகத்துவம் எல்லாம் இருந்தாலும்கூட, ஏனைய பல இனங்களோடு ஒப்பிடும்போது, நமது ஞானிகளின் பரம்பரை பெருமைப் படத்தக்கதாக இருப்பினும்கூட, நாம் பலவீனமாக, மிகவும் பலவீனமாக இருக்கிறோம் என்பதை நான் உங்களுக்குச் சொல்லித்தானாக வேண்டும். முதலாவதாக, நமது சரீர பலவீனம். இந்தச் சரீர பலவீனம்தான் குறைந்த பட்சம் நமது துன்ப துயரங்களில் மூன்றிலொரு பகுதிக்கேனும் காரணமாகும்.

"நமது இளைஞர்கள் பலசாலிகளாக இருந்தாக வேண்டும். இருந்தால், சமயம் பின்னால் தானே வரும். என் இளம் நண்பர்களே, பலசாலிகளாயிருங்கள். நீங்கள் கீதையைப் படித்து நெருங்குவதைக் காட்டிலும் கால் பந்து விளையாட்டின் மூலமே சொர்க்கத்துக்கு மிக அருகில் நெருங்கிச் செல்ல முடியும்... உங்கள் கால்களில் நீங்கள் உறுதியாக நின்றால்தான், நீங்கள் மனிதர்கள் என்பதை நீங்களாகவே உணர்ந்தால்தான், உபநிஷத்துக்களையும் ஆன்மாவின் மேன்மையையும் நீங்கள் நன்றாக உணர்ந்து கொள்வீர்கள். **நான் விரும்புவது இரும்பையொத்த தசைகளையும், உருக்கையொத்த நரம்புகளையும் தான்.** இவற்றைக் கொண்ட உடம்புக்குள், இடி மின்னலைக் கொண்டு உருவாக்கப்பட்ட பொருளினால் ஆன ஒரு மனமும் குடிகொண்டிருப்பதையே நான் விரும்புகிறேன். வலிமை, ஆண்மை, க்ஷாத்ர வீரியம் அத்துடன் பிரம்ம தேஜஸ் ஆகியவை ஏற்பட வேண்டும்.....

"நாம் நம்பிக்கை இழந்துவிட்டோம். நான் சொல்வதை நீங்கள் நம்புவீர்களா? ஓர் ஆங்கிலேய ஆடவனும் மாதும் கொண்டிருப்பதை விடக் குறைந்த நம்பிக்கையை, ஆயிரம் மடங்கு குறைந்த நம்பிக்கையை நாம் கொண்டிருக்கிறோம்! இதனால் முப்பத்திமூன்று கோடி மக்களான நாம், **நெடுஞ்சாண்கிடையாக விழுந்து கிடக்கும் நமது உடல்களின்மீது நடந்து செல்லத் துணிந்து விட்ட, விரல்விட்டு எண்ணக் கூடிய எந்தவொரு அன்னியராலும், கடந்த ஓராயிரம் ஆண்டுகளாக ஆளப்பட்டு வந்திருக்கிறோம்!** காரணம் அவர்களுக்குத் தம்மிடம் நம்பிக்கை இருந்தது; நமக்கு அது இல்லை. நமக்கு **சிரார்த்தம்** தேவை. நமக்கு நம்மிலேயே நம்பிக்கை தேவை. **பலம்தான் வாழ்க்கை; பலவீனம் மரணமேயாகும்**..."

"நீங்கள் உங்களுக்கு நீங்களே உதவிக்கொள்ளா விட்டால், நீங்கள் வாழ்வதற்கே தகுதியற்றவர்கள். **ஒவ்வொரு தேசமும் தன்னைத் தானே காப்பாற்றிக் கொண்டாக வேண்டும்** என்பதை நீங்கள் எப்போதும் நினைவில் வையுங்கள். ஒவ்வொரு மனிதனும் தன்னைத் தானே காத்துக் கொள்ள வேண்டும். உதவிக்காக அடுத்தவரை

எதிர்நோக்காதீர்கள். நீங்கள் எந்த அன்னிய உதவியையும் சார்ந்திருக்கக் கூடாது. தனிநபர்களைப் போல் தேசங்களும் தமக்குத் தாமே உதவிக் கொள்ள வேண்டும். இதுதான் உண்மையான தேசபக்தி. ஒரு தேசம் இதனைக் கைக்கொள்ள முடியாவிட்டால், அதற்குரிய காலம் இன்னும் வரவில்லை என்றே அர்த்தம். அது அதுவரை காத்திருக்கத்தான் வேண்டும்..."

தேசத் தொண்டர்களின் கடமை: "நீங்கள் கடவுளைத் தேடி வேறு எங்கே செல்ல வேண்டும்? ஏழைகளும், பரிதாபத்துக்குரியவரும், பலவீனரும் கடவுளர்கள் இல்லையா? முதலில் அவர்களை ஏன் வணங்கக்கூடாது? நீங்கள் ஏன் கங்கை நதிக்கரையில் கிணறு தோண்டச் செல்ல வேண்டும்? அன்பின் சர்வ வல்லமையில் நம்பிக்கை வையுங்கள். உங்களிடம் அன்பிருக்கிறதா? அப்படியென்றால் நீங்கள் சர்வவல்லமை படைத்தவர்களே. நீங்கள் முற்றிலும் தன்னலமற்றவரா? அவ்வாறாயின் நீங்கள் தடுத்தற்கரியவர்களே. குணநலன்தான் எங்கணும் பலனளிக்கும். கடலின் அடியாழத்திலும் தனது குழந்தைகளைப் பாதுகாக்கக்கூடிய கடவுள் அதுதான். **உங்கள் நாட்டுக்குத் தேவைப்படுவது மாவீரர்கள், நீங்கள் வீரர்களாக இருங்கள்!**

"இதயத்திலிருந்து உணர்ந்து பாருங்கள். புத்திக் கூர்மையிலோ விவேகத்திலோ என்ன இருக்கிறது? அது சில அடி தூரமே செல்லும்; பின் அங்கேயே நின்றுவிடும். ஆனால் இதயத்தின் மூலமாகத்தான் உத்வேகம் பிறக்கிறது. அன்புதான் மிகவும் அசாத்தியமான கதவுகளையெல்லாம் அகலத் திறந்துவிடுகிறது. பிரபஞ்சத்தின் ரகசியங்கள் அனைத்துக்குமான நுழைவாயிலே அன்புதான். எனவே, எனது வருங்காலச் சீர்திருத்தவாதிகளே, எனது வருங்காலத் தேசபக்தர்களே, உணர்ந்து பாருங்கள். நீங்கள் உணர்கின்றீர்களா? கடவுளர்கள், ஞானியர்கள் ஆகியோரின் வம்சாவளியினரான லட்சோபலட்சக் கணக்கான மக்கள். நமது அண்டை வீட்டுக்காரர்களாக இருந்து, மிருகங்களாக மாறிவிட்டனர் என்பதை உணர்கின்றீர்களா? இன்று லட்சோப லட்சக்கணக்கான பேர்கள் பல யுகங்களாகவே பசியால் வாடிவந்திருக்கிறார்கள் என்பதை நீங்கள் உணர்கின்றீர்கள்? நாட்டின் மீது அறியாமை இருள் மேகம் போல் குவிந்துள்ளது என்பதை உணர்கின்றீர்களா? இந்த உணர்வு உங்களைத் தூங்கவிடவில்லையா? இது உங்கள் ரத்தத்தினுள் புகுந்து, உங்கள் நாடிநரம்புகளில் பாய்கிறதா? உங்களது இதயத் துடிப்புக்களோடு இதுவும் சேர்ந்து நிரந்தரமாகத் துடிக்கிறதா? அழிவின் பரிதாபம் பற்றிய ஓர் எண்ணம் உங்களை ஆட்கொண்டுள்ளதா? இதனால் **உங்களது பெயர், உங்களது புகழ், உங்களது பெண்டு பிள்ளைகள், உங்களது சொத்து சுகங்கள், ஏன், உங்களது உடம்புகள் ஆகிய அனைத்தையுமே நீங்கள் மறந்து**

விட்டீர்களா? இதை நீங்கள் செய்து முடித்தாயிற்றா? ஏனெனில் இதுதான் ஒரு தேச பக்தனாவதற்கு முதற்படி; இதுவேதான் முதற்படி.....

"உங்களது குறுகிய வளைகளிலிருந்து வெளிவந்து வெளி உலகை நோக்குங்கள். **நாடுகள் எவ்வாறு முன்னேறிக் கொண்டிருக்கின்றன என்று பாருங்கள்!** நீங்கள் மனிதனை நேசிக்கிறீர்களா? அவ்வாறாயின் வாருங்கள்: மேலும் மேலும் உயர்ந்த விஷயங்களுக்காக நாம் போராடுவோம். **திரும்பியே பார்க்காதீர்கள். ஆம். மிக மிக உங்கள் அன்புக்குரியவரான உற்றாரும் உறவினரும் கதறியழுதாலும் கூடத் திரும்பிப் பார்க்காதீர்கள். திரும்பியே பாராதீர். முன்னாலேயே பாருங்கள்!**

ஆண் மக்கள், **ஆண்மையுள்ளவர்கள் - அவர்கள்தான் தேவை. ஏனையவையெல்லாம் தானே தயாராகிவிடும்.** ஆனால் வலிமையும் வீறும் நம்பிக்கையும், முழுக்க முழுக்க நேர்மையும் மிக்க இளம் ஆடவர்களே தேவை. **அத்தகையோர் நூறு பேர் இருந்தால் உலகமே புரட்சிகரமாக மாறிவிடும்.....**"

"நமது நாட்டுக்கு இப்போது தேவைப்படுவது இரும்பாலான தசைகளும் உருக்காலான நரம்புகளும்தான். எதனாலும் தடுத்து நிறுத்த முடியாததும், பிரபஞ்சத்தின் மர்மங்களையும், ரகசியங்களையும் ஊடுருவிக் காணக் கூடியதும், **மகா சமுத்திரத்தின் அடியாழத்துக்குச் சென்று மரணத்தையே நேருக்கு நேர் சந்திக்க வேண்டி நேர்ந்தாலும் எந்த வகையிலேனும் தமது நோக்கத்தை நிறைவேற்றி முடிக்கும் மாபெரும் உறுதிப்பாடு கொண்ட அத்தகைய உள்ளங் களும்தான் தேவை.....**"

"எல்லாச் சமுதாய அல்லது அரசியல் அமைப்புக்களின் அடிப்படையும் மனிதர்களின் நற்குணத்தையே சார்ந்திருக்கிறது. நாடாளுமன்றம் ஏதாவதொரு சட்டத்தை இயற்றுவதன் காரணமாக ஒரு நாடு பெருமையடைந்து விடுவதில்லை. அதன் மக்கள் பெருமை மிக்கவர்களாகவும் நல்லவர்களாகவும் இருப்பதாலேயே நாடு பெருமை மிக்கதாகிறது. உலகின் செல்வங்கள் அனைத்தையும் காட்டிலும் மனிதர்களே மிகவும் மதிப்புமிக்கவர்கள்."

"இங்கிலாந்து இந்தியாவுக்குச் செய்யக்கூடியதெல்லாம் இந்தியா தனது விமோசனத்துக்குத் தானே வழி வகுக்க அதற்கு உதவுவதுதான். **இந்தியாவின் குரல்வளையை நெரித்துக்கொண்டிருக்கும் கையைக் கொண்ட வேறொருவர் இடும் ஆணையினால் ஏற்படும் முன்னேற்றம் எல்லாம், மதிப்பற்றவை** என்பதே என் கருத்து. மிகமிக உயர்ந்த

பணியும்கூட, அதனை அடிமைப்பட்ட தொழிலாளரே ஆற்றியது என்றால், அது சீரழியத்தான் செய்யும். எனக்குச் சொல்லுங்கள் - அவை யாருடைய தேவைகள்? - உங்களுடையதுதான் என்றால், ஆட்சியாளர் தான் அவற்றை உங்களுக்கு வழங்குவார்களா, அல்லது அவற்றை உங்களுக்கு நீங்களாகவே வாங்கிக்கொள்வீர்களா? பிச்சைக்காரனின் தேவைகள் என்றுமே பூர்த்தி செய்யப்படுவதில்லை. உங்களுக்குத் தேவையானதையெல்லாம் அரசாங்கமே உங்களுக்கு அளிக்கிறது என்று வைத்துக்கொள்ளுங்கள். கோரப்பெற்ற விஷயங்களையெல்லாம் பாதுகாத்து வைக்கும் திறன் படைத்த மனிதர்கள் எங்கே இருக்கிறார்கள்? எனவே, முதலில் மனிதர்களை உருவாக்குங்கள்.”

“தமது நாட்டுக்காக முழுக்க முழுக்க நேர்மையோடு தமது சகலத்தையும் தியாகம் செய்யத் தயாராயிருக்கும் மனிதர்களை நீங்கள் பெறும்போதுதான், அத்தகைய மனிதர்கள் துள்ளியெழும் போதுதான், இந்தியா எல்லா அம்சத்திலும் பெருமை படைத்ததாக மாறும். பேரிதயம் படைத்த நூற்றுக்கணக்கான ஆடவரும் பெண்டிரும் வாழ்க்கையின் சுகபோகங்களைப் பெற்று அனுபவிக்கும் வேட்கையை யெல்லாம் கைவிட்டு, நிராதரவு மற்றும் அறியாமை என்ற சுழலில் சிக்கிப் படிப்படியாக மேலும் மேலும் தாழ்ந்து மூழ்கிக் கொண்டிருக்கும் தமது லட்சோப லட்சக்கணக்கான நாட்டு மக்களின் நல்வாழ்வுக்காகத் தாம் கூடியபட்சம் உழைக்க வேட்கைகொண்டு பாடுபடும்போது மட்டும்தான் இந்தியா விழித்தெழ முடியும்.

“இந்த ஒரே கடமைக்கு - இந்தியாவின் மக்கட் கூட்டத்தை மேலுயர்த்தும் கடமைக்குத் - தமது இதயத்தையும் ஆன்மாவையும் அர்ப்பணிக்கக்கூடிய அத்தகைய இளைஞர்கள் மத்தியில் பணியாற்றுங்கள். அவர்களை விழித்தெழச் செய்யுங்கள்; அவர்களை ஒன்றுதிரட்டுங்கள்; துறவு மனப்பான்மையில் அவர்களுக்கு உத்வேகம் ஊட்டுங்கள். புனித வேட்கை உள்ளத்தில் கனன்றெரிய ஆண்டவன் மீதுள்ள நிரந்தர நம்பிக்கையால் மனோவுறுதி பெற்ற ஏழைகள், வீழ்ந்துபட்டவர்கள், ஒடுக்கப்பட்டவர்கள் ஆகியோரின்பால் கொள்ளும் பரிவினால் **சிங்கத்தின் துணிவாற்றலை நிகர்க்கும் நெஞ்சுரம் பெற்ற லட்சம் ஆண்களும் பெண்களும் நாடெங்கணும் பரந்துசென்று, விமோசனத்தின் மார்க்கத்தை, உதவியின் மார்க்கத்தை, சமுதாயத்தை உயர்த்தும் மார்க்கத்தை சமத்துவத்தின் மார்க்கத்தை உபதேசிப்பார்கள்.**

“எனக்கு இப்போது தேவையானது நெஞ்சம் கனன்றெரியும் ஒரு துறவிகளின் படையேயாகும்!.....”

"நாம் தேடிப் பெற வேண்டியது விடுதலைதான் என்றும் அந்த விடுதலைதான் கடவுள் என்றும் நாம் கூறுகிறோம்..... உண்மையான ஆனந்தம்தான் கடவுள். அன்புதான் கடவுள்; விடுதலைதான் கடவுள். அடிமைப்பட்டு இருப்பவை யாவும் கடவுள் அல்ல....."

"ஓ! இந்தியாவே! துணிவும் வீரமும் மிக்கவர்களுக்கு மட்டுமே உரித்தான அந்த **விடுதலையை நீ உனது அவமானகரமான கோழைத் தனத்தின் மூலம் அடைந்து விட முடியுமா?** ஓ! இந்தியாவே! உனது பெண்மையின் லட்சியம் சீதையும் சாவித்திரியும் தமயந்தியும்தான் என்பதை மறந்துவிடாதே. நீ வணங்கும் கடவுள் துறவிகளுக்கெல்லாம் மாபெரும் துறவியான சகலத்தையும் துறந்த சங்கரன்தான் என்பதை மறந்துவிடாதே. உனது இல்லறமும், உனது செல்வமும், உனது வாழ்க்கையும் வெறும் புலனின்பத்துக்கானவை அல்ல. உனது சொந்த, தனிப்பட்ட மகிழ்ச்சிக்கானவை அல்ல என்பதை மறந்து விடாதே. **மாதாவின் சன்னிதியில் ஒரு பலிப்பொருளாகத்தான் நீ பிறந்திருக்கிறாய் என்பதை மறந்துவிடாதே.** உனது சமூக அமைப்பு எல்லையற்ற உலகு தழுவிய தாய்மையின் பிரதிபலிப்புத்தான் என்பதை மறந்துவிடாதே. பாமரர்களும், ஏழைகளும், எழுத்தறிவற்றவர்களும், சக்கிலியரும், தோட்டிகளும் எல்லாத் தாழ்ந்த வகுப்பினரும் உனது சதையும் ரத்தமுமாக விளங்குபவர்களே, உனது சகோதரர்களே என்பதை மறந்துவிடாதே. **தைரியம் மிக்கவர்களே, துணிந்து நில்லுங்கள்; ஆண்மை பெறுங்கள்; நீங்கள் ஓர் இந்தியன் என்பதில் பெருமை கொள்ளுங்கள்.** 'நான் ஓர் இந்தியன்; ஒவ்வோர் இந்தியனும் என் சகோதரன்' என்று பெருமிதத்தோடு பிரகடனம் செய்யுங்கள். 'பாமர இந்தியன், ஏழையும் அனாதையுமான இந்தியன், பிராமண இந்தியன், பறையனான இந்தியன் எல்லோரும் என் சகோதரன் என்று கூறுங்கள். இடுப்பில் நீங்கள் ஒரு கந்தையையே சுற்றியிருந்தாலும், உங்களது உச்சக் குரலில் இவ்வாறு பெருமிதத்தோடு கூறுங்கள்: 'இந்தியன் எனது சகோதரன்; இந்தியனே என் வாழ்க்கை. இந்தியாவின் ஆண் தெய்வங்களும் பெண் தெய்வங்களுமே என் தெய்வம். இந்திய சமுதாயமே என் பிள்ளைப் பருவத்தின் தொட்டில்; என் இளமைப் பருவத்தின் இன்பப் பூங்கா; எனது முதுமைப் பருவத்தில் காசியே எனது 'புனித சொர்க்கம்' என்று கூறுங்கள். சகோதரனே கூறு; 'இந்த இந்திய மண்தான் எனது மிகவுயர்ந்த சொர்க்கம்; இந்தியாவின் நன்மையே எனது நன்மை.' இதையே திரும்பத் திரும்பக் கூறி, இரவும் பகலும் இவ்வாறு பிரார்த்தனை செய்: 'கௌரியின் கணவனே, பிரபஞ்சத்தின் தாயே, எனக்கு

ஆண்மையை அருளிச் செய். வலிமையின் தாயே, என் பலவீனத்தை அகற்றிவிடு; எனது ஆண்மையற்ற தன்மையைப் போக்கிவிடு; என்னை மனிதனாக்கு!..."

"நமது மாபெரும் இந்தியத்தாய் - இதுவே, இது மட்டுமே, அடுத்த ஐம்பது ஆண்டுகளுக்கு நமது தாரக மந்திரமாக இருந்தாக வேண்டும். அந்தக் காலம் வரையில் ஏனைய வீணான தெய்வங்கள் யாவும் நம் மனத்திலிருந்து மறையட்டும். விழித்துக் கொண்டிருக்கும் தெய்வம் இது ஒன்றே ஒன்று மட்டும்தான்.... இதனை நாம் வணங்கும்போது, ஏனைய எல்லாத் தெய்வங்களையும் நாம் வணங்கியவர்களாவோம்."

(மேற்கண்ட மேற்கோள்கள் யாவும் 'Complete Works of Vivekananda' என்ற நூற்றொகையின் 3, 4, 5, 6, 7 தொகுதிகளிலிருந்து எடுக்கப்பட்டவை).

இந்தியத் தேசியத்தின் தந்தை

சுவாமி விவேகானந்தரின் மேற்கண்ட வாசகங்களின் மூலம், சன்னியாசியாகவும் வேதாந்தியாகவும் காட்சியளித்த அந்த மகா புருஷர், நலிவுற்றுக் கிடந்த இந்திய நாட்டினர் தம் நாடி நரம்புகளில் முறுக்கேற்றி, அவர்கள் வீறுகொண்டு எழுந்து தேசபக்தி வேட்கையைப் பெறவும், தேசத்துக்காகச் சகல தியாகத்தையும் செய்ய வேண்டிய அவசியத்தை உணரவும் செய்ய எவ்வாறு பாடுபட்டிருக்கிறார் என்பதை நாம் புரிந்துகொள்ளலாம். அவரே ஒருமுறை தமது சிஷ்ய ரத்தினமான நிவேதிதா தேவியிடம், "எனது பணி ராமகிருஷ்ணரின் போதனைகளையோ வேதாந்தத்தையோ பரப்புவதல்ல; மாறாக, மக்களுக்கு ஆண்மையையூட்டுவதுதான்" என்றும், மற்றொரு முறை "நாம் அணிந்துள்ள இந்த மஞ்சள் நிறத் துறவியுடை போர்க் களத்தில் அணியப்படும் மரண உடையேயாகும். லட்சியத்துக்காக மரணம் அடைவதே நமது குறிக்கோள்; வெற்றியல்ல" என்றும் கூறியதாகவும் நாம் அறிகிறோம் (Sister Nivedita - Pravrajika Atmaprana, 1967 பக். 89, 109).

இதனால்தான் சுவாமி விவேகானந்தர் தேசபக்தர்களுக்கெல்லாம் மேலான தேசபக்தராகவும், இந்திய தேசிய இயக்கத்துக்கே தந்தை யாகவும் விளங்கினார். விவேகானந்தரின் போதனைகள் இந்தியாவில் ஏற்படுத்திய விளைவுகளைப் பற்றிக் கூற வந்த சரித்திர ஆசிரியர் ஆர்.ஜி.பிரதான், "இளம் இந்தியா தேசியத் தன்மை பெற்றது; அதன் தேசியம் தன் உண்மை இயல்பை உணர்ந்தது... எனவே, சுவாமி விவேகானந்தரை இந்திய தேசியத்தின் தந்தை என்றே கூறிவிடலாம்.

அவரே அதனைப் பெரிதும் உருவாக்கினார்; அதன் மிகவுயர்ந்த, மிகவுன்னதமான அம்சங்களையெல்லாம் அவர்தம் சொந்த வாழ்க்கையிலேயே கொண்டிருந்தார்" என்று எழுதுகிறார் (India struggles for Swaraj: R.G. Pradhan, பக். 60). இந்த உண்மையை நமது மகாகவி பாரதியும் அறிந்திருந்தான். "காலஞ்சென்ற விவேகானந்த பரமஹம்ஸ மூர்த்தியே இந்தச் சுயாதீனக் கிளர்ச்சிக்கு அஸ்திவாரம் போட்டவர் என்பதை உலகறியும்" என்று எழுதுகிறான் பாரதி (**பாரதி புதையல்** - 2. ரா.அ.பத்மநாபன், பக். 167).

விவேகானந்தர் உலக இன்பங்களைத் துறந்து, பிரம்மச்சரிய விரதம் பூண்டு துறவியாகி, வேதாந்தத் தத்துவத்தையும் ஆன்மிக விடுதலையையும் உலகுக்கு எடுத்துரைக்க முற்பட்ட முற்றும் துறந்த ஞானிதான். ஆயினும், ஏனைய பற்றுக்களையெல்லாம் அறுத்தெறிந்த அந்த மகான் தேசப்பற்றை மட்டும் கைவிட்டுவிடவில்லை. பாரதியே "நம்மவரின் **அதிருஷ்டத்தாலும் ஈசனுடைய திருவருளாலும்** மற்றெல்லா மாயைப்படலங்களையும் அறுத்தெறிந்துவிட்ட விவேகானந்தர் சுதேசப் பற்றை மட்டிலும் நெடுங்காலம் கொண்டிருந்தார்" என்று எழுதியிருக்கிறான் (**பாரதி புதையல் - 2, பக். 108**). ஆயினும் முற்றும் துறந்த பரமஞானியான விவேகானந்தரைத் தேசம் என்ற பற்று மட்டும் எவ்வாறு பற்றிப் பிடித்துக்கொண்டது? இது ஆழமான விசாரணைக்குரிய சுவையான கேள்வி. இதற்கு இங்கு முழுமையான விடை காண முடியாவிட்டாலும், விவேகானந்தரின் வீராவேச மிக்க தேசியப் பிரச்சாரத்துக்குக் காரணமாக இருந்த ஓர் எதார்த்த நிலையை மட்டும் நாம் சுட்டிக்காட்ட விரும்புகிறோம்.

அமெரிக்காவைச் சேர்ந்த சிகாகோ நகரில் 1893ஆம் ஆண்டு நடந்த உலக சமயங்களின் மகாசபை மாநாட்டில், ஆன்மிக விடுதலையைப் பற்றிப் பிரசாரம் செய்யச் சென்ற அந்த ஞானி, தனது சுதந்திரத்தை ஆங்கிலேயர்களிடம் பறிகொடுத்துவிட்டு விடுதலையற்றுக் கிடந்த பாரத நாட்டின் - ஓர் அடிமை நாட்டின் - குடிமகனாகத்தான் அங்குப் போய்ச் சேர்ந்தார். அந்த மாநாட்டில் கலந்து கொள்வதற்கு அவரிடம் அதிகாரபூர்வமான அத்தாட்சிப் பத்திரங்கள்கூட இருக்கவில்லை. இதனால் முதலில் அவர் அங்குச் சிறுமைப்படத்தான் நேர்ந்தது. எனினும், இறுதியாக அவர் அந்த மாநாட்டில் ஆற்றிய சரித்திரப் புகழ் மிக்க பேருரையைக் கேட்டு, அவரது போதனைகளைக் கேட்கப் பலர் அவர்பால் திரண்டுவந்த அதே சமயத்தில், காழ்ப்புணர்ச்சி கொண்ட பாதிரியார்கள் முதலியோர் அவருக்கு எதிராக இழைத்த சிறுமைகளையும் தாக்குதல்களையும் அவர் தாங்கிக்கொள்ளவும் நேர்ந்தது. அமெரிக்காவில் அவர் அனுபவித்த சிரமங்களும் துன்பங்களும் ஏராளம். இவற்றை அவரது வரலாற்றைப் படித்தவர்கள் அறிவர். இவ்வாறு

அவர் அங்குச் சிரமப்படவும், சிறுமைப்படவும் நேர்ந்ததற்கு எது காரணம்? அவர் ஓர் அடிமை நாட்டிலிருந்து வந்தவர் என்பதுதான். இந்த நூற்றாண்டின் தொடக்கத்தில் இந்திய நாட்டில் எழுந்த தீவிரத் தேசியவாத இயக்கத்தின் மூலவர்களில் ஒருவரான விபின் சந்திரபாலர் அமெரிக்காவுக்குச் சென்ற வேதாந்தப் பிரசங்கங்கள் ஆற்றியபோது, அவரை நோக்கிச் சிலர், "நீங்கள் அடிமை நாட்டிலிருந்து வந்து இங்கு ஆன்மிக விடுதலையைப் பற்றிப் பேசுகிறீர்கள். உடலையே அடிமைப் படுத்தியிருக்கும் உங்களுக்கு உள்ளத்தின் விடுதலை பற்றிப் பேச என்ன யோக்கியதை இருக்கிறது. முதலில் உங்கள் நாடு விடுதலை பெறட்டும். பிறகு நீங்கள் வந்து உங்கள் சமயத்தின், தத்துவத்தின் சிறப்பைப் பற்றியும் ஆன்மிக விடுதலையையும் பற்றிப் பேசுங்கள்" என்று கேட்டு மடக்கியதாக வரலாறு உண்டு. அமெரிக்காவில் விவேகானந்தருக்கு இத்தகைய அனுபவம் ஏற்பட்டிருக்காது என்று எப்படிக் கூறமுடியும்?

புரட்சிவாதிகளுடன் சந்திப்பு

இத்தகைய அனுபவம் அவருக்கு ஏற்பட்டிராவிட்டாலும், அடிமை நாட்டிலிருந்து சென்ற அவருக்கு அங்குக் கிட்டிய அனுபவம் இந்திய தேச விடுதலை பற்றிய முனைப்பான சிந்தனையையும் அவருக்குத் தோற்றுவித்திருக்கத் தவறியிருக்காது என்றே சொல்லலாம். அமெரிக்காவில் விவேகானந்தர் தங்கியிருந்த காலத்தில், அவர் அங்கு சமய சம்பந்தப்பட்ட நபர்களை மட்டுமே சந்தித்தார் என்பதில்லை. ருஷ்ய நாட்டில் ஜார் மன்னனின் எதேச்சாதிகாரத்தை எதிர்த்துப் பலாத்கார நடவடிக்கையில் ஈடுபட்ட அராஜகவாத சோஷலிச இயக்கத்தின் தலைவரான பாகுனினையும் அவர் அங்குச் சந்தித்துப் பேசினார். இந்தச் சந்திப்புக்குப் பின் அவர் தமது சீடரான கிறிஸ்டினா என்ற பெண்மணியிடம், "இன்னொரு சகாப்தத்தைத் தோற்றுவிக்கும் அடுத்த எழுச்சி ரஷ்யாவிலிருந்து வரும்" என்று 1896ஆம் ஆண்டில் கூறினார். அது மட்டுமல்ல. பாகுனினைச் சந்தித்து முடித்த பின் அவர் சோஷலிசத்தையும் கூட அவரது பாணியிலேயே அர்த்தப்படுத்தி வாழ்த்தி வரவேற்கவும் செய்தார். "உலகில் க்ஷத்திரியர்கள் ஆட்சியும் பிராமணர்கள் ஆட்சியும் நடந்துவந்த சகாப்தங்கள் முடிந்துவிட்டன. இப்போது உலகம் வைசியர்களின் ஆதிக்கத்தின் கீழ் மூன்றாவது சகாப்தத்தில் இருந்து வருகிறது. அடுத்து வரும் நான்காவது சகாப்தம் சூத்திரர்களின் ஆட்சியின் கீழ்தான் இருக்கும்" என்று கூறினார் அவர். இவ்வாறு சோஷலிசத்தை வரவேற்று அதற்கு ஆதரவு தெரிவித்துக் குரல் கொடுத்த முதல் இந்தியராகவும் விவேகானந்தரே விளங்கினார்.

ஜார் அரசாங்கத்தின் கீழ் அடிமைப்பட்டுக் கிடந்த மக்களுக்காகப் போராடிய ஓர் இயக்கத்தின் தலைவரான பாகுனினோடு, ஆங்கிலேய

அரசாங்கத்தின் கீழ் அடிமைப்பட்டுக் கிடந்த பாரதத்தின் ஞான புருஷராகச் சென்ற விவேகானந்தர் என்ன பேசினார் என்ற விவரம் நமக்குத் தெரியவில்லை. ஆனால் விவேகானந்தர் ருஷ்ய நாட்டைச் சேர்ந்த இந்தப் புரட்சிவாதியைச் சந்தித்ததோடு மட்டும் நின்றுகொள்ளவில்லை. அமெரிக்காவில் ஈராண்டுகள் தங்கிவிட்டு, 1895இல் இங்கிலாந்துக்குப் போய்ச்சேர்ந்த விவேகானந்தர் அங்கும் ஒரு புரட்சி வாதியைச் சந்தித்தார். ருஷ்ய நாட்டில் ஜாரின் கொடுங்கோன்மை ஆட்சிக்கு எதிராகக் கலகக்கொடி உயர்த்திப் பல்வேறு வழிகளிலும் போராடி வந்த ரஷ்யப் புரட்சிவாதிகளில் சிலர் அடக்குமுறைக்கும் சிறை வாசத்துக்கும் தப்பி, அயல்நாடுகளில் சென்று தங்கி, அங்கிருந்தே தமது போராட்ட நடவடிக்கைகளை மேற்கொண்டு வந்தனர். அவர்களில் ஒருவர் பீட்டர் குரோபோட்கின் என்பவர். விவேகானந்தர் இங்கிலாந்துக்குச் சென்ற சமயத்தில், குரோபோட்கினையும் சந்தித்துப் பேசியிருக்கிறார் "ரஷ்யப் புரட்சிவாதிகளோடு இந்தியர்கள் முதன் முதலில் மேற்கொண்ட தொடர்புகளில் ஒன்று, சுவாமி விவேகானந்தர் பீட்டர் குரோபோட்கின்னை இங்கிலாந்தில் சந்தித்த சந்திப்பாகும்" என்று பி.பி.சின்ஹா எழுதுகிறார் (Indian National Liberation Movement and Russia: P.B. Sinha, 1975 பக். 237).

அது மட்டுமல்ல, இங்கிலாந்து விவேகானந்தர் வேதாந்தம் பற்றிய சொற்பொழிவுகளோடு மட்டும் நின்று கொள்ளவில்லை. சில சமயங்களில் அவர் அரசியல் சம்பந்தமாகவும் பேசினார். உதாரணமாக அவர் 1898 ஆகஸ்டு மாத இறுதியில் நியூ இங்கிலாந்தில் அனிஸ்குவாம் என்ற சிற்றூரில் பேராசிரியர் ரெய்ட் என்பவரின் வீட்டில் குழுமியிருந்தவர்கள் மத்தியில் ஆங்கிலேய ஏகாதிபத்தியம் இந்தியாவுக்கு இழைத்துள்ள தீமைகளைக் குறித்துக் காரசாரமாகவே உரையாற்றினார். அதேபோல், 1899இல் மேரிஹேல் என்ற அமெரிக்கப் பெண்மணிக்குத் தாம் எழுதிய கடிதம் ஒன்றிலும், 1857ஆம் ஆண்டில் நிகழ்ந்த முதல் இந்திய சுதந்திரப்போரின்போதும், அதற்குப் பின்னரும் ஆங்கிலேயர்கள் இந்தியாவில் புரிந்த கொலைகளையும் அட்டூழியங்களையும் கண்டித்து எழுதினார்.

அந்தக் கடிதத்தில் அவர் இவ்வாறு எழுதியிருந்தார்.

"இந்தியாவில் சில ஆண்டுகளாக ஓர் ரத்த பயங்கர ஆட்சியே நிலவி வந்துள்ளது. ஆங்கிலேயப் போர்வீரர்கள் எங்கள் மக்களைக் கொன்றும், எங்கள் மாதர்களைக் கற்பழித்தும் வருகின்றனர். எல்லாம் எதற்காக? எங்கள் செலவில் வழிச்செலவும் பென்ஷனும் பெற்றுத் தமது தாயகத்துக்கு அனுப்பி வைக்கப்படுவதற்காகத்தான்... ஒருவேளை நீங்கள் இந்தக் கடிதத்தை வெளியிட்டீர்கள் என்று வைத்துக்

கொள்ளுங்கள்-இந்தியாவில் இப்போது நிறைவேற்றப்பட்டுள்ள சட்டம், என்னை இங்கிருந்து இந்தியாவுக்கு இழுத்துச்சென்று, விசாரணையே இல்லாமல் என்னைக் கொல்வதற்கு ஆங்கிலேய அரசாங்கத்துக்கு அனுமதியளிக்கும்..." (சுவாமி விவேகானந்தரின் கடிதங்கள் - Letters of Swami Vivekananda பக். 395).

இவ்வாறாக, தாம் ஓர் அரசியல்வாதியல்ல; தமது துறை, சமயம் சம்பந்தப்பட்டதே என்று விவேகானந்தர் கூறிக்கொண்ட போதிலும், சாராம்சத்தில் அவர் அரசியல்வாதியாகவே, அதிலும் தீவிர அரசியல் வாதியாகவே விளங்கினார். நான்கு ஆண்டுகள் வெளிநாட்டில் தங்கிவிட்டு 1897ஆம் ஆண்டில் அவர் இந்தியாவுக்குத் திரும்பி வந்தபோது அவர் இங்கு ஒரு தேசிய வீரராகவே வரவேற்கப்பட்டார். மேலும், தாயகத்துக்குத் திரும்பி வந்த பின்னர், அவரது அடியாழத்தில் குடி கொண்டிருந்த தேசபக்தி, அவரை ஆண்டுக்காண்டு அதிகமான அளவில் ஆட்கொள்ளத் தொடங்கிவிட்டது என்றே சொல்லலாம். இந்தச் சுதந்திர வேட்கையின் காரணமாக, 1898 ஜூன் மாதத்தில் அவரும் அவரது சீடர்களும் காஷ்மீரைச் சேர்ந்த அல்மோராவுக்குச் சென்று அங்கு தங்கியிருந்த காலத்தில், அவர் தமது சீடர்களோடு சேர்ந்து அமெரிக்க நாட்டின் சுதந்திர தினத்தை **ரகசியமாகக்** கொண்டாடவும் செய்தார்! "ஒரு நாள் சுவாமிஜி நிவேதிதாவுடன் சேர்ந்து ஜூலை 4 ஆம் தேதியைக் கொண்டாட ரகசியமாகத் திட்டமிட்டார். அவர் தங்கியிருந்த படகு இலை தழைகளாலும், அவசரமாகச் செய்யப்பட்ட ஓர் அமெரிக்கக் கொடியினாலும் அலங்கரிக்கப்பட்டது. அந்தச் சுதந்திர தினத்தன்று தேநீர் அருந்துவதற்காக அந்தப் படகுக்குள் வந்த அமெரிக்கச் சீடர்களுக்கு இது பேரானந்தம் அளித்தது. அன்று சுவாமிஜி 'ஜூலை 4ஆம் தேதிக்கு' என்ற பாடல் ஒன்றையும் இயற்றி அதனை அவர்களுக்கு வாசித்துக் காட்டினார்" (Sister Nivedita: P.Atmaprana பக். 52).

மேலும், இங்கிலாந்தில் விவேகானந்தரைச் சந்தித்து அவரது சிஷ்ய ரத்தினமாகி, அவரது ஆணைப்படி இந்தியாவுக்கு வந்து சேர்ந்த நிவேதிதா தேவி, தமது குருநாதரிடம் கண்ட ஒரு 'புதிய அம்ச'த்தைப் பற்றி இவ்வாறு எழுதியிருக்கிறார்: "என்றாலும், குருநாதரின் இயல்பில், எவ்வாறு சுதாரிப்பது என்பது அவருக்கு என்றுமே தெரிந்திராத ஒரு விஷயம் ஆழமாக இடம்பெற்றிருந்தது. இது அவரது நாட்டின்பால் அவர் கொண்டிருந்த அன்பும், அதன் துன்பத்தை அவர் சகித்துக்கொள்ள முடியாமையும்தான். அநேகமாக நாள் தவறாமல் அவரை நான் கண்டு வந்த இந்த ஆண்டுகள் முழுவதிலும், **இந்தியாவைப் பற்றிய சிந்தனை அவருக்குத் தாம் விடும் மூச்சுக் காற்றைப்போல் இருந்தது**. அவர்

அடிப்படைகளை உருவாக்கப் பாடுபடும் தொண்டராகவே இருந்தார். அவர் 'தேசிய இனம்' என்ற வார்த்தையை என்றும் பயன்படுத்தியதில்லை; 'தேசத்தை உருவாக்கும்' சகாப்தம் பற்றியும் அவர் பேசியதில்லை. 'மனிதனை உருவாக்குவதே' தமக்குரிய கடமை என்றே அவர் சொல்லி வந்தார். ஆயினும், அவர் ஒரு காதலராகவே இருந்தார். அவரது காதற் பாராட்டுக்குரிய ராணியாக இருந்தது அவரது தாய் நாடே. **அந்த நாடு சம்பந்தப்பட்ட எல்லா விஷயங்களையும் கேட்கும்போதும், தன்மீது பட்டெழும்பும் ஒவ்வோர் ஒலியலையின் போதும் சிலிர்ப்புற்று நடுங்கும் ஒரு நளினமான மணியைப் போல், அவரது இதயம் சிலிர்த்து நடுங்கியது. அந்த நாட்டின் எல்லை களுக்குள் கேட்கும் ஒவ்வொரு பொருமலும், பதிலுக்கு அவரிடம் ஓர் எதிரொலியைக் கேளாது போகவில்லை"** (நிவேதிதாவின் கடிதம். மேற்கூறிய Sister Nivedita என்ற நூலில் காணும் மேற்கூறிய மேற்கோள். பக். 40). இதுபோல் நிவேதிதா கூறியுள்ள மற்றொரு செய்தியிலிருந்தும், விவேகானந்தர் 1902இல் அமரராகவிருந்த தருணத்திலும் கூட, அவரது சிந்தனையில் தாய்நாடு பற்றிய எண்ணமே மேலோங்கி நின்றதாகத் தெரியவருகிறது.

ஒரு வியப்பூட்டும் செய்தி

இத்தனைக்கும் மேலாக நம்மைத் திடுக்கிட வைக்கும் ஓர் அரிய செய்தியும் நமக்குக் கிட்டுகின்றது. ரஷ்ய நாட்டுப் புரட்சியாளர்களான பாகுனினையும் குரோபோட்கின்னையும் முறையே அமெரிக்காவிலும் இங்கிலாந்திலும் விவேகானந்தர் சந்தித்துப் பேசிய செய்தியை முன்னர் பார்த்தோம். அவர்களோடு அவர் என்ன பேசினார், என்ன விவாதம் செய்தார் என்பதும் நமக்குத் தெரியவில்லை. ஆனால் அவர்களை யெல்லாம் சந்தித்துவிட்டு, இந்தியாவுக்குத் திரும்பி வந்த விவேகானந்தர் தாமும் ரகசியமாக இந்திய விடுதலைக்கான புரட்சி நடவடிக்கைகளை ஏற்பாடு செய்வதில் ஈடுபட்டிருந்தார் என்பதே அந்தச் செய்தியாகும்!

தமக்கோ, தாம் தோற்றுவித்த ராமகிருஷ்ணா மிஷனுக்கோ அரசியலோடு எந்தச் சம்பந்தமும் கிடையாது என்று அறிவித்த விவேகானந்தர், தமது சீடர்களாக இருப்போர் அரசியலிலோ, அரசியல் சம்பந்தப்பட்ட இயக்கங்களிலோ ஈடுபடுவதை விரும்பவில்லை, வரவேற்கவில்லை. ஆயினும், அவரது போதனைகளால் உத்வேகம் பெற்ற அவர்களது சீடர்களில் சிலர் அவ்வாறு ஈடுபடவே செய்தனர். சிலர் ஆயுதந் தாங்கிய புரட்சி மற்றும் பயங்கரவாத நடவடிக்கைகளில் ஈடுபடும் ரகசியச் சங்கங்களிலும் பங்குபெற்றிருந்தனர். அவர்களில் விவேகானந்தரின் சிஷ்ய ரத்தினமாகவும், பின்னர் பாரதியின் குருமணியாகவும் விளங்கிய சகோதரி நிவேதிதா தேவியும் ஒருவர்!

நிவேதிதா தேவி ஜப்பானிலிருந்து வந்திருந்த விவேகானந்தரின் பக்தரான ஒக்ககூரா என்பவரோடு சேர்ந்து ஒரு ரகசியச் சங்கத்தில் ஈடுபட்டார். ஒக்ககூரா என்பவர் ஒரு ஜப்பானியப் பேராசிரியர். இவர் 1901இல் இந்தியாவுக்கு வந்தார்; இவரை இந்தியாவுக்குக் கூட்டி வந்ததும் விவேகானந்தரின் அமெரிக்க சிஷ்யையான மிஸ் மக்லியாடு என்பவர்தான். விவேகானந்தரை ஜப்பானுக்கு அழைத்துச் செல்லும் நோக்கத்தோடுதான் ஒக்ககூரா இந்தியாவுக்கு வந்தார். உடல்நலக் குறைவு காரணமாக விவேகானந்தர் அந்த அழைப்பை ஏற்க இயலவில்லை. இதன்பின் ஒக்ககூரா இந்தியாவிலேயே பல காலம் தங்கிவிட்டார். இங்குத் தங்கியிருந்த காலத்தில் அவர் 'கீழைய உலகின் லட்சியங்கள்' என்ற நூலையும் (ideals of the East) எழுதினார். இவர் தமது நூலில் ஆசிய நாடுகளது கலாச்சார ஒற்றுமையை வலியுறுத்தி, ஏனைய ஆசிய நாடுகளெல்லாம் ஐரோப்பியர்களை ஆசியாவைவிட்டு விரட்டுவதற்காக ஒன்றுதிரண்டு நிற்கும்போது, இந்தியா மட்டும் தனித்து நிற்பதாகவும், எனவே, இந்தியாவும் விடுதலையடைந்தாக வேண்டும் என்றும், இதன் மூலம் ஐரோப்பிய - எதிர்ப்புக் கூட்டணியில் சேர்ந்துகொள்ள அது வழி வகுக்க வேண்டும் என்றும் கருத்துத் தெரிவித்தார். இத்தகைய கருத்துக் கொண்ட அவர், இந்திய சுதந்திரம் பற்றிய இந்தச் செய்தியைப் பரப்புவதற்காக, நிவேதிதாவையும் உள்ளிட்ட ரகசியச் சங்கம் ஒன்றை உருவாக்கினார். ஆயுதந்தாங்கிய புரட்சிக்கு நாட்டைத் தயார் செய்வதே இதன் நோக்கம்.

சதிஷ் பக்ராஷி என்ற வங்கப் புரட்சியாளர் எழுதியுள்ள நினைவுக் குறிப்புக்களில், "ரஷ்யாவிலிருந்த பயங்கரவாத அராஜகவாத இயக்கம் காட்டிய பாதையைப் பின்பற்ற வேண்டும் என்ற யோசனை ஒக்ககூரா என்ற ஜப்பானியப் பேராசிரியரிடமிருந்து வந்தது. பிரிட்டிஷாரிடமிருந்து ஏதாவது சில சலுகைகளைப் பெறுவதற்கு இதே முறைகளைக் கையாளுமாறு, லண்டனிலிருந்த இந்திய சமூகத்தினரும்கூட எங்களுக்குப் புத்திமதி கூறிவந்தனர்" என்று எழுதியுள்ளதாக பி.பி.சின்ஹா மேற்கோள் காட்டுகிறார் (Indian National Liberation Movement and Russia: P.B.Sinha, *பக். 217).*

மேற்கூறிய ரகசியச் சங்கத்தில் நிவேதிதா சேர்ந்திருக்கும் விஷயம் விவேகானந்தருக்குத் தெரியவந்தது. நிவேதிதாவோடு பணியாற்றி வந்த மிஸ் கின்ஸ்டிடில் என்ற பெண்மணியிடம் விவேகானந்தர் நிவேதிதா தேவியின் இத்தகைய ஈடுபாட்டை ஆட்சேபித்துப் பேசினார். இந்த ஆட்சேபனையைக் கேட்ட கின்ஸ்டிடில், அவர் இவ்வாறு ஆட்சேபிப்பதற்குக் காரணம் என்ன என்று அவரிடம் கேட்டபோது,

விவேகானந்தர் அந்தப் பெண்மணியிடம் பின்வருமாறு பதில் சொன்னாராம்: "நிவேதிதா அரசியலில் என்ன சாதித்திருக்கிறார்? **ஒரு புரட்சியை உருவாக்கவும், துப்பாக்கிகளைச் செய்து குவிக்கவும் நான் இந்தியா முழுவதிலும் சுற்றித்திரிந்து ஏற்பாடுகளைச் செய்திருக்கிறேன்.** ஆனால், இந்தியா இன்று சீரழிந்த நிலையில் இருக்கிறது. எனவே பிரமச்சரிய விரதம் ஏற்று, நாட்டு மக்களுக்குக் கல்வி போதித்து, நாட்டைப் புத்துயிர் பெறச் செய்யக்கூடிய ஒரு தொண்டர்படையே முதலில் எனக்குத் தேவை" இதேபோல், "அனுசீலன் சமிதி" என்ற ரகசியத்தைச் சேர்ந்த சகாராம் கணேஷ் தேவுஷ்கர் என்ற புரட்சியாளரிடம், **"இந்தியா ஒரு வெடி மருந்துக் கிடங்காக மாறும்:** தமது மரணத்துக்கு முன்பே இந்தியாவில் ஒரு புரட்சி நடக்கும்" என்றும் விவேகானந்தர் கூறினாராம். இந்தத் தகவலைப் பிரபல சரித்திராசிரியரான வங்க அறிஞர் ஆர்.சி.மஜூம்தார் தெரிவிக்கிறார் (History of the Freedom Movement in India: R.C.Majumdar, தொகுதி 1. பக். 463-464).

பேரும் புகழும் மிக்க இந்திய நாட்டு வரலாற்று ஆசிரியர்களில் ஒருவரான ஆர்.சி.மஜூம்தார் கூறியுள்ள மேற்கண்ட செய்தி உண்மையானால், விவேகானந்தர் இந்தியாவில் அன்னியராட்சியை எதிர்த்து ஒரு புரட்சி வெடிக்க வேண்டும் என்ற அந்தரங்கக் கருத்தோடு தான், அத்தகைய புரட்சிக்கான ஆயுத பலத்தைத் தேடிக்கொள்ளுமுன், முதலில் அதற்கான உடல் பலத்தையும் ஆன்ம பலத்தையும் இந்திய இளைஞர்கள் தேடிக்கொள்ள வேண்டும் என்ற உணர்வோடு, தேசிய உணர்ச்சியைத் தூண்டிவிடக் கூடிய வீராவேசமான சொற்பொழிவு களையும் போதனைகளையும் வழங்கி வந்தார் என்றே நாம் முடிவு கட்டலாம்.

விவேகானந்தரின் செல்வாக்கு

ஆனால், அவரது எண்ணத்தையும் திட்டத்தையும் மீறி அவரது ஆயுட் காலத்திலேயே இந்திய நாட்டு இளைஞர்கள் பலரும் அவரது வீரமிக்க சொற்பொழிவுகள் முதலியவற்றால் தூண்டப்பெற்று, நாட்டு விடுதலைக்காக ஆயுதம் தாங்கிப் பயங்கரவாத நடவடிக்கைகளை மேற்கொள்ளக் கூடிய ரகசியச் சங்கங்களைத் தோற்றுவிக்கத் தொடங்கி விட்டனர். இத்தகைய நடவடிக்கைகளில், "அரசியலோடு எவ்விதச் சம்பந்தமும் இல்லாத" ராமகிருஷ்ணா மிஷனைச் சேர்ந்தவர்களும் கூடத் தொடர்பு வைத்திருந்தனர். அரவிந்தரே தமது கட்டுரையொன்றில் இவ்வாறு எழுதியுள்ளார்: "சகோதரி நிவேதிதாவைப்போல் விவேகானந்தருக்கும் அரசியல் பணிகள் பற்றிச் சில கருத்துக்களும், புரட்சி சம்பந்தமான திடீர் எழுச்சிப் போக்குகளும் இருந்தன.

அவர் ஒரு சமயம் வரீந்திரன் நடத்திய மாணிக்டோலா தோட்ட ஆசிரமம் போன்றதொரு காட்சி பெற்றார். அக்காலத்தில் சந்நியாசிகள் பலர் இந்தியா விடுதலையடைவது பற்றிச் சிந்தித்து வந்தனர் என்பது அதிசயமாகவே இருக்கிறது. மகரிஷியின் சீடர் பலர் புரட்சியாளராக விளங்கினர். யோகானந்தரின் குருவுக்குப் புரட்சிக்கருத்துக்கள் இருந்தனவாம். தாகுர் தயானந்தரும் அத்தகையவர்களில் ஒருவர். மண்டல் என்பவர் தாம் எவரோ ஒருவர் மூலமாக என்னை ரகசியச் சங்கத்தில் அறிமுகம் செய்து வைத்தார். அங்கேதான் திலகருடனும் மற்றவர்களுடனும் தொடர்புகொண்டேன்" (ப.கோதண்ட ராமன் நடத்தி வந்த "ஸ்ரீஅரவிந்தர் தர்மதாரா" சஞ்சிகை, செப்டம்பர் 1972).

இதனால் பிரிட்டிஷ் போலீஸார் விவேகானந்தரையும் கூடக் கண்காணிக்கத் தொடங்கினர். நிவேதிதா தேவி 1898 மே 22ஆம் தேதியன்று அல்மோராவிலிருந்து திருமதி.ஹாம்மாண்டு என்பவருக்குத் தாம் எழுதிய கடிதம் ஒன்றில் இவ்வாறு எழுதியிருக்கிறார்: "சுவாமிஜியை ஒற்றர்கள் மூலம் போலீஸ் கண்காணித்து வருவதாக இன்று காலை துறவிகளில் ஒருவர் மூலம் ஓர் எச்சரிக்கை வந்தது. இதைக் கேட்டு சுவாமிஜி சிரிக்கிறார்; என்றாலும் இதற்குச் சற்றும் முக்கியத்துவம் அளிக்காமல் என்னால் இருக்க முடியவில்லை" (Sister Nivedita:- P.Atmaprana பக். 59). உண்மையில் அன்றைய ஆங்கிலேய அதிகார வர்க்கம் விவேகானந்தரை ஒரு புரட்சிவாதியாகவே கருதியது. எனவே, 1918இல் அன்றைய பிரிட்டிஷ் அரசாங்கம் நியமித்த ரௌலட் கமிட்டி இந்த நூற்றாண்டின் தொடக்கத்தில் வங்காளத்திலும் பிற இடங்களிலும் பெருங் கிளர்ச்சிகள் நடந்தமைக்குக் காரணமாக இருந்தவற்றில், விவேகானந்தரின் பிரசாரம் ஏற்படுத்திய தாக்கமும் ஒரு முக்கிய காரணமாகும் என்றே கூறியது. "விவேகானந்தர் சன்னியாசி உடையில் இருந்த ஒரு மூர்க்கமான அரசியல்வாதியே" என்று அதன் அறிக்கை கூறியது.

விவேகானந்தரின் செல்வாக்கு அவர் அவதரித்த வங்க மாநிலத்து இளைஞர்களை மட்டும் கவர்ந்திழுத்து அவர்களைத் தேசபக்தர் களாகவும், தேசத்துக்காகப் போராடும், எவ்விதத் தியாகமும் செய்யத் தயாராகும் தீவிரவாதிகளாகவும் மாற்றியது என்பதில்லை. நமது தமிழகத்திலும் பல இளைஞர்கள் அவரது போதனைகளின் தாக்கத்துக்கு ஆட்பட்டே தேசபக்தர்களாக மாறினர் எனலாம். சொல்லப் போனால் இந்த நூற்றாண்டின் தொடக்கத்தில் தொடங்கிய தீவிரத் தேசியவாத இயக்கத்தில் தமிழகத்தின் மும்மூர்த்திகளாக விளங்கிய வ.உ.சிதம்பரம் பிள்ளை, சுப்ரமணிய சிவா, மகாகவி பாரதி ஆகிய மூவருமே இந்தச் செல்வாக்குக்கு ஆட்பட்டவர்கள்.

விவேகானந்தரின் போதனைகளால் ஏற்கெனவே கவரப்பட்டிருந்த வ.உ.சி. தாம் சென்னைக்கு வந்திருந்த சமயம் சென்னையில் ராமகிருஷ்ணா மிஷனை நிறுவ, தமது பிரதிநிதியாக விவேகானந்தர் அனுப்பி வைத்திருந்த துறவி ராமகிருஷ்ணானந்தரைச் சந்தித்துப் பேசிய காலத்தில், அவர் மூலம் தாம் சுதேசியப் பற்றுக்கொண்ட உண்மையைத் தமது சுயசரிதையில் பின்வருமாறு கூறுகிறார்;

“சுதேசியம் ஒன்றே சுகம்பல அளிக்கும்
இதே என் கடைப்பிடி” என்றனன். அவனுரை
வித்தென விழுந்தது மெல்லிய என்னுளம்
சித்தம் அதனைச் சிதையாது வைத்தது.

(வ.உ.சி. சுயசரிதை பக். 41)

இவ்வாறு ராமகிருஷ்ணானந்தரின் மூலம் தம் இதயத்தில் சுதேசிய வித்து விழுந்தபின், ஜப்பானுக்குக் கப்பல் மார்க்கமாகச் சென்று கொண்டிருந்த வங்காள நாட்டவர் இருவர், தூத்துக்குடியில் தம்மை வந்து சந்தித்து (இவரைச் சந்திக்குமாறு இவர்களையும் ராமகிருஷ்ணானந்தர்தான் சொல்லியனுப்பியிருந்தாரோ, என்னவோ?), வங்கக்[illegible] சுதேசிய இயக்கம் தோன்றி வளர்ந்துவரும் விதத்தைத் தம்மிடம் எடுத்துக் கூறியதாகவும் வ.உ.சி. கூறுகிறார்.

“அடுத்தனர் இருவர் அருணிறை வங்கர்
மேகமும் மின்னலும் விழைதர வந்தபோல்...
சுதேசியம் வங்கம் தோன்றி வளர்வதன்
இதோப தேச இன்மழை பொழிந்தனர்.”

(சுயசரிதை, பக். 41)

“மோகமும் மின்னலும்” போல் வந்த இந்த இருவரின் இதோபதேசத்தால், தம் மனத்தில் விழுந்த சுதேசிய வித்து, “தூத்துக்குடி கைத்தொழில் வளர்ச்சிச் சங்கம்,” “தரும சங்கம்” என்ற இரு இலைகளோடு முளைத்தெழுந்ததாகவும், இவ்வாறு முளைத்தெழுந்த செடியைத் தாம் பேணி வளர்த்து வந்த காலத்தில், விவேகானந்தரின் சீடர்களான அபேதானந்தரும், ராமகிருஷ்ணா மிஷனின் தலைவரான பிரம்மானந்தரும் “இளவேனிலும் தென்றலும்” போல் தூத்துக்குடி வந்ததன் பயனாக, அந்தச் செடி “தரும் சங்க நெசவுச் சாலை” “சுதேசிய நாவாய்ச் சங்கம்”, “சுதேசியப் பண்டக சாலை” என்ற மூன்று கனி தரும் மலர்களையும் பெற்று விட்டதாகவும் வ.உ.சி. தெரிவிக்கிறார் (**சுயசரிதை** பக். 42-43). வ.உ.சி.யின் இந்தக் கூற்றிலிருந்து “அரசியலோடு சம்பந்தமில்லாத” ராமகிருஷ்ணா மிஷனைச் சேர்ந்த துறவிகள், உண்மையில் எவ்வாறு சுதேசிய இயக்கத்தை வளர்க்கப் பணியாற்றினார்கள் என்ற உண்மையும் நமக்குத் தெரிய வருகிறது.

இதேபோல், வ.உ.சி.யுடன் சேர்ந்து சுதேசிய இயக்கத்தில் மும்முரமாக ஈடுபட்டுச் சிறைத்தண்டனையும் பெற்றவரான தேசபக்தர் சுப்ரமணிய சிவாவும் விவேகானந்தரிடம் பெருத்த ஈடுபாடு கொண்டவரே. 'ஸ்ரீராம கிருஷ்ண பரமஹம்ஸ விஜயம்,' 'ஸ்ரீஸ்வாமி விவேகானந்தர் வேதாந்த ரகஸ்யம்' முதலிய நூல்களை இவர் எழுதியதோடு, விவேகானந்தரின் கடிதங்களையும் (2 பாகங்கள்), விவேகானந்தர் எழுதிய (உத்போதம் என்ற வங்கப் பத்திரிகையில் வெளிவந்த) 'கிழக்கும் மேற்கும்' என்ற நீண்ட கட்டுரையையும் இவர் தமிழில் மொழி பெயர்த்து நூல் வடிவில் வெளிக்கொணர்ந்ததும், விவேகானந்தரின் வழியில் இவர் தமது பெயரைச் "சுதந்திரானந்தர்" என்று வைத்துக் கொண்டதுமே இந்த ஈடுபாட்டை உணர்த்தப் போதுமானவை.

கவிஞனான பாரதி விவேகானந்தரைப் பற்றித் தனியாகக் கவிதை எதுவும் எழுதவில்லையெனினும், 1906 ஜூலையில் சென்னைக்கு வந்த அபேதானந்தரின் விஜயத்தையொட்டித் தான் பாடிய கவிதையின் 32 வரிகளில் முதல் 21 வரிகளை அபேதானந்தரின் குருவான விவேகானந்தரின் புகழ் பாடவே பயன்படுத்திக் கொண்டுள்ளான்.

சுருதியும் அரிய உபநிட தத்தின்
　　தொகுதியும் பழுதற உணர்ந்தோன்,
கருதிடற் கரிய பிரமநன் னிலையைக்
　　கண்டுபே ரொளியிடைக் களித்தோன்,
அரிதினிற் காணும் இயல்பொடு புவியின்
　　அப்புறத் திருந்துநண் பகலில்
பரிதியி னொளியும் சென்றிடா நாட்டில்
　　மெய்யொளி பரப்பிடச் சென்றோன்.

வேறு

ஒன்றேமெய்ப் பொருளாகும்; உயிர்களெலாம்
　　அதன் வடிவாம், ஒருங்காலை;
என்தேவன் உன்தேவன் என்றுலகர்
　　பகைப்பதெலாம் இழிவாம் என்று
நன்றேயிங் கறிவுறுத்தும் பரமகுரு
　　ஞானமென்னும் பயிரை நச்சித்
தின்றேபா ழாக்கிடும்ஐம் புலன் களெனும்
　　விலங்கினத்தைச்செகுத்த வீரன்

வேறு

வானந் தம்புகழ் மேவி விளங்கிய
　　மாசி லாதி கரவனச் சங்கரன்

ஞானந் தங்குமிந் நாட்டினைப் பின்னரும்
நண்ணி னானெனத் தேசுறும் அவ்விவே
கானந்தப்பெருஞ்சோதி....

- (அபேதானந்தா-பாடல்கள்: 1 -3)

இதேபோல் 1907 ஜூலையில் விவேகானந்தரின் தம்பியும் புரட்சிகரத் தேசபக்தருமான பூபேந்திரநாதரைப் பிரிட்டிஷ் அரசாங்கம் கைது செய்தபோது தான் பாடிய 'பூபேந்திர விஜயம்' என்ற கவிதையிலும்,

"பாபேந்திரியம் செறுத்த எங்கள்
விவேகானந்தப் பரமன், ஞான
ரூபேந்திரன் தனக்குப் பின்வந்தோன்...."

- (பூபேந்திர விஜயம்: தொடக்க வரிகள்)

என்றே பூபேந்திரரை அறிமுகம் செய்திருக்கிறான். பாரதி விவேகானந்தரைப் பற்றித் தனியாகக் கவிதை எதுவும் எழுதாவிட்டாலும், விவேகானந்தரின் சிந்தனைகளிலும் போதனைகளிலும் பாரதிக்கிருந்த ஈடுபாட்டையும் அவற்றில் அவன் தோய்ந்திருந்ததையும் அவனது கவிதைகள் பலவற்றிலும் நாம் கண்டுணர முடியும். மேலும், பாரதியின் வசன நூல்களில் காணப்படும் கட்டுரைகள் பலவற்றில் அவன் விவேகானந்தரைப் பல இடங்களிலும் மேற்கோள்காட்டி, அவரைப் பற்றி மிகவும் உயர்வாகப் போற்றியிருப்பதையும் நாம் பார்க்கக் காணலாம். சொல்லப்போனால், பாரதியின்பால் விவேகானந்தரின் சிந்தனைகளுக்கிருந்த ஞானத் தாக்கத்தைப் பற்றி ஒரு தனி நூலே எழுதலாம். பாரதி விவேகானந்தரின் போதனைகளைக் கற்றறிந்து அவற்றில் அவன் ஈடுபாடு கொண்டிருந்தான் என்பதை, அவனது ஆசிரியப் பொறுப்பில் 1905இல் வெளிவரத் தொடங்கிய 'சக்கரவர்த்தினி' பத்திரிகையில் அவன் விவேகானந்தரைப் பற்றி எழுதிய கட்டுரையின் மூலமும், அதில் அவரை "உண்மையான புருஷத் தன்மையும் வீர நெறியும் மனித வடிவெடுத்தாற்போல் அவதரித்தவர்" என்று போற்றிப் புகழ்ந்திருப்பதன் மூலமும் புரிந்து கொள்ளலாம் (இந்நூலில் மூன்றாவது கட்டுரையான 'சக்கரவர்த்தினி' பார்க்கவும்).

எனவே, பாரதி நிவேதிதா தேவியை நேரில் சென்று சந்திக்க விரும்பியதற்கு விவேகானந்தரிடம் அவன் கொண்டிருந்த ஈடுபாடும் ஒரு காரணம் என்றே சொல்லலாம். பாரதி விவேகானந்தரின் போதனைகளைக் கற்றிருந்தான் என்று நாம் உணர்ந்துகொள்ள இயலும் அதே சமயத்தில், விவேகானந்தரை அவன் நேரில் தரிசிக்கக்கூடிய வாய்ப்பை என்றும் பெற்றிருந்ததாகச் சான்று ஏதும் இல்லை. சொல்லப்போனால்,

பாரதியின் கவனம் சுதேசியத்தின்பால் திரும்பு முன்னரே, 1902ஆம் ஆண்டிலேயே, விவேகானந்தர் அமரராகிவிட்டார். எனவே, விவேகானந்தரைத் தரிசிக்கும் பாக்கியம் தனக்குக் கிட்டாது போன குறையை, அவரது சிஷ்ய ரத்தினமான நிவேதிதா தேவியைத் தரிசிப்பதன் மூலம் நிறைவு செய்துகொள்ளலாம் என்று கருதியும் பாரதி நிவேதிதா தேவியைச் சந்திக்கச் சென்றிருக்கலாம்.

என்றாலும், நிவேதிதா தேவியைச் சந்தித்துப் பாரதி எத்தகைய "ஸ்வதேச பக்தி உபதேச"த்தைப் பெற்றான்? இதை ஆராயப் புகுமுன், நாம் நிவேதிதா தேவியைப் பற்றியும் தெரிந்து கொள்ள வேண்டும்.

நிவேதிதா தேவி

1867 அக்டோபர் 28 அன்று பிறந்த சகோதரி நிவேதிதா தேவியின் பூர்வாசிரமப் பெயர் மார்கரெட் எலிசபெத் நோபிள் என்பதாகும். இவரது மூதாதையர்கள் ஸ்காட்டிஷ் இனத்தவர். இவர் பிறப்பதற்குச் சுமார் ஐந்து நூற்றாண்டுகட்கு முன்பே, இவரது மூதாதையர் அயர்லாந்தில் குடியேறி, அயர்லாந்து வாசிகளாகவே வாழ்ந்து வந்தனர். சென்ற நூற்றாண்டில் அயர்லாந்தில் பிரிட்டிஷ் ஆதிக்கத்திலிருந்து விடுபடுவதற்கான விடுதலை இயக்கம் தோன்றிய காலத்தில், அந்த இயக்கத்தில் மார்கரெட்டின் பாட்டனார் ஹாமில்ட்டன் என்பவரும் பங்கெடுத்தார். மார்கரெட்டின் தந்தை சாமுவேல் ரிச்மாண்டு ஒரு பாதிரியார். மனிதாபிமானமிக்க இவர் வறுமையால் துயருற்ற மக்களுக்குச் சேவை செய்து வந்தார். தந்தையோடு இத்தகைய சேவையில் ஈடுபட்ட மார்கரெட்டும் சிறு வயதிலேயே, ஒடுக்கப்பட்டும் வறுமையுற்றும் நைந்த மக்களுக்குச் சேவை செய்யும் மனப்பான்மையைப் பெற்று விட்டார்; அதேபோல், தம் பாட்டனாரிடமிருந்து சுதந்திர உணர்வையும் அயர்லாந்தை நேசிக்கும் உணர்வையும் அவர் கிரகித்துக் கொண்டார். இவர் ஹாலிபாக்ஸ் கல்லூரியில் படித்து முடித்த பின்னர், ஆசிரியைத் தொழிலை மேற்கொண்டார். இதன்பின், இவரோடு கருத்தொருமித்த ஓர் இளம் இஞ்சினியரோடு இவருக்கு நட்பு ஏற்பட்டது. அந்த நட்பு காதலாகவும் மலர்ந்தது. ஆனால் அவர்கள் திருமணம் செய்துகொள்வதற்கு முன் அந்த இளைஞர் நோய் வாய்ப்பட்டு இறந்துவிட்டார். இதன்பின், இவரது அக்கறையெல்லாம் கல்வித் துறையிலும், தமது அறிவைப் பெருக்கிக் கொள்வதிலும், விடுதலை வேட்கையிலும், துன்புற்ற மக்களுக்கு உதவுவதிலுமே திரும்பியது. 1892இல் அயர்லாந்தின் சுயாட்சி பற்றிய பிரச்சினை பாராளுமன்றத்தில் விவாதிக்கப்பட்டு வந்தபோது, மார்கரெட் அயர்லாந்தின் விடுதலையை ஆதரித்து அஞ்சாநெஞ்சத்துடன் சொற்பொழிவும் ஆற்றினார்.

1895ஆம் ஆண்டு மார்கரெட்டின் வாழ்வில் ஒரு திருப்பத்தை ஏற்படுத்தியது. 1893இல் அமெரிக்காவில் சிகாகோவில் நடந்த உலக சமயங்களின் மகாசபையில் கலந்துகொள்ளச் சென்றிருந்த விவேகானந்தர் ஈராண்டுகள் அங்குத் தங்கிவிட்டு 1895 இறுதியில் இங்கிலாந்துக்கு வந்து சேர்ந்தார். இங்கிலாந்தில் அவரது சொற்பொழிவுகளையும் போதனைகளையும் கேட்டு மகிழ்ந்த மார்கரெட், அவரையே தமக்கு வாழ்க்கையின் பொருளை உணர்த்திக் காட்டிய குருவாக ஏற்றுக்கொண்டுவிட்டார். இதன்பின், அவர் தமது குருநாதர் தமக்குப் பணிக்கும் சேவையை ஆற்றவும் முன்வந்தார். ஒருநாள் விவேகானந்தர் அவரோடு உரையாடிக் கொண்டிருக்கும்போது, "எனது தாய் நாட்டின் மாதர்களுக்காக நான் திட்டங்கள் வைத்திருக்கிறேன். இது விஷயத்தில் நீ எனக்குப் பேருதவியாக இருக்க முடியும் என்று கருதுகிறேன்" என்று கூறினார். அவரது விருப்பப்படியே இந்தியாவுக்கு வந்து இந்தப் பணியில் ஈடுபட மார்கரெட் அப்போதே தயாராகிவிட்டார். எனினும், 1896 இறுதியில் விவேகானந்தர் தாயகத்துக்குப் புறப்படும் போதுதான் அவருக்கு மார்கரெட்டின் இந்த விருப்பம் தெரியவந்தது.

1897இல் விவேகானந்தர் இந்தியாவுக்குத் திரும்பி வந்து ராமகிருஷ்ணா மிஷனைத் தோற்றுவித்த காலத்தில், அவரது மனத்தில் இந்திய மாதர்களின் விமோசனத்துக்கும் விடுதலைக்கும் சில காரியங்களைச் செய்தாக வேண்டும் என்ற எண்ணமும், இந்த எண்ணத்துக்குத் தமக்குத் துணை நின்று பணியாற்றக் கூடிய கல்வியறிவு மிக்க சிறந்த பெண்மணிகள் தேவை என்ற உணர்வும் அவரது உள்ளத்தில் குடிகொண்டிருந்தன. துர்ப்பாக்கிய வசமாக இந்தியாவில் அவருக்கு இந்தப் பணியில் உதவ எந்தப் பெண்மணியும் முன்வரவில்லை. ரவீந்திரநாத் தாகூரின் உறவினரும், பாரதி என்ற சஞ்சிகையின் ஆசிரியருமான சரளா கோஷல் என்ற பெண்மணியைப் பற்றிக் கேள்விப்பட்டு, இந்திய மாதர்களின் முன்னேற்றத்துக்கும் விடுதலைக்கும் பணியாற்றும் பணியில் ஈடுபடுமாறு கோரி விவேகானந்தர் அந்தப் பெண்மணிக்கு உணர்ச்சிமிக்க கடிதங்களை எழுதினார். ஆனால் அவை பலனளிக்கவில்லை. ஆனால் எங்கோ தொலைவில் இங்கிலாந்தில் இருந்த மார்கரெட் இந்தப் பணியை மனமுவந்து ஏற்றுக்கொள்ளத் தயாராயிருந்தார். என்றாலும், விவேகானந்தர் இந்தப் பணியிலுள்ள கஷ்ட நஷ்டங்களையெல்லாம் மார்கரெட்டுக்கு எடுத்துரைத்து மார்கரெட்டின் வருகைக்குச் சம்மதம் தெரிவிக்காமலே இருந்து வந்தார். இறுதியில் மார்கரெட் எந்தத் தியாகத்துக்கும், எந்தச் சிரமத்துக்கும் தயாராகவே இருக்கிறார் என்று தெரிந்தவுடன் மார்கரெட் இந்தியாவுக்கு வர விவேகானந்தர் சம்மதம் அளித்தார்.

மார்கரெட் 1898 ஜனவரி 28ஆம் தேதியன்று கல்கத்தா வந்து சேர்ந்தார். இதன்பின் 1998 மார்ச் 25 அன்று பிரமச்சரிய விரதம் ஏற்று, சந்நியாசினியாகித் தம்மைத் தமது குருநாதர் பணித்த தொண்டுக்கு அர்ப்பணித்துக்கொண்டார். அப்போதுதான் விவேகானந்தர் மார்கரெட்டுக்கு "நிவேதிதா" (அர்ப்பணிக்கப்பட்டவர்) என்ற பெயரை வழங்கினார். அன்று முதல் மார்கரெட், சகோதரி நிவேதிதா தேவியாகி விட்டார்; இந்தியாவையும் தமது தாயகமாகவே அன்று முதல் ஏற்றுக் கொண்டும்விட்டார். அவர் பெண்களுக்கான ஒரு பள்ளியைத் தொடங்கவே முதலில் திட்டமிட்டார். எனினும், விவேகானந்தர் அவசரப்படவில்லை. நிவேதிதா தமது பணிக்கான மனப்பக்குவத்தைப் பெறுவதற்கு அவர் நீண்ட அவகாசம் அளித்தார். இறுதியில் நவம்பர் 14இல் அந்தப் பள்ளி தொடங்கப்பட்டது. அந்தப் பள்ளியில் பெண் பிள்ளைகளுக்குக் கல்வி மட்டுமல்லாமல் கைத்தொழில்களும் கற்றுக் கொடுக்கப்பட்டன. எனினும், அந்தப் பள்ளியைத் திட்டமிட்டபடி நடத்திவர இந்தியாவில் போதிய நிதி வசதி கிட்டவில்லை. எனவே 1899 ஜூனில் விவேகானந்தர் மீண்டும் வெளிநாட்டுப் பயணத்தை மேற்கொண்டபோது, நிவேதிதாவும் உடன் சென்றார். இங்கிலாந்திலும் அமெரிக்காவிலும் தமது பள்ளிக்கான நிதியுதவியைத் தேடிவரலாம் என்பதும் அவரது நோக்கமாக இருந்தது. வெளிநாடு சென்ற நிவேதிதா தேவிக்கு அங்கு தமது பள்ளிக்கான பண உதவி கிட்டியபோதிலும், இங்கிலாந்திலும் பின்னர் அமெரிக்காவிலும் அவருக்கு ஏற்பட்ட அனுபவங்கள் அவரது சிந்தனையில் ஒரு புதிய கருத்தோட்டத்தையே தோற்றுவித்தது. நிவேதிதா தேவியின் வரலாற்று ஆசிரியர் பிரவ்ராஜிகா ஆத்மப்பிராணா இவ்வாறு எழுதுகிறார்:

"தாம் இங்கிலாந்துக்குத் திரும்பிவந்தது முதற்கொண்டு, தமது மனம் ஒரு புதிய சிந்தனைப் போக்கை மெதுவாக, எனினும், தெள்ளத்தெளிவாகப் பின்பற்றிச் செல்வதை அவர் உணர்ந்தார்… ஒரு நாட்டின் புனர்ஜென்மத்தை இந்து சமயத்தின் மூலம் அடைய முனைவது என்பது உடனடியாக அடைய முடியாத மிகப்பெரிய குறிக்கோளேயாகும். இந்தியாவுக்கு இப்போது தேவையானது. காரியத்தைத் தொடங்குவதற்கான ஒரு விஷயமே. அதுதான் **அரசியல் விடுதலை** என்ற ஞானம் அவருக்கு உதித்தது. இந்தியாவின் மீது அன்புகாட்டித் தொண்டுபுரிய வேண்டும் என்ற சுவாமிஜியின் கருத்துக்களிலிருந்து அவரது கருத்துக்கள் சாராம்சத்தில் மாறுபட்டிருக்க வில்லை என்ற போதிலுங்கூட, அவற்றுக்கான வழிமுறைகளைப் பொறுத்த வரை அவரது சிந்தனைகள் வேறு பாதையில் சென்றன. தமது சிந்தனைகள் இவ்வாறு திசைமாறிச் செல்வதைக் கண்டு அவரே

வியப்படைந்தார். ஆயினும் இந்தச் சிந்தனை தம்முள் ஒருமுறை தோன்றியவுடனேயே, அவர் அதனை அதன் தர்க்கரீதியான முடிவுக்கே கொண்டுசென்றார்: அன்னியரின் அரசியல் ஆதிக்கத்தின் கீழ் இருக்கும் ஒரு நாடு, சமூக அல்லது பொருளாதார, கலாசார அல்லது ஆன்மிகப் புனர்ஜென்மத்தைப் பற்றிக் கனவு காண முடியாது; அரசியல் விடுதலை அதற்கு ஒரு முன் நிபந்தனையாகும்.

"இங்கிலாந்தும் இந்தியாவும் நண்பர்களாக இருக்க முடியும் என்று அவர் ஒரு காலத்தில் நம்பினார். ஆனால் இந்தியாவில் தாம் கண்ணால் நேரில் கண்ட சில சம்பவங்கள், அவரது நம்பிக்கையை நிராசையாக்கிவிட்டன. அமெரிக்காவில் அவர் பெற்ற அனுபவங்களோ இன்னும் அதிர்ச்சி தருபவையாக இருந்தன. கிறிஸ்தவப் பாதிரிமார்கள் மேலைய உலகுக்கு இந்தியாவைப் பற்றி எப்படியெல்லாம் அப்பட்டமாகத் திரித்துக் கூறினர்! இந்தியா அடிமைப்பட்டுக் கிடந்ததால்தானே அவர்கள் அவ்வாறே செய்யத் துணிந்தனர்.....

"இதற்கு முன் இந்தியாவின் அரசியல் அடிமைத் தனம் பற்றிய பிரச்சினை அவரை அலைக்கழித்ததில்லை. இப்போதோ அதுவே அவரது கவனத்தை ஈர்த்தது..... இங்கிலாந்தில் அவர் பல இந்தியர்களைச் சந்தித்தார். ஒரு நாள் திரு.ஆர்.சி.தத் சுமார் முப்பத்தைந்து இந்திய மாணவர்களைக் கூட்டி வைத்து, அவரை உரையாற்றுமாறு கேட்டுக்கொண்டார். அன்று அவர் 'இந்தியாவின் புதிய எழுச்சி', என்ற தலைப்பில் உத்வேகம் ஊட்டும் பிரசங்கம் ஒன்றை ஆற்றினார்....." (Sister Nivedita - P.Atmaprana. பக். 123-124).

அது மட்டுமல்ல, தமது குருநாதரான விவேகானந்தர் தமது முதல் இங்கிலாந்து விஜயத்தின் போது சந்தித்துப் பேசிய ரஷ்ய நாட்டுப் புரட்சிவாதியான குரோபோட்கின்னை, நிவேதிதாவும் லண்டனில் சந்தித்துப் பேசினார். நிவேதிதா அமெரிக்கா சென்றிருந்தபோதே குரோபோட்கின் எழுதிய 'பரஸ்பர உதவி' (Mutural Aid) என்ற நூலைப் படித்திருந்தார்; அந்நூலில் கண்ட பல கருத்துக்கள் அவருக்குப் பிடித்திருந்தன. அவரோடு பல விஷயங்களைக் குறித்தும் நிவேதிதா நடத்திய விவாதங்கள், பிரிட்டிஷாரின் மீது அவரது உள்ளத்தில் ஏற்பட்டிருந்த வெறுப்பு உணர்ச்சியை மேலும் அதிகரிக்கவே செய்தன. இதன்பின், ஆகஸ்டு 18 அன்று அவர் விவேகானந்தரின் அமெரிக்கச் சிஷ்யையான மிஸ்.மக்லியாடுக்குத் தாம் எழுதிய கடிதத்தில், "இந்தியாவுக்குத் தேவையானது எது என்பதை ஏனைய எந்தவொரு நபரைக் காட்டிலும் இவர் (குரோபோட்கின்) அதிகமாகவே தெரிந்து வைத்திருக்கிறார்" என்றும் எழுதினார் (மேற்கூறிய நூல்; பக்.125).

சொல்லப்போனால், இந்த மனமாற்றம் இந்தியாவிலும் இங்கிலாந்திலும் அமெரிக்காவிலும் நிவேதிதா கண்ணாரக் கண்டு பெற்ற அனுபவங்களின் விளைவாக மட்டுமல்லாது, சிறு வயதிலேயே அவரது உள்ளத்தில் குடிபுகுந்துவிட்ட விடுதலை வேட்கை, மற்றும் அவரது ஞானத் தந்தையான விவேகானந்தரின் சிந்தனைகள் அவரிடத்தில் ஏற்படுத்திய தாக்கம் ஆகியவற்றின் தர்க்க ரீதியான விளைவாகவுமே இருந்தது. எனவே, 1902 தொடக்கத்தில் இங்கிலாந்தை விட்டுக் கிளம்பி, இந்தியாவில் சென்னைத் துறைமுகத்தில் வந்து இறங்கியபோது, அவர் இந்திய விடுதலைக்காகப் போராடும் புதிய உத்வேகத்துடனேயே வந்து இறங்கினார் என்றே கூறலாம். அவர் சென்னையில் வந்திறங்கிய பின், 1902 பிப்ரவரி 3 அன்று சென்னை மகாஜன சபை ஹாலில், 'சுதேசமித்திரன்' ஆசிரியர் ஜி.சுப்பிரமணிய அய்யரின் தலைமையில் அவர் உரையாற்றினார். "நிவேதிதாவின் இந்த உரை பிப்ரவரி 8 அன்று கல்கத்தாவிலிருந்து வெளிவரும் தினசரியான 'அமிர்த பஜார்' பத்திரிகையில் வெளிவந்தது. இது அவரது பெயரை அரசாங்கத்தின் சந்தேகத்துக்குரிய புள்ளிகளின் பட்டியலில் இடம் பெறச் செய்தது; இனி மேற்கொண்டு அவரது நடவடிக்கைகளைக் கண்காணிப்பதும், அவருக்கு வரும் கடிதங்களைத் தணிக்கை செய்வதும் அவசியம் என்று அரசாங்கம் கருதியது" (மேற்கூறிய நூல்: பக். 131).

நிவேதிதா இந்திய நாட்டுப் பெண்களின் விமோசனத்துக்காகவும் விடுதலைக்காகவும் பாடுபடுவதற்கு முன்னர், முதலில் இந்திய நாட்டின் அரசியல் விடுதலைக்காகப் போராட வேண்டியது அவசியம் என்ற திடமான உணர்வோடு இந்தியாவுக்குத் திரும்பிவந்தாலும், தமது பள்ளியை மீண்டும் தொடங்கி நடத்துவதற்கான திட்டத்தையும் அவர் கைவிட்டுவிடவில்லை. அதனையும் அவர் காலக்கிரமத்தில் 1902 இறுதி வாக்கில் தொடங்கவே செய்தார். ஆனால் அவரது அரசியல் ஈடுபாடு அதிகரித்து விட்டதன் விளைவாக, அவர் அன்றைய அரசியல் நடவடிக்கை களைக் கூர்ந்து கவனித்து வந்தார்; பல்வேறு கருத்துக்களைக் கொண்ட அரசியல் தலைவர்களையும் பகிரங்கமாகச் சந்தித்துப் பேசினார்; மேலும் தேச பக்திமிக்க இளைஞர்களோடும் ரகசிய இயக்கங்களோடும் நெருங்கிய தொடர்பு கொண்டார். இந்நிலையில் 1902 ஜூலை 4 அன்று விவேகானந்தர் அமரராகி விட்டார். இதன்பின் நிவேதிதாவுக்கு ஒரு பிரச்சினை எழுந்தது. "ராமகிருஷ்ணா மிஷனுக்கும் அரசியலுக்கும் எவ்விதச் சம்பந்தமும் இல்லை" என்று அதன் விதிமுறை கூறியது என்பதை முன்பே பார்த்தோம். தமது அரசியல் ஈடுபாடு அதிகரித்து விட்டதன் விளைவாக இனியும் தாம் மிஷனின் அதிகாரபூர்வமான உறுப்பினராக நீடிப்பதா, இல்லையா என்பதே நிவேதிதாவுக்கு எழுந்த பிரச்சினை. இதன் விளைவாக அவர் தமது ஞானகுரு அமரரான ஒரு

வார காலத்திலேயே, மிஷனின் தலைவரான பிரம்மானந்தரையும் பிறரையும் சந்தித்துப் பேசினார். 'இந்தியாவை மீண்டும் வலிமையும் பெருமையும் மிக்கதாக ஆக்குவதே விவேகானந்தரின் கனவு. இந்திய மக்கள் மத்தியில் தேசிய எழுச்சியை ஏற்படுத்தாமல் அந்தக் கனவை நனவாக்க முடியாது' என்பதே அவரது முடிவாக இருந்தது. எனவே மிஷனை விட்டு விலகிவிடவே அவர் தீர்மானித்தார். இந்த முடிவைக் குறித்து அவர் பிரம்மானந்தருக்கு ஜூலை 18 அன்று முறைப்படி ஒரு கடிதம் எழுதினார். இதனைத் தொடர்ந்து, "இனிமேற்கொண்டு சகோதரி நிவேதிதா மேற்கொள்ளும் காரியங்கள் ராமகிருஷ்ணா மிஷனின் அனுமதியையோ அத்தாட்சியையோ பெற்றவையாகக் கருதப்படமாட்டா" என்று ராமகிருஷ்ணா மிஷன் அதிகாரபூர்வமாக அறிவித்த செய்தி, மறுநாள் ஜூலை 19 அன்று 'அமிர்த பஜார் பத்திரிகை'யில் வெளிவந்தது.

அரவிந்தரோடு சந்திப்பு

ராமகிருஷ்ணா மிஷனை விட்டுவிலகிய சில நாட்களில் ஆகஸ்டு முதல் வாரத்தில் நிவேதிதா நோய் வாய்ப்பட்டார். நோயிலிருந்து மீண்டு குணமடைந்ததும், அவர் செப்டம்பர் மாதத்திலேயே இந்தியாவின் பல பகுதிகளிலும் சுற்றுப்பயணம் செய்யும் தமது திட்டத்தை மேற்கொண்டார். இந்தச் சுற்றுப்பயணத்தின்போது அவர் பம்பாய், நாக்பூர், வார்தா முதலிய இடங்களுக்குச் சென்று சொற்பொழிவுகள் ஆற்றிவிட்டு 1902 அக்டோபர் 20 அன்று பரோடாவுக்கு வந்துசேர்ந்தார். "பரோடாவில் நிகழ்ந்த ஒரு முக்கியமான சம்பவம், அவர் ஸ்ரீ அரவிந்தரைச் சந்தித்ததாகும்" (Sister Nivedita: P.Atmaprana - பக். 147).

அச்சமயம் அரவிந்தர் பரோடா சமஸ்தானத்தைச் சேர்ந்த பரோடா கல்லூரியில் பேராசிரியராகப் பணியாற்றி வந்தார். அரவிந்தர் பரோடாவில் இருந்த போதே, புரட்சித் திட்டங்களில் ஈடுபாடு கொண்டிருந்தார். "1857ஆம் ஆண்டின் 'சிப்பாய்க் கலகத்தில் (முதல் சுதந்திரப் போர்) பங்கெடுத்துக்கொண்டிருந்த நபர்களில் சிலர், சன்னியாசிகளாக வேடம் தரித்து நாடெங்கிலும் திரிந்து, அத்தகைய கலகம் ஒன்றை மீண்டும் உருவாக்க முயன்று வந்தனர். பரோடாவில் அரவிந்தர் இவர்களிற் சிலரோடு தொடர்பு கொண்டார்" (Lokamanya Tilak - A Biography: G.P. Pradan and A.K. Bhagvat - பக். 95). "அரவிந்தர் பரோடாவில் பேராசிரியராக வேலை பார்த்து வந்தபோது, நாடு விடுதலை அடைவதற்கான வழிகளைப் பற்றி இடைவிடாமல் சிந்தித்து வந்தார். இந்தியா ஓர் உபகண்டம். அதைக் காக்க இருந்த பிரிட்டிஷ் படைகளோ மிகச்சொற்பம். அயலவர் ஆட்சியை எதிர்த்து விடுதலைப் போர் மூளுமாயின், அதில் மக்கள் எதிர்ப்பையும், எழுச்சியையும்

பக்கபலமாகக்கொண்ட 'கொரில்லா' யுத்தத்துக்கு வாய்ப்பு இருந்தது. இந்தியச் சேனையில் புரட்சிக் கருத்துக்களைப் பரப்பி, ராணுவத்தை மக்கள் பக்கம் திருப்பலாம். ஸ்ரீ அரவிந்தர் இந்தச் சாத்தியக் கூறுகளை யெல்லாம் உணர்ந்திருந்தார். அவரைப்போன்று மற்றும் சிலரும் இதே கருத்துக்கொண்டிருந்தனர். சென்ற நூற்றாண்டின் இறுதி வருஷங்களில் நாட்டின் பல்வேறு பகுதிகளில் புரட்சி வேலைக்கான ரகசியச் சங்கங்கள் தோன்றின. புரட்சிக் கருத்துக்களைப் பரப்பி, மக்களைத் தயார் செய்வதும், ஆயுதப் படைகளின் மூலமாகக் கலக எழுச்சி செய்வதுமே அவற்றின் நோக்கம். மகாராஷ்டிரப் பிரதேசத்தில் புரட்சிக் கருத்து பரவியிருந்தது. உதயபுரிச் சமஸ்தானத்துச் சீமானான தாகுர் சாகேப், புரட்சிக்காரரின் ஆலோசனைச் சபையின் துணைகொண்டு, மகாராஷ்டிரத்திலும் மராத்திய சமஸ்தானங்களிலும் ரகசியப் புரட்சிச் சங்கங்கள் நிறுவியிருந்தார். அரவிந்தரும் இப்புரட்சிக்காரர்களின் மந்திராலோசனைச் சபையில் ஓர் அங்கத்தினராகச் சேர்ந்து, ரகசியச் சபதம் எடுத்துக் கொண்டார். தாகுர் சாகேப் 1896இல் புனாவில் அமைத்த ரகசியச் சங்கத்திற்கு ஸ்ரீ அரவிந்தரே தலைவராகத் தேர்ந்தெடுக்கப்பட்டார் (**ஸ்ரீ அரவிந்தர் வாழ்க்கை வரலாறு**. பாகம் - 1: ப. கோதண்டராமன், பக். 79-80).

இத்தகைய கருத்துக்களைக் கொண்டிருந்த அரவிந்தரைத்தான் நிவேதிதா பரோடாவில் சந்தித்தார். இந்த முதல் சந்திப்பைக் குறித்து அரவிந்தர் இவ்வாறு எழுதியுள்ளார்: "நிவேதிதா என்னிடம் ஆன்மிக விஷயங்களைப் பற்றியோ, ராமகிருஷ்ணரையும் விவேகானந்தரையும் பற்றியோ பேசியதாக எனக்கு நினைவில்லை. நாங்கள் **அரசியலையும் பிற விஷயங்களையும்** குறித்தே பேசினோம்... அந்தக் காலத்தில் நான் அவரது **காளிமாதா** என்ற நூலைப் படித்து அதில் பெரிதும் மனம் பறிகொடுத்திருந்தேன். அதனைக் குறித்தும் நாங்கள் பேசினோம் என நினைக்கிறேன்" (அரவிந்தர் - தம்மைப் பற்றி. Sri Arabindo On Himself, பக். 96). இந்தச் சந்திப்பின்போது இருவரும் என்ன பேசிக்கொண்டார்கள் என்ற விவரம் நமக்குத் தெரியவில்லைதான். என்றாலும், அக்காலத்தில் அரவிந்தர் நாடெங்கிலும், குறிப்பாக, வங்கத்தில் சிதறிக் கிடந்த துடிப்பும் துணிவும் மிக்க இளைஞர் சங்கங்களை, எனினும் திட்டமும் திசை வழியும் தெளிவாகத் தெரியாமல் செயல்பட்டு வந்த சங்கங்களை ஒன்றுதிரட்டி, அவற்றைப் புரட்சி நோக்கங்களில் ஈடுபடச் செய்ய வேண்டும் என்பதில் முனைந்திருந்தார். இதனால் அவர் அதே 1902ஆம் ஆண்டில் பரோடா ராணுவத்தில் போர் வீரராக இருந்த ஜதீந்திரநாத் பானர்ஜி என்ற வங்க இளைஞரைக் கல்கத்தாவுக்கு அனுப்பி வைத்தார்.

இதேபோல் அரவிந்தர் பரோடாவுக்கு வந்து தம்முடன் தங்கியிருந்த தமது தம்பி பரீந்திர கோஷையும் புரட்சி இயக்கத்தில் ஈடுபடுத்தி அவரையும் வங்கத்துக்கு அனுப்பி வைத்தார். பரீந்திரரும் வங்கம் சென்று அங்குப் புரட்சி இயக்கத்தில் தீவிரமாக ஈடுபட்டார்.

இதன் காரணமாக, இந்தச் சங்கங்கள் பலவும் மெல்ல மெல்லப் புரட்சி நோக்கங்களின்பால் கவனத்தைத் திருப்பிச் செயல்படத் தொடங்கின. இத்தகைய சந்தர்ப்பத்தில்தான் நிவேதிதா அரவிந்தரைச் சந்தித்தார். இதன் விளைவு என்ன என்பதை அரவிந்தர் பின்னர் எழுதிய ஒரு குறிப்பே நமக்குத் தெளிவுபடுத்துகிறது: "சமீப காலத்தில் தோன்றியிருந்த புரட்சி வாதிகளின் சிறு சிறு குழுக்கள் பல இருந்ததையும், ஆயினும் அவையாவும் சிதறுண்டும், ஒன்றோடொன்று தொடர்பில்லாது செயல்பட்டு வந்ததையும் நான் கண்டேன். இவை யாவற்றையும், பாரிஸ்டர் பி.மித்ராவை வங்காளத்தில் புரட்சியின் தலைவராகவும், **நிவேதிதாவையும் ஒருவராகக் கொண்ட** ஐந்து பேருள்ள ஒரு மத்தியக் கவுன்சிலையும்கொண்டு, ஒரே ஸ்தாபனத்தின் கீழ் ஒன்று படுத்த நான் முயன்றேன்" (Arabindo On Himself - பக். 116). நிவேதிதாவின் வரலாற்று ஆசிரியரான பிரவ்ராஜிகா ஆத்மப்பிராணா இவ்வாறு எழுதுகிறார்: "ஒத்துழையாமையையும் சாத்விக எதிர்ப்பும் மட்டும் சுதந்திரத்தை அடைவதற்கான வழிகளாக இருக்க முடியும் என்று நிவேதிதா நம்பவில்லை. எனவே, சாத்விக எதிர்ப்பு தோல்வியடையும் பட்சத்தில். பகிரங்கமான கலகத்துக்கான ஒரு தயாரிப்பாக, ரகசியப் புரட்சி, நடவடிக்கைகளை மேற்கொண்டு வரவேண்டும் என்ற ஸ்ரீஅரவிந்தரின் முயற்சியை அவர் ஆதரித்தார்" (Sister Nivedita - P. 180).

அரவிந்தரின் இந்த ஒற்றுமை முயற்சி அவ்வளவு தூரம் வெற்றி பெறாவிட்டாலும், "அனுசீலன் சமிதி" என்ற ஓர் அமைப்பு அவரது புரட்சித் திட்டத்தை ஏற்றுச் செயல்பட்டது. 'அனுசீலன் சமிதி' என்ற இந்த ஸ்தாபனத்தின் முக்கியஸ்தர்களில் ஒருவரான சதீஷ் சந்திர வசு என்ற இளைஞர் இதன் தோற்ற வரலாற்றையும் ஆரம்ப நடவடிக் கையையும் பற்றிக் கூறியுள்ள விவரங்களை வரலாற்றாசிரியர் மஜூம்தார் பின்வருமாறு தொகுத்துக் கூறியுள்ளார்: "நான் உடற்பயிற்சிக் கழகத்தில் உறுப்பினராக இருந்தேன்; அந்தக் கழகத்தின் தலைவரான பேராசிரியர் வானின் மாணவனாக இருந்தேன். இந்த உடற்பயிற்சிக் கழகத்தோடு, காசிநாத் இலக்கியக் கழகமும் சேர்ந்திருந்தது. ஒருமுறை இக்கழகத்தின் செயலாளர் கூட்ட நடவடிக்கைகளைக் குறித்துக்கொள்ள இங்கிலாந்தில் செய்யப்பட்ட காகிதங்களைக் கொண்டு வந்திருந்தார். ஆனால், 'நீங்கள் இந்தியாவில் செய்யப்பட்ட காகிதத்தையே கொண்டு வரவேண்டும்; இல்லாவிட்டால் இந்தக் கழகத்தை மூடி விடுவேன்'

என்று வான் சொன்னார். அப்போது நான் சுவாமி விவேகானந்தரின் போதனைகளை, சுதேசிப் பொருள்களை உபயோகிப்பது, உடற்பயிற்சி செய்வது, லாத்திக் கம்பைச் சுழற்றுவது, சேரிகளைச் சுத்தம் செய்வது முதலியவை குறித்து அவர் கூறியுள்ள உத்தரவுகளை எண்ணிப் பார்த்தேன். பின்னர் நான் சுவாமி சிரத்தானந்தரைப் பார்க்கச் சென்றேன். அவர் இவ்வாறு கூறினார்: 'நீ தொடங்கியுள்ள பணியை என்றுமே கைவிடக்கூடாது. இதுதான் சுவாமிஜியின் உத்தரவு. சுவாமிஜியே இவ்வாறு கூறியுள்ளார். 'கயிற்றில் கட்டிப் போடப்பட்டுள்ள பசுவும் கூட, அதிலிருந்து விடுபடுவதற்கு எல்லாவிதமான முயற்சியும் செய்கிறது; நீங்கள் ஏன் உங்கள் நாட்டுக்காக உங்கள் உயிர்களைத் தியாகம் செய்யக்கூடாது?' நான் சகோதரி நிவேதிதாவிடம் எல்லாம் கூறியிருக்கிறேன்; அவர் உனக்கு வேண்டிய வழிகளைக் கூறுவார்.' சகோதரி நிவேதிதா தேவியும் இவ்வாறு கூறினார்: 'சுவாமிஜியின் போதனைகளை நீ அறிவாய் அல்லவா? எனவே, உன் ஆரோக்கியத்தை மேம்படுத்திக்கொள்ள வேண்டும். லாத்திக் கம்பைச் சுழற்றுதல் முதலியவை உட்பட, எல்லாவிதமான தேகப் பயிற்சிகளையும் செய்ய வேண்டும்.' இதன்பின், நாங்கள் மதன்மித்ராவில் தெருவில் லாத்திக் கம்பைச் சுழற்றும் பயிற்சிக்காக ஒரு சிறு கழகத்தைத் தொடங்கினோம். இந்தக் கழகத்துக்கு ஒரு பெயர் இடுமாறு நரேன் பட்டாச்சார்யாவைக் கேட்டுக் கொண்டோம். அவர்தான் 'அனுசீலன் சமிதி' என்ற பெயரைக் கூறினார். இந்தப் பெயர் பங்கிம் சந்திரரின் நூலொன்றிலிருந்து எடுத்த பெயராகும்" (History of Freedom Movement in India - R.C.Mazumdar தொகுதி - 1).

இவ்வாறு தோன்றிய அனுசீலன் சமிதி உண்மையில், ஆங்கில அரசாங்கத்துக்கு எதிராக, இறுதியான ஆயுதந் தாங்கிய போராட்டத்துக்கு இளைஞர்களைத் தயார் செய்யும் ஓர் இயக்கமாகவே இருந்தது. இதன் தலைமையகம் டாக்காவில் இருந்தது; இதன் பல்வேறு கிளைகள் கிழக்கு வங்காளத்தின் பல்வேறு நகரங்களிலும் கிராமங்களிலும் பரவியிருந்தது. பொதுவாக, வங்காளத்தில் இருந்த இத்தகைய ரகசியச் சங்கங்கள் பலவும், ஆரம்பத்தில் தேகப்பயிற்சி, அணிவகுப்புப் பயிற்சி, குதிரையேற்றம், குத்துச்சண்டை, சிலம்பாட்டம் போன்ற பயிற்சிகளிலேயே ஈடுபட்டிருந்தன. ஆயினும் அவை படிப்படியாக, வெடி குண்டுகள் செய்தல், துப்பாக்கிகளைச் சேகரித்தல், துப்பாக்கி சுடும் பயிற்சி பெறல் போன்ற நடவடிக்கைகளிலும் ஈடுபட்டு, புரட்சி நடவடிக்கைகளுக்குத் தயாராயின. அனுசீலன் சமிதியைப் பற்றிப் பேராசிரியர் மஜூம்தார் இவ்வாறு எழுதுகிறார்:

"அனுசீலன் சமிதி தனது நடவடிக்கையை ஓரளவு பகிரங்கமாகவும், ஓரளவு ரகசியமாகவும் மேற்கொண்டு வந்தது. லாத்திக்கம்பு வீச்சு, வாள் வீச்சு, கட்டாரிக்கத்தி வீச்சு, குதிரையேற்றம், நீச்சல், சில இடங்களில் குத்துச் சண்டை போன்ற பயிற்சிகளையும், சகலவிதமான டிரில் பயிற்சிகளையும் இளைஞர்களுக்கு வழங்கும் கழகங்கள் இருந்தன. இவை யாவும் பகிரங்கமாகச் செய்யப்பட்டன; இவை ஏராளமான இளைஞர்களையும் கவர்ந்திழுத்தன. ஆயினும், இவை யாவும் ஒரு 'வெளிவட்ட'மாகவே இருந்தன. இதற்குள் ஓர் 'உள் வட்டமும்' இருந்தது. அதில் ஒருசிலர் மட்டும் இருந்தார்கள். அவர்களே புரட்சி நடவடிக்கைகளுக்கு ஏற்பாடு செய்தனர். இந்த 'உள்வட்டம்','வெளிவட்ட'த்திலிருந்து தேர்ந்தெடுக்கப் பட்டவர்களைக் கொண்டு இடையறாது வலுப் படுத்தப்பட்டு வந்தது என்பதைச் சொல்லத் தேவையில்லை" (History of Freedom Movement in India தொகுதி - 2 பக். 265).

நிவேதிதாவும் புரட்சி இயக்கமும்

இத்தகைய ரகசியப் புரட்சி நடவடிக்கைகளை மேற்கொண்ட இயக்கத்தில் நிவேதிதா வகித்த பங்கு என்ன?

மஜூம்தார் மேற்கூறிய நூலில் இவ்வாறு எழுதுகிறார். "நிவேதிதாவிடம் மாஜினியின் சுயசரிதத்தின் ஆறு தொகுதிகளும் இருந்தன. அதன் முதல் தொகுதியை அவர் புரட்சிக் கழகத்துக்கு (அனுசீலன் சமிதி) வழங்கினார்; அது வங்காளம் முழுவதும் சுற்றுக்கு விடப்பட்டு, பரவலாகப் படிக்கப்பட்டது. அதன் முதல் தொகுதியில் இறுதியிலுள்ள 'கொரில்லாப் போர்முறை' பற்றிய அத்தியாயம் டைப் அடிக்கப்பட்டது; அப்போது கழகத்தின் தலையாய நோக்கமாக விருந்த இந்த விதமான போர் முறையில் அதன் உறுப்பினர்கள் பயிற்சி பெறவேண்டுமென்பதற்காக, அதன் பிரதிகள் பரவலாக வினியோகிக்கப் பட்டன. பின்னர் 1908இல் நிவேதிதா பூபேந்திரநாத தத்தருக்கு (விவேகானந்தரின் தம்பி), அவர் கைது செய்யப்படுவதற்குமுன், மாஜினியின் சுயசரிதையில் மீதமிருந்த ஐந்து தொகுதிகளையும், அத்துடன் 'ஒரு புரட்சிவாதியின் நினைவுக் குறிப்புக்கள்', 'ரஷ்ய மற்றும் பிரெஞ்சுச் சிறைக்கூடங்களில்' என்ற தலைப்புக்களில் பீட்டர் குரோபோட்கின் எழுதியிருந்த இரு நூல்களையும் கொடுத்தார். சிறைக்குச் செல்லுமுன் குரோபோட்கின்னின் இந்த இரு நூல்களையும் படிக்குமாறு கேட்டுக்கொண்டார்; மேலும், ரஷ்யப் புரட்சியின் உண்மையான இயல்பு, பணக்காரர்களை எதிர்த்து ஏழைகள் நடத்தும் போர்தான் என்பதையும் அவரிடம் விளக்கிக் கூறினார்" (தொகுதி-1. பக். 464).

இதேபோல், நிவேதிதாவின் வரலாற்றாசிரியரான பிரவ்ராஜிகா ஆத்மப்பிராணாவும், நிவேதிதா அனுசீலன் சமிதிக்கு அமெரிக்கச் சுதந்திரப்போர் பற்றிய நூல்கள், ஐரிஷ் புரட்சி பற்றிய நூல்கள், கரிபால்டியின் வாழ்க்கை வரலாறு போன்ற பல புத்தகங்களை வழங்கியதையும், சமிதியின் இருப்பிடத்துக்குச் சென்று அதன் உறுப்பினர்களான இளைஞர்களுக்குப் பல விஷயங்களைக் குறித்துச் சொற்பொழிவுகள் ஆற்றியதையும் குறிப்பிடுகிறார். எனினும், "அவரது ஒத்துழைப்பு சமிதிக்குப் புத்தகங்களை வழங்குவதோடும், இளைஞர்கள் உள்ளத்தில் தேசிய ஆர்வத்தை உருவேற்றுவதற்காக, அவர்களுக்கு உத்வேகமூட்டும் உரைகளை ஆற்றியதோடும் மட்டுமே நின்று கொண்டது" என்று எழுதுகிறார் (Sister Nivedita. பக்.180). மேலும், இவர் பிறிதோரிடத்தில், "அவர் (நிவேதிதா) பயங்கரவாதிகளின் இயக்கத்தில் மும்முரமாகப் பங்கெடுத்தார் என்று நிரூபிக்கக்கூடிய மறுக்கொணாத சான்று எதுவும் கண்டறியப்படவில்லை. என்றாலும், சில வாழ்க்கை வரலாற்றாசிரியர்கள் பயங்கரவாதிகளின் நடவடிக்கையில் அவரைச் சம்பந்தப்படுத்துகின்றனர்; அவரைப் பயங்கரவாதிகளின் தலைவராகவும் கூடக் குறிப்பிடுகின்றனர்" (பக். 192) என்று எழுதி உதாரணமாக லிஜ்ஜெல்ரெய்மாண்டு என்ற பிரஞ்சுப் பெண்மணி நிவேதிதாவைப் பற்றி எழுதியுள்ள சில விஷயங்களை மறுத்து, இறுதியில் நிவேதிதா ஒரு பயங்கரவாதியல்ல என்று நிலைநாட்ட முயன்றிருக்கிறார் (பக். 193-95).

உண்மையில், லிஜ்ஜெல்ரெய்மாண்டு நாம் முன்னர் குறிப்பிட்ட - வங்காளத்தில் இயங்கிவரும் இளைஞர் ஸ்தாபனங்களையெல்லாம் ஒன்றுபடுத்துவதற்காக நிவேதிதாவையும் உள்ளிட்டு அரவிந்தர் அமைத்த - கமிட்டிக்கு நிவேதிதாவே செயலாளராக இருந்தார் என்றும், அவரே சமிதியின் தலைமறைவு நடவடிக்கைகளையெல்லாம் வழி நடத்தினார் என்றும் எழுதியிருக்கிறார். மேலும், லிஜ்ஜெல் ரெய்மாண்டு எழுதிய நிவேதிதா வாழ்க்கை வரலாற்றை (The Dedicated) அடிப்படை யாகக் கொண்டு, நிவேதிதா "புரட்சிகரமான சஞ்சரிகைகளுக்குக் கட்டுரைகள் எழுதியது போக, புரட்சி நடவடிக்கைகளுக்கும் முழு ஆதரவை வழங்கினார். அவரளித்த உத்வேகத்தின் பேரிலேயே, பிரபுல்ல சந்திரராயின் ரசாயன ஆய்வுக் கூடம் வெடி குண்டுகளைச் செய்யும் சோதனைகளை நடத்தப் பயன்படுத்தப்பட்டது. ஹேமசந்திர தாஸ் வெடி குண்டு செய்யும் கலையில் தேர்ச்சி பெறுவதற்காக பிரான்சுக்கும் இத்தாலிக்கும் அனுப்பப்பட்டார்" என்று சிலர் எழுதியுள்ளனர் (உதாரணம்: Nivedita - The dedicated daughter of India - V.Rangarajan, 'Wisdom' monthly. Madras Nov. 74). இத்தகைய விஷயங்களை நிவேதிதாவின் வரலாற்றை எழுதிய மற்றவர்கள் குறிப்பிடவில்லை.

என்றாலும், என்.கே.குகா என்ற புரட்சியாளர், பிரபல விஞ்ஞானியும் உண்மையான வங்க தேச பக்தருமான ஆசார்ய பி.சி.ராய், வெடிகுண்டு இயக்கத்தில் அனுதாபம் கொண்டிருந்தார் என்றும், அதனால் அவர் டாக்கா அனுசீலன் சமிதியின் தலைவரான புலின் பிகாரி தாஸை ரகசியமாகச் சந்தித்து, நம்பிக்கைக்குரிய சிலரின் உதவியோடு வெடி குண்டுகளைத் தயாரித்துக் கொடுக்கும் பொறுப்பை ஏற்றுக்கொண்டார் என்றும், 'ஒரு புரட்சிவாதியின் நினைவுக் குறிப்புக்கள்' (A Revolutionary's Memoris) என்ற நூலில் குறிப்பிட்டிருப்பதை மஜூம்தார் சுட்டிக் காட்டுகிறார். லிஜ்ஜெல் ரெய்மாண்டு வங்கத்தில் மேற்கொள்ளப்பட்ட புரட்சி நடவடிக்கைகளுக்கெல்லாம் நிவேதிதாவே முக்கிய **தலைவராக** இருந்தார் என்று எழுதியுள்ளதை, மஜூம்தாரும் இதற்கு ஆதரவான சான்று எதுவும் இல்லை என்று மறுத்திருந்தாலும் (தொகுதி-1. பக்.464), வங்கநாட்டுப் புரட்சி நடவடிக்கைகளையெல்லாம் விரிவாக அலசி ஆராய்ந்துள்ள அந்தப் பேரறிஞர் என்றாலும், "வங்கத்தில் ரகசியச் சங்கங்களை உருவாக்கியதில் சகோதரி நிவேதிதா வகித்த பாத்திரம், அவர் ஒன்றும் பயங்கரவாதத்தை 'ஓர் அரசியல் போர்முறையாகக் கொள்ளாது' முற்றிலும் அதனை ஒதுக்கி விடவில்லை என்பதைச் சந்தேகமறத் தெரிவிக்கிறது" என்றே எழுதுகிறார் (History of Freedom Movement in India. தொகுதி - 1. பக். 464).

நிவேதிதா பயங்கரவாத நடவடிக்கைகளை ஆதரித்தாரா, இல்லையா என்பது விடை தெரிய வராத கேள்விக்குறியாகவே நின்றுவிட்டாலும்கூட, பயங்கரவாத நடவடிக்கைகளில் ஒன்றே ஒன்றை மட்டும் அவர் திட்டவட்டமாக ஆதரிக்கவில்லை என்பது தெள்ளத் தெளிவாகப் புலனாகிறது. புரட்சிகர நடவடிக்கைகளை மேற்கொள்வதற்குத் தேவையான பண வசதியைப் பெறுவதற்கு, அன்றைய இளைஞர்கள் பணக்காரர்களையும் வசதி படைத்தவர் களையும் கொள்ளையடிப்பதையும் ஒரு வழியாகக் கையாண்டார்கள். மஜூம்தார் இவ்வாறு நடத்தப்பட்ட ஒரு கொள்ளையைப் பற்றி விவரமும் தந்திருக்கிறார். இவ்வாறு கொள்ளையடிக்கச் செல்பவர்கள் ஒரு கண்டிப்பான விதியையும் வைத்திருந்தனர். கொள்ளையடிக்கும் போது எக்காரணம் கொண்டும் எந்தப் பெண்ணின் உடம்பையும் தொடவேகூடாது என்பதே அந்த விதி. நகைகளைக் கொள்ளையடிக்கும் போது இது கண்டிப்பாகக் கடைப் பிடிக்கப்பட்டது. ஒரு முறை ஒரு பணக்காரப் பெண்ணிடம் பன்னிரண்டாயிரத்து ஐந்நூறு ரூபாய் கொள்ளையடிக்கப்பட்டது. கொள்ளையடித்த பின்னர், பணத்தைப் பறிகொடுத்தவரிடம் ஒரு ரசீது வழங்கப்பட்டது. அதில் இந்தியா சுதந்திரம் அடைந்த பின்னர், இந்தப் பணம் வட்டியும் முதலுமாகத் திருப்பிக் கொடுக்கப்படும் என்று எழுதப்பட்டிருந்தது. இத்தகைய

நடவடிக்கைகளில் ஈடுபட்ட இளைஞர்கள், கொடுக்கக் கூடிய வசதி படைத்தவர்களிடமிருந்து பெறும் 'கட்டாயக் கடன்களாகக்'த் தான் இவ்வாறு கொள்ளையடிப்பதைக் கருதினர். இத்தகைய கொள்ளை நடவடிக்கையை அரவிந்தர்கூட ஆதரித்தார். முன்னர் குறிப்பிட்ட பி.மித்ராவின் தலைமையில் நடந்த ரகசியக் கூட்டம் ஒன்றில், அரவிந்தர் இவ்வாறு கொள்ளையடிப்பது நியாயம் என்றே கூறினார். நாட்டின் விடுதலையைப் பெறும் நோக்கத்துக்காகப் புரியும் கொள்ளையில், தார்மிக ரீதியான குற்றம் எதுவும் கிடையாது என்றே அவர் வாதிட்டார். ஆனால் பி.மித்ராவும், நிவேதிதாவும் இந்தச் செயலை என்றுமே ஆதரித்ததில்லை எனக் குறிப்பிடுகிறார் மஜூம்தார். நிவேதிதாவின் வரலாற்றாசிரியரான பி.ஆத்மப்பிராணாவும், "ஒருமுறை புரட்சிக் குழுவைச் சேர்ந்த இரு இளைஞர்கள் தாரகேஷ்வரிலுள்ள ஒரு வீட்டில் கொள்ளையடிக்கத் திட்டமிட்டனர். அவர்கள் நிவேதிதாவிடம் சென்று, இதற்காக அவரிடம் ஒரு ரிவால்வரைத் தருமாறு கேட்டனர். நிவேதிதா மிகவும் கோபம் கொண்டு, அவர்களுக்கு அதனைக் கொடுக்க மறுத்துவிட்டார்" என்று எழுதுகிறார் (Sister Nivedita பக். 194).

எவ்வாறாயினும், மேற்கண்ட விவரங்களிலிருந்து, நிவேதிதா இந்தியா விடுதலை பெறுவதற்கு சாத்விக மார்க்கங்களை நம்பியிருக்கவில்லை என்பதும், ஆயுதம் தாங்கிய போராட்டத்தினாலும் புரட்சியினாலும்தான் இந்தியா விடுதலை பெறமுடியும் என்றே கருதினார் என்பதும், குரோபோட்கின், மாஜினி முதலியோரின் நூல்களை, அவர் ரகசிய இயக்கங்களைச் சேர்ந்த இளைஞர்களுக்கு வழங்கியதன் மூலம், கொரில்லாப் போர் முறைக்கும், இறுதியாக ஆயுதம் தாங்கிய போராட்டத்துக்கும் இந்நாட்டு இளைஞர்களைத் தயாராக்க வேண்டும் என விரும்பினார் என்பதும் தெளிவாகிறது. மேலும், அவர் இந்த இயக்கங்களின் நடவடிக்கைகளில் நேரடியாகப் பங்கு கொள்ளவோ, அவற்றுக்குத் திட்டமிட்டுக் கொடுக்கவோ, அவற்றை வழிநடத்திச் செல்லவோ இல்லை என்று கொண்டாலும்கூட, இவற்றுக்கெல்லாம் இந்த நாட்டு இளைஞர்களைத் தயாராக்கும் நோக்கத்துடனேயே அவர் செயல்பட்டு வந்தார் என்று நாம் திட்டவட்டமாகக் கூற முடியும். 1904ஆம் ஆண்டு அவர் பாட்னா நகரில் மாணவர்களுக்கு உரையாற்றும்போது, இந்தியா தம்மிடம் என்ன எதிர்பார்க்கிறது என்பதை மாணவர்கள் தமக்குத் தாமே கேட்டுக்கொள்ள வேண்டும் என்று கூறினார். பின்னர் உடற்பயிற்சியின் அவசியத்தை வலியுறுத்தி, ஆண்மைதான் வாழ்வின் ரகசியம் எனக் குறிப்பிட்டார். இறுதியில் அவர் மாணவர்களை நோக்கி இவ்வாறு

அறைகூவல் விடுத்தார்; "உங்கள் நாட்டின் நன்மையே உங்கள் உண்மையான நோக்கமாக இருக்க வேண்டும். அதனை இலக்கிய முயற்சிகளிலோ அல்லது கட்டுரைகளைச் சாமர்த்தியமாக எழுதுவதிலோ அல்லது பேச்சாற்றலிலோ தேடாதீர்கள். இத்தகைய காரியங்களுக்கு உங்கள் மத்தியில் எவ்வளவோ பேர் உண்டு. நாடு முழுவதும் உங்கள் நாடு. உங்கள் நாட்டுக்கு உங்கள் சேவை தேவைப் படுகிறது என்று எண்ணுங்கள். ஞானமும், பலமும், ஆனந்தமும், வளவாழ்வும் கிட்டப் போராடுங்கள். இவை அனைத்தும்தான் வாழ்வில் உங்கள் நோக்கமாக இருக்க வேண்டும். **எக்காரணம் கொண்டும், போருக்கான அறைகூவல் வரும் சமயத்தில் தூங்கிக் கொண்டிருந்துவிடாதீர்கள்."**

இளைஞர்களிடம் இத்தனை நம்பிக்கை வைத்திருந்த காரணத்தால், அவர்களை வருங்காலப் புரட்சிக்குத் தயார் செய்ய வேண்டும் என்று அவர் விரும்பியதால், அவர் இளைஞர்களைத் தமது ஆவேசமிக்க உரைகளால் தட்டியெழுப்பினார்; அவர்களுக்கு உதவினார்; வழிகாட்டினார். நிவேதிதாவின் வரலாற்றாசிரியர் பி.ஆத்மப்பிராணா இவ்வாறு எழுதுகிறார்: "இன்னும் பிரபலமடையாத இளைஞர்கள் மத்தியில், நிவேதிதா மிகவும் பிரபலமாக இருந்தார். அவர் தேசிய இயக்கத்தில் பங்கெடுத்த அவர்கள் அனைவருக்கும் ஒரு **குருவாக** இருந்தார். பூபேந்திரநாத தத்தர் (விவேகானந்தரின் தம்பி), பரீந்திர கோஷ் (அரவிந்தரின் தம்பி), தாரக்நாத் தாஸ் போன்ற இளம் புரட்சி வாதிகள் அவரிடமிருந்து உதவி பெற்றனர்" (Sister Nivedita - பக். 250).

இதே பூபேந்திரநாத தத்தர் 'யுகாந்தர்' பத்திரிகையில் எழுதிய ராஜத்துரோகமான கட்டுரைகளுக்காக 1907இல் கைது செய்யப்பட்ட போது, நிவேதிதா அவரை ஜாமீனில் வெளியே கொண்டுவரவும் முன்வந்தார். அவரைச் சிறையில் சந்தித்து, அவரது தாய் புவனேஸ்வரி யைத் தாம் கவனித்துக்கொள்வதாகக் கூறினார்: அதன்படி நிவேதிதா புவனேஸ்வரி தேவியை அடிக்கடி சென்று பார்த்து ஆறுதலும் கூறி வந்தார். மேலும், பூபேந்திரருக்கு விதித்த அபராதத் தொகையான ரூபாய் பத்தாயிரத்தை வசூலித்துக் கொடுப்பதிலும் அவரது தோழர் களுக்கு உதவினார். பூபேந்திரர் தமது ஓராண்டுச் சிறைவாசத்தைக் கழித்துவிட்டு வெளியே வந்து, அமெரிக்கா சென்றார். இதன்பின் ஈராண்டுகள் கழித்து அமெரிக்காவிற்குச் சென்ற நிவேதிதா, அங்கு தங்கியிருந்த இந்தியப் புரட்சிவாதிகளான பூபேந்திரநாத தத்தரையும் தாரக்நாத் தாஸையும் அங்கு சந்தித்தார். இதேபோல், அலிபூர் சதி வழக்கின்போது சிறைப்பட்டு ஓராண்டுக் காலம் காவலில் இருந்து

விட்டு 1909 மே மாதம் வெளிவந்த அரவிந்தர், மீண்டும் 1910 பிப்ரவரியில் தாம் மீண்டும் கைதாகக்கூடும் என்பதை அறிந்து அங்கிருந்து சந்திரநாகூருக்குச் சென்ற பின்னால், நிவேதிதா சந்திர நாகூருக்குச் சென்று அவரைச் சந்தித்ததுடன், அரவிந்தர் சந்திர நாகூரிலிருந்து பாண்டிச்சேரி போய்ச் சேர்வதற்கும், டாக்டர் ஜகதீஷ் சந்திரபோஸிடமிருந்து பணம்பெற்றுக் கொடுத்தும் அவரை வழியனுப்பி வைத்தார். இந்த விவரங்களையும் நாம் நிவேதிதாவையும் அரவிந்தரையும் பற்றிய வரலாறுகளிலிருந்து அறிகிறோம்.

பாரதி பெற்ற உபதேசம்

நிவேதிதா தேவியைப் பற்றிய இந்த விவரங்களையெல்லாம் தெரிந்துகொண்ட பின்னர், பதினான்கு வயதிலேயே ஆங்கிலேயர் ஆட்சியை வெறுக்கத் தொடங்கிவிட்ட பாரதி, நிவேதிதாவைச் சந்திப்பதற்கு முன்பே தேசியப் பாடல்களைப் பாடத் தொடங்கிவிட்ட பாரதி, நிவேதிதாவைச் சந்திக்கும் காலத்தில் 23 வயது முடிந்த காளைப் பருவத்தினனாகவிருந்த பாரதி, நிவேதிதா தேவியிடம் எத்தகைய "ஸ்வதேச பக்தி உபதேச"த்தைப் பெற்றிருப்பான் என்பதை நாம் ஊகித்துக் கொள்வது ஒன்றும் சிரமமான காரியம் அல்ல. நிவேதிதாவிடம் பாரதி உபதேசம் பெற்றது சம்பந்தமாக, ரா.அ.பத்மநாபன் ஒரு சுவையான விஷயத்தைக் குறிப்பிட்டிருக்கிறார். அது வருமாறு:

"நிவேதிதா தேவியைச் சந்தித்தபோது நடந்த ஒரு விஷயம் பற்றித் தம் ஆப்த நண்பர் எஸ்.துரைசாமி அய்யரிடம் வெகுநாள் கழித்துப் பாரதி சொன்னாராம். அந்தச் சந்திப்பு பாரதியின் மனதை எப்படி அடியோடு மாற்றியது என்பதற்கு இதுவும் தக்க ஆதாரம் காட்டுகிறது.

"பாரதத் தாய் விலங்குகளோடு கண்முன் நிற்பதாய் காணும் அளவுக்கு உணர்ச்சி வேண்டும்; அப்படிக் கண்டால்தான் விலங்கை எப்படியாவது நீக்கவேண்டும் என்ற உணர்வு வரும் என்று நிவேதிதா தேவி சொன்னாராம். இப்படிக் கூறி வந்த அந்த அம்மையார் திடீரென ஆவேசம் வந்ததுபோல், தமது மேலங்கியை மார்பெதிரே பிய்த்துத் திறந்து, 'உங்களுக்குத் தைரியம் வேண்டும். எங்களை இங்கே குத்திக் கொல்ல உங்களுக்குத் தைரியம் வேண்டும்!' என்றாராம். தேச விடுதலைக்காகத் தம் போன்ற வெள்ளையரைத் துஷ்ட நிக்கிரகம் செய்யவும் அஞ்சாத தீரம் வேண்டுமென்பது நிவேதிதையின் குறிப்பு. அடிமை மக்களுக்கு ஆண்மையின் அவசியத்தை அவர் இவ்வாறு வற்புறுத்தினார். இந்த உபதேசம் பாரதியின் நெஞ்சில் ஆழப்பதிந்தது" (**சித்திர பாரதி** - ரா.அ.ப.பக். 24).

பாரதி 1904ஆம் ஆண்டு இறுதிவாக்கில் சென்னைக்கு வந்த காலத்திலேயே பாரதிக்கு நெருங்கிய நண்பராக விளங்கியவர் எஸ்.துரைசாமி அய்யர். அப்போது அவர் சட்டக் கல்லூரி மாணவராக இருந்தவர். பின்னர் வழக்கறிஞராகப் பணியாற்றியவர். பாரதியை நேரில் அறிந்த வ.ரா., தமது பாரதி வரலாற்று நூலில், பாரதி சென்னைக்கு வந்து சேர்ந்த காலத்தில் பாரதியின் "உயிர்த் தோழர்களாக" விருந்த சிலரைப் பற்றி எழுதும்போது, இவர்களில் "எஸ்.துரைசாமி அய்யரைத் **தலைமையாகச்** சொல்ல வேண்டும்" எனக் குறிப்பிட்டு, அவரைப் பற்றியே முதலில் எழுதியுள்ளார் (**மகாகவி பாரதியார்** - அத்.6). எனவே, பாரதியின் தலையாய உயிர்த் தோழரான துரைசாமி அய்யர் தெரிவித்துள்ள செய்தி நாம் ஏற்றுக் கொள்ளத்தக்கதேயாம். சொல்லப் போனால், பாரதியின் மற்றொரு வாக்கு மூலமும் இந்தச் செய்தியை உறுதிப்படுத்துகிறது எனலாம். பாரதியின் மனைவி செல்லம்மா பாரதி தமது பாரதி வரலாற்று நூலில், 'குரு உபதேசம்' என்ற அத்தியாயத்தின் இறுதியில் இவ்வாறு எழுதுகிறார்:

"பாரதியார் ஸ்ரீமதி நிவேதிதா தேவி அம்மையாரிடம் உபதேசம் பெற்றதைப் பின்வரும் ஆனந்தக் களிப்பு மூலமாகவும் தெரிவித்திருக்கிறார்:

சொன்ன சொல் ஏதென்று சொல்வேன்? - எனைச்
சூதாய்த் தனிக்கவே சும்மா யிருத்தி
முன்னை யேது மில்லாதே - சுக
முற்றச் செய்தேயெனைப் பற்றிக் கொண்டார்.
பற்றிய பற்றற ஒன்றே - தன்னைப்
பற்றச் சொன்னார்; பற்றிப் - பார்த்தவிடத்தே
பெற்றதை யேதென்று சொல்வேன்? - சற்றும்
பேசாத காரியம் பேசினார் தோழி!"

- (பாரதியார் சரித்திரம் - பக். 39).

துரைசாமி அய்யர் தெரிவித்துள்ள செய்தியைப் போலவே, பாரதி நிவேதிதாவிடம் உபதேசம் பெற்ற விவரத்தைப் புரிந்துகொள்வதற்கு இந்தப் பாடலும் முக்கியமானதாகும். எனினும், துர்ப்பாக்கியவசமாக, துரைசாமி அய்யர் தந்துள்ள செய்தியையும் இந்தப் பாடலையும் துணைகொண்டு, பாரதி நிவேதிதாவிடம் பெற்ற "ஸ்வதேச பக்தி உபதேச"த்தையும், அந்த உபதேசத்தினால் பாரதியின் பரிணாமத்தில் பிரதிபலித்த விளைவுகளையும் பாரதி வரலாற்றாசிரியர்கள் எவருமே ஆராயப் புகவில்லை. சொல்லப் போனால் அவர்கள் மேற்கண்ட பாடலைக் கணக்கிலேயே எடுத்துக்கொள்ளவில்லை.

மேற்கண்ட பாடலில் பாரதி நிவேதிதாவிடம் பெற்ற உபதேசம் மிகமிகச் சூட்சுமார்த்தமான முறையிலேயே கூறப்பட்டிருக்கிறது. "சொல்லுக்கடங்காவே - பராசக்தி சூரத்தனங்களெல்லாம்" என்று பாரதி (**ஆறுதுணை**) பாடியிருக்கிறானல்லவா? அதுபோல் சொல்லுக்குள் அடங்காத சூட்சுமமாக அறிவுநிலை கடந்த ஒரு பேருணர்வு நிலையிலேயே, பாரதி நிவேதிதா தேவியிடம் உபதேசம் பெற்றிருக்கிறான் என்பதை மேற்கண்ட பாடல் தெளிவுபடுத்துகிறது. என்றாலும், அதே சமயம், இந்தப் பாடல் நாம் புரிந்துகொள்ளக்கூடிய சில செய்திகளையும் உண்மைகளையும் கூறவே செய்கிறது.

முதலாவதாக, பாரதி நிவேதிதா தேவியைத் தனிமையிலேயே சந்தித்திருக்கிறான் என்பதும், அந்தச் சந்திப்பின்போது அவர்கள் இருவரையும் தவிர வேறு யாரும் உடன் இருக்கவில்லை என்பதும் முதல் ஈரடிகளால் தெளிவாகிறது. இரண்டாவதாக, நிவேதிதாவின் பிரசன்னமும், அவர் பாரதியிடம் கூறிவந்த விஷயங்களும், பாரதியை அப்படியே பரவசத்தில் ஆழ்ந்திருக்கின்றன என்பதும், அவை அவனை அப்படியே பற்றிப் பிடித்து ஆட்கொண்டிருக்கின்றன என்பதும் அடுத்த ஈரடிகளால் புலனாகின்றது. இவ்வாறு அவன் நிவேதிதா தேவியினால் ஆட்கொள்ளப்பட்டு நின்ற ஒரு நிலையில்தான், நிவேதிதா தேவி தாம் கூறிவந்த விஷயங்களுக்கு ஒரு முத்தாய்ப்புப் போன்று, "சற்றும் பேசாத காரியத்தை" - அதாவது துரைசாமி அய்யர் கூறிய செய்தியிலுள்ள "எங்களை இங்கே குத்திக் கொல்ல உங்களுக்குத் தைரியம் வேண்டும்" என்ற வார்த்தைகளைப் - பேசியிருக்கிறார் என்பதும் கடைசி ஈரடிகளால் உணரப்படுகிறது (அப்படியென்றால், ஐந்தாவது ஆறாவது அடிகளில் அவர் கூறிய விஷயம் என்ன? அதனைப் பின்னர் ஆராய்வோம்).

நிவேதிதாவின் ஆளுமை

பாரதி நிவேதிதாவைச் சந்தித்த இந்தச் சந்திப்பு எவ்வாறு இருந்திருக்கும் என்பதை நமது மனக்கண் முன்னால் காண முற்படுமுன், நிவேதிதா தேவியின் (Personality) 'ஆளுமை'யைப் பற்றியும் நாம் சிறிது தெரிந்துகொள்ள வேண்டும். 1911 அக்டோபர் 13 அன்று நிவேதிதா தமது 44 வயது பூர்த்தியாவதற்கு இரு வாரங்களுக்கு முன்னர் அமரரான பின்னர் நடந்த நினைவாஞ்சலிக் கூட்டம் ஒன்றில் டாக்டர் ராஷ் பிகாரி கோஷ் நிவேதிதாவைப் பற்றி இவ்வாறு பேசினார்: "கருகிப் போன எலும்புகளும்கூட, உயிர் பெற்று அசையத் தொடங்குகின்றன என்றால், அவற்றுக்குள் சகோதரி நிவேதிதா செலுத்திய உயிர்மூச்சே அதற்குக் காரணமாகும். நமது இளைஞர்கள் ஒரு புதிய, மேலும் உயர்வான,

மேலும் உண்மையான, உன்னதமான வாழ்க்கையைப் பெறுவதற்கான உணர்ச்சி நெருப்பால் உத்வேகம் பெற்றுள்ளார்கள் என்றால், இது விஷயத்தில் நம்மிடமிருந்து அகாலத்தில் அழைக்கப்பட்டுவிட்ட அந்த மாது சிரோமணிக்குச் சேரவேண்டிய பெருமை கொஞ்சநஞ்சமல்ல...” ராஷ் பிகாரி கோஷ்தான் 1907ஆம் ஆண்டின் சூரத் காங்கிரசில் மிதவாதிகளின் தலைவராகப் பிரேரேபிக்கப்பட்டவர் என்பதை நாம் நினைவில் கொள்ள வேண்டும். இதேபோல் மற்றொரு மிதவாதத் தலைவரான கோபால கிருஷ்ண கோகலேயும், அதே நினைவாஞ்சலிக் கூட்டத்தில் பேசியபோது, “சகோதரி நிவேதிதா தேவியின் ஆளுமை அற்புதமான விதத்தில் மனத்தைக் கவர்ந்த ஆளுமையாகும் - அவரைச் சந்திப்பது என்பது **இயற்கையின் ஏதோவொரு மாபெரும் சக்தியை** நாம் சந்திப்பது போன்ற அத்தனை கவர்ச்சிமிக்க ஆளுமையாகும்” என்று கூறினார் (Modern Review ஏப்ரல் 1912). மேலும், இந்த நூற்றாண்டின் தொடக்கத்தில் இந்தியாவுக்கு வந்து இங்கு நிகழ்ந்து வந்த தேசியப் போராட்டத்தை நேரில் கண்டும், தேசியத் தலைவர்களை நேரில் கண்டும், தேசியத் தலைவர்களை நேரில் சந்தித்தும் தமது நினைவுக் குறிப்புக்களை எழுதிய H.W. நெவின்ஸன் என்ற பிரிட்டிஷ் பத்திரிகையாளர், “சகோதரி நிவேதிதாவை இரண்டு பக்கங்களில் வருணிப்பது என்பது, நெருப்பை ஒரு சூத்திரமாக வடித்து, இதுதான் ஞானம் எனக் குறிப்பிடுவது போன்ற வீண் முயற்சியாகும். உண்மையில் அவரிடம் நெருப்புப் போன்று ஏதோ ஒன்று இருந்தது; அவர் பேசிய பேச்சு மட்டுமல்ல, ஜீவசக்தி மிக்க அவரது ஆளுமை முழுவதுமே எனக்கு அடிக்கடி **நெருப்பைத்தான்** நினைவூட்டியது” என்று எழுதியிருக்கிறார் (Studies from an Eastern Home - H.W.Nevinson, பக். XXIX).

இதற்கும் மேலாக, இன்னொரு சுவையான குறிப்பையும் சொல்ல வேண்டும். கவியரசர் ரவீந்திரநாத் தாகூரும் இந்த நூற்றாண்டின் தொடக்கத்தில் அரசியலில் தீவிரவாதியாக இருந்தவர்தான். சொல்லப் போனால், சென்ற நூற்றாண்டின் இறுதி வாக்கிலேயே ஆங்கிலேயர் ஆட்சியை ஒழிக்கும் நோக்கத்தோடு இந்தியாவில் தோற்றுவிக்கப்பட்ட ரகசியச் சங்கம் ஒன்றில் தாகூரும் கூடச் சேர்ந்திருந்தார். “ரவீந்திரநாத் தாகூர் தமது நினைவுக் குறிப்புக்களில், தாமும் தமது சகோதரர் ஜோதிந்திரநாத தாகூரும், ராஜ்நாராயண போஸ் நிறுவிய ரகசியச் சங்கத்தில், அதன் உறுப்பினர்களெல்லாம் நாட்டின் எதிரிகளை வன்முறையால் ஒழிப்போம் என்று பிரதிக்ஞை எடுக்க வேண்டியிருந்த சங்கத்தில், எவ்வாறு உறுப்பினர்களாயினர் என்பதைக் கூறியுள்ளார். தேச சுதந்திரப் போராட்டத்துக்கான நியாயமான மார்க்கம் தனிநபர் பயங்கரவாதமே என்ற கருத்து ராஜ் நாராயண போஸினால் தெரிவிக்கப் பட்டது...” என்று சௌமியேந்திரநாத தாகூர் எழுதியுள்ளார்

(Studies in the Bengal Renaissance; Evolution of Swadeshi Thought - Sowmyendra Nath Tagore பக். 210-11). ஆயினும், சென்ற நூற்றாண்டின் இறுதியில் அரசியலில் தீவிரவாதியாக இருந்த தாகூர், இந்த நூற்றாண்டின் தொடக்கத்தில் தேசிய இயக்கம் வீறு பெற்ற காலத்திலும் தீவிரமாக இருந்த தாகூர், "1908ஆம் ஆண்டுத் தொடக்கத்தில் பாப்னா என்ற இடத்தில் நடந்த வங்க மாகாண அரசியல் மாநாட்டில் தலைமை வகித்துப் பிரசங்கம் புரிந்த தாகூர்... அதே ஆண்டில் தேசிய இயக்கத்தில் நேரடியாகப் பங்குகொள்வதினின்றும் விலகி, தாம் அதற்கு முன்பே தொடங்கியிருந்த சாந்திநிகேதனுக்குள் அடங்கிப்போய்விட்டார். ஆம். பாரதி தேசிய இயக்கத்தின் பிரவாகத்தில் குதித்து, அந்தப் பெரு வெள்ளத்தோடு கலந்து செல்லத் தொடங்கிய காலத்தில், தாகூர் அந்த வெள்ளத்திலிருந்து விலகிக் கரையேறி நின்றுவிட்டார்" (**கங்கையும் காவிரியும் - ரகுநாதன், அத். 4**).

தாகூரின் இந்தப் போக்கின் காரணமாக அவர் நிவேதிதா தேவியின் அரசியல் கருத்துக்களை ஆதரிக்கவில்லை. தாகூர் பலமுறை நிவேதிதாவைச் சந்தித்திருந்தார். "சகோதரி நிவேதிதாவும் ரவீந்திரநாத் தாகூரும் பலமுறை சந்தித்திருந்திருந்தாலும், எந்தவொரு காலத்திலும் அவர்கள் என்றுமே சேர்ந்து உழைத்ததில்லை. ரவீந்திரநாத் தாகூரே இதனைக் குறித்துப் பட்டவர்த்தனமாக இவ்வாறு எழுதியுள்ளார்: 'நான் அவரது **மாபெரும் சக்தியை** உணர்ந்திருந்தேன். ஆயினும், நான் அவரது மார்க்கம் எனக்கு உரியதல்ல என்பதைப் புரிந்து கொண்டேன். அவர் பல்வகைத் திறமையும் படைத்த ஒரு மேதை, மேலும் அவரது இயல்பில் வேறொரு விஷயமும் இருந்தது; அதுதான் அவரது **போர்க்குணம்**. அவரிடம் சக்தி இருந்தது. அவர் அந்தச் சக்தியை மற்றவர்களின் வாழ்க்கையின்மீது முழு வலிமையோடு பிரயோகித்தார் (Sister Nivedita - P.Atmaprana பக்.241). என்றாலும் இதே தாகூர், நிவேதிதா அமரரான பின்னர், அவருக்கு நினைவாஞ்சலி செலுத்தும்போது, தமது எண்ணங்கள் நிவேதிதாவின் விட்டுக் கொடுக்காத தாக்குதல்களுக்கு உள்ளாயின என்றும், என்றாலும், அவரை நினைத்துப் பார்த்துத் தாம் பல சமயங்களில் பலம் பெற்றதாகவும் கூறினார். மேற்கூறிய நினைவாஞ்சலிக் கூட்டத்தில் தாகூர் இவ்வாறு கூறினார்: "அவரை (நிவேதிதாவை)ப் பார்த்தவர்கள், மானுடத்தின் சாராம்ச வடிவத்தையே, **உணர்ச்சியின் வடிவத்தையே** பார்த்தவர்களாவர். மனிதனின் அந்தராத்மா, புற உலகின் உலகாயத மேற்பூச்சுக்கள் அல்லது இடையூறுகள் அனைத்தின் தடையையும் முடமாக்கிவிட்டு, எவ்வாறு தங்குதடையற்ற, சற்றேனும் குறையாத ஆற்றலோடும் ஜோதிப் பிரகாசத்தோடும் தன்னைத்தானே வெளிப்படுத்திக் காட்டுகிறது

என்பதை அவரிடம் காண இயல்வது ஒரு பெரும் பாக்கியமேயாகும். சகோதரி நிவேதிதாவிடத்தில் மனிதனின் **வெல்லப்படாத மகோன்னதத்தை** நாம் கண்டோம். இதனால் நாம் பாக்கியசாலிகளே...."
(Sister Nivedita மேற் கோள். பக். 201).

நிவேதிதாவின் இத்தகைய ஆளுமையை நாம் சற்றே கற்பனை செய்து மனக்கண்முன் நிறுத்திக்கொண்டால், பாரதி நிவேதிதாவைச் சந்தித்த சந்திப்பு, உணர்ச்சிப் பிழம்புகளான இருபெரும் சக்திகளின் சந்திப்பாகவே இருந்திருக்கும் என்றே நாம் உணர முடியும். பாலியப் பருவத்திலேயே, ஆங்கிலேயர் செய்த சதியின் காரணமாக, தன் எதிர்காலமே இருளாகத் தோன்றிய தருணத்தில், பாரதிக்கு ஆங்கிலேய ஆட்சியின் மீது ஏற்பட்ட வெறுப்பு, பின்னர் தேசிய இயக்கத்தின்பால் அவனது கவனத்தை ஈர்த்து, 1905இன் பிற்பகுதியில் அவனைத் தேசிய கவியாகவும் மலரச் செய்தது (முதல் கட்டுரை). இவ்வாறு தேசிய இயக்கத்தின்பால் சிந்தை திரும்பி, வங்கத்தை வாழ்த்தித் தனது முதல் தேசியப் பாடல்களையும் பாடி, தேச விடுதலைப் போராட்டத்தில் இன்னும் பூரணமாக அடியெடுத்து வைக்காத, அதற்கான மார்க்கம் என்ன என்பதை இன்னும் தீர்க்கமாக முடிவு செய்யாத 23 வயது இளைஞனாகத்தான் பாரதி 1905 இறுதியில் நிவேதிதாவைச் சந்தித்தான்.

இருளுக்கு ஞாயிறாய்...

பாரதியின் உயிர்த் தோழர்களில் மற்றொருவராக வ.ரா. குறிப்பிட்டுள்ள வி.சக்கரைச் செட்டியார் 1922இல் பாரதியைப் பற்றித் தாம் எழுதிய கட்டுரையொன்றில் சென்னையில் பாரதியின் ஆரம்ப காலம் பற்றி (1905) இவ்வாறு நினைவு கூர்கிறார்: "ஆங்கிலக் கவி வில்லியம் வோர்ட்ஸ்வொர்த் (William Wordsworth) என்பார், 'பிரஞ்சு ராஜியப் புரட்சியின் சமயம் இளமையுற்றிருந்தோர் சொர்க்கபோகமே பெற்றவரானார்' என்று கூறுகிறார். அவ்வண்ணம் தான் யுவகர்களாகிய நாங்கள் உணர்ந்தோம். இந்திய விடுதலையென்னும் காலை ஞாயிற்றின் கிரணங்களை நாங்கள் கண்டுகொண்டோம். ஆனால், அது சமயம் நாங்கள் ஓர் புண்ணிய நதியின் கரையில் ஓங்கியெழும் கதிரவனைக் கவர்ச்சி மிகுந்து, மேனோக்கியவாறான முகத்துடன் தரிசித்து நிற்கும் பக்தர்களைப் போன்றிருந்தோம் எனலாம். கர்ஸன் பிரபு வங்காளப் பிரிவினை இயற்றியபோதும், ஸ்ரீ சுரேந்திரநாத் பானர்ஜி தமது இனிமையான குரலில் செய்த சட்ட ரீதியான கண்டனங்களெல்லாம் விழலுக்கிறைத்த நீராகியபோதும், **நாங்கள் உணர்ந்த இருளை மையிருள் என்றே சொல்ல வேண்டும்.** அடிமைத் தன்மையின் மனச்சோர்வும், **சட்ட ரீதியான இயக்கம் எனப்படுவதன்**

பயனின்மையும் எங்கள் மனதை முறித்துவிட்டன" (**பாரதியார் சரித்திரம்**, கட்டுரைத் தொகுதி - பாரதி பிரசுராலய வெளியீடு. **ராஜிய வாழ்வு:** வி.சக்கரை. பதிப்பு 1928).

இந்தக் குறிப்பிலிருந்து 1905ஆம் ஆண்டின் பிற்பகுதியில், தேசிய இயக்கத்தின்பால் கவனத்தைத் திருப்பிய பாரதியும் அவனது தோழர் களும் "சட்ட ரீதியான இயக்கம் எனப்படுவதன் பயனின்மை"யால் மனம் முறிந்து, தேச விடுதலைக்கான மார்க்கம் இன்னதெனத் தெரியாமல் "மையிருளில்" மூழ்கியிருந்தனர் என்பது தெளிவாகிறது. எனவே, தேச விடுதலைக்கான மார்க்கம் என்ன என்பதைக் குறித்துப் பேசும் நோக்கத்துடனேயே காசிக் காங்கிரசுக்குப் பார்வையாளனாகச் சென்ற பாரதி, அதன்பின் நிவேதிதா தேவியைச் சந்தித்திருக்கிறான் என்பதும் தெளிவு. இந்தச் சந்திப்பின்போது நிவேதிதா அன்றைய வங்க இளைஞர்கள் பலருக்கும் உபதேசித்து வந்ததைப் போலவே, இளைஞனான பாரதிக்கும், ஆங்கிலேயரை எதிர்த்து ஆயுதம் தாங்கிப் புரட்சி செய்வதே தேச விடுதலைக்கான நம்பகமான மார்க்கம் என உணர்ச்சிமயமாக எடுத்துக் கூறிவரும் தருணத்தில்தான், சொல்லையும் கடந்த நிலையில் பாரதியின் உள்ளத்தில் இந்த உபதேசம் சுருக்கென்று தைக்கும் விதத்தில், செயலாலும், அதாவது தமது மார்பின் அங்கியைக் கிழித்து, "எங்களை இங்கே குத்திக் கொல்ல உங்களுக்குத் தைரியம் வேண்டும்!" என்று ஆவேசத்தோடு கூறியிருக்க வேண்டும் என்றும், வெல்லற்கரிய ஆளுமையும் போர்க்குணமும் நெருப்பின் தன்மையும் கொண்ட உணர்ச்சிப் பிழம்பாக நின்று நிவேதிதா சொல்லாலும், செயலாலும் உணர்த்திய உபதேசம், சக்கரைச் செட்டியார் குறிப்பிட்டுள்ள "மையிருளை" பாரதியின் மனத்திலிருந்து மின்னற் பிரகாசம் போல் விலக்கியிருக்க வேண்டும் என்றும், தேசபக்தி ஆவேசம் மிகுந்த இளைஞனும் கவிஞனுமான பாரதி நிவேதிதா தேவியின் ஆளுமைக்கு ஆட்பட்டு உணர்ச்சிப் பரவசமாகி, அந்தக் கணமே அவரைத் தனது குருவாக ஏற்றுக்கொண்டான் என்றும், தனது தேசப் பணியும் எழுத்தாற்றலும் கவிதா சக்தியும் அத்தகைய போராட்டத்துக்குத் தமிழ்நாட்டு இளைஞர்களைத் தயார்ப்படுத்தும் விதத்தில் செயல்பட வேண்டும் என்று விரதம் ஏற்றுக்கொண்டான் என்றும் நாம் ஊகிக்க முடியும்.

எனவேதான், பாரதி நிவேதிதா தேவியை "எனக்கு ஒரு கடிகையிலே மாதாவினது மெய்த்தொண்டின் தன்மையை... சொல்லாமல் உணர்த்திய குருமணி" என்றும், "ஸ்வதேச பக்தி உபதேசம் புரிந்தருளிய குரு" என்றும் குறிப்பிடுகிறான். மேலும், தேசப் போராட்டத்துக்கான மார்க்கம் தெரியாது தனது மனத்தில் கவிந்திருந்த மையிருளை அவர்

பளிச்சென்று போக்கியதைத்தான் அவன், "அடியேன் நெஞ்சில் இருளுக்கு ஞாயிறாய்" நிவேதிதா விளங்கியதாகவும், அவர் "புன்மைத்தாதச் சுருளுக்கு நெருப்பாகி விளங்கியதாய்" ஆகத் தமக்குக் காட்சி அளித்ததாகவும் நிவேதிதா பற்றிய தனது பாடலிலும் பாடியிருக்கிறான்.

சரி, அவ்வாறாயின் "ஸ்ரீ கிருஷ்ணன் அர்ஜுனனுக்கு விசுவரூபம் காட்டி ஆத்தும நிலை விளக்கியதொப்ப, எனக்குப் பாரத தேவியின் ஸம்பூர்ண சொரூபத்தைக் காட்டி ஸ்வதேச பக்தியுபதேசம் புரிந்தருளிய குரு" என்றும், "துறவுப் பெருமையையும்" உணர்த்திய குருமணி என்றும் பாரதி தனது சமர்ப்பண உரைகளில் குறிப்பிட்டிருக்கிறானே, அதற்கு என்ன பொருள், இதன்மூலம் நாம் கண்டுணரக் கூடிய உண்மை என்ன என்ற கேள்வி எழுகிறது. இந்தக் கேள்விக்குப் பதில் காணுமுன்னர், அன்றைய தேசிய இயக்கத்தில், பகவத்கீதை வகித்த பாத்திரம் என்ன என்பதை நாம் சற்றே ஆராய்ந்து தெரிந்து கொள்ள வேண்டும்.

பகவத் கீதையும் வியாக்கியானங்களும்

குருக்ஷேத்திரப் போர்க்களத்தில் கிருஷ்ணனுக்கும் அர்ஜுனனுக்கும் நடந்த சம்வாதமாக மகாபாரதத்தில் இடம்பெற்றுள்ள பகவத் கீதை, இந்தியத் தத்துவ உலகில் இன்றும் செல்வாக்கு வகித்து வரும் நூலாகும். இந்நூலுக்கு ஆதிசங்கரர் முதல் இந்தக் காலத்து ஆசாரியர்கள் வரையிலும் பலர் சமய நோக்கில் பற்பல வியாக்கியானங்களையும் விரிவுரைகளையும் எழுதி வந்துள்ளனர் என்ற உண்மை ஒருபுறம் இருக்க, அரவிந்தர், திலகர், மகாத்மா காந்தி, ராஜாஜி முதலியோர் தொடங்கி, காந்தியின் சீடரும் பூதான இயக்கத் தலைவருமான வினோபாபாவே, ராஷ்ட்ரிய சுயம் சேவக் சங்கத்தின் 'குருஜி'யான கோல்வால்கர் முதலியோர் வரையிலான அரசியல்வாதிகளும் விளக்க வியாக்கியானங்கள் எழுதி வந்துள்ளனர். பாரதியும் கூட, தனது புதுச்சேரி வாசத்தின் போது, பகவத் கீதையைத் தானும் தமிழில் மொழி பெயர்த்து, அதற்கு ஒரு நீண்ட முன்னுரையையும் எழுதினான் (ஏனோ இந்த மொழி பெயர்ப்பும் முன்னுரையும் பாரதி உயிர் வாழ்ந்த காலத்தில் அச்சேறி வெளிவரவில்லை. பின்னர்தான் வெளியிடப்பட்டன). எனினும், நாம் இவற்றையெல்லாம் இங்கு ஆராயப் புகவில்லை. சமய நூலாகப் பன்னெடுங்காலமாகப் பயிலப்பட்டு வந்த ஒரு நூலை அரசியல்வாதிகள் ஏன் தத்தம் நோக்கில் விளக்க முற்பட்டார்கள். அதிலும் குறிப்பாக, பாரதி சம்பந்தமாக நாம் பரிசீலித்து வரும் கால கட்டத்தில் அந்நூல் எவ்வாறு வியாக்கியானம் செய்யப்பட்டது, பயன்படுத்தப்பட்டது என்பதை மட்டுமே நாம் இங்குப் பரிசீலிப்போம்.

"நாவலாசிரியரான பங்கிம் சந்திர சாட்டர்ஜிதான் பத்தொன்பதாம் நூற்றாண்டில் கீதையை வியாக்கியானம் செய்து, அதிலிருந்து நேரடியான அரசியல் உத்வேகத்தைப் பெற முனைந்த, தற்கால கட்டத்தின் முதல் சிந்தனையாளராவார்" என்று திலிப்போஸ் எழுதுகிறார் (Bhagavat Gita and Our National Movement - Dilip Bose - பக். 8). சரி, பங்கிம் சந்திரர் (1838-1894) பகவத் கீதையை ஏன் அவ்வாறு விளக்க முற்பட்டார்? உண்மையில், அன்னியராட்சிக்கு எதிராக இந்தியாவில் தேசிய உணர்ச்சி விழித்தெழுந்தபோது, இந்தியா தனது தேசிய கௌரவத்தை நிலைநாட்டிக் கொள்ள வேண்டியிருந்தது. இதனால் இந்தியாவில் தனித் தன்மையை இனம் கண்டு கூறும் அவசியமும் தேட்டமும் அதிகரித்தன. இந்தப் போராட்டத்தில், தமக்கு ஒரு தேசிய அந்தஸ்தை அளிக்க மறுத்து வந்த அன்னிய ஆட்சியாளர்களின் முன்னால், 'உன்னுடைய நாகரிகத்தையும் சிந்தனை வளத்தையும் காட்டிலும் மேலான தொன்மை வாய்ந்த நாகரிகத்தையும் சிந்தனை வளத்தையும் பெற்றவர்கள் நாங்கள். பார் அவற்றை!' என்று வீசியெறிந்து பேச வேண்டிய வேட்கையும் அவசியமும் இந்தியத் தேசிய வாதிகளுக்கு ஏற்பட்டது. மேலும், இவற்றை நாட்டு மக்களுக்கும் உணர்த்தி அவர்களது நம்பிக்கையையும் போராட்ட உணர்வையும் அதிகரிக்கவும் வேண்டியிருந்தது. எனவேதான் அவர்கள் பகவத்கீதை முதலிய பண்டை நூல்களுக்கு விளக்க வியாக்கியானங்கள் கூறவும், அவற்றையும் தமது போராட்டத்துக்குப் பயன்படுத்திக்கொள்ளவும் முற்பட்டனர். பங்கிம் சந்திரரும் அவ்வாறுதான் கீதையைப் பயன் படுத்தினார்; புது விளக்கம் கூறினார். சரி, அவர் எவ்வாறு அதனை விளக்க முயன்றார்? இதனை மேற்கூறிய நூலில் திலிப்போஸ் ஓரளவு விளக்கியுள்ளார். அதன் சாரம் வருமாறு:

பகவத் கீதைக்கு எழுதப்பட்டுள்ள வியாக்கியானங்களில் ஆதிசங்கரரின் (788-820) வியாக்கியானமே நமக்குக் கிடைப்பனவற்றில் ஆகத் தொன்மையானது. அவரது கருத்தின்படி **பிரம்மம்** ஒன்றே சத்தியமானது; நித்தியமானது. மற்றபடி நாம் கண்ணால் காணும் இந்தப் புற உலகம் முழுவதும் - அதுவும் பரம்பொருளின் தோற்றமே என்பதை உணர்ந்து கொள்ளாத வரையில் - **மாயை**தான்; **அவித்யை**யின் விளைவுதான். இந்த **மாயை**யிலிருந்து விடுபடச் செய்வது ஆத்ம **ஞானமே**யாகும்; இந்த ஞானத்தைப் பூரணமாக உணரப்பெற்றுவிட்டால், அதுவே **கர்ம**த்துக்கு எதிர்மறையாகிவிடும். அதாவது சங்கரரின் கருத்துப்படி, ஆத்மாவைச் சுத்திகரிப்பதற்கு, புனிதப்படுத்துவதற்கு கர்மம் அத்தியாவசியமானதே என்றாலும், ஞானத்தை எய்தியவுடன் கர்மம் அற்றுப்போகிறது. இதன்மூலம் அவர்

ஞான-கர்ம சமுச்சயத்தை, அதாவது இரண்டின் சேர்க்கையையும் நிராகரித்துவிடுகிறார். சுருங்கக் கூறின் இது உடலையும் உள்ளத்தையும் இருவேறாகப் பிரித்துக் காணும் விளக்கமாகவே இருந்தது.

அன்னிய ஆட்சியாளர்கள் மறுக்க முனைந்துவந்த இந்தியத் தனித்தன்மையைத் தேடிக் காண முற்பட்ட இந்தியத் தேசியவாதி களுக்கு குறிப்பாக, பங்கிம் சந்திரருக்கு சங்கரரின் **ஞானபாதம்** மிகவும் எதிர்மறையான தன்மை படைத்தது என்றும், அது செயலின்மைக்கே வழி வகுக்கும் என்றும் பட்டது. எனவேதான் பங்கிம் சந்திரரும், அவரது வழியில், பின்னர் விவேகானந்தரும் திலகரும் பகவத்கீதையின் **கர்ம யோகத்தை** வலியுறுத்தத் தொடங்கினர் என்று எழுதுகிறார் திலிப் போஸ்.

பங்கிம் சந்திரர் குரு-சிஷ்ய சம்வாத பாணியில் தர்ம தத்துவம், ஸ்ரீமத் பகவத்கீதை என்ற இரு நூல்களை எழுதினார். அதில் அவர் **அனுசீலன்** என்ற கருத்தை, அதாவது உடலையும் உள்ளத்தையும் (ஆம். உள்ளத்தை - ஆன்மாவை - மட்டும் அல்ல) பண்படுத்த வேண்டும் என்ற கருத்தை முதன் முதலில் வெளியிட்டார். இந்த நூல்களில் அவர் சுகம், துக்கம், தர்மம் என்பன என்ன என்ற கேள்விகளையும் இறுதியில் மனுஷ தத்துவம் என்ன என்ற கேள்வியை எழுப்பி, அதற்கு **அனுசீலனே** பதில் என்று கூறிவிடுகிறார். அதாவது உடலையும் உள்ளத்தையும் பண்படுத்துவதே மனித தத்துவம் எனக் கூறுகிறார். கர்மம் என்பது என்ன என்பதைப் பற்றிக் கூறும்போது, அது அவரவர்களின் சுதர்மத்தை நிறைவேற்றி வருவதே என்றும், அதுவே கர்மத்துக்கு அடிப்படை என்றும் கீதை கூறுகிறது. இந்தச் சுதர்மம்தான் **அனுசீலன்** என்றார் பங்கிம் சந்திரர். இதை அவர் எவ்வாறு விளக்கிக் கூறினார்? அவர் இவ்வாறு எழுதுகிறார்:

“கீதையின் இந்தப் பகுதியின் நோக்கம், சுதர்மத்தை வளர்த்துக் கொள்ள வேண்டிய அத்தியாவசியத்தை நிரூபிப்பதேயாகும். சுதர்மம் என்று கூறும்போது படித்த சமூகத்தினருக்கு (இங்கு ஆங்கிலம் படித்தவர் களையே இது குறிக்கிறது) இதன் அர்த்தம் புரிவது சிரமமாக இருக்கக் கூடும். எனவே, நாம் இங்கு அதற்கு இணையான ஆங்கிலப் பதமான Duty (கடமை) என்பதைப் பயன்படுத்தினால் மேற்கொண்டு பிரச்சினை ஏதும் இராது. கீதையின் இந்தப் பகுதியின் நோக்கம் இதுதான்: இந்தக் கடமையை நிறைவேற்றும் அத்தியாவசியத் தேவையை நிரூபிப்பதுதான். ஒவ்வொரு மனிதனும் ஒரே விதமான சுதர்மத்தைக் கொண்டிருக்க வில்லை; சிலருக்கு அது மற்றவர்களைத் தண்டிப்பதாக இருக்கிறது; ஏனையோர்க்கு (மற்றவர்களைத்) மன்னிப்பதே சுதர்மமாக இருக்கிறது.

போர் வீரனின் கடமை எதிரியைக் காயப்படுத்துவதுதான்; டாக்டரின் **சுதர்மம்** காயப்பட்டவனுக்கு சிகிச்சை அளிப்பதுதான். மனிதன் செய்யவேண்டிய காரியங்கள் பல தரப்பட்டவை. அவனது சுதர்மமும் அதற்கு ஏற்பவே இருக்கும். ஆயினும் எல்லாச் சுதர்மங்களிலும், போர் புரிவதே மிகவும் கொடியதாகும். ஒருவர் போரைத் தவிர்க்க முடியுமென்றால், அதனைப் புரிவதும் எவரது கடமையும் அல்ல. ஆயினும் இந்தக் கொடிய செயலைச் செய்வது தவிர்க்க முடியாத அத்தியாவசியமாகிவிடும் நிலைமையும் எழுவதுண்டு. ஒரு தைமூர் லாங் அல்லது நாதிர் ஷா உங்கள் நாட்டைச் சுட்டுப் பொசுக்க, கொள்ளையடிக்க வருகிறான். அத்தகைய சந்தர்ப்பங்களில் எவருக்கும் எப்படிப் போரிட வேண்டும் என்பது தெரியும். அவருக்கு அப்போது போர்புரிவது தவிர்க்க முடியாததாகிவிடுகிறது; அத்தியாவசியமான **சுதர்மமாகிவிடுகிறது**" (**பங்கிம் சந்திரரின் நூல்கள்** - தொகுதி 1. ஸ்ரீமத் பகவத் கீதை - பக். 717).

ஒருவன் போரைத் தவிர்க்க முடியுமென்றால், போர் புரிவது அவனது கடமை அல்ல என்று பங்கிம் சந்திரர் கூறுகிறார். ஆயினும் அதே மூச்சில், **தர்ம யுத்தம்** எனக் கூறக்கூடிய போரை ஒருவன் புரிந்துதான் ஆக வேண்டும் என்றும் அவர் கூறுகிறார். மேற்கூறிய பகுதியில், தைமூரின் பெயரையும் நாதிர் ஷாவின் பெயரையும் அகற்றிவிட்டு, அதற்குப் பதிலாக, பிரிட்டிஷ் ஆட்சியாளர்கள் என்று வாசித்துப் பார்த்தால், பங்கிம் சந்திரர் **சுதர்**மத்துக்கு எவ்வாறு மறை முகமாக ஒரு புதிய அர்த்தபாவத்தை வழங்குகிறார் என்பதைப் புரிந்து கொள்ளலாம். மேலும், குரு-சிஷ்ய சம்வாதபாவத்தில் எழுதப்பட்டுள்ள இதே நூலில், குரு, சிஷ்யனுக்கு இறுதியாக இவ்வாறு கூறுகிறார்: "எல்லாத் தர்மங்களிலும் மிகவுயர்ந்தது தாய் நாட்டின் மீது கொள்ளும் அன்புதான் என்பதை நீ மறந்துவிடாதே."

எனவே **சுதர்மத்தைப்** புரிவதற்காக ஒவ்வொருவனும் கர்மத்தின் மூலம் தனது உடலையும் உள்ளத்தையும் பண்படுத்திக்கொள்ளவும் வலுப்படுத்திக்கொள்ளவும் வேண்டும் என்றும், அதுவே **அனுசீல மார்க்கம்** என்றும் பங்கிம் கூறியதைப் புரிந்துகொண்டால், இந்தக் கட்டுரையின் முற்பகுதியில் குறிப்பிடப்பட்ட வங்க நாட்டின் புரட்சிகர இளைஞர்களது சங்கத்துக்கு **அனுசீலன் சமிதி** என்ற பெயரை அவர்கள் ஏன் தேர்ந்தெடுத்தார்கள் என்பதை நாம் புரிந்துகொள்ள முடியும்.

விவேகானந்தரும் இத்தகைய கர்ம யோகத்தையே வலியுறுத்தினார். அவரும் உடலை வலுப்படுத்திக்கொள்ள வேண்டும். உடல்வலு இல்லாமல் உள்ளம் வலுப்பெறாது என்றும், எனவே உடலை

வலுப்படுத்திக்கொள்வது அவசியம் என்றும் கூறினார். இதற்கு இக்கட்டுரையின் முற்பகுதியில் கூறப்பட்டுள்ள மேற்கோள்களே சான்றாகும். விவேகானந்தர் கீதையைப் பலம் பெறுவதற்கான ஒரு மார்க்கமாகவே அர்த்தப்படுத்தினார். 1900ஆம் ஆண்டில் அவர் சான்பிரான்சிஸ்கோவில் பேசும்போது, இவ்வாறு கூறினார்: "ஒரே ஒருபாவம்தான் உண்டு. அதுதான் பலவீனம். நான் சிறுவனாக இருக்கும்போது, மில்ட்டனின் 'இழந்த சுவர்க்க'த்தைப் படித்தேன். அதில் நான் மதிக்கக்கூடிய ஒரே நல்ல மனிதனாகக் காட்சியளித்தவன் சாத்தான்தான். எவனொருவனின் ஆத்மா என்றுமே பலவீனப் படுவதில்லையோ, எதையும் அஞ்சாது எதிர்நோக்குகிறதோ, **போராடிச் சாகவும் துணிகிறதோ அவனே ஞானி...** சகல பலவீனமும், சகல அடிமைத்தனமும் கற்பனைதான். அதனைப் பார்த்து ஒரு வார்த்தை சொன்னால், அவை ஓடி மறைந்து போய்விட வேண்டும். பலவீன மடையாதீர்கள். வேறு வழியே இல்லை. நிமிர்ந்து நில்லுங்கள்; பலத்தோடு இருங்கள். பிறகு பயமாவது மூடநம்பிக்கையாவது? சத்தியத்தை நேர்நின்று நோக்குங்கள். சாவு வந்தால் - அது வரட்டுமே. **"நாம் சாகவும் தயாராயிருக்கிறோம். இதுதான் நான் அறிந்த சமயம்..."** (Thoughts on Gita - *பக். 73-74*).

கீதையைப் படித்து விமோசன மார்க்கத்தைத் தெரிந்து கொள்வதைக் காட்டிலும் கால்பந்து விளையாட்டின் மூலம் அதனைத் தெரிந்துகொள்வது சுலபம் என்ற பொருளில் விவேகானந்தர் கூறிய கூற்று ஒன்றையும் முன்னால் பார்த்தோம். உண்மையில், விவேகானந்தரின் பார்வையில் கால்பந்து விளையாட்டு மைதானம், "கீதா ரகசிய"த்தைக் கற்றுக் கொடுக்கும் களமாகக் காட்சியளித்தது எனலாம். சற்று யோசித்துப் பார்ப்போம்: கால்பந்து விளையாட்டு மைதானத்தில் விளையாட்டு வீரர்கள் இரு கட்சிகளாகப் பிரிந்து விளையாடுகின்றனர். எதிர்க்கட்சியில் தனக்கு வேண்டிய நண்பர்கள், உறவினர்கள், மதிப்புக்குரிய மூத்தவர்கள் எவரும் இருக்கலாம். எனினும் விளையாட்டு வீரன் ஒருவன் எதிர்க்கட்சியில் அத்தகையோர் யாரேனும் இருக்கிறார்களா என்று பாராமல், அவர்கள் எந்தப் பக்கம் நிற்கிறார்கள் என்பதை மட்டுமே பார்த்து, தனக்கும் தன் கட்சிக்கும் வெற்றி தேடித் தரும் ஒரே நோக்கத்தோடு விளையாட்டில் ஈடுபடுவதுதான் அவனது கடமை: தர்மம், சுதர்மம், இல்லையா? குருக்ஷேத்திரப் போர்க்களத்தில் அர்ஜுனன் எதிர்த்தரப்பில் தனது ஆசாரியரான துரோணரும், தனது மதிப்புக்குரிய பீஷ்மரும் மற்றும் உற்றார் உறவினரும் நிற்பதைக் கண்டு, அவர்களை எதிர்த்துப் போர் செய்வது எப்படி என்று தயங்கியபோது, எதிரில் நிற்பவர்கள் யார் என்று பாராதே. அவர்கள் எந்தப் பக்கம்

நிற்கிறார்கள், தர்மத்தின் பக்கமா, அதர்மத்தின் பக்கமா! பார் என்று சுட்டிக்காட்டி, அர்ஜுனனுக்குக் கண்ணன் அவனது **சுதர்மத்தைச்** சுட்டிக் காட்டியதுதானே பகவத்கீதை!

சொல்லப்போனால், பாலகங்காதரதிலகரும் கூட கீதா ரகசியத்தை இப்படித்தான் புரிந்துகொண்டார் எனலாம். திலகர் தமது "கீதா ரகசிய"த்தை மாண்டலே சிறையிலிருக்கும் போதுதான் எழுதினார். சிறையிலிருந்து அவர் வெளிவந்தபின் 1915இல் தான் அந்நூல் வெளியாயிற்று. ஆயினும், அவர் 1902ஆம் ஆண்டு நாக்பூரில் மாணவர்கள் மத்தியில் உரையாற்றியபோதே, "கீதா ரகசியம்" பற்றிய கேந்திரக் கருத்தை முதன்முதலில் வெளியிட்டார் என்று திலகரின் வரலாற்று ஆசிரியர்கள் கூறுகின்றனர். அந்த உரையின்போது அவர் இவ்வாறு கூறினார்: "கீதை வேதாந்தத்தைப் போதிக்கிறது. அது விமோசனத்துக்கு வழிகாட்டுகிறது என்பன போன்ற, கீதை பற்றிய ஏற்றுக்கொள்ளப்பட்டுள்ள பல்வேறு கருத்துக்களைப் பற்றி நான் பேசப் போவதில்லை. மனம் ஐயப்பாடுகளால் அலைக்கழிந்து, செயலுக்கான மார்க்கத்தைத் தீர்மானிக்க இயலாதபோது செயலுக்கான பாதையைக் கீதை காட்டுகிறது என்றே எனக்குத் தோன்றுகிறது. பாரதயுத்தத்தின் தொடக்கத்தில் அர்ஜுனனின் மனநிலை அப்படித்தான் இருந்தது; கீதையைக் கேட்ட பிறகு, அவனது சந்தேகங்கள் அகன்றுவிட்டன, அவன் மனம் அமைதியடைந்தது. கிருஷ்ணனின் உபதேசப்படி அவன் செயல்பட்டான்" மேலும் அவர் பேசும்போது, செயலின் விளைவுகளுக்குப் பயந்து வாழ்க்கையைத் துறப்பது, தப்பித்து ஓடும் விமோசன மார்க்கமாகும் என்றும், கீதை தனிநபரின் கடமை யுணர்ச்சியை விழித்தெழச் செய்கிறது என்றும், நிஷ்காமியமான முறையில் செயல்படக் கற்றுக் கொடுக்கிறது என்றும் கூறி, 'என்னைப் பின்பற்று; போரிடு!' என்ற கீதா வாசகத்தின்பால் கவனத்தைப் பிரத்தியேகமாக ஈர்த்தார் என்றும் வரலாற்றாசிரியர்கள் குறிப்பிட்டுள்ளனர் (Lokamanya Tilak - G.P.Pradhan; A.K. Bhagvat-பக். 358-359). அதாவது விடுதலைப் போராட்டத்தில் ஈடுபட்டுள்ள வீரர்கள் அன்னிய ஆட்சியை அகற்றுவதில், தாம்கொண்ட கொள்கையின் புனிதத் தன்மையைப் பற்றி மட்டும் கருதிப் பார்க்க வேண்டுமேயல்லாது அதற்கான வழிமுறை களைக் குறித்துச் சஞ்சலப்படக்கூடாது என்பதே திலகரின் "கீதா ரகசிய"த்தின் சாரமாக இருந்தது.

சொல்லப்போனால், பங்கிம் சந்திரர் தொடங்கி, திலகர் வரையிலும், பகவத் கீதையை அரசியல் நோக்கங்களோடு அர்த்தப்படுத்தி வந்த அரசியல்வாதிகள் பலரும், கீதையில் காணப்படும் மூன்று அம்சங் களையே பெரிதும் வலியுறுத்தி வந்தனர். அதாவது: (1) ஆத்மா அழிவற்றது;

அழிக்க முடியாதது. (2) எவனொருவன் துன்பங்களுக்கு மத்தியிலும் துவளாமல், இன்பங்களின்பால் வேட்கை இல்லாமல் இருக்கிறானோ, எவனிடமிருந்து கோபமும் பயமும் பற்றும் விலகிப்போய்விட்டனவோ, அவனே **ஸ்திதப் பிரக்ஞன்**. (3) கர்மயோகம் - அதாவது நிஷ்காமிய மாகப் பற்றற்று, பலனை எதிர்பாராது கருமத்தை - கடமையை ஆற்றுவது சுருங்கக் கூறின், தேச விடுதலைக்காகப் போராடும் வீரர்கள் மரணத்தைக் கண்டு அஞ்சாமல், துன்பங்களைக் கண்டு கலங்காமல், பந்தபாசங்களுக்கு இடங்கொடாமல், கருமமே கண்ணாகத் தமது போராட்டத்தை நடத்திச் செல்ல வேண்டும் என்பதே இதன் சாரமாக இருந்தது.

கீதையும் புரட்சி இயக்கமும்

எனவேதான் அன்றைய வங்கப் புரட்சியாளர்கள் மத்தியில் பகவத் கீதை ஒரு வேத நூல்போல் பிரபலமாக இருந்தது. ரகசியச் சங்கங்களில் சேரும் இளைஞர்கள் ஒரு கையில் வாளும் மற்றொரு கையில் பகவத் கீதையையும் தாங்கி, காளியன்னையின் சந்நிதியில், தாய்நாட்டுக்காக உயிரையும் கொடுத்துப் போரிடத் தயாராயிருப்பதாகச் சபதம் எடுத்துக் கொண்டனர். விவேகானந்தரின் தம்பி பூபேந்திரநாத தத்தரும், அரவிந்தரின் தம்பி பரீந்திரகோஷும் ஆசிரியர்களாகவிருந்து நடத்திய ‘யுகாந்தர்’ பத்திரிகையின் தலைப்பில்,

“பர்த்தா! எப்போதெப்போது தர்மத்துக்குப் பங்கமுண்டாகி அதர்மம் தலைதூக்குகிறதோ, அப்போதெல்லாம் நான் தோன்றுகிறேன். நல்லோரைக் காப்பதற்காகவும், தீங்கு செய்வோரை நாசம் செய்வதற் காகவும், தருமத்தை நிலை நாட்டுவதற்காகவும் நான் யுகந்தோறும் வந்து வந்து பிறக்கிறேன்” (**பகவத் கீதை** - 4: 7, 8).

என்ற சுலோகமே அதன் லட்சிய வாசகங்களாகப் பொறிக்கப் பட்டிருந்தன. இந்த யுக மாற்றத்தைக் குறிக்கும் விதத்திலேயே அந்தப் பத்திரிகையின் பெயரும் (யுகாந்தர்) இருந்தது.

மேலும், பின்னால் ஆங்கிலேய ஆட்சியாளர்கள் புரட்சியாளர் களின் ரகசியச் சங்கங்களைச் சோதனையிட்டபோது, அவர்கள் அங்கிருந்து பகவத் கீதைப் பிரதிகளையும் கைப்பற்றினர். உதாரணமாக, டாக்கா நகரிலிருந்த அனுசீலன் சமிதியில் 17 பகவத் கீதைப் பிரதிகளையும், அரவிந்தரின் தம்பி பரீந்திர கோஷின் மாணிக்தோலா தோட்ட ஆசிரமத்திலிருந்து மூன்று பிரதிகளையும் அவர்கள் கைப்பற்றினர். இதனால்தான் 1910ஆம் ஆண்டில் ஸர் ஹெர்பர்ட்ரிஸ்லே என்பவன் வைசிராயின் சபையில் படுமோசமான பத்திரிகைச் சட்டம் ஒன்றைப் பிரேரே பித்துப் பேசிய காலத்தில் ஏனைய பலவற்றோடு,

"உணர்ச்சிவசமான கிறிஸ்தவர்களுக்கு கிறிஸ்துவின் வழியில் (Imitation of Christ) என்ற நூல் எவ்வாறு தோன்றுகிறதோ, அதுபோல் இந்துக்களுக்குத் தோன்றும் ஒரு நூலான கீதையிலுள்ள கிருஷ்ண-அர்ஜூன சம்வாதம்-ஆகிய அனைத்தும் உணர்ச்சிவசப்படும் உள்ளங்களில் ஆவேசக் கனலை உருவேற்றும் பணியில் ஈடுபடுத்தப்படுகின்றன" என்று பேசினான். இதேபோல் 1918இல் வெளியிடப்பட்ட ரௌலட் கமிட்டி அறிக்கையும் புரட்சி இயக்கத்தின் மீதும் தேசிய இயக்கத்தின் மீதும் பகவத் கீதைக்கு இருந்த செல்வாக்கைப் பற்றிக் குறிப்பிட்டது. அந்த அறிக்கையைத் தயாரிப்பதற்கு, ஜேம்ஸ் காம்பெல் கெர் என்பவன், ரௌலட்டுக்கு எழுதிக்கொடுத்த ரகசிய அறிக்கையில் (இப்போது இது வெளியிடப் பட்டுள்ளது) அவன் அனுசீலன் சமிதியைப் பற்றி எழுதுகையில் இவ்வாறு குறிப்பிட்டிருந்தான்; "இந்தச் சங்கத்தில் ஓர் உள்வட்டம் இருந்தது: அதில் அதன் உண்மையான நோக்கத்துக்கும், ராஜத் துரோகத்துக்கும் முற்றிலும் தயார் செய்யப்பட்டவர்களே இருந்தனர்; அவர்களுக்குப் பிரதானமாக நீதிநெறி வகுப்பு எனக் கூறப்படும் வகுப்பின் மூலமே பாடம் கற்றுக்கொடுக்கப்பட்டது; இதன்போது கொலைபுரிவதை நியாயப்படுத்தும் வகையில் பகவத்கீதை அர்த்தப் படுத்தப்பட்டது" (Political Trouble in India - 1907 -1917, J.C.Kerr, பக். 343).

ஆத்மா அழிவற்றது என்ற கீதையின் உபதேசம் உண்மையில் புரட்சி வீரர்களை அஞ்சா நெஞ்சர்களாக்கியது. வரலாற்று ஆசிரியர் மஜூம்தார் இவ்வாறு எழுதுகிறார்: "அழியாத ஆன்மாவில் இருந்த உறுதியான நம்பிக்கை, புரட்சிகர இளைஞர்களை மரண பயத்தையும் உடல் வேதனை பற்றிய பயத்தையும் உதறித் தள்ளுமாறு செய்தது. அவர்கள் கொண்டிருந்த சமய நோக்கு, தேசத்தின் வடிவிலேயே கடவுளைக் கண்டுணருமாறு அவர்களைச் செய்தது; தாய் நாட்டின் பலிபீடத்தில் உயிர்த் தியாகம் செய்யவும் அவர்களைத் தயாராக்கியது" (History of Freedom Movement in India - R.C. Mazumdar. தொகுதி - 2). ஆத்மா அழிவற்றது என்ற இந்த உபதேசம் புரட்சிகர இளைஞர்களின் மனத்தில் எவ்வாறு ஆழப்பதிந்து உருவேறியிருந்தது என்பதற்கு, 1908ஆம் ஆண்டில் முசாபர்பூரில் வெடிகுண்டு வீசியதற்காகக் கைது செய்யப்பட்டுத் தூக்குத்தண்டனை வழங்கப்பட்ட குதிராம்போஸ் என்ற 16 வயது இளைஞன், தூக்கு மேடைக்குச் செல்லும்போது கையில் பகவத் கீதையை எடுத்துச் சென்றான் என்பதிலிருந்தும், "இப்போது விடைகொடு, தாயே! நான் மீண்டும் வருவேன்" என்ற பொருள்கொண்ட ஒரு பாடலையும் அவன் அப்போது பாடினான் என்ற உண்மையி லிருந்தும் தெரிந்து கொள்ளலாம்.

பாரதி நிவேதிதாவைச் சந்தித்து உபதேசம் பெற்றதை, நிவேதிதா, "கிருஷ்ணன் அர்ஜுனனுக்கு விசுவரூபம் காட்டி ஆத்துமநிலை விளக்கியதொப்ப" தனக்கு ஸ்வதேச பக்தி உபதேசம் செய்ததாகக் குறிப்பிடுவதையும், "துறவுப் பெருமை"யை உணர்த்தியதாகக் குறிப்பிடு வதையும், நாம் பகவத் கீதைக்கும் தேசிய இயக்கத்துக்கும் உள்ள சம்பந்தம் பற்றி மேலே கூறப்பட்டவற்றின் பின்னணியிலேயே புரிந்துகொள்ள வேண்டும். தேசப் பற்றுக்காக ஏனைய பற்றுக்களை யெல்லாம் அவன் உதறித் தள்ளி, நிஷ்காமிய கர்மயோகியாகப் பணியாற்ற வேண்டும் என்று அந்த அம்மையார் உபதேசித்ததையே,

"பற்றிய பற்றற ஒன்றே - தன்னைப்
பற்றச் சொன்னார் பற்றிப் பார்த்த விடத்தே..."

என்று அவன் பாடலில் பாடியுள்ள வரிகளுக்கும் பொருளாகக் கொள்ள வேண்டும். எனவே, பாரதி நிவேதிதா தேவியிடம் ஏனைய இளைஞர்களைப்போல் பகவத் கீதையின் அன்றைய அரசியல் அர்த்தபாவத்தின்படியேதான் உபதேசம் பெற்றான் என்று நாம் கொள்ள முடியும்.

எனினும், இன்னும் ஒரு கேள்வி எஞ்சி நிற்கிறது. "கிருஷ்ணன் அர்ஜுனனுக்கு விசுவரூபம் காட்டி ஆத்தும நிலை விளக்கியதொப்ப எனக்குப் பாரததேவியின் ஸம்பூர்ண ரூபத்தை"யும் காட்டி, நிவேதிதாதேவி தனக்கு உபதேசம் செய்ததாகக் கூறுகிறானே, அதற்குப் பொருள் என்ன என்பதே அந்தக் கேள்வி:

இந்தக் கேள்விக்கு நாம் மீண்டும் நிவேதிதா தேவியின் ஆளுமையைத்தான் முதலில் நினைவுபடுத்திக்கொள்ள வேண்டும். நாம் பிறிதோரிடத்தில் முன்னர் குறிப்பிட்ட நெவின்சன் என்ற பிரிட்டிஷ் பத்திரிகையாளர், நிவேதிதாவின் ஆளுமையை நெருப்பாக வருணித்து விட்டு, மேலும் கூறுகின்ற சில வரிகளை இங்கு நினைவுபடுத்திக் கொள்ள வேண்டும். நெவின்சன் எழுதுகிறார்; "நெருப்பைப்போல் சிவனைப்போல், காளியைப்போல், மற்றுமுள்ள இந்திய ஆன்ம சக்திகளைப்போல், அவர் (நிவேதிதா) ஒரே சமயத்தில், அழிவாற்றலும் படைப்பாற்றலும் கொண்டவராக, பயங்கரமும் பரிவுணர்ச்சியும் கொண்டவராகக் காட்சியளித்தார். அவரிடம் மந்தமான சகிப்புத்தன்மை என்பதே இருக்கவில்லை. எவரும் அவரைச் சாந்தமானவராகக் குறிப்பிட்டதாகவே எனக்குத் தோன்றவில்லை. அவரது இதயத்தில் கோபாவேசம் ஆழக் குடிகொண்டிருந்தது என்பதில் எனக்குச் சந்தேகமில்லை. என்றாலும், உன்னதமான பரிவுணர்ச்சித் தன்மைகள்

கொண்டிருந்த எல்லோரிலும், அவரே மிகமிக அற்புதமானவராக விளங்கினார்'' (Studies from an Eastern Home - H.W. Nevinson, பக். 33).

நிவேதிதா தேவியின் இந்த ஆளுமையை நாம் சற்றே புரிந்து கொள்ள முயன்றால், அவர் தென்றலாகவும், தீயாகவும், சாந்த சொரூபியாகவும், கோபாவேசக் கனலாகவும், ருத்ரமூர்த்தியான சிவனையும், காளியையும் போலவும் அதே சமயம் அன்பை அள்ளிச் சொரியும் அன்னையைப் போலவும், தமது உணர்ச்சிகளுக்கு ஏற்ப உணர்ச்சிப் பிழம்பாக மாறிக் காட்சியளிக்கும் ஆளுமையைக் கண்டார் வியக்கும், திகைக்கும், அஞ்சும், அதே சமயம் அன்பு கொள்ளவும் விரும்பும் ஆளுமையைக் கொண்டிருந்தார் என்று நாம் உணர்ந்தறியலாம். எனவே, பாரதி நிவேதிதா தேவியைச் சந்தித்து அவரோடு தனிமையில் உரையாடிய காலத்தில், அவன் அவரது உணர்ச்சிப் பிழம்பான தோற்றத்திலேயே, "பாரத தேவியின் ஸம்பூர்ண ரூபத்தையும், கீதோபதேசம் செய்த கிருஷ்ணனையும் கண்டு பரவசம் எய்தியிருக்கிறான் என்றும், அந்தப் பரவச அனுபவத்தையே அவன் தனது சமர்ப்பண உரைகளில் அவ்வாறு நமக்கு உணர்த்தியிருக்கிறான்'' என்றும் கொள்வதே பொருத்தமாகும்.

ஆரிய தரிசனம் - ஒரு விசாரணை

இந்தக் கட்டுரையை முடிக்கும்முன் கடைசியாக ஒரு விஷயம். "ஆரிய தரிசனம்'' என்ற பாரதியின் பாடல், பாரதி பிரசுராலயப் பதிப்புக்களில், 1930ஆம் ஆண்டு வெளியிடப்பட்ட "தோத்திரப் பாடல்கள்'' என்ற தொகுதியிலேயே முதன்முதலாக வெளியிடப்பட்டது. ஆனால் உண்மையில், இந்தப் பாடல் 1908ஆம் ஆண்டு ஜனவரியில் பாரதியே வெளியிட்ட "ஸ்வதேச கீதங்கள்'' என்ற தொகுதியில் இடம் பெற்றுள்ளது. என்றாலும், 1908ஆம் ஆண்டின் இந்தப் பதிப்பில் இடம் பெற்ற பாரதி பாடல்களைப் பற்றி, பாரதி பிரசுராலயம் வழங்கிய பதிப்பாசிரியக் குறிப்பிலோ, அல்லது இந்தக் குறிப்பை அடிப்படையாகக் கொண்டு வழங்கப்பட்ட அரசாங்கப் பதிப்புக் குறிப்பிலோ, இந்தப் பாடல் அதில் இடம்பெற்றிருந்ததாகக் குறிப்பிடப்படவில்லை. அவ்வாறு குறிப்பிடாமல் இந்தப் பாடலை "சுதேச கீதங்க''ளிலிருந்து பிரித்து, "தோத்திரப் பாடல்கள்'' என்ற தலைப்பில் பாரதி பிரசுராலயம் பதிப்பித்துவிட்டது (இதேபோல், "மாயையைப் பழித்தல்'' என்ற தலைப்பில் பாரதி பாடியுள்ள பாடலும் மேற்குறிப்பிட்ட 1908ஆம் ஆண்டுப் பதிப்பில் இடம் பெற்றுள்ளது. பாரதி பிரசுராலயத்தின் பதிப்புக் குறிப்பு தனது பட்டியலில் இந்த விவரத்தைக் குறிப்பிடாமலே,

அதனையும் "சுதேச கீத"த்திலிருந்து பிரித்து, "வேதாந்தப் பாடல்கள்" என்ற பிரிவில் சேர்த்துவிட்டது. எனினும், "மாயையைப் பழித்தல்" என்ற இந்தப் பாடல், மாயாவாதத்தைப் பழித்துப் பாடிய தத்துவப் பாடல் அல்ல, மாறாக, அதுவும் பாரதியின் அரசியல் பாடல்களில் ஒன்றுதான் என்பதை நிலைநாட்டி, 1967இல் நான் ஒரு நீண்ட கட்டுரை எழுதியிருக்கிறேன். "மாயையைப் பழித்தல் - ஒரு விசாரணை" என்ற அந்தக் கட்டுரை அண்மையில் (1982) வெளிவந்துள்ள "**பாரதி: சில பார்வைகள்**" என்ற எனது நூலில் இடம் பெற்றுள்ளது). எனவே, பாரதி 1908இல் தானே வெளியிட்ட 'ஸ்வதேச கீதங்'களில் இடம் பெற்றுள்ள "ஆரிய தரிசனம்" என்ற பாடலும், "தோத்திரப் பாட"லாக இல்லாமல் பாரதியின் தேசிய கீதங்களில் ஒன்றாகவே இருக்குமோ என்ற ஐயம் எனக்கு நெடுநாளாகவே இருந்து வந்தது. பாரதி நிவேதிதா தேவியிடம், "ஸ்வதேச பக்தி உபதேசம்" பெற்ற விஷயம் பற்றி நான் ஆராய்ந்து வரும்போது, பாரதியின் இந்தப் பாடல், பாரதி நிவேதிதா தேவியைச் சந்தித்தபோது பெற்ற அனுபவத்தையும், அப்போது தான் பெற்ற உபதேசத்தையும் பாரதி மறைமுகமாகச் சுட்டிக்காட்டும் மற்றொரு குறிப்புத்தான் என்ற எண்ணம் வலுப்பட்டது; உறுதிப்பட்டது. அந்தப் பாடலைச் சற்றே ஆராய்ந்தால் இந்த உண்மை புலப்படும்.

ஆரிய தரிசனம் என்ற இந்தப் பாடல் "ஆரிய தரிசனம் - ஓர் கனவு" என்ற ஒரே தலைப்பிலேயே 1908ஆம் ஆண்டுப் பதிப்பில் இடம்பெற்றுள்ளது. பாரதி பிரசுராலயப் பதிப்பிலே காணப்படுவது போல், "ஆரிய தரிசனம்" என்ற தலைப்பின் கீழ் அச்சாகியுள்ள "ஓர் கனவு" என்ற உப தலைப்புடன் காணப்படவில்லை. ஆனால் "ஓர் கனவு" எனக் குறிப்பிடப்படும் இந்தப் பாடலின் முதல் வரிகளே, இது கனவல்ல என்பதை உறுதிப்படுத்துகின்றன:

கனவென்ன கனவே - என்றன்
கண்துயிலாது நனவினிலே யுற்ற
(கனவென்ன கனவே)...

எனவே, இந்தப் பாடல் "கண் துயிலாது நனவினில்" கண்ட கனவாகவே நமக்கு வழங்கப்பட்டிருக்கிறது.

சரி, இந்தக் 'கனவில்' பாரதி கண்டது என்ன? இந்தக் 'கனவு'க் காட்சியில் பாரதி முதலில் ஒரு கானகத்தையும், உச்சி வானத்தே வட்ட மதியொளியையும், பின்னர் ஒரு பொற்குன்றத்தையும் காண்கிறான். அடுத்து 'புத்த தரிசனம்' என்ற உபதலைப்பின் கீழ் அந்தக் குன்றின் மீது ஓர் ஆலமரத்தையும் அதன்கீழ் 'சுத்த மெய்ஞ்ஞானச் சுடர் முகத்'தோடு புத்த பகவான் காட்சியளிப்பதையும் அவனது முகத்தின் 'காந்தி'யையும்

காண்கிறான். பின்னர் 'புத்தன் ஜோதி மறைந்து' இருள் நிறைந்தது என்றும், அதன்பின் அந்த இருளைக் கிழித்து ஒளி பாய்ந்ததாகவும், அப்போது 'இருள் தேய்ந்து' தனது மேனி சிலிர்த்ததாகவும் கூறுகிறான். இறுதியாக, 'கிருஷ்ணார்ஜுன தரிசனம் என்ற மற்றோர் உபதலைப்பின் கீழ் அந்தக் குன்றத்தின்மீது பொற்றேரும் பரிகளும் காட்சியளித்ததாகவும், அந்தத் தேரின்மீது நின்ற பாகனை - கண்ணனை - கண்டு தான் திகைத்து நின்றதாகவும், அதன் பின் அர்ஜுனனைக் கண்டதாகவும் கூறுகிறான். பின்னர், 'ஞானமலை'யாக விளங்கிய கண்ணன், கேள்விக்குப் பதிலளிக்கும் முகமாக, கீதோபதேசம் அர்ஜுனன் எழுப்பிய கேள்விக்குப் பதிலளிக்கும் முகமாக, கீதோபதேசம் செய்ததை உணர்ச்சியோடு பாடி முடிக்கிறான். மொத்தப் பாடலிலும் இந்தக் 'கிருஷ்ணார்ஜுன தரிசன'ப் பகுதியே அளவிலும் உணர்ச்சி வேகத்திலும் ஏனைய பகுதிகளை விஞ்சி நிற்கிறது.

இந்தப் பாடலின் மூலம் பாரதி நமக்கு உணர்த்துவது என்ன? முதலில் வட்டமதியைக் காண்கிறான்; பின்னர் 'சின்மயமானதோர் தேவ'னாய் புத்த பகவான் அமர்ந்திருப்பதையும், அவனது 'சுத்த மெய்ஞ்ஞானச் சுடர் முக'த்தையும் காண்கிறான். பின்னர், அந்தக் காட்சி மறைந்து பேரொளியோடு பிறிதொரு காட்சி தென்பட்டதை, அதில் குருக்ஷேத்திரப் போர்க்களத்தில் கண்ணன் கீதோபதேசம் செய்யும் காட்சியைக் கண்டதாகப் பாடி, பாடலையும் கீதோபதேச சாரத்தோடு முடிக்கிறான். மேலோட்டமாகப் பார்த்தால், இந்தக் 'கனவு' நமக்குப் புரியவில்லை. முதலில் 'வட்டமதி' பிறகு சாந்திமயமான புத்த தரிசனம், இறுதியில் கிருஷ்ண அர்ஜுன தரிசனம் - ஆகிய இந்த மூன்றுக்கும் என்ன சம்பந்தம் இருக்க முடியும் என்பது நமக்குப் புரியாத புதிராகத்தான் தோன்றுகிறது. ஆயினும், பாரதி நிவேதிதா தேவியைச் சந்தித்து உபதேசம் பெற்ற காட்சியை நாம் மனக்கண் முன்னால் ஓரளவு கற்பனை செய்து முன்னிறுத்திக் கொண்டால், இந்தப் பாடல் முழுவதும் பாரதி நிவேதிதாவைச் சந்தித்தபோது பெற்ற அனுபவத்தையும், பெற்ற உபதேசத்தையுமே நமக்கு உணர்த்துகிறது என்பதைக் காண முடியும்.

பாரதி, நிவேதிதா தேவியைச் சந்தித்தபோது அவரது ஒளி பொருந்திய முகவிலாசத்தை - "வட்ட மதியொளியை"க் காண்கிறான்; பின்னர் அவன் நிவேதிதா தேவியிடம் உரையாடத் தொடங்கியபின், அவரைச் "சின்மயமானதோர் தேவ"னாக - ஞானமயமான தெய்வப் பிறவியாகக் - காண்கிறான்; அப்போது அவரது முகத்தில் தென்பட்ட சாந்தத்தில், அவரது சாந்த சொரூபத்தில் அவன் புத்தனைக் காண்கிறான்; புத்த பகவானாகத் தான் கண்ட நிவேதிதா தேவியின்

"சுத்த மெய்ஞ்ஞானச் சுடர் முக"த்தையும் அதன் "காந்தி"யையும் கண்டு பரவசம் எய்துகிறான். புத்த பகவானாகத் தோற்றமளித்த நிவேதிதா, தன்னிடம் பற்றுக்களை நீக்கி வாழவேண்டும் என்று உபதேசித்த போது, பாரதி "உபசாந்தி"யில் - அதாவது விருப்பு வெறுப்பற்ற பற்றற்ற சாந்தி நிலையில் - மூழ்கிக் களிக்கிறான். அதன்பின் சாந்த சொரூபியாக விளங்கிய நிவேதிதா தேவி உணர்ச்சிப் பிழம்பாக மாறி அவனுக்குக் கீதோபதேச மார்க்கத்தில் ஸ்வதேச பக்தி உபதேசம் செய்யப் புகும் தருணத்தில், புத்தன் மறைந்து அங்கு தேஜோமயமாகக் குருக்ஷேத்திரத்தில் கண்ணன் பார்த்தசாரதியாக கீதாசிரியனாகக் காட்சியளிப்பதை அவன் நிவேதிதா தேவியிடம் காண்கிறான். அப்போதும் அவரது 'அருள் பொங்கும் விழியையும்' அதே சமயம், 'இருள் பொங்கும் நெஞ்சினர் வெருள் பொங்கும் திகிரி"யையும் அவன் காண்கிறான்; நிவேதிதா தேவியை "ஞானமாலை"யாகவே காண்கிறான். இதன்பின் பார்த்தனுக்கு எழுந்த ஐயப்பாடுகளைக் களைந்ததுபோல் பாரதிக்கு ஏற்பட்ட ஐயப்பாடுகளையும் அவர் களைந்து, அவனுக்கு உணர்ச்சிமயமாகத் தேசபக்தி உபதேசம் செய்ததை - கீதை வழியில் பற்று நீக்கி, நிஷ்காமிய கருமம் ஆற்றி, மரணத்தையும் கண்டு அஞ்சாது, தாய்நாட்டுக்குப் பணியாற்ற, தாயகத்தின் விடுதலையைப் பறித்த அன்னியரைக் கருவறுக்கப் பாடுபட வேண்டும் என்ற கருத்தோடு கீதோபதேசம் செய்ததைப் - பாரதி பின்வருமாறு பாடி முடிக்கிறான்:

வில்லினை எடடா - கையில்
வில்லினை எடடா - அந்தப்
புல்லியர் கூட்டத்தைப் பூழ்தி செய்திடடா

வாடி நில்லாதே - மனம்
வாடி நில்லாதே - வெறும்
பேடியர் ஞானப் பிதற்றல் சொல்லாதே.

ஒன்றுள துண்மை - என்றும்
ஒன்றுள துண்மை - அதைக்
கொன்றி டொணாது குறைத்த லொண்ணாது

துன்பமு மில்லை - கொடுந்
துன்பமு மில்லை - அதில்
இன்பமு மில்லை பிறப்பிறப் பில்லை

படைகளும் தீண்டா - அதைப்
படைகளும் தீண்டா - அனல்
சுடவு மொண்ணாது புனல் நனையாது

செய்தலுன் கடனே - அறம்
செய்தலுன் கடனே - அதில்
எய்துறும் விளைவினி லெண்ணம் வைக்காதே.

இந்தப் பாடல் பகுதி, கண்ணன் பார்த்தனுக்கு உபதேசம் செய்த கீதையில் ஒரு பகுதிதான் என்றாலும், கீதையை இந்த நூற்றாண்டின் தொடக்கத்தில் தீவிர அரசியல்வாதிகள் அர்த்தப்படுத்தி, அதில் வலியுறுத்திக் கூறிய (முன்னர் குறிப்பிட்ட) மூன்று அம்சங்கள் மட்டுமே உணர்ச்சிகரமாக வடித்தெடுத்துக் கூறப்பட்டுள்ளதை நாம் காணலாம்.

என்றாலும், பாரதி இந்தப் பாடலுக்கு, 'ஆரிய தரிசனம்' என்ற தலைப்புக் கொடுத்து, இதனை 'ஓர் கனவு' என்றும் குறிப்பிடுவானேன்? 'கண் துயிலாது நனவினிலே யுற்றகனவு' என்று பாரதி இதனைக் குறிப்பிடுவதால், நிவேதிதா தேவியைத் தான் சந்தித்த போது தனக்கு ஏற்பட்ட அறிவுநிலை கடந்த உணர்ச்சிப் பரவசத்தின் காரணமாகத் தான் அவர்முன் மெய்மறந்து நின்று பெற்ற உணர்வையே அவன் கனவு என்று குறிப்பிட்டிருக்கிறான் எனக் கொள்ளலாம். 'ஆரிய தரிசனம்' என்ற தலைப்பு "நெஞ்சம் அயர்ந்து நின்ற ஆரிய"னான அர்ச்சுனன், "எண்(ணம்)ணயர்ந்து" நின்ற இளைஞனான விஜயன் கண்ட தரிசனத்தை, அதாவது "அயர்ந்து நின்ற ஆரிய"னும் "எண்ணயர்ந்து" நின்ற "இளைஞ"னுமான பாரதி கண்ட தரிசனத்தைக் குறிக்கிறது என்றும் கொள்ள இடமுண்டு.

பாரதியின் "ஆரிய தரிசனம்" என்ற பாடல் 'தோத்திரப் பாடல்' அல்ல என்று நான் கூறுவதற்கு வேறொரு காரணமும் உண்டு. 1908ஆம் ஆண்டு ஜனவரிப் பதிப்பில் இடம்பெற்றுள்ள இந்தப் பாடல் அதற்கு முன்பே 1907 அல்லது 1906இல் எழுதப்பட்டிருக்க வேண்டும் (இந்தப் பாடல் எப்போது எழுதப்பட்டது, முதலில் ஏதாவது பத்திரிகையில் வெளி வந்ததா என்ற விவரமும் நமக்குக் கிட்டவில்லை). இந்த ஆண்டுகளில் பாரதி தேசிய இயக்கம் சம்பந்தமான பாடல்களையே பிரதானமாகப் பாடி வந்தான் என்பதோடு, தெய்வசம்பந்தமான பாடல்கள் எதையும் பாடவில்லை என்பதும், இந்தப் பாடல் 'தோத்திரப் பாடல்' அல்ல, மாறாக, அரசியல் சம்பந்தப்பட்ட பாடலே என்ற என் கருத்தை உறுதிப்படுத்துகிறது.

மேலே கூறப்பட்டுள்ள விஷயங்களைக் கருத்தில் கொண்டு 'ஆரிய தரிசனம்' என்ற பாடலை நீங்களும் ஒரு முறை முழுமையாகப் படித்துப் பார்த்தால் இந்தக் கருத்து உங்களுக்கும் உறுதிப்படும்.

5. தீவிரத் தேசியவாதமும் புரட்சி இயக்கமும்

நிவேதிதா தேவியைச் சந்தித்து அவரிடமிருந்து தான் "ஸ்வதேச பக்தி உபதேச"த்தைப் பெற்றதாகவும், (பாரத) "மாதாவின் மெய்த் தொண்டின் தன்மையை" உணர்ந்துகொண்டதாகவும், பாரதி தனது சமர்ப்பண உரைகளில் மிகவும் தெளிவாகவே குறிப்பிட்டிருக்கிறான். ஆயினும், பாரதி வரலாற்றாசிரியர்களும் பிறரும், செல்லம்மா பாரதி தமது கணவர் 'குரு உபதேசம்' பெற்றது பற்றிக் கூறியுள்ள விவரங்களை மட்டுமே ஆதாரமாகக் கொண்டு, பாரதி பெற்ற உபதேசத்தின் தன்மையைத் தேர்ந்து தெளியும் விஷயத்தில் திசை திரும்பிவிடுகிறார்கள்; உண்மையில் நம்மைத் திசை திருப்பி விட்டுவிடுகிறார்கள். பாரதி நிவேதிதாவைச் சந்தித்த காலத்தில் அந்த அம்மையார் பாரதியிடம் பின்வருமாறு கூறியதாகச் செல்லம்மா பாரதி குறிப்பிடுகிறார்:

"மகனே! உன் மனத்தில் பிரிவுணர்ச்சியை நீக்கு. ஜாதி, மதம், குலம், கோத்திரம் என்ற அநாகரிகமான வித்தியாசங்களை விடு. அன்பை மட்டும் அகத்தில் கொள். பிற்காலத்தில் நீ ஒரு தீரனாக, சரித்திரப் பிரசித்தி பெற்ற தேவனாக வருவாய்."

நிவேதிதா தேவி பாரதியை இவ்வாறு ஆசீர்வதித்து விட்டு, பாரதி விடைபெற்றுத் திரும்புவதற்கு முன்னால், தாம் இமயமலையிலிருந்து கொண்டு வந்திருந்த ஓர் இலையைப் பாரதிக்கு ஞாபகார்த்தமாக அளித்ததாகவும், பாரதி அதனை ஒரு பொக்கிஷம் போல் வாழ்நாள் முழுதும் போற்றி வந்ததாகவும், நண்பர்கள் சிலர் தக்க விலை கொடுப்பதாகக் கூறிய போதிலும்கூட, பாரதி அதைக் கொடுக்க மறுத்துவிட்டதாகவும் செல்லம்மா பாரதி எழுதியுள்ளார் (**பாரதியார் சரித்திரம் அத். 10. குரு உபதேசம்**).

இந்த விவரங்கள் உண்மையாகவே இருக்கலாம். எனினும் பாரதி வரலாற்றாசிரியர்கள் சிலர் இந்த விவரங்களைக் குறிப்பிட்டு, பாரதி நிவேதிதா தேவியிடம் பெற்றது அரசியலோடு சம்பந்தப்படாத ஏதோ வேதாந்த சம்பந்தமான ஞானோபதேசம்தான் என்று தொனிக்கும் விதத்தில் எழுதிவிடுகிறார்கள். பாரதி நிவேதிதா தேவியிடம் அரசியல் உபதேசம் பெற்றதாகவே அவர்கள் கொள்ளவில்லை. அப்படியென்றால் பாரதி அரசியலில் யாரைத் தனது வழிகாட்டியாகக்கொண்டான்? இந்தக் கேள்விக்கு 1905ஆம் ஆண்டின் வங்கப் பிரிவினையைத் தொடர்ந்து இந்திய நாட்டில் எழுந்த தீவிரத் தேசியவாத அரசியலையும்,

அந்த அரசியலின் பிரபல முன்னணித் தலைவர்களாக விளங்கிய திலகர், அரவிந்தர், விபின் சந்திரபாலர், லாலா லஜபதிராய் முதலியோரையும், இவர்களிலும் முதன்மையாகத் திலகரையுமே பாரதி பின்பற்றினான் என்றே பாரதி வரலாற்றாசிரியர்கள் நமக்கு உணர்த்துகிறார்கள்.

இதனை நாம் மறுப்பதற்கில்லை. பாரதியே திலகரை' "நமது தேசாபிமான திலகமாகிய ஸ்ரீமத் பால கங்காதர திலகர்" (**பாரதி தரிசனம்: முதல் பாகம். பக். 33**) என்றும் "சுதேச தர்மத்துக்குப் பிரதம குரு" (பக், 34) என்றும் "சிவாஜி மகாராஜாவின் அவதாரம் என்பதாக வியந்து கூறப்பட்ட மகரிஷி" (பக். 41) என்றும், "பரிபூரண கலாவதாரம்" (இரண்டாம் பாகம்: பக். 50) என்றும், இன்னும் பலவாறும் தனது அரசியல் குறிப்புக்களிலும் கட்டுரைகளிலும் விதந்தோதிப் பாராட்டியிருக்கிறான். மேலும், தனது கவிதையிலும்.

> **"துஞ்சு மட்டுமிப் பாரத நாட்டிற்கே**
> **தொண்டிழைக்கத் துணிந்தவர் யாவரும்**
> **அஞ்செழுத்தினைச் சைவர் மொழிதல்போல்**
> **அன்பொ டோதும் பெயருடை ஆரியன்**
> **வீரமிக்க மராட்டியர் ஆதரம்**
> **மேவிப் பாரத தேவி திருநுதல்**
> **ஆரவைத்த திலகமெனத் திகழ்**
> **ஐயன் நல்லிசைப் பாலகங் காதரன்"...**

என்று பாரதி பாடுகிறான். சைவர்களுக்கு 'நமசிவாய' என்ற அஞ்செழுத்து மந்திரம் போல், திலகரின் திருநாமம் தேச பக்தர்களுக்கு ஒரு மந்திரமாகும் என்றும், அவர் பாரத தேவியின் நெற்றியிலிட்ட திலகம் என்றும் அவரைப் போற்றிப் புகழ்ந்து அவரது "சீரடிக் கமலத்தினை" வாழ்த்துகிறான் பாரதி. எனவே பாரதி திலகரையும் தனது அரசியல் குருவாகக் கொண்டிருந்தான் என்பது தெளிவு.

என்றாலும், முந்திய கட்டுரையில் நிவேதிதாவுக்கும் புரட்சிகர இயக்கத்துக்கும் உள்ள சம்பந்தம் பற்றிக் கூறி, பாரதி நிவேதிதாவிடம் பெற்ற சுதேசபக்தி உபதேசம் ஆயுதந் தாங்கிய போராட்டம் மற்றும் புரட்சி நடவடிக்கை சம்பந்தப்பட்டதுதான் என்றும் விளக்கியிருந்தோம். எனவே, பாரதி பின்பற்றிய திலகர் முதலான தீவிரவாதத் தேசியத் தலைவர்களுக்கு ஆயுதந் தாங்கிய போராட்டம் பற்றியும், தேச விடுதலைக்கான மார்க்கங்களைப் பற்றியும் எத்தகைய நோக்கும் போக்கும் இருந்தன என்பதையும் நாம் தெரிந்தாக வேண்டும். ஏனெனில், இவற்றின் ஒளியிலேயே நாம் பாரதியின் நோக்கையும் போக்கையும் இனம் கண்டுகொள்ள முடியும்.

திலகரும் ஆயுதப் போராட்டமும்

முந்தைய கட்டுரையில் சென்ற நூற்றாண்டின் இறுதி வாக்கிலேயே மகாராஷ்டிரத்தில் ஆங்கிலேயருக்கு எதிராக ஆயுதப் போராட்ட நடவடிக்கைகளை மேற்கொள்ளும் திட்டத்தோடு ரகசியச் சங்கங்கள் தோன்றிவிட்டதையும், அதில் அரவிந்தருக்கிருந்த தொடர்பையும் பற்றிக் குறிப்பிட்டிருந்தோம். இத்தகைய சங்கங்களில் உதயபுரியில் (பம்பாய் மாகாணம்) தாகுர் சாகேப் தலைமையில் ஒரு சங்கமும் (இது பற்றி முன்னர் குறிப்பிட்டிருக்கிறோம்), பரோடாவில் அரவிந்தர் தலைமையில் தருண் சங்கம் என்ற ஸ்தாபனமும், புனாவில் சப்பேகர் சகோதரர்கள் தலைமையில் ஹிந்து தர்ம சங்கமும் இடம்பெற்றிருந்தன. இம்மூன்றும் பின்னர் அரவிந்தர் தலைமையில் ஒரே ஸ்தாபனமாக இணையவும் செய்தன. இவற்றில் ஹிந்து தர்மசங்கம்தான் ஆங்கிலேயருக்கு எதிரான முதல் துப்பாக்கிக் குண்டை வெடித்தது; இதன் மூலம் 'பயங்கர வாதம்' என்று கொச்சையாகக் குறிப்பிடப்படும் தனிநபர் ஆயுதப் போராட்ட நடவடிக்கையைத் தொடங்கி வைத்தது.

சென்ற நூற்றாண்டின் இறுதியில் புனா நகரிலும் அதன் சுற்றுப் புறத்திலும் பிளேக் என்ற கொடிய கொள்ளை நோய் பரவி, மக்களின் உயிரைக் குடித்துக்கொண்டிருந்தது. இந்தச் சமயத்தில் ஆங்கிலேய ஆட்சியாளர்கள் நிவாரண நடவடிக்கைகளின் பெயரால், மக்களின் உணர்ச்சிகளையும் துன்ப துயரங்களையும் இந்து சம்பிரதாயங் களையும் மதிக்காமல் கொடுமை இழைத்து வந்தனர். இதனைக் கண்டு கொதிப்படைந்த ஹிந்து தர்ம சங்கத்தைச் சேர்ந்த தாமோதர் ஹரி சப்பேகரும் அவரது சகோதரரும், பிளேக் கமிட்டியின் தலைவனான ராண்டு என்ற ஆங்கிலேய அதிகாரியையும், லெப்டினென்ட்ஐயெர்ஸ்ட் என்ற ராணுவ அதிகாரியையும், அவர்கள் அரசாங்க மாளிகையில் விருந்துண்டு விட்டுத் திரும்பிவரும் வழியில், 1897 ஜூன் 27 அன்று இரவு சுட்டுக் கொன்றனர். பின்னால் நடந்த இந்தக் கொலை வழக்கில் சப்பேகர் சகோதரர்களுக்குத் தூக்குத் தண்டனை வழங்கப்பட்டது; 1898 ஏப்ரல் 18 அன்று அவர்கள் தூக்கிலிடப்பட்டனர்.

பிளேக் நோய் பரவியிருந்த காலத்தில் நிவாரண நடவடிக்கைகள் என்ற பெயரால் ஆங்கிலேய அதிகாரிகள் இழைத்து வந்த கொடுமைகளை வன்மையாகக் கண்டித்துத் திலகரும் எழுதி வந்தார். எனவே, இந்தக் கொலை திலகரின் தூண்டுதலால் நடந்திருக்குமோ என்ற பரவலான கருத்தும் பொதுமக்களிடம் நிலவியது. உண்மையில் திலகருக்கு இந்தக் கொலை நடவடிக்கையோடு ஏதேனும் சம்பந்தம் இருக்கக் கூடும் என்பதற்கான அற்பமான சான்று கிடைத்திருந்தாலும் கூட, அன்றைய ஆங்கிலேய அரசாங்கம் திலகரைக் கைது செய்யத்

தயங்கியிருக்காது என்பது வெளிப்படை. என்றாலும் கொலை செய்தவர்கள் யார் என்ற உண்மையாவது திலகருக்குத் தெரிந்திருக்கும் என்று அரசாங்கம் நம்பியது. எனவே, இந்தக் கொலை பற்றிப் புலன் விசாரணை செய்து வந்த ஆங்கிலேய அதிகாரியான பிரியன் என்பவன், திலகரைப் பலமுறை சந்தித்து உரையாடினான்; அந்த உரையாடலின் மூலம் கொலை புரிந்தவர்களைக் கண்டுபிடிக்கத் தனக்குப் "பயனுள்ள தகவல்" ஏதேனும் கிடைத்துவிடாதா என்று ஏங்கினான். இறுதியில் அவன் ஒருநாள் கொலையாளியைக் கண்டுபிடிக்க அரசாங்கத்துக்கு உதவுமாறு திலகரிடம் நேரடியாகவே கேட்டுவிட்டான். இதற்குத் திலகர் அளித்த பதிலைக் குறித்து வரலாற்றாசிரியர் பிரதான் திலகர் இவ்வாறு பதிலளித்ததாக எழுதுகிறார்:

"முதலாவதாக, நான் உங்களுக்கு எந்தவிதத்திலும் உதவ முடியாது. ஏனெனில் எனக்கு யார் தகவல் தரப்போகிறார்கள்? தயவுசெய்து இன்னொன்றையும் நினைவிற்கொள்ளுங்கள். தற்செயலாக எனக்கு ஏதோ ஒரு சிறு தகவல் கிடைத்தாலும் கூட, நான் அதனை உங்களிடம் கூற இயலாது. ஏனெனில், குற்றவாளிகளைத் தண்டிப்பது நியாயம்தான் என்று நான் கருதினாலும்கூட, நான் எவருடைய உளவாளியாகவும் செயல்பட மாட்டேன்; எவரையும் காட்டிக் கொடுக்க மாட்டேன். நீங்கள் உங்கள் வேலையைச் செய்கிறீர்கள். அதில் நான் குறுக்கிட மாட்டேன். இந்தக் கொலை புனா நகரத்துக்கு இழிவை ஏற்படுத்தி விட்டது என்று மிஸ்டர் லாம்ப் கூறியதையும் நான் ஏற்கவில்லை. ஆயினும் நீங்கள் சகலவிதத்திலும் முயன்று கொலையாளியைக் கண்டுபிடித்து அவனைத் தண்டிக்கக் கூடாது என்றும் நான் கூற வரவில்லை" Lokamanya Tilak and the Revolutionaries - G.P. Pradhan Tilak centenary issue DIPIKA monthly. Aug. 1956).

இந்தச் செய்தியைத் தெரிவித்துவிட்டு, பிரதான் இவ்வாறு எழுதுகிறார்: "இது ஒன்றும் நழுவல் பதில் அல்ல; மாறாக, இது இளம் புரட்சியாளர்களின்பால் அவர் கொண்டிருந்த கொள்கை பற்றிய பிரகடனமேயாகும். அரசியல் கொலை நடவடிக்கைகளைக் குறித்துத் திலகரின் கருத்துக்கள் எதுவாக இருந்த போதிலும்கூட, இத்தகைய இளைஞர்களின் தேசபக்தியை அவர் திடமாக நம்பினார்; அவர்கள் செய்த மகத்தான தியாகங்களை அவர் பெரிதும் மதித்தார்; அவற்றைக் கண்டு வியந்தார். மிக முக்கியமானது என்னவென்றால், அவர் எல்லா அரசியல் தொண்டர்களையும் ஒரே குடும்பத்தைச் சேர்ந்தவர்களாகவே மதித்தார். காந்திஜியைப் போலன்றி அவர் ஓர் அரசியல் கொலையைத் தர்ம நெறிகளின் ஆதாரத்தில் மட்டுமே என்றுமே கண்டிக்க மாட்டார்.

அன்னிய அரசாங்கம்தான் எப்போதும் நெறி கெட்ட நிலையில் இருந்தது என்றும், ஒரு தேச பக்தர் தவறாக மேற்கொள்ளக்கூடிய நடவடிக்கைக்கும் அதுவே பொறுப்பாக இருந்தது என்றுமே அவர் கருதினார். தாமோதர் சப்பேகரோடு அவருக்கிருந்த சொந்தத் தொடர்புகளைப் பொறுத்தவரை, இந்த மார்க்கத்தைத் தேர்ந்தெடுத்த எல்லோரிடமும் அவர் நடந்து கொண்டதைப் போலவே அவர் விஷயத்திலும் மூத்த அண்ணன் போலவே நடந்துகொண்டார்.''

இங்கு மேலும் சில தகவல்களையும் தெரிவிக்க வேண்டும். சப்பேகர் சகோதரர்களைத் திலகர் நன்கறிவார். தாமோதர் சப்பேகருக்குத் திலகர் பகவத் கீதையின் பிரதி ஒன்றைப் பரிசளித்தார். சப்பேகர் சகோதரர்கள் தூக்கிலிடப்பட்ட பிறகு, அவர்களது தகனக் கிரியைகளை நடத்துவதற்கும் திலகரே ஏற்பாடு செய்தார். இத்தனைக்கும் மேலாக, மேற்கூறிய கொலையைப் புரிவதில் சப்பேகர் சகோதரர்களோடு கூட்டாளியாகவிருந்த கே.டி.சாத்தே என்பவர், பின்னொருமுறை அளித்த பேட்டியில், "ராண்டு கொலையுண்ட மறுநாள், அமரர் தாமோதர் சப்பேகரின் உத்தரவின்பேரில், அந்த வெற்றிகரமான நிகழ்ச்சியைப் பற்றிய தகவலை நான் திலகருக்குத் தெரிவித்தேன்'' என்று கூறியிருக்கிறார் (மேலே, குறிப்பிட்ட அதே 'தீபிகா' கட்டுரை). இவற்றிலிருந்து நமக்கு ஒன்று தெளிவாகிறது. இத்தகைய செயலைத் திலகர் அங்கீகரிக்காவிட்டாலும், இத்தகைய செயல்கள் நிகழ்வதற்கு அரசாங்கமே குற்றவாளி என்று அவர் கருதினார் என்பதும், அவரது பரிவும் பாசமும் தேசபக்தர்கள் பக்கமே இருந்தது என்பதும்தான் அந்த விஷயம். உண்மையில் திலகருக்கு இத்தகைய ரகசியச் சங்கங்களோடு தொடர்பும் இருந்தது என்று கொள்வதற்கும் ஆதாரங்கள் உண்டு. உதாரணமாக, காலஞ்சென்ற சாருசந்திர தத்தா (ஐசி.எஸ்) 1925இல் **மராட்டா** Mahratta பத்திரிகையில் எழுதியுள்ள கட்டுரையில், இவ்வாறு எழுதியுள்ளார்: "இந்த நூற்றாண்டின் ஆரம்ப ஆண்டுகளில், வங்கப் பிரிவினைக்கு முன்னால், இந்தியாவில் புரட்சி நடவடிக்கைகளை ஒருங்கிணைக்கவும், அவற்றுக்கு யோசனை கூறவும் ஒரு மத்தியக் கவுன்சில் இருந்ததாகத் தோன்றுகிறது. காலஞ்சென்ற லாலா லஜபதிராய் ஸ்ரீ அரவிந்தர் ஆகியோரைக் கொண்ட இந்தக் கவுன்சிலில் திலகரும் அதன் தலையாய உறுப்பினர்களில் ஒருவராக இருந்தார் எனத் தோன்றுகிறது.''

திலகர் செய்த முயற்சிகள்

உண்மையில், 1905ஆம் ஆண்டு அறிவிக்கப்பட்ட வங்கப் பிரிவினையின் காரணமாக, தீவிரத் தேசியவாதம் வீறுகொண்டு

எழுவதற்கும் முன்பே, ஆங்கிலேயர் ஆட்சியை ஆயுதபலம் கொண்டு அகற்றுவதற்கான வழி வகைகளைத் திலகர் ஆராயத் தொடங்கி விட்டார். திலகரின் வரலாற்றாசிரியர்கள் இது சம்பந்தமாக நமக்கு ஒரு சுவையான தகவலை வழங்குகின்றனர்:

"ஆசியாவில் எழுச்சி ஏற்படும் வளர்ச்சிப்போக்கு தோன்றியதை அவரே (திலகரே) முதலில் உணர்ந்தார்; ஒரு புரட்சிக்குத் தயார் செய்வதற்கான சாத்தியப்பாட்டைப் பற்றி அவர் சிந்தித்தார். 1901இல் காங்கிரஸ் மகாசபைக் கூட்டத்தில் கலந்துகொள்வதற்காகத் திலகர் வாசு காக்கா ஜோஷியுடன் கல்கத்தாவுக்குச் சென்றபோது, அங்கு தஞ்சாவூரைச் சேர்ந்த 'மாதாஜி' என்ற மாதை அவர் சந்தித்தார். அவள் மராத்தியும் கன்னடமும் சரளமாகப் பேசினாள். கல்கத்தாவில் அவள் ஒரு மராத்திப் பள்ளியை நடத்தி வந்தாள். அவள் திலகரைத் தனது பள்ளிக்கு விஜயம் செய்யுமாறு அழைத்தாள். அவள் பல அம்சங்களில் ஓர் அசாதாரணமான பெண்மணியாக இருந்தாள். இளம் வயதில் விதவையாகிவிட்ட அவள் வட இந்தியாவுக்கு க்ஷேத்திராடனம் புரியச் சென்றாள். பின்னர் அவள் நேபாள மகாராஜாவின் ஆசை நாயகியாகச் சில ஆண்டுகள் இருந்தாள். அவர் கொலை செய்யப்பட்ட பிறகு, தன்னிடமிருந்த நகை நட்டுக்களோடு இந்தியாவுக்குத் திரும்பி வந்தாள். கல்கத்தாவில் அவள் தங்கியிருந்த காலத்திலும் கூட, அவள் நேபாளத்தோடு தொடர்புகளை அறுத்துக் கொள்ளவில்லை; குமார நரசிம்மா என்ற எண்ணெய் இஞ்சினியரோடு அவளுக்கு நேச உறவுகள் இருந்து வந்தன. அவள் இந்தத் தொடர்புகளை இந்தியாவுக்கு உதவப் பயன்படுத்திக்கொள்ள விரும்பினாள். குறிப்பாக அவள் திலகருடன் உதவ விரும்பினாள். திலகர் அவளது பள்ளிக்கு விஜயம் செய்தபோது, ஏதாவதொரு வகையில் உதவி பெறுவதற்கு நேபாளத்தில் நிலவும் நிலைமைகள் எவ்வாறு சாதகமாக உள்ளன என்பதை அவள் திலகருக்கு விளக்கினாள். அவள் திலகரையும் வாசு காக்கா ஜோஷியையும் அப்போதைய நேபாள மன்னருக்கு அறிமுகப்படுத்தி வைக்க முன்வந்தாள். இதன் பேரில் திலகரும் ஜோஷியும் நேபாளத்தின் எல்லை வரையிலும் சென்றனர்; எனினும், அதற்குமேல் போக முடியவில்லை. அங்கு பிளேக் நோய் பரவியிருந்ததால், நேபாளத்துக்குள் செல்ல அவர்கள் அனுமதிக்கப்படவில்லை. திலகர் புனாவுக்குத் திரும்பி வந்த பிறகு, **கேசரிப்** பத்திரிகையில் பணியாற்றி வந்த கடில்கர், வாசுகாக்கா ஜோஷியுடன் கலந்து பேசி, நேபாளத்துக்குச் சென்று பணியாற்றத் திட்டமிட்டார். அவர் நேபாளத்துக்குச் சென்றார்; அங்கு ஓடுகளைச் செய்யும் ஒரு தொழிற்சாலையைத் தொடங்கப் போவதாகக் கூறிக்கொண்டு தங்கினார். கல்கத்தாவிலுள்ள ஒரு ஜெர்மன் கம்பெனியின் ஏஜெண்டோடு, துப்பாக்கிகளைச் செய்வதற்கான எந்திரம் ஒன்றைப்

பெறுவதற்காகத் தொடர்புகளை மேற்கொண்டார். மாதாஜியின் செல்வாக்கின் பயனாக குமார நரசிம்மா என்று நேபாளத்திலிருந்த எண்ணெய் இஞ்சினியர், தமது பெயரைக் கிருஷ்ணாராவ் ஹனுமந்தராவ் குல்கர்னி என்று கூறிக்கொண்ட கடில்கருக்கு உதவினார். ஓட்டுத் தொழிற் சாலையை நடத்தி வருவதில், கோல்ஹாப்பூர் சிவாஜி மன்றத்தின் நிறுவனர், கடில்கரின் உதவியாளராகச் சென்று பணியாற்றினார். கோல்ஹாப்பூரைச் சேர்ந்த தாமு ஜோஷியும் நேபாளத்துக்குச் சென்றார். இதற்கிடையில் வாசுகாக்கா ஜப்பானுக்குச் சென்றார்; மேலும், ஜப்பானுக்குச் சில மாணவர்களை அனுப்பி வைக்கவும் கடில்கர் நேபாள மன்னரைச் சம்மதிக்க வைத்துவிட்டார். இந்த மாணவர்கள் ஜப்பானில் தேவையான ராணுவப் பயிற்சியைப் பெற்றுவர முடியும் என்று கடில்கர் நம்பினார். ஆயினும், கோல்ஹாப்பூருக்குத் திரும்பி வந்த தாமு ஜோஷி கைதான பின்னர், கடில்கரின் திட்டம் முழுவதும் பிசுபிசுத்துவிட்டது; புரட்சிக்குத் தயாராகும் முயற்சியை அவர் மேற்கொள்ள முடியாது போயிற்று" (Lokamanya Tilak - A Biography - G.P.Pradhan and A.K.Bhagavat: *பக்.126-127*).

இதேபோல் திலகர் இந்திய இளைஞர்களுக்கு ராணுவப் பயிற்சியளிக்கும் விஷயமாக ரஷ்யாவின் உதவியையும் நாடியிருக்கிறார். இது பற்றிய விவரங்களையெல்லாம் ரஷ்ய ஆவணக் காப்பகங்களில் கிட்டிய சான்றுகள், தகவல்கள் முதலியவற்றை ஆதாரம் காட்டி சோவியத் ஆராய்ச்சியாளரான ஏ.வி.ரெய்க்கோவ் பல கட்டுரைகளை எழுதியுள்ளார். அவற்றைத் தொகுத்துத் தந்துள்ள சின்ஹா என்ற ஆராய்ச்சியாளர் இவ்வாறு எழுதுகிறார். "இந்தியர்கள் சிலர் வெளி நாட்டில் ராணுவப் பயிற்சியைப் பூர்த்தி செய்துவிட்டு, இந்தியாவுக்குத் திரும்பி வந்தால், அவர்கள் ஓர் ஆயுதந் தாங்கிய போராட்டத்தில், ராணுவத்திலிருந்து ஓடிவந்த சிப்பாய்களையும் பிற கலகக்காரர் களையும் தலைமைதாங்கி நடத்திச் செல்ல முடியும் என்பதற்காக, அவர்களுக்கு ஓர் ராணுவ அகாடமியில் சேர அனுமதி பெறும் நோக்கத்தோடு திலகர் பம்பாயிலிருந்த ரஷ்யக் கான்சலை அணுகினார். ராணுவப் பயிற்சிக்காக இந்தியர்களை ஐரோப்பாவுக்கு அனுப்பும் பிரச்சினையைத் திலகர் 1905ஆம் ஆண்டுத் தொடக்கத்தில், ரஷ்யக் கான்சலிடம் முதன்முதலில் எழுப்பினார். என்றாலும், ரஷ்ய அரசாங்கம் தனது ராணுவ அகாடமிகளில் இந்தியர்கள் எவரையும் சேர்த்துக் கொள்ள மறுத்துவிட்டது. 1905 செப்டம்பரில் ரஷ்யக் கான்சில் கிளைம், 'பிரஞ்சு ராணுவ அகாடமியில் இரண்டு இந்தியர்களைச் சேர்த்துக் கொள்வது சம்பந்தப்பட்ட விஷயம் எந்த நிலையில் இருக்கிறது என்று திலகர் இரண்டுமுறை விசாரித்து விட்டார்' என்று பீட்டர்ஸ்குக்கு

எழுதினார். இறுதியாக வந்த உத்தரவுகளின் பேரில், ஸ்விட்சர்லாந்திலுள்ள ரஷ்யத் தூதர் ஜாதோவ்ஸ்கி, ராணுவ அதிகாரிகள் பயிற்சிக்கு மாதவராவுக்கு இடம்பெற்றுக் கொடுத்தார். இதனைப் பற்றிய தகவல் அறிந்தும், திலகர் ரஷ்ய நாட்டின் அயல்துறை அமைச்சகத்துக்குத் தமது ஆழ்ந்த நன்றியுணர்வையும், தம்மோடு ஒத்த கருத்தைக் கொண்ட தமது சகாக்களின் நன்றியுணர்வையும் தெரிவித்துக் கொண்டார். ஆயினும், ஸ்விட்சர்லாந்தில் ராணுவ அதிகாரிப் பயிற்சிக்கு மாதவராவை அனுமதிப்பதற்காகும் செலவைத் 'தீவிரவாதி'களின் கட்சியே ஏற்றுக்கொண்டது. மாதவ ராவ் ஜாதவ் ஐரோப்பாவில் ராணுவ விவகாரங்களில் பயிற்சி பெறுவதன் நோக்கத்தைப் பற்றி ரஷ்யக் கான்சில் இவ்வாறு எழுதியிருந்தார்: 'ஐரோப்பாவில் ராணுவ விவகாரங்களில் அவர் பயிற்சி பெறுவதன் நோக்கமானது, காலக்கிரமத்தில், அவசியம் ஏற்படும்போது, பிரிட்டிஷாரிடமிருந்து ஓடி வரக்கூடிய சுதேசிச் சிப்பாய்களுக்கோ அல்லது பிற கலகக்காரர்களுக்கோ அவர் ராணுவத் தலைமை தாங்க முடியும் என்பது தெளிவு" (Indian National Movement and Russia: P.B.Sinha பக். 159 160).

ஆங்கிலேய அரசாங்கத்துக்கும், ரஷ்யாவை ஆண்டு வந்த ஜார் அரசாங்கத்துக்கும் அக்காலத்தில் நிலவி வந்த பகைமையைப் பயன்படுத்தித்தான், எதிரிக்கு எதிரி தனக்கு உதவுவான் என்ற நம்பிக்கையோடு, ரஷ்ய அரசாங்கத்தின் உதவியைத் திலகர் நாடினார். அதனால் மேற்கூறியவாறு ஓரளவு பயனும் கிட்டியது. ஆயினும், ரஷ்யாவில் 1905ஆம் ஆண்டுப் புரட்சி வெடித்த பிறகும், அதனைத் தொடர்ந்து இந்தியாவிலும் 1905ஆம் ஆண்டின் வங்கப் பிரிவினையின் விளைவாக, தீவிரத் தேசியவாத இயக்கம் மும்முரமடைந்த பிறகும், பகைமை பாராட்டி வந்த அந்த இரு ஏகாதிபத்தியங்களும் 1907ஆம் ஆண்டில் ஆங்கிலேய ரஷ்ய ஒப்பந்தம் ஒன்றைச் செய்து கொண்டன. எனவே திலகரோ அவரது சகாக்களோ இதற்குப் பிறகு ரஷ்ய அரசாங்கத்தின் உதவியை நாடவில்லை; நாட விரும்பவும் இல்லை.

முதல் வெடிகுண்டு

1905ஆம் ஆண்டில் நிகழ்ந்த வங்கப் பிரிவினையால் மட்டுமே இந்தியத் தேசிய இயக்கத்தில் தீவிரவாதப் போக்கு மேலோங்கத் தொடங்கியது என்பதல்ல. 1904-1905ஆம் ஆண்டில் நடந்த ரஷ்ய-ஜப்பானிய யுத்தத்தில், மாபெரும் ஐரோப்பிய சாம்ராஜ்யமான ரஷ்யாவை, சின்னஞ் சிறிய ஆசிய நாடான ஜப்பான் தோற்கடித்து வெற்றி பெற்றதும், ஐரோப்பியக் காலனியாட்சியாளர்களிடம் அடிமைப்பட்டுக் கிடந்த இந்தியா போன்ற ஆசிய நாடுகளுக்குப்

பெரும் உத்வேகத்தை அளித்தது. இந்த வெற்றியைக் குறித்து, "முன்னேறிவரும் முற்போக்கான ஆசியா, பிற்பட்ட, பிற்போக்கான ஐரோப்பாவுக்கு ஈடு செய்ய முடியாத பலத்த அடியைக் கொடுத்து விட்டது" என்று லெனின் 1905 ஜனவரி 14 அன்று 'பார்வர்ட்' (Forward) என்ற பத்திரிகையில் எழுதினார். இதேபோல், 1905 ஜனவரி 22 அன்று ரஷ்யாவில் பீட்டர்ஸ்பர்க்கில் அமைதியாக நடந்த ஆர்ப்பாட்டத்தின் மீது ஜார் அரசாங்கம் துப்பாக்கிப் பிரயோகம் செய்ததைத் தொடர்ந்து, ரஷ்யாவில் வெடித்த முதல் ரஷ்யப் புரட்சியும் இந்தியா உள்ளிட்ட ஆசிய நாடுகளுக்குப் பெரும் உத்வேகத்தை ஊட்டியது. "வரப்போகும் வெற்றிகரமான புரட்சிக்கு ஓர் உத்திகை" என்று லெனின் வருணித்த அந்தப் புரட்சி, எவ்வளவு பெரிய ஏகாதிபத்தியமானாலும், அதனை எதிர்த்து மக்கள் போராட முடியும் என்ற நம்பிக்கையை அடிமைப் பட்டுக் கிடந்த ஆசிய மக்களுக்குத் தோற்றுவித்தது. இதேபோல், இதே சமயத்தில் அயர்லாந்தில் அரசியல் விடுதலைக்காகவும் தேசிய மறுமலர்ச்சிக்காகவும் தோற்றுவிக்கப்பட்ட ஷீன்-பீன்" ("நமக்கு நாமே துணை") இயக்கமும் ஆங்கிலேய ஏகாதிபத்தியத்தை எதிர்த்து நின்ற இந்தியர்களுக்கு ஊக்கம் அளித்தது. இவற்றால் இந்தியத் தேசிய இயக்கம் ஊக்கமும் உத்வேகமும் பெற்றதோடு மட்டுமல்லாமல், இந்த இயக்கங்கள் கையாண்ட வழிமுறைகளைக் கையாள முற்பட்டது. இவ்வாறு இந்த வழிமுறைகளைக் கையாள மக்களைத் தூண்டுவதிலும் தீவிரத் தேசியவாதத் தலைவர்களே முன்னின்றனர். 1906ஆம் ஆண்டில் கல்கத்தாவில் நடைபெற்ற சிவாஜித் திருநாள் விழாவில் கலந்து கொள்ளச் சென்ற திலகர், 1906 ஜூன் 7 அன்று அங்கு ஆற்றிய தமது பிரபலமான உரையில் இவ்வாறு கூறினார்: "உறுதியான தீர்மானத்தின் பின் பலமில்லாவிட்டால், நமது விண்ணப்பங்கள் காது கொடுத்துக் கேட்கப்படும் என்று எதிர்பார்ப்பதே சாத்தியம் அல்ல. ஒன்றுபட்ட சக்தியின் பின்பலமில்லாவிட்டால், பிரார்த்தனைகளோ, முறையீடுகளோ, ஆட்சேபனைகளோ பலனளிக்காது. **அயர்லாந்து, ஜப்பான், ரஷ்யா** ஆகியவற்றின் உதாரணத்தை ஏறிட்டுப் பாருங்கள்; அவற்றின் **முறைகளைப் பின்பற்றுங்கள்**. இப்போதைய முறைப்படி நாட்டை நிர்வகிக்க முடியாது என்பதை நாம் புலப்படுத்தியாக வேண்டும்" (Speeches of BalGangadar Tilak பக்.103). அது மட்டுமல்ல, திலகர் தமது கையோடு கொண்டு சென்றிருந்த ஷீன்-பீன் இயக்க வரலாறு பற்றிய துண்டுப் பிரசுரத்தின் ஏராளமான பிரதிகளையும் கூட்டத்தினரிடையே வினியோகிக்கவும் செய்தார்.

இந்தியத் தேசிய இயக்கத்தில் புரட்சிகரமான போக்கு இப்படித்தான் பிறப்பெடுத்தது. இதன் விளைவாகத்தான் ஆயுதந்தாங்கிய போராட்டத்துக்கு இளைஞர்களைத் தயார் செய்யும் ரகசியச்

சங்கங்களும் இயக்கங்களும் சுறுசுறுப்படைந்தன. ஆயுதந் தாங்கிய போராட்டத்தை இறுதி லட்சியமாகக் கொண்டு செயல்பட முனையும் இளைஞர்கள், அத்தகைய இயக்கத்தின் அடியாரம்ப நாட்களில் பாலாரிஷ்டம் போல், இளம்பிள்ளை நோயைப்போல் தோன்றும் அராஜகவாத நடவடிக்கைகளிலும் வெடிகுண்டு வீச்சு போன்ற பயங்கரவாத நடவடிக்கைகளிலும் ஈடுபட்டனர். இத்தகைய நடவடிக்கைகளிலும்கூட, அவர்களுக்கு ரஷ்ய அராஜகவாதப் புரட்சியாளர்களான குரோபோட்கின் போன்றவர்களே ஆதர்சமாக விளங்கினர். இதன் விளைவாக, வங்காளத்தில், நாம் சென்ற அத்தியாயத்தில் குறிப்பிட்ட அனுசீலன் சமிதியைச் சேர்ந்த அரவிந்தரின் தம்பி பரீந்திர கோஷும் பிறரும், வங்கப்பிரிவினை இயக்கத்தையும் 'வந்தேமாதர' கோஷத்தையும் தான்தோன்றித்தனமாக அதிகாரத்தைப் பயன்படுத்தி அடக்கி ஒடுக்க முயன்றவனான கிழக்கு வங்காளத்தின் லெப்டினன்ட் கவர்னர் சர் பாம்பைல்டு புல்லரைக் கொல்லத் திட்டமிட்டனர். இதனை நிறைவேற்றும் பொறுப்பு பதினேழு வயதான பிரபுல்லா குமார் சக்கி என்ற இளைஞனிடம் ஒப்படைக்கப்பட்டது. ஆனால் அவனது முயற்சி பலிக்கவில்லை. பின்னர் புல்லர் பயணம் செய்த ரயிலை வெடி வைத்துத் தகர்க்க 1907 டிசம்பர் 6 அன்று மற்றொரு முயற்சி மேற்கொள்ளப்பட்டது. அந்த வெடிகுண்டினால் ரயில் தடம் புரண்டதே தவிர, எவரும் சாகவில்லை. விவேகானந்தரின் தம்பியான பூபேந்திரநாத தத்தர் 'பாரதர் த்விதிய ஸ்வாதினதா சங்ராம்' என்ற தமது வங்காளி நூலில் "மக்களைப் பயங்கரமாக அடக்கி ஒடுக்கி வந்த புல்லர் மற்றும் பிற அதிகாரிகளின் தலைகளை நொறுக்கித் தள்ளுவதற்குச் சில வங்காளிகளுக்குத் துணிவு போதவில்லையே என்று திலகர் கடிந்துகொண்டார்" என்று எழுதியுள்ளதாக மஜும்தார் குறிப்பிடுகிறார் (History of the Freedom Movement of India - R.C.Mazumdar - தொகுதி 2 பக். 475). இதன் பின்னர், பல தேசபக்தர்களுக்கும் பத்திரிகை ஆசிரியர்களுக்கும் சிறைத் தண்டனை விதித்தவனும், சுசில்சென் என்ற பள்ளி மாணவனுக்கு முச்சந்தியில் சவுக்கடி கொடுக்குமாறு தண்டனை விதித்தவனுமான கல்கத்தா நகரத் தலைமை நீதிபதி கிங்ஸ்போர்டு என்பவனைக் கொல்ல அவர்கள் குறி வைத்தனர். அப்போது கிங்ஸ்போர்டு முஜாபர்பூரில் (பீகார்) நீதிபதியாக இருந்தான். அவனைக் கொல்வதற்காக பிரபுல்லா சக்கியும், பதினாறு வயதுகூட நிரம்பாத குதிராம் போஸ் என்ற இளைஞனும் வெடிகுண்டுடன் முஜாபர்பூருக்கு அனுப்பி வைக்கப்பட்டனர். அவர்கள் அவனை 1908 எப்ரல் 30 அன்று கொல்ல முயன்றனர். ஆனால், கிங்ஸ்போர்டின் மாளிகையிலிருந்து வெளிவந்த இரண்டு கோச் வண்டிகளில், இரண்டாவது வண்டியில்தான் கிங்ஸ்போர்டு இருந்தான் என்ற உண்மையைத் தெரிந்துகொள்ளாமல், முதல்

வண்டியின்மீது இருவரும் குண்டுகளை எறிந்ததன் விளைவாக, அந்த வண்டியில் வந்த திருமதி கென்னடி என்ற மாதும் அவரது மகளும் கொலையுண்டனர். பிரபுல்லா சக்கி போலீஸார் தன்னைப் பிடிக்குமுன் தன்னைத் தானே சுட்டுக் கொண்டு இறந்துவிட்டான். குதிராம் போஸ் பின்னர் பிடிபட்டுத் தூக்குத்தண்டனை விதிக்கப்பட்டு அமரனானான். இந்த நிகழ்ச்சியைத் தொடர்ந்து பரீந்திர கோஷின் மாணிக்டோலா தோட்ட ஆசிரமம் சோதனையிடப்பட்டது; அங்கிருந்து வெடி குண்டுகள், தோட்டாக்கள் முதலியன கைப்பற்றப்பட்டன. பரீந்திர கோஷ், அரவிந்தர் உட்பட 34 பேர் கைது செய்யப்பட்டனர். இந்தக் கொலை வழக்குத்தான் பிரசித்தமான அலிபூர் சதி வழக்காகும். இதுதான் இந்தியாவில் வெடித்த முதல் வெடிகுண்டு நிகழ்ச்சியாகும்; அதன் தொடக்கமும் ஆகும்.

வெடிகுண்டு வந்தது எப்படி?

இங்கு இந்த வெடிகுண்டு இயக்கம் இந்தியாவில் தோன்றியதைப் பற்றிச் சில விவரங்களையும் நினைவு கூர்வோம். "ஸ்ரீதிலகரின் உயிர்த்துணை" என்று பாரதியே குறிப்பிடும் (**பாரதி தரிசனம்** - 1: பக். 48). திலகரின் மிக நெருங்கிய அரசியல் கூட்டாளியான கணேஷ் ஸ்ரீகிருஷ்ண கபார்தேயிதான் "வங்காளத்தில் வெடிகுண்டுகளைத் தோற்றுவித்த தந்தை" என்று ஜே.சி.கெர் (ரௌலட் அறிக்கை தயாரிப்பதற்கு ரகசியமாகத் தகவல்களைச் சேகரித்து அறிக்கை தயாரித்த ஐ.சி.எஸ். அதிகாரி ஜேம்ஸ் காம்பெல் கெர்) கூறியுள்ளான் (Political Trouble in India 1907 - 1917. J.C. Kerr. பக். 28). அதாவது வெடி குண்டுகளைத் தயாரிக்க வேண்டும் என்ற கருத்து கபார் தேயிடமிருந்தே வந்திருக்கலாம் என்று அவன் சூசகமாகத் தெரிவித்திருக்கிறான். கபார்தேயின் தீவிரவாதக் கருத்துக்களைக் கருத்தில்கொண்டு பார்த்தால், இவ்வாறே நடந்திருக்கலாம் என்றே கூற முடியும். எவ்வாறாயினும், வெடி குண்டுகளைத் தயாரிக்க வேண்டும் என்ற எண்ணம், ரஷ்யாவில் நிகழ்ந்து வந்த பயங்கரவாத இயக்கத்தின் மூலமே தோன்றியிருக்க வேண்டும்.

ரஷ்யாவில் 1905இல் வெடித்த முதல் ரஷ்யப் புரட்சியின்போது, தொழிலாளர்கள் பல இடங்களில் வேலை நிறுத்தங்களை நடத்தியும், சில இடங்களில் ஆயுதந் தாங்கியும் போராடி வந்த அதே சமயத்தில், அராஜகவாதப் புரட்சியாளர்கள் ஒருபுறம் வெடிகுண்டுகளை வீசி அரசாங்க அதிகாரிகளைக் கொலை செய்யும் முயற்சிகளில் ஈடுபட்டிருந்தனர். இந்த வெடிகுண்டு நிகழ்ச்சிகள் இந்தியாவில் புரட்சிகர ரகசியச் சங்கங்களை உருவாக்கி, நாட்டு மக்களுக்கு விழிப்பூட்ட ஏதாவது வீரசாகசச் செயல்களைப் புரியவேண்டும் என்று துடித்துக் கொண்டிருந்த இளைஞர்களைக் கவர்ந்தன. அவர்கள்

மனத்திலும் இத்தகைய வெடிகுண்டு முறைகளைக் கையாளும் வேட்கை தோன்றியது. மேலும், இந்தியாவிலிருந்த ஆங்கிலோ - இந்தியப் பத்திரிகைகள் சிலவும் இங்கிலாந்துக்கும் ரஷ்யாவுக்கும் இருந்து வந்த பகைமையின் காரணமாக, ரஷ்ய அரசாங்கத்தைக் கண்டிக்கும் முகமாக எழுதிய செய்தி விமர்சனங்கள் மூலமும், இந்தியாவில் வெடிகுண்டுகள் தோன்றுவதற்குத் தம்மையறியாமலே மறைமுகமாக உதவின. உதாரணமாக 'பயோனீர்' (Pioneer) என்ற பத்திரிகை, ரஷ்யப் பிரதம மந்திரி எம்.ஸ்டோலிப்பின்னின் மாளிகையில் சிலர் குண்டெறிந்து கொல்லப்பட்டதைக் குறித்து, தனது 1906 ஆகஸ்டு 29 இதழில் இவ்வாறு எழுதியது:

"இத்தகைய குற்றங்களின் பயங்கரத் தன்மை வார்த்தைகளால் சொல்லும் தரமல்ல. என்றாலும், நிராயுத பாணிகளான மக்களால் எதிர்த்து நிற்கவே முடியாத மாபெரும் ராணுவப் படைகளைக் கொண்ட கொடுங்கோல் ஆட்சியாளர்களை எதிர்த்துப் போர் நடத்திக் கொண்டிருக்கும் மக்களுக்கு, போராடுவதற்கு விட்டுவைக்கப்பட்டுள்ள ஒரே முறை இவைதான் என்பதை ஒப்புக் கொள்ளத்தான் வேண்டும். ஜார் டூமாவைக் கலைத்தபோது, வன்முறையில்லாமல் சீர்திருத்தங்களைப் பெறமுடியும் என்ற நம்பிக்கையையெல்லாம் நாசமாக்கிவிட்டார். வெடிகுண்டுகளின் முன்னால் அவரது படைகள் சக்தியற்றவை; இதன் காரணமாக, அவர் தமது முன்னோர்கள் செய்ததுபோல் வாளினால் ஆட்சி செலுத்த முடியாது" (மேற்கோள்: Modern Review - June 1908).

இந்தியாவில் நிலவி வந்த ஆங்கிலேயர் ஆட்சியையும் திலகர் உள்ளிட்ட தேசியத் தலைவர்களும், தேசியப் பத்திரிகைகளும் ரஷ்யக் கொடுங்கோன்மைக்கு நிகராகவே அக்காலத்தில் கருதி வந்தனர்; சித்திரித்து வந்தனர். இதுவும் வெடிகுண்டு இயக்கம் உள்ளிட்ட ரஷ்யப் போராட்ட முறைகளைக் கையாளும் உத்வேகத்தை, புரட்சிகர நடவடிக்கைகளில் ஈடுபட்டிருந்த இளைஞர்களுக்கு ஏற்படுத்தியது.

இதன் பின்னரே (நாம் முந்தைய கட்டுரையில் குறிப்பிட்ட) ஹேம சந்திர தாசும், பி.எம்.பாபத் என்ற இளைஞரும் ஐரோப்பாவுக்குச் சென்று, அங்கு ரஷ்யாவிலிருந்து வெளியேறி வந்திருந்த ரஷ்யப் புரட்சிவாதிகளோடு தொடர்புகொண்டனர். பாரதி ஆசிரியராகவிருந்த 'இந்தியா' பத்திரிகையின் நிர்வாகியும், பாரதியுடன் புதுச்சேரி சென்று, பின்னர் ஐரோப்பாவுக்கு ஏகி, அங்கிருந்த இந்தியப் புரட்சிவாதிகளோடு சேர்ந்துகொண்டவருமான எம்.பி.டி. ஆச்சார்யா (மண்டயம் - பிரதிவாத பயங்கர திருமலாச்சாரியார்) ஐரோப்பாவிலிருந்த இந்தியப் புரட்சி வீராங்கனையான மாடம் காமாவைப் பற்றி எழுதியுள்ள ஒரு கட்டுரையில் "மாடம் காமாவின் மூலமாகத்தான் சில ரஷ்யப்

*புரட்சிவாதிகளும் பயங்கரவாதிகளும் இந்திய இளைஞர்களுக்கு குண்டு செய்யும் விதத்தைக் கற்றுக் கொடுத்தனர்" என்று எழுதியுள்ளார். (*Madam Gama - M.P.T. Acharya. Mahratta, *12-8-1938). இதன் மூலம் இந்தியப் புரட்சியாளர்கள் வெடிகுண்டுகளைச் செய்வது பற்றிய விவரங்கள் அடங்கிய ரஷ்யப் பிரசுரம் ஒன்றைப் பெற்றனர். அதனை ஆங்கிலத்திலும் மொழிபெயர்த்து வாங்கிக் கொண்டனர். இந்தப் பிரசுரத்தின் ஒரு பிரதியோடு ஹேம சந்திர தாஸ் பாரீசிலிருந்து, 1907 இறுதிவாக்கில் இந்தியா வந்து சேர்ந்தார். இவர் பரீந்திர கோஷின் மாணிக்டோலா தோட்டப் புரட்சிவாதிகளின் வெடிகுண்டு நிபுணராக மாறினார். "இதன்பின், விரைவிலேயே மற்றொரு புரட்சிவாதியான ஹோதிலால் வர்மா என்பவரும் பாபத் தயாரித்திருந்த வெடிகுண்டு செய்வது பற்றிய பிரசுரப் பிரதியொன்றோடு இந்தியாவுக்கு வந்தார். இந்தப் பிரசுரத்தின் ஒரு பிரதி திலகரிடமும் கொடுக்கப்பட்டது என்பது சுவையான விஷயம்." (மஜூம்தாரின் முன்னர் குறிப்பிட்ட நூல்: தொகுதி - 2, பக். 308). பின்னர் பாபத்தும் 1908 மார்ச்சில் பாரீசிலிருந்து இந்தியா திரும்பினார் என்றும் அவர் முதலில் கல்கத்தாவுக்குச் சென்று மாணிக்டோலா புரட்சிவாதிகளின் கோஷ்டியோடு சேர்ந்து கொண்டார் என்றும் கெர் குறிப்பிடுகிறான் (கெர்ரின் ரகசிய அறிக்கை - பக். 397). இதன் பின்னர் அடுத்த மாதத்திலேயே இந்தியாவில் நாம் முன்னர் குறிப்பிட்ட முதல் வெடிகுண்டு வெடித்தது.*

திலகரின் கட்டுரைகள்

முஜாபர்பூரில் நடந்த இந்த வெடிகுண்டு நிகழ்ச்சிக்குப் பின்னர் திலகர் தமது **கேசரிப்** *பத்திரிகையில் இந்தச் சம்பவம் குறித்து ஐந்து கட்டுரைகளை எழுதினார். இந்தக் கட்டுரைகளில் அவர் நிகழ்ந்த சம்பவம் பற்றி வருத்தம் தெரிவித்தார்; இத்தகைய வன்முறைச் செயல்களைக் கண்டித்தார்; எனினும், அவர் இந்தச் செயலைப் புரிந்த இளைஞர்களைப் பழிக்கவில்லை. மாறாக, முதற்கட்டுரையிலேயே, "முஜாபர்பூரில் வெடித்த குண்டுவெடிப்பு வழக்கு சம்பந்தமாகக் கைது செய்யப்பட்டுள்ள நபர்களின் வாக்கு மூலங்களிலிருந்து, இந்தக் குண்டு ஏதோ ஒரு தனிநபர் கொண்டிருந்த பகைமையினாலோ, அல்லது வெறுமனே ஒரு பைத்தியக்காரனின் செயலின் காரணமாகவோ வீசப்பட்டதாகத் தோன்றவில்லை" (கேசரி: 1908 மே 12) என்றே எழுதினார். இதே கட்டுரையில், லாலா லஜபதிராய் விசாரணையின்றி நாடு கடத்தப்பட்டபோதும், கூட்டங்களைத் தடை செய்வதற்கான அவசரச் சட்டம் கொண்டு வந்தபோதும், தம்மைப்போலவே ஏனைய சுதேசிப் பத்திரிகை ஆசிரியர்களும், அரசாங்கம் இத்தகைய ரஷ்ய ஒடுக்குமுறை நிர்வாக வழிகளைக் கடைப்பிடிக்குமானால், பிறகு*

இந்தியப் பிரஜைகளும் ஓரளவுக்கேனும் ரஷ்ய மக்களின் முறைகளைப் பின்பற்ற வேண்டிய நிர்ப்பந்தத்துக்கு உள்ளாவார்கள் என்று எழுதியதையும் அரசாங்கத்துக்கு நினைவுபடுத்தினார்.

அதே கட்டுரையின் முடிவில், "அதிகாரிகளை ரகசியமாகக் கொல்வதற்காக, ரஷ்யக் கலகக்காரர்கள் ஏற்படுத்தியுள்ள சங்கங்களின் மாடலில், இந்த வங்காளி இளைஞர்களும் தமது ரகசியச் சங்கத்தை இப்போது ஏற்படுத்தியிருக்கக்கூடும் என்றாலும், அவர்கள் கூறியுள்ள வாக்குமூலங்களிலிருந்து இது ஒன்றும் சுய நலத்துக்காக உருவாக்கப் படவில்லை; மாறாக, வெள்ளை அதிகார வர்க்கத்தினரின் கட்டுப் பாடற்ற, வலிமைமிக்க எதேச்சாதிகாரப் பிரயோகத்தினால் ஏற்பட்ட ஆத்திரத்தினால்தான் இது உருவாயிற்று என்பது தெளிவாகத் தெரிகிறது. ரஷ்யாவில் அடிக்கடி நிகழ்ந்துவரும் அராஜகவாதிகளின் கலகங்களும் இதே நோக்கத்துக்காகத்தான் நிகழ்கின்றன என்பது அனைவரும் அறிந்ததே. இந்த நோக்கில் பார்த்தால், ரஷ்ய உள்நாட்டு அதிகாரிகள் கடைப்பிடித்த அதே ஒடுக்குமுறையினால் ரஷ்யாவில் உருவாக்கப்பட்டுள்ள அதே நிலைமைதான், அன்னிய அதிகாரிகளின் ஒடுக்கு முறையின் விளைவாக இந்தியாவில் இப்போது தொடக்கி வைக்கப்பட்டுள்ளது என்று கூறும் நிர்ப்பந்தத்துக்கே ஒருவர் உள்ளாவார்... கட்டுப்பாடற்ற அதிகாரத்தைப் பிரயோகிக்கும் ஆட்சியாளர்கள், மனித குலத்தின் பொறுமைக்கும் ஓர் எல்லையுண்டு என்பதை எப்போதும் நினைவில் வைத்திருக்க வேண்டும்..." என்றும் எழுதினார்.

இதன் பின் 1908 ஜூன் 9 அன்று எழுதிய கட்டுரையில், திலகர் அரசாங்கம் பிறப்பித்திருந்த ஆயுதத் தடைச் சட்டத்தைக் கண்டித்து, "ஆயுதச் சட்டத்தின் மூலம் குடிமக்களிடமிருந்து துப்பாக்கிகளைப் பறித்துக்கொண்டு விடலாம்... ஆனால் சட்டங்களினாலோ, அதிகாரிகளின் மேற்பார்வையினாலோ, துப்பறியும் போலீஸின் நடமாட்டங்களினாலோ, வெடிகுண்டுகளைத் தடுத்து நிறுத்தவோ, ஒழித்துவிடவோ முடியுமா? வெடிகுண்டு ஒரு மந்திர சக்தி; ஒரு மந்திர கவசம்... வெடிகுண்டுத் தடைச் சட்டத்தினால் அரசாங்கம் விரும்புகிற நோக்கம் நிறைவேறாது... வெடிகுண்டுகளை நிறுத்தவேண்டுமானால், இது சரியான வழியல்ல. எந்தவொரு வெறியனும் குண்டெறிவதற்கான அவசியம் ஏதும் இல்லை என்று உணரும் வகையில் அரசாங்கம் செயல்பட வேண்டும்..." என்று எழுதினார்.

இந்தக் கட்டுரைகளில் திலகர் வெடிகுண்டு எறிவதைக் கண்டித்தார்; ஆனால் அரசாங்கம் பின்பற்றி வந்த கொள்கைதான் இத்தகைய வன்முறைச் செயல்களைத் தவிர்க்கொணாததாகிவிட்டது என்று கூறிப் பழியை அரசாங்கத்தின் மீதே சுமத்தினார். சொல்லப்போனால்,

எஸ்.நடராஜன் எழுதியுள்ளபடி, "அராஜகவாதக் குற்றச் செயலின்பால் தாம் பரிவு காட்டுவதாகக் கூறப்பட்ட எந்தவொரு கருத்தையும், அவர் (திலகர்) உறுதியாக ஆட்சேபித்தும், இந்தியாவில் பிரிட்டிஷ் அரசாங்கத்தை அரசியல் பயங்கரவாதம் பேர்த்தெறிந்துவிடாது என்று அவர் அடிக்கடி கூறியும் வந்த அதே சமயத்தில், அவர் அராஜகவாதிகளை **நிராகரிக்காமல்** இருப்பதிலும் உறுதியாகவே இருந்தார்" என்றே கூறலாம் (A History of the Press in India - S.Natarajan பக்.154). உண்மையில், திலகர் இந்தியாவில் இயங்கி வந்த ரகசியச் சங்கங்களின் புரட்சி நடவடிக்கைகளையெல்லாம் தெரிந்தே வைத்திருந்தார். அவர் ஒன்றும் ஆயுதம் தாங்கிய போராட்டத்துக்கும் புரட்சிக்கும் எதிரானவர் அல்லர். "திலகர் பலாத்காரப் புரட்சியின் மூலமாகவேனும் அரசியல் சுதந்திரத்தைப் பெற இந்தியாவுக்கு உள்ளார்ந்த உரிமை உண்டு என்றே நம்பினார். அவர் புரட்சி நடவடிக்கைகளை ஒரு தயாரிப்புத் தன்மை படைத்தவையாக அங்கீகரித்தார். ஏனெனில், அமைதி பூர்வமான போராட்டம் நாட்டை சுயராஜ்யத்தின் எல்லை வரையிலும் இட்டுச் செல்லக்கூடும் என்றாலும், இறுதியான தருணத்தில் இந்தமுறை மட்டும் போதுமானதாக இருக்காது, பலாத்காரப் புரட்சியாளர்களும் ஏதாவதொரு பாத்திரத்தை வகிக்க வேண்டிய தேவை ஏற்படும் என்றும் அவர் கருதினார்." என்று திலகரின் நெருங்கிய சகாக்களில் ஒருவரான ஆசார்ய ஜவ்தேகர் கூறியதாக, திலகரின் வரலாற்றாசிரியர்கள் குறிப்பிடுகின்றனர் (Lokamanya Tilak-Pradhan and Bhagavat. பக். 127).

முஜாபர்பூர் வெடிகுண்டு சம்பவத்துக்குப் பின்னர் திலகர் தொடர்ந்து எழுதிய ஐந்து கட்டுரைகளின் காரணமாகத்தான், அவர் 1908 ஜூன் 25ஆம் தேதி கைது செய்யப்பட்டார். அவர் மீது ராஜத்துரோக வழக்குத் தொடரப்பட்டு அவருக்கு ஆறாண்டுச் சிறைத்தண்டனை வழங்கப்பட்டது. அவர் மாண்டலே சிறைக்குக் கொண்டு செல்லப்பட்டார். அவர் சிறைத்தண்டனை முடிந்து 1914 ஜூன் மாதம்தான் தாயகம் திரும்பினார். இந்த இடைவெளிக்காலத்தில் இந்திய நாட்டின் அரசியல் நிலைமையில் எவ்வளவோ மாற்றங்கள் ஏற்பட்டிருந்தபோதிலும், விடுதலைக்காக ஆயுதந் தாங்கிப் போராடுவது பற்றி அப்போதும் அவருக்கு என்ன கருத்து இருந்தது என்பதற்கு இரண்டு சான்றுகளைப் பார்ப்போம்:

எஸ்.நடராஜன் இவ்வாறு எழுதுகிறார்: "திலகரின் வரலாற்றாசிரியர்களில் ஒருவரான எஸ்.எல்.கராந்திகரின் கூற்றுப்படி, வங்காளத்திலிருந்த புரட்சிச் சங்கங்களுக்கு, ரகசிய நடவடிக்கைகளைத் தொடர்ந்து மேற்கொண்டு வருமாறும், ஐரோப்பாவில் யுத்தம் வெடிக்கும்வரை காத்திருக்குமாறும் லண்டனிலிருந்து (இங்கிலாந்திலிருந்த இந்தியப்

புரட்சியாளர்களிடமிருந்து) உத்தரவு வந்தது. இந்த விஷயத்தைத் திலகர் பி.எம்.பாபத்தின் மூலம் தெரிந்து கொண்டார். எனினும், இந்த இளைஞர்கள் தமது சொந்தத் தலைவர்களையும் புறக்கணித்துவிட்டு, இத்தகைய அவசர நடவடிக்கையில் இறங்குமாறு தூண்டியது எதுவென்று திலகர் தெரிந்துகொள்ள முயன்றார்; எனினும், அதில் அவர் வெற்றியடையவில்லை எனக் கராந்திகர் கூறுகிறார்" (A History of the Press in India - S. Natarajan. பக். 156).

இங்கு ஒரு விஷயத்தைக் குறிப்பிட வேண்டும். இந்த நூற்றாண்டின் தொடக்கத்தில் தீவிரவாதத் தேசிய இயக்கமும், புரட்சி நடவடிக்கை களும் இந்தியாவில் மும்முரமடைந்து வந்த காலத்தில், லண்டனில் வ.வே.சு அய்யர், சாவர்க்கார், பாரீசில் மாடம் காமா, கிருஷ்ண வர்மா, ஜெர்மனியில் செண்பகராமன் பிள்ளை, விவேகானந்தரின் தம்பி பூபேந்திரநாத தத்தர் போன்றவர்களும் இந்திய விடுதலைக்காக அங்குப் புரட்சி நடவடிக்கைகளில் ஈடுபட்டிருந்தனர். இவ்வாறு ஐரோப்பாவி லிருந்து கொண்டு இந்திய விடுதலைக்காகப் பாடுபட்டு வந்த புரட்சி வாதிகள், முதல் உலகப் போர் (1914-1918) வெடிப்பதற்கு முன்னால், போர் வெடிக்குமானால், இங்கிலாந்துக்கும் ஜெர்மனிக்கும் உள்ள பகைமையைப் பயன்படுத்திக்கொண்டு, ஜெர்மன் படைகள், மற்றும் பிரிட்டிஷ்-இந்திய ராணுவத்திலிருந்து தம் பக்கம் திரும்பக் கூடிய போர்வீரர்கள் ஆகியோரின் துணையோடு, இந்தியாவின் மீது தாங்கள் படையெடுத்தே இந்தியாவை ஆங்கிலேயர் ஆட்சியிலிருந்து விடுவித்து விடலாம் என்று நம்பினர். அவ்வாறு அவர்கள் படை மூண்டுவரும் காலத்தில், இந்தியாவுக்குள்ளும் ஆங்கிலேயர் ஆட்சிக்கு எதிரான உள்நாட்டுப் போர் வெடித்தால், இந்திய விடுதலை சுலபமாகக் கிட்டி விடும் என்று நம்பினர். இவர்கள் முதல் உலகப்போர் தொடங்கியவுடன் மிகவும் சுறுசுறுப்பாகச் செயல்படத் தொடங்கி, இந்தியத் தலைவர் களோடு, குறிப்பாகத் திலகரோடு தொடர்பும் கொண்டனர்.

வ.உ.சி. வழங்கும் தகவல்

இது சம்பந்தமான ஒரு விவரத்தை வ.உ.சிதம்பரம் பிள்ளையே வழங்கியிருக்கிறார். தமிழில் வெளிவந்துள்ள வ.உ.சி. வரலாறு எதிலும் இடம்பெறாத செய்தி இது. 1912 டிசம்பர் மாதம் தமது சிறைவாசம் முடிந்து வெளிவந்த வ.உ. சிதம்பரம்பிள்ளை, 1914 ஜூன் மாதம் தமது மாண்டலே சிறைவாசத்தை முடித்து வெளிவந்திருந்த தமது குருநாதரான திலகரைச் சந்தித்துப் பேச, 1915 பிப்ரவரியில் புனாவுக்குச் சென்றார்; அவர் சென்ற வேளையில், கோபால கிருஷ்ண கோகலே அங்கு (1915 பிப்ரவரி 15 அன்று) காலமாகிவிட்டார். வ.உ.சி. யைத் தமது வீட்டில் இருக்கச் சொல்லிவிட்டு கோகலேயின் இறுதிச் சடங்குகளில்

கலந்துகொண்டு விட்டுத் திரும்பி வந்த திலகர், தம்மோடு மறுநாள் நடத்திய பேச்சு வார்த்தையைக் குறித்து, வ.உ.சி. 1928இல் புனாவில் வெளியிடப்பட்ட திலகரைப் பற்றிய கட்டுரைத் தொகுதியொன்றில் இவ்வாறு எழுதியிருக்கிறார்: "அடுத்த நாள் அதிகாலையில் எனது குரு (திலகர்) என்னைத் தமது தனியறைக்கு அழைத்துச் சென்றார். அப்போது நடந்துகொண்டிருந்த ஐரோப்பிய யுத்தம் பற்றியும், அப்போது ஜெர்மனியில் இருந்த இந்தியத் தேசபக்தர்களிடமிருந்து நமக்குக் கிடைத்திருந்த செய்தியைப் பற்றியும் அவர் என்னோடு பேசினார். போரின் போக்கில் சில சந்தர்ப்பங்கள் தோன்றும் என்பதும், அந்தச் சந்தர்ப்பங்களில் இந்தியர்கள் இன்னின்ன காரியங்களைச் செய்ய வேண்டும் என்பதும்தான் அந்தச் செய்தியின் சாரம். இது சரியானது தானா, சாத்தியமானதுதானா, அந்தச் செய்தியின்படி நாங்கள் நடந்துகொண்டால் ஏற்படக்கூடிய விளைவுகள் என்ன என்பதைப் பற்றி நாங்கள் **இரண்டு அல்லது மூன்று நாட்கள்** விவாதித்தோம். இதன்போது எனது குரு, போர்சம்பந்தமாக ஐரோப்பாவில் பல சிக்கல்கள் இருந்து வருகின்ற காரணத்தால், அந்தச் செய்தியில் குறிப்பிடப்பட்டுள்ள சந்தர்ப்பங்கள் எழாமலே போகலாம் என்று தீர்க்கதரிசனமாகக் கூறினார்" (Lokamanya Tilak-Pradhan and Bhagavat. பக். 301-302).

இதிலிருந்து 1915ஆம் ஆண்டிலும் கூட, ஆங்கிலேயர் ஆட்சியை அகற்ற அயல்நாட்டுப் படையின் உதவியை நாடுவதற்கும், இந்தியாவில் உள்நாட்டுப் போர் தொடங்குவதற்கும் சாத்தியப்பாடு உண்டா என்பதைத் திலகர் மட்டுமல்லாமல், வ.உ.சி.யும் இரண்டு மூன்று நாட்களாக விவாதித்திருக்கிறார்கள் என்பதும், அதற்கான சாத்தியப்பாடு இல்லை என்று உணர்ந்த பின்னர்தான் இருவரும் அந்தத் திசைவழியில் செயல்படத் துணியவில்லை என்பதும் நமக்குப் புலனாகின்றது. உண்மையில் திலகரே ஒருமுறை இவ்வாறு கூறியிருக்கிறார்: "நான் ஒன்றும் ஆயுதந் தாங்கிய போராட்டத்துக்கு எதிரி எனக் கொள்ள வேண்டாம். ஆயுதம் தாங்கிய போராட்டமும் கூட, முற்றிலும் சட்ட பூர்வமானது என்றே நான் கருதுகிறேன். என்றாலும், தற்போது அத்தகைய போராட்டத்தை அறிவிப்பது சாத்தியம் அல்ல. அத்தகைய போராட்டத்தால் ஐம்பது சதவீதமேனும் வெற்றி கிட்டும் என்று எவரேனும் எனக்கு உறுதியளித்தால், வெற்றிக்கான மீதி ஐம்பது சதவீத வாய்ப்பை நான் ஆண்டவனிடம் விட்டுவிட்டு ஓர் ஆயுதந் தாங்கிய போராட்டத்தை அறிவித்துவிடுவேன்." V.S.Joshi எழுதியுள்ள 'Tilak and Revolutionaries' கட்டுரையில் காட்டப்பட்டுள்ள மேற்கோள் (Modern Review ஜனவரி 1965). இதைக் கருத்தில்கொண்டு யுத்தமாநாடு நடந்த சந்தர்ப்பத்தில் அப்போது கவர்னராகவிருந்த லார்டு வெல்லிங்டனோடு,

திலகர் தனியாகப் பேசிக்கொண்டிருந்தபோது வெல்லிங்டன் இவ்வாறு சொன்னார்: "அப்படியென்றால், மிஸ்டர் திலக், இதிலிருந்து பிரிட்டிஷ் அரசாங்கத்தை எந்தவொரு சட்ட விரோதமான புரட்சிகரமான முறைகளின் மூலமும் தூக்கியெறிவதையே நீங்கள் குறிப்பிடுகிறீர்கள் என்பது எனக்குத் தெளிவாகத் தெரிகிறதே." இதற்குத் திலகர் அந்த ஆங்கிலேய கவர்னரிடம் இவ்வாறு பதிலளித்தார்: "ஆம், என்னால் முடிந்தால் நிச்சயம் அவ்வாறே செய்வேன். ஆயினும், நாட்டின் இன்றைய நிலையில் அத்தகைய ஐரிஷ் முறைகளைப் பின்பற்றுவது சாத்தியமற்றது; நடைமுறைக்கொவ்வாதது; எங்களுக்குத் தற்கொலைக்குச் சமமானதும் கூட. எனவே நான் அரசியல் சட்ட பூர்வமாகவே, எனினும் மூர்க்கமாகவும் வேகமாகவும் குறிக்கோளை எய்த அரசாங்கத்தோடு போராட என்னால் ஆனதையெல்லாம் செய்யவே முயல்வேன்" (Lokamanya Tilak-Pradhan and Bhagavat. பக். 302).

எனவே, திலகரின் வரலாற்றாசிரியர்கள் கூறியுள்ளது போல், "சுதந்திரத்தை எய்துவதற்கான சாதனம் என்ற முறையில் புரட்சிக்குள்ள சாத்தியப்பாட்டை ஒன்றும் திலகர் தள்ளுபடி செய்யவில்லை. மாறாக, அதனை மேற்கொள்வதற்கான காலம் கனிந்து விரவில்லை என்றே அவர் உணர்ந்தார்; அநேகமாகப் பயனே அளிக்காத ஒரு முயற்சியில் தலைசிறந்த இந்திய இளைஞர்களை வீணடிக்கும் கருத்தை அவர் அங்கீகரிக்கவில்லை. காந்தியைப் போலன்றி, திலகர் அகிம்சையை ஒரு சமயக் கொள்கையாகவோ தத்துவமாகவோ பார்க்கவில்லை" (மேற்கூறிய நூல் - பக். 207). "அவர் புரட்சிக்குத் தயார் செய்வதை ஆதரித்தார்; ஆனால் உடனடி நடவடிக்கையை ஆதரிக்கவில்லை" (பக். 210) என்பதே ஆயுதப் போராட்டம் பற்றிய திலகரது கருத்தாகும் என்று நாமும் கூறலாம். என்றாலும், சாவர்க்காரின் காலத்தைச் சேர்ந்த புரட்சிவாதியான காரே என்பவர், "மக்களுக்கு விழிப்பூட்டுவதற்குப் பகிரங்கமான கிளர்ச்சியே பின்பற்றப்பட வேண்டிய பிரதான மார்க்கமாகும் என்று திலகர் கருதினாலும், பழிக்குப்பழி வாங்கும் முறையில், இடைக்கிடையே வன்முறைச் செயல்கள் நடைபெறுவதும், மக்களது உத்வேகத்தைக் குன்றாது நிலைநிறுத்திவரப் பங்காற்றின என்பதும் அவரது கருத்தாக இருந்தது" என்று கூறியுள்ளார் என்பதையும் நாம் கருத்தில் கொள்ளத்தான் வேண்டும்.

லஜபதிராய்

திலகரைப் பொறுத்தவரையில், அவர் சென்ற நூற்றாண்டின் இறுதியிலிருந்து, இந்தியத் தேசிய இயக்கத்தில் காந்தியுகம் தோன்றுவதற்கு முன்பு வரையிலும், அதாவது முதல் உலகப்போர் நடந்துவந்த காலத்திலும், சொல்லப்போனால் ஏறத்தாழத் தமது

அந்திமக்காலம் வரையிலும்கூட, ஆயுதம் தாங்கிய போராட்டத்துக்கு வாய்ப்புண்டா என்பதை ஆராய்ந்தே வந்திருக்கிறார் என்பதை மேற்கண்ட பக்கங்களில் சற்று விரிவாகவே பார்த்தோம். வங்கப் பிரிவினையைத் தொடர்ந்து தீவிரத் தேசிய இயக்கம் மும்முரமடைந்த போது, அந்த இயக்கத்தின் தலைவர்கள் நாடு தழுவிய சாத்விக எதிர்ப்பையே தமது பிரதான மார்க்கமாகக்கொண்டு, ஆங்கிலேயருக்கு எதிராகப் பகிஷ்கார இயக்கத்தைத் தொடங்கி வைத்தனர் என்பதை நாமறிவோம். பகிஷ்கார இயக்கத்தை மேற்கொள்ளுமாறு திலகர் மக்களுக்கு வேண்டுகோள் விடுக்கும்போது, "நம்மிடம் ஆயுதங்கள் இல்லை. மேலும், ஆயுதங்களுக்கும் அவசியமில்லை. நம்மிடம் மேலும் பலமான, ஆயுதம், பகிஷ்காரம் என்ற அரசியல் ஆயுதம் உள்ளது" என்று 1907 ஜனவரி 2 அன்று கல்கத்தாவில் ஆற்றிய உரையில் கூறினார் (Speeches of Bal Gangadhar Tilak. பக். 117). ஆயினும், அவரைப் பொறுத்த வரையில் பகிஷ்காரத்தின் முக்கியத்துவம் வேறு விதமாய்த்தான் இருந்தது. "பகிஷ்காரம் யுத்தத்துக்கு ஒரு பிரதிமார்க்கமேயாகும். தென்னாப்பிரிக்காவில் போயர்கள் செய்ததுபோல் நாம் **போருக்குச் செல்லமுடியாத காரணத்தால்**, நாம் அடுத்து செய்யக்கூடிய சிறந்த காரியம், பிரிட்டிஷ் பொருள்களை வாங்க மறுப்பதுதான்" என்றும் அவர் கூறினார் (மேற்கோள்: Lokamanya Tilak - D.V.Tahmanker. பக். 107). எனவே திலகரைப் பொறுத்தவரையில் பகிஷ்காரம் என்பது வேறு வழியின்றி, ஆயுதப் போராட்டத்துக்குப் பதிலாகக் கைக்கொள்ளும் மார்க்கமாகவே இருந்தது.

திலகரைப் போலவே, அன்றைய தீவிரத் தேசியவாத இயக்கத்தின் முக்கிய தலைவர்களாகவிருந்த லாலா லஜபதிராய், அரவிந்தர், விபின் சந்திரபாலர் ஆகியோர், குறிப்பாக ஒருபுறத்தில் தீவிரவாதத் தேசிய இயக்கமும், மறுபுறத்தில் புரட்சி மனப்பான்மை படைத்த இளைஞர் களது ரகசிய நடவடிக்கைகளும் மும்முரமடைந்து வந்த காலத்தில், அதாவது 1905-1908 ஆண்டுக் காலகட்டத்தில் ஆயுதம் தாங்கிய போராட்டம் பற்றி எத்தகைய நோக்கையும் போக்கையும் அணுகு முறையையும் கொண்டிருந்தனர் என்பதையும் நாம் சுருக்கமாகப் பார்ப்போம்.

லஜபதிராயைப் பொறுத்தவரையில் அவர் ஆயுதந் தாங்கிய போராட்டத்தையோ தனிநபர் பயங்கரவாதத்தையோ ஆதரித்தவரல்ல தான். என்றாலும், பஞ்சாப் கேசரி (பஞ்சாப் சிங்கம்) எனத் திலகரைப் போலவே புகழப்பட்ட அவரது பேச்சுக்கள், இளைஞர்கள் அத்தகைய தீரத்திலும் தியாகத்திலும் ஈடுபடுமாறு மறைமுகமாகத் தூண்டுவனவாகவே இருந்தன. உதாரணமாக அவர் 1905ஆம் ஆண்டு

மத்தியில், இங்கிலாந்தில் பொதுத் தேர்தல் நடக்கவிருந்த தருணத்தில், பிரிட்டிஷ் வாக்காளர்களிடமும் வேட்பாளர்களிடமும் காங்கிரசின் லட்சியத்தை எடுத்துக் கூறுவதற்காக கோகலே முதலியோருடன் இங்கிலாந்துக்குச் சென்றார். ஆனால் இந்த இங்கிலாந்து விஜயம் அவருக்கு விரக்தியையே அளித்தது. இந்தியாவுக்கு நன்மை விளையவேண்டுமென்றால், அன்னிய அரசாங்கம் அகற்றப்பட வேண்டும் என்ற திடமான உணர்வு அப்போதுதான் அவருக்கு ஏற்பட்டது. இந்தியாவுக்குத் திரும்பி வந்தபின் அவர் ஆற்றிய ஓர் உரையில் அவர் இளைஞர்களுக்கு இவ்வாறு அறைகூவல் விடுத்தார்: "சுதந்திரத்துக்கான நமது போராட்டத்தை இந்தியாவில்தான் நடத்தியாக வேண்டும். இளைஞர்களே! உங்கள் ரத்தம் சூடேறியிருக்கிறது. நாடென்னும் மரம் ரத்தத்தைக் கோருகிறது. அதற்கு ரத்தம்தான் தண்ணீர். உலக வரலாறு ரத்தத்தினால்தான் எழுதப்பட்டிருக்கிறது. நாம் உயிர்த்தியாகத்தின் மூலம் நமது தேசிய இயக்கத்துக்கு மகுடம் சூட்டுவோம்" (மேற்கோள்: Lala Lajpat; Rai - Man and His ideas - Purushottam Nagar, பக். 22). 1907இல் ராவல்பிண்டியில் நடந்த கலகங் களைத் தொடர்ந்து மே மாதம் ஒன்பதாம் தேதி லஜபதிராய் நாடு கடத்தப்பட்டபோது, அவரை நாடு கடத்தியதற்கான காரணங்களாகப் பஞ்சாப் அரசாங்கம் சுட்டிக் காட்டிய விஷயங்களில் இந்தப் பேச்சும் இடம் பெற்றிருந்தது என்பதும் கவனத்தில் கொள்ளத்தக்கதாகும்.

இதே காலகட்டத்தில், தாம் அம்பாலாவில் ஆற்றிய உரையொன்றில் லஜபதிராய் இவ்வாறு கூறினார். "எந்தவொரு நாடும் அதன் புத்திரர்களும் புத்திரிகளும் அதன்பால் உண்மையான தன்னலமற்ற விசுவாச உணர்வை மேற்கொண்டு, நாட்டின் நன்மைக்காகத் தமது சொந்த நலன்களைத் தியாகம் செய்யத் தயாராக இல்லாதவரையில், அது முன்னேற முடியாது. தேசபக்தியார்வம் எத்தகைய உன்னதமான சிகரங்களை எட்ட முடியும் என்பதை ஜப்பானியர்கள் அண்மையில் புலப்படுத்தியுள்ளனர். அங்கு தனது மகன் போருக்குச் சென்று தான் நேசிக்கும் நாட்டுக்காக உயிரைவிட வேண்டும் என்பதற்காக, தன்னைப் பராமரிக்கும் சுமையிலிருந்து தன் மகனை விடுவிக்கும் நோக்கத்தோடு ஒரு தாய் தன்னைத் தானே குத்தி உயிர்த் தியாகம் செய்துகொண்டாள். போர்ட் ஆர்தர் துறைமுகத்தின் முன்னால் கப்பல்களோடு தம்மையும் சேர்த்து மூழ்கடித்துக் கொள்ளவும் ஏராளமான கடற்படை வீரர்கள் தயாராய் இருந்திருக்கிறார்கள். இத்தகைய உதாரணங்கள் தேசத்தின் கௌரவத்தின்பால் கொண்ட ஆழ்ந்த பக்திக்கே எடுத்துக்காட்டுக் களாகும். நமது நாட்டைப் போன்றே சீர்குலைந்துபோன ஒரு நாட்டுக்கு, பணத்தினாலோ பதவியினாலோ விலைகொடுத்து வாங்க முடியாத அத்தகைய தன்னலமற்ற தொண்டர்களின் சேவையே மிகமிகத் தேவை"

(The Call to Young India - Lajpat Rai பக். 4-5). இத்தகைய பேச்சுக்கள் இளைஞர்களை எவ்வாறு உணர்ச்சிவேகத்தோடு செயல்படத் தூண்டியிருக்கும் என்பதைச் சொல்ல வேண்டியதில்லை.

லஜபதிராய் வெடிகுண்டுச் சம்பவங்கள் போன்ற தனிநபர் பயங்கரவாதத்தை ஆதரிக்கவில்லைதான். என்றாலும், திலகரைப் போலவே அவரும் அத்தகைய சம்பவங்கள் நிகழ்வதற்கு நாட்டை ஆண்டுவந்த ஆங்கிலேய அரசாங்கத்தையே காரணமாகக் காட்டி அதனையே குறை கூறினார். 1915இல் அவர் அமெரிக்காவில் இருந்த போது எழுதி வெளியிட்டதும், இந்தியாவுக்குள் வருவதற்கு அன்றைய பிரிட்டிஷ் அரசாங்கம் தடை விதித்ததும், 1926இல் தடை நீக்கப் பட்டதுமான தமது 'Young India' என்ற நூலில் அவர் இவ்வாறு எழுதுகிறார்: "இந்திய அரசியல் வாழ்க்கையில் வெடிகுண்டுகளும் சுழல் துப்பாக்கிகளும் தோன்றியதற்குப் பொறுப்பாளிகள் கர்ஸான், மெக்டோனல், ஸிடன்ஹாம் போன்றவர்களே ஆவார்கள். அவைகளை உபயோகப்படுத்தும் இளைஞர்கள் கால தேவதைகளின் கருவிகளே யல்லாமல் வேறில்லை. இவ்வாயுதங்களை இந்தியத் தேசியவாதிகள் உபயோகப்படுத்துவதற்காக யாரேனும் தூக்கிலிடுவதற்குத் தகுதி யுடையவர்களானால், அவர்கள் மேற்கூறிய பிரமுகர்களேயாவார்கள்" (**யுவ பாரதம்** - கல்கி மொழிபெயர்ப்பு, 1937). மேலும், அதே நூலில் தாமும் அஜித்சிங்கும் நாடு கடத்தப்பட்டபோது, நாட்டில் எழுந்த கோபாவேச உணர்ச்சியைக் குறிப்பிட்டு, இதனைத் தலைவர்கள் கண்டித்ததோடு நின்றுகொண்டனர் என்றும், ஆனால் புரட்சிகர இளைஞர்களோ, "வெறுங் கண்டனத்தோடு நில்லாமல் அடுத்தபடி ஏறத் தீர்மானித்தார்கள். நிலைபெற்ற கொடுங்கோலாட்சியை ஒழிக்க, பலாத்காரத்தைக் கைக்கொள்வது என்று முடிவுசெய்து, வெடிகுண்டு, சுழல் துப்பாக்கி, மறைந்து புரியும் யுத்தம் ஆகியவை பற்றிச் சிந்திக்கலானார்கள்: முதிய தலைவர்கள் அவர்களிடம் அனுதாபம் கொண்டிருப்பினும், பலாத்கார இயக்கம் எதிலும் கலந்துகொள்ளவோ, அதற்குத் தங்கள் அனுமதியளிக்கவோ மறுத்துவிட்டனர்" என்றும் எழுதியுள்ளார் (**யுவ பாரதம்** - கல்வி மொ.பெ). ஆயினும், அவரே 1915இல் வெளிவந்த மற்றொரு நூலில், தாய்நாட்டின் சுதந்திர லட்சியத்துக்காகத் தமது உயிர்களைத் தியாகம் செய்த புரட்சிகர இந்திய இளைஞர்களின் துணிவைப் பாராட்டும்போது, அவர்கள் "தமது நாட்டவருக்கு விடுதலைக்கான மார்க்கத்தைக் காட்டுவதற்காகச் சாகின்றனர். அவர்கள் சாகிறார்கள்; ஏனெனில், அவர்களது தீர்மானப்படி, தேசப் பக்தியை உபதேசிக்கவும், தமது நாட்டை நேசிக்குமாறு மக்களைத் தூண்டவும் இப்போது (பத்திரிகை மற்றும் ராஜத்துரோகக் கூட்டங்கள் பற்றிய சட்டத்தின் ஆட்சியின் கீழ்)

அவர்களுக்கு வேறு வழியே இல்லை" என்றும் எழுதியிருக்கிறார் (Reflections on the Political Situation in India - Lala Lajpat Rai பக்.22).

அரவிந்தர்

அரவிந்தருக்கும் புரட்சிகர இயக்கத்துக்குமுள்ள தொடர்பைப் பற்றி முந்தைய கட்டுரையிலேயே பல விஷயங்களைத் தந்துள்ளோம். ரகசியச் சங்கங்களின் புரட்சிகர நடவடிக்கைகளோடு தமக்கு நேரடியான சம்பந்தம் இருந்ததைக் குறித்து அரவிந்தரே கூறியிருக்கிறார். இந்தியா சுதந்திரமடைந்த பிறகு, அரவிந்தர் பாண்டிச்சேரியில் தமது சீடர்களிடம் தமது 'பூர்வாசிரம வாழ்க்கை'யைப் பற்றிக் கூறியுள்ள தகவல்களின்படி, "அவர் தமது பொது நடவடிக்கையில் ஒத்துழையாமையையும் சாத்விக எதிர்ப்பையும் சுதந்திரத்துக்கான போராட்டத்துக்கு ஒரு சாதனமாக மேற்கொண்டார். எனினும், ஒரே சாதனமாக அல்ல அவர் வங்காளத்தில் இருந்தவரையிலும், சாத்விக எதிர்ப்பானது நோக்கத்தைப் பூர்த்தி செய்யப் போதாது என்று நிரூபிக்கப்படும் பட்சத்தில் பகிரங்கமான கலகத்துக்கு ஒரு தயாரிப்பாக ரகசியப் புரட்சி நடவடிக்கையையும் மேற்கொண்டு வந்தார்" (Sri Aurobindo on Himself and on the Mother, தொகுதி.16, பக்.34).

அரவிந்தரே சாத்விக எதிர்ப்புக்கு முதன்முதலில் கோட்பாட்டு ரீதியான விளக்க வியாக்கியானம் எழுதியவர் என்பது யாவரும் அறிந்த விஷயம். "சாத்விக எதிர்ப்பின் முதல் கோட்பாடானது, மக்கள் கோருகின்ற விதத்திலும் அளவிலும் நிலைமைகள் மாறுகிற வரையிலும், நாட்டைச் சுரண்டுவதில் பிரிட்டிஷ் வர்த்தகத்துக்கோ அல்லது அதனை நிர்வகிப்பதில் பிரிட்டிஷ் அதிகார பீடத்துக்கோ உதவக்கூடிய எதையும் கட்டுப்பாடோடு மறுப்பதன் மூலம், இன்றைய நிலைமைகளிலேயே நிர்வாகம் இருந்து வருவதை அசாத்தியமாக்குவதேயாகும்" என்று விளக்கம் கூறிய அவர், எனினும் சாத்விக எதிர்ப்புக்கும் ஓர் எல்லையுண்டு என்று குறிப்பிட்டு, "நிர்ப்பந்தங்களை மேற்கொள்ளும் தருணம் வந்தவுடனேயே, சாத்விக எதிர்ப்பு முற்றுப்பெற்று விடுகிறது, செய்கை எதிர்ப்பு கடமையாகிவிடுகிறது" என்றும் அப்போதே கூறியவர் (Doctrine of Passive Resistance - Aurobindo). எனவே, அரவிந்தரைப் பொறுத்தவரையில், சுதந்திரத்துக்கான போராட்ட வழிமுறைகளின் "தர்ம நியாய"ங்களைப் பற்றி அவர் கவலைப்படவே இல்லை. அகிம்சை அல்லது பலாத்காரம், சாத்விக எதிர்ப்பு அல்லது பலாத்கார எதிர்ப்பு எதுவாயினும், இரண்டில் எது சுதந்திரத்தைக் கொண்டுவர உதவுவதாக இருந்தாலும், அது அவருக்கு ஏற்றுக்கொள்ளத் தக்கதாகவே இருந்தது என்பது தெளிவு. திலகரும் இத்தகைய கருத்தைத்தான் கொண்டிருந்தார். திலகர் வெடிகுண்டு வீச்சு போன்ற

பயங்கரவாத நடவடிக்கைகளை நேர்முகமாக ஆதரித்ததில்லை; ஆனால் அரவிந்தரோ அத்தகைய நடவடிக்கைகளைத் தாமே ஊக்குவித்து வந்தார்; அவற்றுக்கு உத்வேகம் ஊட்டும் ஒரு சத்தியாகவும் விளங்கி வந்தார்; அவற்றை ரகசியமாக வழி நடத்தவும் செய்தார்.

விபின் சந்திர பாலர்

அடுத்து, விபின் சந்திரபாலர் பற்றியும் சில விவரங்களைப் பார்ப்போம். விபின் சந்திரபாலர் தமது இளமைக் காலத்தில் சுரேந்திர நாத் பானர்ஜி ஊட்டிய உத்வேகத்தினாலும் ஊக்கத்தினாலும் தாமும் தம்மையொத்த இளைஞர்களும் புரட்சிகர நடவடிக்கைகளுக்கான ரகசியச் சங்கங்களை நிறுவியதைப் பற்றித் தமது நினைவுக் குறிப்புக்களில் குறிப்பிடுகிறார்: "இளம் வங்காளத்துக்கு சுரேந்திர நாதர் ஊட்டிய புதிய உத்வேகமானது எங்களிற் பலரை ரகசியச் சங்கங்களை உருவாக்கத் தூண்டியது. இளம் உள்ளங்களுக்கு ரகசியம் ஒரு விசித்திரமான கவர்ச்சியை ஊட்டுகிறது. இந்த ரகசியச் சங்கங்களின்பால் நாங்கள் கவரப்பட்டதன் மனோதத்துவம் இதுதான்" என்று அவர் அதில் எழுதுகிறார். மேலும், அந்த ரகசியச் சங்கங்கள் ஒன்றில் ஒவ்வொரு அங்கத்தினரும், தமது மார்பிலிருந்து வாள் முனையினால் கீறியெடுக்கப்பட்ட ரத்தத்தினால் சங்கத்தின் உறுதி மொழிப் பத்திரத்தில் கையெழுத்திடவும் செய்தனர் என்ற விவரத்தையும் அவர் தருகிறார். அத்துடன் இந்தச் சங்கங்கள் பலவற்றுக்கு சுரேந்திரநாத் பானர்ஜியே தலைவராக இருந்ததைக் குறிப்பிட்டுவிட்டு, பாலர் இவ்வாறு எழுதியுள்ளார்: "அவர் (சுரேந்திர நாத் பானர்ஜி) ஓர் ரஷ்ய அரசியல்வாதியின் (அவர் பெயர் எனக்கு இப்போது நினைவுக்கு வரவில்லை) பெரும் பிராபல்யத்தைக் குறித்து அடிக்கடி குறிப்பிட்டு வந்ததை நான் தெளிவாக நினைவு கூர்கிறேன். அவர் (அந்த ரஷ்யர்) ரஷ்யாவில் ஐம்பதுக்கு மேற்பட்ட ரகசியச் சங்கங்களுக்குத் தலைவராக இருந்தார். அந்தச் சங்கங்களில் ஒரு சங்கத்தைச் சேர்ந்த உறுப்பினர் மறு சங்கத்தைச் சேர்ந்த உறுப்பினர்களைத் தெரிந்துகொண்டிருக்க வில்லை. ஒவ்வொரு சங்கமும் ஏனையோரிடமிருந்து தனது சொந்த ரகசியங்களை அத்தனை பரம ரகசியமாகக் காப்பாற்ற முயன்று வந்தது. என்றாலும் இவ்வாறு தனித்தனியாக இருந்த பல ரகசியச் சங்கங்களுக்கும் அந்த ரஷ்ய தேசபக்தரே, அரசியல்வாதியே தலைவராக இருந்தார். (இந்தியாவிலிருந்த) ரகசியச் சங்கங்கள் பிரிட்டிஷ் நுகத்தடியிலிருந்து விடுதலைபெறும் நோக்கத்தோடு எந்த உருப்படியான திட்டத்தையோ, அரசியல் நடவடிக்கை பற்றிய கொள்கையையோ கொண்டிருக்க வில்லையாயினும், அவை ஒன்றும் காரியார்த்த நோக்கில் பின்தங்கி நிற்கவில்லை" (Memoirs of My Life and Times - P.C. pal, பக். 243-48).

இவ்வாறு இளமையிலேயே ரகசியச் சங்கங்களோடு தொடர்பு கொண்டிருந்த விபின் சந்திரபாலர், வங்காளத்தில் அனுசீலன் சமிதி என்ற ரகசியச் சங்கம் தொடங்கப்பட்டபோது அதனை அமைப்பதற்கும் உதவினார். ரகசியச் சங்கங்களுக்கு உத்வேகமும் ஊக்கமும் அளித்து, அவற்றுக்கு ஆதரவாகவும் இருந்த அரவிந்தரை ஆசிரியராகக்கொண்டு 'வந்தேமாதரம்' பத்திரிகையையும் நடத்தி வந்தார். அந்தப் பத்திரிகையின் மீது பிரிட்டிஷ் அரசாங்கம் வழக்குத் தொடுத்தபோது, அந்தப் பத்திரிகைக்கு அரவிந்தர்தான் ஆசிரியர் என்ற உண்மையை நீதிமன்றத்தில் ஒப்புக்கொள்ள மறுத்து, நீதிமன்றத்தை அவமதித்த குற்றத்துக்காகச் சிறைத்தண்டனை விதிக்கப்பட்டுச் சிறைக்கும் சென்று திரும்பினார். தீவிரவாதத் தேசிய இயக்கம் மும்முரமடைந்த காலத்தில், விபின சந்திரபாலர் அந்த இயக்கத்தின் ஏனைய தலைவர்களைப் போலவே, சாத்விக எதிர்ப்புப் போராட்டத்தையே மேடைதோறும் வலியுறுத்திக் கேட்பவர் மயங்கும் விதத்தில் அற்புதமாகச் சொற்பொழிவுகளும் ஆற்றி வந்தார். ஆவேசப் பிரசங்கியான விபின் சந்திரபாலர் ஆயுதந் தாங்கிய போராட்ட நடவடிக்கைகளுக்கு ஆதரவாக எதுவும் பேசவில்லை என்பது உண்மைதான் என்றாலும், அவரும் திரைமறைவில் அத்தகைய நடவடிக்கைகளுக்கு ஊக்கமும் உற்சாகமும் அளித்து வந்தார் என்று கொள்ளவும் நமக்கு இடமுண்டு. விபின் சந்திரபாலரின் வருகை இளைஞர்கள் மத்தியில் எத்தகைய எழுச்சியையும் பிரதிபலிப்பையும் ஏற்படுத்தியது என்பதற்கு இரு உதாரணங்களை மட்டும் இங்குச் சுட்டிக்காட்ட விரும்புகிறேன்.

விபின் சந்திரபாலரை சென்னைக்கு அழைத்து வந்து சொற்பொழி வாற்றச் செய்வதற்காக, 1907 ஏப்ரல் மாதத்தில் அப்போது சென்னை மாகாணத்தோடு சேர்ந்திருந்த ஆந்திரப் பிரதேசத்தில் சுற்றுப்பயணம் செய்து சொற்பொழிவுகள் ஆற்றி வந்த பாலரை நேரில் சென்று அழைத்து வர, "பால பாரத சங்க"த்தின் பிரதிநிதியாக, பாரதி ராஜமகேந்திரபுரத்துக்குச் சென்றான் (**பாரதி தரிசனம்** - 2. பக். 69). விபின் சந்திரபாலரின் ஆந்திரப்பிரதேச விஜயம் எத்தகைய பலனை விளைவித்தது என்பது பற்றிப் பாரதியே இவ்வாறு எழுதுகிறான்: "ராஜமகேந்திரபுரத்தில் விபின் சந்திரபாபு வந்தது பயனற்றுப் போய்விடவில்லை. இவர் வந்தவுடனே ராஜமகேந்திரபுரத்தில் தேச பக்தியா வேசம் வேரூன்றிப் போய்விட்டது. இக்கிளர்ச்சி முக்கியமாக **மாணாக்கர்களுக்குள்ளே** பரவியபடியால் அவர்கள் எல்லாம் 'வந்தேமாதரம்' என்று எழுதப்பட்ட வெள்ளிப் பதக்கங்களை மார்பின் மீது அணிந்துகொண்டு பாடசாலைக்குச் சென்றார்கள்" (**பாரதி தரிசனம்** - 2. பக் .81). இதனால் விபின் சந்திரபாலரின் ஆந்திர விஜயம் இளைஞர்கள் மத்தியில் ஒரு புதிய விழிப்பை ஏற்படுத்தியது என்பது தெளிவு.

ராஜமகேந்திரபுர வாசியான மிதவாதியும், எழுத்தாளரும், பிரபல ஆந்திர நாட்டுச் சமூகச் சீர்திருத்தவாதியுமான வீரேசலிங்கம் பந்துலு விபின் சந்திரபாலரின் ஆந்திர விஜயத்தையும் அதன் விளைவையும் குறித்துத் தமது 'சுயசரிதை'யில் எழுதியுள்ளார். அவர் அதில் ஆங்கிலேய அரசாங்கத்தை எதிர்த்துக் கிளர்ந்தெழுமாறு பாலர் ராஜமகேந்திரபுரத்தில் ஆற்றிய சொற்பொழிவைக் கண்டித்திருக்கிறார். பாலரின் பேச்சு ராஜமகேந்திரபுரத்தைச் சேர்ந்த இளைஞர்களின் மத்தியில் ஏற்படுத்திய விளைவைக் குறித்து அவர் இவ்வாறு எழுதியுள்ளார்: "அவர்கள் (இளைஞர்கள்) என்னைத் தேசபக்தி அற்றவனாகக் கருதினர். அவர்களைப் போன்ற தேச பக்தர்களோடு பழகுவதற்கு நான் லாயக்கற்றவன் எனக் கருதினர். என்னை சமூகப் பிரஷ்டனைப்போல் நடத்தினர்; என்னோடு தாராளமாகப் பழகுவதையும் நிறுத்திவிட்டனர்," இவ்வாறு எழுதிவிட்டு, பீமாவரத்தில் ஒரு தீவிரத் தேசியவாதி ஆற்றிய உரையைப் பற்றிக் குறிப்பிட்டு, "ஆங்கிலேயர்களின் ரத்தத்தை ஆறாக ஓடச் செய்ய வேண்டும் என்று அவர் அறைகூவல் விடுத்ததைக் கேட்க என்னால் சகிக்க முடியவில்லை" என்றும் எழுதியிருக்கிறார் (Veeresalingam Pantulu as a Nationalist: K.Satyanarayana - Contemporary Indian Literature, Magazine, பிப்ரவரி 1963).

விபின் சந்திரபாலர் 1907 ஏப்ரல் இறுதியில் சென்னைக்கு வந்து மே மாதத் தொடக்கத்தில் ஆறு சொற்பொழிவுகள் நிகழ்த்தினார். 'வந்தேமாதரம்' என்ற தலைப்பில் மே 10ஆம் தேதி ஏழாவது சொற்பொழிவை நிகழ்த்தவிருந்த தருணத்தில், லாலா லஜபதிராய் நாடு கடத்தப்பட்டார் என்ற செய்தி வந்ததால், அவர் தமது சுற்றுப் பயணத்தை முடித்துக்கொண்டு உடனே வங்கத்துக்குத் திரும்பிவிட்டார். பாலர் சென்னையில் ஆற்றிய ஆவேசமான பிரசங்கங்களில் தீவிரத் தேசியவாதிகளின் சுயராஜ்யக் கொள்கையையும் சாத்விக எதிர்ப்பையும் பகிஷ்கார இயக்கத்தையும் பற்றித்தான் பேசினார் என்றாலும், அவரது சொற்பொழிவுகளின் ஆதார சுருதி, "முப்பது கோடிக்கும் மேற்பட்ட மக்களை மூன்று லட்சத்துக்கும் குறைவான அன்னியர்கள் ஆண்டு வருவதாகக் கருதுவது தவறு. அவர்கள் ஆளவில்லை. மாறாக அவர்களை நாம் ஆளவிட்டுக் கொண்டிருக்கிறோம். எனவே, வெள்ளையர்கள் நம்மை ஆள்கிறார்கள் என்று கருதுவதே ஒரு மாயை, இந்த மாயை விலகினால், தன் பலத்தை அறியாது மாவுத்தனிடம் அடங்கிக்கிடக்கும் யானை தன் பலத்தை உணர்ந்துவிட்டால், நாம் விடுதலை பெற்றுவிடுவோம்" என்று உணர்த்துவதாக இருந்தது. அவரது பேச்சின் ஆவேசமும் அழுத்தமும் அத்தகைய உணர்வை மக்களுக்கு உருவேற்றுவதாகவே இருந்தன.

அவரது சென்னைப் பிரசங்கங்கள் எத்தகைய தாக்கத்தை ஏற்படுத்தின என்பதை, சென்னையிலிருந்து வெளிவந்து கொண்டிருந்த ஆங்கிலேயரது பத்திரிகைகளின் பிரதிபலிப்பே நமக்கு உணர்த்திவிடும். பாரதியே இவ்வாறு எழுதுகிறான்: "பரங்கிப் பத்திரிகைகள் எழுதும் குறிப்புக்கள் வெகுவினோதமாயிருக்கின்றன. சென்னை 'டைம்ஸ்' பத்திரிகை விபின் பாபுவை ராஜத்துரோகி என்று கூறி, உடனே ஜெயிலுக்கேனும் அந்தமான்ஸ் தீவுக்கேனும் அனுப்பிவிட வேண்டுமென்கிறது. 'இந்தப் பெங்காளி பாதகன் வந்து சென்னை வாசிகளையெல்லாம் ராஜத்துரோகிகளாக்கிவிட்டான். இவனை க்ஷணநேரம் கவர்மெண்டார் சும்மா விட்டு வைக்கக்கூடாது' என்று 'டைம்ஸ்' பத்திரிகை கதறுகிறது" ('இந்தியா' - 11-5-1907, **பாரதி தரிசனம் - 2**, பக். 87). ஆங்கிலேயச் சரித்திராசிரியர்களும் கூட, "பிரிட்டிஷ் நிர்வாகமானது மாயையின் மேல் சார்ந்து நிற்கிறது என்று பிரகடனப்படுத்திய மிஸ்டர் விபின் சந்திரபாலர் என்ற ஊர்சுற்றியான ஆவேசப் பிரசங்கி ஆற்றிய தொடர் சொற்பொழிவுகளுக்குப் பின்பு... சென்னை மாகாணத்தில் பல கலவரச் சம்பவங்கள் நடைபெற்றன" என்று பின்னர் எழுதினர் (Cambridge History of India Ed. H.M. Dowell Vol.6). இதன் மூலம் ஆங்கிலேய ஆட்சியாளர்களும், சென்னை மாகாணத்தில் பின்னர் நிகழ்ந்த 'கலவர' நிகழ்ச்சிகளுக்கு விபின் சந்திரபாலரின் சொற்பொழிவுகளே முதற்காரணமாக இருந்தன என்று கருதினர் என்பது தெளிவு.

மேலும், தமிழ்நாட்டுப் பத்திரிகை உலகு அறிவிக்காத ஒரு செய்தியையும் அரவிந்தரை ஆசிரியராகக்கொண்டு விபின சந்திரபாலர் நடத்திவந்த 'வந்தேமாதரம்' பத்திரிகை அறிவித்துள்ளது. விபின்சந்திரர் ஆற்றிய ஒரு சொற்பொழிவின் முடிவில், அவர் பேசி முடித்த பிறகு பேசிய சென்னைப் பிரசங்கி ஒருவர் (இவர் யார் என நமக்குத் தெரியவில்லை). இந்தியர்கள் வெடிகுண்டுகளைச் செய்ய வேண்டும் என்று மேடையிலேயே பகிரங்கமாகப் பேசியதாகவும், இதற்காக அவர்கள் அயல் நாடுகளுக்குச் சென்று, வெடிகுண்டுகளைச் செய்யக் கற்றுக்கொண்டு திரும்பிவந்து, ஒவ்வொரு அமாவாசை இரவிலும் 108 வெள்ளாடுகளை அல்ல, வெள்ளையாடுகளைப் (அதாவது ஆங்கிலேயர்களை) பலி கொடுக்க வேண்டும் என்று பேசியதாகவும் "வந்தேமாதரம்" பத்திரிகையின் 1907 மே 27 ஆம் தேதி இதழில் ஒரு செய்தி வெளிவந்ததாக மஜூம்தார் குறிப்பிடுகிறார் (History of Freedom Movement in India. தொகுதி - 2. பக். 314). மேலும், ரௌலட் சட்டத்தைப் பிறப்பிப்பதற்குத் தகவல்கள் சேகரித்துக் கொடுத்த ஜே.சி.கெர் தான் தயாரித்த அறிக்கையில், 1907 மே 25ஆம் தேதி கல்கத்தாவில் நடந்த சக்தி பூஜைக் கொண்டாட்டத்தின்போது

ஒரு மதராசிக் கனவான் (சென்னையைச் சேர்ந்த இந்த நபரும் யாரென்று நமக்குத் தெரியவில்லை), "நாம் வெளிநாட்டுக்குச் சென்று வெடிகுண்டுகளையும் பிற போர்க்கருவிகளையும் செய்யவும், அவற்றைக் கையாளவும் கற்றுக்கொள்ள வேண்டும். ஏனெனில், ரஷ்ய சாம்ராஜ்யத்தை ஆளும் ஜாரும்கூட வெடிகுண்டுகளைக் கண்டால்தான் நடுங்குகிறான்..." என்று பேசியதாகக் குறிப்பிட்டிருக்கிறான் (Political trouble - J.C.Kerr - பக். 44).

மேலும், வெடிகுண்டு செய்யும் வித்தையைக் கற்றுக்கொண்டு வருவதற்காக இந்தியப் புரட்சியாளர்கள் ஐரோப்பாவுக்குச் சென்ற விவரத்தை இந்தக் கட்டுரையில் முன்னமேயே குறிப்பிட்டுள்ளோம். இந்தியக் கம்யூனிஸ்டுக் கட்சித் தலைவர்களில் ஒருவரான ஜி.அதிகாரி இவ்வாறு எழுதியுள்ளார்: "அந்த நாட்களிலேயே இந்தியப் புரட்சி வாதிகள் ரஷ்ய அராஜகவாதிகளிடமிருந்து வெடிகுண்டு செய்யும் விதத்தைத் தெரிந்துகொள்வதற்காக லண்டனில் அவர்களோடு தொடர்புகொண்டனர். அதனைப் பெற்றுக் கொண்ட ஹேம சந்திர கானுங்கோ தாம் இந்தியாவுக்குத் திரும்பி வந்த பின்னர், அதனை பம்பாயில் பாலகங்காதர திலகரிடமும், கல்கத்தாவில் விபின் சந்திர பாலரிடமும் காட்டினார்" (October Revolution and India's Independence -Ed. Ali Ashraf and G.A. Syomin - பக். 37).

எனவே, விபின் சந்திரபாலரும் வெடிகுண்டு வீச்சுப் போன்ற நடவடிக்கைகளுக்குத் திரைமறைவில் ஆதரவாகவே இருந்திருக்கிறார் என்பது தெளிவு. தீவிரத் தேசியவாத இயக்கத்தின் மூத்த தலைவர்கள் இத்தகைய பலாத்கார நடவடிக்கைகளின்பால் எத்தகைய நோக்கையும் போக்கையும் கொண்டிருந்தனர் என்பதை, 1907 இறுதியில் நடந்த சூரத் காங்கிரஸைப் பற்றிய ஒரு விவரம் நமக்குத் தெளிவாக்குகிறது: "மகாசபை கூடுமுன் மிதவாதிகள் ஒருபக்கமும் தேசியவாதிகள் மற்றொரு பக்கமுமாக தனித்தனியே கூடி ஆலோசித்தனர். ஸ்ரீ அரவிந்தரின் சம்மதத்தின் மீதே ரகசியப் புரட்சிச் சங்க வேலைகளில் ஈடுபட்டு வந்த பரீந்திர குமார் கோஷ் காங்கிரசுக்கு விஜயம் செய்து, திலகர், லாலா லஜபதிராய் போன்ற பிரபல தலைவர்களைப் பேட்டி கண்டு, ரகசியப் புரட்சி வேலைகளைப் பற்றி ஒருபுறம் ஆலோசனை கேட்டு வந்தனர். மேற்சொன்ன தலைவர்கள் பொது இயக்கத்தினின்று பிரிந்து, தனியாகவே அவ்வேலைகள் நடக்க வேண்டுமென்றும், பகிரங்கமாகச் செய்யப்படும் பொது இயக்கமும், ரகசியப் புரட்சி வேலையும் ஒன்றையொன்று பூர்த்தி செய்வனவே என்றும், ஆலோசனை சொன்னதாகத் தெரிகிறது" (ஸ்ரீ புராணி எழுதியுள்ள 'ஸ்ரீஅரவிந்தர் வரலாறு' என்ற நூலிலிருந்து தெரியவந்ததாக ப.கோதண்டராமன் எழுதுகிறார். **ஸ்ரீ அரவிந்தர் வாழ்க்கை வரலாறு**, பாகம் -1. பக். 150-152).

இவை யாவற்றிலிருந்தும் தீவிரத் தேசிய இயக்கத்தின் மூத்த தலைவர்கள் பகிரங்கமாகச் செய்யப்படும் பொது இயக்கமும் ரகசியப் புரட்சி இயக்கமும் ஒன்றையொன்று பூர்த்தி செய்வனவாகவே கருதினர் என்றும், எனினும் பொதுஜன இயக்கத்தைத் தாங்கள் முன்னின்று பகிரங்கமாக நடத்திவரவும், புரட்சி நடவடிக்கைகளைத் தாங்கள் ஆதரிப்பதாகக் காட்டிக்கொள்ளாவிட்டாலும், அவற்றை இளைஞர்கள் ரகசியமாக நடத்தி வரவும் வேண்டும் என்ற ராஜ தந்திரத்தையும் போர்த் தந்திரத்தையுமே தீவிரவாதத் தேசிய இயக்கம் வீறும் வேகமும் பெற்று இயங்கிவந்த 1905-1908 ஆண்டுக் காலகட்டத்தில் கடைப் பிடித்து வந்தனர் என்று கொள்ள நமக்குச் சகல ஆதார பலமும் உண்டு.

மூன்று பத்திரிகைகள்

புரட்சிகர இயக்கத்தில் பாரதிக்கிருந்த ஈடுபாட்டையும் சம்பந்தத்தையும் ஆராயப் புகுமுன், மேற்கூறிய தீவிரத் தேசியவாதத்தின் மூத்த தலைவர்களைத் தவிர, பாரதி வியந்து போற்றிய தலைவணங்கிய வேறு இரு விடுதலை வீரர்களைப் பற்றியும் நாம் சில விவரங்களைத் தெரிந்து கொள்ள வேண்டும்.

பாரதியின் கவிதைத் தொகுப்பில் '**பாரத தேவியின் அடிமை**' என்ற தலைப்பில் பின்வரும் சிறு பாடல் இடம் பெற்றுள்ளது.

பல்லவி

அன்னியர் தமக்கடிமை யல்லவே - நான்
அன்னியர் தமக்கடிமை யல்லவே

சரணங்கள்

மன்னிய புகழ்ப் பாரததேவி
தன்னிரு தாளிணைக் கடிமைக்காரன் (அன்)

இலகு பெருங்குணம் யாவைக்கும் எல்லையாம்
திலக முனிக்கொத்த அடிமைக்காரன் (அன்)

வெய்ய சிறைக்குள்ளே புன்னகை யோடுபோம்
ஐயன் **பூபேந்திரனு**க் கடிமைக்காரன் (அன்)

காலர்முன் நிற்பினும் மெய்தவறா எங்கள்
பாலர் தமக்கொத்த அடிமைக்காரன் (அன்)

காந்தனல் இட்டாலும் தர்மம்விடாப் **பிரம்ம
பாந்தவன்** தாளிணைக் கடிமைக்காரன். (அன்)

பாரதி வரலாற்றாசிரியர்களும் ஆராய்ச்சியாளர்களும் பொதுவாகக் கவனத்தில் கொள்ளாது விட்டுவிடும் இந்தச் சிறிய பாடல்,

புரட்சிகரமான போக்கில் பாரதிக்கிருந்த ஈடுபாட்டையும் சம்பந்தத்தையும் உணர்வதற்கான குறிப்பை வழங்குவதோடு, மூன்று முக்கியமான சரித்திர நிகழ்ச்சிகளைப் பற்றிய குறிப்பையும் உள்ளடக்கிய பாடலாகும்.

1905ஆம் ஆண்டின் பிற்பகுதியில் நிகழ்ந்த வங்கப் பிரிவினைக்குப் பின் தீவிரத் தேசியவாத இயக்கமும் அத்துடன் புரட்சிகர இயக்கமும் மும்முரமடையத் தொடங்கின. வங்கப் பிரிவினையும் அதன் விளைவாக எழுந்த பகிஷ்கார இயக்கமும் வங்கத்தில் தேசிய இயக்கத்தை ஒரு வெகுஜன இயக்கமாகவே மாற்றியது. பகிஷ்கார இயக்கம் வங்கத்தில் எவ்வாறு மக்களிடையே சூடுபிடித்தது என்பதற்குப் பிரபல வரலாற்றாசிரியர் மஜூம்தார் தரும் விவரங்களே தக்க எடுத்துக் காட்டாகும். "மைமன்சிங் நகரைச் சேர்ந்த செருப்புத் தைக்கும் தொழிலாளிகள் ஆங்கிலேயரின் பூட்சுகளை ரிப்பேர் செய்து கொடுக்க மறுத்தனர். பாரிசாலில் உள்ள ஒரியா சமையற்காரர்களும் வேலைக்காரர்களும் ஒரு கூட்டம் போட்டு, அன்னிய நாட்டுப் பொருள்களைப் பயன்படுத்தும் வீட்டுக் காரர்களுக்குத்தாம் இனி வேலை செய்யப் போவதில்லை என்று அறிவித்தனர். காளிகட்டத்தைச் சேர்ந்த சலவைத் தொழிலாளர்கள் அன்னியத் துணிகளை வெளுக்க மாட்டோம் என்று அறிவித்தனர். பரித்பூரிலும் இவ்வாறே நடந்தது. ஆறு வயதுச் சிறுமி ஒருத்தி அன்னிய நாட்டு மருந்தை உட்கொள்ள மறுத்து விட்டாள். அன்னியத் துணிகள் அணிந்த மணமக்களுக்குத் திருமணத்தை நடத்தி வைக்க புரோகிதர்கள் மறுத்தனர். அன்னிய நாட்டில் செய்த காகிதங்களை வழங்கும் பரீட்சைகளை எழுத மாணவர்கள் மறுத்து விட்டனர். வைதிகப் பண்டிதர்களும் கூட, அன்னிய நாட்டவர் செய்த உப்பையும் சர்க்கரையையும் உண்ண இந்து மதம் அனுமதிக்கவில்லை என்று கூறி அவற்றைப் பயன்படுத்துவதை நிறுத்திவிட்டனர். அன்னியச் சாமான்களைப் பயன்படுத்துவதில்லை என்று கோவில்களில் மக்கள் கூட்டம் கூடிச் சத்தியம் செய்தனர்" (History of Freedom Movement in India-R.C. Mazumdar. தொகுதி - 2).

இவ்வாறு பகிஷ்கார இயக்கம் வெகுஜன இயக்கமாக மாறியதைத் தீவிரத் தேசியவாதத் தலைவர்கள், 1906 இறுதியில் கல்கத்தா காங்கிரஸில் தாதாபாய் நவ்ரோஜி எழுப்பிய "சுயராஜ்ய" கோஷத்தைத் தமது அர்த்த பாவத்தின் படி முன்கொண்டு செல்வதற்குப் பயன்படுத்த முனைந்தனர். தீவிரத் தேசியவாதத் தலைவர்களிலும், அதிதீவிரவாதியாக, அதாவது ஆயுதந் தாங்கிய போராட்டத்தில் அதிக ஈடுபாடும் நம்பிக்கையும் வைத்திருந்த அரவிந்தர் போன்றவர்களும், புரட்சிப் போராட்டத்துக்கான தயாரிப்போடு ரகசியச் சங்க நடவடிக்கைகளில்

ஈடுபட்டிருந்த இளைஞர்களும், வங்காளத்தில் எழுந்த இந்த வெகுஜன விழிப்பை, ஆயுதம் தாங்கிய புரட்சிப் போராட்டத்துக்குத் தயார் செய்யும் திசைவழியில் கொண்டுசெல்லவும் முற்பட்டனர். உதாரணமாக, 'சந்தியா' என்ற பிரபல புரட்சிகரப் பத்திரிகை இவ்வாறு எழுதியது: "நாம் விரும்புவது பரிபூரண சுதந்திரம். பரங்கி ஆதிக்கத்தின் சின்னஞ்சிறு தூசுகூட நாட்டின்மீது விட்டுவைக்கப்படுகின்ற வரையிலும் நாடு மேம்பட முடியாது. சுதேசி, பகிஷ்காரம் ஆகியவை எல்லாம் நமது முழுமையான, பரிபூரணமான சுதந்திரத்தை மீட்டுத் தருவதற்கான சாதனங்களாக இல்லாவிட்டால், அவை எல்லாம் நமக்கு அர்த்த மற்றவை... பரங்கி ஒரு சலுகையாக வழங்கும் உரிமைகளை நாம் காறியுமிழ்ந்து நிராகரிப்போம்; நமது சொந்த விமோசனத்துக்கு நாமே வழி வகுப்போம்" (மேற்கோள்: Rowaltt Report. பக்.23). அதாவது ஆயுதந் தாங்கிய புரட்சியை மேற்கொள்வோம் என்றே எழுதியது.

இந்த வெகுஜன விழிப்பைப் பயன்படுத்திக்கொண்டு மேற்கூறிய 'சந்தியா' என்ற தினசரிப் பத்திரிகையும், மற்றும் விபின் சந்திரபாலரை அதிபராகவும் அரவிந்தரைப் பெயர் குறிப்பிடாத ஆசிரியராகவும் கொண்டு, 'இந்தியா இந்தியர்களுக்கே' என்ற லட்சிய கோஷத்தோடு, 1906 ஆகஸ்டு 6 முதல் வெளிவரத் தொடங்கிய 'வந்தேமாதரம்' என்ற ஆங்கிலத் தினசரியும், அரவிந்தரின் ஆசியோடும் ரகசிய வழிகாட்டலோடும் அரவிந்தரின் தம்பி பரீந்திர கோஷும், விவேகானந்தரின் தம்பி பூபேந்திர நாத் தத்தரும், 1906 மார்ச் மாதம் முதல் வெளிக்கொணர்ந்த 'யுகாந்தர்' என்ற வங்காளிப் பத்திரிகையும் (பாரதியின் 'இந்தியா' வாரப் பத்திரிகையையும் சென்னையில் 1906 மே மாதம் 12ஆம் தேதியன்றுதான் வெளிவரத் தொடங்கியது என்பதையும் நாம் இங்கு நினைவூட்டிக் கொள்ளவேண்டும்), ஆங்கிலேயர் ஆதிக்கத்தின் மீது அனலைக் கக்கி, மக்கள் மனத்தில் போராட்ட மனப்பான்மையையும் புரட்சி வேகத்தையும் வளர்த்துவரத் தொடங்கின. இவ்வாறு 1906-1907 ஆண்டுகளில் தீவிரத் தேசியவாத இயக்கமும் புரட்சிகரப் போக்கும் வலுவடைந்து வந்ததையும், அவற்றுக்கு இப்பத்திரிகைகள் தூபம் போட்டு வந்ததையும் கண்டு அஞ்சிய ஆங்கிலேய அரசாங்கம் 1907ஆம் ஆண்டின் மத்தியில் இத்தகைய பத்திரிகைகளுக்கு எதிராக அடக்கு முறைப் பாணங்களைத் தொடுக்கத் தொடங்கியது.

அதன் அடக்குமுறைப் பாணங்கள் இந்த மூன்று பத்திரிகைகளின் மீதும் பாய்ந்தன. ராஜத்துரோகமாக 'வந்தேமாதர'த்தில் எழுதியதாகக் குற்றம் சாட்டப்பட்டு, அரவிந்தர் கைது செய்யப்பட்டார். இந்த வழக்கு 1907ஆம் ஆண்டு ஆகஸ்டு மாத இறுதி வாக்கில் விசாரணைக்கு எடுத்துக்கொள்ளப்பட்டது. 'வந்தே மாதரம்' பத்திரிகையின் ஆசிரியர்

அரவிந்தர்தான் என்று அப்பத்திரிகையில் அதிகார பூர்வமாக அறிவிக்கப் படவில்லை; அரவிந்தரும் அதில் தாம் எழுதிய "ஆட்சேபகரமான" விஷயங்கள் எதிலும் தம் கையொப்பத்தையும் இடவில்லை. எனவே, 'வந்தே மாதர'த்துக்கு எதிரான வழக்கில், அதன் ஆசிரியர் எதார்த்தத்தில் அரவிந்தர்தான் என்று சாட்சியம் கூறுவதற்காக, விபின் சந்திரபாலருக்கு நீதிமன்றம் சம்மன் அனுப்பியது. இந்த வழக்கில் அரவிந்தரின் சார்பில் 'தேச பந்து' என்று பின்னர் புகழ்பெற்ற தேசாபிமானியான பிரபல வழக்கறிஞர் சி.ஆர்.தாஸ் (சித்தரஞ்சன் தாஸ்) வாதாடினார். சம்மனை ஏற்று நீதிமன்றத்துக்கு வந்த விபின் சந்திரபாலர் வழக்கில் சாட்சியமளிக்கவோ, வழக்கு நடவடிக்கைகளில் பங்கெடுக்கவோ முடியாது என்று நீதி மன்றத்திலேயே அறிவித்தார்: "இங்கு சத்தியப் பிரமாணம் செய்வதற்கும் சரி, அல்லது வழக்கு நடவடிக்கைகளில் பங்கெடுக்கவும் சரி, எனக்கு மனச்சாட்சிபூர்வமான ஆட்சேபனைகள் உள்ளன" என்று அவர் பட்டவர்த்தனமாகக் கூறிவிட்டார். இந்த வழக்கில் அரவிந்தர் விடுவிக்கப் பட்டார். ஆனால் விபின் சந்திரபாலர் நீதிமன்றத்தில் கூறிய வாசகத்தைக் கேட்டு அதிர்ச்சியும் எரிச்சலும் அடைந்த நீதிபதி கிங்ஸ்போர்டு அவருக்குக் கோர்ட்டை அவமதித்த குற்றத்துக்காக ஆறுமாத காலச் சிறைத் தண்டனை விதித்தான். விபின் சந்திரபாலர் சிறை சென்றார். இதன் காரணமாக 1907 டிசம்பர் இறுதியில் நடந்த சூரத் காங்கிரசுக்கு அவர் வர இயலவில்லை. பி.சி.ராய் சௌத்திரி என்ற எழுத்தாளர், விபின் சந்திரபாலரின் இந்தச் செயலைப் பற்றிக் குறிப்பிடும்போது, "ஓர் அரசியல் வழக்கில் சாட்சியம் கூற மறுத்த அவரது துணிவாற்றலுக்கு, உலகில் ஈடிணைகள் காண்பது அரிது" என்று பாராட்டியுள்ளார் (P.C.pal - Stormy Petrel of Indian Politics - P.c. Roy Chaudry. Sunday Standard, *பிப். 9-1969*). இந்த நிகழ்ச்சியைக் கருத்தில் கொண்டுதான் பாரதி மேற்கண்ட 'பாரத தேவியின் அடிமை' என்ற பாடலில், "காலர் முன் நிற்பினும் மெய்தவறா எங்கள் பாலர்" என்று அவரைத் தானும் பாராட்டி அவருக்கு வணக்கம் செலுத்தியுள்ளான்.

பூபேந்திரநாதர்

மேற்குறித்த மூன்று பத்திரிகைகளிலும், ஆயுதந் தாங்கிய புரட்சிப் போராட்டத்தையும் அதற்கான வழிவகைகளையும் பற்றிப் பகிரங்கமாகவே துணிந்து எழுதிவந்த பத்திரிகை 'யுகாந்தர்'தான். இந்தப் பத்திரிகையை பரீந்திரகோஷும், பூபேந்திர நாதரும், அபினாஷ் பட்டார்சார்யா என்ற மற்றொரு புரட்சிகர இளைஞரும் சேர்ந்து நடத்தி வந்தனர். இவர்களில் பூபேந்திரர்தான் பத்திரிகையின் ஆசிரியப் பொறுப்பை ஏற்றுக்கொண்டிருந்தார். இவர்கள் அதே சமயத்தில் ஆயுதந்தாங்கிய போராட்டத்துக்குப் பயிற்சியையும் தயாரிப்பையும்

மேற்கொண்டுவந்த அனுசீலன் சமிதி என்ற ரகசியச் சங்கத்திலும் அங்கம் வகித்து வந்தனர். 'யுகாந்தர் கோஷ்டி' என்ற ரகசியப் புரட்சி வீரர் கோஷ்டி ஒன்றையும் வழிநடத்தி வந்தனர். இந்தப் பத்திரிகை எத்தனை புரட்சிகரமாக எழுதி வந்தது என்பதற்குச் சில மேற்கோள்களை இங்குப் பார்ப்போம். 'யுகாந்தர்' பத்திரிகை ஆரம்பிக்கப்பட்ட 1906 மார்ச் மாதத்திலேயே இது இவ்வாறு எழுதியது:

"ஆளும் மன்னனுக்கு அபாயம் எங்கிருந்து வரலாம்? கொடுங் கோலாட்சியின் கீழ் நசுக்கப்படும் மக்கள், தம்முயிரைத் தியாகம் செய்யக் கற்றுக்கொண்டாலன்றித் தாம் பல்லாயிரம் ஆண்டுக்கால அடிமைத்தளையிலிருந்து தப்ப முடியாது என்ற உண்மையை உணர்ந்துவிடும்போதே, மன்னனுக்கு அந்தப் பேராபத்து நேரிடும்."

'யுகாந்த'ரில் மேலும் வெளிவந்தவை:

"வீரர்கள் சொட்டும் ரத்தத்தில்தான் சமய தத்துவம் அடங்கியுள்ளது. கொள்கைக்கான உயிர்த்தியாகமே இன்று நம் சமயம். மானிட ரத்தமே அடிமைத்தனத்தின் கறையைக் கழுவிவிடக்கூடும். அஞ்சாதீர்கள்! இதர நாடுகள் பெற்ற படிப்பினைகள் நமக்கு நெஞ்சுறுதி ஊட்டும். அன்னையின் விலங்குகளை முறித்தெறிய நாம் செய்யும் முயற்சி பயங்கரப் போரில் முடியலாம். **லட்சக்கணக்கான மக்கள் சொட்டும் ரத்தக்கடலைக் கடந்தபின்** அரசாளப்போகும் தேவிக்குத் தங்கச் சிம்மாசனம் ஒன்றைத் தயார் செய்யுங்கள்" (24-03-1906 இதழ்).

"இந்தியாவில் பரிபாலனம் செய்யப்படும் ஆங்கிலேயச் சட்டங்கள் மிருக பலத்தையே ஆதாரமாகக் கொண்டவை. பாரதம் விடுதலையடைய வேண்டுமானால், அதேபோன்ற பலத்தைத் திரட்டுவது மிகவும் இன்றியமையாததாகும். உயிர் வாழ்வதற்கு வேறு யாதொரு வழியும் இல்லை. நம் தாய் நாட்டின் அவமானத்தைப் பழிதீர்க்கச் சாவைத் தழுவ வங்காள மக்கள் பதினாயிரம் பேர் தயாராக இல்லையா? நாடு முழுவதிலுமுள்ள ஆங்கிலேயர் எண்ணிக்கை லட்சத்து ஐம்பதினாயிரம் பேருக்கு அதிகமாக இல்லை... திடமான உள்ள உறுதி மட்டும் உங்களிடம் இருக்குமானால், நீங்கள் ஒரே நாளில் ஆங்கிலேய ஆட்சியை முடிவுக்குக் கொண்டுவர முடியும். வேறொரு நாட்டை அக்கிரமமாக உடைமைப்படுத்திக் கொண்டு அந்த ஆதிக்கத்தினின்று கிடைக்கப் பெறும் சொத்துக்களை என்றென்றும் தொடர்ந்து அனுபவிக்கப்பட மாட்டார்கள் என்பதை ஆங்கிலேயர்களுக்கு அறிவுறுத்தும் காலம் வந்துவிட்டது. உயிரை வாங்கியபின் உயிரை விட்டுவிட ஆரம்பியுங்கள். சுதந்திர ஆலயத்தில் ஒரு காணிக்கையாக உங்கள் உயிரை அர்ப்பணம் செய்யுங்கள். **"ரத்தத்தைச் சிந்தாமல் தேவியின் வழிபாட்டை நடத்த முடியாது"** (5-3-1907 இதழ்).

"செயலுக்குத் தக்க பருவம் வந்துவிட்டது. தீரர்களே! சிறப்புக்கோ, சவக்குழிக்கோ விரைந்து செல்மின்! போராட்டம் கனிந்துவருகிறது. அன்னையைத் தன் தொன்னலம் வாய்ந்த சிறப்பில் காண்பதற்கு அவளது **பீடத்தில் தன் உயிரை முதலில் பலியிட விரும்புவோனே! நீ முன்னோக்கி வருக!**" (26-3-1907 இதழ். இந்த மேற்கோள்கள் யாவும் Roll of Honour என்ற தலைப்பில் காளி சரண்கோஷ் தொகுத்துள்ள விவரங்களின் ஆதாரத்தில், காலஞ்சென்ற ப.கோதண்டராமன் எழுதியுள்ள '**இந்தியப் புரட்சி இயக்கம்**' என்ற நூலிலிருந்து எடுத்தவை).

பஞ்சாபில் அரசாங்கம் மேற்கொண்டு வந்த ஒழுங்கு முறை நடவடிக்கைகளை எதிர்த்தமைக்காக 1917 மே மாதத்தில் லாலா லஜபதிராயையும், (பகவத் சிங்கின் மாமாவான) அஜித் சிங்கையும் அரசாங்கம் நாடு கடத்தியது. இதனையொட்டிப் பஞ்சாபில் பெரும் ஆர்ப்பாட்டங்கள் நடந்தன. பஞ்சாபில் நடந்த இந்த ஆர்ப்பாட்டங்களைக் குறித்து 'யுகாந்தர்' இவ்வாறு எழுதியது:

"பஞ்சாபில் தண்ணீர் வரி விகிதங்கள் உயர்த்தப்பட்டவுடனேயே பெரும் கூச்சல் எழும்பியது. அரசாங்கத்துக்குத் தூதுக்குழுவை அனுப்புவதும் மனுக்களைச் சமர்ப்பிப்பதுமான காலம் இரண்டு வாரத்துக்குமேல் நீடிக்கவில்லை. பின்னர் மக்கள் முட்டாள்களுக்குப் பிரயோகிக்கப்படும் மார்க்கத்தையே பிரயோகித்தனர். சில தலைகள் உடைந்தன; சில வீடுகள் எரித்து சுடுசாம்பலாக்கப்பட்டன. இதன் பிறகே தண்ணீர் வரி விகிதங்களை உயர்த்தும் கருத்தை அதிகாரிகள் கைவிட்டனர். இந்தக் காபூலி மருந்துதான் எத்தனை அருமையாக வேலை செய்கிறது. உண்மையில் இது தலைசிறந்த மருந்துதான்!"

'யுகாந்தர்' இதன்பின் தனது 9-6-1907 இதழில் இவ்வாறு எழுதியது: "தனி மனிதன் தன்னுயிர்க் காப்புக்காகப் புஜபலத்தைப் பிரயோகிப்பது நியாயமானால், ஒரு சமுதாயம் தற்காப்புக்காகப் பலாத்காரத்தைப் பிரயோகிப்பது எங்ஙனம் அநியாயமாகிவிடும்? ஒருவன் தன்னைக் கள்ளர்கள், வழிப்பறிக் கொள்ளைக்காரர்கள் ஆகியவரிடமிருந்து பாதுகாத்துக்கொள்ள மனிதக் கொலை செய்வது எவ்விதமாயினும் பாவகரமானதொரு செயலாகாது என்றால், ஒரு சமுதாயம் விடுதலை யடையும் பொருட்டு, ஒரு சில பேர்களைக் கொல்வது எங்ஙனம் பாவகரமான செயலாகிவிடும்?"

இவ்வாறு 'யுகாந்தர்' பகிரங்கமாகவே பலாத்கார நடவடிக்கையையும் புரட்சி வேட்கையையும் தூண்டி வந்த காரணத்தால், அரசாங்கத்தின் அடக்குமுறைப் பாணம் இதன் மீதும் பாய்ந்தது. 1907 ஜூன் மாதத்தில்

இந்தப் பத்திரிகையின் மீதும் ராஜத்துரோக வழக்குத் தொடரப்பட்டது. இந்தப் பத்திரிகை அலுவலகம் சோதனையிடப்பட்டபோது, பூபேந்திர நாதர் தாம்தான் அதற்கு ஆசிரியர் என்று தயங்காமல் ஒப்புக்கொண்டார். அவர் கைது செய்யப்பட்டார். வழக்கு ஜூலை 22இல் தொடங்கியது. பூபேந்திரநாதர் வழக்கு நடவடிக்கைகளைப் பற்றிக் கவலையே கொள்ளவில்லை. தலைமை மாகாண நீதிபதி அவரை நோக்கி, அவர் என்ன சொல்ல விரும்புகிறார் என்று கேட்டபோது, பூபேந்திரர் இவ்வாறு பதிலளித்தார்: “நான்தான் ‘யுகாந்தர்’ பத்திரிகையின் ஆசிரியர் என்றும், சம்பந்தப்பட்ட கட்டுரைகள் அனைத்துக்கும் நானே முழுப் பொறுப்பாளி என்றும், பூபேந்திரநாத் தத்தரான நான் இதன்மூலம் கூறுகிறேன். என் நாட்டுக்கு நான் ஆற்ற வேண்டிய கடமை என்று நான் எதை நம்புகிறேனோ அதைத்தான் நான் செய்திருக்கிறேன். நான் வேறு எதுவும் கூற விரும்பவில்லை; இந்த விசாரணையிலும் இதற்கு மேல் எந்த விதத்திலும் பங்கெடுக்க விரும்பவில்லை... நீங்கள் விரும்பியபடி எதுவும் செய்யலாம். மேலும் சில மாதங்கள் சிறையில் இருப்பதால் ஒன்றும் குடிமுழுகிவிடப் போவதில்லை.” பூபேந்திரர் இவ்வாறு வழக்கில் பங்கெடுக்க மறுத்ததைக் கண்டு ஆத்திரமடைந்த நீதிபதி அவருக்கு ஓராண்டுக் கடுங்காவல் தண்டனை விதித்தார். இந்தத் தண்டனை அறிவிக்கப்பட்டதும் பூபேந்திரர் அதனைப் புன்னகை புரிந்தவாறே ஏற்றுக்கொண்டார். போலீஸ் அதிகாரி அவரைக் கையைப் பிடித்துச் சிறைக்குக் கூட்டிச்செல்ல வந்தபோதும், அவர் அவர்களை விலகி நிற்குமாறு சைகை காட்டிவிட்டு, தாமே போலீஸ் லாரிக்குச் சென்று, அங்குத் திரண்டு நின்ற மக்கள் கூட்டத்தினருக்கு வணக்கம் தெரிவித்துவிட்டு, லாரியில் ஏறிக்கொண்டு, சிறைக்குச் சென்றார். இதனைக் கருத்தில் கொண்டுதான் பாரதி, மேலே நாம் குறிப்பிட்ட பாடலில்,

> “வெய்ய சிறைக்குள்ளே புன்னகையோடு போம்
> ஐயன் பூபேந்திரன்”

என்று அவரைக் குறிப்பிட்டு அவருக்கு வணக்கம் செலுத்தினான்.

அதுமட்டுமல்ல, ‘பூபேந்திரர் விஜயம்’ என்ற தலைப்பில் பூபேந்திரர் சிறைப்படுத்தப்பட்ட செய்தியை அறிந்ததும், பாரதி அவரை வாழ்த்தி நான்கு பாடல்களைக் கொண்ட கவிதை இயற்றினான். அதில் அவரை இவ்வாறு புகழ்ந்து பாடினான்:

> பாபேந்திரியம் செறுத்த எங்கள்
> விவேகானந்தப் பரமன் ஞான
> ரூபேந்திரன் தனக்குப் பின்வந்தோன்
> விண்ணவர்தம் உலகையாள் ப்ர

தாபேந்திரன் கோபமுறினும் அதற்கு
அஞ்சி அறம் தவிர்கிலாதான்
பூபேந்திரப் பெயரோன் பாரத நாட்டிற்
கடிமை பூண்டு வாழ்வோன்

வீழ்த்தல் பெறத் தருமமெலாம், மறமனைத்தும்
கிளைத்துவர, மேலோர் தம்மைத்
தாழ்த்ததமர் முன்னோங்க, நிலைபுரண்டு
பாதகமே ததும்பி நிற்கும்
பாழ்த்த கலியுகம் சென்று மற்றொருகம்
அருகில்வரும் பான்மை தோன்றக்
காழ்த்தமன வீரமுடன் யுகாந்தரத்தின்
நிலையினிது காட்டி நின்றான். - (பாடல்கள் : 1 - 2)

இந்தப் பாடல்களில் விண்ணுலகையாளும் இந்திரனே கோபப் பட்டாலும், அதற்கு அஞ்சாதவர் பூபேந்திரர் என்பதன் மூலம், அவர் ஆங்கிலேய ஏகாதிபத்தியத்தின் கோபத்தைக் கண்டு அஞ்சாது நின்ற தகைமையைப் பாரதி பாராட்டுவதோடு, "எப்போதெப்போது தர்மம் அழிந்து அதர்மத்தின் கை மேலோங்குகிறதோ அப்போதெல்லாம் நான் பூமியில் அவதாரம் செய்கிறேன்" என்ற கீதா வாசகத்தைத் தலைப்பில் பொறித்து, புதிய யுகமாற்றத்தைக் குறிக்கும் **யுகாந்தர்** *என்ற பெயரில் பூபேந்திரர், தாயகத்துக்கு விரைவில் விடுதலையைக் கொணரக்கூடிய வழியைப் புலப்படுத்தி வீரத்தோடு பாடுபட்டு வந்தார் என்றும் பாரதி பாராட்டினான்.*

பூபேந்திரநாத் தத்தர் சிறைக்குச் சென்ற பின்னரும் கூட, 'யுகாந்தர்' பத்திரிகையின் உக்கிரம் குறையவில்லை. மாறாக, அது அதிகரிக்கவே செய்தது. பூபேந்திரர் கைது செய்யப்பட்டபின் அது தனது 19-8-1907 இதழில் இவ்வாறு எழுதியது:

"பத்திரிகையாசிரியர்களைச் சிறைப்படுத்தியபின் சுகமாக வாழலாமெனக் கனவுகாணும் அதிகாரிகளை நிர்மூலமாக்க ஒருவன் கூட இல்லையா? பாரிசாலில் கூடியிருந்த மக்களை லாட்டியால் தாக்க உத்தரவிட்டவர்களின் மண்டையை லாட்டியால் பிளப்பதற்குத் தயாராகவுள்ள ஒருவன் கூடப் பிறக்கவில்லையா? வங்காளத்திலுள்ள லட்சக்கணக்கான இளைஞர்களிடையே சாவுக்கு அஞ்சாமல் இப்பணியை மேற்கொள்வதற்கு ஒருவன் கூட இல்லையா? நிச்சயமாக இத்தகையவன் ஒருவன் இருக்கத்தான் வேண்டும். ***"தாயின் மந்திரத்தை ஜபித்துக்கொண்டு உயிரைக் கொல்லும் ஆயுதத்தால் சுட வேண்டிய காலம் வந்துவிட்டது..."***

இதனால் 'யுகாந்தர்' தனிநபர் பலாத்கார நடவடிக்கைகளை மட்டுமே, பயங்கரவாத நடவடிக்கைகளை மட்டுமே பிரசாரம் செய்து வந்தது என்று நாம் கொண்டுவிடக்கூடாது, 'யுகாந்தர்' குழுவில் இடம்பெற்றிருந்த இளைஞர்கள் ஆங்கிலேயரோடு ஆயுதந் தாங்கிப் போர்தொடுக்கவும் நாடு தயாராக இருக்க வேண்டும் என்றே கருதினர். 'யுகாந்த'ரில் வெளிவந்த கட்டுரைகளில் சிலவற்றைத் தேர்ந்தெடுத்து, யுகாந்தர் குழுவினர் "முக்தி கோன்பாதே" (முக்தி யாருக்கு?) என்ற நூலாகவும் வெளியிட்டனர். அவற்றில் ஆயுதங்களைச் சேகரிப்பது எப்படி என்பது பற்றி, 1907 ஆகஸ்டு 12 அன்று வெளிவந்த ஒரு கட்டுரையும் இடம் பெற்றிருந்தது. அந்தக் கட்டுரை இவ்வாறு கூறியது: "ஒவ்வொரு நாட்டிலும் ஆயுதங்களைத் தயாரிக்கக்கூடிய ரகசிய இடங்கள் ஏராளமாக உள்ளன. ரஷ்யாவில் தயாரிக்கப்பட்டுள்ள, தயாரிக்கப்பட்டு வருபவையான ஏராளமான குண்டுகள், புரட்சிவாதி களின் ரகசியத் தொழிற்சாலைகளில்தான் தயாரிக்கப்பட்டுள்ளன." மேலும், இத்தகைய குண்டுகளைச் செய்யும் வித்தையைக் கற்றுவர இந்தியர்களை அயல்நாடுகளுக்கு அனுப்ப வேண்டும் என்றும், அயல்நாடுகளிலிருந்து ஆயுதங்களை ரகசியமாக, இறக்குமதி செய்ய வேண்டும் என்றும் அதில் கூறப்பட்டிருந்தது. இத்தனைக்கும் மேல் பிரிட்டிஷ் - இந்திய ராணுவத்திலுள்ள சுதேசிச் சிப்பாய்களும் இதற்கு உதவ முடியும் என்று கூறிப் பின்வரும் உதாரணமும் அதில் கூறப்பட்டிருந்தது: "ஆயுத பலத்தைப் பெறுவதற்கு மற்றுமொரு மிக நல்ல வழியுண்டு. ஜாரின் துருப்புக்களின் மத்தியிலே புரட்சிவாதிகளின் ஆதரவாளர்கள் பலர் இருந்து வந்துள்ளனர் என்பதைப் பலரும் கண்டு வந்துள்ளனர். இந்தத் துருப்புக்கள் பல்வேறு ஆயுதங்களோடு புரட்சிவாதிகளோடு சேர்ந்து கொள்வார்கள். இந்த முறை பிரஞ்சுப் புரட்சியின்போது நன்கு பலனளித்தது. அதிலும் ஆட்சி பீடத்தில் இருப்பது ஓர் அன்னிய அரசாங்கம் என்னும் போதோ, புரட்சி வாதிகளுக்குக் கூடுதல் அனுகூலங்கள் உள்ளன. ஏனெனில், அன்னிய அரசாங்கம் சுதேசி மக்கள் மத்தியிலிருந்தே தனது துருப்புகளில் பெரும் பகுதியைத் திரட்ட வேண்டியுள்ளது. எனவே, சுதேசித் துருப்புக்கள் மத்தியில், சுதந்திர போதனையை ஜாக்கிரதையாகப் பரப்புவதன் மூலம் புரட்சிவாதிகள் எவ்வளவோ சாதிக்க முடியும். ஆளும் அரசோடு நேரடியான மோதலை நடத்த வேண்டிய தருணம் வரும்போது, புரட்சிவாதிகள் இந்தத் துருப்புக்களைத் தம்மோடு சேர்த்துக்கொள்வதோடு மட்டுமல்லாது, ஆளும் ஆட்சி பீடம் அவர்களுக்கு வழங்கியுள்ள ஆயுதங்களையும் அவர்களோடு சேர்த்துப் பெற முடியும், மேலும், ஆளும் அரசின் உள்ளத்தில் பெரும் பீதியைத் தூண்டிவிடுவதன் மூலம், அதன் உற்சாகம், துணிச்சல் எல்லாவற்றையும் ஒழித்துவிட முடியும்" (மேற்கோள்: Rowlatt Report. பக். 15:22).

பிரம்ம பாந்தவர்

'யுகாந்தர்', 'வந்தேமாதரம்' ஆகிய பத்திரிகைகளின் மீது பாய்ந்த ஆங்கிலேய அரசாங்கம் 'சந்தியா' பத்திரிகையையும் விட்டுவைக்க வில்லை. 'சந்தியா' பத்திரிகைக்கு ஆசிரியராக இருந்தவர் பிரம்ம பாந்தவ் உபாத்தியாயா என்பவர். இவரது பிள்ளைப் பருவப் பெயர் பவானி சரண் பானர்ஜி என்பதாகும். ஆரம்பத்தில் இவர் பிரம சமாஜியாக இருந்தார்; பின்னர் ரோமன் கத்தோலிக்கக் கிறிஸ்தவராக மாறினார்; அப்போது இவருக்கு தியோபிலஸ் என்று பெயரிடப்பட்டது. என்றாலும், இவரது நடவடிக்கைகள் கத்தோலிக்க குருமார்களுக்குப் பிடிக்கவில்லை. இவருக்கும் அவர்களுக்கும் மோதல் ஏற்பட்டது. எனவே, இவர் தம் கிறிஸ்தவப் பெயரை பிரம்ம பாந்தவ் என்ற இந்தியப் பெயராக மாற்றியமைத்துக்கொண்டார். இவர் இந்திய நாடு அன்னிய ஆதிக்கத்திலிருந்து விடுபட வேண்டும் என்பதில் தீவிர வேட்கை கொண்டவராக விளங்கினார். ஆங்கிலேயரின் நடையுடை பாவனை களைக் கடைப்பிடித்த இந்தியர்களைக் கூட இவர் வெறுத்தார். அவர்களைச் சமூகச் சிரஷ்டம் செய்ய வேண்டும் என்று கூட அவர் ஒருமுறை எழுதினார் 'சந்தியா' பத்திரிகையில் இவர் எழுதிவந்த கட்டுரைகள், தலையங்கங்கள் முதலியவை புரட்சி வேகத்தை மூட்டக் கூடியவையாக இருந்தன. ரௌலட் கமிட்டியின் அறிக்கை, வங்காளத்தில் பயங்கரவாதம் தலை தூக்குவதற்கு 'சந்தியா' பத்திரிகைதான் முன்னோடி என்று கூடக் குற்றம் சாட்டியது. இவரது எழுத்துக்கள் மக்களை ஆங்கிலேயரை எதிர்த்து ஆயுதம் தாங்கிப் போராட அறை கூவல் விடுப்பவையாகவே இருந்தன. 'யுகாந்தர்' பத்திரிகை ஆசிரியர் பூபேந்திரர் கைது செய்யப்பட்டபோது 'சந்தியா' இவ்வாறு எழுதியது: "இப்போது ஆங்கிலேயருக்கு நாகப் பாம்பின் வாலை மிதிக்கவும் துணிவு வந்துவிட்டது. இந்த ராஜத்துரோக வழக்கு ஒரு பெரு நெருப்பையே கிளப்பி விடப்போகிறது. ஆங்கிலேயர்களான உங்களுக்குத் தோல் தடித்துப் போய்விட்டது என்பதை நாங்கள் அறிவோம். **உங்களால் நாசூக்கான வார்த்தைகளைப் புரிந்துகொள்ள முடியாது. ஆனால் வங்காளிகளோ இப்போது உங்கள் கணக்கை முடித்து விடவே விரும்புகின்றனர்.**"

இவரும், 'யுகாந்த'ரையும் 'வந்தேமாதர'த்தையும்போல் ஆங்கிலேயரின் மீது அனலைக் கக்கி வந்ததால், ஆங்கிலேய அரசாங்கம் 'சந்தியா'வில் 1907 ஆகஸ்டு 13 அன்று வெளிவந்த ஒரு கட்டுரையைக் காரணமாக்கி, இவர் மீது ராஜத்துரோக வழக்கைத் தொடரத் தீர்மானித்தது. ஆகஸ்டு 30ஆம் தேதி 'சந்தியா' அச்சாகி வந்த அச்சகம் சோதனையிடப்பட்டது. இதன்பின், நாலே நாட்களில் பிரம்ம பாந்தவர் கைது செய்யப்பட்டார். வழக்கு செப்டம்பர் இறுதி

வாரத்தில் தொடங்கியது. நீதிமன்றத்தில் நீதிபதி இவரை நோக்கி 'நீர் குற்றவாளியா, இல்லையா?' என்று கேட்டபோது பிரம்ம பாந்தவர் இவ்வாறு பதிலளித்தார்: 'சந்தியா பத்திரிகை'யின் வெளியீடு, அதன் நிர்வாகம், அதன் நடத்தை எல்லாவற்றுக்கும் நான் முழுப்பொறுப்பேற்றுக் கொள்கிறேன். இந்த வழக்குக்கு உரிய 'எக்கான் தேகே கெங்கி பிரேமர் தாய்' (நான் இப்போது பிரேமையில் மூழ்கியிருக்கிறேன்) என்ற கட்டுரையின் ஆசிரியர் நான்தான் என்றும் ஒப்புக்கொள்கிறேன். ஆனால் "இந்த விசாரணையில் நான் எவ்விதத்திலும் பங்கெடுக்க விரும்பவில்லை. ஏனெனில், கடவுளாகப் பார்த்து எனக்கு இட்டுள்ள இந்த சுயராஜ்யப் பணியை நிறைவேற்றி வருவதில் எங்களை ஆண்டுவரும் அன்னியர்களுக்குப் பதிலளிக்க நான் எந்தவிதத்திலும் கடமைப்பட்டவன் என்று நான் கருதவில்லை..."

இந்தப் பதிலைக் கேட்டு நீதிபதியும் அரசாங்க வக்கீலும் அதிர்ச்சியுற்றனர். அவரது பதிலைக் கேட்டதுமே நீதிபதி அவருக்குத் தண்டனை விதித்திருக்க முடியும். என்றாலும், பிரம்ம பாந்தவர் வங்காள மறுமலர்ச்சியின் மிகப்பெரும் தலைவர்களில் ஒருவர் என்ற காரணத்தால், நீதி விசாரணை என்ற போலி நாடகத்தை நடத்திவிட்டுத் தண்டனை விதிக்கத் தீர்மானித்து அவர் வழக்கை ஒத்தி வைத்தார். பிரம்மபாந்தவருக்கு அப்போதே உடல் நலமில்லாதிருந்தது. எனவே, அவர் ஆஸ்பத்திரியில் அனுமதிக்கப்பட்டார். ஆஸ்பத்திரியில் அனுமதிக்கப்பட்ட போதே அவர் இவ்வாறு கூறினார். "நான் ஒரு கைதியாக வேலை பார்க்க, பரங்கியரின் சிறைக்குள் செல்ல மாட்டேன். நான் என்றும் எவரது ஆணையையும் கேட்டதில்லை; எவருக்கும் கீழ்ப்படிந்ததில்லை. என் வாழ்க்கையின் அந்திம காலத்தில் என்னை அவர்கள் சிறைக்கு அனுப்பி, ஒன்றுமற்றதற்காக என்னை வேலை வாங்கும் நிர்ப்பந்தத்துக்குள்ளாக்க விரும்புகின்றனர். நான் சிறை செல்ல மாட்டேன். எனக்கு அழைப்பு வந்துவிட்டது." இவ்வாறு சொன்ன அவர், அதேபோல், மீண்டும் விசாரணை தொடங்குவதற்கு முன்பே, 1907 அக்டோபர் 27 அன்று அமரராகிவிட்டார். இறக்கும்போது தமது உடலைப் புதைக்காது தகனம் செய்ய வேண்டும் என்று அவர் கேட்டுக்கொண்டார். அதன்படி அவரது சடலம் பல்லாயிரக்கணக்கான மக்களின் முன்னிலையில் தகனம் செய்யப்பட்டது. தகனக்கிரியை முடிந்த பின்னர், கூடியிருந்த மக்களிற் பலர் எரிந்து கொண்டிருந்த சிதைத் தீயிலிருந்து சாம்பலை எடுத்துத் தமது நெற்றியில் இட்டுக் கொண்டனர். பிரம்மபாந்தவரின் இத்தகைய தியாகத்தைக் கருத்தில் கொண்டுதான்,

"காந்தனால் இட்டாலும் தர்மம்விடாப் பிரம்ம பாந்தவன்"

என்று பாடி, அவரது தாளிணைக்குப் பாரதி அஞ்சலி செலுத்தினான். இந்த மூன்று சரித்திர நிகழ்ச்சிகளையும் 'பாரத தேவியின் அடிமை' என்ற இந்தப் பாடல் உள்ளடக்கிக் கொண்டிருப்பதால், பாரதியின் இந்தப் பாடல் இம்மூன்று நிகழ்ச்சிகளுக்கும் பின்னர் 1907 இறுதிவாக்கில் எழுதப்பட்டிருக்க வேண்டும் என்று நாம் தீர்மானிக்கலாம்.

1908ஆம் ஆண்டில் திருநெல்வேலியில் வ.உ.சி.க்கும் சுப்பிரமணிய சிவாவுக்கும் எதிராக வழக்கு நடந்துவந்த காலத்தில், ஒரு போலீஸ் அதிகாரி சந்நியாசியான சுப்பிரமணிய சிவாவை இழிவுபடுத்தும் நோக்கத்தோடு சாட்சியம் கூறியபோது, 1908 ஜூன் 13ஆம் தேதியன்று, சந்நியாசிகள் இந்த நாட்டுக்கு எத்தகைய சேவை செய்திருக்கிறார்கள் என்பதை நினைவூட்டும் முகமாக எழுதிய 'சந்நியாசமும் சுதேசியமும்' என்ற தலையங்கத்தில் பூபேந்திரரையும் பிரம்ம பாந்தவரையும் பற்றி இவ்வாறு பாரதி எழுதினார்:

"காலஞ்சென்ற விவேகானந்த பரமஹம்ஸ மூர்த்தியே இந்தச் சுயாதீனக் கிளர்ச்சிக்கு அஸ்திவாரம் போட்டவரென்பதை உலகமறியும். இப்போதும் அவருடைய சிஷ்யர்களிலே பலர் சுதேசியத்திலே மிகவும் பாடுபட்டு வருகிறார்கள். 'யுகாந்தர்' பத்திரிகையை நடத்தி இப்போது சிறையிடப்பட்டிருக்கும் பூபேந்திரநாதர் என்ற பிரம்மச்சாரி, ஸ்வாமி விவேகானந்தருடைய சொந்தச் சகோதரர், 'ஸந்தியா' பத்திராதிபராயிருந்து, பெங்காளத்து சுதேசியஸ்தர்களுக்குள்ளே தலைமை வகித்து, அதிகாரிகள் கேஸ் கொண்டு வந்த சமயத்தில், அவர்கள் கைவசப்படாமல் பரகதியடைந்தவரான பிரம்ம பாந்தவரும் ஓர் ஸந்நியாசியே. இப்படி ஆயிரக்கணக்கான மகான்கள் இன்னும் நமது நாட்டிலே உழைத்து வருகிறார்கள்" (**பாரதி புதையல் - 2. ர.அ.பத்மநாபன்** தொகுப்பு, பக். 167-168).

பாரதியின் புரட்சிகர நோக்கையும் போக்கையும் புரிந்து கொள்வதற்கு இந்த நிகழ்ச்சிகளில் சம்பந்தப்பட்டிருந்த விடுதலை வீரர்களையும் அவர்கள் பிரசாரம் செய்துவந்த கருத்துக்களையும் நாம் கருத்தில் கொள்ளவேண்டியது அவசியம். எனவேதான் அவற்றைப் பற்றியும் மேலே சற்று விளக்கமாகப் பார்த்தோம். மேலும், இந்த மூன்று நிகழ்ச்சிகளையும் தொடர்ந்துதான், சங்கிலித் தொடர் போல வங்கத்திலும் இந்திய நாட்டின் பிற பகுதிகளிலும் பல நிகழ்ச்சிகள் நிகழ்ந்தன.

வங்கத்தில் முதல் வெடிகுண்டுச் சம்பவம் நிகழ்ந்தது. சொல்லப் போனால், இந்த நிகழ்ச்சிகளோடுதான் வெள்ளையரின் அடக்குமுறையும் அதிகரித்தது. அதற்கு எதிரொலியாகப் பயங்கரச் சம்பவங்களும் அதிகரித்தன. 1907இல் ஆங்கிலேய அரசாங்கம் ராஜத்துரோகக்

கூட்டங்களைத் தடை செய்யும் சட்டத்தைக் கொண்டு வந்தது; பின்னர் 1908இல் பத்திரிகைச் சட்டத்தையும் வெடிகுண்டுகள் தடைச் சட்டத்தையும் கொண்டு வந்தது. ஆயினும் 1907 முடிவதற்கு முன்பே வங்காள லெப்டினென்ட் கவர்னரைக் கொல்ல முயற்சி நடந்தது. 1908 ஏப்ரலில் மேற்கண்ட வழக்குகளில் நீதிபதியாக இருந்து தண்டனை வழங்கிய கல்கத்தா மாகாண நீதிபதி கிங்ஸ் போர்டைக் கொல்லும் நோக்கத்தோடு, நாம் முன்னர் குறிப்பிட்ட முதல் வெடிகுண்டு முஜாபர்பூரில் வீசப்பட்டது. இதன்பின் நடந்த சோதனையில் மாணிக்டோலா தோட்டத்தில் வெடிகுண்டுகளும், வெடிகுண்டு தயாரிக்கும் பட்டறையும் கண்டு பிடிக்கப்பட்டன. இதன் விளைவாக, அரவிந்தரும், அவரது தம்பி பரீந்திரரும் மற்றும் பலரும் 1908 மே மாதத் தொடக்கத்தில் கைது செய்யப்பட்டனர். இதன்பின் 126 நாட்கள் நடந்த பிரபல அலிப்பூர் சதிவழக்கும் நடைபெற்றது. மேற்கூறிய முஜாபர்பூர் வெடிகுண்டு வீச்சைப் பற்றித் திலகர் எழுதிய கட்டுரைகளுக்காக அவர் 1908 ஜூன் 24 அன்று கைது செய்யப்பட்டார். ஜூலை 13 அன்று விசாரணை தொடங்கியது. திலகருக்கு ஆறாண்டுச் சிறைத்தண்டனை விதிக்கப்பட்டது. மறுதினமே திலகருக்கு விதித்த தண்டனையைக் கண்டித்து, பம்பாய் நகர ஆலைத் தொழிலாளர்கள் "இந்தியப் பாட்டாளி வர்க்கத்தின் முதல் அரசியல் நடவடிக்கை" என்று லெனின் வருணித்த மாபெரும் வேலை நிறுத்தத்தை நடத்தினார்கள். 1908 மார்ச் 12 அன்று வ.உ.சியும் சுப்பிரமணிய சிவாவும் கைது செய்யப்பட்டனர். மறுதினமே 13ஆம் தேதியன்று திருநெல்வேலியிலும் தூத்துக்குடியிலும் 'திருநெல்வேலிக் கலகம்' என்று ஆங்கிலேய அரசாங்கம் வருணித்த அர்த்தாலும் ஊர்வலங்களும் நடைபெற்றன. திலகருக்குத் தண்டனை விதிக்கப்படுவதற்கு முன்பே 1908 ஜூலை 7 அன்று அவரது சீடர் வ.உ.சிதம்பரம் பிள்ளைக்கு 40 ஆண்டுக் காலமும், சுப்பிரமணிய சிவாவுக்கு 10 ஆண்டுக் காலமும் சிறைத் தண்டனை விதிக்கப்பட்டது! 1908 மே மாதம் 23, 27 தேதிகளிலும் ஜூன் 27 தேதியிலும் 'இந்தியா' பத்திரிகையில் வெளிவந்த 'ராஜத்துரோக'மான கட்டுரைகளுக்காக 'இந்தியா' அலுவலகம் 1908 ஜூலை 22 அன்று சோதனையிடப்பட்டது. அதன் பதிப்பாளரும் வெளியீட்டாளரும் என அறிவிக்கப்பட்டிருந்த எம்.சீனிவாசாச்சாரியார் கைது செய்யப் பட்டார். 1908 நவம்பர் 13 அன்று சீனிவாசனுக்குச் சிறைத் தண்டனை விதிக்கப்பட்டது. 'இந்தியா' அலுவலகம் சோதனையிடப்பட்ட வேளையில் போலீசாரிடமிருந்து தப்பிச் சில நாட்களில் பாரதியும் புதுச்சேரிக்குச் சென்று விட்டார்....

இளைஞர்களின் இயக்கம்

தீவிரத் தேசியவாத இயக்கத்தை வங்கத்தில் முன்னின்று நடத்திய விபின் சந்திர பாலர் (1858-1932), மகாராஷ்டிரத்தில் நடத்திய திலகர்

(1856-1920), பஞ்சாபில் நடத்திய லாலா லஜபதிராய் (1865-1928) ஆகிய தலைவர்களெல்லாம் 1906ஆம் ஆண்டுத் தொடக்கத்தில் நாற்பது வயதையும் அதற்கு மேலும் எட்டிவிட்ட மூத்த தலைவர்களாகவே இருந்தனர். அரவிந்தர் ஒருவர் மட்டுமே (1872-1950) அந்தக் காலத்தில் 40 வயதை எட்டாத தலைவராக இருந்தார். தமிழ்நாட்டிலோ இந்த இயக்கத்தின் முப்பெரும் தலைவர்கள் எனக் கருதப்பட்ட வ.உ.சிதம்பரம் பிள்ளை (1872-1936), சுப்பிரமணிய பாரதி (1882-1921), சுப்பிரமணிய சிவா (1884-1925) ஆகிய மூவரிலும், வ.உ.சி. ஒருவர்தான் அந்தக் காலத்தில் அரவிந்தரைப்போல் 40 வயதை எட்டாதவராக, சொல்லப்போனால் 35 வயதைக் கூடப் பூர்த்தி செய்யாத மூத்த தலைவராக இருந்தார். பாரதி, சிவா இருவரும் அப்போது 25 வயது கூடப் பூர்த்தியாகாத இளைஞர்களாகவே இருந்தனர். மேலும், அக்காலத்தில் பாரதியைச் சார்ந்திருந்த துரைசாமி அய்யர், வி.சக்கரைச் செட்டியார், சுரேந்திரநாத ஆர்யா, எஸ்.என்.திருமலாச்சாரி, எம்.பி.திருமலாச்சாரி (எம்.பி.டி. ஆச்சார்யா) முதலிய பாரதியின் தோழர்கள் பலரும் இளைஞர்களாகவே இருந்தனர். எனவே, தமிழ்நாட்டைப் பொறுத்தவரையில் தீவிரத் தேசியவாத இயக்கம் இளைஞர்கள் முன்னின்று நடத்திய இயக்கமாகவே அந்நாளில் இருந்தது எனலாம். எனவேதான் சென்னை நகரைச் சேர்ந்த, வயதில் மூத்த மிதவாதத் தலைவர்கள், பாரதி போன்றோர் முன்னின்று நடத்திய தீவிரத் தேசியவாத இயக்கத்தை விவரம் தெரியாத "சிறு பிள்ளைகளின் இயக்கம்" என்றே மதித்துப் பேசி வந்தனர். இதனால்தான் நிதானக் கட்சியார் (மிதவாதிகள்) புதிய கட்சியின் (தீவிரத் தேசியவாதக் கட்சியின்) தலைவரான திலகரை நோக்கி, "ஓய் திலகரே! நம்ம ஜாதிக்கு அடுக்குமா? செய்வது சரியோ சொல்லும்!" என்று புலம்புவதாகப் பாரதி பாடியுள்ள பாட்டில், அவர்கள் திலகரை நோக்கி,

- சிறு
பிள்ளைகளுக்கே உபதேசம் - நீர்
பேசிவைத்த தெல்லாம் மோசம்

- (நம்ம ஜாதிக்கடுக்குமோ? - பாட்டு - 3)

என்று குறை கூறுவதாகவும், "நாம் என்ன செய்வோம்! துணைவரே! - இந்தப் பூமியிலில்லாத புதுமையைக் கண்டோம்!" என்று அவர்கள் தமக்குத் தாமே புலம்பிக் கொள்வதாகப் பாடியுள்ள பாட்டில்,

திலகன் ஒருவனாலே இப்படி யாச்சு!
செம்மையும் தீமையும் இல்லாமலே போச்சு!
பலதிசையும் துஷ்டர் கூட்டங்க ளாச்சு!
பையல்கள் நெஞ்சில் பயமென்பதே போச்சு!

- (நாம் என்ன செய்வோம்? - பாட்டு. 1)

என்று அங்கலாய்ப்பதாகவும் பாடியிருக்கிறான். மேலும், விபின் சந்திரபாலர் சென்னைக்கு வந்து உரையாற்றியதால் ஏற்பட்ட தாக்கத்தைப் பற்றி எழுதும்போது, "புதிய கட்சி என்றால், **ஏதோ வாலிபர் செய்யும் குறும்பென்று** நினைத்துவந்த சில சென்னை மேதாவிகள் கூட, இவரது உபந்நியாசங்களைக் கேட்டவுடன், புதிய கட்சியார் சொல்லும் முறைகளைத் தவிர, நமது பாரத தேசம் உன்னதம் பெறுவதற்கு வேறுவழிகளே கிடையாதென்று தெரிந்து கொண்டு விட்டார்கள்" என்று எழுதியிருக்கிறான் (**பாரதி தரிசனம்** - 2 பக். 86).

எனவே, தீவிரத் தேசியவாத இயக்கத்தைச் சென்னையில் பாரதி போன்ற இளைஞர்கள் தாம் தலைமை தாங்கி வழிநடத்திச் சென்றனர். இளைஞர்களான அவர்கள் தம் மொத்த இளைஞர்களையும் மாணவர் களையும் தமது அணியில் ஒன்று திரட்டினார்கள் என்றால் அதுவும் இயல்புதான். அந்தக் காலத்தில் இளம் வழக்கறிஞராகவிருந்த பாரதியின் நண்பர் சக்கரைச் செட்டியார், "சென்னையிலே மிகக்கூர்த்த மதியினரெனப் பெயர் படைத்த வக்கீல் ஒருவர் வெகுண்ட போதிலும், சென்னை மிதவாதிகள் எங்கு எங்களோடு சேர்ந்து (ராஜீயத்) தீட்டுப்பட்டு விடுமோ என்று ஆடைகளைத் தூக்கிக்கொண்டு விலகி நின்றபோதிலும், பாரதியார் எங்களை மேலே நடத்திச் சென்றார்" என்று எழுதுகிறார் (பாரதியின் '**ராஜீய வாழ்வு**' - வி.சக்கரைச் செட்டியார். **பாரதியார் சரித்திரம்**. 1928. பக்.22). உண்மையில் பாரதி தேசிய கவியாக மலர்ந்து 'வங்கமே வாழிய' என்ற தனது முதல் தேசியப் பாடலைப் பாடியதும், 1905 செப்டம்பர் 14 அன்று மாலை "சுதேசிய மாணவர்கள்" சென்னைக் கடற்கரையில் நடத்திய "பெருங்கூட்டத்தில்"தான் ('வங்கமே வாழிய' பாடல் பற்றிப் பாரதியே எழுதிய அடிக்குறிப்பு - **பாரதி தமிழ்** பெ.தூரன், பக். 89-90). பாரதி காசியில் வசித்து வந்த காலத்தில் பாரதிக்கு அங்கு நண்பராக இருந்தவரும், பாரதி காசியிலிருந்து எட்டயபுரம் திரும்பிய காலத்தில் பாரதியோடு சேர்ந்து திருச்சி வரையிலும் வந்து, பின்னர் தமது ஊரான கரூருக்குச் சென்றவரும், பாரதி 1904 இறுதியில் சென்னை வந்து சேர்ந்தபின், சென்னையில் பாரதியோடு மீண்டும் தம் நட்பைத் தொடர்ந்து மேற்கொண்டவருமான கரூர் பண்டிதர் எஸ்.நாராயண அய்யங்கார் இவ்வாறு எழுதியுள்ளார்: "பாரதியார் சென்னையில் பல நண்பர்களைப் பெற்றார்... காலை வேளைகளில் கல்லூரி மாணவர்களின் கூட்டம் அவர் வீட்டில் நிறைந்திருக்கும். மாலைவேளைகளிலும் அப்படியே, அநேகமாகப் பிரதி தினமும் மாலை வேளைகளில் கடற்கரைக்குப் போவது வழக்கம்... பாரதி கடற்கரை மணலில் உட்கார்ந்ததும் அவரைச் சுற்றி மாணவர்கள் கூட்டமாக உட்கார்ந்துவிடுவார்கள். சில மாணவர்கள் பாரதியாரைத் தேசிய கீதங்கள் பாடும்படி வேண்டிக் கொள்வார்கள். அவரே

பாடும்போது அவரது பாட்டுக்கள் மிகவும் உருக்கமாக இருக்கும். கடற்கரையிலிருந்து இரவு ஏழரை மணிக்குத்தான் திரும்புவோம். பாரதியாரின் அரசியல் நோக்கங்கள் நாளுக்கு நாள் மிகவும் தீவிரமடைந்து வந்தன. பொதுவாக, பச்சையப்பன் கல்லூரி, பிரஸிடென்சி காலேஜ், கிறிஸ்தவக் கல்லூரி ஆகியவைகளின் மாணவர்களிடையே பாரதியின் செல்வாக்கு வளர்ந்து வந்தது" ('**சென்னையில் பாரதி**' - தினமணி சுடர் - 16-9-1956). மேலும், 1907 மே மாதத்தில் விபின சந்திரபாலர் சென்னை வரும் சமயத்துக்குள்ளாக, மாணவர்கள் மத்தியில் தீவிரத் தேசியவாத இயக்கத்துக்கு நல்ல ஆதரவும் கிட்டியிருந்தது என்பதும் நாராயணய்யங்காரின் கட்டுரையிலிருந்து தெரியவருகிறது. "கல்லூரி மாணவர்களிடையே பாரதியாருக்கு செல்வாக்கு மிகுந்திருந்ததால், அவர்களிடமிருந்து சிறுதொகை வசூலித்துப் பாலரின் வரவேற்புக்கு ஏற்பாடுகள் செய்தார்" என்றும், பாலரை ஸ்டேஷனில் வரவேற்று ஊர்வலமாக அழைத்து வந்தபோது, "பல இடங்களில் ஸ்ரீ பாலருக்கு மாணவர்கள் உபசாரப் பத்திரங்கள் வாசித்தளித்தார்கள்" என்றும் அவர் எழுதுகிறார் (அதே கட்டுரை).

கூட்டங்களில் 'குழப்பம்'

மாணவர்கள் மத்தியில் பாரதிக்கு இருந்த செல்வாக்கை, பாரதியின் நண்பர் சக்கரைச் செட்டியார் எழுதியுள்ள ஒரு குறிப்பும் வலியுறுத்துகிறது. 1922 மார்ச் மாதத்தில் அவர் செல்லம்மா பாரதி வெளியிட்ட "சுதேச கீதங்"களுக்கு எழுதிக் கொடுத்த "The Political life of Sri Subramania Bharathi" என்ற ஆங்கிலக் கட்டுரையில் இவ்வாறு எழுதியுள்ளார்: "இரண்டு விசேடச் சந்தர்ப்பங்களில் திரு. பாரதியும் நானும் மற்றவர்களும் மேற்கொண்ட காரியங்கள் அறிவார்ந்த மிதவாதி களால் வெறும் ரௌடித்தனம் என்று எப்போதும் கண்டிக்கப்பட்டு வந்துள்ளன. ஆனால் எனது அபிப்பிராயத்தில் அவை வாலிப உணர்ச்சி மிக்க ஆர்வத்தையே எப்போதும் எடுத்துக்காட்டியுள்ளன. லாலா லஜபதிராயை நாடு கடத்தியதை எதிர்த்துக் கண்டனம் தெரிவிப்பதற்காக, காலஞ்சென்ற ஸர்.வி.ஸி. தேசிகாச்சாரியாரின் (அப்போது அவர் ஒரு வக்கீல்) தலைமையில் விக்டோரியா ஹாலுக்கு அருகில் திறந்த வெளியில் நடந்த ஒரு கூட்டத்தில், நாங்கள் குழப்பதை ஏற்படுத்தி, பேச எழுந்த மிதவாதிகளைக் கூச்சல் போட்டு அமர வைத்தோம். இந்தப் பகிரங்க ரகசியத்தை இப்போதுதான் முதன்முறையாகப் பொது மக்களுக்குக் கூறுகிறேன். நாங்கள் எப்போதும் மதிப்புக் கொடுத்துச் செவி சாய்க்கும் திரு.ஜி.சுப்பிரமணிய அய்யர் மட்டும் அங்கிருந்திரா விட்டால், அந்தக் கூட்டமே படுதோல்வி அடைந்திருக்கும்"

(*சுதேச கீதங்கள்* - 2ஆம் பாகம். 1922, பக். 17). இன்னொரு சந்தர்ப்பத்தைப் பற்றி அவர் குறிப்பிடும்போது, தென்னாப்பிரிக்காவில் கடைப்பிடிக்கப்பட்டு வந்த நிறவெறிப் பாகுபாட்டைக் கண்டிப்பதற்காக, அனந்தாச்சார்லுவின் தலைமையில் ஒரு கூட்டம் நடந்ததாகவும், அந்தக் கூட்டத்தில் இந்தக் கண்டனம் பலனளிக்காவிட்டால், அதே போன்ற நிறப்பாகுபாடு இங்கும் வெள்ளையருக்கு எதிரில் பதிலடியாகக் கையாளப்படும் என்ற திருத்தத்தைத் தாம் பிரேரேபித்ததாகவும், ஆனால் இது மிதவாதிகள் மத்தியில் கலக்கத்தையும் தயக்கத்தையும் ஏற்படுத்தியதாகவும், என்றாலும் கூடியிருந்த மக்கள் வேறு எதையும் கேட்கத் தயாராக இல்லாததால், அந்தத் திருத்தத்தைத் தாம் முன்மொழிய, பாரதி வழிமொழிந்ததாகவும், அதன் பேரில் அது மிகப்பெரும் வாக்குகளால் கூட்டத்தில் நிறைவேற்றப்பட்டதாகவும் அதே கட்டுரையில் குறிப்பிட்டுள்ளார் (1928ஆம் ஆண்டில் 'பாரதியார் சரித்திரம்' என்ற தலைப்பில் சக்கரைச் செட்டியாரின் இந்தக் கட்டுரையைத் தமிழில் வெளியிட்ட பாரதி பிரசுராலயத்தார், இந்த இரண்டு சம்பவங்களையும் பற்றிக் கட்டுரையாசிரியர் எழுதியிருந்த பகுதியை என்ன காரணத்தாலோ நீக்கிவிட்டார்கள்!) என்றாலும், பாரதி எழுதியுள்ள குறிப்புக்களே இந்த நிகழ்ச்சிகளை உறுதிப்படுத்தியுள்ளன.

1907 மே 18 அன்று "சென்னைவாசிகளின் நிதானமும் விபின் சந்திரபாலரின் சந்நிதானமும்" என்ற தலைப்பில் பாரதி 'சுதேசமித்திர'னில் எழுதிய செய்திக் குறிப்பில் இவ்வாறு எழுதியுள்ளான்: "சென்னைவாசி களின் நிதானமெல்லாம் சந்திரபாலரின் சந்நிதானத்திலே பறந்து காற்றாகப் போய்விட்டது (இங்கு 'நிதானம்' என்பது நிதானக் கட்சியார் என்று பாரதி குறிப்பிடும் மிதவாதிகளின் மிதவாதத்தைக் குறிக்கும் - ரகுநாதன்). நேற்று மாலை விக்டோரியா நகரமண்டபத்தில் லாலா லஜபதிராய் தீபாந்தரத்திற்கேற்ற அனுப்பப்பட்ட விஷயமாக, மஹாஜன சபையோரால் கூட்டப்பெற்ற பெருங்கூட்டத்தில் நடந்த செய்திகளை நேரே வந்து கண்டவர்களெல்லாம் இனி மயிலாப்பூர் வக்கீல்கள் ஜனத் தலைவர்களென்று மூச்சுவிடக்கூட இடமில்லை என்பதை நன்றாக அறிந்திருப்பார்கள்... ஸர்.வி.ஸி.தேசிகாச்சாரிக்கும், மிஸ்டர் பி.ஆர்.சுந்தரய்யருக்கும் ஜனங்கள் சரியான பாடம் சொல்லிக் கொடுத்தார்கள். சென்னை மாணாக்கர்களிலே பெரும்பாலோர் வெளியூருக்குச் சென்றிருந்தபடியால், பழைய கட்சியார் இம்மட்டோடு பிழைத்தார்கள். ஒரு வாரத்திற்கு முன் இந்தப் பொதுக்கூட்டம் நடந்திருக்குமானால், நமது மயிலாப்பூர் நண்பர்களின் ஸ்திதி, இன்னும் வேடிக்கையாக முடிந்திருக்கும்" (**பாரதி தமிழ்** - தூரன். பக். 117-118).

இதேபோல் பாரதி தனது 'இந்தியா' பத்திரிகையிலும் அதன் 1907 மே 25 தேதிய இதழில் "ஜனத்தலைவ" வேஷதாரிகள் படித்த பாடம்" என்ற தலைப்பில் இது பற்றிப் பின்வருமாறு எழுதியிருக்கிறான்: "சென்ற வாரம் வெள்ளிக்கிழமை விக்டோரியா நகர மண்டபத்திலே நடந்த பொதுக்கூட்டத்தில் ஜனத் தலைவர்களென்று வேஷதாரணம் செய்து வரும் கூட்டத்தாருக்கு ஜனங்கள் சரியான பாடம் சொல்லிக் கொடுத்தார்கள்... பொதுக் கூட்டத்தை அவர்கள் பழைய காலத்து 'விளக்கெண்ணெய்' மாதிரியிலே நடத்த வேண்டுமென்று உத்தேசித்தார்கள். அந்த உத்தேசம் நிறைவேறவில்லை. ஜனங்கள் தமது நோக்கங்களுக்கு எதிரிடையாக இருப்போரைத் தாம் தலைவர்களாக மதிப்பதில்லை என்று உறுதியோடிருந்தார்கள். மிஸ்டர் பி.ஆர். சுதந்தர அய்யர் முறுக்கிப் பார்த்தார். அதற்கு அவரை ஜனங்கள் படுத்தியபாடு கொஞ்சமில்லை. மிஸ்டர் நடேசனையும்,ஸர்.வி.ஸி.தேசிகாச்சாரியாரையும் பேசக் கூடாதென்று உட்காரச் செய்து விட்டார்கள். வெள்ளிக்கிழமைக் கூட்டம் புதிய கட்சியின் வெற்றிக்கு ஓர் சிறந்த அடையாளமாக விளங்கியது" (**பாரதி தரிசனம்** - 2. பக். 90).

சக்கரைச் செட்டியார் குறிப்பிட்டுள்ள இரண்டாவது நிகழ்ச்சியைப் பற்றியும் பாரதி எழுதியுள்ளான். "பிரிட்டிஷ் குடியேற்றங்களிலுள்ள இந்தியர்கள் அவமதிப்பாக நடத்தப் பெறுதல் பற்றிக் கண்டனை, திருவல்லிக்கேணியில் பொதுக் கூட்டம்" என்ற தலைப்பில் அவன் எழுதியுள்ள செய்தி விமர்சனத்தில் இது விஷயமாக உணர்ச்சிப் பெருக்கோடு இவ்வாறு எழுதியுள்ளான்: "அட! வெட்கமற்ற இந்தியனே! உன் சொந்த வீட்டிலேயே நீ ஆண்மையில்லாத அடிமைப் பெண்ணைப் போல் நடத்தப்பெற்று வரும்போது, ஆஸ்திரேலியாவிலும், திரான்ஸ்வாலிலும் மதிப்புக் கிடைக்கவில்லையேயென்று முறையிடு கின்றாயே! உன் பேதைமையை என்னென்று சொல்வோம்! நம்மை ஆஸ்திரேலியாவாசிகளும், திரான்ஸ்வால்வாசிகளும் மதிப்பாக நடத்தவில்லையென்றால், அதற்கு ஒரே உபாயம்தான் இருக்கிறது. ஆஸ்திரேலியா வெள்ளைகளும், திரான்ஸ்வால் வெள்ளைகளும் இங்கே வரும்போது நாம் பழிக்குப்பழி வாங்கிவிட வேண்டும். இதைத் தவிர வேறு கதி கிடையாது. இது செய்தாலொழிய மேற்படி குடியேற்றங்களிலிருக்கும் மிலேச்சர்களுக்குப் புத்தி வரமாட்டாது."

இவ்வாறு எழுதிவிட்டு, 31-1-1907 அன்று இது சம்பந்தமாக நடந்த கூட்டத்தைப் பற்றிக் குறிப்பிட்டு, கூட்டத்துக்குத் தலைமை வகித்த 'இண்டியன் பேட்ரியட்' என்ற "மிகவும் கோழைத்தனமான பத்திரிகை"யின் ஆசிரியர் கருணாகரமேனன், சக்கரைச் செட்டியார் கொண்டு வந்த திருத்தத்தை முன்மொழியவிடாது தடுத்ததைப் பாரதி

இவ்வாறு குறிப்பிட்டிருக்கிறான்: "மேலும் புதிய கட்சிக்காரர்களில் ஒருவராகிய ஸ்ரீ சக்கரைச் செட்டி B.A. என்பவர் சில தைரியமான வார்த்தைகள் பேசிய காலத்தில் இவர் அதைத் தடுத்துவிட்டார்" (**இந்தியா**: 2-2-1907 விரோதி கிருது ஆவணி '**குமரிமல**'ரில் வெளியிடப்பட்டது). துர்ப்பாக்கிய வசமாக இந்தக் கட்டுரை முழுமையாகக் கிடைக்கவில்லையாதலால், சக்கரைச் செட்டியார் கொண்டு வந்த திருத்தத்தை ஏற்றுக்கொள்ளச் செய்ய, பாரதியும் இளைஞர்களும் மேற்கொண்ட முயற்சி பற்றிப் பாரதி வாயிலாக நாம் அறிய முடியவில்லை.

இங்கு இன்னொரு சுவையான நிகழ்ச்சியையும் நினைவூட்ட விரும்புகிறோம். சென்னையைச் சேர்ந்த மிதவாதத் தலைவர்கள் 'ரௌடித்தனம்' எனக் குறிப்பிட்டதாகச் சக்கரைச் செட்டியார் கூறியுள்ளதைப் போன்ற அதே நடவடிக்கையை அரவிந்தரும் கூட மேற்கொண்டதுண்டு. 1907 இறுதியில் சூரத் நகரில் காங்கிரஸ் கூடியபோது, தீவிரவாதக் கட்சியைச் சேர்ந்த இளைஞர்கள் மிதவாதத் தலைவரான சுரேந்திரநாத பானர்ஜியைப் பேசவேவிடாமல் கூச்சல் எழுப்பியும், 'மித்னாபூர் துரோகியே! உட்காரும்!' என்று கோஷித்தும், காங்கிரஸ் கூட்டத்தையே அன்று நடக்கவிடாது செய்தது சரித்திரப் பிரசித்தம். பாரதியும் இதனைக் குறித்துத் தனது 'எங்கள் காங்கிரஸ் யாத்திரை' என்ற சிறு நூலில் விவரமாக எழுதியிருக்கிறான் (**பாரதி புதையல்** - 2 , பக். 23-24). ஆனால் இந்தக் கூட்டத்தைத் திலகருக்கும் தெரியாமல், குழப்பம் விளைவித்துக் கலைக்கத் திட்டமிட்டவர் அரவிந்தர்தான் என்ற ரகசியம் பலருக்கும் தெரியாது. இது விஷயமாக அரவிந்தர் பின்னர் எழுதிய ஒரு தனிப்பட்ட கடிதத்தில், தாம்தான் அதற்குப் பொறுப்பாளி என்ற ரகசியத்தை ஒப்புக்கொண்டிருக்கிறார். அதில் அவர் இவ்வாறு எழுதியுள்ளார்: "திட்டவட்டமான, எனினும் திரைமறைவில் நடந்த விஷயங்களைச் சரித்திரம் பதிவு செய்வது மிகவும் அபூர்வம். அது வெளிப் பார்வைக்குக் கண்முன் தோன்றும் திரையை மட்டுமே பதிவு செய்கிறது. காங்கிரஸ் மாநாடு கலைந்துபோவதற்கு வழிவகுத்த செயலுக்கான உத்தரவை நான்தான் (திலகரோடு கலந்து ஆலோசிக்காமல்) விடுத்தேன்..." (மேற்கோள்: Lokamanya Tilak - G.P.Pradhan & A.K.Bhagvat. பக். 196).

பாரதி சம்பந்தப்பட்ட இந்தச் செய்திக்குறிப்புக்கள் நமக்கு ஓர் உண்மையை வலியுறுத்துகின்றன. பாரதியும் அவரைச் சேர்ந்த இளைஞர்களும் மிதவாதிகள் நடத்திய கூட்டத்தில் கூச்சலிட்டுக் குழப்பம் விளைவித்து, தமது பலத்தையும் செல்வாக்கையும் புலப்படுத்தினார் என்பது ஒருபுறமிருக்க, விபின் சந்திரபாலரின்

சென்னைப் பிரசங்கங்கள் இளைஞர்கள் மற்றும் மாணவர்கள் மத்தியிலும் பொதுமக்கள் மத்தியிலும் எவ்வளவு பெரிய வேகத்தையும் தாக்கத்தையும் ஏற்படுத்தியிருந்தன என்ற உண்மையை இவை புலப்படுத்துகின்றன என்பது வெளிப்படை. மேலும், "சென்னை மாணாக்கர்களிலே பெரும்பாலோர் வெளியூருக்குச் சென்றிருந்தபடியால், பழைய கட்சியார் இம்மட்டோடு பிழைத்தார்கள். ஒரு வாரத்திற்கு முன் இந்தக் கூட்டம் நடந்திருக்குமானால், நமது மயிலாப்பூர் நண்பர்களின் ஸ்திதி இன்னும் வேடிக்கையாக இருந்திருக்கும்" என்று பாரதி 1907 மே 18 அன்று எழுதியுள்ள குறிப்பு, பாரதிக்கு மாணவர்கள் மத்தியில் எவ்வளவு செல்வாக்கு இருந்தது என்ற உண்மையைப் புலப்படுத்துவதோடு மட்டுமின்றி, பரீட்சைகள் முடிந்து கோடை விடுமுறை தொடங்கிவிட்ட நிலையிலும், சென்னையில் மே மாதம் முதல் வாரம் வந்து லஜபதிராய் நாடு கடத்தப்பட்டார் என்ற செய்தி வரும் வரையிலும் சொற்பொழிவுகள் ஆற்றிவிட்டுச் சென்ற விபின் சந்திரபாலரின் பிரசங்கங்களைக் கேட்டுவிட்டுத்தான் அந்த மாணவர்கள் வெளியூர் சென்றார்கள் என்ற உண்மையையும் நமக்குப் புலப்படுத்துகிறது.

'சென்னையில் வெடிகுண்டு!'

"காசியில் சுப்பையா", "சென்னையில் பாரதி" என்ற தலைப்புக்களில் (8-9-1956, 16-9-1956 ஆகிய தேதிகளில் 'தினமணி'ப் பத்திரிகையின் ஞாயிறு இதழான தினமணிச் சுடரில்) பண்டிதர் எஸ்.நாராயண அய்யங்கார் எழுதிய இரு கட்டுரைகளில், "ஆங்கில அரசாட்சியில் பாரதியின் சரித்திரத்தைப் பற்றிப் பேசுவது ஆபத்தாக முடியும் என்று கருதினேன். சுதந்திரம் கிட்டிய பிறகு பாரதியாருடன் என்னைவிட அதிகப் பழக்கமுள்ளவர்கள் அவரது சரித்திரத்தை எழுதக்கூடும் என்று நினைத்தேன். பாரதியாரின் சரித்திரத்தை எழுதியவர்கள் அவரது பெருமையை வர்ணிப்பதுடன் நின்றுவிட்டார்களேயன்றிச் சரித்திர ரகஸ்யங்களை உணர்ந்து எழுதியதாகத் தெரியவில்லை. ஆகவே, நான் அறிந்தவரை அவர் சரித்திரத்தைக் குறிப்பிடுகிறேன்" என்ற பெரும் பீடிகையோடு தொடங்கி, பாரதியின் முதல் சென்னை வாசம் பற்றிக் கூறுகையில், "சென்னையில் அவர் வசித்துவந்த காலத்தில் மயிர்க் கூச்செறியும் சம்பவங்கள், ரகசியங்கள் பல நடந்தன" என்று குறிப்பிட்டு, விபின் சந்திரபாலரின் சென்னைப் பிரசங்கங்களுக்குப் பின்னால் பாரதியிடம் தென்பட்ட தீவிரமான போக்கை விளக்கும் முகமாகச் சில விவரங்களை எழுதியுள்ளார். "வெள்ளையர்களை ஒழித்தால் அன்றித் தேசத்துக்கு விடுதலை கிட்டாது என்ற முடிவுக்கு வந்துவிட்டார் பாரதியார். அவ்வழியில் சிந்தை செலுத்தினார்.

பேச்சிலும் செய்கையிலும் அதற்கிணங்க நடந்துகொண்டார்" என்று குறிப்பிடும் அவர், 1908 மார்ச் முதல் வாரத்தில் விபின் சந்திரபாலர் சிறைத் தண்டனை முடிந்து வெளிவந்ததைக் கொண்டாடு முகமாகப் பாரதி ஏற்பாடு செய்த கடற்கரைக் கூட்டத்தையும் அதற்கு முன்னால் போலீசின் முன் அனுமதி பெறாமலே பாரதி நடத்திச் சென்ற ஊர்வலத்தையும் பற்றி எழுதவரும்போது இவ்வாறு எழுதியிருக்கிறார்:

ஊர்வலம் குறிப்பிட்ட தூரம்வரை சென்றவுடன் பாரதியார் என்னிடம் நெருங்கிவந்து ஒரு மனிதனைச் சுட்டிக்காட்டி, 'இவரை உனக்குத் தெரியுமா?' என்று கேட்டார். அந்தக் கனவான் சுமார் இருபத்தைந்து வயதினராகத் தோன்றினார். சாதாரண ஆடை உடுத்தி, ஒரு சட்டையும் அணிந்திருந்தார். வசீகரமான தோற்றம், அவரை எனக்குத் தெரியாதென்றேன். பாரதியார் சிரித்துக் கொண்டே, 'இவர் ஒரு வங்காளி வாலிபர். அவர் கையில் இரண்டு வெடிகுண்டு இப்பொழுது தயாராக வைத்திருக்கிறார். என்னைப் போலீஸாரோ அல்லது மற்ற அதிகாரிகளோ கைதுசெய்தாலும், அல்லது கெட்ட நோக்கத்தோடு நெருங்கினாலும், அவர்கள் இந்த வெடிகுண்டுக்கு இரை. வெடி வீசுவதில் இவர் சமர்த்தர். வேண்டுமென்றே இவரை வரவழைத்திருக்கிறேன். வெடி தயாரிப்பதிலும் நிபுணர்' என்று கூறினார்.

"இதைக் கேட்ட எனக்கு உடல் நடுக்கம் கண்டது. ஒரு பக்கம் போலீஸ்; ஒரு பக்கம் வெடிகுண்டு. இரண்டு வகையிலும் ஆபத்தாயிருந்ததே என்று அஞ்சினேன். மெதுவாக ஜனக்கூட்டத்தின் நடுவேயிருந்து விலகிச் சற்று ஓரமாகவே போனேன்."

இதன்பின் அந்தக் கூட்டம் அசம்பாவிதம் எதுவுமின்றிச் சுமுகமாக முடிந்ததைக் குறிப்பிட்டுவிட்டு அவர் மேலும் இவ்வாறு எழுதுகிறார்:

"விபின் சந்திரபாலருடன் தொடர்பு வளர வளர பாரதியார்... இந்தியாவின் விடுதலைக்கு வெள்ளையனை ஒழிப்பதே வழி என்பதைத் தீவிரமாக வற்புறுத்தினார். அதற்காக வெடிகுண்டு தயாரிப்பது என்று முடிவுக்கும் வந்துவிட்டார். லோகமானிய திலகரும் இவ்வழியை ஆதரித்ததாகச் சொல்லப்பட்டது. சில கைதேர்ந்த வங்காளி வாலிபர் களின் துணைகொண்டு சென்னையிலேயே வெடிகுண்டு தயாரிப்பது என்று முடிவு செய்தார். விபின் சந்திரபாலரும் அவருக்கு இதில் ஒத்துழைத்தார்.

"திருவல்லிக்கேணிக் கடற்கரைக்குப் போகும் ரஸ்தாவின் இடதுபுறம் சற்றுத் தூரத்தில் காம்பவுண்டு இல்லாத ஒரு பழைய பங்களா இருந்தது. ரஸ்தாவில் போவோர் சற்று உற்றுப் பார்த்தால்தான்

பங்களா தெரியும். வெகுநாளாக யாரும் குடியிராமல் பாழடைந் திருந்த அந்த வீட்டில் உபயோகமற்ற சில சாமான்கள் மட்டுமே ஒரு பக்கம் அடைக்கப்பட்டிருந்தன. அந்த இடத்தைத் தேர்ந்தெடுத்து ஒரு ரகசியச் சங்கம் கூட்டினார். அச்சங்கத்துக்குப் பெயர் கிடையாது. எந்தவிதமான விளம்பரமும் இல்லை. சங்க அங்கத்தினரே முன்பின் ஒருவரையொருவர் அறியார். ஒருவர் விலாசம் மற்றவருக்குத் தெரியாது. குறித்த நேரத்தில், கூட்டம் கூடும். ஒரு சிறிய நோட்டுப் புத்தகத்தில் அங்கத்தினர் பெயர் மட்டும் குறித்திருக்கும். கூட்டங்களில் தீர்மானம் செய்யப்பட்டு அறிவிக்கப்படும், அவை எழுதப்பட மாட்டா. இவ்விதம் ஒவ்வொரு வாரமும் ரகசியக் கூட்டங்கள் நடைபெறும். இந்த ரகசியக் கூட்டங்களில் பாரதியார் மனம்விட்டுப் பேசுவார்.

"ஐம்பதினாயிரம் பேர்களுக்கு வெடிகுண்டு தயாரிப்பதையும் வெடி வீசுவதையும் பழக்கிவிட்டால் இந்தியாவிலுள்ள வெள்ளையர் அனைவரையும் ஒழித்துவிடலாம் என்பது அந்த ரகசியக் கூட்டத்தின் திட்டம். இத்திட்டத்தை நிறைவேற்றப் பொது ஜனங்களிடையே உணர்ச்சி வேகத்தைத் தூண்ட வேண்டும் என்று பாரதியார் முனைந்தார். வெடி குண்டுத் தயாரிப்பு நடவடிக்கைகளை மேற்கொள்ளச் சகல அதிகாரமும் பாரதியாருக்குக் கொடுப்பது என்று சங்கத்தில் ஒப்புக்கொள்ளப்பட்டது."

உண்மையும் பொய்யும்

பாரதியின் காசி வாசத்தின்போது பாரதியின் நண்பராக இருந்ததோடு மட்டுமல்லாமல், சென்னையில் பாரதி பத்திரிகை யாளனாகப் பணியாற்றி வந்த காலத்திலும் பாரதிக்கு நண்பராக இருந்து வந்தவர் என்ற முறையில் நாராயண அய்யங்காரின் கூற்றுக்கு மதிப்புக் கொடுக்க நாம் கடமைப்பட்டவர்கள் என்றாலும், அவருக்குத் தனக்கு அதிகப்படியான விஷயம் தெரிந்ததுபோல் காட்டிக்கொள்ளும் ஒரு தன்நினைப்பான போக்கு இருந்தது என்பதை இந்நூலின் முதற் கட்டுரையிலேயே பாரதியின் காசிவாசம் பற்றி அவர் எழுதியுள்ள விவரங்களை ஆராயும்போது நாம் குறிப்பிட்டுள்ளோம். பராபரியாகக் கேள்விப்பட்ட உண்மையும் பொய்யும் கலந்த விவரங்களில் தம்மையும் சம்பந்தப்படுத்தித் தமக்கு அவை பற்றி அதிகம் தெரிந்ததாகக் காட்டிக் கொள்ளும் அவரது இந்தப் போக்கு 'சென்னையில் பாரதி' என்ற அவரது இரண்டாவது கட்டுரையிலும் ஊடுருவியுள்ளது என்பதைச் சரித்திர உண்மைகளை அறிந்தோர் எளிதில் கண்டுகொள்ள முடியும். மேலும் சரித்திர நிகழ்ச்சிகளின் காலத்திட்பம் பற்றிய உணர்வோ தெளிவோ இல்லாமல், அவர் சில தவறுகளையும் புரிந்திருக்கிறார்.

உதாரணமாக, சூரத் காங்கிரஸ் நடைபெறவிருந்த சமயத்தில் பாரதியும் விபின் சந்திரபாலரும் சேர்ந்து சூரத்துக்குப் போவதாகத் தீர்மானித்ததாகவும், அதன் பேரில் பாரதி முதலில் கல்கத்தாவுக்குச் சென்று, அங்கிருந்து சூரத்துக்குச் சென்றதாகவும், சூரத்திலிருந்து திரும்பி வந்ததும், பாரதியிடம் தாம் பிரயாண விவரங்களைப் பற்றிக் கேட்டபோது, கல்கத்தாவில் பாரதி தான் பாலர் வீட்டில் தங்கி, அங்கே விருந்துண்ட விவரத்தைக் கூறியதாகவும் நாராயண அய்யங்கார் எழுதியுள்ளார். பாரதியின் வரலாற்றை அறிந்தவர்களுக்கு இது எடுத்த எடுப்பில் தவறானது என்பது புரியும். சூரத் காங்கிரஸ் 1907 டிசம்பர் இறுதியில் நடைபெற்றது. அந்தக் காங்கிரஸ் நடைபெறும்போது விபின் சந்திர பாலர் சிறையில் இருந்தார் என்பதை முன்னமேயே குறிப்பிட்டிருக்கிறோம். மேலும் பம்பாய் மாகாணத்திலுள்ள சூரத்துக்குச் செல்வதற்கு, சென்னையிலிருந்த பாரதி தலையைச் சுற்றி மூக்கைத் தொடுவதுபோல் கல்கத்தா சென்று, அங்கிருந்து சூரத்துக்குச் செல்ல வேண்டிய அவசியம் இல்லை. சூரத் காங்கிரசுக்குத் தானும் தன் நண்பர்களும் சென்னையிலிருந்து 1907 டிசம்பர் 21ஆம் தேதியன்று ரயில் மார்க்கமாக நேராகப் பம்பாய் சென்று அங்கிருந்து சூரத் நகருக்குப் போய்ச் சேர்ந்த விவரத்தை, பாரதியே தான் எழுதிய 'எங்கள் காங்கிரஸ் யாத்திரை' என்ற சிறு நூலில் விவரமாக எழுதியிருக்கிறான் (**பாரதி புதையல்** - 2. ரா.அ.பத்மநாபன், பக். 4-6).

என்றாலும், நாராயண அய்யங்காரின் தகவலில் உண்மையும் இல்லாமல் இல்லை. 1906 இறுதியில் கல்கத்தாவில் நடந்த காங்கிரசுக்குப் பாரதி சென்றதைத்தான் அவர் சூரத் காங்கிரஸ் என்று தவறாக எழுதியிருக்கிறார். கல்கத்தா காங்கிரசுக்குத் தன்னை வருமாறு விபின் சந்திரபாலர் கடிதம் எழுதிய விவரத்தைப் பாரதியே 1906 டிசம்பர் 22 அன்று பின்வருமாறு எழுதியிருக்கிறான்: "சென்னையில் புதிய கட்சிக்கு ஒரே பிரதிநிதியாய் இருக்கும் நமது தமிழ்ப் பத்திரிகையின் ஆசிரியர் மேற்படி சகைக்கு வந்து சேரவேண்டுமென்று ஸ்ரீ விபின் சந்திரபாலரும், ஸ்ரீ திலகரின் உயிர்த் துணையாகிய ஸ்ரீ கபார்தேயும் வற்புறுத்திக் கடிதம் எழுதியபடியால் இப்பத்திராதிபர் அங்குச் செல்லுகின்றார்" (**பாரதி தரிசனம்** - 1. பக். 48). எனவே, விபின் சந்திரபாலர் வற்புறுத்திக் கடிதம் எழுதியதன் பேரில் கல்கத்தா சென்ற பாரதி, பாலரின் இல்லத்துக்கும் சென்று விருந்துண்டு வந்த பாரதி, அந்த விவரத்தைத் தனது நண்பர் நாராயண அய்யங்காரிடம் கூறியிருக்கிறான் என்பதே நாம் விளங்கிக் கொள்ளக்கூடிய உண்மையாகும். இவ்வாறு சரித்திரத் திட்பம் இல்லாது செல்லம்மாபாரதி காசிக் காங்கிரசையும் கல்கத்தா காங்கிரசையும் சேர்த்துக் குழப்பியதால், பாரதி வரலாற்றாசிரியர்களுக்கு ஏற்பட்ட சங்கடங்களை இந்நூலின் முதல் கட்டுரையிலேயே குறிப்பிட்டிருக்கிறோம்.

எனவே, நாராயண அய்யங்கார் தந்துள்ள தகவல்களையும் நாம் சரித்திரத் திட்பம் என்ற உரைகல்லில் உரைத்து ஆராய்ந்தே உண்மையைக் கண்டறிய வேண்டும். அவர் கூறியுள்ளது முழு உண்மையுமல்ல; முழுப் பொய்யும் அல்ல. 1905 இறுதியில் காசிக் காங்கிரசுக்குச் சென்ற பாரதி, திரும்பி வரும் வழியில் நிவேதிதா தேவியைச் சந்தித்து, "ஸ்வதேச பக்தி உபதேசம்" பெற்ற வரலாற்றையும், ஆயுதந்தாங்கிய போராட்டத்துக்கும் நாட்டு மக்களைத் தட்டியெழுப்பித் தயாராக்கும் உத்வேகத்தோடு அவன் திரும்பி வந்தான் என்பதையும் முன்னர் குறிப்பிட்டோம். பாரதியின் இந்த உத்வேகத்தை உணர்ந்துதான் கபார்தேயும், விபின் சந்திரபாலரும், பாரதியைக் கல்கத்தாவுக்கு வந்து சேருமாறு **வற்புறுத்திக்** கடிதம் எழுதியுள்ளனர் என்று நாம் கொள்ளலாம். "திலகரின் உயிர்த் துணை"யாகிய இந்தக் கபார்தே வெடிகுண்டின் தந்தை என வெள்ளை அதிகாரிகளால் கணிக்கப்பட்டவர் என்பதை முன்னமேயே குறிப்பிட்டோம்; அதேபோல் விபின் சந்திரபாலருக்கும் ஆயுதந் தாங்கும் புரட்சி இயக்கத்துக்கும் உள்ள சம்பந்தம் பற்றியும் முன்பே குறிப்பிட்டுள்ளோம். எனவே கல்கத்தா காங்கிரசுக்குச் சென்ற பாரதி, விபின் சந்திரபாலரின் இல்லத்துக்கும் சென்று அங்கேயே தங்கியதாகவும் விருந்துண்டதாகவும் நாராயண அய்யங்காரிடம் கூறியிருக்கிறான் என்றால், விபின் சந்திரபாலரும் பாரதியும், தனிமையில் என்ன பேசிக்கொண்டிருக்கக்கூடும் என்பதை நாம் ஓரளவு கற்பனை செய்துகொள்ள முடியும். எவ்வாறாயினும் பாரதி விபின் சந்திரபாலரின் நம்பிக்கைக்குரியவனாக விளங்கியிருக்கிறான். அதன் காரணமாகவே அவரை அவனே ராஜமகேந்திரபுரத்துக்குச் சென்று சென்னைக்கு அழைத்து வந்திருக்கிறான் என்று நாம் ஊகிக்க முடியும். விபின் சந்திர பாலர் சென்னை வந்த சமயத்தில் அவர் பேசிய மேடையிலேயே அவர் பேசி முடித்தபின் பேசிய சென்னைப் பிரசங்கி ஒருவர், இந்தியர்கள் வெடி குண்டுகளைச் செய்யக் கற்றுக் கொண்டு வந்து வெள்ளையர் களைக் கொல்ல வேண்டும் என்று பேசியதாக ஒரு செய்திக் குறிப்பும் உண்டு என்பதையும் முன்னர் குறிப்பிட்டோம்.

மேலும் சில உண்மைகள்

இங்கு, மேலும் சில உண்மைகளையும் குறிப்பிட வேண்டும். புரட்சிவீரர் நீலகண்ட பிரம்மச்சாரியைப் பற்றிக் காலஞ்சென்ற தேசபக்தரும், 'சுதேசமித்திர'னில் பாரதியோடு உதவியாசிரியராகப் பணியாற்றியவருமான எம்.எஸ். சுப்பிரமணிய அய்யர் இவ்வாறு எழுதியுள்ளார்: "1907ஆம் ஆண்டிலே வங்கத்திலிருந்து விபின் சந்திர பாலர் என்பார் இங்கு வந்து சென்னைக் கடற்கரையிலே அரசியல் சொல்மாரி பொழிந்தபொழுது, அப்பாலருடன் குஞ்சு பானர்ஜி

என்னும் வங்க இளைஞர் ஒருவர் வந்திருந்தார்... மயிலே மயிலே என்றால் இறகு கொடாது. இழுத்து வைத்துப் பிடுங்க வேண்டும் என்பதுபோல் வெடிகுண்டினாலும், கைத் துப்பாக்கியினாலும் வெள்ளை அதிகாரிகளை எமனுக்கு விருந்தாக்கி, வீறுகாட்டியே சுயராஜ்யம் பெற வேண்டும் என்றார் பானர்ஜி" (**தினமணி சுடர்** அனுபந்தம் - 5-8-1956). இவ்வாறு எழுதிவிட்டு அந்த வங்க இளைஞர் நீலகண்டரிடம் இது சம்பந்தமாய்ப் பேசிவிட்டுப் போனதாக எழுதியுள்ளார். மேலும், அதே கட்டுரையில், "அப்பால் 1908ஆம் ஆண்டு ஜனவரி மாதம் வங்கத்திலிருந்த சந்திர காந்தச் சக்கரவர்த்தி என்பார் இங்கு வந்தார்... சந்திர காந்தரோ தனிவெள்ளையரை மாய்ப்பதனால் தக்க பலன் கிட்டாது. 1857ஆம் ஆண்டில் நிகழ்ந்ததைப்போல் பெரிய யுத்தம் போட்டே சுயராஜ்யம் பெற முடியும். இந்த நோக்கத்துடனேயே வங்கப் புரட்சி தோன்றியுள்ளது. ஆதலின் தமிழகத்தைத் திரட்டப் பார்!" என்று நீலகண்டரிடம் அவர் சொன்னதாக எழுதியுள்ளார்.

நீலகண்ட பிரம்மச்சாரியின் வாழ்க்கை வரலாற்றை எழுதியுள்ள பாரதி ஆய்வாளர் ரா.அ.பத்மநாபனும், மேற்குறிப்பிட்ட குஞ்சு பானர்ஜியின் சென்னை வருகையைப் பற்றிக் குறிப்பிட்டு, அவர் விபின் சந்திரபாலரின் "அந்தரங்கக் காரியதரிசி"யாக வந்திருந்தார் என்று கூறி, இவ்வாறு எழுதியுள்ளார்: "விபின் சந்திரபாலர் வெளிப்படையாக திலகர் கட்சித் தீவிரவாதி. ஆனால் திரைமறைவில் அவர் புரட்சி இயக்கத்துக்கு ஆதரவு அளித்து வந்தார். சென்னை வந்தபோது, குஞ்சு பானர்ஜி மூலமாக, 'பயன்படக்கூடிய' தென்னாட்டு இளைஞர்களைத் தனியே சந்தித்து அவர்கள் புரட்சி இயக்க வேலைகளில் ஈடுபட வகை செய்தார். சென்னை நகரில் விபின் சந்திரபாலரைத் தனிமையில் சந்தித்த இளைஞர்களில் பதினெட்டு வயது நீலகண்டன் ஒருவன்" (**புரட்சி வீரர் நீலகண்ட பிரம்மச்சாரி** - ரா.அ.ப.பக்.22). இதேபோல் சந்திர காந்தச் சக்கரவர்த்தியின் வருகை குறித்தும் பத்மநாபன் எழுதியிருக்கிறார். அவரும் "விபின் சந்திரபாலரின் கோஷ்டியைச் சேர்ந்தவர்" என்றும். "சந்திர காந்த், பாரதியை சூரத்தில் சந்தித்திருந்தார் என்றும், அவர் "தெற்கே இளைஞர்களைப் புரட்சி இயக்கத்தில் ஈடுபடுத்தும் நோக்கத்துடன்" சென்னை வந்தார் என்றும், "சென்னை வந்ததும், முதல் காரியமாக பாரதியைப் பார்க்க" பாரதியின் 'இந்தியா' அலுவலகத்துக்கு வந்தார் என்றும், பின்னர் அங்கு நீலகண்டர் வந்ததும் பாரதி அவருக்கு நீலகண்டரை அறிமுகப்படுத்தி வைத்தான் என்றும், சென்னை வந்த சந்திர காந்தச் சக்கரவர்த்தி பின்னர் "வேறு பல இளைஞர்களையும் சந்தித்தார்" என்றும், "யதிராஜ சுரேந்திரநாத் சூர்யா, ஷங்கர்லால்,

என்.கே. ராமஸ்வாமி அய்யர் முதலிய அந்த இளைஞர்கள் யாவருமே அரசியலில் தீவிரவாதிகள்" என்றும் எழுதியிருக்கிறார். (அதே நூல். பக்.31, 36). ஆனால், மேற்கண்ட இருவரின் வருகைக்கும் பாரதிக்கும் எந்தச் சம்பந்தமும் இருந்ததாக எம்.எஸ்.சுப்பிரமணிய அய்யர், ரா.அ.பத்மநாபன் இருவருமே குறிப்பிடவில்லை!

உண்மையில், வங்கப் புரட்சியாளர்கள் தமது புரட்சி நடவடிக்கை களைப் பிற இடங்களிலும் மேற்கொள்ளப் பல வகையிலும் பாடுபட்டு வந்தனர். மஜூம்தார் இவ்வாறு எழுதியுள்ளார்: "முதலில் பரீந்திரரும் அவரது சகாக்களும் பொதுமக்களிடம் தமது கருத்துக்களையும் லட்சியங்களையும் பிரசாரம் செய்வதிலேயே தனது பிரதானக் கவனத்தைச் செலுத்தினர் அவர்கள் இந்த நோக்கத்துக்காகத் தமது உறுப்பினர்களை, பீகார், ஒரிசா போன்ற வங்காளத்துக்கு வெளியேயுள்ள மாகாணங்களுக்கும், தெற்கே சென்னை போன்ற தொலைதூர இடங்களுக்கும் அனுப்பினர் (History of Freedom Movement in India - தொகுதி. 2 பக். 269). இவ்வாறு வந்தவர்களே மேற்குறித்த குஞ்சு பானர்ஜியும் சந்திர காந்தச் சக்கரவர்த்தியும் ஆவர். "குஞ்சு பானர்ஜி என்பது தமது பெயர் என்று அவர் அப்போது சொல்லிக் கொண்டாரென்றாலும், அவரது உண்மைப் பெயர் யாருக்கும் தெரியாது. அவர் பல்வேறு பெயர்களுடன் உலவிவந்தார்" என்று எழுதுகிறார் பத்மநாபன் (பக். 22). எனவே குஞ்சு பானர்ஜி யார் என்பது தெரியவில்லை. ஆனால் சந்திரகாந்தச் சக்கரவர்த்தி என்பவர், இந்தியாவில் பிரிட்டிஷ் அடக்குமுறை அதிகரித்த காலத்தில் இங்கிருந்து 1910ஆம் ஆண்டுவாக்கில் அமெரிக்காவுக்குச் சென்று, இந்தியப் புரட்சியாளர்கள் அங்கு சான் பிரான்ஸில்கோவில் 'யுகாந்தர் ஆசிரமம்' என்ற பெயருடைய ஒரு மாளிகையில் ஆயுதப் போராட்டத்தின் மூலம் இந்தியாவை விடுதலை செய்யும் நோக்கத்தோடு, 1912இல் தொடங்கிய 'காதர்' (கலக எழுச்சி) கட்சியின் முக்கிய தலைவர்களில் ஒருவராகப் பின்னர் விளங்கிய சந்திரகாந்தச் சக்கரவர்த்தியாகவே இருக்கலாம்.

எனவே, வங்கப் புரட்சியாளர்கள் சென்னைக்கு வந்து தமிழ் நாட்டிலும் ஆயுதந் தாங்கிய போர் மற்றும் ஆயுதந் தாங்கிய நடவடிக்கை ஆகியவற்றுக்குத் தயாராகும் ரகசிய இளைஞர் சங்கங்களைத் தோற்றுவிக்க முயற்சிகளை மேற்கொண்டகாலத்தில், அவர்கள் பாரதியின் அரசியல் நண்பர்களான நீலகண்டரையும் சுரேந்திரநாத ஆரியாவையும் அது சம்பந்தமாகச் சந்தித்துப் பேசினார்கள். அதே சமயம் பாரதியே அவர்களுக்குத் தனது நண்பர்களை அறிமுகம் செய்துவைத்த போதிலும், நிவேதிதா தேவியிடம் சுதேச பக்தியுபதேசம் பெற்றவனும்,

சென்னையிலிருந்து தீவிரத் தேசியவாத இயக்கத்தின் ஒரே பத்திரிகையாக, ஒரே குரலாக வெளிவந்த 'இந்தியா' பத்திரிகைக்கு ஆசிரியனாக விளங்கியவனும், வங்கத் தலைவர் விபின் சந்திரபாலரின் நம்பிக்கைக்கு உரியவனாக விளங்கியவனும், இளைஞர்கள் - குறிப்பாக மாணவர்கள் மத்தியில் மதிப்பும் செல்வாக்கும் பெற்று விளங்கியவனும் ஆன பாரதிக்கும் அந்தப் புரட்சியாளர்களுக்கும், அவர்கள் மேற்கொண்ட முயற்சிகளுக்கும் எந்தச் சம்பந்தமுமே இருக்கவில்லை என்று வரலாற்றாசிரியர்கள் குறிப்பிடத் துணிவது நம்புமாறில்லை என்பது தெளிவு.

எது உண்மை?

ரகசியச் சங்கங்களைத் தோற்றுவிப்பதற்கு அவசியம் என்ன என்பதைக் குறித்து 'யுகாந்தர்' பத்திரிகை 'புரட்சி' என்ற தலைப்பில் வெளியிட்ட கட்டுரையில் இவ்வாறு கூறுகிறது: "துப்பாக்கிகளும் பயனட்டுகளும் இருப்பதன் காரணமாக, சுதந்திரத்தைப் பற்றிப் பகிரங்கமாகப் பேசுவது அசாத்தியம். எனவேதான் ரகசியச் சங்கங்கள் தேவைப்படுகின்றன. சுதந்திரத்தைப் பற்றி ஒருவர் பகிரங்கமாகப் பேச வேண்டுமென்றால், அவர் அதனைச் சுற்றி வளைத்துத்தான் பேசியாக வேண்டும். இந்தக் காரணத்துக்காகத்தான், மாய்மாலப் பேச்சு எதுவும் இல்லாமல் 'எது உண்மை?' என்று மக்கள் மனம்விட்டுப் பேசுவதற்கு ஓர் ரகசிய இடம் தேவைப்படுகிறது. அது கொடுங்கோலன் பார்க்க முடியாத இடமாக இருக்க வேண்டும். ரஷ்யப்புரட்சி வாதிகள் தாம் இன்னது செய்ய வேண்டும் என்பதை விவாதிப்பதற்காக ரகசியமான இடங்களில் நள்ளிரவில் சந்திப்பது வழக்கம்; அவர்கள் இப்போதும் அவ்வாறே செய்து வருகின்றனர். பங்கிம் பாபுவும் தமது 'ஆனந்த மட'த்தில் வருணித்துள்ளதும் இத்தகைய விஷயம்தான்" (மேற்கோள்: Political Trouble - J.C.Kerr, பக். 56-57). அதிலும் அன்னியராட்சியும் அடக்குமுறையும் ஒடுக்குமுறையும் நிலவிவரும் ஒரு நாட்டில், நாட்டின் விடுதலைக்காக ரகசியச் சங்கங்களும் நிறுவப்பட வேண்டும் என்ற அவசியத்தை, திலகர், அரவிந்தர், விபின் சந்திரபாலர் முதலியோரெல்லாம் உணர்ந்திருந்த காலத்தில், அவர்களைத் தலைவர்களாக ஏற்றுக்கொண்ட பாரதி மட்டும் அதை உணராமல், அவற்றில் எந்தச் சம்பந்தமும் இன்றி விலகியிருந்தான் என்று கொள்வது இயல்புக்குப் பொருந்தாததாகும். சென்னையிலும் அத்தகைய ரகசியச் சங்கம் அமைக்கப்பட்டிருக்கலாம், அவ்வாறு ஒரு சங்கம் அமைக்கப் பட்டிருக்குமாயின் புரட்சிக்கவிஞனும் பத்திரிகையாளனுமான பாரதிக்கு அதில் நிச்சயம் சம்பந்தம் இருந்திருக்கும் என்றே நாம் கூறலாம். உண்மையில், சென்னையில் 1907-1908 ஆண்டுகளில் அத்தகைய சங்கம் இருந்தது என்று கொள்வதற்கு நமக்கு

ஆதாரம் உண்டு. ஏனெனில், பாரதியின் 'இந்தியா' பத்திரிகையின் மீது அரசாங்கம் நடவடிக்கை எடுத்து, அதன் பதிப்பாளரான சீனிவாசனைக் கைது செய்த அதே சமயத்தில், 'இந்தியா' பத்திரிகையில் 1908 மே மாதம் வெளிவந்த கட்டுரைகளுக்காக ராஜத்துரோக வழக்கைத் தொடுத்த தருணத்தில், போலீசார் சென்னையிலிருந்த மாணவர் விடுதிகள் பலவற்றைச் சோதனையிட்டனர். அப்போது 1908 "முற்பகுதியில் ரஷ்யர்களது ரகசிய ஸ்தாபனம் பற்றி விவரிக்கும் ஒரு பிரசுரத்தின் பிரதிகள் சென்னை பப்ளிக் ஒர்க்ஸ் இஞ்சினீயரிங் ஒர்க்ஷாப்பில் பயின்று வந்த மாணவர்களின் வசம் இருந்தது கண்டுபிடிக்கப்பட்டது" என்று ரௌலட் அறிக்கை கூறுகிறது. (Rowlatt Report - பக். 163). எனவே, நாராயண அய்யங்கார் சென்னையில் ரகசியச் சங்கம் இருந்த இடம் பற்றியும், அது நடைபெற்ற விதம் பற்றியும் கூறியிருப்பது வேண்டுமானால், அவரது கற்பனைச் சித்திரமாக இருக்கலாமேயன்றி, சென்னையில் ஓர் ரகசியச் சங்கம் இருந்தது என்றும், அதில் பாரதியும், பங்கெடுத்து வந்தான் என்றும் அவர் கூறுவதை நாம் மறுத்துவிட முடியாது.

என்றாலும், திருவல்லிக்கேணி கடற்கரைக்குச் சென்ற ஊர்வலத்தில், வெடிகுண்டுகளோடு தன்னுடன் ஒரு வங்க இளைஞர் கூட வருகிறார் என்று பாரதி கூறியதாக நாராயண அய்யங்கார் கூறியிருப்பது சற்றும் நம்பக்கூடியதாக இல்லை. அதுவும் அவரது கற்பனையில் 'செழுமை' பெற்ற வருணனையாகத்தான் உள்ளது எனலாம். அவ்வாறு ஒருவர் வெடிகுண்டோடு ஊர்வலத்தில் வந்துகொண்டிருந்தாலும் கூட, அந்த ரகசியத்தைப் பாரதி அந்த ரகசியத்தோடு சம்பந்தப்படாத ஒரு நபரிடம், அதுவும் ஊர்வலம் நடுவீதி வழியே சென்று கொண்டிருக்கும்போதே கூறியிருப்பான் என்று எதிர்பார்க்கவே முடியாது. பாரதி சம்பந்தப் பட்டிருந்த ரகசிய இயக்கத்தையும் வெடிகுண்டு விவகாரத்தையும் பற்றித் தமக்கு அதிகமாகத் தெரியும் எனக் காட்டிக் கொள்ள வேட்கை கொள்ளும் அதே தன்முனைப்பான போக்கிலிருந்தே நாராயணய்யங் காரின் இந்தக் கற்பனையான 'தகவல்' பிறந்துள்ளது என்பதில் சந்தேகமில்லை.

இதனால் வெடிகுண்டு விவகாரமே சென்னைக்கும் பாரதிக்கும் சம்பந்தமில்லாத விஷயம் என்று முற்றிலும் ஒதுக்கிவிடவும் முடியாது. 1907இன் முற்பகுதியில் விபின் சந்திரபாலர் சென்னைக்கு வந்தபோதே வெடிகுண்டுகள் செய்ய வேண்டிய அவசியம் பற்றி ஒருவர் பேசினார் என்ற விவரத்தை முன்பே கூறியுள்ளோம். எனவே, சென்னையில் தோன்றிய ரகசியச் சங்கமும் வெடிகுண்டுகளைத் தயாரிக்க வேண்டிய

அவசியம் பற்றிச் சிந்தித்திருக்கலாம்; பாரதிக்கும் இதில் சம்பந்தம் இருந்திருக்கலாம். நெருங்கிய நண்பரான நாராயண அய்யங்காரும், ரகசியச் சங்கத்தின் நடவடிக்கையையும் அது வெடிகுண்டைப் பெறுவதற்கு வேட்கை கொண்டிருப்பதையும் பாரதி வாயிலாக என்றேனும் கேள்விப்பட்டும் இருக்கலாம். இதனை வைத்துக்கொண்டு, அவர் பின்னால் வங்கத்தில் நிகழ்ந்த சம்பவங்கள் முதலியவற்றைத் தமது கருத்தில் கொண்டு, இந்த வெடிகுண்டு விவகாரத்தைப் பற்றிக் கற்பனையாக அளந்து கொட்டியிருக்கிறார் என்றே நாம் முடிவுகட்ட வேண்டியிருக்கிறது.

ஏனெனில், இதே கட்டுரையின் முற்பகுதியில், வெடி குண்டுகளைச் செய்யக் கற்றுக்கொள்வதற்காக இந்தியாவிலிருந்து ஐரோப்பாவுக்குச் சென்ற புரட்சிவாதிகள் 1907 இறுதியிலும் 1908 மார்ச்சிலும்தான் இந்தியாவுக்கு வந்து சேர்ந்தார்கள், அதன் பின்பே மாணிக்டோலாத் தோட்டத்தில் வெடிகுண்டுகள் தயாரிக்கப்பட்டன என்றும், இதன் பின், முதல் வெடிகுண்டு ஏப்ரல் மாதம் 30ஆம் தேதிதான் வெடித்தது என்றும் குறிப்பிட்டிருக்கிறோம். கல்கத்தாவில் முதல் வெடிகுண்டுகள் தயாராகி முடிவதற்கு முன்பே, அவை மார்ச் மாதம் முதல் வாரத்திலேயே சென்னைக்கும் வந்துவிட்டன என்று கருதுவதற்கு இடமே கிடையாது. என்றாலும், சென்னையிலும் ஆயுதந் தாங்கிய நடவடிக்கைகளுக்குத் தயாராக முனைந்த ரகசியச் சங்கம் ஒன்று இருந்தது என்றும் அதில் பாரதிக்கும் சம்பந்தம் இருந்தது என்றும் நாராயண அய்யங்கார் கூறும் செய்தியை, அந்த அளவுக்கு நாம் ஏற்றுக்கொள்ளத்தான் வேண்டும். ஏனெனில், இவ்வாறு நிகழ்ந்திருப்பது சாத்தியம் என்பதையே பாரதியின் எழுத்துக்களும் நமக்குச் சூசகமாக உணர்த்துகின்றன.

6. "இந்தியா" உணர்த்தும் உண்மைகள்

நாம் ஆராய்ந்து வரும் காலகட்டத்தில் பாரதியின் அரசியல் நோக்கும் போக்கும் நடைமுறையும் எவ்வாறு இருந்தன என்று தெரிந்துகொள்வதற்கு நமக்கு உதவக்கூடிய முதற்பெரும் சான்றாதாரம் "இந்தியா" பத்திரிகை இதழ்களேயாகும். என்றாலும், இந்தச் சான்றாதாரத்தை நாம் ஆராய முற்படும்போது நமக்கு இரண்டு சிரமங்கள் ஏற்படுகின்றன.

இரண்டு சிரமங்கள்

முதலாவதாக, "இந்தியா" பத்திரிகையின் இதழ்கள் அத்தனையும் நமக்குக் கிடைத்துவிடவில்லை. 'இந்தியா' 1906 மே மாதம் 12 முதல் வார இதழாக வெளிவரத் தொடங்கியது. 1908 ஆகஸ்டு 21ஆம் தேதி இதழ் வெளிவந்த தருணத்தில், 21, 22 தேதிகளில் இந்தியா அலுவலகம் போலீஸாரால் சோதனையிடப்பட்டது; அதன் பத்திராதிபராகச் சட்டபூர்வமாக அறிவிக்கப்பட்டிருந்த எம்.சீனிவாசனும் கைதானார். இந்த நிகழ்ச்சிக்குப்பின் பாரதி தலைமறைவாகிப் புதுச்சேரி சென்று விட்டான். இதன்பின் பாரதி சொல்லியனுப்பிய தகவலின்பேரில் நீலகண்ட பிரம்மச்சாரி அடுத்த "இரண்டுவார இதழ்களைக் காலா காலத்தில் கொண்டுவந்தார்" என்று ரா.அ.பத்மநாபன் கூறுகிறார் (**புரட்சி வீரர் நீலகண்ட பிரமச்சாரி** - பக். 85). 'இந்தியா' புதுவையிலிருந்து 1908 அக்டோபர் 10 முதல் மீண்டும் வெளிவரத் தொடங்கியது எனப் பாரதி வரலாற்றாசிரியர்களான பத்மநாபன், ப.கோதண்டராமன் முதலியோர் குறிப்பிடுகின்றனர். எனவே மீண்டும் புதுவையிலிருந்து 'இந்தியா' வெளிவரத் தொடங்குமுன் இடையில் நான்கு அல்லது ஐந்து இதழ்கள் வெளிவராது இருந்திருக்க வேண்டும். புதுவையிலிருந்து வெளிவந்து கொண்டிருந்த 'இந்தியா' பிரிட்டிஷ் - இந்தியாவுக்குள் வருவதற்கு அன்றைய ஆட்சியாளர்கள் தடைவிதித்த பின் அது நின்றுவிட்டது. புதுவையிலிருந்து வெளிவந்த கடைசி இதழ் 1910 மார்ச் 12ஆம் தேதி இதழாகும் என்று பத்மநாபன், கோதண்டராமன் இருவரும் குறிப்பிடுகின்றனர். இந்த இதழைத் தாமும் பார்த்திருப்பதாகத் தூரனும் எழுதியுள்ளார் (பாரதி தமிழ் - பக். 86). ஆயினும் 1906 மே மாதம் 12இல் தொடங்கி, 1910 அக்டோபர் 12 வரை வெளிவந்த 'இந்தியா' இதழ்கள் அனைத்தும் நமக்குக் கிடைத்துவிடவில்லை.

கல்கத்தா தேசிய நூலகத்தில் உள்ள 'இந்தியா' இதழ்களின் மைக்ரோபிலிம் பிரதியைப் பெற்று, இளசை மணியன் தொகுத்து வெளியிட்டுள்ள 'பாரதி தரிசனம்' என்ற நூலின் இரு தொகுதிகளிலும் 1906 ஜூன் 23ஆம் தேதி இதழிலிருந்து, 1907 ஜூன் 22 இதழ் முடியவுள்ள இதழ்களில் வெளிவந்த விஷயங்கள் இடம் பெற்றுள்ளன. இவற்றுக்கு முந்தைய முதல் ஆறு இதழ்களும் (12-1-1906 இதழ் முதல் 16-6-1903 இதழ் வரை) இளசை மணியனுக்கும் கிட்டவில்லை; இன்றுவரை எவருக்கும் கிட்டவில்லை. 'பாரதி தரிசனம்' தொகுதிகளிலும்கூட, 1907 ஏப்ரல் 13ஆம் தேதி இதழில் வெளிவந்த விஷயம் எதுவும் இடம்பெறவில்லை. இந்த இதழ் கிடைக்கவில்லையா, அல்லது கிடைத்தும் அதிலிருந்து எந்தப் பகுதியையும் தமது தொகுதியில் சேர்த்துக் கொள்ளவில்லையா என்பதைப் 'பாரதி தரிச'னத்தின் தொகுப்பாசிரியரும் பதிப்பாசிரியரும் தெளிவுபடுத்தவில்லை. பத்மநாபன் தொகுத்தளித்துள்ள 'பாரதி புதையல்' இரண்டாம் தொகுதியில், 'பாரதி தரிசன'த் தொகுதிகளில் இடம்பெற்றுள்ள சில இதழ்களைத் தவிர, 1906 பிற்பகுதியில் வெளிவந்த 9 இந்தியா இதழ்களும், 1910இல் வெளிவந்த ஓர் இதழும் இடம் பெற்றிருப்பது அத்தொகுதியை ஆராயும்போது தெரியவருகிறது. இவ்விருவரையும் தவிர, ஏ.கே. செட்டியார் 1906, 1907, 1909 ஆகிய ஆண்டுகளில் வெளிவந்த இதழ்களில் தமது பார்வைக்குக் கிட்டிய ஒரு சில இதழ்களிலிருந்து சில பகுதிகளை பொறுக்கியெடுத்துத் தமது 'குமரிமலர்' சஞ்சிகையில் அவ்வப்போது வெளியிட்டு வந்துள்ளார்; 'குமரிமல'ரில் வெளிவந்த இந்தப் பகுதிகள் பலவற்றைப் பத்மநாபன் தமது 'பாரதி புதைய'லின் மூன்றாவது தொகுதியில் சேர்த்து வெளியிட்டிருக்கிறார். இவை தவிர பாரதியின் தம்பி சி.விசுவநாதன் 1909 ஆம் ஆண்டில் வெளிவந்த 8 இதழ்கள் 1910ஆம் ஆண்டில் வெளிவந்த 3 இதழ்கள் ஆகியவற்றில் வெளிவந்த சில விஷயங்களை 'மகாகவி பாரதியாரின் மும்மணிகள்' (1979) என்ற தலைப்பில் தொகுத்து அளித்துள்ளார். 1909 எப்ரல் 3 முதல் மே மாதம் 8 முடிய (ஏப்ரல் 3 நீங்கலாக) வெளிவந்த 5 இதழ்களில் வெளிவந்த டால்ஸ்டாயைப் பற்றிப் பாரதி எழுதிய கட்டுரைகளை 'மிதவாதிகளுக்கு டால்ஸ்டாய் கடிதம்' என்ற தலைப்பில் சி.எஸ்.சுப்பிரமணியம் தொகுத்துப் பதிப்பித்துள்ளார் (1978). இவை தவிர தூரன் தமது 'பாரதி தமி'ழிலும், காலஞ்சென்ற ப.கோதண்ட ராமன் தமது 'அரவிந்தர் வரலாற்றிலும், 'புதுவையில் பாரதி' என்ற நூலிலும் தமது பார்வைக்குக் கிட்டிய 'இந்தியா' இதழ்களிலிருந்து எடுத்த பகுதிகளை ஆங்காங்கே மேற்கோள் காட்டியுள்ளனர். இவை அனைத்திலிருந்தும் 1906 மே முதல் 1910 மார்ச் வரை வெளிவந்த 'இந்தியா' இதழ்களில் பல இவர்களில் எவரது பார்வைக்கும் கிட்டாது போயிருக்கின்றன என்று தெரிய வருகிறது.

1908 அக்டோபர் முதல் வெளிவந்த ஓராண்டுக் கால இதழ்களை ப.கோதண்ட ராமன் தமக்குத் தந்திருப்பதாகவும், அவற்றிலிருந்து கட்டுரைகளைப் பொறுக்கியெடுத்து வெளியிடப் போவதாகவும் 'பாரதி தரிசனம்' இரண்டாம் தொகுதியின் பதிப்புரை (1977) கூறுகிறது. இது இன்னும் வெளிவரவில்லை.

இதில் பரிதாபம் என்னவென்றால், பாரதியின் அரசியல் வாழ்வில் மிக முக்கியமான ஆண்டான 1908ஆம் ஆண்டில், அதாவது எஸ்.ஜி.ராமானுஜலு நாயுடு தமது "சென்றுபோன நாட்கள்" ('அமிர்த குணபோதினி' மாதப் பத்திரிகையில் 1928 நவம்பர் முதல் 1929 மே வரை எழுதி வந்தவை) என்ற நினைவுக் குறிப்பில், "பாரதியின் 'இந்தியா' பத்திரிகை சட்ட வரம்பை மீறி நெருப்பு மழை பொழியத் தொடங்கிற்று" எனக் குறிப்பிட்டுள்ள கால கட்டத்தில் வெளிவந்த 'இந்தியா' இதழ்களில் இடம்பெற்ற முக்கியமான விஷயங்கள் பலவும் கிட்டவில்லை என்பதும், அவை தொகுக்கப்பட்டு வெளிவரவில்லை என்பதும்தான். குறிப்பிட்ட காலகட்டத்தில், பாரதி 'இந்தியா' பத்திரிகையில் எழுதிய சில விஷயங்கள், அன்றைய சென்னை அரசாங்கத்தின் உளவு இலாகா அவ்வப்போது அரசாங்கத்துக்கு ஆங்கிலத்தில் தயாரித்துக் கொடுத்த 'Weekly Newspaper Report' அறிக்கைகளிலேயே இடம்பெற்றுள்ளன. இவை தமிழ்நாடு ஆவணக் காப்பகத்தில் உள்ளன. இவை தவிர, 1911இல் நிகழ்ந்த ஆஷ்கொலை வழக்கின்போது, அன்றைய வெள்ளை அரசாங்கம் நீதிமன்றத்தில் சமர்ப்பித்த தடயங்கள் (Exhibits) சிலவற்றிலும், 'இந்தியா' பத்திரிகையில் வெளிவந்த சில விஷயங்கள் இடம் பெற்றிருந்தன. இவையும் இன்னும் தொகுக்கப்பட்டு வெளிவரவில்லை.

மேலும், இன்னொரு விஷயத்தையும் நாம் மறந்து விடுவதற்கில்லை. இளசைமணியன் தொடங்கி, பத்மநாபன், சி.விசுவநாதன், தூரன், ப.கோதண்டராமன் முதலியோர் வரையிலும் எல்லோரும் தமது பார்வைக்குக் கிட்டிய 'இந்தியா' இதழ்களிலிருந்து விஷயங்களைத் "தேர்ந்தெடுத்துத்தான்" தந்துள்ளார்களே தவிர, அவற்றை முழுமையாகத் தந்துவிடவில்லை. மேலும், இவர்கள் தத்தம் விருப்பு வெறுப்புக்களை அனுசரித்தே விஷயங்களைத் தேர்ந்தெடுத்துள்ளனர் என்பதும் தெளிவு. அவற்றில் முக்கியமற்றவை என்று இவர்கள் ஒதுக்கித் தள்ளிய பகுதிகளில், ஆராய்ச்சியாளர்களுக்கு உதவும் எத்தனையோ முக்கியமான அரிய குறிப்புக்களும் இடம் பெற்றிருக்கக்கூடும். எனவே கிடைத்த 'இந்தியா' இதழ்களிலும், அவற்றிலிருந்து தேர்ந்தெடுத்து வழங்கப்பட்டுள்ள அரையும் குறையுமான கட்டுரைகள் முதலியவற்றைக் கொண்டுதான் நாம் பாரதியின் அந்தக் காலத்திய அரசியல் நோக்கையும் போக்கையும் ஆராய வேண்டியுள்ளது.

இரண்டாவதாக, வைத்தியநாதய்யருக்குச் சொந்தமாகவிருந்த 'சக்கரவர்த்தினி'யிலோ, ஜி.சுப்பிரமணிய அய்யருக்குச் சொந்தமாக விருந்த 'சுதேசமித்திர'னிலோ, பாரதிக்குத் தான் விரும்பியவாறு எழுதும் சுதந்திரம் இருக்கவில்லை. ஆனால், 'இந்தியா' பத்திரிகையின் உரிமையாளர்களான பாரதியின் நண்பர்கள், அரசியலில் பாரதியோடு ஒத்த கருத்தினைக் கொண்டவர்கள் என்ற காரணத்தாலும், அது ஓர் இயக்கத்தின் பத்திரிகை என்பதாலும், பாரதிக்கு அதில் தான் விரும்பிய வண்ணம் எழுதக்கூடிய வாய்ப்பு இருந்தது என்பது உண்மையானாலும், அன்னியராட்சியின் கீழ், அடக்குமுறையும் பத்திரிகைச் சட்டமும் அச்சுறுத்திக்கொண்டிருந்த ஒரு காலகட்டத்தில், பாரதி தான் விரும்பியவாறெல்லாம் 'இந்தியா'வில் எழுதிவிடக் கூடிய சூழ்நிலை இருந்திருக்க முடியாது என்பதும் வெளிப்படை. இத்தகைய சூழ்நிலையிலும் கூட, வங்கத்திலிருந்து வெளிவந்த "யுகாந்தர்" பத்திரிகை எப்படியெல்லாம் பட்டவர்த்தனமாகத் துணிந்து புரட்சிப் பிரசாரம் செய்தது என்பதை முந்தைய கட்டுரையில் பார்த்தோம். ஆனால் 'யுகாந்த'ரும் கூட, தனது 2-2-1907 இதழில், 'பத்திரிகைகள், பாட்டுகள், இலக்கியம், சுற்றுப் பயணங்கள் முதலியவற்றின் மூலம் (புரட்சிக்கான) அடிப்படைகளையும் சூழ்நிலையையும் நாம் தயார் செய்து வரவேண்டும்" என்று எழுதிய அதே மூச்சில், என்றாலும் "இன்றைய சூழ்நிலையில் பூரண சுதந்திரம் பற்றிய கருத்துக்களைப் பகிரங்கமாகப் பிரசாரம் செய்வது பாதுகாப்பாக இராது. அத்தகைய கருத்துக்களைச் சுற்றி வளைத்துத்தான் கூறவேண்டியிருக்கும். எனவேதான் உண்மையைப் பட்டவர்த்தனமாகப் பேசுவதற்கு ரகசியச் சங்கங்களின் உதவி அத்தியாவசியமாகிறது" என்றும் எழுதியது. எனவே பாரதி 'இந்தியா' பத்திரிகையில் தனது புரட்சிகரமான கருத்துக்கள், திட்டங்கள், வேட்கைகள் முதலியவற்றை, மிகுந்த ராஜதந்திரத்தோடும், சாமர்த்தியத்தோடும், நாசூக்காகவும் பூடகமாகவும் எழுதி, அவற்றை வாசகர்களுக்குக் குறிப்பால் உணர்த்தவே நேர்ந்திருக்கும் என்பதும் சொல்லாமலே விளங்கும். எனவே பாரதி எழுதியவற்றை அலசிப் பார்த்து, அவற்றில் இலைமறை காய்மறையாகக் குறிப்பால் உணர்த்தப்பட்ட விஷயங்களைச் சலித்தெடுத்து இனம் காண வேண்டிய சிரமமும், நமக்கு உண்டு. இந்த இரண்டு உண்மைகளையும் நெஞ்சில் நீங்காது நினைவிலிருத்திக் கொண்டு, நமக்குக் கிடைத்துள்ள 'இந்தியா' செய்திகளில் நாம் சில உண்மைகளை இனம் காண முயல்வோம்.

சாத்விக எதிர்ப்பு - ஒரு நடைமுறைத் தந்திரம்

தீவிரத் தேசியவாதக் கட்சியைச் சேர்ந்த பாரதி அந்தக் கட்சியின் தலைவர்களான திலகர், அரவிந்தர், விபின் சந்திர பாலர் முதலியோரைப்

போலவே, அன்றைய அரசியல் காலகட்டத்தில் சாத்விக எதிர்ப்பையும் பகிஷ்கார இயக்கத்தையும் முழுமையாக ஆதரித்தே நின்றான். அதே சமயம் அந்தத் தலைவர்களைப் போலவே அவனும் அந்தக் கால கட்டத்தில் இவ்விரண்டையும் மேற்கொண்டு வரும் அதே சமயத்தில், சாதகமான சூழ்நிலையும் அவசியமும் ஏற்படும்போது ஆயுதந்தாங்கிய போராட்டத்தை மேற்கொள்வதற்கும் தயாராகி வரவேண்டும். அதற்கு மக்களையும் தயாராக்கிவர வேண்டும் என்ற கருத்தினையே கொண்டிருந்தான் என நாம் கூறலாம். 1907 ஜனவரி 2 ஆம் தேதியன்று திலகர் கல்கத்தாவில் பேசியபோது, 'நம்மிடம் ஆயுதங்கள் இல்லை. தென்னாப்பிரிக்காவில் போயர்கள் செய்ததுபோல் நாம் போருக்குச் செல்ல முடியாது. எனவே, அடுத்து நாம் செய்யக்கூடியது அன்னியப் பொருள்களை வாங்க மறுப்பதுதான். பகிஷ்காரம் யுத்தத்துக்கு ஒரு மாற்று மார்க்கமேயாகும்' என்ற கருத்தில் பேசியதை முந்தைய கட்டுரையில் பார்த்தோம். இதனை அப்படியே பிரதிபலிப்பதுபோல், இதன்பின் இருவாரம் கழித்து 'ஸ்வராஜ்யம்' என்ற தலைப்பில்தான் எழுதிய கட்டுரையில் பாரதி பின்வருமாறு எழுதினான்: "யுத்தம் ஒரு உபாயமென்று சிலர் நினைப்பது தவறு. **இப்போது** யுத்தம் செய்ய நினைப்பது நமக்கு மிகவும் கெடுதியையுண்டாக்குமேயொழிய நன்மையுண்டாக்காது. ஆதலால் யுத்தம் செய்து ஸ்வாதந்தர்யம் பெற **இப்போது** யாரும் நினைக்கலாகாது. அன்னிய வஸ்து நிவாரணத்திலே **தொடங்கி**, நாம் வேலை செய்துகொண்டு வருவோமானால்... நமது நோக்கங்களெல்லாம் **ஒவ்வொன்றாகக் கூடிவரும்**" (**இந்தியா**: 19-1-1907 - **பாரதி தரிசனம்** - 2. பக். 47-48. அடிக்கோடிட்டது நூலாசிரியர்). அதாவது பகிஷ்கார இயக்கம் அன்றைய தீவிரத் தேசியவாதிகளுக்கு அன்றைய காலகட்டத்தில் மேற்கொள்ளக்கூடிய நடைமுறைத் தந்திரமாகவே இருந்தது; பாரதியும் அதனை அவ்வாறே கைக்கொண்டான் என்பதை மேற்கண்ட பகுதி தெளிவாக்குகிறது.

புரட்சி நடவடிக்கைகளுக்கு ஊக்கமும் உத்வேகமும் அளித்து வந்த அரவிந்தரும் அன்று பகிஷ்கார இயக்கத்தையும் சாத்விக எதிர்ப்பையும் இத்தகைய நடைமுறைத் தந்திரமாகவே விளக்கிக் கூறினார். 1907 ஏப்ரல் 9 முதல் 24 வரையில் அவர் சாத்விக எதிர்ப்பைக் குறித்து 'வந்தே மாதரம்' பத்திரிகையில் தொடர்ந்து எழுதிவந்த கட்டுரைகளில், சாத்விக எதிர்ப்பை விளக்கிவிட்டு, ஒரு கட்டம் வந்தவுடனே சாத்விக எதிர்ப்பு முற்றுப்பெற்று செய்கை எதிர்ப்பை மேற்கொள்வது கடமையாகிவிடுகிறது என்று எழுதியதை முந்தைய கட்டுரைகளில் கோடிட்டுக் காட்டினோம். சாத்விக எதிர்ப்பை விளக்கிய அவர், இவ்வாறும் எழுதினார்: "இன்றைய நிலையைக் கட்டுப்பாடாக எதிர்க்க மூன்று வழிகள் உள்ளன. கட்டுப்பாடான

சாத்விக எதிர்ப்பினால் அரசாங்க பரிபாலனம் நடப்பதையே அசாத்தியமாக்கலாம். பிரிட்டனில் ஐரிஷ் பார்னல் இவ்விதமாகவே செய்தார். அல்லது நாடெங்கும் வேலை நிறுத்தங்கள், விவசாயிகளின் எழுச்சிகள், கொலைகள் ஆகியவற்றை இடைவிடாமல் நடத்துவதன் மூலம் அரசாங்கம் நடைபெறாமற் செய்யலாம். ருஷியாவில் இவ்விதமாகவே நடைபெறக் காண்கிறோம். படைக்கலம் தாங்கி எழுவதே ஒடுக்கப்பட்ட மக்களுக்குரிய மூன்றாவது வழியாகும். **வெற்றியடைய வாய்ப்பு இருப்பின் இதுவே எதிர்காலத்திலும் உரிய வழியாகும். ஏனெனில் இதுவே மிக விரைவாகவும் தயாராகவும் பூரண பலன் அளிக்கவல்லது.** சாத்விக எதிர்ப்பே நமது மிக இயற்கையான, தகுதி வாய்ந்த ஆயுதமாகும் என அறிவுறுத்துவது போலவே பாரத நாட்டின் **இன்றைய** நிலை அமைந்துள்ளது. இவ்விதமாக முடிவுக்கு வரும்போது **இதர முறைகள் எல்லாச் சந்தர்ப்பங்களிலுமே தகாதவை என்றோ, அநீதமானவையென்றோ** கருதுவதாகக் கொள்ளலாகாது... புதுக்கட்சி தற்சமயம் சாத்விக எதிர்ப்பையே மேற்கொள்ள விரும்புகின்றது. ரத்தம் சிந்தியும் கொலைபுரிந்தும் கடும்போர் புரியத் தயங்குபவர்கள் சாத்விக எதிர்ப்பில் தாராளமாகக் கலந்துகொள்வர். பலாத்காரப் போருக்கு மாற்றாக சாத்விக எதிர்ப்பையே இன்றைய நிலையில் நாம் பயனுறப் பயன்படுத்தலாம் (**ஸ்ரீ அரவிந்தர் வாழ்க்கை வரலாறு** - ப.கோதண்டராமன் பக். 129-130. அடிக்கோடிட்டது நூலாசிரியர்). அதாவது நடைமுறைத் தந்திரமாக சாத்விக எதிர்ப்பைக் குறிப்பிட்ட காலத்தில் மேற்கொண்டாலும். "வாய்ப்பு இருப்பின் எதிர்காலத்தில்" மேற்கொள்ள வேண்டிய வழியான ஆயுதம் தாங்கிய போராட்டத்துக்கும் தயாராகி வரவேண்டும் என்பதே அரவிந்தரின் குறிப்பாகும்.

அரவிந்தரின் 'வந்தேமாதரம்' பத்திரிகையை "நாம் முறையாகப் படித்து வருகிறோம்" என்று பாரதியே குறிப்பிட்டிருக்கிறான் ('இந்தியா' - 3-11-1906 - **பாரதி தரிசனம்** - 1. பக்.163). "அரவிந்தரின் கட்டுரைகளை முறையாகப் படித்து வந்த பாரதி அவரது கட்டுரைகள் வெளிவந்து முடிந்தவுடனேயே 1907 மே 4ஆம் தேதி 'இந்தியா' இதழில், "எதிர்ப்பு" இருவகைப்படும். ஒன்று வலியச் சண்டைக்குப் போவது; மற்றொன்று தன்னைப் பாதுகாத்துக் கொள்வது, ஒன்று கடின வழி; மற்றொன்று மிருது வழி. இவற்றுக்குள்ளே ஒன்று செய்கை எதிர்ப்பு; மற்றொன்று மானஸீக எதிர்ப்பு... மானஸீக எதிர்ப்பு என்று சொன்னதினாலே அது எதிர்க்கவே செய்யாமல் உறங்கிவிடுதல் என்று அர்த்தமில்லை... இப்போது நம்மை அந்நிய உத்தியோகஸ்தர்கள் ஆட்சிபுரிகிறார்கள். இதை நாம் நிறுத்திவிட விரும்புகிறோம். எனவே ஆங்கிலேய ஆட்சி முறையை எதிர்க்க வேண்டியது நமது கடமையாகிறது.

இதன் பொருட்டாக நாம் ஆங்கிலேயர் மீது படை கொண்டு யுத்தம் செய்யப் புறப்படுவோமானால் அது செய்கை எதிர்ப்பு என்று சொல்லப்படும்... அஸ்திரப் பிரயோகத்தினால் எதிரியை நாசம் செய்துவிட முயல்வது செய்கை வழி; யுக்திப் பிரயோகத்தினால் எதிரியைப் பலமில்லாமல் செய்வது மனவழி. இவற்றுள்ளே பிந்திய முறைமையையே **தற்காலத்தில்** நமது ஜனத்தலைவர்கள் அங்கீகாரம் செய்துகொண்டிருக்கிறார்கள்" என்று எழுதிவிட்டு, பகிஷ்காரத்தைக் கடைப்பிடிக்க வேண்டிய அவசியத்தையும் வலியுறுத்திவிட்டு, இறுதியில் "வெறும் மானஸீகமான பகிஷ்காரம் மட்டுமேயன்றி **நாமாகச் செய்யவேண்டிய கிரியைகளும் இருக்கின்றன**" என்று பின்னால் வரக்கூடிய செய்கை எதிர்ப்புப் போராட்டத்துக்குத் தயாராக வேண்டிய அவசியத்தையும் சூசகமாக வலியுறுத்தி முடிக்கிறான் (பாரதி தரிசனம் - 2. பக். 82-83. அடிக்கோடிட்டது நூலாசிரியர்).

இன்னொன்றையும் இங்குக் குறிப்பிட வேண்டும். இந்தியத் தேசிய இயக்கம் 1906ஆம் ஆண்டின் வங்கப் பிரிவினையைத் தொடர்ந்து வீறுபெற்று எழுந்ததன் விளைவாகப் போராட்ட அரங்கில் முன்னுக்கு வந்த தீவிரத் தேசியவாதிகள், அந்தப் பிரிவினையை எதிர்த்து பகிஷ்கார நடவடிக்கையை மேற்கொள்ளுமாறு அறைகூவல் விடுத்தபோது, அந்தப் பகிஷ்காரத்தை மிதவாதிகள் கூட ஆதரித்தனர். ஆனால் தீவிரத் தேசியவாத இயக்கத்தில் புரட்சி மனப்பான்மைகொண்ட தலைவர்களும் அவர்களை ஆதரித்து நின்ற புரட்சி மனம் படைத்த இளைஞர்களும், வங்கப் பிரிவினையை எதிர்த்துக் கிளர்ந்தெழுந்த எழுச்சியை, இறுதியான சுதந்திரப் போராட்டத்துக்கு இட்டுச் செல்லும் வழியில், அதாவது புரட்சிகரப் போராட்ட மார்க்கத்தில் கொண்டு செல்ல வேண்டும் என்றே விரும்பினர். எனவேதான் புரட்சிகரமான இயக்கம் வளர்ச்சி அடைய அடைய, "வங்கப் பிரிவினைப் பிரச்சினையே பின்னுக்குத் தள்ளப்பட்டுவிட்டது; மாறாக, அதுவரையில் வெற்றிகரமாக மூடி மறைக்கப்பட்டிருந்ததும், அப்போது பகிரங்கமாக எழுப்பப்பட்டதுமான பிரச்சினையானது, வங்காளம் பிரிட்டிஷ் ஆட்சியின் கீழ் பிரிக்கப்படாத ஒரே மாகாணமாக இருக்க வேண்டுமா அல்லது பிரிக்கப்பட்ட இரு மாகாணங்களாக இருக்கவேண்டுமா என்பதாக இல்லாமல், வங்காளத்தில், ஏன் இந்தியாவில் எங்குமே பிரிட்டிஷ் ஆட்சியை இனியும் சகித்துக் கொண்டிருக்க வேண்டுமா என்பதாக மாறிவிட்டது" என்று பிரிட்டிஷ் ஏகாதிபத்தியத்தின் தாசனும் லண்டன் **டைம்ஸ்** பத்திரிகையின் விசேட நிருபருமான 'ஸர்' வாலண்டைன் சிரோல் 'இந்தியாவில் குழப்பம்' என்ற தனது நூலில் எழுதினான் (Indian unrest - Valentine Chirol - பக்.88. லண்டன், 1910). இத்தகைய புரட்சி மனப்பான்மை படைத்த தீவிரவாதிகளின்

முகாமிலேயே பாரதியும் இருந்தான் என்பதையும் அவனது வாசகம் நமக்கு உறுதிப்படுத்துகிறது. வங்கத் தலைவர்கள் சிலர் வங்கப் பிரிவினையை ரத்துச் செய்ய வேண்டும் என்று 1906இல் அரசாங்கத்திடம் விண்ணப்பம் செய்துகொள்ளப் போவதாக ஒரு செய்தி வெளிவந்ததும், பாரதி மனக்கொதிப்படைந்து இவ்வாறு எழுதுகிறான்:

"இனி ஒருவேளை மார்லி பெங்காள மாகாணத் துண்டிப்பை ரத்துச் செய்துவிடுவாரென்று வைத்துக்கொள்வோம். பிறகு இவர்கள் சுதேசிய முயற்சியை என்ன செய்யப்போகிறார்கள்? ஆரம்பத்திலே மாகாணத் துண்டிப்பின் அநீதிக்குப் பழிவாங்கும் பொருட்டாகவே நாம் சுதேசிய வீரத்தைக் கைக்கொள்ளப் போவதாக **பெங்காளிகள்** சொன்னார்கள். இப்போது சுதேசிய முயற்சியிலிருந்து நமக்கு **எவ்வளவோ வல்லமைகள்** பிறந்திருக்கின்றன. ஆதலால் இனியொருபோதும் மாகாணத் துண்டிப்பை ரத்துச் செய்யினும் சரி, செய்யாவிட்டாலும் சரி நாம் சுதேசிய வீரத்தைக் கைவிடப்போவது கிடையாது. பெங்காளித் தலைவர்கள் இதைச் சிறிது யோஜனை பண்ணி, இனி கவர்ன்மெண்டார் மாகாணத் துண்டிப்பு விஷயமாக என்ன செய்தபோதும், **நமக்குச் சுதேசியமே கதி** என்று இருந்துவிடுதல் நலமாகும். நாம் **திட சிந்தையுடனும்** புருஷத்வத்துடனும் நடப்போமானால், நமக்கு மாகாணத் துண்டிப்பாகிய **ஒரு குறை மட்டிலுமா நீங்குமா?** நமது குறைகளெல்லாம் பனிபோல் அகன்றுவிடும்" (**இந்தியா:** 29-9-1906 **பாரதி தரிசனம்** - 1. பக். 106-107).

அடக்குமுறை அதிகரித்தால்...?

மேலும், இத்தகைய புரட்சி மனப்பான்மை படைத்த தீவிரவாதிகளும் சரி, யுகாந்தர் கோஷ்டி போன்ற புரட்சி இயக்க இளைஞர்களும் சரி, போராட்டமானது கூர்முனை மழுங்காமல் முன்னேறிச் செல்ல வேண்டுமானால், தேச பக்தர்களைப் புரட்சிப் பாதைக்கு இட்டுச் செல்லவேண்டுமானால், அதற்கு ஆட்சியாளரின் அடக்குமுறை அதிகரிப்பதும்கூட உதவியாக இருக்கும் என்றே கருதினர். வங்கப் பிரிவினையை எதிர்த்து எழுந்த கிளர்ச்சியை ஆங்கிலேய அதிகார வர்க்கத்தைச் சேர்ந்த புல்லர் போன்ற கொடுங்கோலர்கள் மிருகத்தனமாக அடக்கி ஒடுக்க முயன்ற காரணத்தாலேயே, அது சுதேசிய இயக்கமாகப் பரிணமித்தது என்றும் அவர்கள் கருதினர். எனவேதான், வரலாற்றாசிரியர் மஜூம்தார் இவ்வாறு எழுதினார்; "பாரிஸால் மாநாட்டின்மீது கட்டவிழ்த்து விடப்பட்ட போலீஸ் அட்டூழியத்தில் முடிந்த பயங்கர ஆட்சிதான். வங்காளத்தில் பயங்கர வாதம் தோன்றுவதற்குப் பச்சைக் கொடி காட்டியது. அரவிந்தரும் பயங்கரவாதக் கட்சி எனக் கூறப்பட்டதன் தலைவர்களும் சாதிக்க

முடியாத ஒன்றை, மிஸ்டர் புல்லரும் மிஸ்டர் எமர்சனும் அவர்களுக்காகச் செய்து கொடுத்துவிட்டனர்" (History of Freedom Movement in India - R.C. Mazumdar *தொகுதி 2. பக். 107).*

எனவேதான், பாரிஸால் மாநாட்டைப் போலீஸார் பலாத்காரமான முறையில் தாக்கிக் கலைத்ததை எதிர்த்து, மாஜிஸ்ட்ரேட் எமர்சன் மற்றும் போலீஸ் அதிகாரிகளின் மீது, சுரேந்திரநாத பானர்ஜி, அஸ்வினி குமார தத்தர் முதலிய தலைவர்கள் நஷ்டஈடு வழக்குத் தொடுத்தபோது, தீவிரவாதிகளும் புரட்சிவாதிகளும் அதை வரவேற்கவில்லை. **போராட்டம் கோர்ட்டுக்கு வெளியே நடக்க வேண்டுமேயல்லாது கோர்ட்டுக்குள் அல்ல** *என்பதே அவர்களது நிலையாக இருந்தது. எனவேதான், பின்னர் விபின் சந்திரபாலர், பூபேந்திரர், பிரம்ம பாந்தவ் உபாத்தியாயா முதலியோர் அன்னிய அரசாங்கத்தின் கோர்ட்டையே ஏற்றுக்கொள்ளவும் மதிக்கவும் மறுத்தனர் (இதனை முந்தைய கட்டுரையில் குறிப்பிட்டுள்ளோம்). பாரதியும் இத்தகைய கருத்தையே ஆதரித்தான் என்பதை மேற்குறிப்பிட்ட வழக்கு தொடுக்கப்பட்ட போது அவன் எழுதிய குறிப்பிலிருந்து தெளிவாகிறது. "இதில் வெற்றி கிடைக்குமோ அல்லது தோல்வி கிடைக்குமோ என்பதை அளவிட்டுக் கூறுவது இப்போது சாத்தியமில்லை. ஒருவேளை இதிலும் எமர்சன் கம்பெனியார் அவமானப்பட்டுப் போகும் விஷயத்தில் நம்மவர்களுக் கெல்லாம் திருப்தியுண்டாகும் என்பதில் ஆக்ஷேபமே கிடையாது. ஆனால் கோர்ட் வெற்றிகளில் நமது பெங்காளி சகோதரர்களுக்கு ஏற்படும் உற்சாகம்* **நமக்கு** *ஏற்படவில்லை என்பதை இங்கே அறிவித்துவிடுதல் பொருந்தும். ஏனென்றால், இவ்விதமான* **அற்ப சந்தோஷங்கள் முக்கியமான குறைபாட்டைச் சிறிது மறைத்து விடுகின்றன.** *ஆதலால் இவ்விதமான அற்ப சந்தோஷங்கள் ஏற்படாமல்* **தடுத்துக் கொள்வது** *ஜனத் தலைவர்களின் கடமையாகும்" என்று மிகவும் நாசூக்காக இடித்துக் காட்டினான்* **பாரதி** *(***இந்தியா** *- 21-7-1906. பாரதி தரிசனம் - 1. பக். 74).*

உண்மையில், புரட்சி மனப்பான்மை கொண்ட தீவிரவாதிகளான அரவிந்தர் முதலானோர், அடக்குமுறை எவ்வளவுக்கெவ்வளவு அதிகமாக இருக்கிறதோ, அவ்வளவுக்கவ்வளவு அடக்கப்பட்ட மக்களின் ஆத்திரமும் போராட்ட உணர்வும் அதிகரிக்கும் என்றும், அவ்வாறு அதிகரிப்பது புரட்சிப் போராட்டத்தை விரைவில் தொடங்குவதற்கான சூழ்நிலையைக் கனிந்து வரச்செய்யும் என்றும் கருதினர். பாரதிக்கும் இந்தக் கருத்தில் உடன்பாடு இருந்தது.

புனாவிலிருந்து வெளிவந்த 'கால்' என்ற மராத்திப் பத்திரிகையின் ஆசிரியரான தீவிரத் தேசியவாதி பேராசிரியர் சிவராம் மகாதேவ

பராஞ்பே தமது பத்திரிகையில் எழுதியிருந்த தலையங்கம் ஒன்றை மேற்கோள் காட்டிப் பாரதி பின்வருமாறு எழுதியுள்ளான். 'கால்' பத்திராதிபர் பின்வருமாறு விவரிக்கின்றார்: 'ஆள்வோர் கொடுமை அதிகரிக்க அதிகரிக்க, ஜனங்களுக்குக் கோபமும் ஆண்மையும் அதிகரிக்கும். கீழ் பெங்காளத்திலே புல்லர் இருந்ததினாலே தானே நம்மவர்களுக்கு அளவிறந்த கோபம் உண்டாகி, அதனால் சுதேசிய முயற்சிகளும் வேறுபல தேசாபிமான முயற்சிகளும் இத்தனை பலமடைந்திருக்கின்றன. ஸர்பிபுல்லர் இந்தத் தலைமுறை ஜனங்களுக்கு விரோதியாக இருந்தபோதிலும், இனி வரப்போகிற தலைமுறைகளின் ஜனங்கள் அவரை மனதார வாழ்த்துவார்கள். ஆட்சி செய்வோர் எவ்வளவுக்கெவ்வளவு குரூரமுள்ளவர்களாக இருக்கிறார்களோ, அவ்வளவுக்கவ்வளவு நாட்டிற்கு க்ஷேமம் உண்டாகும். இவ்வாறு 'கால்' பத்திரிகை கூறுவதில் **மிகுந்த உண்மை இருக்கிறதென்பதில் ஆட்சேபமில்லை"** (**இந்தியா**: 1-9-1906 - பாரதி தரிசனம் -1, பக். 98).

இதனால்தான் 'பஞ்சாபி' என்ற தீவிரவாதப் பத்திரிகையின் மீது வழக்குத் தொடர்ந்து அதன் ஆசிரியரான அட்வனேக்கும் பதிப்பாளரான லாலா ஜஸ்வந்த் ராய்க்கும் கீழ்க்கோர்ட்டில் முறையே ஆறு மாதமும் இரண்டு வருடமும் சிறைத்தண்டனை வழங்கப்பட்டபின், இருவரும் செஷன்ஸ் கோர்ட்டுக்கு அப்பீல் செய்ததில், தண்டனை இருவருக்கும் ஆறு மாதமாகக் குறைக்கப்பட்டதையும், பின்னும் அவர்கள் சீப் கோர்ட்டுக்கு (ஹைகோர்ட்டுக்கு) அப்பீல் செய்யப் போவதாகச் செய்தி வந்ததையும் கண்டு, சீப் கோர்ட்டில் தண்டனை இன்னும் குறைக்கப்படலாம் என்ற எண்ணத்தில் பாரதி இவ்வாறு எழுதினான்: முதலில் வழங்கப்பட்ட தீர்ப்பு "இந்திய ஜனங்களுக்குப் பிரஸித்தம் செய்யப்பட்டவுடனே, நாடு முழுவதும் அடங்காத ஆத்திரமும் கிளர்ச்சியும் உண்டாயின. அதைக் கண்டு கவர்ன்மெண்டார் தாம் ஜன ஊக்கத்தை அடக்கும் பொருட்டாகச் செய்த முயற்சி, நெருப்புக்கு நெய் ஊற்றியதுபோல் ஆயிற்று என்பதை அறிந்துகொண்டது. அதன்பேரில் இப்போது எங்கிருந்தோ அதிகாரிகளுக்குத் தாராள குணமும் தாக்ஷண்யமும் பிறந்துவிட்டன. சீப் கோர்ட்டிலே இன்னும் தண்டனை குறைவுபடுத்தப்படுமென்றே நமக்குத் தோன்றுகிறது... இவ்வாறு கவர்ன்மெண்டார் தயவிலே தேசபக்த சிரோமணிகளான லாலா ஜஸ்வந்த் ராய்க்கும் ஸ்ரீ அட்வனேக்கும் இமிசை குறைவுபடுமென்பதை யோசிக்குமிடத்து நமக்குக் கொஞ்சம் திருப்திதான். ஆனால் நமது நவீனக் கிளர்ச்சி இந்தத் தயவுகளினால் சிறிது **அமர்த்தப் பெறும் என்பதை எண்ணி நாம் விசனமடைகிறோம்.** ஏனெனில் அரசாளுவோர் எவ்வளவுக்கெவ்வளவு இமிசை மார்க்கங்களை அதிகப்படுத்துகின்றார்களோ, அவ்வளவுக்கவ்வளவு ஜன உற்சாகம்

பலமடையும் என்பது **நமது ஸ்திரமான நம்பிக்கையாகும்**" (**இந்தியா** - *23-3-1907* - பாரதி தரிசனம் - *2.* பக். *127-128*).

செய்கை எதிர்ப்பும் தேவை

ஆயினும் அரசின் அடக்குமுறை அதிகரிக்கும் காலத்திலும், போராடும் மக்கள் அதற்கு எதிராகச் சாத்விக எதிர்ப்பையே தொடர்ந்து கைக்கொண்டு வரவேண்டும் என்று அன்றைய தீவிரத் தேசியவாதத் தலைவர்கள் கருதவில்லை. அதேபோல் சாத்விக எதிர்ப்பினால் மட்டுமே சுதந்திர லட்சியத்தை அடைந்துவிட முடியும் என்றும் அவர்கள் கருதவில்லை. நாம் ஏற்கெனவே குறிப்பிட்டதுபோல், சாத்விக எதிர்ப்பை அவர்கள் அன்றைய நிலையில் மேற்கொள்ளக் கூடிய ஒரு நடைமுறைத் தந்திரமாகவே கருதினார்கள். அரசின் அடக்கு முறை எவ்வளவுக்கெவ்வளவு அதிகரிக்கிறதோ, அவ்வளவுக்கவ்வளவு சாத்விக எதிர்ப்பைக் கைவிட்டு, செய்கை எதிர்ப்பை, அதாவது பலாத்கார நடவடிக்கையை மக்கள் மேற்கொள்ள வேண்டிய சூழ்நிலையும் நிர்ப்பந்தமும் அதிகரிக்கும். அத்தகைய செய்கை எதிர்ப்பின், பலாத்கார நடவடிக்கையின் வளர்ச்சியே ஆயுதந்தாங்கிய போராட்டத்தில் சென்று முற்றுப்பெறும், அதன் மூலமே சுதந்திர லட்சியம் நிறைவேறும் என்பதே அவர்களது போர்த் தந்திரமாக இருந்தது எனக் கூறலாம்.

எனவே அவர்கள் சாத்விக எதிர்ப்பைத் தமது போராட்ட மார்க்கமாக அறிவித்திருந்தபோதிலும், அரசின் அடக்குமுறையைக் கண்டு அஞ்சவோ, வாளாவிருக்கவோ செய்யாமல், அதனை அப்போதைப் போது மக்கள் எதிர்த்து வரவேண்டும் என்றும், அடக்கு முறையால் தம்மை அடக்கி ஒடுக்கிவிட முடியாது என்பதை, மக்கள் தமது செய்கை எதிர்ப்பின் மூலம் அரசுக்கு உணர்த்தியும் வரவேண்டும் என்றும் விரும்பினார்கள். எனவே சந்தர்ப்பம் வாய்க்கும் போதெல்லாம் அத்தகைய செய்கை எதிர்ப்பை மக்கள் மேற்கொள்ளும் விதத்தில் அவர்களுக்கு உத்வேகம் ஊட்டி, அவர்களைத் தூண்டியும் வந்தனர். பாரதியும் இந்த நோக்கையும் போக்கையுமே கொண்டிருந்தான் என்பதை நாம் அவன் எழுதியுள்ள பல குறிப்புகளிலிருந்து புரிந்துகொள்ளலாம்.

உதாரணமாக, 1907 மே மாதத் தொடக்கத்தில் மதுரையில் நடந்த "சுதேசியக் கூட்டம்" ஒன்றை, அது நடைபெற்று வரும்போது ஒரு போலீஸ் சப் இன்ஸ்பெக்டர் இடையில் வந்து அதனை மேற்கொண்டு நடத்தவொட்டாமல் தடை செய்ததோடு, "மரியாதையில்லாமல் நிந்தனை வார்த்தை"களும் பேசியதாகச் 'சுதேசமித்திர'னில் வெளிவந்த ஒரு கடிதத்தைப் படித்த பாரதி, "மதுரையிலே போலீஸார் செய்யும் அக்கிரமங்கள்" என்ற தலைப்பில் ஒரு செய்தி விமர்சனக் குறிப்பு

எழுதினான். அந்தக் குறிப்பில் இந்த நிகழ்ச்சியைப் பற்றி விளக்கி விட்டு இறுதியில் அவன் இவ்வாறு எழுதியுள்ளான்: "ஜனங்களே! நீங்கள்தான் இந்தப் பூமிக்குச் சொந்தக்காரர்கள். அரசாட்சியார் உங்களிடம் சம்பளம் வாங்கிக்கொண்டு உங்களுக்கு வேலை செய்யும் தொழும்பர்கள். ஒரு அரசாட்சியார் சரியானபடி வேலை பார்க்கா விட்டால், **அதை மாற்றும் சக்தி உங்களுக்கு உண்டு.** உங்களுடைய சுதந்திரங்களையும் உரிமைகளையும் அறிந்து கொண்டு, நீங்கள் செய்யும் சட்டத்திற்கிணங்கிய காரியங்களிலே தலையிடுவோர்களை, சிறிதேனும் தாக்ஷண்யமின்றி **எவ்விதங்களாலும்** அடக்கிவிடுங்கள். மனத்துணிவுடையவர்களிடம் போலீஸாரின் குறும்பு செல்ல மாட்டாது. மனத் துணிவுடையவர்களைப் பிசாசுகூட அணுகாது" (**இந்தியா:** 4-5-1907 - **பாரதி தரிசனம்** - 2. பக். 135).

அதே மாதத்தின் பிற்பகுதியில் தஞ்சாவூரில் சிவாஜி உற்சவத்தின் போது ஊர்வலம் நடத்தக்கூடாது என்று ஜில்லா கலெக்டர் உத்தரவு பிறப்பித்ததன் காரணமாக, அங்கு ஊர்வலம் நடக்காது போயிற்று என்ற செய்தியை அறிந்ததும், பாரதி இவ்வாறு எழுதினான்: "சிவாஜி உற்சவத்தின்போது ஊர்கோலம் நடத்துவதினால் யாருக்கு என்ன கெடுதி? அதைத் தடுப்பதற்கு ஜில்லா கலெக்டருக்கு என்ன அதிகாரம் இருக்கிறது? இப்படிப்பட்டவர் நாளைக்கு ஸ்வாமி கோவில் திருநாளின்போது ஊர்கோலங்களைத் தடுக்கமாட்டா ரென்பது என்ன நிச்சயம்? அதையும் ஜனங்கள் பொறுத்துக் கொண்டிருப்பார்களா? சிவாஜி ஊர்கோலத்தைத் தடுத்ததற்கு ஜில்லா கலெக்டர் சரியான முகாந்திரம் பொது ஜனங்களுக்கு அறிவிக்கக் கடமைப்பட்டிருக்கிறார். அவ்வாறு முகாந்திரம் சொல்லாத பக்ஷத்தில் இந்தக் கலெக்டரின் **கட்டளைகளை மீறி நடப்பது** சிறிதேனும் குற்றமாகமாட்டாது" (**இந்தியா:** 18-5-1907 - **பாரதி தரிசனம்** - 2. பக். 146). இவ்வாறு எழுதிவிட்டு, "தஞ்சாவூர் மஹாராஷ்டிரர்கள் 'மானம் இழந்தபின் 'வாழாமை முன்னினிது' என்பதை அறியமாட்டார்கள் போலும்!" என்று இடித்துரைத்து, தஞ்சாவூரில் வாழ்ந்து வந்த சிவாஜி வழிவந்த மராட்டிய இனத்தவரைச் செய்கை எதிர்ப்பில் ஈடுபடுமாறு பாரதி தூண்டியும் விடுகிறான்.

எப்படி எதிர்த்தனர்?

இதேபோல் அரசின் அடக்குமுறையோ, வெள்ளையரின் அக்கிரமமோ தலைதூக்கிய காலங்களில், ஏனைய மொழிபேசும் இந்திய மக்கள் எத்தகைய செய்கை எதிர்ப்பில் ஈடுபட்டு வந்தனர் என்ற விவரங்களை விளம்பரப்படுத்தியும் வந்திருக்கிறான் பாரதி. உதாரணமாக, கோதாவரி ஜில்லாவில் காக்கி நாடாவில் பதினெட்டு

வயது மாணவன் ஒருவன், ரோட்டில் போய்க்கொண்டிருந்த ஜில்லா ஸர்ஜனான மேஜர் கெம்ப் என்ற வெள்ளையனின் காதுக்குக் கேட்கும் படியாக 'வந்தேமாதரம்' என்று கோஷித்ததற்காக, அந்த வெள்ளையன் அந்த மாணவனைப் பிடித்துப் பலமாக அடித்துக் காயப்படுத்திய செய்தியைத் தெரிவித்துவிட்டு, அதன் விளைவையும் பின் விளைவையும் குறித்து, பாரதி "காக்கி நாடாவிலே சிறுகலகம்" என்ற தலைப்பில் இவ்வாறு எழுதினான்: "பையன் சரீரமெல்லாம் இரத்தமாய் ஓடிற்றாம். அடித்ததும் காணாமல் பிரக்ஞையற்றுக் கீழே விழுந்த பையனை அப்படியே இழுத்துக் கொண்டு போலீஸ் ஸ்டேஷனுக்கே கொண்டுபோய், கைது செய்யும்படி ஏற்பாடு செய்ததுமன்றி, அவனை ஒரு ஆஸ்பத்திரி உத்தியோகஸ்தர்களும் வந்து பார்க்கவாவது வைத்தியம் செய்யவாவது கூடாதென்று உத்தரவு செய்துவிட்டாராம். இவருடைய உத்தரவுப்படியே அன்றிரவு முழுவதும் ஒரு டாக்டராவது அவனைப்போய்ப் பார்க்கவில்லை. இவைகளைக் கேட்டவுடன் பையனுக்கு வேண்டிய அநேக ஜனங்கள் கும்பலாய்த் திரண்டு இரவு 10 மணிக்குப் பரங்கிகள் கூடியிருந்த ஒரு இங்கிலீஷ் கிளப்புக்குப் போய் அங்குள்ளவர்களைத் தாக்கினார்கள். பின்பு ஜகனாபிக்பூர் என்னும் இடத்திலுள்ள ஒரு கிறிஸ்தவர்கள் கோவிலைப் போய்த் தாக்கி நாசம் செய்தார்கள். பின்பு பரங்கிகள் குடியிருக்கும் வேறு சில வீடுகளைப் போய் இடித்துத் தொந்தரவு செய்தார்களாம். இதற்குள் ஜில்லா மாஜிஸ்ட்ரேட் (கலெக்டர்) சில போலீஸ் கான்ஸ்டேபிள்களைக் கூட்டிக்கொண்டு வெளியேறி வரவும் ஜனங்கள் அவரையும் தாக்கிக் காயப்படுத்தி விட்டார்களாம். காக்கிநாடா ஊரெங்கும் பரங்கிகளின் மேல் அளவற்ற கோபாவேசம் கொண்டிருக்கின்றதாம். பலமான கலகங்கள் உண்டாகும் என்று எதிர்ப்பார்க்கப்படுகிறது" (இந்தியா: 8-6-1907 **பாரதி தரிசனம்** - 2. பக். 151-152).

இதேபோல் நாம் முன்னர் குறிப்பிட்ட 'பஞ்சாபி' பத்திரிகையின் பதிப்பாளருக்கும் பத்திரிகை ஆசிரியருக்கும் லாகூர் சீப் கோர்ட்டில் (ஹை கோர்ட்) சிறைத் தண்டனையை ஊர்ஜிதம் செய்து தீர்ப்பு வழங்கியபோது நிகழ்ந்த நிகழ்ச்சிகளைப் பற்றிய செய்திகளை, பாரதி இவ்வாறு தெரிவித்தான்: "தீர்ப்பு சொல்வதற்குள்ளாக, கோர்ட்டுக்கு வெளியே லக்ஷக்கணக்கான ஜனங்கள் கூடியிருந்தார்கள். தீர்ப்பு சொல்லி முடியவும், பத்திராதிபர்கள் இருவரையும் போலீஸ் சூப்பிரண்டெண்டு ஒரு அறை வண்டியில் வைத்துக் கூட்டிக்கொண்டு போனார். அப்பொழுது ஜனங்கள் வண்டியைச் சுற்றிக்கொண்டு வந்தே மாதரம் எனச் சப்தமிட்டார்கள். இதனால் கோபம் கொண்ட சூப்பிரண்டெண்டு நாலைந்து மாணாக்கர்களைப் பிடித்துச் சவுக்கினால் அடித்தான். உடனே பக்கத்தில் நின்ற ஜனங்களெல்லாம்

சூப்பிரண்டெண்டின்மேல் விழுந்து கீழே தள்ளி மிதித்துப் பலமாகப் புடைத்துவிட்டார்கள். இவர்களுக்கு மண்டையிலே பலமான காயங்கள் பட்டுவிட்டன. ரோட்டிலே இரத்தம் ஓடும் ஸ்திதிக்கு வந்துவிட்டது. மழைபெய்து கொண்டிருந்ததைக்கூடக் கவனியாமல், அட்வனேக்கு ஜெயம், ஐஸ்வந்த ராயிக்கு ஜெயம் என்று கோஷம் புரிந்துகொண்டு பலர் மேற்படி பத்திரிகை வீரர்களைச் சிறைக்கூடம் வரை கொண்டு சேர்த்தார்கள். அப்பால் பிரம்மாண்டமான ஒரு பொதுக்கூட்டம் கூடிற்று. பிரிட்டிஷ் கோர்ட்டுகளிலே நீதி கிடைப்பது அரிதாயிருக்கிற படியால், **ஜனங்களை இம்சை புரியும் ஐரோப்பியர் களை அப்போதப்போதே ஜனக் கூட்டத்தார் தண்டனை செய்து விடல் தகுமென்று** தீர்மானம் செய்துகொள்ளப்பட்டது" *(இந்தியா: 20-4-1907 - பாரதி தரிசனம் - 2. பக். 70).*

இதன்பின் 1907 மே மாதத்தில் பஞ்சாபில் நடந்த அடக்கு முறையைக் குறித்துப் பாரதி இவ்வாறு எழுதினான்: "லாலா ஹன்ஸ்ராஜ், குருதாஸ் ராம் முதலிய பெரிய ஜனத் தலைவர்களையும், மஹா மதிப்புடைய ஜனங்களையும் சிறைப்படுத்தியிருக்கிறார்கள். லக்ஷக்கணக்கான ஜாமீன் கொடுக்கச் சம்மதித்தும் ஜாமீனில் விடமாட்டோம் என்கிறார்கள். லாலா லஜபதிராயின் பெயர் நமது நேயர்களுக்குத் தெரியாததன்று. இவரை ஒரு மாஜிஸ்ட்ரேட் மிகவும் உதாசீனமாகப் பேசி ஒரு பொதுச்சபையில் தலைமை வகிக்கச் சென்ற லஜபதிராயரைப் பேசக்கூடாதென்று தடுத்தாராம். உத்தரவுக்கு மிஞ்சிப் பொதுச்சபை கூடும் விஷயத்தில், குதிரைப்படையாரை விட்டு ஜனக் கூட்டத்தாரைத் துப்பாக்கியால் சுடும்படி ஏற்பாடு செய்வேனென்று சொன்னதாக அறிவிக்கப்படுகின்றது." இவ்வாறு எழுதிவிட்டு, "கோரச் செய்திகள்" என்ற உப தலைப்பின் கீழ், இத்தகைய அடக்குமுறையை எதிர்த்து மக்கள் என்ன செய்தார்கள் என்பதையும் பாரதி பின்வருமாறு விளம்பரப்படுத்துகிறான்: "மஹா கோரமான தந்திகள் பஞ்சாபிலிருந்து வந்து சொரிந்த வண்ணமாக இருக்கின்றன. ஹன்ஸ்ராஜ் முதலியவர் களைத் தவிர வேறு எண்பத்தெட்டு ஜனங்களைச் சிறையிட்டு விட்டதாக ஒரு தந்தி சொல்கிறது. ஜனங்கள் சும்மா இருக்கவில்லை. ஐரோப்பியர்களின் வளைவுகளிலே புகுந்து கொள்ளையிட்டும், ஐரோப்பியர்களை அடித்தும் தாக்கியும் கட்டிடங்களைத் தகர்த்தும் சுற்றி வருகிறார்களென அறிகிறோம். எனவே, பஞ்சாபில் ஜனங்களும் கவர்ன்மெண்டாரும் நேருக்கு நேர் முட்டிக்கொண்டு விட்டார்கள்... உத்தியோகஸ்தர்கள் சீயீகரம் மனத்தெளிவு கொண்டு சமாதானத்தைக் கோருவார்களென்று நம்புகிறோம். இல்லாமல் அடுப்புத் தீ காட்டு நெருப்பாகப் பரவிவிடுமென்று அஞ்சுகிறோம்" (***இந்தியா:** 11-5-1907 - **பாரதி தரிசனம்** - 2. பக். 138).*

வங்கப் பிரிவினையை எதிர்த்துக் கிளர்ந்தெழுந்த தேசிய இயக்கத்தினால் தீவிரத் தேசியவாதம் வலுவடைந்த 1905 - 1906 ஆண்டுக் காலத்தில் அந்த இயக்கத்தின் தலைவர்கள் வங்கப் பிரிவினையை எதிர்த்து சாத்விக எதிர்ப்பையும் பகிஷ்கார இயக்கத்தையும் கைக்கொண்டு போராடி வந்தபோதிலும், அவர்களது குறிக்கோள் வங்கப் பிரிவினை ஒழிப்பு என்ற நிலையையும் தாண்டி, அகில இந்தியாவிலும் ஆங்கிலேய ஆட்சி ஒழிப்பு என்ற லட்சியமாக மாறிவிட்டது என்று முன்னர் குறிப்பிட்டோம். இவ்வாறு 1906 இறுதியில் நடந்த கல்கத்தா காங்கிரசில் தாதாபாய் நவுரோஜி 'சுயராஜ்யம்' என்ற கோஷத்தை எழுப்பியதைத் தொடர்ந்து, 'சுயராஜ்யம்' என்பது பரிபூரண சுதந்திரமே என்று தீவிரத் தேசியவாதத் தலைவர்கள் 1907ஆம் ஆண்டில் விளக்கம் கூறி, அந்தக் குறிக்கோளோடு செயல்படத் தொடங்கினர். இந்தக் குறிக்கோளை அறிவித்தவுடன்தான் புரட்சிகர நடவடிக்கைகளும், தீவிரத் தேசியவாதப் பத்திரிகைகள் நெருப்பைக் கக்கி எழுதிய எழுத்துக்களும் அதிகரிக்கத் தொடங்கின. இந்நிலையில் ஆட்சியாளர்களும் தமது அடக்கமுறையை மெல்ல மெல்ல அதிகரித்தனர்; 1907 முற்பகுதியில் தேசத் தலைவர்களின் மீதும் பத்திரிகைகளின் மீதும் அடக்குமுறைத் தாக்குதலைத் தொடுக்க ஆரம்பித்தனர். இந்த அடக்கு முறையின் முதற்பெரும் நடவடிக்கையாக, நாம் மேலே குறிப்பிட்ட பஞ்சாப் கலவரங்களைத் தொடர்ந்து, 1907 மே மாதத்தில் அரசாங்கம் லாலா லஜபதிராயைக் கைதுசெய்து நாடு கடத்தியது. லஜபதிராய் கைதானவுடன் அரவிந்தரைப் பெயர் குறிப்பிடாத ஆசிரியராகக் கொண்டிருந்த 'வந்தே மாதரம்' பத்திரிகை இவ்வாறு எழுதியது: "சொற்பொழிவுகளை ஆற்றுவதற்கும், அழகாக எழுது வதற்குமான காலம் மலையேறிவிட்டது. அதிகாரவர்க்கம் சவால் விடுத்துவிட்டது. நாமும் சவாலை ஏற்றுக்கொள்கிறோம். பஞ்சாபின் மக்களே! சிங்க இனத்தவரே! உங்களை மண்ணோடு மிதித்துத் தள்ளும் இந்த மனிதர்களுக்கு, ஒரு லஜபதிக்குப் பதிலாக, அவரது இடத்தில் நூறு லஜபதிகள் தோன்றுவார்கள் என்று புலப்படுத்துங்கள். 'ஜெய் ஹிந்துஸ் தான்!' என்ற உங்களது **போர்க்குரலை** அவர்கள் நூறு மடங்கு அதிகமாகக் கேட்கட்டும்!"

பாரதியும் தனது 'இந்தியா' பத்திரிகையில் லாலா லஜபதிராய் நாடு கடத்தப்பட்ட செய்தி அறிந்தவுடன் 'அராஜரிகம்' என்ற தலைப்பிலும், 'ஆரிய ஜாதிக்கு நிகழ்ந்திருக்கும் அவமானம்' என்ற உபதலைப்பிலும், லாலா லஜபதியைக் கைது செய்தது, அவரை நாடு கடத்தியது, அவரது வீட்டைச் சோதனையிட்டது, அவரைக் கைது செய்ததைத் தொடர்ந்து, லாகூர் நகரில் "நான்கு பக்கமும்" பட்டாளங்களையும் "அநேக பீரங்கி களையும்", "ஒவ்வொரு தெருவிலும் உருவின கத்தியுடன் சிப்பாய்களையும்"

நிறுத்தி வைத்திருந்தது, அவர் கைதானதைத் தொடர்ந்து புனா நகரத்தில் நடந்த அர்த்தால், "இந்தியாவின் இப்போதைய நிலையும் (ரத்த வெள்ளங்களுக்கு இடமாய் நின்ற) பெரிய பிரஞ்சுக்கலகக் காலத்திலே பிரான்ஸ் தேசத்தின் நிலையும் ஒன்றுக்கொன்று ஒற்றுமையுடையதாயிருக்கின்றன" என்று கல்கத்தா நகரரைச் சேர்ந்த முக்கிய வக்கீல் ஒருவர் கூறிய அபிப்பிராயம் முதலிய பல விவரங் களையும் எழுதிவிட்டு, இறுதியாக இவ்வாறு எழுதினான்: "பொதுக் கூட்டங்களைத் தடுத்தல், பாடசாலைகளைப் பயமுறுத்தல், ஜனத்தலைவர்களை தீபாந்திரத்துக்கு ஏற்றி அனுப்புதல் முதலிய கொடுங்கோல் முறைமைகளை அனுசரிப்பது சர்க்காருக்கே பெருங்கேடாக முடியும். சமாதான வழிகளிலே விருப்பம்கொண்டு வேலை செய்யும் ஜனங்களை கவர்ன்மெண்டார் **உக்கிர வழிகளிலே செல்லும்படி பலவந்தப்படுத்தல்**, அவர்களுக்கு க்ஷேமகரமான செய்கையாகுமா?" (**இந்தியா:** 18-5-1907 - பாரதி தரிசனம் - 2. பக். 148).

திருநெல்வேலிக் 'கலகம்'

இவ்வாறு தேசத்தலைவர்களையும் பத்திரிகை ஆசிரியர்களையும் கைது செய்த காலத்திலும், அடக்குமுறை அதிகரித்த காலத்திலும், மக்கள் அடக்குமுறையை எதிர்த்து என்னென்ன நடவடிக்கைகளை எடுத்தனர் என்பதைத் தீவிரத் தேசியவாதத் தலைவர்களும் பத்திரிகை களும் விளம்பரப்படுத்தி, அந்த நடவடிக்கைகளை நாட்டின் ஏனைய மக்களுக்கும் **முன்மாதிரியாக** மறைமுகமாகச் சுட்டிக்காட்டி வந்தனர் என்ற உண்மையை, 1908 மார்ச் 12 அன்று வ.உ.சிதம்பரம் பிள்ளையும், சுப்பிரமணிய சிவாவும் கைது செய்யப்பட்டதைத் தொடர்ந்து மறுநாள் மார்ச் 13 அன்று திருநெல்வேலியிலும் தூத்துக்குடியிலும் நடந்த 'திருநெல்வேலிக் கலகம்' எனக் கூறப்பட்ட நிகழ்ச்சிகளின் மூலமே நாம் புரிந்து கொள்ளலாம்.

வ.உ.சி. முதலானோர் கைதானதைத் தொடர்ந்து தூத்துக்குடியில் எல்லாக் கடைகளும் அடைக்கப்பட்டன; மேலும் நகரில் தடை உத்தரவு பிறப்பிக்கப்பட்டிருந்தும், அன்று மாலையில் தூத்துக்குடி நகரைச் சேர்ந்த வண்டிப்பேட்டையில் பொதுக்கூட்டமும் நடத்தப் பட்டது. தடையை மீறிக் கூடிய அந்தக் கூட்டத்தில் கூடிய மக்கள் போலீசார் கூறியும் கலைந்து செல்ல மறுத்ததால், அக்கூட்டம் தடியடிப் பிரயோகத்தினாலும் துப்பாக்கிப் பிரயோகத்தாலும் கலைக்கப்பட்டது. தூத்துக்குடியில் என்ன நடந்தது என்பதைத் தாம் திருநெல்வேலிச் சிறையில் இருந்தபோது, தூத்துக்குடியிலிருந்து கைது செய்யப்பட்டுத் திருநெல்வேலிச் சிறைக்குக் கொண்டு வரப்பட்ட வ.உ.சி.யின் சகாவான ஏட்டுக் குருநாத ஐய்யர் தம்மிடம் பின்வருமாறு கூறியதாக வ.உ.சி.யே தமது சுயசரிதையில் பாடியுள்ளார்:

“ஆசு படையுடன் அணுகி, அவரை
மோசம் செய்திட மூட்டிக் கலகம்
தடியால் அடிப்பித்தான் சார்ந்தநம் மவரை;
வெடியால் சுட்டான் வெளிவர விடாது.
ஆசுவின் குதிரையை அடித்தவர் தள்ளினார்;
நாசம் என்னுயிர்க்கு என நவின்று அவன் ஓடினான்!
தடித்த கொழுத்த சப்பின்ஸ் பெக்டரை
*அடித்தும் மிதித்தும் அளவில் புரிந்தனர்.
சுட்ட வெடிகளைத் தூள் தூளாக்கி
எட்டிய இடங்களில் எறிந்து தொலைத்தனர்.
தெருவெலாம் நம்மவர் சிரித்துத் திரிகிறார்;
மருவிலேம் என்றவர் மனத்தினில் உன்னியே
வெள்ளையர் சகலரும் மிகமிக நடுங்கிக்
கள்ளரைப் போன்று அவண் கரந்து மறைந்தனர்...”

- (சுயசரிதை: பக். 84).

திருநெல்வேலியிலோ கடைகள் அனைத்தும் அடைக்கப்பட்டதோடு மட்டுமல்லாமல் மாணவர்களும் தொழிலாளர்களும் பொதுமக்களும் சேர்ந்து நடத்திய ஆர்ப்பாட்டத்தின்போதும், ஊர்வலத்தின்போதும் மக்களது ஆத்திரம் கட்டுக்கடங்காது போய்விட்டது. இதன் விளைவாக, திருநெல்வேலி டவுனில் அப்போது கீழரத வீதியிலிருந்த முனிசிபல் அலுவலகம் தாக்கப்பட்டது. அங்குள்ள ரிக்கார்டுகளெல்லாம் தீக்கிரையாக்கப்பட்டன. மேலும், சப் ரிஜிஸ்திரார் அலுவலகம் ஒன்றைத் தவிர, போலீஸ் நிலையம், துணை ஜில்லா முன்சீப் கோர்ட் முதலிய அரசாங்க அலுவலகங்களும் ஒரு பெட்ரோல் கிடங்கும் தாக்கப்பட்டன; தீயிடப்பட்டன. வ.உ.சி.யைக் கைதுசெய்ய உத்தரவிட்ட வெள்ளைக்காரக் கலெக்டர் விஞ்சுதுரையும், அசிஸ்டெண்ட் போலீஸ் சூப்பிரண்டெண்ட் ஜான்சன் என்ற வெள்ளை அதிகாரியும் ஸ்தலத்துக்கு வந்தபோது ஆர்ப்பாட்டம் மேலும் வலுத்தது. மார்க்கெட்டில் வாங்கி வந்த தேங்காய் கீழே விழுந்ததை எடுக்கக் குனிந்த ஒரு சிறுவன், (அவன் வெடிகுண்டை அல்லது கல்லை எடுத்ததாகக் கருதியதன் காரணமாக) சுட்டு வீழ்த்தப்பட்டான். இந்த அரவான் பலிக்குப் பின்னர் ஆர்ப்பாட்டம் மேலும் வலுத்தது. இதனால் போலீஸார் துப்பாக்கிப் பிரயோகம் செய்ததில் மேலும் மூவர் மாண்டனர். இதன் பின் போலீஸார் தடியடிப் பிரயோகத்தினாலும் குதிரைப் படையினாலும் மக்களை அடித்து விரட்டினர். எனினும், ‘கலகம்’ அடங்கிவிடவில்லை.

* ஆசு: தூத்துக்குடி சப்-கலெக்டர் ஆஷ்.

அது அருகிலுள்ள தச்சநல்லூருக்கும் பரவியது. அங்குள்ள கிராமக் கச்சேரி தீக்கிரையாக்கப் பட்டது. இரண்டு மூன்று நாட்கள் வரையில் ஆங்காங்கே சில்லறை ஆர்ப்பாட்டங்கள் நடந்தே வந்தன.

*இந்த நிகழ்ச்சி நடந்த இருவார காலத்துக்குள் பாரதியே திருநெல்வேலிக்கு 'இந்தியா பத்திரிகையின் பிரதிநிதியாக'ச் சென்றான். இதன்பின் 1908 மே 2ஆம் தேதியிட்ட 'இந்தியா' இதழில், "திருநெல்வேலிக்குச் சென்றிருக்கும் நமது பிரதிநிதியின் அறிக்கை" என்ற தலைப்பில், பாரதி இவ்வாறு எழுதினான்: "நான் ஞாயிற்றுக்கிழமை (26ஆம் தேதி) மாலை திருநெல்வேலிக்கு வந்து சேர்ந்தேன். வந்தவுடனே திருநெல்வேலியில் சுடப்பட்டு இறந்த சுதேசிகளின் பெயர்களை விசாரித்தேன்... நான் விசாரித்ததில் இதுவரை ஒரே ஒரு மனிதனுடைய பெயர் மட்டிலும் தெரிந்திருக்கிறது. இவன் பெயர் ஆறுமுகம் பிள்ளை. இவன் வண்ணாரப்பேட்டை ஸ்பெஷல் செட்டில் மெண்ட் ஆபீசில் சேவக வேலை பார்த்து வந்தானாம்... இன்னும் மற்ற மூன்று பெயர்களையும் அவர்களுடைய விருத்தாந்தங்களையும் தீர விசாரணை புரிந்த பின் எழுதுகிறேன்." இவ்வாறு எழுதிவிட்டு, அடக்கு முறையினால் பொது மக்களின் உறுதி குலைந்து விடவில்லை என்பதையும் அவன் பின்வருமாறு வலியுறுத்தி எழுதினான்: "பொது ஜனங்கள் நடுக்கத்தில் இருப்பார்களென்று நான் சென்னையில் வைத்து நம்பியிருந்தேன். பெரிய மனிதர்கள் என்று சொல்லிக்கொள்ளும் சிலரைத் தவிர, மற்ற ஸாமானிய ஜனங்கள் அதிக அச்ச நிலையில் இருக்கவில்லை" (**பாரதி புதையல்** -2. பக். 155-156).*

இங்கு சுவையான மற்றொரு நிகழ்ச்சியையும் குறிப்பிட வேண்டும். திருநெல்வேலியில் வ.உ.சி.க்கும் சிவாவுக்கும் எதிரான வழக்கு நடந்துகொண்டிருந்த காலத்திலேயே, திருநெல்வேலி ஜில்லாவை அடுத்திருந்த திருவனந்தபுரத்திலும், திருநெல்வேலிக் 'கலக'த்தின் நேரடியான எதிரொலி போன்று 1908 ஜூன் 9 அன்று திருவாங்கூர் சமஸ்தான மக்களும் அன்னியராட்சிக்கு எதிராகக் கிளர்ந்தெழுந்தனர். இதனைக் குறித்து பம்பாயிலிருந்து வெளிவரும் 'டைம்ஸ் ஆப் இந்தியா' (Times of Inida) பத்திரிகை தனது 1908 ஜூன் 13ஆம் தேதி இதழில் இவ்வாறு செய்தி வெளியிட்டிருந்தது:

"(திருவனந்தபுரத்தில் எல்லாக் கடைகளும் மூடப்பட்டன. கோட்டைப் போலீஸ் ஸ்டேஷன் சூறையாடப் பெற்றுத் தீக்கிரையாயிற்று. போலீஸ் சூப்பிரண்டெண்ட் பலமாகத் தாக்கப்பட்டார்... அரண்மனையிலிருந்து திரும்பி வந்த மக்கள் கூட்டம் கோட்டைப் போலீஸ் ஸ்டேஷனுக்குள் நுழைந்து, போலீஸ்காரர்களை வெளியே

விரட்டியடித்தது... லாக்கப்பிலிருந்த கைதிகள் விடுவிக்கப்பட்டனர்; ரிக்கார்டுகள் தீக்கிரையாக்கப்பட்டன; கட்டிடங்களுக்குத் தீ வைக்கப்பட்டன. பிரிட்டிஷ் துருப்புக்கள் வந்த பிறகே கலகம் ஒடுக்கப்பட்டது; பொதுக்கூட்டங்களும் ஆர்ப்பாட்டங்களும் தடை செய்யப்பட்டன; நூறு பேர் கைது செய்யப்பட்டனர்..." மேற்கோள்: Tilak and the Struggle for Indian Freedom - Ed: M.Reisner & N.M. Goldberg. பக். 648).

1907 இறுதி வாக்கில் சுப்பிரமணிய சிவா திருநெல்வேலி ஜில்லாவுக்கு வந்து சேர்கிறவரையில், அவர் அதற்கு முந்தைய ஆண்டுகளில் திருவனந்தபுரத்தில்தான் இருந்தார். 1908இல் திருநெல்வேலியில் கைது செய்யப்பட்டு, அவர்மீது வழக்கு நடந்தபோது, தாம் கோர்ட்டில் அளித்த வாக்கு மூலத்தில் தாம் "சென்ற நான்கு ஆண்டுகளாகத் திருவனந்தபுரம், கொச்சி சமஸ்தானங்களிலும், மதுரை, திருநெல்வேலி ஜில்லாக்களிலும்" தமது கொள்கைகளைப் பிரசாரம் செய்து வந்ததாகக் கூறினார். திருவனந்தபுரத்தில் தாம் வசித்து வந்த காலத்தில், அங்கு அவர் 'தர்ம பரிபாலன சங்கம்' என்ற கழகத்தைத் தொடங்கி, சுதேசியப் பிரசாரம் செய்து வந்தார் என்றும், அவரது நடவடிக்கைகள் திருவாங்கூர் சமஸ்தான அதிகாரிகளுக்குப் பிடிக்காத காரணத்தினால், அவர் அங்கிருந்து வெளியேற்றப்பட்டார் (**சுப்பிரமணிய சிவா** - ரா. ஸ்ரீனிவாச வரதன் - பக். 33; **நான் கண்ட நால்வர்** - வெ.சாமிநாத சர்மா - பக். 207). திருநெல்வேலி ஜில்லாவிலும் வ.உ.சி.க்கும் சிவாவுக்கும் வலது கையாகத் திருவனந்தபுரம் பத்மநாப அய்யங்கார் என்ற தேசபக்தரும் பணியாற்ற வந்திருக்கிறார். 1908 மார்ச் 10 அன்று தூத்துக்குடியில் விபின் சந்திரபாலர் விடுதலையானதையொட்டி, 'சுயராஜ்ய தினம்' கொண்டாடப்பட்டபோது, அங்கு ஊர்வலம் நடத்துவதற்குத் தடையிருந்தும் அந்தத் தடையை மீறி வ.உ.சி. சிவா ஆகியோரோடு பத்மநாப அய்யங்காரும், விபின் சந்திரபாலரின் படத்தோடு ஊர்வலத்தை முன்னின்று நடத்திச் சென்றார். மறுநாள் 11ஆம் தேதி வ.உ.சி.யும், சிவாவும் திருநெல்வேலி ஆற்று மணலில் சொற்பொழிவாற்றியபோது பத்மநாப அய்யங்காரும் அங்கு அவர்களுடன் இருந்தார். அதற்கும் மறுநாள் 12ஆம் தேதி வ.உ.சி.யும், சிவாவும் கைது செய்யப்பட்டபோது பத்மநாப அய்யங்காரும் கைது செய்யப்பட்டார்.

சிவாவுக்குத் திருவனந்தபுரத்துடனிருந்த தொடர்பையும், பத்மநாப அய்யங்காரும் திருவனந்தபுரத்தைச் சேர்ந்தவர் என்ற உண்மையையும் கருத்தில்கொண்டு பார்க்கும்போதும், 'திருநெல்வேலிக் கலக'த்தைப் போலவே திருவனந்தபுரத்திலும் ஒரு 'கலகம்' நடைபெற்றதைப் பார்க்கும்போதும், திருநெல்வேலி ஜில்லாவில் நடந்து வந்த சுதேசிய

இயக்கத்துக்கும், திருவாங்கூர் சமஸ்தானத்துக்குள் நடந்து வந்த சுதேசிய இயக்கத்துக்கும் நெருங்கிய தொடர்பும் கருத்துப் பரிவர்த்தனையும் இருந்து வந்திருக்கலாம் என்றே ஊகிக்கத் தோன்றுகிறது. இது முழுமையாக ஆராயப்பட வேண்டிய விஷயம். மேலும், 1908 ஜூன் 9 அன்று திருவனந்தபுரத்தில் நடந்த 'கலக'த்துக்குப் பின்னர்தான், செண்பகராமன் என்ற நாஞ்சில் நாட்டுத் தமிழ் இளைஞர், உயிரியல் நிபுணர் என்ற போர்வையில் திருவனந்தபுரத்தில் உலாவி வந்த சர் வால்ட்டர் வில்லியம்ஸ் ஸ்மிர்க்லாண்டு என்ற ஜெர்மன் உளவாளியின் உதவியினால், இந்தியாவை விட்டு வெளியேறி, ஜெர்மனி சென்று இந்திய விடுதலைக்குப் பாடுபட்ட புரட்சிவீரர் செண்பகராமன் பிள்ளையாக மாறினார் என்பதும் நாம் இங்கு நினைவுகூரத்தக்கதாகும்.

பலாத்கார இயக்கப் பிரசாரம்

1905ஆம் ஆண்டின் இறுதியில் காசிக் காங்கிரசுக்குச் சென்று விட்டுத் திரும்பும் வழியில், பாரதி நிவேதிதா தேவியைச் சந்தித்து எத்தகைய உபதேசத்தைப் பெற்று வந்தான் என்பதை முன்னமேயே பார்த்தோம். காசிக் காங்கிரசிலிருந்து திரும்பிய பாரதி, தீவிரத் தேசியவாத இயக்கத்தோடும், அதன் தலைவர்களான திலகர், அரவிந்தர், விபின் சந்திரபாலர் ஆகியோரது அரசியல் நிலையோடும் தன்னை ஐக்கியப்படுத்திக்கொண்டு, அன்றைய தீவிரத் தேசியவாத இயக்கத்தின் நடைமுறைத் தந்திரமான சாத்விக எதிர்ப்பையே தானும் ஆதரித்து நின்றாலும், ஆயுதம் தாங்கிப் போராடாமல், ரத்தம் சிந்தாமல், உயிர்த்தியாகங்களைப் புரியாமல், புரட்சி நடவடிக்கைகளை மேற்கொள்ளாமல், சுதந்திரப் போராட்டத்தில் வெற்றி காண இயலாது என்ற கருத்தே அவனது உள்ளத்தின் அடியாழத்தில் உறுதிப்பட்டு நின்றது எனலாம்.

ஆயினும், 1906 மத்திவாக்கில் 'இந்தியா' பத்திரிகையின் ஆசிரியப் பொறுப்பை ஏற்றுக்கொண்ட பருவத்திலேயே, பத்திரிகைகளுக்கு எதிரான ஆங்கிலேய அரசாங்கத்தின் அடக்குமுறையும் மெல்ல மெல்ல அதிகரித்துவிட்டது எனலாம். 1905 - 1906இல் வங்கப் பிரிவினையைத் தொடர்ந்து தீவிரத் தேசியவாத இயக்கமும், சுதேசிய இயக்கமும், புரட்சிகரப் பிரசாரமும் அதிகரிக்கத் தொடங்கியவுடனேயே, இவற்றின் குரலாக - விளங்கிய பத்திரிகைகளின் மீது அரசாங்கம் அடுக்கடுக்காக ஜாமீன் வழக்குகள், ராஜத்துரோக வழக்குகள் முதலியவற்றைத் தொடுக்கத் தொடங்கியது. 1906 ஜூலை மாதத்தில் லாகூரிலிருந்து வெளிவந்து கொண்டிருந்த 'பஞ்சாபி' பத்திரிகையின் மீது அரசாங்கம் வழக்குத் தொடுக்க உத்தேசித்த செய்தியை, 1906 ஜூலை 28ஆம் தேதி 'இந்தியா' பத்திரிகையில் பாரதி வெளியிட்டுள்ளான். அதே தேதியில்,

'மற்றொரு ராஜத்துரோகக் கேஸ்' என்ற தலைப்பில், பம்பாயிலிருந்து வெளிவந்து கொண்டிருந்த 'பிரதோத்' என்ற பத்திரிகையின் மீது 'ராஜத்துரோக'க் குற்றம் சாட்டப்பட்ட செய்தியையும் அவன் விமர்சித்திருக்கிறான் (**பாரதி தரிசனம்** - 1. பக். 76-78). இதன்பின் 1906 நவம்பர் 3 அன்று "பத்திரிகைகளின் மீது கேஸ்கள்" என்ற தலைப்பில் பாரதி இவ்வாறு எழுதவும் செய்தான்: "இந்தியாவிலேயே பேச்சுச் சுதந்திரம் வெகு ஜாஸ்தியாகக் கொடுக்க வேண்டுமென்று முரசறைந்து கொண்டு, ஜான் மார்லி தமது அதிகாரத்தைத் தொடங்கினார். இவர் மனதிலே 'பேச்சுச் சுதந்திரம்' என்பதற்கு என்ன அர்த்தம் வைத்துக் கொண்டிருக்கிறாரோ அறியோம். இவரும் மிண்டோவுமாகச் சேர்ந்து செய்யும் துரைத்தனத்திலே முந்திய அதிகாரங்கள் எல்லாவற்றையும் காட்டிலும் பத்திரிகை பிராஸ்க்யூசன்கள் ஜாஸ்தியாய்ப் போய்விட்டன. 'ஹிந்து ஸ்வராஜ்ய'த்தை அமுக்கி விட்டார்கள். 'பஞ்சாபி' பத்திரிகையை இப்போது ஆட்டத் தொடங்கியிருக்கிறார்கள். இன்னும் பெயர் கூறப்படாத பஞ்சாபி பாஷைப் பத்திரிகை ஒன்றையும் வேலை தொடங்க உத்தேசித்திருக் கிறார்கள் என அறிகிறோம். ஆனால், 'ஆட்டைப் பிடித்து மாட்டைப் பிடித்து, கடைசியாக மனிதனைப் பிடிப்பதுபோல' கல்கத்தாவிலே பிரசுரமாகும் 'வந்தேமாதரம்' என்னும் புகழ்பெற்ற இங்கிலீஷ் பத்திரிகையையும் பயமுறுத்திக் கொண்டிருக்கிறார்கள்..." (**பாரதி தரிசனம்** - 1 பக். 162).

இத்தகைய நிலையிலும்கூட, புரட்சிகர ரகசிய இயக்கங்களோடு சம்பந்தப்பட்ட, அவற்றின் குரல்களாக விளங்கிய வங்கமொழிப் பத்திரிகைகளான 'யுகாந்தர்', 'சோனார் பங்களா' போன்ற பத்திரிகைகளும், பம்பாயிலிருந்து வெளிவந்த 'ஹிந்து ஸ்வராஜ்யம்' போன்ற பத்திரிகைகளும், எதற்கும் துணிந்த நிலையில் பலாத்காரப் புரட்சியைக் குறித்துப் பகிரங்கமாகவே எழுதி வந்தன. புரட்சிகர நடவடிக்கைகளை ஆதரித்து நின்ற ஏனைய பத்திரிகைகள் அத்தகைய கருத்துக்களை மிகுந்த ராஜதந்திரத்தோடும், சாதுரியத்தோடும் மறைமுகமாகப் பிரசாரம் செய்து வந்தன. பாரதி இந்த இரண்டு வழிகளையும் மிகவும் சாமர்த்தியமாக இணைத்து பலாத்கார நடவடிக்கைகளை மேற்கொள்ள வேண்டிய அவசியத்தை மறைமுகமாகப் பிரசாரம் செய்து வந்தான் என்றே சொல்லலாம்.

ஸ்வர்ண வங்காளம்

உதாரணமாக, வங்கப் பிரிவினையை எதிர்த்து, 'சோனார் பங்களா' (ஸ்வர்ண வங்காளம் - தங்க வங்கம்) என்ற ஒரு கோஷம் எழுந்தது (இதே கோஷம் 1971இல் பங்களாதேஷ் விடுதலைப் போராட்டம் நடைபெற்றபோது அங்கு எழுந்தது என்பதையும், அந்தப் போராட்டம்

வெற்றி பெற்ற செய்தியை இந்திய நாடாளுமன்றத்தில் அறிவித்த தமது உரையில் இந்தியப் பிரதமர் திருமதி இந்திராகாந்தி, அந்தப் புதிய தேசத்தின் உதயத்தை 'சோனார் பங்களா'வின் உதயமாகக் குறிப்பிட்டு, வாழ்த்தியதும் இங்கு நினைவூட்டிக் கொள்ளத்தக்கதாகும்). இதே பெயரில் வங்கத்தில் ஒரு புரட்சிகரச் சங்கமும், அதன் குரலாக 'சோனார் பங்களா' என்ற பெயரில் ஒரு பத்திரிகையும் நடந்து வந்தன. இந்தப் பத்திரிகையின் மீது ஆங்கில அரசாங்கம் 1907 ஜூலையில் வழக்குத் தொடுத்து, அதன் ஆசிரியரைக் கைதுசெய்து தண்டித்தது. இந்த 'சோனார் பங்களா' இயக்கத்தைக் குறித்து ஆங்கிலேயர் நடத்தி வந்த பத்திரிகைகளில் வெளிவந்த விஷயங்களையே பாரதி தனது பிரசாரத்துக்குச் சாதகமாகப் பயன்படுத்திக் கொண்டான். 1906 செப்டம்பர் 8ஆம் தேதியன்று வெளிவந்த 'இந்தியா' பத்திரிகையில் அவன் "வங்காளத்திலே ராஜாங்கப் புரட்சி செய்யும் நோக்கமுடைய ஒரு விளம்பரம்" என்ற தலைப்பில் இதுபற்றி எழுதியுள்ளான்.

"பெங்காளத்தில் 'ஸ்வர்ணவங்கம்' (சோனார் பங்களா) என்றதோர் சங்கம் ஏற்பட்டிருக்கிறதென்றும், அச்சபையார் பிரிட்டிஷாருக்கு விரோதமான நோக்கமுடையவர்களென்றும் அவர்கள் நாடு முழுதும் இரகசியமாகப் பின்வரும் விளம்பரம் பரப்பி வந்தமை இப்பொழுது தான் வெளியாகி இருக்கிறதென்றும் சில ஆங்கிலேயப் பத்திரிகைகள் தெரிவிக்கின்றன" என்று எழுதிவிட்டு, அந்த 'விளம்பரத்தை' (Circular) அவன் அப்படி பின்வருமாறு வழங்குகிறான்:

"50,000 ஜனங்கள் நம்மவர்களிலே இறந்துபோக வேண்டும். அப்படியில்லாமல் வெறும் வாய்க் கூச்சலிட்டு யாதொரு பயனும் கிடையாது. நமது நெஞ்சு ரத்தம் கீழே சிந்தினாலொழிய நன்மை வரமாட்டாது. வெள்ளைக்காரர்களின் வீடுகளை இடித்து, அவர்களைத் துண்டு துண்டாக வெட்டிக் கங்கை நதியிலே எறிய வேண்டும். இது நடக்கும் வரை நமது அனுகூலங்களை யாரும் கவனிக்க மாட்டார்கள். எந்த மதஸ்தராயினும், எந்த ஜாதியாராயினும் பெங்காளத்தின் புத்திரர்களெனப் பெருமை யாருக்கெல்லாம் வேண்டுமோ, அவர்களெல்லாம் ஒன்றுகூடி, தாம் பெங்காளத்தின் பொருட்டாக, தாம் **எது வேண்டுமானாலும் செய்யத் தயாராய் இருப்பதாக** உலகத்தாருக்குக் காண்பிக்க வேண்டும். பெங்காளத்தின் பொருட்டாக **நாம் உயிர்துறக்கத் தயாராய் இருக்கிறோம்** என்பதை உலகத்தார் அறிய வேண்டும். நாம் நமது ஹிருதயங்களைத் திடமாக்கிக்கொள்ளும் பக்ஷத்தில், ஒரு கோடி ஜனங்கள் நம்முடன் சேர்ந்துவிடுவார்கள். வெள்ளைக்காரர்களுடைய குண்டுகளும், பீரங்கிகளும் பறந்தே

போய்விடும். நாம் பெங்காளத்தின் உண்மையான மக்கள் என்பதைப் பிரகாசிப்பிக்க வேண்டும். இனிச் சகித்திருக்கலாகாது. மரணத்துக்குத் தயாராக இருக்கும் ஜனங்கள் மட்டும் ஒன்றுகூடி, சேர்ந்து, பெருமுழக்கம் செய்து, **வெள்ளைக்காரர்களை அடித்துத் துரத்த வேண்டும்**. பிறகு நமது தேசத்தை நாமே ஆண்டு கொள்ளலாம். சன்யாசிகள், பக்கிரிகள் எல்லோரும் நமக்குத் துணைபுரிய வேண்டும். நமக்கு விரோதமாகச் செயல்படுபவன் மிகவும் கொடுமையாகத் தண்டிக்கப்படுவான்."

இவ்வாறு தமக்கு எதிராகச் 'சதி' நடக்கிறது என்று அம்பலப்படுத்த விரும்பி, ஆங்கிலேயப் பத்திரிகைகள் வெளியிட்ட வங்கப் புரட்சி இயக்கத்தின் ரகசியச் சுற்றறிக்கை ஒன்றை, பாரதி தானும் வெளியிட்டு, அதனைத் தனது 'இந்தியா' பத்திரிகையின் மூலம் தமிழறிந்த மக்கள் மத்தியிலும் சுற்றுக்கு விட்டுவிடுகிறான். இவ்வாறு இந்தச் சுற்றறிக்கையைத் தமிழ்நாட்டு மக்கள் மத்தியிலும் பரப்பிவிட்டு, அதன்பின் அரசாங்கத்தையும் ஆங்கிலேயப் பத்திரிகைகளையும் கேலி செய்வது போல் பின்வரும் அடிக்குறிப்பையும் மிகவும் சாமர்த்தியமாக எழுதி முடிக்கிறான்: "இந்த விளம்பரத்துக்கு மூல காரணமாக இருந்தவர்கள் இன்னாரென்று தெரியவில்லை. இம்மாதிரி விஷயங்களைக் கவர்ன்மெண்டார் மறுபடியும் பத்திரிகைகள் தோறும் பரவச் செய்வதற்கு இடம்கொடுப்பது அவர்களுக்கு அனுகூலமில்லை என்று நமக்குத் தோன்றுகிறது... இவ்வித சமாசாரங்கள் ஆரம்பத்தில் ஆங்கிலேயப் பத்திரிகைகள் மூலமாகவே பரவுகின்றன" (**பாரதி தரிசனம்** - 1. பக். 140-141).

'ஹிந்து ஸ்வராஜ்யம்'

இதேபோல் 'ஹிந்து ஸ்வராஜ்யம்' என்ற பம்பாய்ப் பத்திரிகையின் பத்திராதிபர் சங்கர்லால் வல்லுபாய் டாணாவாலா என்பவர் மீது அந்தப் பத்திரிகையில் வெளிவந்த ஒரு கட்டுரைக்காகவும், அவரது காலஞ்சென்ற தாயாரால் எழுதப்பட்ட ஒரு பாடலை வெளியிட்டதற்காகவும், அரசாங்கம் ராஜத்துரோக வழக்குத் தொடர்ந்து, பம்பாய் பிரசிடென்சி மாஜிஸ்ட்ரேட் கோர்ட்டில் விசாரணை நடத்தி வரும் செய்தியை "ஹிந்து ஸ்வராஜ்ஜியம்" என்ற பத்திரிகையின் மீது "ராஜத்துரோகக் கேஸ்" என்ற தலைப்பில் வெளியிட்ட பாரதி, "ராஜத்துரோகம் அடங்கியதாகக் கூறப்படும் வியாசம், பாடல் என்பவற்றின் மொழி பெயர்ப்பு பின்வருமாறு" என்று எழுதி, வழக்குத் தொடுப்பதற்குக் காரணமாக 'ஹிந்து ஸ்வராஜ்ய'த்தில் வெளிவந்த விஷயங்களை அப்படியே முழுமையாகத் தமிழ் மக்களுக்கும் பின்வருமாறு வழங்கிவிடுகிறான்.

செய்யக் கடவன செய்க

"ஆங்கிலேயர்காள்! ஆங்கிலேயர்காள்!! இந்த ஆங்கிலேயர்கள் யார்? இவர்கள் நமக்கு எப்படி அரசர்களானார்கள்? முதலில் நயவசனங்களைச் சொல்லி, நம்மை ஏமாற்றி, நமது நம்பிக்கையைக் கவர்ந்து கொண்டார்கள். பிறகு நமது உடைமைகளையெல்லாம் அபகரித்துக் கொண்டு நம்மை இப்போது பயமுறுத்துகிறார்கள். நமது சுயாதீனத்தை எடுத்துக்கொண்டு, பராதீனமாகிய சுருக்கை நமது கழுத்தைச் சுற்றிப் போட்டு இருக்கிறார்கள். நமது பழங்கல்வியை எல்லாம் மறக்கடித்துவிட்டார்கள். நம்மை பாவத்தின் வழியே செலுத்துகிறார்கள். நமக்கு ஆயுதப் பயிற்சி இல்லாமல் செய்து விட்டார்கள். தந்திரத்தினால் ராஜ்ஜியத்தை வைத்துக்கொண்டிருக் கிறார்கள். அவர்கள் நம்மைக் கவனிப்பதே கிடையாது. வஞ்சனையறியாத ஏ, சுதேசிகளே! அவர்களுடைய முன்மாதிரியால், உங்களது வீடுகளில் விபச்சாரம் அதிகப்பட்டுப் போய்விட்டது. உங்களது உடைமைகளை எல்லாம் அன்னியரிடம் ஒப்புவித்துவிட்டு, அன்னியருடைய துர்க்குணங்களை நீங்கள் கைக்கொள்ளத் தொடங்கிவிட்டீர்கள்.

"இவைகளையெல்லாம் நீங்கள் கண்ணாரப் பார்த்துக் கொண்டிருக்கிறீர்கள். **இதுதானா உங்களுடைய வீரத்தனம்? ஐயோ! இது வீரமல்ல! கோழைத்தனம்**. மேலும் உங்களுடைய பொருளை அன்னியனிடம் ஒப்புவைத்துவிட்டு, நீங்கள் குட்டுப்பட்டுக் கொண்டிருக்கிறீர்கள். இது மூடத்தனம்.

"இந்தியா கொள்ளையிடப்படுவதை நீங்கள் மனப்பூர்வமாகப் பார்த்துக்கொண்டிருக்கிறீர்கள். இதனால் உங்களது நெஞ்சிலே சுதேச பக்தி இல்லை என்று தெரிகிறது."

"ஆதலால் உங்களது உடைமைகளை எல்லாம் சாப்பிட்டுவிட்டு, உங்கள் பணத்தைத் தாராளமாகச் செலவிட்டு, சகஜீவனம் பண்ணித்திரியும் ஆங்கிலேயர்கள் கூட உங்களை வெறுத்து இழிவாக நடத்துகிறார்கள். இது இந்நாட்டில் அர்த்தமாகவில்லையா?"

"இதை எல்லோரும் அறிந்திருக்கிறார்கள். நம்மவர்களுக்கு இந்த அறிவு ஏற்பட்டுவிட்டது என்ற போதிலும், தைரியத்துடன் முற்பட்டு, தனது சொந்த உரிமையை அன்னியனிடமிருந்து கவருவதற்கு யாரையும் காணோம்.

"ஐயோ! முன்னிருந்த தைரியலஷ்மி இப்போது நம்மைவிட்டு நீங்கிவிட்டாள்." அதனால் ஒவ்வொருவனும் பின்வருமாறு சிந்திக்கிறான்:

"இன்னும் யாராவது விழுந்தால் நானும் விழுகிறேன். இன்னும் யாராவது முற்பட்டால் நானும் முற்படுகிறேன்."

"இதனால் இந்தியாவை அன்னியர் அழிப்பது இன்னும் நிற்கவில்லை. உனக்கு அதை நிறுத்த வேண்டுமென்ற எண்ணம் உண்டானால், நீ மற்றவர்கள் செய்வதைக் கவனிக்க வேண்டியதில்லை. இன்னும் யாராவது தமது கடமையைச் செய்வதில் தாமதிப்பார்களானால், அது அவருடைய இஷ்டம். நீ சிறிதேனும் தாமதியாமல் உனது கடமையைத் தொடங்கிவிடு. 'சுபஸ்விய சீக்கிரம்' என்பது பழமொழி. மற்றவர்களது அலுவலை நாம் ஏன் கவனிக்க வேண்டும்? இதை அறிந்ததற்கப்பாலும், இந்தியர்கள் முற்படாமல் சும்மா இருப்பார்களானால், ஆங்கிலேயர் களின் சுபத்திற்குச் சிறிதேனும் தடை ஏற்படாது.

"அவர்கள் நாளுக்குநாள் செல்வத்திலே மிகுதி பெற்று வருவார்கள். தமது கடமை அறியாமல் அன்னியர்களின் செய்கையைப் பின்பற்றி ஒழுகும் நம்மவர்கள் தரித்திரத்திற்கிரையாகித் தத்தம் வீட்டிலேயே செத்துக் கிடப்பார்கள்.

"மேற்கண்டவாறு இழிவுடன் இறக்கத் தயாராய் இருப்பவர்கள் நேரான வழியை ஒருபோதும் அறியப் போவதில்லை. **எதிரிக்கு முன்னின்று தேசபக்தியின் பெயரால் அவனைக் கொன்றுவிட்டுத் தானும் இறப்பதே நேரான வழியாகும்**. இதையறியாதார் தம்மைத் தாமே இழிவுபடுத்திக் கொள்கிறார்கள். இதற்கு மற்றவர்கள் என்ன செய்வார்கள்? ஐயோ! இம் மாதிரி நடந்துவருமானால், இந்தத் தேசத்தில் வீரனே இப்போது இல்லை என்பதாக நாம் நம்பவேண்டி வருகிறது.

"ஐயோ! ஸ்வர்ண பூமியாகிய பரதகண்டத்தில் வீர மணிகள் இல்லாமலா போய்விட்டது? செல்வத்தைக் கொள்ளையிட்டுப்போன ஆங்கிலேயர்கள் **இந்தியாவிலே வீரரத்தினங்களுமா இல்லாமல் செய்து விட்டார்கள்? ஒருவனாவது பாக்கியில்லையா? இப்போது இருப்பவர்களெல்லாம் தைரியமில்லாத பேடிகளா?** எல்லோரும் ஆங்கிலேயர்களுக்குப் பயந்து, கடமையறியாமல் வாயில்லாப் பூச்சிகளாகி, நாடு கொள்ளை போவதைப் பார்த்துக் கொண்டுதானா இருக்கப் போகிறார்கள்?

"ஹா! ஆரியர்களே! மஹா வீரர்களின் சந்ததியிலே தோன்றியவர்களே! நீங்கள் ஆங்கிலேயர்களுக்குப் பயந்து கொண்டுதானா காலந் தள்ளப்போகிறீர்கள்? அவர்கள் தேவர்களல்லவே! உங்களைப் போல் மனிதர்கள்தான். எனினும், சீதா ரூபமாகிய உங்கள் செல்வத்தைக் கொள்ளையிடுவதற்கு அவர்கள் ராவணனைப் போன்ற ராக்ஷதர்களாகி வந்திருக்கிறார்கள். ஆனால், வெள்ளைத் தோலுடன் பார்ப்பதற்கு நல்லவர்களாக இருக்கிறார்கள், உங்களை ஏமாற்றுகிறார்கள், உண்மையை மறைக்கிறார்கள்.

"உங்களுக்குள்ளே எவனேனும் ராமன் இருப்பானாகில் அவன் முற்பட்டு சீதையை மீட்டு வருவானாக! முற்படுங்கள். ராமனைப்போல், **காடுகள் தோறும் செல்லுங்கள். சுதேசியக் கொடியை உயர்த்துங்கள்***. சத்தியத்தை மீட்பியுங்கள். இந்தியாவின் நன்மையை நாடுங்கள். ஆங்கிலேயர்களின் செய்கைகளைப் பாருங்கள். உங்களது முன்னோர்களது பராக்கிரமச் செயல்களை நினைத்துக்கொள்ளுங்கள். உங்கள் முற்கால ஸ்திதியையும் தற்கால நிலையையும் ஒப்பிட்டுப் பாருங்கள்.* **உங்களது நெஞ்சிலே ஆத்திக்கொள்ளுங்கள். மரணம் ஒருமுறைதான் வருகின்றது. ஆகையால் அஞ்சாதேயுங்கள். தேச நலத்தின் பொருட்டு, சாவதாக உறுதி செய்து கொள்ளுங்கள்.** *மற்றவர்களது காரியங்களைக் கவனிக்காமல் உங்களால் செய்யப்பட வேண்டிய காரியங்களை நீங்கள் உடனே செய்யுங்கள். இகத்திலும் பரத்திலும் நீங்கள் சுகம் பெறுவதற்கு இதுவே சாதனம். இதைக் கவனியுங்கள். 'வந்தே மாதரம்.'*

(கஜல்) பாட்டு

"மேற்கண்ட வியாசத்துடன் மேற்படி பத்திரிகைத் தலைவரின் தாயாராகிய ஜவரி பாயி என்பவரால் இயற்றப்பட்ட பாடலொன்று பிரசுரமாகி இருக்கிறது. இதன் கருத்தாவது தேச நலத்தின் பொருட்டாக **எதிரியையும் கொன்று விட்டு, தானும் இறந்துபோய் எல்லாத் திசைகளிலும் புகழ் பரப்ப வேண்டும்** *என்பதேயாகும்"* (**இந்தியா** *- 20-12-1906.* **பாரதி தரிசனம்** *- 1. பக். 156-159).*

வெளியிட்டது ஏன்?

இவ்வாறு "ராஜத்துரோக"க் குற்றத்துக்கு உள்ளான விஷயங்களைத் தானும் அப்படியே வெளியிட்டுவிட்டு, அடுத்த வாரம் அந்தப் பத்திரிகை அதிபருக்கு பம்பாய் கோர்ட்டில் தண்டனை வழங்கப்பட்ட செய்தியைப் பிரசுரித்து அரசாங்கத்தின் கண்ணில் மண்ணைத் தூவுவதுபோல் பாரதி சாமர்த்தியமாக இவ்வாறு எழுதவும் செய்தான்: "நாம் அந்தப் பத்திரிகையில் உள்ள வியாசத்தைப் படித்துப் பார்த்ததில் அது ராஜத்துரோகமென்றே நமக்குப் புலப்பட்டது. அப்படியே நமது நேயர்கள் எல்லோருக்கும் புலப்பட்டிருக்குமென்று நினைக்கிறோம். பிரிட்டிஷ் ராஜாங்கத்தார் இங்கிருப்பதே கூடாதென்று மேற்படி பத்திரிகைத் தலைவர் அபிப்பிராயப்படுவதாக நமக்கு விளங்குகிறது. பிரிட்டிஷ் ராஜாங்கத்துக்கு விரோதமாக எழுதிய மேற்படி டாணா வாலாவைத் தண்டனை செய்வது ராஜாங்கத்தாரின் கடமையே. நமக்கு அதில் எவ்விதமான கண்டனை புரிவதற்கும் அதிகாரமில்லை. ராஜாங்கத்தாரால் தண்டனை பெற்ற மேற்படி பத்திராதிபரை அவர்

ஏன் இப்படி எழுதினார் என்று கண்டனை செய்யத் தொடங்குவது அநாவசியமும் அதிகப்பிரசங்கித்தனமும் ஆகும்.'' இவ்வாறு எழுதிவிட்டு, “அன்னிய தேசங்களிலே (உதாரணமாக இங்கிலாந்தை எடுத்துக்கொள்வோம்) இப்படி எழுதுவோருக்குத் தண்டனை கிடையாதென்றே நினைக்கிறோம். ஆனால், இந்தியாவில் சட்டம் வேறு'' என்று எழுதி, ஆங்கிலேயர் ஆட்சி தனது சொந்த நாட்டுக்கு ஒரு சட்டம், தான் ஆள்கின்ற அடிமை நாட்டுக்கு வேறு சட்டம் என்ற பாரபட்சத்தோடு, இந்தியாவில் பத்திரிகைச் சுதந்திரத்தைப் பறித்திருந்ததையும் அவன் மறைமுகமாக இடித்துக் காட்டுகிறான் (**இந்தியா:** *27-10-1906* - **பாரதி தரிசனம்** - *1. பக். 161).*

மேற்கூறிய ‘சோனார் பங்களா’ இயக்கத்தின் சுற்றறிக்கையிலும், ‘ஹிந்து ஸ்வராஜ்ய’ப் பத்திரிகையின் கட்டுரையிலும் தெரிவிக்கப் பட்டிருந்த கருத்துக்கள், முந்தைய கட்டுரையில் நாம் குறிப்பிட்டிருந்த ‘யுகாந்தர்’ பத்திரிகையில் வெளிவந்த கருத்துக்களைப் பெரிதும் ஒத்தவையேயாகும். அதாவது நாட்டை ஆண்டு வந்த ஆங்கிலேயரை ஒழித்துக்கட்ட ஆயிரக்கணக்கில் இளைஞர்கள் தயாராக வேண்டும், அவர்கள் ஆயுதம் தாங்கிப் போராடவும், அந்தப் போராட்டத்தில் தமது உயிர்களைத் தியாகம் செய்யவும் துணிய வேண்டும். இதற்காக ரகசியச் சங்கங்களை உருவாக்கி ஆயுதப் போராட்டத்துக்குத் தயாராக வேண்டும் (“காடுகள் தோறும் செல்லுங்கள்; சுதேசியக் கொடியை உயர்த்துங்கள்'') என்பன போன்ற கருத்துக்கள்தான்.

‘சோனார் பங்களா’ இயக்கத்தின் ரகசியச் சுற்றறிக்கையில் கூறப்பட்டிருந்த விஷயம் தனக்கு உடன்பாடான கருத்தல்ல, அது மக்கள் மத்தியில் பரப்பப்படக் கூடாத கருத்தாகும் என்பது பாரதியின் எண்ணமாக இருந்தால், அவன் அதனைத் தனது பத்திரிகையில் வெளியிட்டிருக்க வேண்டிய அவசியமே இல்லை. அதேபோல், ‘ஹிந்து ஸ்வராஜ்ய’த்தில் வெளிவந்த கட்டுரையில் இடம் பெற்றிருந்த கருத்துக்களும் தனக்கு உடன்பாடானவை அல்ல என்பதே பாரதியின் உண்மையான கருத்தாக இருந்திருந்தால், அந்தக் கட்டுரையை அவன் **முழுமையாக** மறுபிரசுரம் செய்திருக்க வேண்டிய அவசியமில்லை. மாறாக, அந்தக் கருத்து அவனுக்கும் உடன்பாடான கருத்தாக இருந்த காரணத்தினால்தான், அது ‘ராஜத்துரோக’மான கட்டுரையே என்று தனக்குப் ‘புலப்பட்டிருந்தும்’ கூட, அதனைத் தான் திரும்பவும் வெளியிடுவதன் மூலம் தானும் ராஜத்துரோகக் குற்றச்சாட்டுக்கும் தண்டனைக்கும் உள்ளாகக் கூடிய ஆபத்து உண்டு என்று தெரிந்திருந்தும் கூட, அவன் அதனை வெளியிட்டிருக்கிறான் என்பது தெளிவு. அதிலும் இத்தகைய கட்டுரைகளை வெளியிட்டு வந்த

பத்திரிகைகளின் மீது அரசாங்கம் வழக்குகளைத் தொடுத்து, அடக்கு முறையைப் பிரயோகித்து வந்த தருணத்திலேயே, பாரதி அவற்றை மறுபிரசுரம் செய்திருக்கிறான் என்றால், அத்தகைய கட்டுரைகளில் கண்டுள்ள கருத்துக்கள் தமிழ்நாட்டு மக்களிடையிலும் பரவ வேண்டும் என்ற எண்ணத்தினாலும், நம்பிக்கையினாலும் தான், விளைவுகளையும் பொருட்படுத்தாமல் பாரதி அவற்றை வெளியிடத் துணிந்தான் என்றே நாம் கொள்ளலாம். என்றாலும், அரசாங்கத்தை ஏமாற்றுவதற்காக, அந்தக் கருத்துக்கள் தனது கருத்துக்கள் அல்ல, மாறாக பிற பத்திரிகையில் வெளிவந்தவையே என்று காட்டிக்கொள்ளும் விதத்தில், அவன் அவற்றைத் தந்திரோபாயமான முறையில் பிரசுரித்துவிடுகிறான்.

இதன்மூலம், பாரதியின் நண்பர் கரூர் எஸ்.நாராயண அய்யங்கார் 1906-1908 ஆண்டுகளில், "வெள்ளையர்களை ஒழித்தால் அன்றித் தேசத்துக்கு, விடுதலை கிட்டாது என்ற முடிவுக்கு வந்துவிட்டார் பாரதியார். அவ்வழியில் சிந்தை செலுத்தினார். பேச்சிலும் செய்கையிலும் அதற்கிணங்க நடந்துகொண்டார்" என்று எழுதியுள்ள விஷயம் (முந்தைய கட்டுரை) உறுதிப்படுகின்றது என்றே கூறலாம். பாரதிக்கு அந்தக் காலகட்டத்தில் பலாத்கார நடவடிக்கையில்தான் நம்பிக்கை இருந்தது என்பதை அவன் எழுதியுள்ள மற்றொரு குறிப்பும் நமக்கு உணர்த்துகிறது. கலிபோர்னியாவில் படித்து வந்த ஜப்பானிய மாணவர்களை, அமெரிக்கர்கள் கொடுமைப்படுத்தி வந்ததைக்கண்டு, ஜப்பான் ஆட்சேபம் தெரிவித்ததையும் பொருட்படுத்தாமல், அமெரிக்கா நடந்துகொண்டதைப் பற்றியும், அதன்பின் ஜப்பான் அதன் காரணமாக அமெரிக்காவின் மீது போரே தொடுக்கலாம் என்ற நிலைமை உருவான பின்னால், அமெரிக்கா ஜப்பானின் ஆட்சேபத்துக்குச் செவி சாய்த்து நடவடிக்கை எடுத்ததைப் பற்றியும் ஒரு செய்திக்குறிப்பை வெளியிட்ட பாரதி, அது குறித்து இவ்வாறு எழுதினான்: "ஜப்பான் ருஷியாவை மதித்து அதற்கு அறிவூட்டிய தேசமாதலால், ஜப்பானிடம் அமெரிக்கர்களுக்கு இவ்வளவு மதிப்பேற்பட்டது... இதன் படிப்பினை யாதென்றால், **கையாலாகாத ஜனங்களின் வாய்க் கூச்சலை** யாரும் கவனிக்க மாட்டார்கள். பயத்தினால் நடக்கிற விஷயங்கள் நயத்தில் நடக்க மாட்டா. "அடி உதவுவதுபோல அண்ணனும் தம்பியும் உதவமாட்டார்கள்" (**இந்தியா**: 23-3-1907 **பாரதி தரிசனம்** - 2. பக். 189).

பலாத்காரம் நியாயமானதா?

செங்கோன்மையைப் பற்றிப் பாட வந்த வள்ளுவன் இறுதியாக,
கொலையிற் கொடியாரை வேந்துஒறுத்தல் பைங்கூழ்
களைகட் டதனொடு நேர்   - (குறள்: 550)

என்று பாடினான். அதாவது அரசன் கொடியவர்களுக்கு மரண தண்டனை விதிப்பது, உழவன் வயலில் இருந்து களைகளைப் பிடுங்கிப் பயிரைக் காப்பது போன்ற செயலேயாகும், அதனால் அது அறத்தின்பால் பட்டதேயாகும் என்று வள்ளுவன் கூறினான். அதே வள்ளுவன் கொடுங்கோன்மையைப் பற்றிப் பாட வரும்போது, எடுத்த எடுப்பிலேயே கொடுங்கோல் மன்னனை,

> கொலைமேற் கொண்டாரிற் கொடிதே அலைமேற்கொண்டு
> அல்லவை செய்தொழுகும் வேந்து   - (குறள்: 551)

என்று பாடிவிடுகிறான். அதாவது குடிமக்களை முறை தவறி அடக்கி ஒடுக்கி அக்கிரமங்கள் புரிந்துவரும் கொடுங்கோல் மன்னன் கொலைகாரர்களைக் காட்டிலும் கொடியவனாவான் என்று இலக்கணம் கூறிவிடுகிறான்.

கொடியவர்களுக்கு மரண தண்டனை விதித்து அவர்களைக் கொலை செய்வது மன்னனுக்கு நியாயம்தான் என்று சொன்னால், மக்களை வருத்தி வாட்டி, கொலை செய்யும் கொடியவரைக் காட்டிலும் கொடியவனாக விளங்கும் கொடுங்கோல் மன்னனை, அவனது அடக்குமுறைக்கு உள்ளான மக்கள் அழித்தொழிக்க முற்பட்டால், அது நியாயமா, இல்லையா? அதுவும் நியாயம்தான் என்ற அடிப்படையிலேயே, அடக்குமுறையை எதிர்த்து விடுதலைக்காகவும் விமோசனத்துக்காகவும் போராடி வந்த விடுதலை வீரர்கள் மத்தியில், பயங்கரவாதம் எனப்படும் தனிநபர் பலாத்கார நடவடிக்கை, புரட்சி இயக்கத்தின் ஒரு கூறாகப் பிறப்பெடுத்தது எனலாம்.

இந்த நூற்றாண்டின் தொடக்கத்தில் இந்தியாவில் இத்தகைய நடவடிக்கைகள் தலைதூக்கியதும் இந்த அடிப்படையில்தான். அன்னியர் ஆட்சியை எதிர்த்து விடுதலைபெறும் வேட்கையோடு புரட்சி இயக்கத்தில் ஈடுபட்ட இந்திய இளைஞர்கள், ஆங்கிலேய அதிகார வர்க்கத்தினர் அத்துமீறி அக்கிரமங்களையும் அடக்கு முறையையும் மேற்கொண்ட காலத்தில், அத்தகையோரைத் துப்பாக்கி வேட்டினாலோ வெடி குண்டினாலோ தீர்த்துக் கட்டுவதும் நியாயம்தான் என்றே கருதினர். இதன் காரணமாகவே, புனாவில் பிளேக் கமிட்டியின் தலைவனாகவிருந்த ராண்டு என்ற அதிகாரியையும், ஐயெர்ஸ்ட் என்ற ராணுவ அதிகாரியையும் சப்பேகர் சகோதரர்கள் சுட்டுக் கொன்றனர் (முந்தைய கட்டுரை). வங்கத்திலும் வங்கப் பிரிவினையை எதிர்த்துக் கிளர்ந்தெழுந்த இயக்கத்தை, அங்கு அன்றைய லெப்டினென்ட் கவர்னராக ஆட்சி செலுத்தி வந்த சர்.பி.புல்லர், அடக்குமுறையால் அடக்கி ஒடுக்க முற்பட்டதும், வங்கப் பிரிவினையை எதிர்த்து

பாரிஸாலில் நடந்த மாகாண மாநாட்டைப் போலீஸை ஏவிவிட்டு அடித்து நொறுக்கிக் கலைத்ததும்தான் வங்கத்தில் பயங்கரவாத இயக்கம் வெடிக்கக் காரணமாயிற்று. நாம் முன்னர் குறிப்பிட்டதுபோல், (முந்தைய கட்டுரை) புல்லர் பயணம் செய்த ரயிலை வெடி வைத்துத் தகர்க்கப் புரட்சிவாதிகள் முயன்றனர். அதேபோல், பல தேசபக்தர் களுக்கும் பத்திரிகை ஆசிரியர்களுக்கும் சிறைத்தண்டனை விதித்தவனும், தேசபக்த நடவடிக்கையில் ஈடுபட்ட சிறுவர்களுக்கும் கூட, முச்சந்தியில் நிறுத்திச் சவுக்கடி கொடுக்குமாறு தண்டனை விதித்தவனுமான கல்கத்தா தலைமை நீதிபதி கிங்ஸ்போர்டைக் கொல்ல முயற்சி நடந்தது (முந்தையை கட்டுரை). இந்த முயற்சியின் காரணமாக, அரவிந்தர், அவரது தம்பி பரீந்திரர் ஆகியோர் உட்பட 34 பேர் கைது செய்யப்பட்டு, அவர்கள்மீது 'அலிப்பூர் சதி வழக்கும்' என்ற பெயரால் குறிப்பிடப்பட்ட வழக்கை அரசாங்கம் தொடர்ந்தபோது, அந்த வழக்கை நடத்திய பப்ளிக் பிராசிக்யூட்டரையும், டிப்டி போலீஸ் சூப்பிரிண்டெண்ட் ஆலம் என்பவனையும் புரட்சி இயக்கத்தைச் சேர்ந்தவர்கள் சுட்டுக் கொன்றுவிட்டனர். அது மட்டும் அல்ல. போலீஸார் கைது செய்தவர்களில் ஒருவனான நரேந்திர கோஸயின் என்பவன், இயக்கத்தையே காட்டிக்கொடுக்கும் வகையில், போலீஸாரிடம் இயக்க ரகசியங்களைக் கூறி, அப்ரூவராக மாறிய காரணத்தால், சிறைக்குள்ளிருந்த புரட்சிவாதிகள் சிறைக்குள்ளேயே கைத்துப்பாக்கிகளைக் கடத்திக் கொண்டுவந்து, அந்தத் துரோகியையும் சிறைக்குள்ளேயே சுட்டுக்கொன்று விட்டனர். அதேபோல் முஜாபர்பூரில் குண்டு வீசிப் பிரபுல்லா சக்கி போலீஸார் கையில் அகப்படாமல் தன்னைத்தானே சுட்டுக்கொண்டு மாண்டபோது, அந்தத் தியாகியின் சடலத்தைப் பூட்ஸ் காலால் எட்டி உதைத்த நந்தலால் பானர்ஜி என்ற போலீஸ் இன்ஸ்பெக்டரையும் புரட்சிவாதிகள் சுட்டுக்கொன்றனர். இத்தகைய செயல்களையெல்லாம் அன்றைய புரட்சிவாதிகள் மேற்கூறிய தர்க்க நியாய அடிப்படையிலேயே செய்து மடித்தனர். டாக்கா நகரிலிருந்து அனுசீலன் சமிதிச் சங்கத்தைச் சேர்ந்த உறுப்பினர்களிடமிருந்து பறிமுதல் செய்யப்பட்ட ஒரு பிரசுரத்தில், "இந்த மண்ணில் பிறந்தவனாக இருந்தும், தனது தாய்நாட்டின் சுதந்திரத்தை நிலைநாட்டும் மார்க்கத்தில் தடை முடைகளை ஏற்படுத்தும் ஒரு நீசப் பிறவியைக் கொடுமையான முறையில் கொன்று தள்ளுவது பாவமே அல்ல" என்று குறிப்பிடப் பட்டிருந்தது (மேற்கோள்: Political Trouble: J.C.Kerr. பக் .61). இதே போல் பரீந்திர கோஷின் மாணிக்டோலா தோட்டக் கோஷ்டியைச் சேர்ந்த முக்கிய உறுப்பினர்களில் ஒருவரான உபேந்திரநாத் பானர்ஜி," அடக்குமுறை நடவடிக்கைகளால் எங்களது விடுதலைப் பணிக்குக் குந்தகம் விளைவித்து வந்த அரசாங்க அதிகாரிகளின் உயிர்களைக்

குடிப்பதற்காகவே" தமது சங்கம் வெடிகுண்டுகளைத் தயாரித்தது என்று கூறினார் (மேற்கோள்: Rowlatt Report பக். 21).

தலைவர்களின் கருத்து

உண்மையில், இந்தியப் புரட்சிவாதிகள் இத்தகைய தனிநபர் பலாத்கார நடவடிக்கைகளை மேற்கொள்வதை, சந்தர்ப்பச் சூழ்நிலைகளே நியாயப்படுத்துகின்றன என்றே கருதினர். உதாரணமாக, வெளிநாட்டில் இருந்து வந்த இந்தியப் புரட்சிவாதிகளில் ஒருவரான சியாம்ஜி கிருஷ்ணவர்மா தாம் நடத்தி வந்த 'இந்தியச் சமூகவியல்வாதி' (Indian Sociologist) என்ற பத்திரிகையில் (ஆகஸ்டு, 1908) இவ்வாறு எழுதினார்: "வெடிகுண்டுகளின் நியாய நெறியைப் பொறுத்த வரையில் அதனைப் பொதுவான முறையில் இவ்வாறு கூறலாம். மக்களுக்கு அரசியல் அதிகாரம் உள்ள நாட்டில் வெடிகுண்டுகளைப் பயன்படுத்த எந்த அவசியமும் இல்லை. அங்குப் அது எதிர்மறையான விளைவையே ஏற்படுத்தும். ஆனால், மக்கள் அரசியல் ரீதியிலும் ராணுவ ரீதியிலும் (இந்தியாவில் இருப்பதைப் போல்) பாதுகாப்பே இல்லாது இருக்கும் பட்சத்தில், அங்கு வெடிகுண்டையோ அல்லது வேறு எந்தவொரு ஆயுதத்தையோ நியாயமானது என்றே ஒருவர் கொள்ள முடியும். அதனை அங்குப் பிரயோகிக்கும் விஷயம், வெறுமனே அது அனுகூலமானதா, இல்லையா என்ற பிரச்சினையாகவே ஆகிவிடுகிறது" (மேற்கோள்: Political Trouble- J.C.Kerr. பக். 107-108). இதேபோன்று வெளிநாட்டிலிருந்த இந்தியப் புரட்சி வீராங்கனையான மாடம் காமாவும் தமது 'வந்தேமாதரம்' (Vandemataram) என்ற பத்திரிகையில் இவ்வாறு எழுதினார்: "ஆங்கிலேய ஆடவர்கள் மற்றும் பெண்டிரின் பார்வையில், ரஷ்யாவைச் சேர்ந்த சோபி பெரோவ்ஸ்காயும் அந்தப் பெண்மணியின் தோழர்களும் வீரர்களாகவும் வீராங்கனையாகவும் தோற்றும்போது, அதே லட்சியத்துக்காக அதே காரியத்தைச் செய்த எங்கள் நாட்டவர் மட்டும் எப்படிக் குற்றவாளிகளாகத் தென்படுகின்றனர்? ரஷ்யாவில் வன்முறை போற்றப்படுகிறது என்றால், இந்தியாவில் மட்டும் அது ஏன் போற்றப்படக்கூடாது. எங்கே பிரயோகிக்கப் பட்டாலும், கொடுங்கோன்மை கொடுங்கோன்மைதான்: சித்திரவதை சித்திரவதைதான். வெற்றிதான் எந்தவொரு நடவடிக்கையையும் நியாயப்படுத்துகிறது. விடுதலைக்கான போராட்டம் அசாதாரணமான நடவடிக்கைகளைக் கோருகிறது. அன்னியராட்சிக்கு எதிரான வெற்றிகரமான கலகமே தேசபக்தியாகும்" (Extras from History Sheet of Madame B.R.Cama: தொகுதி.2. பக். 524).

எனவேதான் இந்தியாவில் தொடங்கிய வெடிகுண்டு இயக்கத்தைப் பற்றி எழுதி வந்த தீவிரத் தேசியவாத இயக்கத்தைச் சேர்ந்த

(முன்னர் குறிப்பிட்ட) 'கால்' என்ற மராத்திப் பத்திரிகை தனது 1908 மே 15 தேதியிட்ட இதழில் இவ்வாறு எழுதியது: "இந்தியாவில் நிகழ்ந்த வெடிகுண்டு வீச்சு ரஷ்யாவில் நிகழ்ந்த வெடிகுண்டு வீச்சிலிருந்து மாறுபட்டதாகும். ரஷ்யர்களில் பலர் குண்டு வீசியவர்களுக்கு எதிராகத் தமது அரசாங்கத்தின் பக்கம் சேர்ந்து கொள்கின்றனர். ஆனால் இந்தியாவில் அத்தகைய அனுதாபிகளைக் காணமுடியுமா என்பது சந்தேகம்தான். இத்தகைய சந்தர்ப்பங்களில்கூட ரஷ்யா டூமாவைப் பெறமுடிந்தது என்றால், இந்தியா சுயராஜ்யத்தைப் பெற்றே தீரும். இந்தியாவிலுள்ள வெடிகுண்டு வீச்சாளர்களை அராஜகவாதிகள் என்று கூறுவது முற்றிலும் நியாயமற்றது. இந்தியாவில் எந்த விதமான அரசாங்கமும் இருக்கக்கூடாது என்று அவர்கள் கூறவில்லை. அவர்கள் நெறிகெட்ட ஆட்சியை ஆதரிக்கவில்லை. அவர்கள் சுயராஜ்யத்தைப் பெறவே விரும்புகின்றனர். வெடிகுண்டு வீசுவது நியாயமானதா இல்லையா என்ற கேள்வியை ஒதுக்கி வைத்துவிட்டுப் பார்த்தால், இந்தியர்கள் ஒன்றும் குழப்பத்தை ஏற்படுத்த முடியவில்லை; மாறாக சுயராஜ்யத்தைப் பெறவே முயல்கின்றனர் என்பதைக் கண்டுணரலாம்" (மேற்கோள்: Political Trouble - J.C. Kerr பக். 101). இதனால்தான் தீவிரத் தேசியவாத இயக்கத்தின் தனிப்பெரும் தலைவரும், பாரதியின் அரசியல் குருநாதருமான திலகரே, பம்பாய் ஹைகோர்ட்டில் தாம் அளித்த வாக்குமூலத்தில், வங்காளப் புரட்சிவாதிகளை அராஜகவாதிகள் எனக் கூறப்பட்ட குற்றச்சாட்டை மறுத்து இவ்வாறு கூறினார்: "வங்க முயற்சிகளுக்குப் பின்னாலுள்ள உந்து சக்தி உளமார்ந்த, ஆழமான தேசபக்தியேயாகும். வங்காளிகள் அராஜகவாதிகள் அல்ல. அவர்கள் வெறுமனே ஐரோப்பிய அராஜக வாதிகளின் முறைகளை மட்டும் பயன்படுத்திக் கொள்கின்றனர்." இவ்வாறு கூறிய அவர், "ரஷ்யாவுக்கு அடிப்படையான ஜனநாயக உரிமைகளையும் பிரதிநிதித்துவம் வாய்ந்த சபைகளையும் வழங்க மறுத்து வருகின்ற ஜாரின் அதிகார வர்க்கத்தினருக்கு எதிராக, வெடிகுண்டுகள், சுழல் துப்பாக்கிகள் ஆகியவற்றின் துணைகொண்டு போரிட்டு வருகின்ற" ரஷ்யப் புரட்சிகரத் தேசபக்தர்களை ஒத்தவர்களே அவர்கள் என்றும் கூறினார்.

பாரதியின் கருத்து

சரி, அப்படியென்றால், ஆங்கிலேயருக்கு எதிராக மேற்கொள்ளப் பட்ட பலாத்கார நடவடிக்கைகளைப் பாரதியும் நியாயம் என்றே கருதினானா? இந்தக் கேள்விக்கு விடை காணுமுன், சாத்விக எதிர்ப்புக்கு முதன்முதலில் விளக்கம் கூறிய தீவிரத் தேசியவாதத் தேசபக்தரும், வங்கத்தில் நிகழ்ந்த வெடிகுண்டு வீச்சு நிகழ்ச்சிகளுக்கெல்லாம் உத்வேகமும் ஊக்கமும் ஊட்டிய சக்தியுமான அரவிந்தர் என்ன

கூறியுள்ளார் என்பதை நாம் இங்கு நினைவூட்டிக்கொள்ள வேண்டும். அரவிந்தர் 1907 ‘வந்தேமாதரம்’ பத்திரிகையில் சாத்விக எதிர்ப்புப் பற்றித் தாம் எழுதி வந்த கட்டுரைகளில் இவ்வாறு எழுதினார்; “பேச்சின் மூலமாகவோ, நடவடிக்கைகள் மூலமாகவோ, அரசாங்கத்தை எதிர்க்கத் துணியும் அடிமைப்பட்ட ஆண் பெண்களை நிராயுத பாணியாக்கியும், விலங்கிட்டும், சாட்டையால் அடித்தும், கொன்றும் கொடுமை செய்யும் அரசாங்கமானது, கலக எழுச்சியைச் செய்தோ, வெடிகுண்டு எறிந்தோ, பலாத்காரத்துக்கு விடையாகப் பலாத்காரம் செய்யும் முயற்சிகளைச் சட்டப்படி கண்டித்து எளிதில் நீதி போதனை செய்யலாம். ஆனால் மக்கள் குலத்தின் மனச்சாட்சி ஒடுக்கப்பட்டவரின் புரட்சியையே ஆதரிக்கும். சில நிலைமைகளில் மக்களின் போராட்டம் உண்மையில் போராகவே முடியும். போர்க் காலத்திய ஒழுக்கம் சமாதான காலத்திய ஒழுக்கத்தினின்று மிக மாறுபட்டதாகும். அந்த நிலைமையில் பலாத்காரம் பிரயோகிப்பது, ரத்தம் சிந்துவது, கொலை செய்வது ஆகியவற்றினின்று பின்வாங்குவது பலவீனமேயாகும். குருக்ஷேத்திரத்தில் படுகொலைக்கு அஞ்சிய அருச்சுனனைக் கண்ணன் கண்டித்தது நியாயமேயல்லவா? சுதந்திரமே ஒரு சமுதாயத்தின் ஜீவன்; பிராணன். அது மூச்சுவிட முடியாதபடி ஒடுக்கப்பட்டால், **தற்காப்புக்காக அது மேற்கொள்ளும் எவ்வழியும் எம்முறையும் நியாயமானதேயாம்”** (**ஸ்ரீ அரவிந்தர் வாழ்க்கை வரலாறு** - ப. கோதண்டராமன். பக். 130).

வங்காளத்தில் வெடிகுண்டு வீச்சுச் சம்பவங்கள் நடை பெறுவதற்கு முன்பு அரவிந்தர் எழுதிய வரிகள் இவை. இந்த வரிகளில் அரவிந்தர் சந்தர்ப்பச் சூழ்நிலைகளைப் பொறுத்து, வெடிகுண்டு வீசுதல், கொலைபுரிதல் போன்ற பலாத்கார நடவடிக்கைகளும் நியாயமாகி விடுகின்றன என்று கூறி, கீதோபதேசம் இந்த நியாயத்தைத்தான் உணர்த்துகின்றது என்று எழுதியுள்ளார். வங்கத்தில் வெடிகுண்டு வீச்சுக்கள் நிகழ்ந்து, அலிப்பூர் சதி வழக்கும் தொடர்ந்த பின்னர், பாரதி என்ன எழுதினான் என்பதை நாம் பார்ப்போம். பாரதி சென்னையிலிருந்து புதுவை சென்ற பின் அங்கிருந்து வெளிவரத் தொடங்கிய ‘இந்தியா’ பத்திரிகையில் இவ்வாறு எழுதினான்: “சுதந்திரம் அடைய விரும்புகிறவன் தன்னினத்திலாவது அயலினத்திலாவது நிர்தோஷியாய் இருக்கும் ஒருவனுக்கு வேண்டுமென்றே மனப்பூர்வமாய் எவ்விதத் தீங்கும் இழைக்கக்கூடாது. அப்படிச் செய்வதால் மகா பரிசுத்தமான சுதந்திரத்தை அவன் அபரிசுத்தப்படுத்துகிறான். ஏனைய சுதந்திர ஸ்தாபகர்களின் முயற்சிக்குத் தடையாய்விடுகிறான்... ஆனால் தற்காப்புக்காக அப்படிப் பட்டவன் நல்ல ஆபத்துக் காலத்தில் ஏதாவது மிதமிஞ்சிச் செய்து விட்டாலும் அது ஒரு பிழையன்று. ஒருவன் தன்னுடைய நியாயமான

சுதந்திர சம்ரக்ஷணைக்காகத் **தனக்குத் தீங்கிழைக்க வரும் அயலான் மீது செய்யும் எந்தப் பலாத்காரமான காரியமும் உலக தர்மத்தை யொட்டிச் சரியானதே.** எவனாவது சுதந்திரத்துக்கு விரோதமாய் வரம்பு மீற ஆரம்பிக்கும்போது, அதைத் தடைசெய்ய வேண்டியது நியாயமே. அம்மாதிரித் தடைசெய்து எதிர்ப்பது நியாயமாயிருப்பதுமன்றி, அவசியமாகச் செய்யவேண்டியதென்பது உலக நீதியில் மனுஷ தர்மத்தால் விதிக்கப்பட்டிருக்கும் கடமையேயாகும். ஏனென்றால் நியாய வரம்பு மீறும் அக்கிரமத்தைத் தடைசெய்து ஒழிக்காவிட்டால், அது ஒருவனுடைய சொந்த (ஆத்ம) க்ஷேமத்துக்கும் லாபகரமானதன்று... கண்டிப்பாரில்லாவிட்டால் சுதந்திர விரோதிகளின் அக்கிரமங்கள் அதிகப்படும். மற்றவர்களும் இந்தக் கெட்ட வழியைக் கைக்கொள்ளத் தைரியம் வந்துவிடுகிறது." இவ்வாறு எழுதிய பாரதி, அரவிந்தரைப் போலவே, கீதோபதேச நியாயம் பற்றியும் பின்வருமாறு எழுதுகிறான்:

"ஸ்ரீ பகவான் உலகத்தில் அவதாரம் செய்து பல கொடுங்கோலர் களைப் பற்பல விதமாய் எச்சரித்தும் அவர்கள் கேளாதபடியால் சம்ஹரித்து பக்த ஜனங்களின் சுதந்திராதி தர்மங்களை ஸ்தாபித்திருக் கின்றார்... குருக்ஷேத்திரத்திலே பாண்டவ கௌரவ சேனா சமுத்திரங்களினிடையில் நின்றபோது, பிரமித்து தேரின்மேல் காண்டீபத்துடன் மனம் தளர்ந்து அர்ஜுனன் சோகாக்கிரந்தனாய்ச் சாய்ந்துவிட்டான். அப்போது சாரதியான ஸ்ரீ பகவான், 'நீ சுதந்திரமடைய வேண்டியது துர்யோதனாதியர்களின் அடிமையாய் இருக்கும் பரதந்திரம் இக பரங்களிரண்டிடத்திலும் துக்கம். உலகத்தில் தர்ம பரிபாலனம் செய்ய வேண்டியது உன் கடமை. நீ சுதந்திரமடைந்தால் தான் உத்தம அரசனாக இருந்து தர்ம பரிபாலனம் பண்ண முடியும். **ஆகையால் சுதந்திரமடைய தைரியமாக யுத்தம் செய். அதுதான் உன் கடமை**' என்று உபதேசித்தார்... சுதந்திரம் அடையவேண்டியது அவசியம். சுதந்திரம் அடைந்தால் தான் தேசம் சுயராஜ்யமாகும். சுயராஜ்யமானால்தான் நாட்டிற்கு நன்மைகளை நாம் நன்கு செய்விக்கலாம். தேசத்தைப் போற்றி வாழலாம் என்பதற்கு இதைவிட நிஸ்ஸந்தேகமான தெய்வ ஆதாரம் நமக்கு என்ன வேண்டும்? ஸ்ரீகிருஷ்ண பரமாத்மாவை பரம்பரையாகக் குல தெய்வமாகக் கொண்ட பாரத உத்தமர்களின் மரபில் வந்தவர்கள் அக்கடவுளின் கட்டளையை நிக்ரஹிக்க மாட்டார்கள். அதைச் சிரமேற்கொண்டு நடந்து வருவார்கள்..." (**இந்தியா:** 6-11-1909. மகாகவி பாரதியாரின் மும்மணிகள். பக். 15-19).

எனவே அரவிந்தரைப் போலவே, பாரதியும் அந்தக் காலத்தில் சந்தர்ப்பச் சூழ்நிலைகளைப் பொறுத்துப் பலாத்கார நடவடிக்கை களை மேற்கொள்வதை நியாயம் என்றே கருதினான் என்பது

வெளிப்படை... இதனால்தான் வங்கத்தில் வெடிகுண்டுகளும், கைத்துப்பாக்கித் தோட்டாக்களும் சில வெள்ளையர்களின் உயிரைக் குடித்த நிகழ்ச்சிகள் நடந்த பின்னால், பாரதி தான் எழுதிய கட்டுரை யொன்றில் அதனை மறைமுகமாக நியாயப்படுத்தும் விதத்தில் பின் வருமாறு எழுதியிருக்கிறான்: "பாரத நாட்டிலோர் புதிய உணர்ச்சி (சுதந்திர உணர்ச்சி - நூலாசிரியர்) தெய்வ சங்கல்பானுக்கிரக விசேஷத்தால் நாட்டின் நன்மைக்காகவே தோன்றியிருக்கிறது. இந்த உணர்ச்சி அதி சமீப காலத்தில் வெகு நன்றாய்த் தழைத்தோங்கி வளர்ந்து வருகிறது. அதைப் பல வெள்ளாடுகள் மேய்ந்து அழித்துவிட முயல்கின்றன. ஆனால் அந்தச் செடியின் காரமானது அந்த வெள்ளாடுகளின் வயிற்றில் எரிச்சல் உண்டாக்கிவிடுகிறது. சில வெள்ளாடுகளை மூச்சுச் திணறி ஓடும்படி செய்கிறது. சில இறந்தும் விடுகின்றன. எல்லாம் தெய்வ சங்கல்பமே" (**இந்தியா**: 8-1-1910. மேற்குறிப்பிட்ட நூல்.பக். 53). இங்கு (முந்தைய கட்டுரையில் குறிப்பிட்ட) சென்னையில் விபின் சந்திரபாலர் பேசி முடித்த கூட்டத்தின் முடிவில், "நாம் அயல்நாடுகளுக்குச் சென்று வெடி குண்டுகளைச் செய்யக் கற்றுக்கொண்டு வந்து ஒவ்வொரு அமாவாசை இரவிலும் 108 வெள்ளாடுகளை அல்ல, வெள்ளையாடுகளைப் (அதாவது ஆங்கிலேயர்களை) பலி கொடுக்க வேண்டும்" என்று பேசிய சென்னைப் பிரசங்கியின் பேச்சையும், கொடுங்கோலனான லெப்டினென்ட் கவர்னர் புல்லர் போன்றவர்கள் வெடிகுண்டு வீச்சு முயற்சிக்குப் பலியாகாமல் உயிர் தப்பி, தமது தாயகத்துக்குத் திரும்பிச் சென்றதையும், அதே சமயம் டிப்டி போலீஸ் சூப்பிரிண்டெண்ட் ஆலம் போன்ற அதிகாரிகள் குண்டுக்கு இரையாகி மாண்டதையும் நாம் நினைவுபடுத்திக்கொண்டால், இங்கு பாரதி வெள்ளாடுகள் என்று யாரைக் குறிப்பிடுகிறான் என்பதையும் நாம் புரிந்துகொள்ள முடியும். இவ்வாறு வெள்ளை அதிகாரிகள் வெடிகுண்டு வீச்சுக்கும், துப்பாக்கித் தோட்டாவுக்கும் இலக்கானதைத் 'தெய்வ சங்கல்பம்' என்று குறிப்பிடுவதன் மூலம், அவர்களைக் கொலை செய்ய முற்பட்டது நியாயமே என்று பாரதி மறைமுகமாக வலியுறுத்தியுள்ளான் என்றே நாம் கொள்ள முடியும்.

ரஷ்ய உதாரணம்

1910ஆம் ஆண்டில் இவ்வாறு எழுதிய பாரதிக்கு, இந்தியாவில் வெடிகுண்டு வீச்சு நிகழ்ச்சிகள் தொடங்குவதற்கு முன்பிருந்தே, சுதந்திரத்துக்காக வெடிகுண்டு வீச்சு உள்ளிட்ட பலாத்காரம் சார்ந்த புரட்சிகர நடவடிக்கைகளை நியாயமானவையாகக் கருதும் மனப்பான்மை, நிவேதிதா தேவியை அவன் சந்தித்துக் குரு உபதேசம்

பெற்றுத் திரும்பிய காலத்திலிருந்தே இருந்துவந்தது என்பதை, 1905-1907ஆம் ஆண்டுகளின் ரஷ்யப் புரட்சியைப் பற்றி, அவன் 1906இல் எழுதிய குறிப்புக்களும் உறுதிப்படுத்துகின்றன. உதாரணமாக, அவன் 'ருஷ்யாவிலே ராஜாங்கப் புரட்சி' என்ற தலைப்பில் எழுதியுள்ள குறிப்பில் இவ்வாறு எழுதியுள்ளான்: "...... பிரதம மந்திரியின் வீட்டில் விருந்தின்போது வெடிகுண்டு எறியப்பட்டதும், சைன்யத் தலைவர்கள் கொலையுண்டதும், ராஜவிரோதிகள் பகிரங்கமாகப் பிரசுரங்கள் பிரசுரிப்பதும், எங்கே பார்த்தாலும் தொழில்கள் நிறுத்தப்படுவதும், துருப்புக்களிலே ராஜாங்கத்தாருக்கு விரோதமாகக் கலகங்கள் எழுப்புவதும், நாள்தோறும் ஆயிரக் கணக்கான உயிர்கள் மாய்வதும் ஆகிய கொடூர விஷயங்களைப் பற்றித் தந்திகள் வந்த வண்ணமாகவே இருக்கின்றன. சுயாதீனத்தின் பொருட்டும், கொடுங்கோன்மை நாசத்தின் பொருட்டும் நமது ருஷ்யத் தோழர்கள் செய்து வரும் **உத்தமமான முயற்சிகள்** *மீது ஈசன் பேரருள் செலுத்துவாராக!" (***இந்தியா:** *1-9-1906.* **பாரதி தரிசனம்** *- 1. பக். 234).*

மேற்கண்ட பகுதியிலிருந்து, சுதந்திரத்துக்காகவும் கொடுங்கோன்மையை நாசம் செய்வதற்காகவும், அரசாங்கத்துக்கு எதிரான பிரசுரங்கள், பத்திரிகைகள் முதலியவற்றை வெளியிடுவது, பெரும் வேலை நிறுத்தங்களை மேற்கொள்வது, ராணுவத்துக்குள்ளும் சுதந்திரப் போராட்டத்தைக் கொண்டுசெல்வது போன்ற புரட்சி நடவடிக்கைகளை மட்டுமல்லாது, வெடிகுண்டு வீசுவது, சைன்யத் தலைவர்களைக் கொல்வது போன்ற நடவடிக்கைகளையும் பாரதி **உத்தமமான முயற்சிகள்** *என்றே கருதியிருக்கிறான் என்பது தெளிவாகிறது.*

சொல்லப்போனால், வங்கப் பிரிவினைக்குப் பின் எழுந்த இந்தியத் தேசிய எழுச்சியை அடக்கி ஒடுக்க அன்றைய ஆங்கிலேய ஆட்சியாளர்கள் மேற்கொண்ட அடக்குமுறை நடவடிக்கைகளை, தீவிரத் தேசியவாதக் கட்சியும் அதன் தலைவர்களும், ரஷ்யாவில் ஜார் மன்னன் நடத்தி வந்த எதேச்சாதிகாரமான கொடுங்கோன்மைக்கே ஒப்பிட்டு வந்தனர். உதாரணமாக, 1906 இறுதியில் கல்கத்தா காங்கிரஸ் கூடுவதற்கு முன்னால், தீவிரத் தேசியவாதிகளது கட்சியின் சார்பில் தனக்கு அனுப்பப்பட்ட சுற்றறிக்கையில், "இந்தியா கவர்ன்மெண்ட் ஜனப்பிரதிநிதி அமைப்பின்றி ருஷ்யா கவர்ன்மெண்ட், துருக்கி கவர்ன்மெண்ட் முதலியவற்றைப் போலவே அநாகரிக நிலையில் இருக்கின்ற தென்பதற்குத் தக்க திருஷ்டாந்தங்கள் சிறிது காலமாக ருஜுவாகி வருகின்றன" என்று குறிப்பிடப்பட்டிருந்ததைப் "புதிய கட்சியாரின் கொள்கைகள்" என்ற குறிப்பொன்றில் பாரதியே

எடுத்துக்காட்டியிருக்கிறான் (**இந்தியா:** 22-12-1906. **பாரதி தரிசனம்** - 1. பக். 48-49). இவ்வாறு அன்றைய ஆங்கிலேய ஆட்சி முறையை ரஷ்ய நாட்டு ஜாரின் கொடுமைக்கு ஒப்பிட்டுத் தமது பேச்சிலும் எழுத்திலும் குறிப்பிட்டு வந்த தீவிரத் தேசியவாதத் தலைவர்கள், அந்த ஆட்சி முறையை எதிர்த்துப் போராடுவதற்கு, இந்தியத் தேசபக்தர்கள் ரஷ்ய நாட்டுப் புரட்சிவாதிகளும் தேச பக்தர்களும் மேற்கொண்டு வந்த நடவடிக்கைகளைத் தாமும் பின்பற்ற வேண்டும் என்று மறைமுகமாகவும் நேர்முகமாகவும் சுட்டிக்காட்டி வந்தனர். உதாரணமாக, 1906 ஜூன் மாதத்தில் கல்கத்தாவில் நடந்த சிவாஜித் திருநாளின்போது தாம் ஆற்றிய உரையில், திலகர் ரஷ்யப் போராட்ட முறைகளைப் பின்பற்றுமாறு மக்களுக்கு அறைகூவல் விடுத்த செய்தியை முந்தைய கட்டுரையிலேயே எடுத்துக் காட்டியுள்ளோம். பாரதியும் அவ்வாறே அன்று நடந்து வந்த ஆங்கிலேய ஆட்சியை ஜாரின் சர்வாதிகார ஆட்சியுடனேயே பல இடங்களில் ஒப்பிட்டுக் காட்டியுள்ளான். உதாரணமாக, அவன் வங்கத்தில் லெப்டினென்ட் கவர்னர் புல்லரின் ஆட்சியைப் பற்றி எழுத வரும்போது, "ராஜாங்கத்தார் தாம் செய்யும் அதிகார நிஷ்டூரங்களை, ஜனங்கள் எம்மட்டும் பொறுப்பார்களோ அம்மட்டும் செய்தே தீர்ப்பார்கள். ஏதாவதொன்று செய்தால் ஜனங்கள் பொறுக்க மாட்டார்கள் என்ற விஷயம் தெரிந்துவிடுமாயின், அதை மட்டிலும் செய்யாமல் அடங்கி விடுவார்கள். அறிவில்லாதவர்களும், சுயநலத்தைக்கூட உணராதவர்களுமான ராஜாங்கத்தார் மட்டுமே ஜனங்கள் எதிர்க்கக் கூடிய காரியங்களில் கூட ஜனங்களை வற்புறுத்துவார்கள். இவ்வித மூட ராஜாங்கத்தாரில் ருஷிய ராஜாங்கத்தாரைச் சேர்க்கலாம். கீழ்பெங்காளத்து புல்லர் ஆட்சியும் இந்த வகுப்பைச் சேர்ந்ததுதான்" என்று எழுதியுள்ளான் (**இந்தியா:** 18-8-1906. **பாரதி தரிசனம்** - 1. பக். 87).

அரசாங்கத்தின் அடக்குமுறையும் கொடுங்கோன்மையும் அதிகரிக்கும் பட்சத்தில், அதனை எதிர்த்துப் போராடுவதற்கான ஆவேசமும் வீரமும் மக்கள் மத்தியில் அதிகரிக்கும். எனவே, அடக்குமுறைகள் அதிகரிப்பதும்கூட ஒருவிதத்தில் நல்லது என்ற கருத்தைப் பாரதி கொண்டிருந்தான் என்பதை முன்னமேயே பார்த்தோம். இந்தக் கருத்தை வலியுறுத்துவதுபோல் பிறிதோரிடத்தில் எழுத வந்த பாரதி, "அதிகார வெறியினால் தலைதடுமாறிப் போயிருக்கும் உத்தியோகஸ்தர்கள் இங்கே ருஷ்ய முறைமைகளை உபயோகிக்கத் தொடங்கும் பட்சத்தில் நமக்கு சந்தோஷமேயன்றி அதில் விசாரம் திவலையேனும் கிடையாது" என்று எழுதியுள்ளான் (**இந்தியா:** 24-11-1906. **பாரதி தரிசனம்** - 1. பக். 171). இவ்வாறு ருஷ்ய பாணியான அடக்குமுறைகள் அதிகரிக்குமானால், அதனால் மக்களது போராட்ட

உணர்வும் கூர்மையடையும். அதன் காரணமாக அத்தகைய கொடுங்கோன்மையை எதிர்த்துப் போராடி, அதனை மக்கள் ஒழித்துக்கட்டும் நாளும் நெருங்கிவரும் என்பதே அவனது கருத்தாக இருந்தது. இதனால்தான் அவன் பிறிதோரிடத்தில் ஆங்கிலேயரின் ஆட்சிமுறையைக் குறை கூறி எழுத வந்த இடத்தில், "அக்கிரமமான ருஷ்ய முறைகள் அனுசரிக்கப்படுமாயின், இங்கிலாந்திற்கும் ஏஷியாவிலுள்ள (அதன்) அதிகாரத்துக்கெல்லாம் நாச தினம் நெருங்கிவிடும்" (**இந்தியா:** *19-1-1906.* **பாரதி தரிசனம்** *- 1. பக். 96)* என்றும் எழுதினான். அன்று நடந்து வந்த ஆங்கிலேய ஆட்சியை, அன்றைய தீவிரத் தேசியவாதத் தலைவர்களைப் போலவே ருஷ்ய நாட்டு ஜாராட்சிக்கு ஒப்பிட்டு வந்த பாரதி, அந்த ஜாராட்சியை ஒழிப்பதற்கு ருஷ்ய நாட்டுத் தேசபக்தரும், புரட்சிவாதிகளும் மேற்கொண்டு வந்த நடவடிக்கைகளை இந்தியர்களும் பின்பற்ற வேண்டும் என்று விரும்பியதில் வியப்பேதும் இல்லை. அதிலும் நிவேதிதா தேவியைச் சந்தித்து, ஆயுதம் தாங்கிய நடவடிக்கையை மேற்கொண்டே அன்னியராட்சியை ஒழிக்க வேண்டும் என்று உபதேசம் பெற்று வந்த பாரதி, ருஷ்ய நாட்டில் மேற்கொள்ளப்பட்ட போராட்ட முறைகளை இந்தியர்களும் கடைப்பிடிக்க வேண்டும் என்றே வேட்கை கொண்டான் எனலாம்.

ஆயுதச் சட்டம்

ஆயுதம் தாங்கிய போராட்டத்தில் அவனுக்கு நம்பிக்கை இருந்த காரணத்தினால்தான், ஆங்கிலேயர் கொண்டு வந்திருந்த ஆயுதச் சட்டத்தைக் கண்டித்து எழுதுகின்ற காலத்தில் இவ்வாறு எழுதினான்: "1878ஆம் வருஷத்தில் லார்டு லிட்டன் என்னும் கொடிய வைசிராய் ஆயுதச் சட்டம் ஏற்படுத்தியபோது ஜனங்கள் அதை எதிர்த்திருக்க வேண்டும். ஒரு பெரிய தேசத்தார்களை ஆயுதங்கள் உபயோகிக்கக் கூடாத பேடிகளாகப் புரிவது தெய்வநீதிக்கு முற்றிலும் மாறுபட்ட விஷயமல்லவா? அந்தச் சட்டத்தின் பேரில் எத்தனையோ கட்டளை களும் விதிகளும் பிறப்பித்து லைசென்ஸ் பெற்றுக்கூட அநேகர் ஆயுதம் வைத்திருப்பது அசாத்தியமாகும்படி செய்துவிட்டார்கள்..." **(இந்த) அநீதச் சட்டங்களை எல்லாம் எதிர்ப்பதற்குக் காலம் வந்துவிட்டது.** தற்காலத்து கவர்ன்மெண்டாரின் அக்கிரமமான விதிகளுக்கு உட்பட மாட்டோம் என்பது தவறாக மாட்டாது... வெள்ளைப் பிரஜைகள் மட்டிலும் இஷ்டப்படி ஆயுதங்களை வைத்திருக்கலாம், மற்ற நிறமுடையவர்கள் வைத்திருக்கக்கூடாது என்ற விதி க்ஷணநேரமும் உட்பட்டு நடக்கக்கூடியதன்று. இந்தியர்கள் மட்டுமே லைசென்ஸ் இல்லாமல் ஆயுதங்கள் வைத்திருக்கக்

கூடாதென்றும், லைசென்ஸ் கேட்டபோது கொடுபடாமலும் விதியிருக்கும் வரை, இந்தியர்கள் **எந்த உபாயத்தாலேனும் ஆயுதங்கள் வைத்துக்கொண்டு** அதை அதிகாரிகள் கேட்கும்போது கொடுக்க மறுப்பது குற்றமாக மாட்டாது என்று விபின்பாலர் அபிப்பிராயப்படுகின்றார். இவருடைய விவகாரங்களுக்கும் முடிவுகளுக்கும் எவ்வித ஆக்ஷேபமும் கூற முடியுமென்று நமக்குத் தோன்றவில்லை" (**இந்தியா:** *1-12-1906* - **பாரதி தரிசனம்** *- 1. பக். 125-126).*

இவ்விதமாக ஆங்கிலேயரை எதிர்த்து ஆயுதம் தாங்கிப் போராடுவதற்காக, "எந்த உபாயத்தினாலும்" ஆயுதங்களைச் சேகரிக்க வேண்டும் என்று சூசகமாக உணர்த்திய பாரதி, அத்தகைய போராட்டத்துக்குத் தேச பக்தர்களைத் தயார்ப்படுத்துவதற்கு, ரகசியச் சங்கங்களை ஏற்படுத்துவதும் அவசியம் என்றும் கருதினான். எனினும் இந்தக் கருத்தை அவன் நேர்முகமாகச் சொல்லாமல், நாம் முன்னர் குறிப்பிட்ட 'ஸ்வர்ண பெங்காள' இயக்கம் பற்றி, ஆங்கிலோ - இந்தியப் பத்திரிகையில் வெளிவந்த செய்தியைப் பயன்படுத்தி மறைமுகமாக உணர்த்திவிடுகிறான். "ஸ்வர்ண பெங்காள சபை என்பதாகப் பெங்காள மாகாணத்தில் ஒரு ரகசியக் கூட்டம் இருக்கிறதென்றும், அக் கூட்டத்தார் பிரிட்டிஷ் ராஜாங்கத்தை விலக்கிவிட வேண்டும் என்று பல முயற்சிகள் செய்து வருகின்றார்கள் என்றும் **இங்கிலிஷ் மான்** பத்திரிகை சிலமாதங்களுக்கு முன்பு புரளி கட்டிவிட்ட விஷயம் நேயர்களுக்குத் தெரியும். இப்பொழுது அலஹாபாத்திலுள்ள **பயனீர்** பத்திரிகை மறுபடியும் ஸ்வர்ண பெங்காள சபையைப் பற்றி ஓர் புதுக்கதை கொண்டு வந்திருக்கிறது" என்று எழுதி, ஸ்வர்ண பெங்காள இயக்கம் பற்றி ஆங்கிலோ - இந்தியப் பத்திரிகைகள் எழுதுபவையெல்லாம் "புரளி" என்றும், 'புதுக்கதை' என்றும் கூறி, அவை உண்மையல்ல என்று மறுப்பதுபோல் காட்டிக் கொள்கிறான் பாரதி. என்றாலும் அதே மூச்சில், முன்னர் ஸ்வர்ண பெங்காள இயக்கத்தின் 'விளம்பர'த்துக்குத் (சுற்றறிக்கை) தான் மறைமுகமாக விளம்பரம் கொடுத்து, அதனைத் தமிழ் அறிந்த மக்களிடம் சுற்றுக்கு விட்டதுபோல், பாரதி மேலும் இவ்வாறு எழுதுகிறான்: "ஸ்வர்ண பெங்காளமென்ற தலைப்பிட்ட சிறு துண்டுப் பிரசுரங்கள் எங்கும் பரவும் பொருட்டு சில தினங்களுக்கு முன்பு அனுப்பப்பட்டன என்றும், அவற்றில் ஒரு பத்திரிகை தனது பார்வைக்கு அகப்பட்டிருக்கிறது என்றும் பயனீர் சொல்கிறது. அப்பத்திரிகையில் பின்வரும் வசனங்கள் இருக்கின்றனவென்று சொல்லப்படுகிறது; "இந்தியர்களே! **பஞ்சாபி** பத்திரிகைக்குச் செய்யப்பட்டிருக்கும் அநீதியைப் பற்றி ஆலோசியுங்கள். ஆயுதங்கள் தயார் செய்து கொள்ளுங்கள். ஆரம்பத்திலே இரகசியச் சங்கங்கள் சேர்த்துக்கொண்டு

ருஷியா தேசத்து ஸ்வாதீனப் பிரியர்களைப் போல் வேலை செய்யுங்கள். மற்றவையெல்லாம் தானே வரும். உங்கள் தேசத்திலே போதுமான ஆயுதங்கள் இருக்கின்றன. அவற்றைக் கைவசப் படுத்திக்கொண்டு, கொடுங்கோல் அதிகாரிகளை இந்தியாவினின்றும் வெளியே துரத்துங்கள். வந்தே மாதரம்" (**இந்தியா:** 2-3-1907. பாரதி தரிசனம் - 2. பக். 59).

ரகசியச் சங்கங்கள்

மேலே குறிப்பிட்ட 'ஸ்வர்ண பெங்காள' இயக்கத்தின் பிரசுரத்தைத் தனது 'இந்தியா' பத்திரிகையில் மறுபிரசுரம் செய்ததன் மூலம், ஆயுதந் தாங்கிய புரட்சியை நடத்துவதற்காகத் தமிழ்நாட்டிலும் ரகசியச் சங்கங்கள் தோன்ற வேண்டும் என்று பாரதி வேட்கை கொண்டிருந்தான் என்றே நாம் ஊகிக்கலாம். அவ்வாறாயின், தமிழ் நாட்டிலும் அத்தகைய ரகசியச் சங்கங்கள் தோன்றினவா, அவை தோன்றுவதற்குப் பாரதி ஏதேனும் முயற்சிகளை மேற்கொண்டானா, அந்த முயற்சிகள் பலனளித்தனவா, இவை பற்றி நமக்குத் தெரியவரக் கூடிய செய்திகள் என்ன என்பன போன்ற கேள்விகள் நம்முன் எழுகின்றன. இந்தக் கேள்விகளுக்கு விடை காணுமுன்னர், புரட்சி மனப்பான்மை கொண்ட இந்தியத் தேசபக்த இளைஞர்கள், ஆயுதந் தாங்கிய போராட்டத்தை நோக்கமாகக் கொண்ட ரகசியச் சங்கங்களை எவ்வாறு தோற்றுவித்தனர். அதற்கு என்னென்ன வழிகளையும் வடிவங் களையும் கையாண்டனர் என்பதையும் நாம் சற்றே தெரிந்துகொள்ள வேண்டும்.

இந்நூலில், இடம் பெற்றுள்ள 'குருமணியின் உபதேசம்' என்ற கட்டுரையில், ஆயுதந்தாங்கிய போராட்டத்துக்கு இளைஞர்களைத் தயார் செய்யும் நோக்கங்கொண்ட 'அனுசீலன் சமிதி' என்ற இயக்கம் எவ்வாறு தோன்றியது என்பதை முன்னர் குறிப்பிட்டுள்ளோம் (பக். 156-158). பொதுவாக, இத்தகைய ரகசியச் சங்கங்கள் ஆரம்பத்தில் உடற்பயிற்சிக் கழகம் என்ற வடிவத்தில் பகிரங்கமாகவே தோற்றுவிக்கப் பட்டன. அனுசீலன் சமிதியும் இவ்வாறே தோற்றுவிக்கப்பட்டது என்பதை முன்னர் பார்த்தோம். 'அனுசீலன்' என்ற பதப்பிரயோகமே ஒவ்வொருவனும் அவனவனுடைய கடமையைப் புரிவதற்காக உடலையும் உள்ளத்தையும் வலுப்படுத்திக்கொள்ள வேண்டும் என்ற அர்த்தபாவத்தையே குறித்தது என்பதையும், அதனாலேயே வங்கப்புரட்சிகர இளைஞர்கள் தமது இயக்கத்துக்கு அந்தப் பெயரைத் தேர்ந்தெடுத்தனர் என்பதையும் முன்னர் பார்த்தோம் (பக். 179). இத்தகைய சங்கங்களில் வந்து சேரும் இளைஞர்களுக்குக் கசரத், குஸ்தி போன்ற உடற்பயிற்சிகள், சிலம்பு ஆட்டம், லாத்திக் கம்பு வீச்சு, வாள் வீச்சு முதலிய ஆயுத விளையாட்டுக்கள் முதலியவற்றைக் கற்றுக்கொடுப்பது என்பது அவற்றின் அறிவிக்கப்பட்ட

நோக்கமாக இருந்தாலும்கூட, அதன் நடவடிக்கைகள் இவற்றுடன் நின்றுவிடவில்லை. இவ்வாறு வந்து சேரும் இளைஞர்களுக்கு, சொற்பொழிவுகள் என்ற பெயரால், உடல் வலிமையின் அவசியம் பற்றி விவேகானந்தர் கூறிய போதனைகளோடு, தேசபக்தியைப் பற்றியும் தேச சேவையைப் பற்றியும் அவர் கூறிய கருத்துக்கள், புரட்சி மனப்பான்மை படைத்த தேச பக்தர்கள் பகவத் கீதைக்கு வழங்கி வந்த புதிய அரசியல் அர்த்த பாவம், மற்றும் வீரர்களின் வரலாறு என்ற பெயரால், சிவாஜி, குரு கோவிந்தசிங் போன்ற இந்திய வீரர்கள் விடுதலை நோக்கத்தோடு ஆற்றிய வீரச் செயல்கள், கரிபால்டி, மாஜினி போன்ற வெளிநாட்டுத் தேசபக்தர்களது வீரவரலாறுகள், அவர்கள் போராடிய முறைகள், மற்றும் தேச விடுதலைக்காகப் பிற நாடுகளும் நாட்டவரும் நடத்திய போர்கள், போராட்டங்கள் முதலியவற்றைப் பற்றி எடுத்துக் கூறப்பட்டன. இதன் விளைவாக, தேசபக்தியார்வம் பொங்கி, தேசத்தின் விடுதலைக்காகப் பாடுபடவும் அதற்காகத் தியாகங்கள் புரியவும் முன்வரும் இளைஞர்களைக் காலக் கிரமத்தில் தேர்ந்தெடுத்து, அவர்கள் தமது நம்பிக்கைக்குப் பாத்திரமானவர்கள் என்று நிச்சயமான பின்னால், அவர்களைப் புரட்சி நடவடிக்கைகளுக்குத் தயாராகும் ரகசியக் குழுவுக்குள் சேர்த்து, அவர்களுக்குத் துப்பாக்கி சுடும் பயிற்சி கொரில்லாப் போர்முறைப் பயிற்சி முதலியவற்றையும் அளித்து அவர்களைப் புரட்சி நடவடிக்கைகளில் ஈடுபடுத்துவதே, புரட்சிகரத் தேசபக்தர்கள் அந்நாளில் கையாண்டு வந்த நடைமுறையாக இருந்தது. எனவேதான் இத்தகைய சங்கங்களைப் பற்றி எழுத வந்த வரலாற்றாசிரியர் மஜூம்தார், "இந்தக் கழகங்கள் யாவும் ஒரு 'வெளிவட்ட'மாகவே இருந்தன. அதற்குள் ஓர் 'உள்வட்ட'மும் இருந்தது. அதில் ஒருசிலர் மட்டும் இருந்தனர். அவர்களே புரட்சி நடவடிக்கைகளுக்கு ஏற்பாடு செய்தனர். இந்த 'உள்வட்டம்' 'வெளிவட்டத்'திலிருந்து தேர்ந்தெடுக்கப் பட்டவர்களைக் கொண்டு இடையறாது வலுப்படுத்தப்பட்டு வந்தது" என்று எழுதினார் (இந்நூலின் 158ஆம் பக்கம் பார்க்கவும்).

ஆங்கிலேயர்களை எதிர்த்துப் போராடித்தான் சுதந்திரத்தைப் பெறமுடியும் என்ற உறுதியான கருத்தைக் கொண்டிருந்தவன் பாரதி. அன்றைய "இந்தியா மாதிரி"யாக லண்டனிலிருந்த ஜான் மார்லி "இந்தியாவுக்குச் சுயாட்சி முதலிய வரங்கள் கொடுத்து ரக்ஷித்துவிடுவார்" என்று கோகலே போன்ற மிதவாதத் தலைவர்கள் நம்பிக்கொண்டிருந்த காலத்தில், தீவிரவாதக் கட்சியைச் சேர்ந்த பாரதி இவ்வாறு தெள்ளத் தெளிவாக எழுதினான்: "இந்தியரை நசுக்கிப் பிழிந்து இனிய சாரமாகிய பொருளைத் தின்று ருசிகண்ட ஆங்கிலேயர், தங்கள் மனதார இந்தியருக்கு சுய ஆட்சியாவது வேறெந்தச் சுதந்திரங்களாவது இலகுவில் தரமாட்டார்கள் என்பதை விவேகியாகிய எந்த இந்தியரும் மனதில்

பதிக்க வேண்டும்" (**இந்தியா**: 12-1-1907. **பாரதி தரிசனம்** - 2. பக்.12). துன்பத்தையும் துயரத்தையும் தாங்கி ஆங்கிலேயரை எதிர்த்துப் போராடவும் தியாகங்கள் பல செய்யவும் முன்வந்தாலன்றிச் சுதந்திரத்தைப் பெற முடியாது என்பதே அவனது கருத்தாக இருந்தது. எனவேதான் (நாம் முன்னர் குறிப்பிட்ட) 'பஞ்சாபி' பத்திரிகையின் அதிபருக்கும் ஆசிரியருக்கும் ஆங்கிலேய நீதிமன்றம் தண்டனை விதித்ததைப்பற்றி எழுதிவந்த பாரதி இவ்வாறு எழுதினான்: "இதுவரையும் நமது தேசாபிமானிகளுக்குச் சுகமாக நாட்கள் கழிந்து வந்தன. இனிமேல் இந்தியாவின் பக்தனென்று சொல்லப்படுவோன் எத்தனையோ விதமான இமிசைகளுக்கும் உட்பட்டே தீரவேண்டும். பாரத மாதாவுக்குத் தொண்டுபுரிவது விளையாட்டான காரியமன்று. சரீர ஹிமிசைக்கும், இமிசைக்கும் அஞ்சுவோர் அப்பெருந்தொண்டிற்குத் தகுதியுடையோராக மாட்டார்கள். எவ்விதப் பெருந்துன்பம் நேரிடினும் மனமஞ்சாத வீரர்களே, பாரத மாதாவின் சேவைக்கு உரியவர்களாவார்கள்" (**இந்தியா** - 23-2-1907. **பாரதி தரிசனம்** - 2. பக். 122). உண்மையில், அடக்குமுறைக்கும் சித்திரவதைக்கும் அஞ்சாமல், ஆங்கிலேயர்களை எதிர்த்து ஆயுதந் தாங்கிப் போராடுவதற்கு இந்தியத் தேசபக்தர்கள் தயாராக வேண்டும் என்பதே அவனது கருத்தாக இருந்தது. இத்தகைய ஆயுதந்தாங்கிய நடவடிக்கைகளுக்குத் தமிழ் நாட்டுத் தேசபக்த இளைஞர்களையும் தயாராக்குவதற்கு, மேற்கூறிய முறையில் ஆரம்ப நடவடிக்கையாக உடற்பயிற்சிக் கழகங்களைத் தோற்றுவிப்பதே உசிதம் என்று பாரதி கருதினான் என்று நாம் கொள்வதற்கு, 'இந்தியா' பத்திரிகையில் வெளிவந்த பல குறிப்புக்கள் நம்மைத் தூண்டுகின்றன.

சரீர பலப் பயிற்சி

புதிய கட்சியைப் பற்றி (தீவிரவாதத் தேசியக் கட்சி) சென்னைப் பத்திரிகைகள் சில எழுதியிருந்த கருத்துக்களுக்குப் புதிய கட்சியின் சார்பில் மறுப்பு எழுதிய பாரதி, "அன்னியர்களைச் சென்ற இருபது வருஷங்களாகக் கெஞ்சிக் கெஞ்சித் தொண்டை வற்றிப் போயிருக்கிறது. நாம் குனியக் குனிய அவர்கள் அதிகமாக வளைத்துக் குதிரையேறு கிறார்களேயல்லாமல், அவர்கள் கருணை காட்டுவதற்குரிய வழியைக் காணவில்லை. ஆதலால் நமது காங்கிரஸ் மகாசபையிலே இனி பிச்சைக்காரத் தனத்தை ஒழித்து விட்டு", இன்னின்ன காரியங்களை மேற்கொள்ள வேண்டும் என்று வரிசைக்கிரமமாக, இலக்கமிட்டுக் குறிப்பிடத் தொடங்கி, இறுதியில் நான்காவது காரியமாக, "**சரீரப் பயிற்சியும்**, கூடியவரை **ஆயுதப் பயிற்சியும்** இந்நாட்டிலே விருத்தி யடையுமாறு பிரயத்தனப்படுவோமாக" என்றும் எழுதியுள்ளான். (**இந்தியா**: 13-10-1906. **பாரதி தரிசனம்** - 1. பக்.39). பாரதி நிவேதிதா தேவியைச் சந்தித்து விட்டு வந்து 'இந்தியா' பத்திரிகையைத்

தொடங்கியபின் ஐந்து மாதங்களுக்குப் பிறகும், கல்கத்தாக் காங்கிரஸ் கூடுவதற்கு இரண்டு மாதங்களுக்கு முன்பும் எழுதிய குறிப்பு இது என்பதை நாம் கருத்தில் கொள்ளவேண்டும். சரீரப் பயிற்சியும் ஆயுதப் பயிற்சியும் தேவை என்று பாரதி கருதினான் என்பதற்கு, 'இந்தியா' பத்திரிகையில் நமக்குக் கிடைத்துள்ள முதல் குறிப்பு இதுதான். எனவே காசிக் காங்கிரசுக்குப் பின்னர் அவன் நிவேதிதா தேவியைச் சந்தித்துத் திரும்பிய 1906ஆம் ஆண்டுத் தொடக்கத்திலிருந்தே அவனுக்கு இந்தக் கருத்து உறுதிப்பட்டிருக்கிறது என்பதும் இதனால் நமக்கு ஊர்ஜிதமாகிறது.

இதன்பின் 1906 இறுதியில் நடந்த கல்கத்தாக் காங்கிரசுக்குச் சென்று, அங்கு விபின் சந்திரபாலரின் வீட்டில் அவரைச் சந்தித்து, விருந்தும் உண்டுவிட்டுத் திரும்பிய பாரதி, அடுத்த பிப்ரவரி மாதத் தொடக்கத்திலேயே "சரீர பலப் பயிற்சி" என்ற தலைப்பில் ஒரு கட்டுரை எழுதினான். "சுதேசியத் துணிகளை வாங்கத் தொடங்குவதால் மட்டுமே ஒரு தேசத்தார் உயர்ந்த பதவிக்கு வந்துவிட மாட்டார்கள். பாரத மஹா ஜாதி மற்ற உலகத்து ஜாதிகளைப் போல சுதந்திரமும் உன்னதமும் பெற்று வாழ வேண்டுமென்றால், அதற்கு முதலாவது அவசியம் நம்மவர்கள் சரீர பலம் கொண்டவர்களாக வேண்டும். பெண்மையில்லாத பெண் எவ்வாறு நிந்தை செய்வதற்குரிய வளாகின்றாளோ, அது போலவே ஆண்மையில்லாத ஆணும் அவமதிக்கப்பட வேண்டும். சரீர பலமும் அதனால் ஏற்படக்கூடிய மனோ உற்சாகமும் இல்லாதவன் பாரத பூமிக்கு அவசியமில்லை" என்று தொடங்கி, அந்தக் கட்டுரையை அவன் இவ்வாறு முடிக்கிறான்: "ஆரிய குமாரர்களே! மூலைக்கு மூலை சரீரப் பயிற்சிக்குரிய பாடசாலைகள் ஸ்தாபித்து, தேக பலம் உண்டாக்கிக் கொள்ளுங்கள். நல்ல பேச்சு, இனிய பாட்டு, தேக பலத்துக்குரிய விளையாட்டுக்கள் முதலியவற்றிலே ஆசை கொள்ளுங்கள். அச்சமில்லாமை, மன உற்சாகம் முதலிய குணங்களை அபிவிருத்தி செய்யுங்கள். நமது 'இந்தியா' பத்திரிகையைப் படிப்போர்களெல்லாம் தத்தம் ஊரிலேயே சரீரப் பயிற்சிப் பாடசாலை ஸ்தாபித்து, அபிவிருத்திக்குக் கொண்டு வருவார்களானால், நமக்கு அளவற்ற திருப்தியுண்டாகும். இவ்விஷயமாக வரும் கடிதங்களெல்லாம் மிகுந்த மகிழ்ச்சியுடன் பிரசுரம் செய்யப்படும்' (**இந்தியா**: 2-2-1907. **பாரதி தரிசனம்** - 2. பக். 200-201).

இதன்பின் மூன்றே வாரங்களில் "சரீர பலப் பயிற்சி" என்ற அதே தலைப்பில் பாரதி மீண்டும் இவ்வாறு எழுதினான்: "தமிழர்கள் தேசாபிமானிகளாய்விட்டதாக நினைத்துக்கொண்டு, எத்தனையோ நாள் வாய்பாட்டிலே சுதேசியம் பேசிக் காலம் கழிக்க எண்ணியிருக் கிறார்களோ தெரியவில்லை. சரீர பலப்பயிற்சி சம்பந்தமாக நாம்

முன்னொருதடவை தமிழர்களுக்கு விண்ணப்பம் செய்திருந்ததை அவர்கள் கவனித்ததாகத் தெரியவில்லை. ஊருக்கூர் கசரத் பள்ளிக் கூடங்கள் ஸ்தாபிக்க முயற்சிகள் செய்ய வேண்டுமென்று நாம் செய்த பிரார்த்தனையைத் தமிழ் நாட்டார் மனங்கொண்டார் என்பதற்கு இதுவரை எந்த நிதர்சனத்தையும் காணோம். அது விஷயமாக எவரும் கடிதம்கூட அனுப்பவில்லை. சரீரப் பயிற்சிக்குரிய பாடசாலைகள் ஸ்தாபனம் புரிவது கடினமான விஷயமன்று. இதைப் படித்துச் செல்கின்ற நாம் உண்மையிலேயே பாரதநாடு தழைக்க வேண்டுமென்ற கருத்துடையவரானால், அவர் உடனே உமது ஊரிலிருக்கும் 'பயில்வான்' ஒருவரை அழைத்து, நாலைந்துபேர் சேர்ந்து அவருக்கு ஒரு சொற்பச் சம்பளமும் ஒரு கொட்டடியும் ஏற்பாடு செய்து கொடுத்து, சம்மதமுள்ள பிள்ளைகளுக்கெல்லாம் இனாமாக, சிலம்பு, கசரத், கர்லா முதலிய தொழில்கள் கற்றுக் கொடுக்கச் செய்வது மஹா சுலபமான வழியல்லவா? உயர்ந்த வகுப்பு வாலிபர்களைக் கெஞ்சிக் கெஞ்சி கசரத் பள்ளிக்கூடத்தில் சேர்க்கவேண்டுமென்பது அவசியமில்லை. எந்தவிதமான பிள்ளைகள் வந்தாலும் போதும், தோள்வலிமையின் பெருமையையும் முக்கியத் தன்மையையும் நம்மவர்கள் முற்றிலும் மறந்துவிடக் கூடாதென்பது நமது நோக்கம்.

"அவ்வூரிலுள்ள பொதுச்சபையார்கள் இவ்விஷயத்தில் ஊக்க மெடுப்பது பொருந்தும். எந்த ஊர்ப் பொதுச் சபையார் இவ்விதப் பாடசாலையை முதன் முதலாக ஏற்படுத்தித் திருப்திகரமான விவரங்களுடன் நமக்குத் தெரிவித்துக்கொள்கிறார்களோ, அவர்களுக்கு நமது பத்திரிகையை ஒரு வருஷ காலம் சந்தா இல்லாமல் அனுப்பத் தயாராயிருக்கிறோம். இதை அவ்வூரிலுள்ள பொதுச் சபையார் கவனிக்கும்படி வேண்டுகிறோம்" ('**இந்தியா**: 23-2-1907. **பாரதி தரிசனம்** - 2. பக். 201 - 202).

மீண்டும் பாரதி அடுத்த மூன்று வார காலத்திலேயே "சரீர பயம்" என்ற தலைப்பில் மற்றொரு கட்டுரையையும் எழுதினான். அதில் கர்ணன் தனது குருவாகிய பரசுராமனின் தலையை மடிமீது தாங்கிக் கொண்டிருந்தபோது, தனது தொடையைத் துளைத்துக்கொண்டிருந்த வண்டினால் ஏற்பட்ட வேதனையையும் தாங்கிக்கொண்டு, தனது குருவின் நித்திரை கலைந்துவிடக்கூடாதே என்று அசையாமலிருந்த தாகக் கூறும் மகாபாரதக் கதையைக் கூறிவிட்டு, "கர்ணன் காலத்திலே மாணாக்கர்கள் அப்படி இருந்தார்கள். இந்தக் காலத்திலிருக்கும் மாணாக்கர்களைப் பற்றிச் சில திருஷ்டாந்தங்கள் சொல்கிறோம், அவற்றைக் கேளுங்கள்" என்ற பீடிகையோடு பின்வருமாறு எழுதியிருக்கிறான் பாரதி:

"சில தினங்களின் முன்பு சென்னை கிறிஸ்தவக் காலேஜ் ஸயன்ஸ் (பவுதிக நூல்) உபாத்தியாயராகிய ஸ்ரீலக்ஷ்மி நரஸூ, மாணாக்கர்களுக்கு 'ஸயன்ஸ்' பாடம் சொல்லிக் கொடுத்துக் கொண்டிருந்தார். அவர் திருஷ்டாந்தங்கள் காட்டும் பொருட்டு வைத்திருந்த கருவிப் பொருள்களிலே வெடிப்பு உண்டாகிச் சிறிது நெருப்புப் பற்றிவிட்டது. இரண்டு க்ஷணங்களிலே இந்நெருப்பு அணைந்துபோய் விட்டது. இதற்கிடையே மாணாக்கர்கள் எங்கேயென்று பார்க்குமிடத்து அவர்கள் ஜன்னல்கள் வழியாகவும் வாசல் வழியாகவும் ஓடத் தலைப்பட்டுக் கொண்டிருக்கிறார்கள். சரீர வேதனை என்றால் இந்தக் கோழைப் பிள்ளைகளுக்கு என்ன பயம் பார்த்தீர்களா? என்ன அதைரியம்! என்ன அவமானம்!

"இது நிற்க, வேறொரு திருஷ்டாந்தம் சொல்லுகிறோம். சிறிது காலத்துக்கு முன்பு மெடிக்கல் (வைத்திய சாஸ்திர) காலேஜ் பிள்ளைகளுக்கும் மற்றொரு கூட்டத்தாருக்கும் பந்தாட்டப் போட்டி நடைபெற்றது. அப்போது ஒரு ஹிந்து வாலிபனுக்கும் (இவனை ஹிந்து என்று சொல்ல நாக் கூசுகிறது) ஒரு பரங்கிப் பையனுக்கும் சண்டை உண்டாயிற்று. பரங்கி வாலிபன் ஹிந்துவை அடித்து விட்டான். இம்மாதிரி இரண்டு பையன்களுக்குள்ளே சண்டை ஏற்பட்டபோது, மற்றோர் தலையிடுவது வழக்கமில்லையாதலால், அவர்கள் சும்மாயிருந்துவிட்டார்கள். ஹிந்து வாலிபன் ஆறு வயதுப் பெண் குழந்தை போலே கண்ணீர்விட்டுத் தேம்பித் தேம்பி அழத் தொடங்கி விட்டான். பரங்கிப் பிள்ளைகளும், நம்மவர்களுக்குள்ளே மற்றவர்களும் நகைத்துக் கொண்டிருந்தார்கள்.

"ஐயோ! சரீர வேதனைக்கு இவ்வாறு அஞ்சுவதும், அதைரியம் அடைவதும் வாலிபர்களுக்கு அழகாகுமா? இதை நாம் நிவிருத்தி செய்துகொள்வது இன்றியமையாத விஷயம். மனத் துணிவற்ற ஜாதியார் மண் சுமப்பதற்குக் கூடத் தகுதியாக மாட்டார்கள். ஊருக்கூர் குஸ்திப் பள்ளிக்கூடங்கள் ஏற்படுத்துவதே இதற்கெல்லாம் தகுதியான மருந்தாகும். குஸ்திப் பள்ளிக்கூடங்களைப் பற்றி முன்னமே ஒருமுறை எழுதியிருக்கிறோம். இப்போது மீண்டும் ஒரு முறை அதனை வற்புறுத்து கிறோம்" (**இந்தியா** - *16-3-1907.* **பாரதி தரிசனம்** *- 2. பக். 219-220).*

அடுத்தடுத்து ஒன்றரை மாத காலத்துக்குள் எழுதிய இந்த மூன்று கட்டுரைகளிலும் பாரத நாடு சுதந்திரம் பெறுவதற்குச் சரீர பலம் அவசியம் என்றும், அதற்காகச் சரீரப் பயிற்சிக் கூடங்களைத் தொடங்க வேண்டும் என்றும் வலியுறுத்தி எழுதியுள்ளதோடு, அவற்றைத் தொடங்குவதற்கான வழி வகைகளையும் எடுத்துக் கூறியிருக்கிறான். அவ்வாறு தொடங்குபவர்களை ஊக்குவிக்கும் விதத்தில் அவர்களுக்குத்

தனது பத்திரிகையை இனாமாக அனுப்புவதாகவும் அறிவித்திருக்கிறான். மூன்றாவது கட்டுரையிலோ, மனத் துணிவற்றவர்கள் மண் சுமப்பதற்குக் கூட லாயக்கற்றவர்கள் என்று இடித்துக் கூறி, இந்தியர்கள் அடிமைப் பட்டிருப்பதற்கே கோழைத்தனம்தான் காரணம் என்பதைச் சூசகமாக உணர்த்தி, இந்தக் கோழைத்தனம் நீங்கி ஆண்மை பெறுவதற்கு உடற்பயிற்சி அவசியம் என்றும் கூறுகிறான். அத்துடன் இந்த நாட்டு இளைஞர்கள், குறிப்பாக மாணவர்கள் இத்தகைய உடற்பயிற்சிகளில் ஈடுபட வேண்டும் என்றும் இரு சம்பவங்களை உதாரணமாக எடுத்துக்காட்டி வலியுறுத்துகிறான். இவை யாவற்றிலிருந்தும் ஆயுதந் தாங்கிய போராட்டத்துக்கு முதற்படியாக இந்நாட்டு இளைஞர்கள் உடல் வலிமையும் ஆண்மையும் பெற வேண்டும் என்று பாரதி கருதினான் எனவும், மேலும் அத்தகைய போராட்டத்துக்கான ரகசியச் சங்கங்களை உருவாக்கவும் இத்தகைய உடற்பயிற்சிக் கூடங்களை உருவாக்கவும் இத்தகைய உடற்பயிற்சிக் கூடங்கள் "வெளிவட்ட"ங் களாகப் பயன்பட முடியும் என்று அவன் நம்பினான் எனவும் நாம் கொள்ள இடமுண்டு. மேலும் அவன் அடுத்தடுத்து இதனைக் குறித்து எழுதியிருப்பதைக் கொண்டு, அவன் இத்தகைய முயற்சியை அதிசயகரமான ஒன்றாகவும் கருதினான் என்பதும் தெளிவாகிறது.

விபின் சந்திரபாலர் சென்னைக்கு 1907 மே மாதத் தொடக்கத்தில் தான் வந்தார். சொற்பொழிவுகள் ஆற்றுவதற்காக அவர் சென்னைக்கு வந்த காலத்தில் அவருடன் வந்த குஞ்சு பானர்ஜி என்பவரும், அதன்பின் வந்த சந்திரகாந்தச் சக்கரவர்த்தியும், சென்னையில் நீலகண்ட பிரமச்சாரி, சுரேந்திரநாத் சூர்யா, பாரதி முதலியோரைச் சந்தித்தனர் என்றும், சென்னையில் புரட்சி நடவடிக்கைகளுக்கான ரகசியச் சங்கங்களைத் தொடங்க வேண்டும் என்று அவர்கள் உபதேசித்தனர் என்றும் முந்தைய கட்டுரையில் பார்த்தோம். ஆனால் பாரதி உடற்பயிற்சிக் கூடங்களின் அவசியம் பற்றி, அதற்கும் மூன்று மாதங்களுக்கும் முன்பே எழுதிவரத் தொடங்கிவிட்டான் என்றால், உடற்பயிற்சிக் கூடங்கள் என்ற திரைமறைவில் ரகசியச் சங்கங்களைத் தோற்றுவிக்க வேண்டும் என்பதை அவன் அதற்கு முன்பே உணர்ந்துவிட்டான் என்றே நாம் கொள்ளலாம்.

பாரதி புதுச்சேரிக்குச் சென்ற பின்னரும்கூட, நாடு விடுதலை யடைவதற்கு உடற்பயிற்சியும் அவசியம் என்றே வலியுறுத்தி எழுதிவந்தான். உதாரணமாக, 1909 ஏப்ரல் 17ஆம் தேதி வெளிவந்த இந்தியா இதழில், 'புது வருஷம்' என்ற தலையங்கத்தை எழுதிய பாரதி, "நமக்கு நன்மை வரவேண்டுமானால் நாம் செய்யவேண்டிய விஷயங்கள் பின்வருவன" என்று எழுதி, அந்த விஷயங்களை அட்டவணையிட்டுக் கூறும்போது, "நமது தேசத்தார் இப்போது மிகவும் ஹீனமான சரீரநிலை

கொண்டிருப்பதை நீக்கும் பொருட்டாக, சரீரப் பயிற்சிப் பள்ளிக் கூடங்கள் **அத்தியாவசியமாக** ஏற்படுத்துதல்" என்பதையும் குறிப்பிட்டிருக்கிறான் (**பாரதி தமிழ்** - தூரன். பக். 84). இதன் பின்னர் அவன் 5-2-1910 தேதியிட்ட 'இந்தியா' இதழில் இவ்வாறு எழுதியிருந்தான்: "நமது தேசத்தில் ஜனங்கள் தங்களுடைய பலவீனத்தினாலும் அன்னியர்களின் ஒழுங்குகளைக் கைக்கொள்வதாலும் மெத்தவும் அதிக பலவீனர்களாய் விடுகின்றார்கள். இந்த மாதிரி நமது வாலிபர்கள் பலவீனர்களாய்ப் போய்த் தவிக்காமலிருக்க, ஸ்வதேச முயற்சிக்கப்புறம் நாட்டில் பல **அக்கராக்கள்** ஏற்பட்டன. பல சமிதிகள் தோன்றின. இரண்டு வருஷகாலத்திற்குள்ளேயே இவைகளில் சேர்ந்திருந்த பிள்ளைகள் பலிஷ்டர்களாய் விட்டனர். இம்மாதிரி பலிஷ்டர்களான வாலிபர்களின் ஸமிதி வெகு நல்ல காரியங்கள் செய்து வந்தது. கடைசியாய் பிரிட்டிஷ் கவர்ன்மெண்டார் அவ்விஷயத்தைப் பற்றி விமர்சனம் செய்து அந்த சமிதிகளைக் கலைத்துவிட்டார்கள். தேகப் பயிற்சியை இனி சிறியவர்கள் அவரவர்கள் வீட்டிற்குள் செய்து கொள்வார்கள். நமது ஸ்வதேசிய முயற்சியின் ரக்ஷணைக்காகத் தேச சேவை செய்ய **வடநாட்டவரைப் போல் தென்னாட்டிலும் பலர் வேண்டும்**. ஆங்காங்கு தேகப் பயிற்சி சாலைகள் ஸ்தாபிக்கப்பட வேண்டும். அதில் நல்ல கசரத் வேலைகள் நன்றாய்ச் செய்யக் கற்றுக் கொடுக்க வேண்டும். தேக பலம் சம்பாதித்துக் கொள்ளவேண்டும்..." (**மகாகவி பாரதியாரின் மும்மணிகள்** - தொகுப்பு: சி.விசுவநாதன். பக்.61-62).

மேலும் பாரதி புதுச்சேரியில் வசித்து வந்த காலத்தில் அவருடன் நன்கு பழகியவரும், பாரதியுடன் சேர்ந்துநின்று புகைப்படம் எடுத்துக்கொள்ளும் பாக்கியம் பெற்றவருமான டி.விஜயராகவாச் சாரியார் தாம் எழுதியுள்ள கட்டுரையொன்றில் இவ்வாறு குறிப்பிடுகிறார். அந்த நாட்களில் புதுவையில் சிலம்பப் பயிற்சிக்கூடங்கள் உண்டு. அதில் ஒரு வாத்தியாரும் சட்டாம்பிள்ளையும் இருப்பர். அநேக சிறுவர்கள் அங்குச் சென்று உடல் பயிற்சி, கத்தி, கழி வீசுதல், குஸ்திச் சண்டை முறைகளைப் பயிலுவார்கள்... கழி, கத்தி விளையாட்டுக் களைப் பார்க்கும் பாரதியார் மெய்மறந்து நின்று, பக்கத்தில் நின்றிருந்த என்னையும் மற்றவர்களையும் பார்த்து, "இப்படி நம் நாட்டில் எல்லா ஊர்களிலும் உடல்பயிற்சி செய்து தைரியத்துடன் ஆங்கிலேயரை எதிர்த்தால், நம்நாடு விடுதலை அடையும் என்பார்" (**நான் கண்ட பாரதியார்** - கட்டுரை, தினமணி சுடர் அனுபந்தம். 10-9-1972).

ஆயினும், 1907 பிப்ரவரி முதற்கொண்டு, பாரதி இவ்வாறு அறைகூவல் விடுத்தபடி, தமிழ்நாட்டில் இத்தகைய உடற்பயிற்சிக்

கூடங்கள் எங்கேனும் தொடங்கப்பட்டனவா என்பது பற்றி நேரடியாகக் குறிப்பிடும் எழுத்து பூர்வமான சான்றுகள் எதுவும் நமக்குக் கிட்டவில்லை. என்றாலும், தமிழ்நாட்டில் தீவிரத் தேசியவாத இயக்கத்தைச் சேர்ந்த தலைவர்களும், அவர்களைப் பின்பற்றி நின்ற தேசபக்த இளைஞர்களும் உடற்பயிற்சிகளைச் செய்வதைத் தமது அன்றாட நடவடிக்கைகளில் ஒன்றாகக்கொண்டிருந்தனர் என்று கொள்வதற்கான சில சான்றுகள் நமக்குக் கிட்டுகின்றன.

வ.உ.சிதம்பரம் பிள்ளையும் சுப்பிரமணிய சிவாவும் திருநெல்வேலியில் விசாரணைக் கைதிகளாகச் சிறையில் அடைக்கப் பட்டிருந்த காலத்தில், வ.உ.சி.யும் அவருடன் கைதாகிச் சிறையில் இருந்தவர்களும் சிறைக்குள் முறையாக உடற்பயிற்சிகளைச் செய்து வந்ததைப் பற்றி வ.உ.சியே தமது சுயசரிதையில் இவ்வாறு பாடியுள்ளார்:

கசரத்து பஸ்கி காலைமாலைஎம்
வசத்தில் எம்முடல் வந்திடச் செய்தேம் - (சுயசரிதை - பக்.90)

இதேபோல், சென்னை அரசாங்கம் தன்னைக் கைது செய்யவிருக்கும் தகவலறிந்து பாரதி புதுச்சேரிக்குத் தப்பித்துச் சென்றுவிட்ட பின்னர், அங்குப் பாரதியுடன் போய்ச்சேர்ந்து அவனுக்கு உதவிவந்த தீவிரத் தேசியவாத இயக்கத்தைச் சேர்ந்த இளைஞர்களும் - கிருஷ்ணா புரத்தைச் சேர்ந்த சங்கர கிருஷ்ணன், எட்டயபுரத்தைச் சேர்ந்த என்.நாகசாமி, பி.பி.சுப்பிரமணியம் (சுப்பையா), ஹரிஹர சர்மா முதலியோர் - அங்கு உடற்பயிற்சி செய்வதைத் தமது நித்தியக் கடமைகளில் ஒன்றாகக் கொண்டிருந்தனர் என்றும் தெரியவருகிறது. "முதலில் ஹரிஹர சர்மா அவருக்கு (பாரதிக்கு) உதவியாக வந்து சேர்ந்தார். பிறகு நானும், பி.பி.சுப்பையா என்பவரும் வந்து சேர்ந்தோம்.. அப்பொழுது பாரதியாரைச் சேர்த்து நாங்கள் ஏழு பேர் அந்த வீட்டில் வசிக்க ஆரம்பித்தோம். நாங்கள் எல்லோரும் அதிகாலையில் சுமார் ஐந்து மணிக்கே எழுந்து உடற்பயிற்சி செய்வோம்... பாரதியாரும் எங்களுடன் சுலபமான உடற்பயிற்சி செய்து வந்தார்" என்று எழுதியுள்ளார் அவர்களில் ஒருவரான என். நாகசாமி (புதுவையில் தேசபக்தர்கள் - 1968). இவர்களில் சங்கர கிருஷ்ணனைப் பற்றிச் செல்லம்மா பாரதி இவ்வாறு எழுதியுள்ளார்: "சங்கர கிருஷ்ணன், கடையநல்லூரை அடுத்த கிருஷ்ணாபுரம் கிராமம் - கட்டுமஸ்தான் சரீரம். தினம் தண்டால், பஸ்கி முதலியன செய்துவிட்டு ஒரு படி ஊற வைத்த பச்சைக் கடலையையும் சாப்பிடுவார்" (**பாரதியார் சரித்திரம்** - அத். 16). 1911 ஜூன் 17 அன்று அப்போது பதவியுயர்வு பெற்றுத் திருநெல்வேலி ஜில்லாக் கலெக்டராகவிருந்த ராபர்ட் வில்லியம் டி' எஸ்டிகார்ட் ஆஷ் என்ற வெள்ளைக்காரக் கொடுங்கோலனை மணியாச்சி ரயில் நிலையத்தில்

வாஞ்சிநாதன் சுட்டுக்கொன்றபின் நடந்த திருநெல்வேலிச் சதிவழக்கில், மேற் குறிப்பிட்டவர்களில் சங்கர கிருஷ்ணன், இரண்டாவது 'குற்றவாளி'யாகவும், பி.பி.சுப்பிரமணியம் பதின் மூன்றாவது 'குற்றவாளி'யாகவும் கூண்டில் நிறுத்தப்பட்டனர் என்ற உண்மையை நாம் நினைவூட்டிக் கொண்டால், உடற் பயிற்சிக்கும் புரட்சி நடவடிக்கைகளை மேற்கொள்ளும் ரகசிய இயக்கத்துக்கும் தமிழ்நாட்டிலும் சம்பந்தம் இருந்தது என்பதை நாம் புரிந்துகொள்ளலாம்.

புரட்சி நடவடிக்கைகளுக்கான "வெளிவட்ட"ங்களாக உடற்பயிற்சிக் கழகங்கள் மட்டும் பயன்பட்டன என்பதல்ல. அந்த வெளிவட்டங்கள் வேறு பல வடிவங்களிலும் உருப்பெற்றன. ஜி.ஜி.கொத்தோவ்ஸ்கி என்ற சோவியத் வரலாற்றாசிரியர் இவ்வாறு எழுதுகிறார்: "1906 தொடக்கத்திலிருந்து... வங்காளம், மகாராஷ்டிரம், பஞ்சாப் மற்றும் பிற மாகாணங்களையும் சேர்ந்த தீவிரவாதிகள் தமது நடவடிக்கையைத் தீவிரப்படுத்தத் தொடங்கினர். அனுசீலன் சமிதி என்ற ஒரு சட்ட விரோதமான புரட்சிகர ஸ்தாபனம் டாக்காவில் நிறுவப்பட்டது. அது ரகசியமாகவிருந்து செயல்படும் தேச பக்தர்கள் மற்றும் புரட்சிவாதி களின் முயற்சிகளை ஒருங்கிணைக்கப் பாடுபட்டது. இத்தகைய சங்கங்கள் பம்பாய் மாகாணத்திலும் பஞ்சாபிலும் தோன்றின. ரகசியச் சங்கங்கள் நகர்ப்புற மக்களில் குட்டி - பூர்ஷ்வாப் பகுதியைச் சேர்ந்தவர்கள் மத்தியில், குறிப்பாக, உயர்நிலைப் பள்ளி மாணவர்கள் மத்தியில், பிரசாரப் பணியை நடத்தி வந்தன. இடதுசாரி அரசியல் கருத்துக்களைக் கொண்ட புதிய பிரசுரங்களும் வெளிவரத் தொடங்கின. இவற்றில் வங்காளிப் பத்திரிகைகளான 'யுகாந்த'ரும், 'வந்தேமாதர'மும் பெரிதும் பிரபலம் அடைந்தன. 1857-1859ஆம் ஆண்டுகளின் வெகுஜன எழுச்சி, கரிபால்டி, மாஜினி, ரஷ்யப்புரட்சி முதலியவை பற்றிய துண்டுப் பிரசுரங்களும் அச்சிட்டு வினியோகிக்கப்பட்டன. தமது ரகசிய நடவடிக்கைகளுக்கு ஒரு சட்டபூர்வமான மூடுதிரையை வழங்குவதற்காக, தீவிரவாதிகள் நாடெங்கிலும் நிறுவப்பட்டிருந்த உடற்பயிற்சிக் கழகங்களையும், வாலிபர் சங்கங்களையும் பயன்படுத்திக் கொண்டனர். அதேபோல் சுதேசிப் பண்டக சாலைகளையும் விற்பனை நிலையங் களையும் பயன்படுத்திக்கொண்டனர்" (A History of India - K. Antonova, G.Bongard Levin and G. Kotovsky பாகம் - 1. பக். 126-127). இதேபோல், இவார் ஸ்பெக்டர் என்ற வரலாற்றாசிரியரும் இவ்வாறு எழுதியுள்ளார்; "ரஷ்ய ரகசியச் சங்கங்களைப் போலவே, அனுசீலன் சமிதியின் கிளைகளும், இந்தியப் பள்ளிகளுக்குள் வெற்றிகரமாக ஊடுருவி, தேசபக்தியையும் துணிவாற்றலையும் பற்றிய கதைகளைக் கூறி, இளைஞர்களது ஆர்வத்தைக் கிளறிவிட்டன; தமது தாயகத்துக்குச் சேவை புரியும் தாகத்தை மாணவர்களுக்கு ஊட்டின; அவர்களைச் சதி

நடவடிக்கையில் தப்பிக்க முடியாத படி சிக்கவைக்கும் வரையில், அவர்களை முதலில் தூது செல்பவர்களாகவோ, அல்லது வேறு சில்லரை வேலைகளிலோ பயன்படுத்திக்கொண்டன" (First Russian Revolution: Its Impact on Asia - Ivar Spector. பக். 107).

அனுசீலன் சமிதி தோன்றுவதற்கு முன்பும் அது ஓர் உடற்பயிற்சிக் கழகமாகவே இருந்தது என்பதையும், அதனுடன் காசிநாத் இலக்கியக் கழகமும் இணைந்திருந்தது என்பதையும் நாம் முன்பே பார்த்தோம் (பக். 156). புரட்சி நடவடிக்கைகளுக்கான சங்கங்கள் மேற்கண்டவாறு பல்வேறு வடிவங்களிலும் வெளிவட்டங்களாகச் செயல்பட்டு வந்தன என்பது தெளிவு. எனவே, புரட்சி மனப்பான்மை கொண்ட பாரதி தோற்றுவித்த அல்லது பங்கெடுத்து வந்த சங்கங்களையும் நாம் தெரிந்துகொள்ள வேண்டும்; மேற்கூறிய விஷயங்களை நினைவில் நிறுத்திக்கொண்டு, அந்தச் சங்கங்கள் ஈடுபட்ட நடவடிக்கைகளையும் கண்டுணர முற்பட வேண்டும்.

பால பாரத சங்கம்

காசிக் காங்கிரசிலிருந்து திரும்பி வந்த ஒரு சில மாதங்களில், 'இந்தியா' பத்திரிகையின் ஆசிரியப் பொறுப்பை ஏற்றுக்கொண்ட பின், பாரதி தொடங்கிய அல்லது பங்கெடுத்த முதல் சங்கம் 'பால இந்தியா சபை என்றே தெரிகிறது. 1906 டிசம்பர் இறுதியில் கல்கத்தாவில் நடைபெறவிருந்த காங்கிரஸ் மகாசபைக்கு "டெலிகேட்டுகளை"த் தேர்ந்தெடுக்கும் விஷயமாக,"பால இந்தியா சபையோரின் முயற்சியால்", 'இந்தியா' அலுவலகத்தில் கூடிய பொதுச் சபையைப் பற்றியும், அக்கூட்டத்தில் பாரதி உட்பட நால்வர் பிரதிநிதிகளாகத் தேர்ந்தெடுக்கப் பட்டதைப் பற்றியும் 'இந்தியா'வில் வெளிவந்த செய்திக் குறிப்பின் மூலம் இது நமக்குப் புலனாகிறது (**இந்தியா: 22-12-1906. பாரதி தரிசனம் - 1. பக்.49**). எனினும் இதன்பின் 'இந்தியா'வில் வெளிவந்த செய்திகளிலிருந்து, இந்தச் சங்கத்தின் பெயர், 'பால பாரத சங்கம்' என்று பின்னால் மாற்றப்பட்டிருக்கிறது என்றும் தெரியவருகிறது. 'பால பாரத்' என்ற பெயரில் பாரதி ஓர் ஆங்கிலப் பத்திரிகையை வெளிக் கொணர 1906 அக்டோபரில் தீர்மானித்து (**இந்தியா: 27-10-1906. பாரதி தரிசனம்** - 1. பக்.43), அதன்பின் ஒரு சில மாதங்களில் அதனை வெளியிடத் தொடங்கினான் என்பது நமக்குத் தெரியவந்துள்ள செய்தியே. எனவே இந்தப் பத்திரிகையின் பெயரை அனுசரித்து, 'பால இந்தியா சபை' என்ற பெயர், பின்னர் 'பால பாரத சங்கம்' என மாற்றப்பட்டிருக்க வேண்டும் என்றே தோன்றுகிறது.

இந்தச் சங்கத்தைப் பற்றி நமக்குக் கிட்டியுள்ள முதல் குறிப்பிலிருந்து இது சென்னையில் தீவிரத் தேசியவாதிகளின் அரசியல் ஸ்தாபனமாகவே

இருந்திருக்கிறது என்பதும், அதனால்தான் இது காங்கிரஸ் மகாசபைக்குப் பிரதிநிதிகளைத் தேர்ந்தெடுத்துள்ளது என்பதும் தெளிவாகிறது. மேலும் தமிழகத்தில் தீவிரத் தேசியவாதிகளின் இயக்கம் இளைஞர்களின் இயக்கமாகவே இருந்தது என்பதை முந்தைய கட்டுரையில் விளக்கமாகப் பார்த்தோம். 'பால இந்தியா' (அல்லது 'பால பாரத்') என்ற இந்தச் சங்கத்தின் பெயரைப் பார்க்கும்போதும், இது இந்த உண்மையை வலியுறுத்தும் ஓர் இளைஞர் சங்கமாகவே இருந்திருக்கிறது என்பதும் புலனாகிறது.

பால பாரத சங்கம் மேற்கொண்டு வந்த நடவடிக்கைகள் பற்றியும் 'இந்தியா'வின் மூலம் நமக்குச் சில விவரங்கள் கிட்டுகின்றன. 'பஞ்சாபி' பத்திரிகையின் ஆசிரியர் அட்வனே, மற்றும் பதிப்பாசிரியர் ஜஸ்வந்த் ராய் ஆகியோரின் மீது அரசாங்கம் வழக்குத் தொடர்ந்து சிறைத் தண்டனை விதித்தது பற்றி, பாரதி எழுதியுள்ள குறிப்பை இக்கட்டுரையில் முன்னர் குறிப்பிட்டுள்ளோம். பால பாரத சங்கம் இது சம்பந்தமாகக் கூடி, அவர்கள் இருவருக்கும் "வாழ்த்தும் வணக்கமும் கூறியதுடன், அவர்கள் இம்சை அடைந்தது பற்றி வருத்தமுண்டான போதிலும், பாரத மாதாவுக்கு இத்தகைய அடியார்கள், கிடைத்தது பற்றி எல்லோரும் மகிழ்ச்சியடைய வேண்டும்" என்று தீர்மானம் நிறைவேற்றியதையும் மேலும் இது சம்பந்தமாகக் கடற்கரையில் "ஒரு பெருஞ்சபை" கூடும் என்றும், அதில் ஸ்ரீ.வி.சக்கரை, ஸ்ரீ.சி.சுப்பிரமணிய பாரதி முதலானவர்கள் உபந்நியாசம் புரிவார்கள்" என்றும் அறிவிக்கும் செய்தியையும் 'இந்தியா' வெளியிட்டுள்ளது (**இந்தியா**: *23-2-1907*. **பாரதி தரிசனம்** *- 2. பக். 122-123*). இந்தச் சங்கத்தில் அரசியல் சம்பந்தமான சொற்பொழிவுகளும் நடைபெற்றுள்ளன. "கேம்பிரிட்ஜ் பட்டதாரராகிய ஸ்ரீ.ஸி.ராமலிங்கரெட்டி" என்பவர் இந்தச் சங்கத்தின் சார்பில் "ஜாதிய ஞானம்" (Nationalism) என்ற தலைப்பில் ஆற்றிய சொற்பொழிவின் விவரத்தையும் '**இந்தியா**' வெளியிட்டுள்ளது (**இந்தியா**: *16-3-1907*. **பாரதி தரிசனம்** *- 1, பக். 62-64*). மேலும் இதே சங்கத்தின் சார்பில்தான் விபின் சந்திரபாலரை ஆந்திர நாட்டுக்கு அழைத்து வருமாறு பாரதி ஒரு பிரதிநிதியாகத் தேர்ந்தெடுக்கப்பட்டு அனுப்பி வைக்கப்பட்டிருக்கிறான் என்றும் தெரியவருகிறது (**இந்தியா**: *20-4-1907*. **பாரதி தரிசனம்** *- 2. பக். 69*).

இந்தப் பால பாரத சங்கம் இத்தகைய நடவடிக்கைகளைத் தவிர, அவ்வப்போது சில துண்டுப் பிரசுரங்களையும் வெளியிட்டு வந்துள்ளது. இத்தகைய பிரசுரங்களில் ஒன்றான "பால பாரத சங்க"த்தின் "முதலாவது பிரகடனம்" 'இந்தியா'வில் பிரசுரமாகியுள்ளது. இந்தப் பிரகடனம், 'பத்தாவது அவதாரம்' என்ற தலைப்பில்,

"யதா யதாஹி தர்மஸ்ய க்லார் பவதி, பாரத
அப்யுஸ்தானம் அதர்மஸ்ய ததாஸ்மானம் ஸ்ருஜாம்யஹம்
பரித்ராணாய ஸாதுனாம் விநாசாயச துஷ்க்ருதாம்
தர்ம ஸம்ஸ்தாப னார்த்தாய ஸம்பவாமி யுகே யுகே"

- (பகவத் கீதை 4, 7, 8)

என்ற பகவத்கீதை சுலோகங்களின் சமஸ்கிருத மூலத்துடன் தொடங்குகிறது. அதன்பின் இதன் தமிழாக்கமான பின்வரும் வாசகங்கள் இடம்பெறுகின்றன.

"ஹே! பாரதா! எப்போதெப்போது தர்மத்திற்கு பங்கமுண்டாகி அதர்மம் தலைதூக்கி நிற்கிறதோ, அப்போதெல்லாம் நான் தோன்றுகிறேன். ஸாதுக்களைக் காக்கும் பொருட்டாகவும், தீங்கு செய்வோர்களை நாசம் செய்யும் பொருட்டாகவும், தர்மத்தை நன்கு ஸ்தாபனம் செய்யும் பொருட்டாகவும் நான் யுகந்தோறும் வந்து பிறக்கிறேன்."

*இந்தக் கீதாவாசகங்களுக்குப் பின்னால், "ஆகையால் தற்காலத்தில் இந்தியர்கள் என்று வழங்கப்பெறும் ஹே பாரதர்களே! இப்போது பத்தாம் அவதாரம் தோற்றுவதற்குரிய காலம் வந்துவிட்டதா, இல்லையா என்பதைப் பற்றிச் சிறிது ஆலோசியுங்கள்" என்ற பீடிகையுடன் தொடங்கி, இந்தியாவிலுள்ள 30 கோடி ஜனங்களை ஒரு லக்ஷம் பரங்கியர்கள் "எவ்விதமாகவோ மாயைகள் செய்து" அரசாண்டுவருவது பற்றியும், மக்களை வாயில்லாப் பூச்சிகளாக்கி, அவர்களது சுதந்திரங்களைப் பறித்து, அவர்களது நாட்டின் செல்வங்களைச் சுரண்டிக் கொள்ளையடித்து வருவது பற்றியும் கூறி, இறுதியில் அந்தப் பிரகடனம் இவ்வாறு கூறி முடிக்கிறது; "இப்போது நடைபெற்று வரும் பிரிட்டிஷ் ராஜாங்க முறைமையிலே மேலே கூறியது போன்ற அநீதிகள் எத்தனையோ இருக்கின்றன. இந்த அநீதிகளை நாசம் செய்யும் பொருட்டாக நமக்கிடையே கடவுள் பத்தாம் அவதாரம் செய்திருக்கின்றார். இப்போது மனித ரூபத்தில் அவதாரம் செய்யவில்லை. அவருடைய அவதாரத்தின் பெயர் சுதேசியம்; அவருடைய ஆயுதம் அதாவது அன்னிய சம்பந்த விலக்கு அல்லது பகிஷ்காரம். அவருடைய மந்திரம் வந்தே மாதரம்" (**இந்தியா:** 30-3-1907. **பாரதி தரிசனம்** - 2. பக். 67-68).*

இது பகிரங்கமாக அச்சிட்டு வெளியிடப்பட்ட பிரகடனம்தான். எனவே பாரதியின் கருத்தில் இடம்பெற்றிருந்த ஆயுதந்தாங்கிய போராட்டம், அதற்கான ரகசிய நடவடிக்கைகள் பற்றி இதில் பகிரங்கமாகக் குறிப்பிட்டிருக்க முடியாது என்பது வெளிப்படை, என்றாலும், எதற்கும் துணிந்து, புரட்சி நடவடிக்கைகள் பற்றிப்

பகிரங்கமாகவே எழுதி வந்த (இதே நூல் பக். 183 பார்க்க) புரட்சி இயக்கம் பத்திரிகையான 'யுகாந்தர்' தனது தலைப்பில் வெளியிட்டிருந்த அதே பகவத்கீதை சுலோகங்களைத்தான் இந்தப் பிரகடனமும் தனது தலைப்பில் கொண்டிருந்தது என்பதையும், பகவத் கீதைக்குப் புரட்சி மனப்பான்மை படைத்த தேசபக்தர்கள் எத்தகைய விளக்கம் கொடுத்து வந்தனர் என்பதையும் மற்றும் இந்தப் பிரகடனத்தின் இடையில், பரங்கியர்கள் செய்துவரும் கொடுமைகளை எல்லாம் விவரித்துவிட்டு, "நாம் ஆயுதங்களைத் தொடாத பேடிகளாக இருக்க வேண்டுமென்றும், ஆயுதங்கள் வைத்துக்கொண்டிருந்தால் தண்டனை என்றும் ஏற்பாடு செய்துவிட்டார்கள். நிராயுதபாணிகளை அவர்கள் இஷ்டப்படியெல்லாம் நடத்துவது எளிதல்லவா?" என்றும் குறிப்பிட்டிருக்கிறது என்பதையும் நாம் சற்று ஆழமாகச் சிந்தித்துப் பார்த்தால், பாரதி பங்கு கொண்டிருந்த இந்தப் 'பால பாரத சங்கம்', இந்தியர்கள் நிராயுத பாணிகளாக இருப்பதால்தான் ஆங்கிலேயர்கள் சுலபமாக ஆள முடிகிறது. எனவே ஆங்கிலேயர் ஆட்சியை ஒழிக்க வேண்டுமானால், அதற்கு இந்தியர்கள் ஆயுத பாணிகளாக மாறவேண்டும் என்று கருதிய மறைமுகமான குறிப்பையும் இந்தப் பிரகடனம் தன்னுட் கொண்டே இருந்தது என்பது நமக்குப் புலனாகும்.

பால பாரத ஸமிதி

பாரதி அங்கம் வகித்த இந்தப் 'பால பாரத சங்கம்' வேறு என்ன நடவடிக்கைகளை மேற்கொண்டது என்பது பற்றி நமக்கு எழுத்து பூர்வமான சான்றுகள் வேறு இல்லை. ஆயினும் இது எத்தகைய நடவடிக்கைகளில் ஈடுபாடு காட்டியிருக்கக்கூடும் என்பதற்கு நமக்கு வேறு சான்றுகள் கோடிட்டுக் காட்டுகின்றன. பாரதியே 'ராஜமகேந்திர புரத்தில் சுதேசியம்' என்ற தலைப்பில் 'இந்தியா' பத்திரிகையில் பின்வருமாறு எழுதியுள்ளான்: "ஆரம்பத்திலே சென்னை நகரத்தில் 'பால பாரத சங்கம்' என்று ஏற்பாடு செய்து, அதன் உதவியின் பொருட்டு 'பால பாரதம்' என்ற பத்திரிகையையும் பிரசுரித்து வரத்தொடங்கினோம். இப்போது அப்பெயரையொட்டி வேறு பல இடங்களிலேயும் 'பால பாரத ஸபைகள்' ஏற்பட்டு வருவது கண்டு மகிழ்ச்சி அடைகிறோம். முக்கியமாக, ராஜமகேந்திரவரத்தில் ஏற்பட்டிருக்கும் 'பால பாரத ஸமிதி' என்ற சங்கத்தார் மிகவும் தேசபக்தியிலே சிறந்திருப்பது கண்டு மகிழ்ச்சி பாராட்டுகின்றோம். இந்த ஸபையினராகிய 80 பேர், சென்ற 11ஆம் தேதி ஊர்கோலம் சென்றார்கள். அப்போது **தடிக் கம்புகளும் கொடிகளும்** எடுத்துச் செல்லப்பட்டன. கொடிகளின் மீது 'வந்தே மாதரம்' 'அல்லாஹோ அக்பர்' என்ற ஹிந்தி, மகமதிய வீரவசனங்கள் எழுதப்பட்டிருந்தன... ஸ்ரீ வீரபத்திர ராவ், ஹரி சர்வோத்தம ராவ் என்பவர்கள் சுதேசியம், அன்னியவஸ்து பகிஷ்காரம் என்பனவற்றைப்

பற்றி உபந்நியாசம் புரிந்தார்கள். அச்சிட்ட துண்டுக் கடுதாசிகள் எல்லோருக்கும் வழங்கப்பட்டன. அந்தச் சமயத்திலே பைஸிக்கிள் மீதேறி வந்த ஒரு ஐரோப்பியன் ஜனங்களுக்கிடையே ஊடுருவிச் செல்ல முயன்றான். பைஸிக்கிள் இடறிவிழுந்து அவனும் கீழே விழுந்து விட்டான். பிறகு வணக்கத்துடன் நடந்து சென்றான்..." (**இந்தியா** *16-2-1908 -* **பாரதி தரிசனம்** *- 2, பக். 166).*

மேற்கண்ட குறிப்பிலிருந்து ராஜமகேந்திரபுரத்தைச் சேர்ந்த பால பாரத சபை (ஸமிதி)யைச் சேர்ந்த இளைஞர்கள் தமது ஊர்வலத்தில் **தடிக்கம்புகளையும்** *கொண்டு சென்றனர் என்று தெரியவருகிறது. இத்தகைய சபைகள் (ஸமிதிகள்) அரசியல் நடவடிக்கைகளோடு, உடற்பயிற்சியையும் தமது நடவடிக்கைகளில் ஒன்றாகக் கொண்டிருந்தன என்பதையே இது உணர்த்துகிறது. இத்தகைய "உடற்பயிற்சிக் கழகங்'களைச் சேர்ந்த இளைஞர்கள் என்ன செய்தார்கள் என்பது பற்றியும் பாரதி நமக்கு ஒரு விவரத்தைத் தருகிறான். வங்காளம் பிரிக்கப்பட்டதைத் தொடர்ந்து, ஆங்கிலேய அதிகாரிகள் இந்து - முஸ்லிம் வகுப்புத் துவேஷத்தைக் கிளறிவிட்டு ஆதாயம் காண முயன்றனர். அவர்களது தூண்டுதலின் பேரில் காலிகள் சிலர் பல அக்கிரமங்களைப் புரிந்தனர். இந்தக் காலிகள் "ஹிந்துக்களை இமிசை புரிந்தும், வீடுகளை கொள்ளையடித்தும், ஸ்திரீகளை மானபங்கம் செய்தும் விளையாடி வந்த" செய்தியை வாசகர்களுக்கு நினைவூட்டிய பாரதி, "இந்த சமயங்களிலே ஹிந்துக்களின் பொருளையும் உயிரையும் கூடியவரை சிறிது ஸம்ரக்ஷணை புரிந்தவர்கள். 'சுதேசிய வாலிபர்கள்' என்ற கூட்டத்தார். அவ்வாலிபர்கள் ஆரம்பத்திலே சரீரப் பயிற்சியின் பொருட்டாக, கீழ் பெங்காளத்தில் சில ஊர்களிலே பள்ளிக்கூடங்களில் சேர்ந்து, டிரில், சிலம்பம் முதலியன பழகிவந்தவர்கள். மரத்தடிகளைத் தவிர இவர்களிடம் வேறே ஆயுதம் கிடையாது. ஆனால் இந்த ஸாமான்யமான பயிற்சியே இவர்களுக்கு ஆபத்துக் காலத்தில் மிகவும் உபயோகரமாக இருந்தது. ஆலயங்களை அழித்தும், ஸ்திரீகளின் மானத்தைக் கெடுத்தும், மகமதியப் போக்கிரிகள் யாருடைய துர்ப்போதனையாலோ ஹிந்துக்களுக்குத் தீங்கு செய்தபோது இவர்கள் கைத்தடிகளைக்கொண்டு மானஸம்ரக்ஷணை புரிந்தார்கள். அது முதலாகவே கீழ் பெங்காளத்து உத்தியோகஸ்தர்களும் உத்தியோகஸ்தர் களாயில்லாதவர்களுமான சில ஐரோப்பியர்களுக்கு வயிற்றெரிச்சல் உண்டாய்விட்டது... கல்கத்தா 'இங்கிலீஷ்மான்', பம்பாய் 'டைம்ஸ்' என்ற இரண்டு பரங்கிப் பத்திரிகைகளும் கீழ் பெங்காளத்து சுதேசிய வாலிபர்களின் கூட்டத்தை அமுக்கிவிடவேண்டுமென்பதாகப் பல கடிதங்கள் பிரசுரம் செய்யத் தொடங்கின... இதன்பேரில், பாரீஸால் மாஜிஸ்ட்ரேட் மூன்றடி நீளம் ஒரு 'இன்ச்' கனத்துக்கு மேலாக, எவரும்*

பகல் வேளையில் தடியெடுத்துச் செல்லக்கூடாதென்று விதி பிறப்பித்து விட்டாராம்... நமது வாலிபர்களுக்குள்ளே சரீர பலமும் இளமைச் சின்னமும் இருப்பது கூட 'இங்கிலீஷ்மான்' போன்ற அன்னியர்களுக்குப் பொறாமையாக இருக்கிறது. அதிகாரிகளும் அதற்கிணங்கவே நடக்கிறார்கள். **யார் என்ன செய்த போதிலும், சுதேசியம் அடங்கவா போகின்றது?"** (**இந்தியா** 25-5-1907 - **பாரதி தரிசனம்** - 2 பக். 149-150).
மேற்கண்டவற்றிலிருந்து கிழக்கு வங்காளத்தைச் சேர்ந்த சுதேசிய வாலிபர்களைப் போலவும், ராஜ மகேந்திரத்தைச் சேர்ந்த 'பால பாரத ஸமிதி'யைப் போலவும், பாரதி அங்கம் வகித்த 'பால பாரத சங்கமும்' உடற்பயிற்சியையும் தனது நடவடிக்கையில் ஒன்றாகக் கொண்டிருக்கக் கூடும் என நாம் ஊகிக்கலாம்.

ராஜமகேந்திரபுரத்தில் பால பாரத ஸமிதியின் ஊர்வலத்தை முன்னின்று நடத்தியவர்களில் ஹரி சர்வோத்தமராவும் ஒருவர் என்று பாரதி குறிப்பிட்டிருப்பதை மேலே பார்த்தோம். பாரதியைப் புரிந்துகொள்ள அவனது நண்பர்களைப் பற்றியும் நாம் தெரிந்துகொள்ள வேண்டும். மேலே குறிப்பிட்ட ஹரி சர்வோத்தம ராவ் பாரதியின் நெருங்கிய நண்பர்களில் ஒருவர். காக்கிநாடாவில் நடந்த கலவரம் குறித்துப் பாரதி எழுதிய குறிப்பை முன்னர் பார்த்தோம். அந்தச் சமயத்தில் ஹரி சர்வோத்தம ராவ் ராஜமகேந்திரபுரம் அரசாங்கக் கல்லூரியில் பயிற்சி பெற்று வந்தார். அந்தக் கல்லூரி மாணவர்கள் 'வந்தே மாதரம்' என்ற வாசகம் பொறித்த மெடல்களைத் தரித்துக் கல்லூரிக்கு வந்ததன் காரணமாக, ஹரி சர்வோத்தமராவும் வேறு பல மாணவர் தலைவர்களும் கல்லூரி அதிபர் ஹண்டர் என்பவரால் கல்லூரியிலிருந்து வெளியேற்றப்பட்டனர். இதனை எதிர்த்து 171 மாணவர்கள் கல்லூரியிலிருந்து விலகிக் கொண்டனர். இதன்பின் ஹரி சர்வோத்தமராவ் உபாத்தியாயர் வேலைக்கே இனி எப்போதும் வரக்கூடாதென்று அரசாங்கம் தண்டனை விதித்தது. வேறு பலருக்கும் இத்தகைய தண்டனைகள் விதிக்கப்பட்டன. இதனைக் கண்டித்து பாரதி 1907 ஜூன் 22 அன்றைய 'இந்தியா' இதழில் எழுதினான் (**பாரதி தரிசனம்** - 2. பக்.156). இதே ஹரி சர்வோத்தமராவ் பின்னர் 'சுயராஜ்யா' என்ற தெலுங்கு தேசிய வாரப் பத்திரிகையையும் தொடங்கினார். 1908 மார்ச் மாதம் வ.உ.சி. கைதான சமயத்தில் அவர் அப்பத்திரிகையின் 1908 மார்ச் 26 இதழில் காரசாரமாக ஒரு கட்டுரை எழுதினார். அந்தக் கட்டுரை பின்வருமாறு முடிந்திருந்தது. "ஏ, பரங்கியே! கொடிய கடுவாயே! நீ மூன்று நிரபராதிகளான இந்தியர்களை எந்தக் காரணமுமின்றி, ஒரே கணத்தில் ஏககாலத்தில் கிழித்துக் குதறிவிட்டாய். 'நீ உன் சொந்தச் சட்டங்களையும் கூட மீறி வருகிறாய். ஏ, பீதி பிடித்தவனே! ஆணவத்தால் கண் குருடாகிப்போன நபர்கள் இத்தகைய வக்கிரமான எண்ணங்களை

மேற்கொள்வது இயல்புதான். நீ உனது ரகசியத்தை நீயே வெளியிட்டு விட்டாய். இந்திய சுதேசிய வளர்ச்சியின் மூச்சுக் காற்றுப்பட்டு எதேச்சதிகாரமான பரங்கி ஆட்சி வாடி வதங்கி வருகிறது என்பதை நீயே அறிவித்துவிட்டாய்...' (மேற்கோள் - Rowlatt Committee Report. - V.O. Chidambaram Centenary Souvenir, 19/2. பக். xxvii). இவ்வாறு எழுதியமைக்காக இவரும் கைது செய்யப்பட்டு மூன்றாண்டு சிறைத் தண்டனை விதிக்கப்பட்டார். 'இந்தியா' பத்திரிகையைப்போல் இவரது பத்திரிகையும் ஒடுக்குமுறைக்கு இரையாயிற்று. 1928இல் பாரதியின் பாடல்களைச் சென்னை அரசாங்கம் தடை செய்தபோது, அதனை எதிர்த்துத் தேசபக்தர் எஸ்.சத்தியமூர்த்தி சென்னை சட்டசபையில் பேசியபோது, அப்போது அந்தச் சட்ட சபையில் உறுப்பினராகவிருந்த ஹரி சர்வோத்தமராவும், சத்தியமூர்த்தியின் ஒத்திவைப்புத் தீர்மானத்தை ஆதரித்துப் பேசினார் என்பதும் இங்குக் குறிப்பிடத்தக்கதாகும்.

சென்னை ஜனசங்கம்

சென்னையில் மிதவாதிகளின் ஆதிக்கத்தின் கீழிருந்த சென்னை மகாஜன சபை என்ற சங்கம் சென்னை விக்டோரியா நகர மண்டபத்தில் நடத்திய கூட்டத்தில், அந்த மிதவாதிகளின் 'விளக்கெண்ணெய்' அரசியலை எதிர்த்து, பாரதியும் சக்கரைச் செட்டியாரும் மாணவர்களின் துணையோடு, குழப்பம் விளைவித்து அந்த மிதவாதிகளைக் கூச்சல் போட்டுப் பேசவிடாது தடுத்த விவரத்தை முந்தைய கட்டுரையில் பார்த்தோம். இந்த மகாஜன சபையைப் பற்றிப் பாரதியே இவ்வாறு எழுதியிருக்கிறான். "மைலாப்பூர் பிரபுக்கள் புதிய புதிய சபைகள் உண்டாக்குவதிலே திறமை கொண்டவர்கள். 'ஹிந்து சபை', 'கடல் யாத்திரைச் சங்கம்' முதலிய எத்தனையோ சபைகளை இவர்கள் தொடங்கியிருக்கிறார்கள். ஆனால் இந்த 'ஆரம்ப சூரர்கள்' ஏற்பாடு செய்த சபைகளெல்லாம் அப்போதப்போதே மூச்சில்லாமல் போய் விடுகிறது. சென்னை மாகாணம் முழுதிற்கும் முக்கிய ஜனசங்க மாயிருக்கும் 'மஹாஜன சபை' கூட, மைலாப்பூர் பிரபுக்களின் அதிகாரம் பலமடைந்தவுடனே வீழ்ச்சி கொண்டு வெகுபலமாக உறங்கத் தலைப்பட்டிருக்கிறது" (**இந்தியா** - 23-3-1907. **பாரதி தரிசனம்** - 2. பக். 231).

எனவே பாரதியும் அவனது நண்பர்களும், சூரத் காங்கிரசிலிருந்து திரும்பி வந்த சூட்டோடு 1908 ஜனவரி 11 அன்று சென்னை ஜனசங்கம் என்ற ஒரு சங்கத்தைத் தொடங்கினர், இந்தச் சங்கத்தில் பாரதி, வ.உ.சிதம்பரம்பிள்ளை, யதிராஜ் சுரேந்திரநாத் ஆர்யா ஆகியோரும் மேலும் நால்வரும் அதன் நிர்வாகக் கமிட்டி உறுப்பினர்களாக இருந்தனர் (**மதுரை மாவட்டச் சுதந்திர போராட்ட வரலாறு**, 1980. தொகுப்பு - ந.சோமயாஜுலு, இரண்டாம் பாகம் - பெ.சு.மணி.பக். - 203). இந்தச்

சென்னை ஜனசங்கத்தைக் குறித்துப் பாரதி வரலாற்று ஆசிரியர்கள் பலரும் குறிப்பிட்டுள்ளனர். 1908 மார்ச் மாதத்தில் விபின் சந்திரபாலர் விடுதலையான தினத்தை 'சுயராஜ்ய' தினமாகக் கொண்டாட வேண்டுமென்று தீவிரத் தேசியவாதக் கட்சியினர் தீர்மானித்தபோது, அதனைச் சென்னையில் ஊர்வலத்தோடும் பொதுக்கூட்டத்தோடும் நடத்துவது எனச் சென்னை ஜனசங்கமே முடிவு செய்தது என்றும், பாரதியும் யதிராஜ் சுரேந்திரநாத் ஆர்யாவும் மாணவர்களை ஒன்றுதிரட்டி அந்த ஊர்வலத்தை நடத்தினர் என்றும் ரா. அபத்மநாபன் எழுதுகிறார். (**சித்திர பாரதி** - பக். 36) ஆசிரியர் வ.ரா.இவ்வாறு எழுதுகிறார். "சென்னையில் மகாஜன சபை என்று ஒன்று இருக்கிறது. அக்காலத்தில் அதன் அங்கத்தினர் சர்க்கார் பக்தர்கள். உருப்படியாக எந்த வேலையையும் செய்யத் துணிந்ததில்லை. எனவே, பாரதியார் 'சென்னை ஜனசங்கம்' என்ற ஒன்றை ஸ்தாபிக்க முயன்றார். சங்கமும் ஸ்தாபிக்கப்பட்டது. அது தோன்றி அழியும் வரையில், போலீஸார் அதன்மேல் கடைக்கண் பார்வை செலுத்துவதை நிறுத்தவில்லை." (**மகாகவி பாரதியார்** - வ.ரா. அத். 7) செல்லம்மா பாரதி இவ்வாறு எழுதுகிறார். 'சென்னை மகாஜன சபையில் அக்காலத்தில் மிதவாதப் பெரியோர்கள் அதிகம் இருந்தமையால், தீவிரவாதிகளுக்கென 'சென்னை ஜனசங்கம்' என்று ஒன்று ஆரம்பித்தார், பிற்காலத்தில் அதையே 'செ-சங்கம்' என்று பெயர் கொடுத்துக் காரியங்கள் நடத்தினோம். ஒரு காரியமும் நடக்கவில்லை' என்று துக்கத்தினால் ஏற்பட்ட ஹாஸ்யச் சுவையோடு 'ஞானரதத்'தில் எழுதினார். பாரதி (**பாரதியார் சரித்திரம்** - அத் .12) செல்லம்மா பாரதி குறிப்பிட்டதுபோல், பாரதியேதான் 1910இல் வெளியிட்ட 'ஞானரதம்' என்ற நூலில் "திருவல்லிக்கேணியிலே 'செ-ஸங்கம்' என்பதாக ஒரு தேசபக்தர் ஸபை உண்டு. அதில் தேசபக்தர்கள்தான் கிடையாது நானும் சிற்சில ஐயங்கார்களுமே சேர்ந்து 'காரியங்கள்' - ஒரு காரியமும் நடக்கவில்லை - நடத்தினோம். நாங்கள் தேசபக்தர்கள் இல்லையென்று அந்தச் சபை ஒன்றுமில்லாமற் போனதிலிருந்தே நன்கு விளங்கும்" என்று எழுதியிருக்கிறான் (**ஞானரதம்** - அத். மண்ணுலகம்).

சங்கத்தின் நடவடிக்கைகள்

இவ்வாறு பாரதி அச்சங்கம் பற்றி நகைச்சுவையோடு எழுதியிருந்த போதிலும், வ.உ.சி.யும் பாரதியும், சுரேந்திரநாத் ஆர்யாவும் நிர்வாகக் குழுவில் இடம்பெற்றிருந்த அந்தச் சங்கம் தேசபக்தர்களின் சங்கமாகவே இருந்திருக்க வேண்டும் என்பது தெளிவு. மேலும், இந்தச் சங்கத்தைப் பற்றிப் பாரதி வரலாற்றாசிரியர்கள் குறிப்பிட்டுள்ள செய்திகளிலிருந்து, இது தீவிரத் தேசியவாதிகளால்தான் தொடங்கப்பட்டது

என்பதும், இது 'சுயராஜ்ய தினம்' போன்ற அரசியல் நடவடிக்கை களை மேற்கொண்டது என்பதும், இந்தச் சங்கம், அழிகிறவரையில் இந்தச் சங்கத்தின் மீது போலீசாரின் பார்வை விழுந்து வந்தது நிற்கவில்லை என்பதும் நமக்குத் தெரிய வருகிறது. அத்துடன் இந்தச் சங்கம் ஒரு தேசிய மாகாண மாநாட்டையும் நடத்தத் திட்டமிட்டது என்பதும், பாரதி எழுதிய கடிதம் ஒன்றின் மூலம் தெரிய வருகிறது. 1908 மே 29 அன்று பாரதி திலகருக்கு எழுதிய ஆங்கிலக் கடிதம் ஒன்றில், சென்னை ஜனசங்கத்தின் சார்பில் ஹிந்தி வகுப்பு ஒன்றைத் தொடங்கியுள்ள செய்தியைத் தெரிவித்துவிட்டு, இவ்வாறு எழுதியுள்ளான்: "கல்கத்தா காங்கிரஸில் வகுத்த முறைப்படி சென்னையில் ஒரு தேசிய மாகாண மாநாடு நடத்த நாங்கள் முடிவு செய்துள்ளோம். அடுத்த காங்கிரஸ் மகாசபைக் கூட்ட விஷயம் என்னவாயிற்று? நமது தேசியக் கமிட்டி என்னவாயிற்று? எங்கள் செயலாளர் ஸ்ரீ சிதம்பரம்பிள்ளை இப்போது எங்கே இருக்கிறார் என்பதை நீங்கள் அறிவீர்கள். இந்த விஷயம் சம்பந்தமாக எங்கள் சங்கத்துடன் கடிதத் தொடர்பு கொள்ளும்படி ஸ்ரீகேல்கரிடம் கூறுங்கள்" (**பாரதியின் கடிதங்கள்**: ரா.அ.பத்மநாபன் தொகுப்பு. பக். 26).

மேலும், சென்னை ஜனசங்கத்தின் நிர்வாகக் குழு உறுப்பினர்களில் ஒருவராகவிருந்த யதிராஜ் சுரேந்திரநாத் ஆர்யா, இந்தச் சங்கத்தின் சார்பில் 25-7-1908 நடந்த ஒரு கூட்டத்தில் வ.உ.சி.க்கும், சுப்பிரமணிய சிவாவுக்கும் விதித்த கொடிய தண்டனையை எதிர்த்து, அரசாங்கத்தை வன்மையாகக் கண்டித்துப் பேசிய பேச்சுக்காகத் தான் ஐந்தாண்டுக் காலக் கடுங்காவல் சிறைத்தண்டனை பெற்றார். பாரதியின் "உயிர்த்தோழர்"களைப் பற்றி எழுத வரும்போது, நாம் முன்னர் குறிப்பிட்ட (பக். 166) எஸ்.துரைசாமி அய்யருக்கு அடுத்தபடியாக சுரேந்திரநாத் ஆர்யாவைத்தான் குறிப்பிட்டிருக்கிறார். வரா. (**மகாகவி பாரதியார்** - அத். 6). இவர் தெலுங்கர்; இவரது இயற்பெயர் யதிராஜ் நாயுடு. இவர் இந்தியாவில் பல மாகாணங்களுக்கும் சென்று வந்தவர். பஞ்சாபுக்கு இவர் சென்றிருந்தபோது, இவர் ஆர்ய சமாஜத்தால் கவரப்பட்டு, அதில் சேர்ந்தார்; அதன் காரணமாகத் தம் பெயரை யதிராஜ் ஆர்யா என்று வைத்துக்கொண்டார். பின்னர் இவர் வங்காளத்துக்குச் சென்றபோது இவர் பிரமசமாஜியும் தேசபக்தருமான சுரேந்திரநாத் பானர்ஜியால் கவரப்பட்டு, அதன் பயனாகத் தம் பெயரை யதிராஜ் சுரேந்திரநாத் ஆர்யா என்று மாற்றி வைத்துக்கொண்டார். வ.உ.சி. பாரதி முதலியோரோடு சூரத் காங்கிரசுக்குப் பிரதிநிதிகளாகச் சென்றவர்களில் இவரும் ஒருவர். "மீசையிலே பெருமை கொள்ளாதே, மூடா! வரால் மீனுக்கும் நீண்ட மீசை இருக்கிறது. வரால் மீன் எதற்காகும்? மாமிசம் சாப்பிடுவோருக்கு ஆகாரமாகும். அதுபோலவே

உங்களை அடக்கியாளும் அதிகாரவர்க்கத்தினருக்கு ஆகாரமாகச் சமைவதற்காகவா உங்களுக்கு மீசை?" என்று அந்நாட்களிலே வீர கர்ஜனை செய்தவர் என்று வ.ரா.இவரைப் பற்றிக் கூறியுள்ளார். (மேற்கூறிய நூல்: அத். 6) மேலே குறிப்பிட்ட சென்னை ஜன சங்கத்தின் சார்பில் நடந்த, பாரதி, நீலகண்ட பிரம்மச்சாரி முதலியோரும் கலந்துகொண்டு பேசிய கண்டனக் கூட்டத்தில், சுரேந்திரநாத் ஆர்யா கூட்டத்திலிருந்த ஒரு பிராமண சப்-இன்ஸ்பெக்டரை இடித்துக்கூறும் விதத்தில், "வ.உ.சிதம்பரம் பிள்ளை பிறப்பில் பிராமணர் அல்ல என்றாலும், நாட்டுக்காகத் தம்மைத் தியாகம் செய்துகொண்டுள்ள அவரே உண்மையான பிராமணராவார். எருமைத்தோல் பெல்ட்டுகளை அணிந்து, தலையாரி உத்தியோகம் செய்யும் அய்யர்கள் உண்மையில் பறையர்களே" என்று பேசினார் என்றும், இவ்வாறு அவர் அந்த சப்-இன்ஸ்பெக்டரையும் பிற போலீஸ் அதிகாரிகளையும் நேரடியாகத் தாக்கிப் பேசியதற்காகவே அவருக்கு ஐந்தாண்டுக் கடுங்காவல் தண்டனை விதிக்கப்பட்டது என்றும் ரா.அ. பத்மநாபன் எழுதுகிறார் (**புரட்சி வீரர் நீலகண்ட பிரம்மச்சாரி** - பக். 81). உண்மையில் சுரேந்திரநாத் ஆர்யா இந்தக் கூட்டத்தில் வேறு என்ன பேசினார் என்ற விவரம் நமக்குக் கிடைக்கவில்லை. சிறையிலும் இவர் பல கொடுமைக்கு உள்ளானார்; இதனால் இவர் தற்கொலை செய்துகொள்ளவும் முயன்றார்; இதன் காரணமாக இவருக்கு மேலும் ஆறுமாதம் தண்டனை விதிக்கப்பட்டது. வங்கத்திலிருந்து சென்னை வந்திருந்த குஞ்சு பானர்ஜி என்ற வங்கப் புரட்சியாளர், சென்னையில் ரகசியச் சங்கம் அமைப்பது சம்பந்தமாக, சுரேந்திரநாத் ஆர்யாவையும் சந்தித்துப் பேசினார் என்பதை முந்தைய கட்டுரையிலேயே குறிப்பிட்டிருக்கிறோம். எனவே சென்னை ஜனசங்கம் ஒழுங்காகச் செயல்பட்டு வந்த வரையில், தீவிரத் தேசியவாதிகளின் அரசியல் ஸ்தாபனமாகவே செயல்பட்டு வந்தது என்று நாம் முடிவு கட்டலாம்.

சென்னை ஜன சங்கம் தேசபக்தர்களே இல்லாத சங்கம் என்று பாரதி நகைச்சுவையோடு பின்னர் எழுதியிருந்தபோதிலும், அவனே அந்தச் சங்கத்தில் இருந்தவர்களைப் பற்றிப் பின்வருமாறு மேலும் நகைச்சுவையோடு எழுதியிருக்கிறான்; "எங்களிலே ஒவ்வொருவனும் பேசுவதைக் கேட்டால், கை கால் நடுங்கும்படியாக இருக்கும்... ஒருவன் வானத்தை வில்லாக வளைக்கலாம் என்பான். மற்றொருவன் மணலைக் கயிறாகத் திரிக்கலாம் என்பான். ஒருவன் 'நாம் இந்த ரேட்டில், இந்த விதமாகவே வேலைசெய்துகொண்டு வந்தால், ஆங்கிலேயரின் வர்த்தகப் பெருமை ஆறு மாதத்தில் காற்றாய்ப் போய்விடும்' என்பான். மற்றொருவன், 'சியாம்ஜி கிருஷ்ண வர்மா ஸ்வராஜ்யம் கிடைக்கப் பத்து வருஷமாகுமென்று கணக்குப்போட்டிருக்கிறார். ஆறு வருஷத்தில்

கிடைத்துவிடுமென்று எனக்குத் தோன்றுகிறது' என்பான். தவளையுருவங் கொண்ட மூன்றாமவன் 'ஆறு மாதமென்று சொல்லடா' என்று திருத்திக் கொடுப்பான்..." (**ஞானரதம்** - அத். மண்ணுலகம்). சென்னை ஜன சங்கத்தில் இருந்தவர்கள் செயலில் உருப்படியாக எதையும் செய்யாமல் வெறும் வாய்ப்பேச்சு வீரர்களாக இருந்ததை இடித்துக் காட்டும் விதத்திலேயே பாரதி இவ்வாறு நகைச்சுவையோடு எழுதியிருக்கிறான். ஆயினும் இந்த நகைச்சுவையான பகுதியே அந்தச் சங்கத்தில் உறுப்பினராக இருந்தவர்கள் எதைப்பற்றி யெல்லாம் பேசியிருக்கிறார்கள் என்பதை நமக்குப் புலப்படுத்தி விடுகிறது.

சியாம்ஜி கிருஷ்ண வர்மா

மேலே குறிப்பிடப்பட்ட சியாம்ஜி கிருஷ்ண வர்மா (1857-1930) இந்தியாவின் விடுதலைக்கு ஆயுதந்தாங்கிய போராட்டம் ஒன்றே விமோசன மார்க்கம் என்று கருதிய விடுதலை வீரர்களில் ஒருவர். பெரிய பண்டிதர் என்று புகழ்பெற்று, இந்திய சமஸ்தானங்களில் திவானாகப் பணியாற்றி வந்த இவர், 1890இல் லண்டன் சென்று அங்கேயே தங்கியிருந்தவர். இந்தியாவில் வங்கப் பிரிவினை அறிவிக்கப் பட்ட ஆண்டான 1905இல் இவர் லண்டனில் 'இந்தியா சுயராஜ்ய சங்கம்' என்ற ஒரு ஸ்தாபனத்தைத் தொடங்கினார். அத்துடன் 'இந்தியச் சமூகவியல்வாதி' (Indian Sociologist) என்ற ஆங்கில மாதப் பத்திரிகையையும் அங்கிருந்து வெளியிட்டு வந்தார். மேலும், லண்டனில் இந்திய மாணவர்கள் தங்கியிருப்பதற்கு வசதியாக இவர் 'இந்தியா விடுதி' (India House) என்ற ஹாஸ்டலையும் தொடங்கினார். இந்த 'இந்தியா விடுதி' விரைவிலேயே தேசபக்தி மிகுந்த இந்திய இளைஞர்களை ஸ்தாபன ரீதியாக ஒன்றுதிரட்டும் கூடாரமாக மாறிவிட்டது. இந்த 'இந்தியா விடுதி'யில்தான் விநாயக தாமோதர சாவர்க்கார், வீரேந்திரநாத் சட்டோ பாத்யாயா முதலியோரும் தமிழ்நாட்டைச் சேர்ந்த டி.எஸ்.எஸ். ராஜன், (இவர் பின்னால் சுதந்திர இந்தியாவில் சென்னை அரசாங்கத்தில் மந்திரியாக இருந்தார்) தேச பக்தர் வ.வே.சுப்பிரமணிய அய்யர், பாரதியின் 'இந்தியா' பத்திரிகையின் நிர்வாகியும் பாரதியின் நண்பருமான எம்.பி.திருமலாச்சாரி ஆகியோரும் தேசத்துக்குப் பணியாற்றத் தம்மை அர்ப்பணித்துக்கொண்டனர். இந்தியாவில் அதிகாரியாக இருந்த காலத்தில், ஆணவத்தோடு இந்தியர்களைக் கொடுமைப்படுத்தி வந்த ஸர்வில்லியம் கர்ஸான் வைலியையும், அவனைப் பாதுகாக்க வந்த கோவாஸ்ஜி லால்காக்கா என்ற ராஜ விசுவாசியான இந்தியனையும் 1909ஆம் ஆண்டில் லண்டனில் சுட்டுக் கொன்ற இந்தியத் தேசபக்த வீரனான மதன்லால் திங்ராவும், 'இந்தியா விடுதி'யோடு தொடர்புகளைக் கொண்டிருந்தவனே. கிருஷ்ண வர்மா,

தேசபக்த வீராங்கனையான மாடம் காமாவுக்கும் நெருங்கிய சகாவாக இருந்தார்; இவர் ரஷ்ய நாட்டில் புரட்சி எழுத்தாளனான மாக்சிம் கார்க்கியோடும் கடிதத் தொடர்பு கொண்டு, கார்க்கிக்குத் தமது 'இந்தியச் சமூகவியல்வாதி' என்ற சஞ்சிகையையும் அனுப்பி வைத்தார். இவர் பின்னர் பாரீசுக்குக் குடிபெயர்ந்து அங்கிருந்து தமது பத்திரிகையை வெளியிட்டு வந்ததோடு, புரட்சி நடவடிக்கைகளை ஊக்குவித்தும் வந்தார். வெடிகுண்டு வீசுவதன் நியாயம்பற்றி இவர் தமது பத்திரிகையில் எழுதிய வரிகளை இதே கட்டுரையில் முன்னர் ஓரிடத்தில் மேற்கோள் காட்டியுள்ளோம். இவர் தமது 'இந்தியச் சமூகவியல்வாதி' சஞ்சிகையின் 1907 டிசம்பர் இதழில் இவ்வாறு எழுதியிருந்தார்: "இந்தியாவில் இப்போது மேற்கொண்டாக வேண்டிய எந்தவொரு கிளர்ச்சியையும் ரகசியமாகவே நடத்த வேண்டும் என்றும், ஆங்கிலேய அரசாங்கத்துக்குப் புத்தி புகட்டக்கூடிய ஒரேமுறை, ஆங்கிலேயர்கள் தமது கொடுங்கோலாட்சியைத் தளர்த்தும்வரையிலும், அவர்களை நாட்டைவிட்டு விரட்டும் வரையிலும், மும்முரமாகவும் இடையறாமலும் பிரயோகிக்க வேண்டிய ரஷ்ய முறைகளேயாகும் என்றுமே தோன்றுகிறது" *(மேற்கோள்: Political Trouble - J.C.Kerr.பக்.107).*

கிருஷ்ணவர்மாவைப் பற்றி அறிந்துகொண்டிருந்ததோடு அவரது 'இந்தியச் சமூகவியல்வாதி' என்ற பத்திரிகையையும், பாரதி முறையாகப் பெற்றுப் படித்து வந்திருக்கிறான் என்பதும் 'இந்தியா' பத்திரிகையில் வெளிவந்துள்ள கட்டுரைகள் மற்றும் குறிப்புக்களின் மூலம் நமக்குத் தெரியவருகிறது. உதாரணமாக, தாதாபாய் நவுரோஜி பற்றிக் கிருஷ்ண வர்மா எழுதிய ஒரு கட்டுரை பற்றித் தனது கருத்தைக் கூறவந்த பாரதி, "லண்டனிலே இருக்கும் பாரத பக்த சிரோன்மணியாகிய ஸ்ரீ கிருஷ்ண வர்மா பண்டிதர் தமது மாதாந்திரப் பத்திரிகையிலே தாதாபாய் நவுரோஜியைப் பற்றி நீண்டதோர் வியாசம் எழுதியிருக்கிறார்." என்று தொடங்கி, தனது கட்டுரையை எழுதியுள்ளான் (**இந்தியா:** 22-12-1906. **பாரதி தரிசனம்** - 1. பக். 29). இதன்பின் 'இந்தியா ஸ்வராஜ்ய சங்கம்' என்ற தலைப்பில் பாரதி 'இந்தியா' பத்திரிகையில் பின்வரும் குறிப்பையும் எழுதியுள்ளான்: "இந்திய ஸ்வராஜ்ய சங்கம் என்பதோர் சபை லண்டனில் ஸ்ரீ சியாம்ஜி கிருஷ்ணவர்மா பண்டிதரால் ஸ்தாபனம் பெற்றிருக்கும் விஷயம் நேயர்கள் அறிவார்கள். அதன் இரண்டாம் வருஷாந்திரக் கூட்டம் சில தினங்களின் முன்பு லண்டனில் நடைபெற்றது. அப்போது சியாம்ஜி கிருஷ்ண வர்மா அருமையான ஓர் பிரசங்கம் புரிந்தார். அதில் கல்கத்தாவில் 'வந்தேமாதரம்', 'யுகாந்திரம்' என்ற பத்திரிகைகளும், சென்னையிலே நமது 'பால பாரத' பத்திரிகையும் இன்னும் பல பத்திரிகைகளும் தோன்றி அரிய தொழில் செய்வதுபற்றி சந்தோஷம் பாராட்டினார்" (**இந்தியா:** 23-3-1907. **பாரதி தரிசனம்** - 2. பக். 64).

இவற்றிலிருந்து கிருஷ்ண வர்மாவின் பத்திரிகையைப் பாரதி முறையாகப் படித்து வந்திருக்கிறான் என்பதும், அவரது இந்திய ஸ்வராஜ்ய சங்கத்தின் பணிகளைப் பற்றி அவன் அவ்வப்போது 'இந்தியா' வாசகர்களுக்குத் தெரிவித்து வந்திருக்கிறான் என்பதும், மேலும் பாரதிதான் ஆசிரியப் பொறுப்பேற்றிருந்த 'பால பாரத' என்ற ஆங்கில சஞ்சிகையைக் கிருஷ்ண வர்மாவுக்கும் அனுப்பி வந்திருக்கிறான் என்பதும், புரட்சி இயக்கத்துக்குத் துணை புரிந்த 'வந்தேமாதரம்,' 'யுகாந்தர்' போன்ற வங்கப் பத்திரிகைகளைப் போலவே, பாரதியின் 'பால பாரதா'வும் புரட்சி வீரரான கிருஷ்ண வர்மாவின் பாராட்டுக்குரியதாக இருந்துள்ளது என்பதும், எல்லாவற்றுக்கும் மேலாக, மேலே கண்டவாறு ரகசிய இயக்கமும் ஆயுதந் தாங்கிய போராட்டமுமே இந்திய விடுதலைக்கான ஒரே மார்க்கமெனக் கருதி வந்த கிருஷ்ணவர்மாவை, "பாரத பக்த சிரோன்மணி"யாகக் கொண்டு, பாரதி போற்றியிருக்கிறான் என்பதும் நமக்குப் புலனாகின்றன. ஆயுதப் போராட்டத்தில் நம்பிக்கை கொண்டிருந்த அரவிந்தர் முதலானோரைப்போலவே, கிருஷ்ண வர்மாவும் அத்தகைய போராட்டத்தை மேற்கொள்ளத் துணிந்து விட்டால், பத்தே ஆண்டுகளில் ஆங்கிலேயரை இந்தியாவிலிருந்து அடித்துவிரட்டி, இந்திய விடுதலையைப் பெற்றுவிடலாம் என்றே நம்பியிருந்தார். சென்னை ஜனசங்கத்தைச் சேர்ந்த உறுப்பினர்கள் கிருஷ்ண வர்மாவையும் அவரது இந்த நம்பிக்கையையும் குறித்துப் பேசியிருக்கிறார்கள் என்பது பாரதியின் வரிகளிலிருந்து தெரியவருகிறது. எனவே, சென்னை ஜனசங்கத்தைச் சேர்ந்தவர்களில் பலர் (செயலளவில் முயற்சிகளை மேற்கொள்ள முன்வராவிட்டாலும் சொல்லளவில்) கிருஷ்ணவர்மாவின் கருத்தை ஆதரிப்பவர்களாகவே இருந்தனர் என்பதும் புலனாகின்றது. இவ்வாறு செயலை மேற்கொள்ள முன்வராமல் சென்னை ஜனசங்கத்தைச் சேர்ந்த பலர் வெறும் வாய்ப்பேச்சு வீரர்களாக இருந்து வந்ததைக் கண்டு வருந்தித்தான், 'நாங்கள் தேசபக்தர்கள் இல்லையென்று அந்தச் சபை ஒன்றுமில்லாமல் போனதிலிருந்தே நன்கு விளங்கும்' என்று நகைச்சுவையோடு பாரதி எழுதியிருக்கிறான்.

என்றாலும், இதனால் சென்னை ஜனசங்கம் உருப்படியாக எதுவுமே செய்யவில்லை என்று நாம் முடிவுகட்டிவிட முடியாது. முன்னர் குறிப்பிட்டதுபோல், இந்தச் சங்கம் 1908 ஜனவரி 11 அன்றுதான் தொடங்கப்பட்டது; இதன்பின் இந்தச் சங்கமே 1908 மார்ச் முதல்வார இறுதியில் விபின் சந்திரபாலர் விடுதலையானதையொட்டி, சென்னையில் 'சுயராஜ்ய தின'த்தைக் கொண்டாடுவதற்கு ஏற்பாடு செய்து, அதற்கான ஊர்வலத்தையும் நடத்தியுள்ளது. இதன்பின் 1908 மே மாதம் 29 அன்று இதன் சார்பில் தேசிய மாகாண மாநாடு ஒன்றைக்

கூட்டுவது சம்பந்தமாகப் பாரதி திலகருக்குக் கடிதமும் எழுதியுள்ளான். இதற்குப் பிறகு 1908 ஜூலை 7 அன்று வ.உ.சி.க்கும், சிவாவுக்கும் திருநெல்வேலிக் கோர்ட்டில் ஆயுள் தண்டனை விதிக்கப்பட்டதைக் கண்டித்து இந்தச் சங்கம் ஒரு கண்டனக் கூட்டமும் நடத்தியுள்ளது. எனவே, இந்தச் சங்கம் பகிரங்கமான அரசியல் நடவடிக்கைகள் சிலவற்றைத் தொடர்ந்து மேற்கொண்டு வந்திருக்கிறது என்று நமக்குத் தெரியவருகிறது. என்றாலும், இந்தச் சங்கம் தொடங்கிய சில மாதங்களிலேயே இதன் நிர்வாகக் குழுவின் ஜீவனாக, மும்மணிகளாக இருந்த வ.உ.சி., பாரதி, சுரேந்திரநாத் ஆர்யா ஆகிய மூவருக்கும் என்ன நேர்ந்தது என்பதையும் நாம் மறந்துவிடுவதற்கில்லை. சென்னையில் கொண்டாடியதைப்போலவே 1908 மார்ச் 9 அன்று திருநெல்வேலியிலும் தூத்துக்குடியிலும் 'சுயராஜ்ய தின'த்தைக் கொண்டாடிய வ.உ.சி. மூன்றே நாட்களில் கைது செய்யப்பட்டுச் சிறையில் அடைக்கப் பட்டார். 1908 ஜூலை 7 அன்று ஆயுள் தண்டனையும் விதிக்கப்பட்டது. இந்தத் தண்டனையைக் கண்டித்து சென்னை ஜனசங்கம் நடத்திய கூட்டத்தில் பேசியமைக்காக சுரேந்திரநாத் ஆர்யாவும் அதே ஜூலை மாதத்தில் கைது செய்யப்பட்டுப் பின்னர் சிறைத்தண்டனையும் அடைந்தார். அடுத்த ஆகஸ்டு 21, 22 தேதிகளிலேயே பாரதியின் 'இந்தியா' அலுவலகம் சோதனையிடப்பட்டது. அதனைத் தொடர்ந்து பாரதியும் தலைமறைவாகிப் புதுச்சேரிக்குப் போக நேர்ந்தது. எனவே, இவர்கள் மூவரின் நிலையும் இவ்வாறான பின்பு, பாரதியே குறிப்பிடுவதுபோல், பெரும்பாலும் செயல்படுவதற்கு முன்வராத வாய்ப்பேச்சு வீரர்களும் மனஉறுதி இல்லாதவர்களும் மலிந்திருந்த இந்தச் சங்கம் "ஒன்றுமில்லாமல் போய்விட்டதில்" வியப்பில்லை.

என்றாலும், பாரதி பங்கெடுத்து வந்த 'பால பாரத சங்க'மும் சரி, 'சென்னை ஜனசங்க'மும் சரி, மஜூம்தார் குறிப்பிடும் 'வெளிவட்ட'ங் களாகத் தான் செயல்பட்டு வந்திருக்கும் என்று நாம் ஊகிக்கலாம். இந்த "வெளிவட்ட"த்திலிருந்து ரகசிய நடவடிக்கைகளுக்கான 'உள்வட்டம்' எந்த அளவுக்கு உருவாக்கப்பட்டது. அதில் யார் யார் பங்கெடுத்தனர் என்பன போன்ற விவரங்கள் நமக்குத் தெரியவில்லை. எனவே சென்னையில் புரட்சி நடவடிக்கைகளுக்கான ரகசியச் சங்கம் எந்த அளவுக்கு உருப்பெற்றது என்பதும் நமக்குத் தெரியவில்லை. ஆனாலும், ரகசியச் சங்கங்களில் மாணவர்களும் இளைஞர்களும் சேர்க்கப்பட்டு வந்தனர் என்ற உண்மையையும், (முந்தைய கட்டுரையில் குறிப்பிட்டபடி) சென்னை கல்லூரி மாணவர்கள் மத்தியில் தீவிரத் தேசியவாத இயக்கத்துக்கும் பாரதிக்கும் இருந்த செல்வாக்கையும், 'இந்தியா' பத்திரிகை அலுவலகம் சோதனையிடப்பட்ட சுவட்டிலேயே, சென்னையிலுள்ள மாணவர் விடுதிகளும் சோதனையிடப்பட்டன.

அப்போது சென்னை பப்ளிக் ஒர்க்ஸ் இஞ்சினியரிங் ஒர்க்ஷாப்பில் பயின்றுவந்த மாணவர்களிடமிருந்து ரஷ்யர்களது ரகசிய ஸ்தாபனம் பற்றி விவரிக்கும் பிரசுரத்தின் பிரதிகள் கைப்பற்றப்பட்டன என்ற தகவல்களையும் கருத்தில்கொண்டு பார்க்கும்போது, பாரதி பங்கெடுத்து வந்த சங்கங்கள் இரண்டும் சென்னையில் ரகசியச் சங்கத்தைத் தோற்றுவிக்கும் முயற்சிகளில் துணைக்கருவிகளாக, அதற்கான "வெளிவட்ட"ங்களாகப் பயன்பட்டு வந்திருக்கலாம் என்றே நாம் ஊகிக்கலாம்.

வ.உ.சி. தோற்றுவித்த சங்கங்கள்

தமிழ்நாட்டில் தீவிர தேசியவாத இயக்கத்தில் மும்மணிகளாக விளங்கியவர்கள் பாரதி, வ.உ.சி., சுப்பிரமணிய சிவா மூவருமேயாவர். பாரதியைப் போலவே இந்த மும்மணிகளில் ஏனைய இருவரும் பல சங்கங்களைத் தோற்றுவித்தவர்களே. வ.உ.சி. தேசிய இயக்கத்தின்பால் கவரப்படுவதற்கு முன்பு மதுரைத் தமிழ்ச் சங்கம், வாலிபர் சங்கம், பிரம்மஞான சங்கம் முதலியவற்றில் பங்கெடுத்து வந்தார் (**வ.உ.சி. சுயசரிதை** - பக். 39). விவேகானந்தரின் சென்னைப் பிரதிநிதியான ராமகிருஷ்ணானந்தரைச் சந்தித்து சுதேசியப் பற்றுக் கொண்டபின், அவர் தூத்துக்குடியில் கைத்தொழிலாளர் சங்கம், தரும சங்கம், சுதேசிய நாவாய்ச் சங்கம் ஆகியவற்றைத் தோற்றுவித்தார் (மேற் கூறிய நூல் - பக்.42-43). இதன் பின் 1907 டிசம்பர் இறுதியில் சூரத்தில் நடந்த காங்கிரஸ் மகாசபைக்குச் சென்றிருந்த சமயத்தில், அங்கு நடந்த குழப்பத்துக்குப் பின்னர், வ.உ.சி. திலகரின் தலைமையிலிருந்த தீவிரத் தேசியவாதக் கட்சியின் சென்னை மாகாணக் கிளையின் செயலாளராகத் தேர்ந்தெடுக்கப்பட்டார் ("**திலகர் முதலிய தேசபக்தர்கள்… சென்னைக் கிளையின் செக்கிரட்டெரியாய் மன்னியிருக்க வரம் எனக்கு ஈந்தும்…**" சுயசரிதை - பக். 56). சூரத்திலிருந்து திரும்பிய சில நாட்களில் தான் (1908 ஜனவரி 11) பாரதியும், வ.உ.சி.யும் நிர்வாகக் குழுவில் அங்கம் வகித்த சென்னை ஜனசங்கம் தோற்றுவிக்கப்பட்டது. இந்தச் சங்கம் தோற்றுவிக்கப்பட்ட பின், வ.உ.சி. தூத்துக்குடியிலும் ஒரு கிளையைத் தொடங்கினார். அந்தக் கிளை என்ன நோக்கத்தோடு தொடங்கப்பட்டது என்பதை வ.உ.சி.யே தமது சுயசரிதையில் பின்வருமாறு பாடியுள்ளார்.

சிலநாள் முன்னர் சென்னைஜன சங்கத்தின்
பலமான கிளையெனப் பகரத் தக்கதா
தூற்றுக் குடியின் சுதேசிகட் குள்ளே
தோற்றக் கூடிய சொல்லரு வழக்கில்
சமாதான மாகத் தக்கன வற்றை
எமாலாம் பஞ்சாயத் திருக்கவும், ஆங்கு

கைத்தொழில் அநேகம் கற்பிக்கத் தக்க
கைத்தொழிற் பள்ளி கடிதினில் அமைக்கவும்,
ஜனங்கள் வருந்திச் சம்பாதித் துள்ள
தனங்கள் யாவும் தாங்களேற் படுத்தும்
காவலைக் கொண்டு காத்து வரவும்,
ஆவலைக் கொண்டே அமைத்தோம் ஜனசங்கம்.

- (சுயசரிதை - பக் - 57-58)

மேற்கண்ட பகுதியிலிருந்து, ஊர் மக்களுக்கிடையே ஏற்படக் கூடிய தகராறுகள், வழக்குகள் முதலியவற்றைக் கோர்ட்டுக்குக் கொண்டு செல்லாமல், சுதேசி இயக்கத்தைச் சேர்ந்தவர்களைக் கொண்டு பஞ்சாயத்து மூலம் தீர்த்துக்கொள்வது, அன்னிய வஸ்து பகிஷ்காரத்தை அனுஷ்டித்து, சுதேசிக் கைத்தொழில்களை அபிவிருத்தியடையச் செய்வது, அதற்கான பள்ளிகளைத் தொடங்குவது, மக்கள் தங்கள் சொத்து, சுகங்களை அரசாங்கத்தின் அல்லது போலீஸாரின் பாதுகாப்பை நம்பியிராமல், தமக்குத் தாமே அமைத்துக்கொள்ளும் ஊர்க்காவல் படைகளின்மூலம் பாதுகாத்துக்கொள்வது முதலியவையே தூத்துக்குடியில் தோற்றுவிக்கப்பட்ட ஜனசங்கத்தின் நோக்கங்கள் என்று நமக்குத் தெரியவருகிறது. மேலோட்டமாகப் பார்த்தால், இவ்வாறு “அறிவிக்கப்பட்டுள்ள”நோக்கங்கள் “அபாயகரமானவை” அல்ல என்றே தோன்றக்கூடும். ஆனால், இவற்றைப் புரிந்துகொள்வதற்கு, பாரதி ‘இந்தியா’ பத்திரிகையில், “நமது கடமைகள்” என்ற தலைப்பில் எழுதி வெளியிட்டுள்ள அறிக்கை நமக்குத் துணை செய்கிறது. அந்த அறிக்கையைப் பாரதி பின்வருமாறு தொடங்குகிறான்.

“ஜன சுதந்திரங்கள் அபிவிருத்தியடையும் பொருட்டாக இனி அன்னியர்களைக் கெஞ்சுவதும், பெண்களைப் போல மன்றாடுவதும் கூடாதென்று நாம் சொல்ல வேண்டியதில்லை. அது ஜனங்களுக்கே தெரிந்துபோய்விட்டது. அதிகமாகக் கெஞ்சியும், மன்றாடியும் இமிசை புரிவோர்களையே அதிகாரிகள் தீபாந்திரமேற்றுதல் முதலிய தண்டனைகளுக்கு உட்படுத்தி வாயை அடைத்து விடுகிறார்கள். ராஜநீதி சம்பந்தமான விவகாரங்கள் செய்யும் பொருட்டுப் பொதுக்கூட்டங்கள் கூடுவதைக்கூடப் பல இடங்களிலே தடைசெய்து விட்டார்கள். மற்ற இடங்களிலேயும் அவ்வாறே செய்துவிடுவார்கள். பொதுக் கூட்டங்கள் நடத்த அனுமதியில்லாவிட்டால், கெஞ்சுவதும் மன்றாடுவதும் எவ்வாறு சாத்தியமாகும்? எனவே, இத்தேசத்து ஜனங்கன் சென்ற பல வருஷங்களாக தேசாபி விருத்தியின் பொருட்டுக் கையாடிவரும் முறைமைகளை நிறுத்திவிடுதல் அவசியம் என்பது வெட்ட வெளிச்சமாக இருக்கிறது. இந்த நிலைமையிலே பல ஜனங்கள் இனி இன்னது செய்வதென்று அறியாமல் திகைத்து அதைரியம் அடைந்திருக்கிறார்கள். ஆனால்

தீர்க்காலோசனை செய்யுமிடத்து அதைரியமடைவதற்கு யாதொரு முகாந்திரமுமில்லை. அதிகாரிகள் நம்மிடமிருந்து இன்னும் சில சுதந்திரங்களைப் பிடுங்கிக்கொள்வார்கள் என்று வைத்துகொள்வோம். அவ்வாறு செய்தபோதிலும் நமக்கு எவ்விதமான கெடுதிகளும் விளைந்துவிடமாட்டா. சென்ற இரண்டு வருஷங்களில் ஜனங்கள் அடைந்திருக்கும் அபிவிருத்தியையும் அவர்கள் மனதிலே சுதேசியம் மிகுந்திருப்பதையும் பார்த்து நாம் சந்தோஷமடைய இடமிருக்கிறதே யல்லாமல், வருத்தமடைய யாதொரு காரணத்தையும் காணோம். இனி **நாமாகச் செய்து கொள்ள வேண்டிய காரியங்கள் எத்தனையோ இருக்கின்றன**. அவற்றுள் முக்கியமானவற்றைக் கீழே குறிப்பிடுகின்றோம்.' (**இந்தியா** - 22-6-1907. **பாரதி தரிசனம்** - 2. பக். 100-101). இவ்வாறு எழுதிவிட்டு, "ஒவ்வொரு ஜில்லாவிலும் உள்ள தேசாபிமானிகளும் ஆரம்பித்து நடத்த வேண்டிய வேலை பின்வருவன" என்று இலக்கமிட்டு ஏழு "வேலைகளை"ப் பாரதி எழுதியிருக்கிறான். அவற்றில் (1) சுதேசியத்தைப் பரவச் செய்வது, இந்தியச் சாமான்களையே வாங்குவது, நாட்டுக் கைத்தொழில்களுக்குப் பண உதவி செய்து அவற்றை ஆதரித்து வளர்ப்பது, விவசாயச் சீர்திருத்தங்கள் செய்வது, (2) துண்டுப் பிரசுரங்கள், சங்கங்கள், சொற்பொழிவுகள் முதலியவற்றின் மூலம் பொது ஜனங்களுக்கு நல்லறிவுறுத்துவது, (3) கிராமச் சண்டைகளையும் வழக்குகளையும் கிராமப் பஞ்சாயத்து மூலமும் சுதேசிய உபதேசிகள் மூலமும் தீர்த்துக்கொள்வது, (4) கல்வியும் கைத்தொழில் கல்வியும் சுதேசிய வளர்ச்சிக்கு உதவும் விதத்தில் சுதேசிப் பள்ளிகளைத் தொடங்குவது, (5) கிராமச் சுகாதாரச் சீர்திருத்தங்களைச் செய்வது, (6) ஜனங்கள் வீண் செலவுகள் செய்து கடன் படாதிருக்க ஏற்பாடு செய்வது, (7) மற்றும் இயன்றவரையில் ஜனசமுத்திரத்தின் ஆதரனைகளைச் செம்மைப்படுத்திக் கொள்வது' ஆகியவை இடம் பெற்றுள்ளன.

இதன்பின் இறுதியில் இந்த "ஏழு பெருங்காரியங்களையும்" நிறைவேற்றுவதற்கு சர்க்காரின் உதவியோ தயவோ தேவையில்லை என்றும், இத்தகைய காரியங்களை நமது முன்னோர்களும் நடத்தி வந்தனர் என்றும், எனினும் அவர்கள் இவற்றைத் தனித் தனிக் கிராமங்களில் நடத்தி வந்தனர் என்றும், இப்போதோ இவற்றைத் "தேசம் முழுமையும் ஒன்றென்ற உணர்வுடன்" நாடு தழுவிய அளவில் நடத்த வேண்டும் என்றும் பாரதி எழுதி முடிக்கிறான். சுருங்கக் கூறின், அன்னியவஸ்து பகிஷ்கார இயக்கத்தின் பேரால், மக்கள் அன்னிய வஸ்துக்களை மட்டுமல்லாமல், அன்னிய அரசாங்கத்தையும், அரசு அதிகார எந்திரத்தையும், அதன் அங்கங்களான கோர்ட்டுகள், போலீஸ் நிலையங்கள், தாலுகா மற்றும் பிற ரெவின்யூ அலுவலகங்கள் ஆகிய பல அமைப்புக்களையும் பகிஷ்கரித்து, தம்மைத் தாமே நிர்வகித்துக்

கொள்ள முற்பட வேண்டும் என்பதே மிகவும் மூடிமறைத்து எழுதப்பட்டுள்ள இந்த அறிக்கையின் உட்பொருளாகும். பட்ட வர்த்தனமாகச் சொன்னால், மக்களை ஒரு போட்டி அரசாங்கத்தை (Parallel government) உருவாக்கும் திசை வழியில் கொண்டு செல்ல வேண்டும் என்பதே இதன் சூட்சுமமாகும். பகிரங்கமாக அறிவிக்கப் பட்ட ஜனசங்கத்தின் நோக்கங்கள் இவைதாம் என்றால், அதன் அந்தரங்க நோக்கங்கள் என்னவாக இருந்திருக்கும் என்பதை நாம் ஓரளவு ஊகித்துக்கொள்ளலாம்.

மேற்கூறிய சங்கங்களைத் தவிர, வ.உ.சி.1908இல் திருநெல்வேலியில் நெல்லை தேசாபிமான சங்கத்தையும் (V.O.C. Centenary Souvenir 1972. பக். xxxv) தூத்துக்குடியில் வாலிபர்களுக்கு ஊக்கமளிக்கச் 'சுதேச வாலிபர் சங்க'த்தையும் (வ.உ.சிதம்பரம் பிள்ளை மலர், பம்பாய் தமிழ்ச் சங்கம், 1951. பக் .74) தோற்றுவித்தார் என்றும் நமக்குத் தெரியவருகிறது. இந்தச் சங்கங்கள் சுதேசியக் கூட்டங்களை நடத்தியது தவிர வேறு என்ன நடவடிக்கைகளை மேற்கொண்டன என்பது பற்றிய நேரடியான குறிப்புகள் நமக்குக் கிடைக்காவிட்டாலும், வ.உ.சி. கைது செய்யப்பட்ட பின்பு 1908 மார்ச் 13 அன்று திருநெல்வேலியிலும், தூத்துக்குடியிலும் நிகழ்ந்த (இந்தக் கட்டுரையில் நாம் முன்னர் குறிப்பிட்ட) "கலக" நிகழ்ச்சிகளிலிருந்து அவற்றை நாம் ஓரளவு ஊகித்துக்கொள்ளலாம்.

வ.உ.சிதம்பரம் பிள்ளை, சிவா ஆகியோர் மீது தொடுக்கப்பட்ட வழக்கு "ஒழுங்காகத் தொடருமுன்பு, முன் ஏற்பாடுகள் நடைபெற்று வந்தபோது, 1908 மார்ச் 13ஆம் தேதி திருநெல்வேலியிலும் தூத்துக்குடியிலும் கலகங்கள் கிளம்பின... இக்கிளர்ச்சியை வேண்டு மென்றே ஒரு சங்கம் நடத்தியது என்பதற்குப் பல ஆதாரங்கள் இருக்கின்றன" என்று எச்.ஆர்.பேட் என்ற வெள்ளை அதிகாரி எழுதியுள்ளான் (Tinnevelly District Gazetteer. மேற்கோள் - **நெல்லை மாவட்டச் சுதந்திர போராட்ட வரலாறு** தொகுப்பு - ந.சோமயாஜுலு. பக். 153).

சிவா தோற்றுவித்த சங்கங்கள்

வ.உ.சி.யைப் போலவே அவரது அரசியல் சகாவான சுப்பிரமணிய சிவாவும் பல சங்கங்களைத் தோற்றுவித்தவரே. சுப்பிரமணிய சிவா திருவனந்தபுரத்தில் இருந்த காலத்தில், "நாட்டின் விடுதலைக்காகத் தமது சர்வத்தையும் அர்ப்பணம் செய்வதாகச் சங்கற்பம் செய்து கொண்டார். உடனே தர்ம பரிபாலன சங்கம் என்ற பெயரால் ஒரு சங்கத்தை ஆரம்பித்தார். இதன் கூட்டங்களைத் தமது வீட்டிலேயே நடை பெறுவதற்கு ஏற்பாடு செய்தார். தேசிய உணர்ச்சியைத் தூண்டிவிடக்

கூடிய பல பத்திரிகைகளை வரவழைத்து இளைஞர்களைக் கூட்டிப் படிக்கச் செய்தார்... சட்டம்பி நவநீத கிருஷ்ணய்யருடைய தலைமையில் சிறுவர்களுக்குக் கஸரத்து, பஸ்கி முதலியவைகளைப் பயிற்றுவித்தார்... இவரது பேச்சுக்கள், செயல்கள் முதலியன பிரிட்டிஷ் அரசாங்கத்தின் நிழல் போலிருந்த திருவாங்கூர் சமஸ்தானத்துக்குப் பிடிக்குமோ? இவரை சமஸ்தானத்திலிருந்து வெளியேறும்படி செய்துவிட்டார்கள்" (**நான் கண்ட நால்வர்** - வெ.சாமிநாத சர்மா. பக். 206-207). சிவா திருவனந்தபுரத்தைவிட்டு வெளியேறி, திருநெல்வேலி ஜில்லாவுக்குள் வந்த பிறகும் ஆங்காங்கே சங்கங்களை நிறுவினார் என்றும் தெரிகிறது. "சுப்பிரமணிய அய்யர் என்ற பூர்வாசிரமப் பெயர்கொண்ட முதல் குற்றவாளி (சிவா), 1908 ஜனவரியில் திருநெல்வேலி ஜில்லாவிலுள்ள அம்பாசமுத்திரத்தில் ஒரு சபையை உருவாக்கினார். ஏனைய விஷயங்களோடு சுதேசியையும் பகிஷ்காரத்தையும் பற்றிச் சொற்பொழிவுகள் ஆற்றினார்... 1908 பிப்ரவரி 3 அன்று தூத்துக்குடி வந்து சேர்ந்த அவர், சுதேசி வாலிபர் சங்கத்தின் அழைப்பின் பேரில் பல சொற்பொழிவுகளை நிகழ்த்தினார். போலீஸ் அவரைக் கவனித்து வந்தது; அவரது பேச்சுக்களைக் குறிப்பெடுத்து வந்தது; எனினும் 1908 பிப்ரவரி 19 அன்று அவர் மிகவும் அப்பட்டமான முறையில் ராஜத்துரோகமான சொற்பொழிவை ஆற்றும் வரையில், அவருக்கு எதிராக நடவடிக்கை எடுக்கும் எண்ணம் எதுவும் இருக்கவில்லை" என்று வ.உ.சி., சிவா ஆகியோரின் வழக்கை விசாரித்து, அவருக்கு விதித்த தண்டனைகளைக் குறைத்து, சென்னை உயர்நீதிமன்றம் அளித்த தீர்ப்பு கூறுகிறது (மேற்கோள்: V.O. Chidambaram Centenary Souvenir பக். xxi). சுப்பிரமணிய சிவா தோற்றுவித்த சங்கங்களும் வாலிபர்களுக்குக் "கஸரத், குஸ்தி" முதலியவற்றைப் பயிற்றுவிக்கும் சங்கங்களாக விளங்கின என்று நமக்குத் தெரியவரும் செய்தி, இந்தப் பயிற்சிகள் ரகசிய நடவடிக்கைகளுக்கான முன்னோடியாக இருந்திருக்கலாமோ என்று நம்மைச் சிந்திக்கத் தூண்டுகிறது.

மேலும், ரகசியச் சங்கங்களைத் தோற்றுவிப்பதற்கும், அவற்றுக்கான தேசபக்தி மிகுந்த நபர்களைத் தேடிக் காண்பதற்கும் சுதேசிப் பண்டக சாலைகளையும் தீவிரத் தேசியவாதிகள் ஒரு மூடுதிரையாகப் பயன்படுத்தி வந்தனர் என்று சோவியத் வரலாற்றாசிரியர் ஜி.ஜி.கொத்தோவ்ஸ்கி குறிப்பிட்டிருந்ததை இக்கட்டுரையில் முன்னர் பார்த்தோம். "சுதேசிச் சாமான்கள்தான் வாங்க வேண்டும். அந்நியச் சாமான்களை பகிஷ்கரிக்க வேண்டும். ஊரெங்கும் கூட்டம் கூட்டமாகச் சென்று பிரசாரம் செய்வதோடு சுதேசிச் சாமான்களும் விற்க வேண்டும் என்று முடிவு செய்து, அதற்காக 'பாரத பந்தார்' என்ற கடை ஒன்று திறக்கப்பட்டது. இது வெகுகாலம் வரை லாபகரமாக நடத்தப்பட்டது. இந்த முயற்சிகள்

எல்லாவற்றிலும் பாரதியார் அதிக ஊக்கத்துடன் உழைத்து வந்தார்" என்று எழுதுகிறார் செல்லம்மா பாரதி (*பாரதியார் சரித்திரம் - அத். 12*). இந்த 'பந்தரை'ப் பாரதியும் அவரது நண்பர்களுமே ஆரம்பித்தனர் என்று ரா. அ.பத்மநாபனும் (*சித்திர பாரதி - பக். 36*), 'பாரத் பந்தர்' என்பது தீவிரத் தேசியவாதிகள் மேற்கொண்ட "அரசியல் பொருளாதார நடவடிக்கை" என்று பேராசிரியர் பி.மகாதேவனும் (*Subramanya Bharathi - Poet and Patriot. பக். 46*) குறிப்பிடுகின்றனர். இதற்குமேல் இந்த 'பாரத் பந்தர்' பற்றி நமக்கு விவரம் ஏதும் கிட்டவில்லை.

இதேபோல், வ.உ.சி.யும் தூத்துக்குடியில் "சுதேசிப் பண்டக சாலை" ஒன்றையும் தோற்றுவித்தார் (**வ.உ.சி. சுயசரிதை** - *பக். 43*). இந்தப் பண்டகசாலையின் நடவடிக்கையைப் பற்றியும் நமக்கு விவரங்கள் கிட்டவில்லை. சென்னையிலும் தூத்துக்குடியிலும் தோற்றுவிக்கப் பட்டதைப் போலவே, திருநெல்வேலியிலும் "சுதேசிப் பண்டகசாலை" (National Emporium) என்ற பெயருடன் ஒரு கடை நடைபெற்று வந்தது" என்று எழுதுகிறார் **ரா.ஸ்ரீனிவாசவரதன்** (**சுப்பிரமணிய சிவா** - *பக். 33-34*). சிவா திருநெல்வேலிக்கு வந்ததும், இந்தக் கடைக்கே முதலில் வந்ததாகவும் இந்தக் கடையை நடத்தி வந்த சங்கர நாராயணய்யர் சுதேசியக் கிளர்ச்சியில் தீவிரப் பங்கெடுத்து உழைத்து வந்தவர் என்றும், அவரே திருநெல்வேலியில் சிவாவின் சொற்பொழிவுகளுக்கு ஏற்பாடு செய்தார் என்றும், பின்னர் சிவா கைது செய்யப்பட்ட பின்னால் திருநெல்வேலியில் நடந்த 'கலக' நிகழ்ச்சிகளின்போது, "ஜனங்களிடையே ஹேட்" குருநாதையரும், நேஷனல் எம்போரியம் சங்கர நாராயணையரும் திருவனந்தபுரம் பத்மநாப அய்யங்காரும் இருந்தது குறிப்பிடத்தக்கது. இவர்களெல்லோரும் பின்னால் கடுமையாகத் தண்டிக்கப்பட்டனர்" என்றும் சீனிவாசவரதன் தமது நூலில் எழுதியுள்ளார் (பக். 35-40). இந்தத் தகவல்களிலிருந்து இத்தகைய சுதேசிப் பண்டகசாலைகள் எத்தகைய நடவடிக்கைகளை மேற்கொண்டிருந்தன என்று நாம் ஓரளவு ஊகித்துக்கொள்ளலாம். மேற்கூறிய சங்கங்கள், சுதேசிப் பண்டக சாலைகள் ஆகியவையும் பின்னால் உருவாகக்கூடிய ரகசியச் சங்கங்களுக்கு முன்னோடியான முயற்சிகளாகவே இருந்தன என்று நாம் கொள்ள இடமுண்டு. ஏனெனில் சுப்பிரமணிய சிவா முதலியோர் ஆற்றிய சொற்பொழிவுகள் பற்றி நமக்குக் கிட்டும் விவரங்களும், பிற விவரங்களும் நாம் இவ்வாறு கருத இடமளிக்கின்றன.

சிவாவின் சொற்பொழிவுகள்

முந்தைய கட்டுரையில் குஞ்சு பானர்ஜி என்ற வங்கப் புரட்சியாளர் சென்னைக்கு வந்து பாரதி, நீலகண்ட பிரம்மச்சாரி, சுரேந்திரநாத் ஆர்யா முதலியோரைச் சந்தித்து, சென்னை மாகாணத்தில் புரட்சி

நடவடிக்கைகளுக்கான ரகசியச் சங்கங்களைத் தோற்றுவிப்பது சம்பந்தமாகப் பேசியதைக் குறிப்பிட்டோம். குஞ்சு பானர்ஜி திருநெல்வேலி ஜில்லாவிலும் புரட்சிகர நடவடிக்கைகளை விஸ்தரிக்க முனைந்தார் என்றும் நமக்குத் தெரியவருகிறது. "பாரத நாடு முழுவதிலும் ஆயுதங்களைத் தயாரித்துக் கட்டுப்பாடான புரட்சிக்குத் தயார் செய்ய வேண்டும் என்று முடிவு செய்யப்பட்டது. இதற்கு முதற்காரணமாக விளங்கியவர் குஞ்சு பானர்ஜி என்பவர். அவர் விபின் சந்திர பாலருடன் சென்னை பீட்டர்ஸ் ரோட்டிலுள்ள லார்டு கோவிந்த தாஸ் பங்களாவில் தங்கியிருந்தார். இந்தக் குறிக்கோளுடன் அவர் தூத்துக்குடி வந்து, வ.உ.சி., சிவா ஆகியோரைக் கலந்து, ஆட்களைத் திரட்டவும் ஆயுதங்களைச் சேகரிக்கவும் முனைந்தார். இம் மாபெரும் இயக்கத்துக்கு உதவி செய்தவர்கள் பாஞ்சாலங்குறிச்சி பாளையக்காரர்கள். அவர்கள் கட்டபொம்மு, ஊமைத்துரை வழியினர்..." என்று "நெல்லை மாவட்ட சுதந்திரப் போராட்ட வரலாறு" கூறுகிறது (தொகுப்பு: ந.சோமயாஜுலு. பக். 79-80).

சுப்பிரமணிய சிவாவின் பேச்சுக்கள் சிலவும் அவர் புரட்சி நடவடிக்கைகளில் ஈடுபாடு கொண்டவரே என்பதை உறுதிப்படுத்து கின்றன. சிவாவின் பேச்சுக்களைப் பற்றித் தெரிந்துகொள்ளுமுன், அவர் விவேகானந்தரின் போதனைகளால் கவரப்பட்டவர் என்று இந்நூலின் நான்காம் கட்டுரையில் கூறியுள்ளவற்றையும், ஐந்தாவது கட்டுரையில் 'யுகாந்தர்' பத்திரிகையைப் பற்றிக் குறிப்பிட்டுள்ளதையும், இந்தக் கட்டுரையில் ரஷ்யப் புரட்சி முதலானவற்றைப் பற்றி பாரதி தெரிவித்துள்ள கருத்துக்களையும் நாம் நினைவு படுத்திக்கொள்ள வேண்டும். சிவாவின் பேச்சின் பல பகுதிகள் நமக்குப் போலீஸ் அறிக்கைகள், மற்றும் நீதிமன்றத் தீர்ப்புக்களில் மேற்கோள் காட்டப்பட்டுள்ள பகுதிகள் ஆகியவற்றின் மூலம் கிட்டுகின்றன. தூத்துக்குடியில் 1908 பிப்ரவரி 11 முதல் மார்ச் 5 வரையில் சிவா பல சொற்பொழிவுகளை ஆற்றினார். இவற்றில் பிப்ரவரி 19, 23, 26 மற்றும் மார்ச் 5 தேதிகளில் ஆற்றிய உரைகளுக்காகவே அவர்மீது அரசாங்கம் வழக்குத் தொடுத்தது; தண்டித்தது.

சிவாவுக்கும் வ.உ.சி.க்கும் ஜில்லாக் கோர்ட்டில் விதித்த தண்டனையைக் குறைத்துத் தீர்ப்பு வழங்கிய சென்னை உயர் நீதிமன்றம் தனது தீர்ப்பில், சென்னை நீதிபதிகளின் கருத்தின்படி, அவர் "பேசிய பேச்சுக்களின் சாரமெல்லாம் பிரிட்டிஷ் ஆட்சியைத் **தூக்கியெறிந்து** நாட்டின் சுதந்திரத்தை எய்த வேண்டும் என்று இருந்ததையே சாட்சியங்கள் எல்லாம் நிரூபிக்கின்றன" என்று கூறியது. இவ்வாறு கூறிவிட்டு, "சுயராஜ்யத்தை அடைவதற்காக மக்கள் தம்மால் முடிந்த மட்டும் எதிர்த்துப் போராடவும் அடக்கமுறையை ஒடுக்கவும் முயல

வேண்டும். கடவுளின் படைப்புக்களான மக்கள் அடைக்கப்படும் போது கடவுளே அவதாரம் எடுத்து வந்து அடக்குமுறையை ஒடுக்குவார். இப்போதைய நிலை அத்துமீறிய அடக்குமுறையை அடக்குவதற்கான அவதாரம் தோன்றவேண்டிய அவசியத்தில் உள்ளது...” என்று அவரது பேச்சின் பகுதியை மேற்கோளும் காட்டியது (மேற்கோள்: V.O.C.Centenary Souverin பக். xxviii).

சுப்பிரமணிய சிவா தமது மற்றொரு பேச்சில் இவ்வாறு கூறினார்: “1897இல் சுவாமி விவேகானந்தரிடம் சில வங்காளிகள் சிவாஜி திருவிழாவைக் கொண்டாடலாமா எனும் கேள்வியைக் கேட்டனர். அவர்களது கேள்வியே நியாயமற்றது என சுவாமி விவேகானந்தர் விடை அளித்தார். சிவாஜி திருவிழாவைக் கொண்டாட அவர்கள் அச்சமடைந்தால், ரத்தம் சிந்துவதற்கு இன்னும் எவ்வளவு பயப்படுவார்கள்? மைமன்சிங், ஜபல்பூர், கோமில்லா முதலான நகரங்களில் நடைபெற்ற புரட்சிகளை அவர்கள் கேள்விப்பட்டால் நிச்சயமாக மேலும் பயம் கொள்வார்கள். ஆனால் ரத்தம் சிந்தாமல் எதையும் பெற முடியாது. இது சமயத்தின் கட்டளை” (மேற்கோள்: **மதுரை மாவட்ட சுதந்திரப் போராட்ட வரலாறு** தொகுப்பு ந.சோமயாஜூலு. பக். 230). இங்கு விவேகானந்தரின் தம்பியான புரட்சி வீரர் பூபேந்திர நாதர் ஆசிரியராகவிருந்த ‘யுகாந்தர்’ பத்திரிகை “வீரர்கள் சொட்டும் ரத்தத்தில்தான் சமய தத்துவம் முழுவதுமே அடங்கியுள்ளது. கொள்கைக்கான உயிர்த் தியாகமே இன்று நமது சமயம்...” என்று தனது 1906 ஏப்ரல் 2ஆம் தேதி இதழிலும், “மானிட ரத்தமே அடிமைத் தனத்தின் கறையைக் கழுவிவிடக் கூடும். லட்சக்கணக்கான மக்கள் சிந்தும் ரத்தக் கடலைக் கடந்தபின் அரசு செலுத்தும் தேவிக்குத் தங்கச் சிம்மாசனம் ஒன்றைத் தயார்ப்படுத்துங்கள்” என்று 1907 மார்ச் 24ஆம் தேதி இதழிலும் எழுதியதை (மேற்கோள்: **இந்தியப் புரட்சி இயக்கம்**: ப.கோதண்டராமன். பக். 85) நாம் நினைவூட்டிக் கொண்டால் சுப்பிரமணிய சிவா போன்ற தென்னாட்டுத் தீவிரவாதத் தேசியத் தலைவர்கள் ‘யுகாந்தர்’ என்ற புரட்சி இயக்கப் பத்திரிகையில் வெளிவந்த விஷயங்களையும் தெரிந்திருந்தனர், அவற்றை ஏற்றுக்கொண்டிருந்தனர் என்றும் நாம் ஊகித்தறியலாம்.

சுப்பிரமணிய சிவா ‘யுகாந்தர்’ பத்திரிகை பற்றி தமது பேச்சொன்றில் நேரடியாகக் குறிப்பிட்டுப் பேசியிருக்கிறார்: “இந்தியர்கள் அனைவரும் எதிர்ப்படும் துன்பங்கள் அனைத்தையும் ஏற்றுக்கொள்ள வேண்டும். ‘யுகாந்தர்’ எனும் பத்திரிகை பலமுறை அடக்குமுறைக்கு ஆளாகியது. அதன் ஆசிரியர் சிறைப்படுத்தப்பட்டார். ரஷ்யாவை வெற்றிகொள்ள ஜப்பான் இருபதினாயிரம் உயிர்களைப் பலி கொடுத்தது. ஐந்து கோடி

இந்தியர்கள் தியாகம் செய்ய முன்வருவார்களானால், சுயராஜ்யம் கிடைத்துவிடும்... இந்தியர்கள் பலவீனர்கள் இல்லை. சுயராஜ்யம் அடைவதற்காக எதனிடமும் பயங்கொள்ளாமல் திட மனதுடன் பலசாலிகளாகப் போராட முன்வந்து விட்டால் அக்கணமே அந்நியராட்சி ஆட்டம் கண்டுவிடும். சுயராஜ்யம் தோன்றிவிடும்" (மேற்கோள்: **மதுரை மாவட்ட சுதந்திரப் போராட்ட வரலாறு**, பக்.230). இங்கு நாம் இதே கட்டுரையின் முற்பகுதியில், 'ஹிந்து ஸ்வராஜ்யத்'தில் வெளி வந்த கட்டுரையையும், 'ஸ்வர்ண பெங்காள' இயக்கத்தின் சுற்றறிக்கையையும் 'இந்தியா' பத்திரிகை மறுபிரசுரம் செய்ததைப் பற்றி எழுதியுள்ள விவரங்களை நினைவூட்டிக் கொள்ளவேண்டும்.

சுப்பிரமணிய சிவா தூத்துக்குடியில் 1908 பிப்ரவரி 23 அன்று நிகழ்த்திய சொற்பொழிவில், ரஷ்யப் புரட்சியைப் பற்றி உத்வேகம் ஊட்டும் விதத்தில் தூத்துக்குடி நகரைச் சேர்ந்த பஞ்சாலைத் தொழிலாளர்களுக்கு எடுத்துக்கூறி, "ரஷ்யப் புரட்சி மக்களுக்கு நன்மையைக் கொண்டு வந்தது. உலகிற்குப் புரட்சிகள் எப்போதும் நன்மைகளையே கொடுக்கும். மில் தொழிலாளர்கள் நான் கூறியதைப் புரிந்து கொண்டு மூன்று நாட்கள் வேலைநிறுத்தம் செய்தால் போதும். ஐரோப்பிய முதலாளிகள் திண்டாடிப்போவார்கள்" என்றும் கூறினார் (மேற்கோள்: மேற்கூறிய நூல் பக்.229). பிப்ரவரி 23 அன்று சிவா இவ்வாறு பேசி முடித்த நான்கே நாட்களில், பிப்ரவரி 27 அன்று மெஸர்ஸ் ஹார்வி கம்பெனிக்குச் சொந்தமான காரல் மில்ஸில் தொழிலாளர்கள் வேலை நிறுத்தம் தொடங்கினர். இந்த வேலை நிறுத்தம் மேன்மேலும் வலுத்தது: பல நாட்களுக்கு நீடித்தது. வேலை நிறுத்தம் தொடங்கியவுடனேயே ஜில்லா மாஜிஸ்ட்ரேட் தூத்துக்குடியில் பொதுக்கூட்டங்கள் நடைபெறுவதற்கு தடைவிதித்து உத்தரவு பிறப்பித்தார். 29 அன்று அவர் தடை உத்தரவை நீக்கியதும், மார்ச் முதல் தேதியிலிருந்தே சிவாவும் வ.உ.சி.யும் கூட்டங்களை நடத்தத் தொடங்கினர். இதன்பின் மார்ச் 9 அன்று 'சுயராஜ்ய தினம்' கொண்டாடத் தடை விதிக்கப்பட்ட போதோ, சிவாவும், வ.உ.சி.யும் அதனை மீறி ஊர்வலத்தை நடத்தினர். இதன் காரணமாக ஜில்லா மாஜிஸ்ட்ரேட் அனுப்பிய சம்மனின்படி, திருநெல்வேலிக்கு வந்த இடத்தில்தான் அவர்கள் கைதுசெய்யப்பட்டனர்; சிறையில் அடைக்கப்பட்டனர்; இதனை அடுத்து திருநெல்வேலி, தூத்துக்குடிக் 'கலக'ங்களும் வெடித்தன....

சுப்பிரமணிய சிவா ஆற்றிய சொற்பொழிவுகளின் இந்த ஒரு சில பகுதிகளே, அவர் சாத்விக எதிர்ப்பை நடைமுறைத் தந்திரமாகக் கொண்ட தீவிரத் தேசியவாதத் தலைவர்களில் ஒருவராக இருந்த அதே சமயத்தில், புரட்சி நடவடிக்கைகள் முதலியவற்றின்பாலும் எவ்வாறு

ஈடுபாடு கொண்டிருந்தார் என்பதைப் புரிந்துகொள்ளப் போதுமானவை யாகும். “அன்று தமது ஒப்பற்ற நாவன்மையால் தமிழகத்தை ஆட்டிக் கலக்கிப் பள்ளிச் சங்கங்களையும், பாரதிய சங்கங்களையும் கண்ட சிவா, காந்தியடிகளின் அகிம்சை வழியில் நம்பிக்கை இல்லாதவர்” என்று கூறுகிறது. “நெல்லை மாவட்டச் சுதந்திரப் போராட்ட வரலாறு” (பக். 72) இத்தனைக்கும் மேலாக, புரட்சி மனப்பான்மை கொண்ட தமிழகத்துத் தீவிரத் தேசியவாதிகளான இளைஞர்கள், ஆங்கிலேயருக்கு எதிரான ஆயுதந் தாங்கிய போராட்டத்தில், போலீஸிலும் ராணுவத்திலும் உள்ள சுதேசிச் சிப்பாய்களையும் ஈர்க்க வேண்டும் என்று ‘யுகாந்தர்’ இயக்கத்தைச் சேர்ந்தவர்களைப் போன்று, தாமும் கருத்துக் கொண்டிருந்தனர் என்பதும் நமக்குப் புலனாகிறது. தூத்துக்குடியைச் சேர்ந்த போலீஸ் ஹெட் கான்ஸ்டபிளான ஏட்டு குருநாதய்யர் என்பவர், சுதேசிய இயக்கத்தால் கவரப்பட்டு, வேலையிலிருந்து விலகி, வ.உ.சி.யுடன் சேர்ந்துகொண்டார். திருநெல்வேலியில் நடந்த ‘கலக’த்தை அவர் முன்னின்று நடத்தி அதன் காரணமாகச் சிறைத் தண்டனையும் பெற்றார் என்பதை முன்னர் பார்த்தோம். தீவிரத் தேசியவாத இயக்கத்தைச் சேர்ந்த இளைஞர்கள் வெள்ளையரின் ராணுவப்படைகளையும்கூட, ஆங்கிலேயரை எதிர்த்துப் போராடுமாறு தூண்ட முற்பட்டனர் என்பதை, காஞ்சிபுரம் கிருஷ்ணசாமி சர்மா ஆற்றிய சொற்பொழிவு புலப்படுத்துகிறது. பாரதி, வ.உ.சி., சிவா ஆகியோரின் உற்ற நண்பரும், சூரத் காங்கிரசுக்குப் பாரதி முதலியோருடன் சென்று வந்தவரும், சிவாவுடன் பல ஊர்களுக்கும் சென்று சுதேசியச் சொற்பொழிவுகள் ஆற்றியவருமான கிருஷ்ணசாமி சர்மா, வ.உ.சி.யும், சிவாவும் கைதான பின்னர், 1908 மார்ச் 17 அன்று கரூரில் ஆற்றிய சொற்பொழிவின்போது, தூத்துக்குடியிலும் திருநெல்வேலியிலும் நடந்த ‘கலக’ங்களைப் பற்றி எடுத்துக் கூறிவிட்டு இவ்வாறு கூறினார். “கலெக்டர், முன்சீப், போலீஸ் ஆகியோரின் பரதேசி (அன்னிய) அலுவலகங்களையெல்லாம் தகர்த்தெறியும் அளவுக்கு, தூத்துக்குடியில் சுதேசிய இயக்கம் அத்தனை பெரிதாக வளர்ந்துள்ளது. (கரூரில் உள்ள) நீங்களும் ஏன் அவ்வாறு செய்யக் கூடாது? இங்குள்ள பட்டாளத்தினரோ குறைந்த சம்பளம் வாங்குபவர்கள். இவர்கள் ஏன் சுதேசி லட்சியத்துக்கு பாடுபட முன்வரக்கூடாது. தமது துப்பாக்கிகளை வெள்ளையரின் முகங்களை நோக்கிச் சுடுவதற்குப் பயன்படுத்தி, இவர்களும் ஏன் தமது தாய்நாட்டுக்கு உதவக் கூடாது? அவர்கள் அவ்வாறு செய்தால், சுயராஜ்யத்தைப் பெற்றுவிட முடியாதா?” (மேற்கோள்: Rowlatt Report. 1918). இவ்வாறு பேசியமைக்காக, கோயமுத்தூர் செஷன்ஸ் கோர்ட் இவருக்கு ஐந்தாண்டுச் சிறைத் தண்டனை விதித்தது.

ரகசியச் சங்கம் இருந்ததா?

பாரதி 1905 இறுதியில் நிவேதிதா தேவியைச் சந்தித்துத் திரும்பிய பின், 1906ஆம் ஆண்டிலேயே, ஆயுதம் தாங்கிய புரட்சி நடவடிக்கைகளை மேற்கொள்ளக் கூடிய ரகசியச் சங்கங்களைத் தோற்றுவிப்பதற்கான பூர்வாங்க முயற்சியாக, உடற்பயிற்சிக் கழகங்களைத் தோற்றுவிக்க விரும்பினான் என்பதிலிருந்து, அத்தகைய நடவடிக்கைகளை ஆங்கிலேயருக்கு எதிரான ராணுவப் புரட்சியைத் தூண்டிவிடும் எல்லை வரையிலும் கொண்டு செல்ல வேண்டும் என்று 1908இல் கிருஷ்ணசாமி சர்மா பகிரங்கமாகப் பேசியது வரையிலான பல செய்திகளையும் முந்தைய பக்கங்களில் பார்த்து வந்தோம். என்றாலும், முந்தைய கட்டுரையிலும் இந்தக் கட்டுரையிலும் நாம் இதுவரை பல செய்திகளைக் குறிப்பிட்டுவந்துள்ள போதிலும், இவற்றின் மூலம் ரகசியச் சங்கங்களைத் தோற்றுவிக்கும் முயற்சிகள் மேற்கொள்ளப் பட்டிருக்கலாம் என்றோ, ஏதோ ஒரு வடிவில் ரகசியச் சங்கம் ஆரம்ப நிலையில் தோற்றுவிக்கப்பட்டிருக்கலாம் என்றோ, ஊகமாகச் சுட்டிக்காட்டி வந்துள்ளோமே தவிர, தமிழ் நாட்டில் ஆயுதந் தாங்கிய புரட்சி நடவடிக்கைகளை மேற்கொள்ளும் நோக்கத்தோடு, நல்ல கட்டுப்பாட்டோடு ஸ்தாபனரீதியாக உருவாக்கப்பட்ட ஓர் ரகசிய இயக்கமோ, சங்கமோ இருந்ததாக நாம் இதுவரை அறுதியிட்டு உறுதி கூறிவிடவில்லை என்பதை வாசகர்கள் உணர்ந்திருக்கலாம்.

1905 இறுதியில் பாரதி நிவேதிதா தேவியைச் சந்தித்து "ஸ்வதேச பக்தி உபதேசம்" பெற்றுத் திரும்பிய பின், 1906ஆம் ஆண்டிலேயே அவன் 'ஹிந்து ஸ்வராஜ்யம்' பத்திரிகையில் வெளிவந்த கட்டுரை, 'ஸ்வர்ண பெங்காள' இயக்கத்தின் சுற்றறிக்கை ஆகியவற்றை மறுபிரசுரம் செய்து பலாத்கார இயக்கத்தைப் பிரசாரம் செய்தான்; இதன்பின் 1907 மே மாதம் சென்னை வந்த விபின் சந்திரபாலருடன் வந்திருந்த குஞ்சு பானர்ஜி என்ற வங்கப் புரட்சியாளர் தமிழ் நாட்டில் புரட்சி நடவடிக்கைகளுக்கான ரகசியச் சங்கங்களைத் தோற்றுவிக்கும் நோக்கத்தோடு தமிழ் நாட்டுத் தேசபக்த இளைஞர்களைச் சந்தித்துப் பேசினார்; சூரத் காங்கிரசுக்குப் பின்னால் 1908இல் சந்திரகாந்தச் சக்கரவர்த்தி என்ற வங்கப் புரட்சியாளரும் இதே நோக்கத்தோடு சென்னை வந்தார்; 1908 ஆகஸ்டு மாதத்தில் சென்னையில் போலீஸார் மாணவர் விடுதிகளில் நடத்திய சோதனைகளின்போது ரஷ்ய ரகசிய ஸ்தாபனங்களைப் பற்றிய பிரசுரங்களும் கைப்பற்றப்பட்டன - என்பன போன்ற செய்திகளையெல்லாம் முன்னர் பார்த்தோம். இங்கு மேலும் ஒரு செய்தியையும் குறிப்பிட விரும்புகிறோம்.

முந்தைய கட்டுரையில், அரவிந்தரின் தம்பியான பரீந்திரரின் ரகசிய இயக்கத்தைச் சேர்ந்தவர்கள், சென்னை வரையிலும் சென்று ரகசிய இயக்கத்தைப் பரவச் செய்ய முயற்சிகளை மேற்கொண்டனர் என்று வரலாற்றாசிரியர் மஜூம்தார் சுட்டிக்காட்டியுள்ளதை மேற்கோளும் காட்டினோம். 1908 ஏப்ரல் 30 அன்று முஜாபர்பூரில் வீசப்பட்ட முதல் வெடிகுண்டு வீச்சைத் தொடர்ந்து, 1908 மே தொடக்கத்தில் பரீந்திரகோஷ் மட்டுமல்லாமல் அரவிந்தர் உட்பட 34 பேர் கைது செய்யப்பட்டு, "அலிபூர் சதிவழக்கு" தொடரப்பட்டது. இவ்வாறு கைது செய்யப்பட்டவர்களில் ஒருவனான நரேந்திர கோஸயின் என்பவன் 1908 ஜூன் 23 அன்று அப்ரூவராக மாறி, புரட்சி இயக்கத்தைக் காட்டிக்கொடுக்கும் விதத்தில் அரசாங்கத்துக்குச் சாட்சி சொல்லத் துணிந்துவிட்டான். (இதன் காரணமாக இவனைப் புரட்சிவாதிகள் சிறைக்குள்ளேயே சுட்டுக்கொன்றனர் என்பதை இக்கட்டுரையில் முன்னர் ஓரிடத்தில் குறிப்பிட்டுள்ளோம்) இந்தத் துரோகிதான் அரசாங்கத்துக்கு அளித்துள்ள வாக்குமூலத்தில் தென்னாட்டில் இந்த ரகசியப் புரட்சி இயக்கத்தை "பெஸ்ஸம்பர்" என்பவர் உருவாக்கி வருவதாகக் கூறிவிட்டான். "பெஸ்ஸம்பர்" என்ற இந்த நபர் யாராயிருக்க முடியும், இந்த நபரின் சரியான பெயர் "சிதம்பரம் என்ற பெயரைத்தான், அவன் சரிவரச் சொல்லத் தெரியாமல் பெஸ்ஸம்பர் என்று கூறி விட்டானோ என்று ஆங்கிலேய அரசாங்கம் மண்டையைக் குடைந்துகொண்டது. இவ்வாறு அரசாங்கம் மண்டையைக் குடையத் தொடங்கிய காலத்தில்தான், வ.உ.சிதம்பரம் பிள்ளைக்கும், சிவாவுக்கும் எதிரான வழக்கு திருநெல்வேலியில் நடந்துகொண்டிருந்தது. இதன் காரணமாகவே சிதம்பரம் பிள்ளை பேசிய "ராஜத்துரோகமான" பேச்சுக்களுக்காக அவர்மீது நடத்திய வழக்கில் செசன்ஸ் நீதிபதி ஏ.எப்.பின்ஹே, "சிதம்பரம்பிள்ளை ராஜத்துரோகி," "அவரது எலும்பும்கூட ராஜத்துரோகமானது," "அவரது பேச்சைக் கேட்டால், செத்த பிணமும் உயிர்த்தெழும்" என்றெல்லாம் கூறி, 1908 ஜூலை 7 அன்று வ.உ.சி.க்கு இரட்டை ஆயுள் தண்டனை (40 வருடம் தீவாந்தர் சிட்சை) விதித்தான்! இதனைக் குறித்து வ.உ.சி. தமது சுயசரிதத்தில் இவ்வாறு பாடியுள்ளார்:

சிவம்பிர சங்கம் செய்ததற்காக
தவம்புரி யும்படி தசநல் வருடம்
தீவென விளம்பினான். தீங்கிலேன் அவர்க்கு
தரவில் உதவியைத் தந்ததற்காக
இருபது வருடமும், இயம்பிய நெல்லையில்

ஒருபிர சங்கம் உரைத்த தற்காக
மற்றோர் இருபது வருடமும் தீவெனக்
கற்றோர் மனமும் கலங்கிடச் சொன்னான்.

- (சுயசரிதை - பக். 102).

இதனால்தான் இந்த மிருகத்தனமான தண்டனையைக் குறித்து மிதவாதியான (ரைட் ஹானரபிள்) வி.எஸ்.சீனிவாச சாஸ்திரி, மிதவாதத் தலைவரான வி.கிருஷ்ணசாமி அய்யருக்கு எழுதிய கடிதம் ஒன்றில் இவ்வாறு எழுதியிருந்தார்: "கல்கத்தாவில் அரசாங்கத்தின் சாட்சியத்தில், வெடிகுண்டு எறியும் அராஜகவாதிகளின் பட்டியலிலே சிதம்பரமும் சேர்த்துக்கொள்ளப்பட்டிருப்பதே - பெஸ்ஸம்பர் என்பது சிதம்பரம் என்ற பெயரின் திரிபாகவே கருதப்பட்டிருக்கலாம் - இந்தத் தீர்ப்புப் பற்றித் தீர்மானிப்பதில் (செஷன்ஸ்) நீதிபதியின் மனத்தை ஆட்கொண்டிருக்கக்கூடும் என்று எனக்கு ஒரு சந்தேகம் இருக்கிறது" (மேற்கோள்: (The Tinnevelly Conspiracy Case - R.P.Aiyar.Blitz. 28.4 1962). அப்ரூவராக மாறிய ஒருவன் அரசாங்கம் ஆணையிடுகிற படி யெல்லாம் சாட்சி சொல்லவும் கூசமாட்டான் என்பது உண்மையாயினும் கூட, அவன் குறிப்பிட்ட 'பெஸ்ஸம்பர்' என்ற பெயர் (வ.உ.) சிதம்பரத்தையே குறித்ததாகவும் இருந்திருக்கக் கூடும்; ஏனெனில் அரசாங்கம் வ.உ.சி.யையும் வங்கப் புரட்சியாளர்களோடு சம்பந்தப்படுத்த வேண்டும் என்று விரும்பியிருந்தால், 'சிதம்பரம்' என்ற பெயரையே அவன் சொன்னான் என்று கூறியிருக்கக்கூடும். எவ்வாறாயினும், வங்கப் புரட்சியாளர்களான பரீந்திரர் முதலியோருக்கும் தமிழ்நாட்டுடனும் தொடர்பு இருந்தது. அவர்களில் சிலர் தமிழ்நாட்டுக்கும் வந்து இங்கும் புரட்சி நடவடிக்கைகளை மேற்கொள்ளத் தூண்டி வந்தனர் என்பது நாம் ஏற்கெனவே அறிந்த செய்தியாகும்.

மேலும், புரட்சிவீரர் நீலகண்ட பிரம்மச்சாரியைப் பற்றிக் கூறும் வரலாறுகள் யாவும் இவற்றில் முக்கியமானவை: எம்.எஸ்.சுப்பிரமணிய அய்யர் **'புரட்சி வீரர் வரிசை'** என்ற தலைப்பில் கீழ் தினமணி சுடர் அனுபந்தத்தில், 5-8-1956, 12-8-1956 தேதிகளில் எழுதிய நீலகண்ட பிரம்மச்சாரி என்ற கட்டுரைகள்; இவற்றை அடியொற்றியும், நீலகண்ட பிரம்மச்சாரியை நேரில் சந்தித்தும் சேகரித்த தகவல்களின் அடிப்படையில், 'சிவாஜி' பத்திரிகையில் 1975-76 ஆண்டுகளில் ரா.அ. பத்மநாபன் எழுதி வந்த கட்டுரைகள்; பின்னர் அவரே Indian Review பத்திரிகையில் 1973-74 ஆண்டுகளில் Nilakanta Brahmachari என்ற தலைப்பில் எழுதி வந்த ஆங்கிலக் கட்டுரைகள்; இதன்பின் இவற்றின் அடிப்படையில் அவர் வெளியிட்ட புரட்சிவீரர் **'நீலகண்ட பிரம்மச்சாரி'** என்ற நூல் (1978); ஸத்குரு ஓம் கார் என்ற பெயருடன்

நத்திமலை (மைசூர்) ஆசிரமத்தில் வசித்து வந்த நீலகண்டரைச் சந்தித்து விட்டு, டாக்டர் எஸ்.விஜயலட்சுமி தமது 'புரிய அலை' பத்திரிகையில் (26-1-1975 அன்று) எழுதிய **'தென்நாட்டின் புரட்சியாளர் நீலகண்ட பிரம்மச்சாரி'** என்ற கட்டுரை முதலியவை), வங்கப் புரட்சியாளர்களின் தொடர்பு ஏற்பட்ட பின்னர், நீலகண்டர் தம்மைப் புரட்சி இயக்கத்துக்கு அர்ப்பணிக்கத் தீர்மானித்து, முதன்முதலில் 1908 பிப்ரவரி 15ஆம் தேதி தூத்துக்குடி சென்று, அங்கு வ.உ.சி.யுடன் சில தினங்கள் தங்கிவிட்டு, திருநெல்வேலி ஜில்லாவிலுள்ள மறவாக்குறிச்சி என்ற மறவர் குறிச்சி, பூலாங்குறிச்சி ஆகிய ஊர்களுக்குச் சென்று மறவர்குலத் தலைவர்களைச் சந்தித்து, பின்னால் நடைபெறவிருந்த சுதந்திரப் போருக்காக, அவ்வூர்களில் 3000க்கு மேற்பட்ட மறவர்களின் ஆதரவைத் திரட்டினார் என்றும், பின்னர் பாஞ்சாலங்குறிச்சி கட்டபொம்மனின் வாரிசுதாரர்கள் வசித்து வந்த ஆதனூருக்குச் சென்று, அவர்களது தலைவர்களைச் சந்தித்து 20,000 கம்பள நாயக்க வீரர்களின் ஆதரவையும் திரட்டினார் என்றும் கூறுகின்றன.

இத்தகைய தகவல்கள் எல்லாம் இருந்தாலும்கூட, 1908 மார்ச் மாதம் வரையில் புரட்சி நடவடிக்கைகளுக்கான ரகசியச் சங்கம் எதுவும் ஸ்தாபன ரீதியாக உருப்பெற்றிருக்கவில்லை, அதனால்தான் அத்தகைய சங்கம் இருந்ததாக நாம் அறுதியிட்டுக் கூற முடியவில்லை என்பதையும், சொல்லப்போனால், அதுவரையில் ரகசியச் சங்கத்தை உருவாக்குவதற்கு உத்வேகம் அளிக்கும் நிலைமைகளோ சூழ்நிலையோ நிலவவில்லை என்பதையும் நாம் குறிப்பிட்டாக வேண்டும். இதற்கான காரணங்களை விளங்கிக்கொள்ள நாம் சில சரித்திரப் பின்னணிகளை நினைவூட்டிக்கொள்ள வேண்டும்.

சில சரித்திரப் பின்னணிகள்

இந்தியாவின் தென்பகுதியில் (சென்னை மாகாணம்) புரட்சிகரச் சிந்தனையும், புரட்சிகர நடவடிக்கையும் தோன்றுவதற்கு முன்பே, இந்தியாவின் வடபகுதியிலும் (பஞ்சாப்), கிழக்குப் பகுதியிலும் (வங்காளம்), மேற்குப் பகுதியிலும் (பம்பாய் மாகாணம்) புரட்சி இயக்கங்களும் ரகசியச் சங்கங்களும் தோன்றிவிட்டன என்பதை இந்நூலின் முந்தைய கட்டுரைகளிலுள்ள பல குறிப்புக்களின் மூலம் நாம் அறிந்திருக்கிறோம். "இந்த நூற்றாண்டின் ஆரம்ப ஆண்டுகளிலும், வங்கப் பிரிவினைக்கு முன்பும், இந்தியாவில் புரட்சிகர நடவடிக்கை களை ஒருங்கிணைப்பதற்கும் அவற்றுக்கு யோசனை கூறுவதற்கும் ஒரு மத்திய கவுன்சில் இருந்ததாகத் தோன்றுகிறது. காலஞ்சென்ற லஜபதிராய் மற்றும் அரவிந்தர் ஆகியோர் அங்கம் வகித்த இந்தக் கவுன்சிலில், திலகரும் அதன் தலையாய உறுப்பினர்களில் ஒருவராக இருந்தார் என்றும்

தோன்றுகிறது" என்ற சாரு சந்திர தத்தர் எழுதியுள்ளதை முன்னர் குறிப்பிட்டோம் (பக். 200). இந்த மாகாணங்களில் புரட்சி இயக்கமும் ரகசியச் சங்கங்களும் தோன்றுவதற்கான சரித்திரப் பின்னணிகள், வங்கப் பிரிவினைக்குப் பின்னால் நாடு தழுவிய அளவில் எழுந்த தேசிய விழிப்புக்கும் எழுச்சிக்கும் முன்னதாகவே நிலவிவந்தன.

வங்காளத்தைப் பொறுத்தவரையில் அங்கு தேசிய மறுமலர்ச்சியும் விழிப்பும் சென்ற நூற்றாண்டிலேயே தொடங்கிவிட்டன. அங்கு ராஜாராம் மோகன்ராயினால் தோற்றுவிக்கப்பட்ட பிரம்ம சமாஜ இயக்கம், சென்ற நூற்றாண்டின் கடைக்கால் பகுதியில், பண்டித சிவநாத சாஸ்திரியின் தலைமையில், தேச விடுதலைக்கான அரசியல் இயக்கமாகவே மாறியது. 1878இல் கொண்டுவரப்பட்ட சுதேச மொழிப் பத்திரிகைகள் சட்டத்தை (Vernacular Press Act) எதிர்த்து அவர் ஓர் இயக்கத்தையே நடத்தினார். மேலும், அவர் 1876இல் நிறுவிய அரசியல் ஸ்தாபனத்தில் சேர்வோர், குதிரைச்சவாரி, போர்ப்பயிற்சி, துப்பாக்கிச் சுடுதல் முதலியவற்றிலும் பயிற்சி பெறவேண்டும் என்ற விதி விதித்தார். பாரதியின் மதிப்புக்குரிய தலைவர்களில் ஒருவராக விளங்கிய விபின் சந்திரபாலர் இந்தச் சிவநாத சாஸ்திரியின் சீடர் என்பதையும் நாம் நினைவில் கொள்ள வேண்டும். மேலும், வங்க இலக்கியத்தில் தேசியத் தீர்க்கதரிசி என்று போற்றப்பட்ட பங்கிம் சந்திரசட்டர்ஜியின் நூல்களும் - தேவி சௌதுராணி, ஆனந்த மடம் முதலியவை - வங்கத்தில் தேசிய எழுச்சியை கூறிக்கொண்டு எழச் செய்ய உதவின. அவர் ஆனந்த மடம் என்ற நாவலில் சேர்த்திருந்த 'வந்தே மாதரம்' என்ற கீதமே, வங்கப்பிரிவினை பற்றிய அறிவிப்புக்குப் பின்னர் தேசியவாதிகளின் கீதமாகவும், 'வந்தே மாதரம்' என்பதே அவர்களது கோஷமாகவும் மாறியது. மேலும், 1773இல் வங்காளத்தில் நவாபுகளின் ஆட்சியையும் கிழக்கிந்தியக் கம்பெனியின் சுரண்டலையும் எதிர்த்து, இந்து சந்நியாசிகள் நடத்திய கலகத்தை அடிப்படையாகக்கொண்டே, பங்கிம் சந்திரர் தமது 'ஆனந்த மடம்' நாவலை எழுதியிருந்தார். அந்த 'ஆனந்த மட'த்தின் கதாபாத்திரமான பவானந்தரே, பிற்காலத்தில் புரட்சி இயக்கத்தில் ஈடுபட்ட இளைஞர்களுக்கு லட்சிய புருஷரானார்; 'ஆனந்த மட'த்தில் வருணிக்கப்பட்டிருந்த போர் நடவடிக்கைக்கான ரகசியச் சங்கமே அந்த இளைஞர்களுக்குத் தாம் தோற்றுவித்த ரகசியச் சங்கங்களுக்கு முன் மாதிரியாயிற்று. மேலும், விவேகானந்தரின் போதனைகள் இளைஞர்கள் மத்தியில் எத்தகைய எழுச்சியை ஏற்படுத்தின என்பதை முன்னர் பார்த்தோம். அவை அவரது தாயகமான வங்கத்தைச் சேர்ந்த இளைஞர்களை எவ்வாறு கவர்ந்திருக்கும் என்பதைச் சொல்ல வேண்டியதில்லை. அத்துடன், இந்த நூற்றாண்டின் தொடக்கத்திலேயே அங்கு அரவிந்தரும் சகோதரி நிவேதிதாவும்

ரகசியச் சங்கங்களைத் தோற்றுவிக்கவும் அவற்றை வலுப்படுத்தவும் பாடுபட்டதையும் ஏற்கெனவே பார்த்தோம். இத்தகைய சூழ்நிலைகளால், வங்கப்பிரிவினை நிகழ்ந்தவுடனேயே அங்குப் புரட்சிகர நடவடிக்கைகளும், ரகசிய இயக்கங்களும் வீறு பெற்றுச் செயல்பட முடிந்தன. மேலும், பாரிசாலில் கூடிய மாகாண மாநாட்டை அடித்துக் கலைத்த அடக்கு முறை, 1907ஆம் ஆண்டு முதற்கொண்டு, அங்கு பத்திரிகையாளர்கள் மீது தொடுக்கப்பட்ட தாக்குதல், விபின் சந்திரபாலர், பூபேந்திரர், பிரம்மபாந்தவர் ஆகியோரின் மீது தொடுக்கப்பட்ட வழக்குகள், பாலருக்கும் பூபேந்திரருக்கும் விதித்த சிறைத்தண்டனை, மற்றும் லெப்டினென்ட் கவர்னரான புல்லரின் கொடுங்கோலாட்சி, தேசிய இயக்கத்தில் பங்கெடுத்ததற்காகப் பால வயதினருக்கும் கூட கிங்ஸ்போர்டு என்ற நீதிபதி சவுக்கடி முதலிய தண்டனைகளை விதித்தமை ஆகிய எல்லாம் சேர்ந்து, அங்குப் புரட்சி இயக்கமும் ரகசியச் சங்கங்களும் வலுப்பெறவும், இந்தியாவின் முதல் வெடிகுண்டு வீச்சு நிகழ்ச்சி அங்கு நிகழவும் சூழ்நிலைகளை உருவாக்கிக் கொடுத்துவிட்டன.

பம்பாய் மாகாணத்தை (மகாராஷ்டிரம்) எடுத்துக் கொண்டால், அங்குச் சிப்பாய்க் கலகம் என்று கூறப்பட்ட 1857 ஆம் ஆண்டின் முதல் சுதந்திரப் போருக்குப் பின்னால், அந்தப் போரில் பங்கெடுத்தவர்களில் சிலர் அரசாங்கத்தினர் கைகளுக்கு அகப்படாமல் சந்நியாசிகளாகத் திரிந்து, மீண்டும் ஓர் எழுச்சியை உருவாக்கத் திட்டமிட்டுக் கொண்டிருந்தனர். அத்தகைய சந்நியாசிகள் சிலரோடு அரவிந்தரும் தொடர்புகொண்டார் என்று முன்னர் பார்த்தோம் (பக். 136). மேலும், அந்த மாகாணத்தைச் சேர்ந்த சமஸ்தானாதிபதிகள் சிலரும், மீண்டும் ஓர் எழுச்சியை உருவாக்கி, ஆங்கிலேயர் ஆட்சியை அகற்றும் எண்ணத்தைக் கொண்டிருந்தனர். உதயப்பூர் சமஸ்தானத்தைச் சேர்ந்த தாகுர் சாகேப் இதற்கென ஒரு புரட்சிச் சங்கத்தை அமைத்திருந்தார். அதற்கு அரவிந்தரே தலைவராக இருந்தார் என்றும் பார்த்தோம் (பக். 137). பரோடா சமஸ்தானாதிபதியும் இத்தகைய நோக்கங்கொண்டவராகவே இருந்தார்; அந்தச் சமஸ்தானத்தில்தான் அரவிந்தர் பேராசிரியராகப் பணியாற்றி வந்தார்; பரோடா ராணுவத்தைச் சேர்ந்த ஜதீந்திரநாத் பானர்ஜி என்ற வங்க இளைஞரையே அவர் வங்கத்தில் புரட்சி இயக்கத்தைக் கட்டியமைக்க அனுப்பி வைத்தார் (இதே நூல் பக். 138). மேலும் அங்குச் சென்ற நூற்றாண்டின் கடைக்கால் பகுதியிலேயே வாசுதேவ் பல்வந்த் பட்கே என்ற தேசபக்தி மிகுந்த புரட்சிவாதி, ஆங்கிலேயருக்கு எதிராக ரகசியமாகப் படை திரட்டி மூன்றுமாத காலம் ஒரு போராட்டத்தையே நடத்திப் பார்த்து, அதில் தோல்வியடைந்து, 1879இல் பிடிபட்டு ஆயுள் தண்டனையும் பெற்றார். இதன்பின் 1897இல் சப்பேகர் சகோதரர்கள் பிளேக் அதிகாரியாகப்

பணியாற்றிய ராண்டு என்பவனைச் சுட்டுக்கொன்ற, இந்தியாவின் முதல் 'தனி நபர் பயங்கரவாத' நடவடிக்கையும் மகாராஷ்டிரத்தில்தான் நிகழ்ந்தது (இதே நூல்: பக். 175-179). மேலும், சென்ற நூற்றாண்டின் கடைப் பகுதியிலேயே அரசியல் வாழ்க்கையை மேற்கொண்டுவிட்ட திலகர், 1901ஆம் ஆண்டிலேயே ஆயுதந் தாங்கிய போராட்டத்துக்கு எவ்வாறு வழிவகைகளைத் தேட முற்பட்டார் என்பதை முந்தைய கட்டுரையில் விவரமாகப் பார்த்திருக்கிறோம் (பக். 175-182). எனவே மகாராஷ்டிரத்தில் தேச விடுதலைக்காக ஆயுதந் தாங்கிப் போராடுவதற்கான ரகசிய இயக்கங்கள், தீவிரத் தேசியவாதம் தோன்றிய காலத்திலேயே மும்முரமடைந்துவிட்டதில் வியப்பில்லை. அங்கு, வினாயக தாமோதர சாவர்க்காரின் முன்முயற்சியால், 1907ஆம் ஆண்டிலேயே அபிநவ பாரத சங்கம் என்ற ரகசியச் சங்கமும் தோன்றிவிட்டது. பம்பாயைச் சேர்ந்த மாடம் காமா அம்மையார் போன்றவர்களே அயல்நாட்டிலிருந்து இந்தியப் புரட்சி இயக்கத்தை வழிநடத்தி வந்தனர் என்பது குறிப்பிடத்தக்கது.

பஞ்சாபிலும், 1857ஆம் ஆண்டின் சுதந்திரப் போர் தோல்வியுற்ற சில ஆண்டுகளிலேயே, நாமதாரி சீக்கியர்கள் அன்னிய ஆதிக்கத்தையும் சுரண்டலையும் எதிர்த்து, ராம்சிங் என்பவரின் தலைமையில் புரட்சி இயக்கத்தையே நடத்தினர். பிரிட்டிஷ் சாமான்களைப் பயன்படுத்தக் கூடாது என்றும் பிரிட்டிஷ் நிர்வாகத்தில் பணியாற்றக் கூடாதென்றும் ராம்சிங் 1863ஆம் ஆண்டிலேயே உபதேசித்தார். ஏற்கெனவே ராணுவத்தில் பணியாற்றியவரான ராம்சிங், ராணுவத்திலிருந்த சீக்கியர்களோடும் தொடர்புகொண்டார்; தம்மைப் பின்பற்றி வந்த நாமதாரிகளுக்கு ராணுவப் பயிற்சியும் அளித்தார். அவர்கள் ஆயுதந் தாங்கிய போராட்டத்திலும் இறங்கினார்கள். என்றாலும் அவர்களது போராட்டம் தோல்வியுற்றது. கைதிகளாகப் பிடித்த நாமதாரிகளைப் பிரிட்டிஷ் ஆட்சியாளர்கள் விசாரணை கூட இன்றி பீரங்கிகளால் சுட்டு வீழ்த்தினர். 1872இல் இந்தப் பிரிவினரின் முயற்சிகள் தோல்வியுற்ற பின், நாமதாரிகள் கொடிய அடக்குமுறைக்கு உள்ளாயினர். அவர்களும் அவர்களது தலைவர் ராம்சிங்கும் பர்மாவுக்கு நாடு கடத்தப்பட்டனர். மேலும், பஞ்சாபில் தோன்றிய சுவாமி தயானந்த சரஸ்வதியின் ஆரிய சமாஜமும் சுதந்திர வேட்கையையும் அதற்கான இயக்கத்தையும் தோற்றுவித்த காரணங்களில் ஒன்றாகும் என்பது சரித்திர ஆசிரியர்கள் பலரும் குறிப்பிடும் உண்மையாகும். தீவிரத் தேசியவாதத் தலைவர்களில் ஒருவராக விளங்கிய லாலா லஜபதிராயும் ஆரிய சமாஜியாகவிருந்து தேசிய இயக்கத்துக்கு வந்தவரே. எனவே பஞ்சாபில் தண்ணீர் வரிகளை உயர்த்தியதன் காரணமாக அங்கு தீவிரத் தேசியவாத இயக்கம் சூடுபிடித்து வளர்வதற்கும் ஏதுவாயிற்று. அதனை எதிர்த்து நடத்திய

வரிகொடா இயக்கத்துக்கு லஜபதிராயும் அஜித் சிங்குமே தலைமை தாங்கினர். அதன் காரணமாக அவர்கள் நாடு கடத்தப்பட்டபோது ராவல்பிண்டியில் பெருங்கலவரமே நடந்தது. மேலும், பஞ்சாபைச் சேர்ந்த அஜித் சிங் போன்ற தலைவர்களுக்கு ராணுவத்துக்குள்ளும் செல்வாக்கு இருந்தது. "1907 செப்டம்பரில் விடுமுறையில் கல்கத்தா சென்றிருந்த 89ஆவது பஞ்சாப் ரெஜிமெண்டைச் சேர்ந்த ஒரு சிப்பாய், அங்கு பிரிட்டிஷ் - விரோதமான ஆவேசப் பேச்சு ஒன்றை நிகழ்த்தினார்; அதன் காரணமாக, அவர் ராணுவக் கோர்ட் விசாரணைக்குக் கொண்டுவரப்பட்டார்... 1907இல் பிரோஸ்பூரில் நடந்த பிரிட்டிஷ் எதிர்ப்புக் கூட்டத்தில் பங்கெடுக்குமாறு விடுத்த அழைப்புக்கு நூற்றுக் கணக்கான சீக்கியச் சிப்பாய்கள் செவிசாய்த்து அதில் பங்கெடுத்தனர். லாகூரிலும் ராவல்பிண்டியிலும் கலகங்கள் நடந்த சமயத்தில் சீக்கியச் சிப்பாய்கள் பஞ்சாப் விவசாயிகளை எதிர்த்துச் சுடவும் மறுத்துவிட்டனர்" (Free Hindustan. அக்.1908. மேற்கோள்: Indian National Liberation Movement and Russia - P.B. Sinha பக். 226). எனவே பஞ்சாபிலும் புரட்சி நடவடிக்கைக்கான ரகசிய இயக்கங்கள் தோன்றிச் செயல்படுவது எளிதாக இருந்தன. ஆனால் தமிழ்நாட்டில் நிலவிய சூழ்நிலையோ வேறுவிதமாக இருந்தது.

தமிழ்நாட்டின் நிலைமை

1857ஆம் ஆண்டில் முதல் இந்திய சுதந்திர யுத்தத்துக்கும் முன்பே, தமிழ்நாட்டில் பாஞ்சாலங்குறிச்சிக் கட்டபொம்மனும், சிவகங்கை மருது சகோதரர்களும் ஆங்கிலேயரை எதிர்த்து வீரப்போர் புரிந்து வீழ்ந்துபட்டிருந்த போதிலும், 1806ஆம் ஆண்டில் வேலூரில் சிப்பாய்கள் ஆங்கிலேயரை எதிர்த்துக் கலகம் செய்திருந்த போதிலும், அத்தகைய உணர்ச்சியூட்டும் வரலாறுகள் எல்லாம் வங்கப் பிரிவினைக்குப் பின் 1906 வாக்கில் தமிழ் நாட்டில் தீவிரத் தேசியவாதம் தலைதூக்கிய காலத்தில், நூற்றாண்டுகளுக்கு முந்திய ஆறிப்போன செய்திகளாகவே மாறியிருந்தன. 1857இல் நடந்த முதல் சுதந்திர யுத்தம் சென்னை மாகாணத்தை எவ்விதத்திலும் பாதிக்கவில்லை. 1882இல் ஜி.சுப்பிரமணிய அய்யர் 'சுதேசமித்திரன்' பத்திரிகையை ஆரம்பிப்பதற்கு முன்பு, சென்னை பத்திரிகை உலகம் எவ்வாறு இருந்தது என்பது பற்றி, சுதேசமித்திரனில் உதவியாசிரியராகவிருந்த குருமலை சுந்தரம் பிள்ளை 1907இல் எழுதிய ஜி.சுப்பிரமணிய அய்யர் வாழ்க்கை வரலாறு என்ற நூலில் இவ்வாறு எழுதியிருக்கிறார்: "இந்திய மாகாணங்கள் இரண்டில் பஞ்சம் நிலவியபோது வைசிராய் லார்டு லிட்டன் டில்லி தர்பாரை நடத்தினார். பஞ்சத்தின் கொடுமைகளிலிருந்து மக்கள் விடுபடுவதற்கு முன்பே அவர்கள்மீது அவர் மேலும் வரிகளை விதித்தார். அவர்

சுதேசியப் பத்திரிகைகளின் வாயையும் அடைத்தார்; இந்தியர்கள் ஆயுதம் எடுத்துச் செல்வதையும் சட்டமியற்றித் தடைசெய்தார். இவையனைத்தினாலும் மக்கள் துயரப்பட்டுக் கொண்டிருந்தபோது, அவர்களது துயரங்களை வெளியிட, சென்னையில் ஜனப்பிரதிநிதிகளின் ஒரு மாநாடோ அல்லது ஒரு பத்திரிகையோ இருக்கவில்லை. பம்பாய், வங்காளம் ஆகியவற்றைச் சேர்ந்த மக்கள் மாநாடுகள், பத்திரிகைகள் முதலியவற்றின் மூலம் தமது குறைகளை உரக்க எடுத்துக் கூறிவந்த நேரத்தில், மதராசிகள் தமது துன்பங்களை வாய்விட்டுக் கூறக் கூட இயலாத நிலையில் இருந்தனர். சுருங்கக் கூறின், இங்கு ஓர் ஒழுங்குபடுத்தப் பட்ட பொதுஜன அபிப்பிராயமே இல்லாதிருந்தது. ஜி.சுப்பிரமணிய அய்யர் தமது பள்ளியாசிரியர் தொழிலை விடுத்து, பரந்த பொதுவாழ்வில் *1878இல்* ஈடுபட்ட காலத்தில் சென்னையில் நிலவிய நிலைமை இதுதான்" *(மேற்கோள்:* Tamil Political Journalism - V.Subramaniam. Tamil Culture. அக்-டிசம். 63.பக்.29).

ஆம். லார்டுலிட்டன் வைசிராயாக இருந்த காலத்தில், சிறுகச் சிறுக நாட்டில் தேசிய உணர்வு பரவி வருவதைக் கண்டு, 1878இல் சுதேசியப் பத்திரிகைகளின் வாயை அடைக்க, அவன் சுதேசியப் பத்திரிகைச் சட்டம் என்ற ஒன்றைக் கொண்டு வந்தான். ஆட்சேபகரமான விஷயங் களைப் பத்திரிகைகள் எழுதியதாக அரசாங்கம் கருதினால், ஜில்லா மாஜிஸ்ட்ரேட் அவற்றின் அச்சுக்கூடத்தார் மற்றும் பதிப்பாளர் களிடமிருந்து ஜாமீன் தொகைகளோ ஜாமீன் பத்திரங்களோ கோரவும், அவ்வாறு அவர் கோரினால் அதனை எதிர்த்து அப்பீல் செய்வதற்கு வகையில்லாமல் செய்யவும் அந்தச் சட்டம் வழி வகுத்தது. ஆயினும் எஸ்.நடராஜன் இவ்வாறு எழுதியுள்ளார்: "உண்மையில் சுதேசியப் பத்திரிகைச் சட்டத்திலிருந்து சென்னை மாகாணத்திற்கு விலக்கே அளிக்கப்பட்டிருந்தது. அங்கு நிலவிய அரசியல் நிலைமைகளுக்கு, இந்திய அரசாங்கத்தின் வருமான வரிவிதிப்பு இலாகாவின் முதல் நிதித்துறை உறுப்பினருக்கு எதிராக, சர் சார்லஸ் டிரவெல்யன் எழுப்பிய ஆட்சேபனை ஒரு முக்கிய எடுத்துக்காட்டாக விளங்கியது. சர் சார்லஸ் (தர்ம கவர்னராக இருந்து வந்த) சென்னை மாகாணத்துக்கு அந்த வரியைப் பிரயோகிப்பதை ஆட்சேபித்ததோடு நில்லாமல் தாம் கவர்னர் ஜெனரலுக்குத் தெரிவித்த கருத்தை, - 'மூன்றாவது சந்தர்ப்பம் எவ்வளவு சீக்கிரம் எழுமென்று சொல்வது அசாத்தியம்; நமக்கு எதிரான ஒரு பொதுலட்சியத்தில் தென்னாட்டை வட நாட்டோடு இணைய விடுப்பது அரசியல் அறிவீனமாகவே முடியும்' என்று எழுதி, வடக்கில் அவசரத் தேவை நிலை ஏற்பட்ட காலத்திலெல்லாம் அரசாங்கத்துக்குத் தென்னாடே கடந்த நூறு ஆண்டுக் காலமாக உதவிக்கு வந்திருக்கிறது என்று அவர் விடுத்த

எச்சரிக்கையைப் பகிரங்கமாக வெளியிடும் அளவுக்குக்கூடச் சென்று விட்டார். அந்த நாட்களில் சென்னையை 'இருளடைந்த மாகாணம்' என்று கருதி வந்த இந்திய அரசியல்வாதிகளும், சர் சார்லஸின் கருத்துக்களையே பகிர்ந்து கொண்டனர்" (A History of Press in India - S. Natarajan. பக். 125).

1850 முதல் 1860 வரையில் சென்னை மாகாணத்தின் கவர்னராகவிருந்த சர் சார்லஸ் டிரவெல்யன், வைஸ்ராய்க்கு விடுத்த மேற்குறிப்பிட்ட 'எச்சரிக்கை'யிலிருந்து நமக்கு ஓர் உண்மை விளங்குகிறது. 'ஆங்கிலேயர் ஆட்சிக்கு எதிரான தேசிய எண்ணங்களைப் பிரதிபலித்துவரும் ஒரு பொதுவான இயக்கத்தில், சென்னை மாகாணம்தான் இன்னும் வட மாகாணங்களோடு சேராமல் இருக்கிறது. அந்த மாகாணத்துக்கும் வருமான வரி விதிப்பை விஸ்தரித்து, அதனையும் நமக்கு எதிரியாக்கி விடாதீர்கள்' என்பதே அவரது 'எச்சரிக்கை'யின் சாராம்சமாகும். இவ்வாறு சென்னை மாகாணத்தில் ஏனைய மாகாணங்களில் ஏற்பட்டு வந்ததைப் போன்ற தேசிய விழிப்பு ஏற்படாத காரணத்தினால்தான் இந்திய அரசியல்வாதிகள் சென்னை மாகாணத்தை 'இருளடைந்த மாகாணம்' என்று அந்நாளில் குறிப்பிட்டார்கள். சென்னை மாகாணம் இவ்வாறு ராஜவிசுவாசம் மிக்கதாக இருந்து வந்த காரணத்தினால்தான், 1878இல் பிறப்பிக்கப்பட்ட சுதேசியப் பத்திரிகைச் சட்டம் சென்னை மாகாணத்துக்குப் பிரயோகிக்கப்படவில்லை; அதனைப் பிரயோகிப்பதற்கான அவசியமே அப்போது இங்கு இருக்கவில்லை. எனவேதான் 'சுதேசமித்திரன்' தோன்றி, மக்களுக்கு அரசியல் கல்வியை ஊட்டத் தொடங்கிய காலத்தில், சென்னையிலுள்ள அதிகாரவர்க்கத்தினர் அதைப்பற்றி அவ்வளவாகக் கவலைப்படவில்லை. "அரசியல் பத்திரிகை உலகின் இந்த ஆரம்ப முயற்சிகளைப் பற்றி அதிகார வர்க்கத்தினர் கவலைப்பட்டதற்கான அறிகுறிகள் எதுவும் இருந்ததாக சென்னை அரசாங்க நிர்வாகத்துறை அறிக்கைகள் புலப்படுத்தவில்லை" என்று எழுதுகிறார் வி.சுப்பிரமணியம் (மேற்கூறிய கட்டுரை. பக். 40).

இருள் விலகியது

இந்த நூற்றாண்டு பிறந்த காலத்திலும் இந்த நிலைமையில் பெரிய மாற்றம் எதுவும் ஏற்பட்டுவிடவில்லை. அப்போது அரசியலில் ஈடுபட்டிருந்தவர்கள் பலரும் ராஜ விசுவாசமிக்க, கடைந்தெடுத்த மிதவாதிகளாகவே இருந்தனர். எனவேதான் விபின் சந்திரபாலர் சென்னைக்கு வந்த சமயத்தில் சென்னை மிதவாதத் தலைவர்கள் அவரது வருகையை விரும்பாமல் ஒதுங்கியிருந்ததைக் கண்டு பாரதி இவ்வாறு எழுதினான்: "புதுக்கட்சித் தலைவராகிய ஸ்ரீஜத் பாபு விபின் சந்திரபாலர் இன்று தினம் சென்னைக்கு வருகின்றார். இவரை

வரவழைத்தது சென்னையிலுள்ள சில புதுக் கட்சியார்களேயன்றி, பழைய கட்சியார்கள் அல்ல. பரமயோக்கியர்கள், இந்தியர்களுக்கும் இந்தியக் காங்கிரஸ் சபைக்கும் தீமை செய்து அவமதிப்பவராய் இருந்த 'மெயில்' பத்திராதிபராயிருந்த ஒரு பரங்கிப் பிள்ளைக்கு மாப்பிள்ளை விருந்துசெய்து உபசரிப்பார்களேயன்றி, ஸ்ரீ விபின் சந்திரபாலர் போன்ற சாமானிய மனிதருக்கு உபசாரம் செய்ய முன்வர மாட்டார்கள். ஏனென்றால், ஸ்ரீ பாலரால் இந்தியாவுக்கு விளைந்த நன்மைகளிலும், காலஞ்சென்ற H.K.பீச்சாம் என்னும் பரங்கிப் பிரபுவால் அதிக நன்மை விளைந்திருப்பதாய், இந்த மகாத்மாக்களின் திருவுளத்திலே பதிந்திருக்கிறது. ஆகா! என் செய்யலாம்? சென்னை 'இருளடைந்த மாகாணம்' என்று சொல்லப்படுவது இந்தப் போலி மாந்தர் மனத்துக்குள் அடங்கியிருக்கும் இருளைக் கருதியே மேலும்" (**இந்தியா:** 27-4-1907 **பாரதி தரிசனம்** - 2. பக். 77).

இந்த இருண்ட நிலைமையை ஒழித்து ஒளி பாய்ச்சிய பெருமை பாரதியையும் அவன் சார்ந்திருந்த தீவிரத் தேசியவாத இயக்கத்தைச் சேர்ந்த வ.உ.சி, சிவா மற்றும் பிற தலைவர்களையும் தொண்டர்களையுமே சாரும். வங்கப் பிரிவினைக்குப் பின் எழுந்த தீவிரத் தேசியவாதத்தின் "பிரதிநிதியான" ஒரே பத்திரிகையாகத் தமிழகத்தில் திகழ்ந்ததும், பாரதி 1906இல் தொடங்கிய 'இந்தியா' பத்திரிகைதான். எனவேதான், 1876இல் பிறப்பிக்கப்பட்ட சுதேசியப் பத்திரிகைச் சட்டத்திலிருந்து சென்னை மாகாணத்துக்கு எதார்த்தத்தில் விலக்களிக்கப்பட்டிருந்த நிலைமை மாறி, முதன் முதலாக அந்தச் சட்டமும், (குற்றங்கள் புரியத் தூண்டுகின்ற) இந்தியப் பத்திரிகைகள் பற்றிய சட்டம் என்ற பெயரில் 1908 ஜூன் மாதத்தில் பிறப்பிக்கப்பட்ட சட்டமும், 1908 ஆகஸ்டு மாதத்திலேயே, முதன்முதலாக 'இந்தியா' பத்திரிகைக்கு எதிராகவே சென்னை மாகாணத்தில் பிரயோகிக்கப்பட்டன.

வங்க இளைஞர்களைப் போலவே பாரதியும் விவேகானந்தரின் போதனைகளால் கவரப்பட்டு, அவரது சிஷ்யையான நிவேதிதா தேவியிடம் சுதேச பக்தி உபதேசம் பெற்று, அவரைத் தன் குருமணியாக ஏற்று, புரட்சி இயக்கத்திலும் ஆயுதம் தாங்கிய போராட்டத்திலும் ஈடுபாடு காட்ட முனைந்தவனே வ.உ.சியும் விவேகானந்தரின் போதனை களில் ஈடுபட்டு, விவேகானந்தரின் சீடரான ராமகிருஷ்ணானந்தரின் உபதேசப்படி, சுதேசிய இயக்க முயற்சிகளை மேற்கொண்டு தென்னாட்டில் தீவிரத் தேசியவாதக் கட்சிக்குத் தலைவராகத் திகழ்ந்தவரே. அதேபோல், சுப்பிரமணிய சிவாவும், லாலா லஜபதிராயைப்போல் முதலில் ஆரிய சமாஜ இயக்கத்தால் கவரப்பட்டவரே; ("...ஜனங்களின் சுயராஜ்ய தாகம் அதிகரித்தது. தென்னாட்டிலும் தேசியக் கிளர்ச்சி எழுந்தது. இந்த

நிலையில் ஆரிய சமாஜத்தைச் சேர்ந்த தாகூர்கான் சந்திர வர்மா நாடெங்கணும் சுயராஜ்யப் பிரசாரம் செய்துகொண்டு, திருவனந்தபுரம் வந்து சேர்ந்தார். பல கூட்டங்கள் கூட்டுவித்து நாட்டு நிலைமை பற்றி விவரித்துப் பேசினார். இந்தக் கூட்டங்களுக்குச் சிவனார் தவறாமல் சென்று வந்தார். இவர் உள்ளத்தில் நாட்டுப்பற்று கொழுந்துவிட்டு எரிய ஆரம்பித்தது. நாட்டின் விடுதலைக்காக, தமது சர்வத்தையும் அர்ப்பணம் செய்வதாகச் சங்கற்பம் செய்து கொண்டார்" (**நான் கண்ட நால்வர்** - வெ.சாமிநாத சர்மா. பக். 206). மேலும், சிவா விவேகானந்தரின் போதனைகளிலும் பெரிதும் ஈடுபட்டவர் என்பதையும் நாம் முன்னர் குறிப்பிட்டிருக்கிறோம்.

எனவே, இவர்களும் இவர்களைச் சார்ந்தவர்களும் வங்கத்திலும், பஞ்சாபிலும், இவர்களது அரசியல் குருவான திலகரின் மகாராஷ்டிரப் பிரதேசத்திலும் உருவாகி வளர்ந்து செயல்பட்டு வந்த புரட்சி இயக்கங்களைப்போல், தமிழ்நாட்டிலும் இயக்கங்கள் உருவாகி வளர வேண்டும் என்று வேட்கை கொண்டிருந்ததில் வியப்பில்லை. ஆயினும் இவர்கள் அரசியல் பிரவேசம் செய்வதற்கு முன்னர் வரையிலும் "இருளடைந்த மாகாண"மாகவிருந்த சென்னை மாகாணத்தை, அத்தகைய இயக்கத்தையும் ரகசியச் சங்கங்களையும் தோற்றுவிக்கும் அளவுக்கு விழிப்புறச் செய்யக்கூடிய சூழ்நிலை ஆரம்பத்தில் இருக்கவில்லை; மேலும், அத்தகைய விழிப்பைத் தூண்டிவிடக்கூடிய விதத்தில், வங்கத்திலும் பஞ்சாபிலும் இருந்த அளவுக்கு, சென்னை மாகாணத்தில் அரசாங்கத்தின் அடக்குமுறையும் அத்தனை மூர்க்கமாக இருக்கவில்லை. சொல்லப்போனால், வ.உ.சி.யும், சிவாவும் சிறை செல்லவும், பாரதி புதுச்சேரிக்குக் குடிபுகவும் நேர்ந்த தருணத்தில்தான் அத்தகைய சூழ்நிலை - சாத்விக எதிர்ப்பை விடுத்து, செய்கை எதிர்ப்பை, அதாவது பலாத்கார எதிர்ப்பை மேற்கொள்வதற்கான சூழ்நிலை - உருவாயிற்று. அத்தகைய சூழ்நிலையை உருவாக்கக்கூடிய அடக்குமுறைகளும், பிற நிகழ்ச்சிகளும் அடுத்தடுத்து தமிழ் நாட்டிலும் பிற மாகாணங்களிலும் நிகழ்ந்தன.

சங்கிலித் தொடரான நிகழ்ச்சிகள்

- 9-3-1908 அன்று தூத்துக்குடியிலும் திருநெல்வேலியிலும் 'சுயராஜ்ய தினம்' கொண்டாடிய மூன்றே நாட்களில் வ.உ.சி.யும், சிவாவும், அவர்களது சகாவான திருவனந்தபுரம் பத்மநாப அய்யங்காரும் திருநெல்வேலியில் 12-3-1908 அன்று கைது செய்யப்பட்டு விசாரணைக் கைதிகளாகச் சிறையில் அடைக்கப்பட்டனர்.

- இவர்கள் கைதானதற்கு மறுநாளே, 13-3-1908 அன்று திருநெல்வேலியிலும் தூத்துக்குடியிலும் தச்சநல்லூரிலும் பயங்கரமான ‘கலகங்கள்’ வெடித்தன. இந்தக் ‘கலக’ங்களை அடக்க நடந்த துப்பாக்கிப் பிரயோகத்தில் நாலு பேர் மாண்டனர். கலகத்தைத் தொடர்ந்து தண்டப் போலீஸ் கொண்டு வரப்பட்டு, மக்கள் பல்வேறு அடக்குமுறைக்கு உள்ளாக்கப்பட்டனர். இந்தக் ‘கலகங்களை’ முன்னின்று நடத்தியதாக, திருநெல்வேலி சுதேசி எம்போரியத்தைச் சேர்ந்த சங்கரநாராயணய்யரும், வ.உ.சி.யின் சகாவான ஏட்டு குருநாதய்யரும், மற்றும் ‘கலக’த்தில் பங்கெடுத்த குற்றத்துக்காக, நூற்றுக்கு மேற்பட்டோரும் கைது செய்யப்பட்டனர். இவர்களில் பலருக்கும் பல்வேறு தண்டனைகள் வழங்கப்பட்டன. திருநெல்வேலிக் ‘கலக’த்தின்போது, மாணவர்களைக் கிளர்ச்சி செய்யத் தூண்டி விட்டார் என்ற குற்றச்சாட்டின் பேரில், திருநெல்வேலி இந்துக் கல்லூரியில் ஆசிரியராகவிருந்த கே.ஜி.லோகநாதய்யரும் கைது செய்யப்பட்டு, பல்வேறு சித்திரவதைகளுக்கு உள்ளாக்கப்பட்டார்.

- 17-3-1908 அன்று காஞ்சிபுரம் கிருஷ்ணசாமி சர்மா கரூரில் நடந்த கூட்டத்தில், வ.உ.சி.யையும் சிவாவையும் கைது செய்ததைக் கண்டித்துப் பேசிய காலத்தில், ‘ராஜத்துரோகமாக’ப் பேசிய குற்றத்துக்காக கோயமுத்தூர் நீதிமன்றத்தால் ஐந்தாண்டுச் சிறைத்தண்டனை விதிக்கப்பட்டது.

- இதேபோல் பாரதியின் நண்பரான ஹரி சர்வோத்தம ராவ் 26-3-1908 அன்று தமது ‘சுயராஜ்யா’ பத்திரிகையில் வ.உ.சி., சிவா ஆகியோர் கைது செய்யப்பட்டதைக் கண்டித்து எழுதிய கட்டுரைக்காக, மூன்றாண்டுச் சிறைத் தண்டனை பெற்றார்.

- இதன்பின் 7-7-1908 அன்று திருநெல்வேலி ஜில்லாக் கோர்ட்டில் வ.உ.சி.க்கும் சிவாவுக்கும் எதிராக நடந்த ‘ராஜத்துரோக’ வழக்கில், வ.உ.சி.க்கு இரட்டை ஆயுள் தண்டனையும் (40 வருடம்), சிவாவுக்குப் பத்தாண்டுச் சிறைத்தண்டனையும் விதிக்கப்பட்டது.

- இவ்வாறு இவர்களுக்குச் சிறைத்தண்டனை விதித்ததைக் கண்டித்து, 25-7-1908 அன்று பாரதியின் நண்பரான சுரேந்திரநாத் ஆர்யா சென்னையில் பேசிய பேச்சுக்காக அவரும் கைது செய்யப்பட்டு, ஐந்தாண்டுச் சிறைத்தண்டனை விதிக்கப்பட்டது.

- இதனைத் தொடர்ந்து, ‘சுதேசமித்திரன்’ பத்திரிகையின் ஆசிரியரான ஜி.சுப்பிரமணிய அய்யர் குற்றாலத்தில் ஓய்வுபெற்று வந்த சமயத்தில் 21-8-1908 அன்று கைது செய்யப்பட்டு, சென்னைக்குக் கொண்டு வரப்பட்டார். அதே சமயத்தில் ‘சுதேசமித்திரன்’ அலுவலகமும்,

சுப்பிரமணிய அய்யாரின் வீடும் சோதனையிடப்பட்டன. 'சுதேசமித்திர'னில் வெளிவந்த 'ஆட்சேபகரமான' விஷயங்களுக்காக அவர் மீது வழக்கும் தொடரப்பட்டது. இறுதியில் தமது மிதவாத அரசியல்வாதி நண்பர்கள் சிலரின் செல்வாக்கின் பயனாக, அரசாங்கத்துக்கு எதிராக எதுவும் செய்வதில்லை என்ற நிபந்தனையின் பேரில் ஒரு வருடத்துக்கு நன்னடத்தை ஜாமீனும், ரொக்க ஜாமீனும் கொடுத்து அவர் வெளிவந்தார்.

- அதே 21ஆம் தேதியன்றும், மறுநாளும் பாரதியின் 'இந்தியா' பத்திரிகை அலுவலகம் சோதனையிடப்பட்டது. அதன் ஆசிரியராக அறிவிக்கப்பட்டிருந்த முரப்பாக்கம் சீனிவாசன் என்பவர் கைது செய்யப்பட்டார். 1908 மே மாதத்திலும், ஜூன் மாதத்திலும் 'இந்தியா' பத்திரிகையில் வெளிவந்த சில 'ஆட்சேபகரமான' கட்டுரைகளுக்காக, சீனிவாசன் மீது வழக்குத் தொடரப்பட்டு, 13-11-1908 அன்று அவருக்குச் சென்னை நீதிமன்றத்தில் ஐந்தாண்டுக் கடுங்காவல் தண்டனை விதிக்கப்பட்டது. 'இந்தியா' பத்திரிகை அலுவலகம் சோதனையிடப்படும் சமயத்தில், பாரதி அங்கிருந்து தப்பித் தலைமறைவாகி, சில நாட்களில் புதுச்சேரி போய்ச்சேர்ந்துவிட்டான். பாரதியும் கைதாகியிருந்தால் அவனுக்கும் எத்தகைய கொடிய தண்டனை விதிக்கப்பட்டிருக்குமோ தெரியவில்லை!

சென்னை மாகாணத்தில் மேற்கண்ட நிகழ்ச்சிகள் நடைபெற்ற அதே சமயத்தில், பம்பாய் மாகாணத்திலும், வங்க மாகாணத்திலும் இதே போன்ற பல நிகழ்ச்சிகள் நிகழ்ந்தன.

- வ.உ.சி. திருநெல்வேலியில் விசாரணைக் கைதியாகச் சிறையில் அடைபட்டிருந்தபோதே, 30-4-1908 அன்று முஜாபர்பூரில் நடந்த வெடிகுண்டு வீச்சைக் குறித்து, திலகர் எழுதிய கட்டுரைகளுக்காக அவர் 14-6-1908 அன்று சிறையில் அடைக்கப்பட்டார்.

- வ.உ.சி.க்கு இரட்டை ஆயுள் தண்டனை விதித்த ஒரு வார காலத்துக்குள், அவரது குருநாதரான திலகர் மீது 13-7-1908 அன்று வழக்கு வீசாரணை தொடங்கியது; 22-7-1908 அன்று அவருக்கு ஆறு ஆண்டுகள் சிறைத்தண்டனை விதிக்கப்பட்டது; திலகர் பர்மாவிலுள்ள மாண்டலே சிறைக்குக் கொண்டு செல்லப்பட்டார்.

- 30-4-1908 அன்று நடந்த முஜாபர்பூர் வெடிகுண்டு வீச்சு நிகழ்ச்சியைத் தொடர்ந்து, அரவிந்தரின் தம்பியான பரீந்திர கோஷும், மற்றும் 34 புரட்சியாளர்களும் 2-5-1908 அன்று வங்கத்தில் கைது செய்யப்பட்டுச் சிறையில் அடைக்கப்பட்டனர். இதன்பின் அரவிந்தரும் 5-5-1908 அன்று இதே வழக்குச் சம்பந்தமாகக் கைதாகிச் சிறையில் அடைக்கப்பட்டார்.

- 23-6-1908 அன்று பரீந்திரருடன் சேர்த்து கைது செய்யப்பட்ட நரேந்திர கோஸயின் என்பவன் இயக்கத்தைக் காட்டிக் கொடுத்து, அப்ரூவராக மாறினான். அரசாங்கத்திடம் அவன் அளித்த வாக்கு மூலத்தின் விளைவாக, வங்கப் புரட்சியாளர்களோடு வ.உ.சி.க்கும் சம்பந்தம் இருக்குமோ என்ற சந்தேகத்தின் பேரில், 7-7-1908 அன்று அவருக்கு இரட்டை ஆயுள் தண்டனை விதிக்கப்பட்டது.

- முஜாபர்பூரில் வெடிகுண்டு வீசிய புரட்சி வீரனான பதினாறு வயது இளைஞன் குதிராம் போஸ், தூக்குத் தண்டனை விதிக்கப்பட்டு, 11-8- 1908 அன்று தூக்கிலிடப்பட்டான்.

- இயக்கத்தைக் காட்டிக் கொடுத்த நரேந்திர கோஸயினைச் சிறைக்குள்ளேயே சுட்டுக்கொன்று, அந்தத் துரோகியை ஒழித்துக் கட்டிய புரட்சி வீரர்களான கனைலால் தத், சத்தியேந்திர குமார் ஆகிய இருவரும் முறையே 10-11-1908 அன்றும், 21-11-1908 அன்றும் தூக்கிலிடப் பட்டனர்...

வ.உ.சி. சொல்லியனுப்பிய விஷயங்கள்

இவ்வாறு சங்கிலித் தொடர் போன்று 1908ஆம் ஆண்டில் நிகழ்ந்த நிகழ்ச்சிகள்தான் தமிழ்நாட்டில் ரகசியச் சங்கம் ஒன்றைத் தோற்றுவிப்பதற்கான உத்வேகத்தையும் அவசியத்தையும் உண்டாக்கியது என்று சொல்ல வேண்டும். 1978 மார்ச் 4 ஆம் தேதியன்று நந்திமலையில் (ஸத்குரு ஓம்காரராக இருந்து வந்த) நீலகண்ட பிரம்மச்சாரி சமாதியடைந்த காலத்தில், அவரோடு உடனிருந்தவரும், அவருக்கு உத்தரக்கிரியைகளை நடத்தியவருமான நீலகண்ட பிரம்மச்சாரியின் சகோதரர் எஸ்.லட்சுமிநாராயண சாஸ்திரி, தமது தமையனாரைப் பற்றி எழுதியுள்ள ஒரு கட்டுரையில் இவ்வாறு கூறுகிறார்: "சில வாரங்களில் நீலகண்டன் திருநெல்வேலி... வந்தபோது, வ.உ.சி., சிவா இவர்கள் மீதான வழக்கு கோர்ட்டில் நடந்துகொண்டிருந்தது. அன்றொரு நாள் திருநெல்வேலியில் என் தமையனார் நின்று கொண்டிருக்கையில், வ.உ.சி.யை ஒரு குதிரை வண்டியில் பாராவுடன் சிறைக்கு அழைத்துக் கொண்டு போவதைப் பார்த்தார். வண்டியிலிருந்தபடியே வ.உ.சி.யும் என் தமையனார் நீலகண்டனைப் பார்த்துவிட்டார். ஆனால் இருவர்களாலும் ஒன்றுமே பேசிக்கொள்ள முடியவில்லை. இருப்பினும் வ.உ.சி. வண்டியிலிருந்தபடியே உரத்த குரலில் 'எங்கேயும் போக வேண்டாம் இருங்கள்' என்று கத்தினார். இக்குரலைக் கேட்ட என் தமையனார் குறிப்பாலுணர்ந்து கொண்டார். 'எதற்காகப் பிள்ளைவாள் என்னைப் பார்த்து இந்த வார்த்தை சொன்னார்? இதில் ஏதோ விஷயம் இருக்கிறது.' என்றெண்ணி, தமக்குள் முடிவு செய்ததோடு, அதே சிந்தனையிலிருந்தார். மறுதினம் ஒரு புதிய நபர்தான் சிதம்பரம்

பிள்ளையின் உத்தரவுப்படி வந்திருப்பதாக அறிமுகம் செய்துகொண்டு, ஏதோ ரகசியங்களை நீலகண்டனிடம் கூறிவிட்டுச் சென்றார். இதற்குப்பின் நீலகண்டன் பாஞ்சாலங்குறிச்சி ஜமீந்தாரின் உறவுக்காரர்கள் மற்றும் கம்பளத்தார்களையெல்லாம் சந்தித்துப் பேசினார். அவர்களும் பரங்கிகளின் ஆட்சி ஒழிந்து பாரதநாடு சுதந்திரம் அடைவதை வரவேற்றனர்..." (**புரட்சி வீரர் நீலகண்ட பிரம்மச்சாரி** - தினமணி, 15-8-1981).

நீலகண்ட பிரம்மச்சாரியின் வரலாற்று நூலை எழுதியுள்ள ரா.அ.பத்மநாபனும், இதே விஷயத்தை எழுதி, அவ்வாறு வந்த நபர் நீலகண்டரைத் தூத்துக்குடிக்கு அழைத்துச் செல்லும்படி பிள்ளை கூறியுள்ளதாகத் தெரிவித்து, அவரை அழைத்துச் சென்றதாகவும், அங்கிருந்து நீலகண்டர், பாஞ்சாலங்குறிச்சி ஜமீன்தாரின் மாமனான மாப்பிள்ளைசாமியைச் சந்திப்பதற்காக, ஆதனூர் என்ற கிராமத்துக்குச் சென்றதாகவும் மாப்பிள்ளைசாமி புரட்சிப் படைக்கு 20 ஆயிரம் வீரர்களைத் தர முன்வந்ததாகவும் எழுதியுள்ளார் (**புரட்சி வீரர் நீலகண்ட பிரம்மச்சாரி** - பக். 68-70).

மேலும், இதே பகுதியில் "சிதம்பரம்பிள்ளை விசாரணையில் சிறைச்சாலையில் இருந்தாரென்றாலும், அவருக்கு இருந்த செல்வாக்கினால், வெளியில் நடப்பதெல்லாம் அவருக்குத் தெரிந்துவந்தது. அது மட்டுமல்ல. வெளியில் பல காரியங்களை ஏற்பாடு செய்வதும் அவருக்குச் சாத்தியமாக இருந்தது" (பக். 69) என்றும் எழுதியுள்ளார். சிதம்பரம் பிள்ளை சிறையிலிருந்தபோதும், அவருக்கு வெளியுலகோடு தொடர்புகொள்ளக்கூடிய இத்தகைய வாய்ப்பு இருந்தது என்பதை அவரது சுயசரிதையும் உறுதிப்படுத்துகிறது. தாம் கைது செய்யப்பட்ட மறுநாள் திருநெல்வேலியில் நடந்த 'கலகங்கள்' பற்றிய விவரங்களை, திருநெல்வேலிச் சிறை வார்டர்கள் மூலம் தெரிந்துகொண்டதை அவரே,

"........ வார்டர்கள்
தெறுகள மாயது திருநெல் வேலி" எனக்
கைதிகளை அடைத்துக் கதவைப் பூட்டினர்;
செய்திகள் யாவும் தெரிந்தோம்"

- (சுயசரிதை - பக். 83)

என்று பாடியுள்ளார். மேலும், சிறைக்குள்ளிருந்த சிவாவும் வ.உ.சி.யும் பத்திரிகைகள் படிக்க விரும்பி, ஜெயில் சூப்பிரிண்டெண்டிடம் கேட்க, அவன் அவற்றைத் தர மறுத்தபின், தாங்கள் பத்திரிகைகளையும் சிறைக்குள் ரகசியமாகக் கொண்டுவரச் செய்து படித்ததைப் பின்வருமாறு பாடியுள்ளார்:

பேப்பர் படித்திடப் பெருமயல் உற்றியாம்
சூப்பிரிண் டெண்டிடம் சொன்னோம். அவனுடன்
மறுத்தான். அதன்பின் வலனுடன் அவன்பின்
செறித்த பலவும் செப்பும் 'ஹிந்து'வும்
'வந்தே மாதர' மாட்சிபெற்ற வெம்
சொந்தப் பேப்பரும், 'சுதேசமித்திர'னும்
தினமும் வருத்தித் தெரியாது படித்தோம்.

- (சுயசரிதை - பக். 84)

இதேபோல் வ.உ.சி. பின்னர் தண்டனை பெற்று, கோயமுத்தூர் சிறையில் அடைபட்டு இருந்த காலத்திலும், அவருக்கு வெளியுலகுடன் தொடர்பு இருந்தது என்பது,

'அமிர்த பஸா'ரும், தமிழ் 'மித்திர'னும்
'ஹிந்து'வும் நாள்தோறும்வந்தன மறைவில்

- (சுய சரிதை - பக். 126)

என்ற வரிகளிலிருந்து நமக்குத் தெரியவருகிறது. இவ்வாறு வ.உ.சி.க்குப் பத்திரிகைகளை ரகசியமாகக் கொண்டுவந்து கொடுத்த வார்டர் பின்னால் பிடிபட்டு, மூன்றுமாதக் கடுங்காவல் தண்டனை பெற்றதையும் அவர் குறிப்பிட்டுள்ளார் (பக். 129).

எனவே, நீலகண்டரின் இளவல் லக்ஷ்மி நாராயண சாஸ்திரி குறிப்பிட்டுள்ளதுபோல், திருநெல்வேலியில் சிறையிலிருந்த காலத்திலேயே சிதம்பரம்பிள்ளை அனுப்பிய நபர், நீலகண்டரைச் சந்தித்து, 'ஏதோ ரகசியங்களை'க் கூறிச் சென்ற பின்னர், ரகசியச் சங்கம் அமைக்கும் முயற்சிகள் மும்முரமடைந்திருக்கக்கூடும் என்று நாம் ஊகிக்கலாம்.

வ.உ.சி. கோவைச் சிறையிலிருந்த காலத்தில் அவர் வெளியுலகுடன் கொண்டிருந்த தொடர்பு குறித்துப் பலரும் எழுதியுள்ளனர். உதாரணமாக, சுத்தானந்த பாரதி, பரலி சு.நெல்லையப்பரைப் பற்றிய ஒரு கட்டுரையில், "பரலியப்பர் கோயமுத்தூரில் சிறைக்கு அண்மையில் குடியிருந்து கொண்டு, எப்படியோ உள்ளே சென்று, சிதம்பரம் பிள்ளையைக் கண்டும், அவர் அனுப்பும் துண்டுச் சீட்டுக்களைப் படித்தும் அவருக்கு வேண்டிய உதவிகளைச் செய்து வந்தார்" என்று எழுதியுள்ளார் (**நெல்லை மாவட்டச் சுதந்திரப் போராட்ட வரலாறு** - பக்.94). இதேபோல், அமரர் வெ.சாமிநாத சர்மாவும் நெல்லையப்பரின் கோவை வாசம் பற்றி இவ்வாறாக எழுதியிருக்கிறார்: "கப்பலோட்டிய தமிழன் வெஞ்சிறையில் வாடிக்கொண்டிருந்த காலம்.

இடம் கோயமுத்தூர் சிறை. சிறைக்கு வெளியே சிதம்பரனாருக்கு உற்ற துணைவர் நெல்லையப்பர்தான். ஆனால் அவருக்குத் தலைமறைவு வாசம். எப்படிச் சிறைச்சாலைச் சுவர்களைக் கடந்து உள்ளே போய் வருவாரோ? சிதம்பரனாரைப் பேட்டி காண்பார். சிறு சிறு காகிதத் துண்டுகளில் அவர் குறித்துக்கொடுக்கும் செய்திகளைப் பெற்றுக் கொள்வார். அவற்றின்படி வெளியே வந்து செயலாற்றி, வ.உ.சி.யின் திட்டங்களை நிறைவேற்றுவார்" (மேற்கோள்: **பாரதியாரின் தம்பி** - சு.விசுவநாதன். பக். 47). இவ்வாறு சிறையிலிருந்த வ.உ.சி.க்கும் வெளியில் புதுச்சேரியிலும் திருநெல்வேலியிலும் இருந்த தேசபக்தர்களுக்கும் இடையே பரலி நெல்லையப்பர் தூதுகொண்டு செல்லும் தொடர்புக் கண்ணியாகச் செயல்பட்டு வந்தார்.

கோவைச் சிறையிலிருந்த வ.உ.சி.யை அங்குள்ள சிறை அதிகாரிகள் பழிவாங்குவது போல் வேண்டுமென்றே பலவாறும் கொடுமைப்படுத்தி வந்தனர். சிறை சூப்பிரிண்டெண்ட் வந்தபோது எழுந்து நிற்காததற்குத் தண்டனை, ஜெயிலரிடம் எதிர்த்துப் பேசியதற்குத் தண்டனை, கேழ்வரகுச் சோற்றைத் தின்ன மறுத்ததற்குத் தண்டனை என்று அவரது தண்டனைக் காலத்தையும் அதிகரித்தனர். மேலும் அரசியல் கைதியாக அடைப் பட்டிருந்த அவரை, கிரிமினல் கைதியிலும் கேவலமாக நடத்தினர். அவரை மலச்சட்டியை எடுக்குமாறு நிர்ப்பந்தித்தனர். இதனைச் செய்ய மறுத்தபோது, அவரைக் கல்லுடைக்குமாறு செய்தனர்; மேலும் மாட்டைப்போல் அவரைச் செக்கிழுக்கவும் வைத்தனர். சிதம்பரம் பிள்ளைக்கு இழைத்த இந்தக் கொடுமைகளைக்கண்டு சகிக்காமல், கிரிமினல் கைதிகள் ஜெயிலரை அடித்ததால், சிறைக்குள் கைதிகளின் கலகம் ஒன்றே வெடித்துவிட்டது. தமக்குச் சிறைக்குள் இழைக்கப்பட்ட இந்தக் கொடுமைகளைக் குறித்து வ.உ.சியே தமது 'சுயசரிதை'யின் இரண்டாம் பாகத்தில் பல பக்கங்களில் பாடியுள்ளார். கோவைச் சிறையில் வ.உ.சி.க்கு இழைக்கப்பட்ட இந்தக் கொடுமைகளைப் பற்றி அறிய வந்ததனால்தான் பாரதி தனது 'சுதந்திரப் பயிர்' என்ற பாடலில்,

> **மேலோர்கள் வெஞ்சிறையில் வீழ்ந்து கிடப்பதுவும்**
> **நூலோர்கள் செக்கடியில் நோவதுவும் காண்கிலையோ?**
> **மாதரையும் மக்களையும் வன்கண்மையால் பிரிந்து**
> **காதல் இளைஞர் கருத்தழிதல் காணாயோ?**
>
> **- (கண்ணிகள் - 5, 7)**

என்று சர்வேசனை நோக்கிக் கண்ணீர்விட்டுக் கசிந்து பாடினான்.

கோவைச் சிறையில் வ.உ.சி. இத்தகைய கொடுமைகளுக்கெல்லாம் உள்ளானதற்கு, "பெருமதிப்புக்குரிய ஓர் அரசியல் தலைவர் இவ்வாறு

மிருகம்போல் நடத்தப்பட்டதற்கும் ஆஷ் துரைதான் தூண்டுகோல் என்ற நம்பிக்கையும் பரவலாக இருந்தது" (**புரட்சி வீரர் நீலகண்ட பிரம்மச்சாரி** - *ரா.அ.ப.பக்.91).* ரா.அ.பத்மநாபன் இந்நூலில் மேலும் பின்வருமாறு எழுதுகிறார்; *"1909 ஆம் ஆண்டு மத்தியில், வ.உ.சி.யின் குடும்ப நண்பர் பரலி சு.நெல்லையப்பர் புதுவையிலிருந்து கோவைச் சிறைச்சாலைக்குச் சென்று, வ.உ.சி.யைப் பேட்டி கண்டு வந்தார். புதுவை திரும்பிய அவர், சிறையில் சிதம்பரம்பிள்ளை படும் துயர்களை விவரித்து, வ.உ.சி. தம்மிடம் 'இந்த ஆஷின் அக்கிரமத்துக்கு முடிவில்லையா.' என்று ஆதங்கப்பட்டதாக நெல்லையப்பர் தமது புதுவை நண்பர்களிடம் தெரிவித்தார். அப்போது புதுவையில் தலைமறைவாக இருந்த வ.உ.சியின் நண்பர் மாடசாமி இதைக் கேட்டு மனம் புழுங்கினார். இதற்குப் பின் ராஜபாளையம் சுப்பையா முதலியார் என்ற ஒருவர் புதுவை வந்து மாடசாமிப் பிள்ளையைச் சந்தித்தார். கோவைச் சிறையிலிருந்து வ.உ.சி. சொல்லியனுப்பியபடி, தாம் மாடசாமியைச் சந்திப்பதாகவும், ஆஷ் துரையை ஒழித்துக்கட்டுவதற்கு ஆயிரம் ரூபாய் தருவதாகவும் சுப்பையா முதலியார் மாடசாமியிடம் தெரிவித்தார். தம்மிடமும் சுப்பையா முதலியார் இவ்வாறே தெரிவித்ததாக நீலகண்ட பிரம்மச்சாரி கூறுகிறார்... திருநெல்வேலிக் கலவரத்துக்குப்பின் மாடசாமிப்பிள்ளை தலைமறைவாகி விட்டார். கலவர வழக்கில் அவரும் குற்றவாளியாக்கப் பட்டிருந்தார். அதனால் அவர் புதுவையில் இருந்தது மட்டுமின்றி, அங்குகூடத் தலைமறைவாகவும் இருந்தார். சிதம்பரம் பிள்ளையின் சிறைச்சாலைத் துயர்களுக்குக் காரணமெனக் கருதப்பட்ட ஆஷை ஒழித்துக்கட்ட மாடசாமி உடனே முயற்சி மேற்கொண்டார்" (பக்91-92).*

ஆஷ் கொலைக்குக் காரணம்

வ.உ.சி. இவ்வாறு சொல்லியனுப்பிய செய்தியும், ஆயுதந் தாங்கிய நடவடிக்கைக்கான ரகசியச் சங்கத்தை அமைக்கும் முயற்சியை மேலும் தூண்டிவிட்டிருக்க வேண்டும் என்று நாம் ஊகிக்கலாம். உண்மையில், தமிழ்நாட்டில் ஆயுதந்தாங்கிய நடவடிக்கைகளுக்குத் தயாராகி, அதற்கு முதல் பலியாக ஆஷ் துரையைத் தீர்த்துக் கட்டுவது என்று தமிழ்நாட்டைச் சேர்ந்த தீவிரத் தேசியவாத இயக்கத்தைச் சேர்ந்த புரட்சிவாதிகளும், மற்றும் தேசபக்திமிக்க இளைஞர்களும் தீர்மானித்ததற்குப் பல காரணங்கள் உண்டு. தூத்துக்குடியில் வ.உ.சி. தொடங்கிய 'சுதேசிய நாவாய்ச் சங்கம்' என்ற சுதேசியக் கப்பல் கம்பெனிக்குச் சகலவிதமான இடையூறுகளையும் விளைவித்து, அதனைச் செயல்படவொட்டாது நாசமாக்கியவனும் ஆஷ்துரைதான்; அதேபோல் வ.உ.சி.யையும் சிவாவையும் கைது செய்யவும், அவர்களுக்குக் கொடுந் தண்டனை வழங்கவும் தூண்டுகோலாக இருந்தவனும் அவன்தான்;

தூத்துக்குடியிலும் திருநெல்வேலியிலும் நடந்த கலகங்களின்போது துப்பாக்கிப் பிரயோகம் செய்து நான்கு பேர்களின் உயிரைக் குடிக்கவும் பலரைச் சிறைக்கு அனுப்பவும் காரணமாக இருந்தவனும் அவன்தான். இவ்வாறு தேசியத் தலைவர்களுக்கும் மக்களுக்கும் விரோதியாக இருந்த, அவர்கள் வெறுக்கும் கொடுங்கோலனாகவிருந்த தூத்துக்குடி சப்-கலெக்டர் ஆஷ், திருநெல்வேலி ஜில்லாக் கலெக்டர் விஞ்ச் மாற்றலாகிப்போன பின்னர் பதவி உயர்வு பெற்று, திருநெல்வேலி ஜில்லாக் கலெக்டராகவும் மாறியிருந்தான்.

இத்தனைக்கும் மேலாக, ஆஷ் துரையைக் கொல்வது என்று தேசபக்த இளைஞர்கள் தீர்மானித்ததற்கு வேறொரு காரணமும் உண்டு. சுதந்திரப் போராட்ட வரலாற்றில், ஆஷ் துரையைச் சுட்டுக்கொன்ற வரலாறு பற்றி நூல்கள் எழுதியுள்ள அனைவரும் அந்தக் காரணத்தைக் கணக்கில் எடுத்துக்கொள்ளவே தவறிவிட்டார்கள். எனினும், "சுதந்திர சரித்திரத்தில் ஒரு ஏடு: திருநெல்வேலியில் நிறத்திமிர்" என்ற தலைப்பில், இந்தக் காரணத்தைப் பற்றி ஒரு சிறு குறிப்பை நஜன் எழுதியுள்ளார். ஆஷ் ஜில்லாக் கலெக்டராகப் பதவியுயர்வு பெற்றுத் திருநெல்வேலிக்கு வந்த பின், திருநெல்வேலி மாவட்டத்தைச் சேர்ந்த குற்றாலத்திலுள்ள அருவியில் மக்கள் குளிப்பதற்கும் தடைவிதிக்க முற்பட்டான். நஜன் தமது குறிப்பில் இவ்வாறு எழுதுகிறான்; "காலை நேரத்தில் இரண்டு மணி நேரம் வெள்ளையர்கள் குற்றால நீர்வீழ்ச்சியில் குளிப்பார்கள் என்றும், அந்த நேரத்தில் இந்தியர்கள் அருவிப் பக்கம் வரக்கூடாது என்றும் உத்தரவு பிறப்பித்து அதை ஒரு போர்டிலும் எழுதி வைத்தார்கள். இந்த அக்கிரமத்தைத் தடுக்க வேண்டும் என்ற நோக்கத்துடன் குற்றாலநாதர் ஆலயத்தின் டிரஸ்டிகள் நீர்விழ்ச்சியின் உரிமை கோரி, நீதிமன்றத்தில் வழக்கு தொடர்ந்தனர். இவ் வழக்கு சபார்டினேட் ஜட்ஜ் முன்பு விசாரணைக்கு வந்தது... நீதிபதி தன் தீர்ப்பில், கோயில் தன் பூஜைகளை அருவிக்கருகில் செய்து கொள்ளலாம் என்றும், ஆனால் வெள்ளையர்கள் குளிக்கும்போது அவர்களுக்கு இடைஞ்சல் செய்யக் கூடாதென்றும் குறிப்பிட்டிருந்தார். இந்தத் தீர்ப்பை எதிர்த்து, ஹைகோர்ட்டில் அப்பீல் செய்யப்பட்டது. 1910இல் பிரதம நீதிபதி ஆர்னால்ட ஒயிட்டும் நீதிபதி அய்லிங்கும் கொண்ட புல்பெஞ்ச் இதை விசாரித்தது. தீர்ப்பில் கூறப்பட்டதாவது: '... பொது ஜன அமைதியைக் காக்கும் பொருட்டே குளிப்பது பற்றிய கட்டுப்பாடு உத்தரவுகள் பிறப்பிக்கப்பட்டுள்ளன. வெள்ளையர்களுக்காக இரண்டு மணி நேரம் மட்டுமே ஒதுக்கப்பட்டுள்ளது. விஷேச தினங்களில் வெள்ளையர்கள் இனி அருவியில் குளிக்காமல் இருப்பார்கள்...' (**தின மலர்** - சுதந்திர தின வெள்ளி விழா மலர், 15-8-72).

ஆஷ் பிறப்பித்த மேற்கண்ட உத்தரவும், அதனை எதிர்த்து நடத்திய வழக்குகளில் வெள்ளை நீதிபதிகள் வழங்கிய தீர்ப்புக்களும் மக்கள் மத்தியில் எத்தனை ஆத்திரத்தைக் கிளப்பியிருக்கும். வெள்ளையரின் நிறத்திமிர் ஆங்கிலேயர்களுக்கு அருவியில் குளிக்கப் பிரத்தியேக உரிமையை வழங்கத் துணிந்ததோடு மட்டுமல்லாது, பொது மக்களை மட்டுமன்றி அவர்களது வணக்கத்துக்குரிய தெய்வத்தையும் - திருகுற்றாலநாதர் சுவாமியையும் - அவமதித்து விட்டது. "கோயில் தன் பூஜைகளை அருவிக்கருகில் செய்து கொள்ளலாம். வெள்ளையர்கள் குளிக்கும்போது அவர்களுக்கு இடைஞ்சல் செய்யக் கூடாது" என்ற நிறத்திமிர் பிடித்த தீர்ப்பு, மக்களது மத உணர்ச்சியையும் சுதந்திரத்தையும் பாதிக்கக்கூடிய இந்தத் தீர்ப்பு, மக்களுக்கு, குறிப்பாக, குற்றாலத்துக்கு அருகிலுள்ள மக்களுக்கு முக்கியமாக, தேசபக்தர்களுக்கு எத்தகைய ஆத்திரத்தையும் ஆவேசத்தையும் ஏற்படுத்தியிருக்கும் என்பதை நாம் ஊகித்துக்கொள்வது ஒன்றும் சிரமம் அல்ல, சொல்லப்போனால், ஆஷ் இழைத்துவந்த கொடுமைகளுக்கெல்லாம் சிகரம் வைத்தாற்போல், நிறத்திமிர் பிடித்த இந்த உத்தரவு விளங்கியது. இதுவே அவனை விரைவில் ஒழித்துக் கட்டுவது என்ற முடிவுக்கு வருவதற்கு, தேசபக்தி மிக்க இளைஞர்களைத் தூண்டியது என்றும், இதன் காரணமாகவே ஆயுதந் தாங்கிய நடவடிக்கைக்கான ரகசியச் சங்கத்தைத் தோற்றுவிக்கும் முயற்சியும் வெற்றிகண்டு, தமிழ் நாட்டிலும் ஓர் ரகசியச் சங்கம் தோன்றியது என்றும், அதுவும் தென் தமிழகத்திலேயே உருப்பெற்றது என்றும் நாம் கூறலாம்.

1911 ஜூன் 17 அன்று இந்த ஆஷ் துரையை, திருநெல்வேலியை அடுத்துள்ள மணியாச்சி ரயில் நிலையத்தில் வீரன் வாஞ்சிநாதன் சுட்டுக்கொன்று, தன்னையும் மாய்த்துக்கொண்டபின் தொடங்கிய 'திருநெல்வேலிச் சதிவழக்'கின் போது போலீஸாரிடம் பிடிபட்டுக் குற்றவாளிக் கூண்டில் நிறுத்தப்பட்டவர்கள், போலீஸாரிடம் அகப்படாது தப்பித் தலைமறைவானவர்கள், போலீஸாரின் விசாரணைக்கும் தண்டனைக்கும் தப்பித் தற்கொலை செய்து கொண்டவர்கள் ஆகியோர் யாரார் என்று பார்த்தாலே அவர்களிற் பெரும்பாலோர், திருநெல்வேலி ஜில்லாவையும், மற்றும் குறிப்பாக, குற்றாலத்தை அடுத்துள்ள ஊர்களையும் சேர்ந்தவர்களாகவே இருந்ததும் இதனை ஊர்ஜிதப்படுத்துகிறது. இதில் விதிவிலக்காக இருந்தவர் குற்றவாளிக் கூண்டில் முதல் 'எதிரி'யாக நிறுத்தப்பட்ட நீலகண்ட பிரம்மச்சாரி ஒருவர் மட்டுமே. தஞ்சாவூர் மாவட்டத்தைச் சேர்ந்த (சீர்காழிக்கு அருகிலுள்ள) எருக்கூரில் அவர் பிறந்தவர் என்ற காரணத்தால், அவர் தஞ்சாவூரைச் சேர்ந்தவர் என்று குற்றவாளிப் பட்டியலிலே கூறப்பட்டிருந்த போதிலும்கூட, அவர் பிரம்மச்சரிய விரதம் பூண்டு, நாட்டுக்காகத்

துறவறம் மேற்கொண்டு, "யாதும் ஊரே" என வாழ்ந்து, தமிழ்நாடு முழுவதிலும் சுற்றித்திரிந்து புரட்சி இயக்கத்தைக் கட்டியமைக்கப் பாடுபட்ட, ஏனைய மாகாணங்களில், குறிப்பாக வங்காளத்தில் இருந்த புரட்சிவாதிகளோடு தொடர்பும் கொண்டிருந்த புரட்சித் தலைவராகவே விளங்கினார். குற்றவாளிக் கூண்டில் நிறுத்தப்பட்டிருந்த ஏனையோரில் இரண்டாவது எதிரியான சங்கர கிருஷ்ணனை தென்காசித் தாலுகாவைச் சேர்ந்த கடைய நல்லூருக்கு அருகிலுள்ள கிருஷ்ணாபுரம் கிராமத்தைச் சேர்ந்தவர். கடையநல்லூரும் குற்றாலத்திலிருந்து சுமார் 15 மைல் தூரத்தில் உள்ள ஊர்தான். ஏனைய 'எதிரி'களில், டி.என்.சிதம்பரம் பிள்ளையும், முத்துக் குமாரசாமி பிள்ளையும் குற்றாலத்திலிருந்து நான்கு மைல் தூரத்திலுள்ள தென்காசியைச் சேர்ந்தவர்கள்; ஜகந்நாத அய்யங்கார், ஹரிஹர அய்யர், வேம்பு அய்யர் என்ற மகாதேவ அய்யர், சாவடி அருணாசலம் பிள்ளை, அழகப்ப பிள்ளை, பிச்சுமணி என்ற வெங்கடாசல அய்யர் ஆகியோர் யாவரும் குற்றாலத்திலிருந்து சுமார் மூன்று மைல் தூரத்திலுள்ள செங்கோட்டையைச் சேர்ந்தவர்கள்; ராமசாமிப் பிள்ளை என்ற பாபுப்பிள்ளை செங்கோட்டையிலிருந்து சுமார் முப்பது மைல் தொலைவிலுள்ள புனலூரைச் சேர்ந்தவர்; மற்றவர்களில் சுப்பையா பிள்ளை வ.உ.சி.யின் ஊரான தூத்துக்குடியைச் சேர்ந்தவர்; வந்தேமாதரம் சுப்பிரமணியம் என்ற பி.பி.சுப்பிரமணியம், பாரதியின் ஊரான எட்டயபுரத்தைச் சேர்ந்தவர். வழக்கில் பிடிபடாது தலைமறைவாகிவிட்ட மாடசாமிப் பிள்ளை தூத்துக்குடியைச் சேர்ந்தவர். போலீஸாரின் கொடுமைக்குத் தப்பித் தற்கொலை செய்து கொண்ட வேங்கடேஸ்வர அய்யர், தருமராஜ அய்யர் ஆகியோர் இருவரும் முறையே புனலூரையும் செங்கோட்டையையும் சேர்ந்தவர்கள். எல்லாவற்றுக்கும் மேலாக, ஆஷ் துரையைச் சுட்டுக்கொன்று பழி தீர்த்துக்கொண்ட வீரன் வாஞ்சிநாதனும் செங்கோட்டையைச் சேர்ந்தவன்; புனலூரில் காட்டிலாகாவில் வேலை பார்த்தவன்.

என்றாலும், இந்த விவரங்களிலிருந்து, ஆஷ் துரையின் கொலைக்குக் கருவியாகச் செயல்பட்ட ரகசியச் சங்கம், ஒரு குறுகிய நோக்கத்துக்காக, தனி நபரான ஒரு வெள்ளையனைச் சுட்டுக்கொல்லும் ஒரே நோக்கத்துக்காக உருவான சங்கம்தான் என்று நாம் கொண்டுவிடக் கூடாது. ஆஷ் செய்த கொடுமைகள், தமிழ்நாட்டில் முதன் முதலாக ஆயுதந் தாங்கிய புரட்சி நடவடிக்கைகளுக்கான ஒரு சங்கம் திரட்சி பெற்று உருவாவதற்கு ஒரு தூண்டுகோலாக விளங்கிவிட்டன. 1908இல் வ.உ.சி. முதலியோர் கைதான சமயத்திலேயே ரகசிய நடவடிக்கைக்கான சூழ்நிலையும் அவசியமும் தோன்றிவிட்ட போதிலும்கூட, குற்றால அருவி சம்பந்தமாக நிறத்திமிர் பிடித்த ஆஷ் பிறப்பித்த உத்தரவு, அந்தச் சங்கம் 1910ஆம் ஆண்டில் நன்கு உருப்பெற்றுத் திரண்டு ஓராண்டுக்

காலத்துக்குள்ளாகவே உடனடியாகச் செயலிலும் இறங்குவதைத் துரிதப்படுத்திவிட்டது என்றே சொல்லலாம். இதே 1910ஆம் ஆண்டில்தான் புதுவையிலிருந்து பாரதியை ஆசிரியராகக்கொண்டு வெளிவந்து கொண்டிருந்த 'இந்தியா' மற்றும் 'சூரியோதயம்', 'விஜயா' ஆகிய பத்திரிகைகளும் பிரிட்டிஷ் இந்தியாவுக்குள் வருவதற்குத் தடை செய்யப்பட்டு, தேச பக்தர்களின் குரலும் ஒடுக்கப்பட்டது. இதுவும் ரகசியச் சங்கத்தின் தோற்றத்தைத் துரிதப்படுத்தியது எனலாம். இந்தச் சங்கத்தைச் சேர்ந்தவர்கள் ரகசியக் குழுவில் சேர்வதற்கு அடையாளமான 'ரத்தப் பிரதிக்ஞை'யை "உத்தேசமாக 1910 ஜூன் மாதம்" செய்து கொண்டதாக எழுதுகிறார் ரா.அ. பத்மநாபன் (மேற்கூறிய நூல்: பக். 95). என்றாலும், உண்மையில் இந்தச் சங்கம், இந்திய நாட்டில் தோன்றிய ஆயுதந் தாங்கிய நடவடிக்கைக்கான புரட்சி இயக்கத்தின் ஓர் அங்கமாகவே, சொல்லப்போனால், ஐரோப்பாவில் இருந்து வந்த இந்தியப் புரட்சி யாளர்களோடும் தொடர்பு கொண்டிருந்த ஒரு சங்கமாகவே இருந்தது எனலாம். இதனை வாஞ்சிநாதன் தன்னைத்தானே மாய்த்துக்கொண்ட பின் அவனது சட்டைப் பையிலிருந்து எடுத்த பின்வரும் கடிதமும் உறுதிப்படுத்தியது:

"ஆங்கில சத்துருக்கள் நமது தேசத்தைப் பிடுங்கிக் கொண்டு, அழியாத ஸனாதன தர்மத்தைக் காலால் மிதித்துத் துவம்சம் செய்து வருகிறார்கள். ஒவ்வொரு இந்தியனும் தற்காலத்தில் தேசச் சத்துருவாகிய ஆங்கிலேயனைத் துரத்தி, தர்மத்தையும் சுதந்திரத்தையும் நிலைநாட்ட முயற்சி செய்து வருகிறான். எங்கள் ராமன், சிவாஜி, கிருஷ்ணன், குரு கோவிந்தர், அர்ஜூனன் முதலியவர் இருந்து தர்மம் செழிக்க அரசாட்சி செய்துவந்த தேசத்தில், கேவலம் கோமாமிசம் தின்னக்கூடிய ஒரு மிலேச்சனாகிய ஜார்ஜ் பஞ்சமனை (George V) முடிசூட்ட உத்தேசம் செய்துகொண்டு, பெருமுயற்சி நடந்து வருகிறது. அவன் (George) எங்கள் தேசத்தில் காலை வைத்தவுடனேயே, அவனைக் கொல்லும் பொருட்டு 3000 மதராசிகள் பிரதிக்கினை செய்து கொண்டிருக்கிறோம். அதைத் தெரிவிக்கும் பொருட்டு அவர்களில் கடையோனாகிய நான் இன்று இச்செய்கை செய்தேன். இதுதான் இந்துஸ்தானத்தில் ஒவ்வொருவனும் செய்யவேண்டிய கடமை.

- இப்படிக்கு வாஞ்சி அய்யர்,

R. Vanchi Aiyar of Shencotta.
(ஆஷ் கொலை வழக்கு 'எக்ஸிபிட்' எண்: Exhibit EE).

மேலும் ஆஷ் கொல்லப்படுவதற்கு எட்டு மாதங்களுக்கு முன்பே, ஐரோப்பாவிலிருந்த இந்தியப் புரட்சிவாதிகளோடு நேர்முகத் தொடர்பு கொண்டிருந்த தேசபக்த வீரர் வ.வெ.சுப்ரமண்ய அய்யர், 1910

அக்டோபரிலேயே பாண்டிச்சேரிக்கு வந்து சேர்ந்துவிட்டார் என்பதும், பாண்டிச்சேரியில் அவர்தான் வாஞ்சிக்குத் துப்பாக்கி சுடும் பயிற்சி அளித்தார் என்பதும், பாண்டிச்சேரியிலிருந்து வந்த இந்தியத் தேச பக்தர்களுக்கும் ஐரோப்பாவிலிருந்த இந்தியப் புரட்சிவாதிகளுக்கும் தொடர்புகள் இருந்து வந்தன என்பதும், சுதந்திரப் போராட்ட வரலாற்று ஆசிரியர்கள் பலரும் குறிப்பிட்டுள்ள செய்திகளேயாகும். எனவேதான் ஆஷ் கொலை நடந்து முடிந்த இரு வாரங்களிலேயே, மாடம் காமா பாரீசிலிருந்து நடத்திவந்த 'வந்தே மாதரம்' (Vandemataram) என்ற பத்திரிகையின் 1911 ஜூலை இதழில் இவ்வாறு எழுதியிருந்தார்: "இந்துஸ்தானத்தைச் சேர்ந்த ஜரிகை உடை தரித்த அடிமைகள், ராயல் சர்க்கஸின் வித்தைக்காரர்களைப் போல் லண்டன் தெருக்களில் உலா வந்தும், இங்கிலாந்து மன்னனின் காலடியில் மாடுகளைப்போல் மண்டியிட்டும் கொண்டிருக்கின்ற வேளையில், இந்துஸ்தானம் உறங்கிக் கொண்டிருக்கவில்லை என்பதைத் திருநெல்வேலியிலும் மைமன் சிங்கிலும் நமது நாட்டின் இரு இளம் வீரர்கள் தமது துணிகரச் செயல்களால் நிரூபித்துக் காட்டிவிட்டனர்" (மேற்கோள்: Tinnevelly Consprαcy case: R.P.Aiyar. Blitz 28.4.1962). மணியாச்சியில் ஆஷ் கொலை செய்யப்பட்ட இரண்டே நாட்களில் 1911 ஜூன் 19 அன்று, வங்காளத்தில் மைமன் சிங்கில் ராஜ்குமார்ரே என்ற இன்ஸ்பெக்டர் சுட்டுக்கொல்லப்பட்டதையே காமா அம்மையார் இவ்வாறு குறிப்பிட்டிருந்தார்.

ஐந்தாம் ஜார்ஜ் மன்னன் இங்கு வந்து இந்தியாவின் சக்கரவர்த்தியாக முடிசூட்டிக் கொள்ளவிருந்த தருணத்தில் அதற்கு ஆட்சேபனை தெரிவிக்கும் விதத்தில், இந்திய நாட்டின் இருவேறு மூலைகளில் ஏறத்தாழ ஏககாலத்தில் நிகழ்ந்த இந்த இரு நிகழ்ச்சிகளும், இந்திய விடுதலைக்காகச் செயல்பட்டுவந்த புரட்சிவாதிகளுக்கிடையே தமது நடவடிக்கைகளைக் குறித்த செய்திகளைப் பரிவர்த்தனை செய்து கொள்வதும், நடவடிக்கைகளை ஒருங்கிணைப்பதும் ஓரளவுக்கு இருந்து வந்தன என்று ஊகிக்கவும் இடம் தருகின்றன. வாஞ்சியின் சட்டைப் பையிலிருந்து கண்டெடுக்கப்பட்ட கடிதமும் இந்த ஊகத்தை உறுதி செய்வதாக உள்ளது என்பதையும் நாம் காணலாம்.

பாரதிக்குத் தெரியுமா?

"இந்த ஆஷின் அக்கிரமத்துக்கு முடிவில்லையா?" என்று வ.உ.சி. சிறையில் ஆதங்கப்பட்டார் என்ற செய்தியை முன்னரே குறிப்பிட்டோம். எனவே, ஆஷ் கொலை செய்யப்பட்டான் என்ற செய்தியைக் கேள்விப் பட்டதும் அதனைச் சிறைக்குள்ளிருந்த வ.உ.சி. வரவேற்கவே செய்தார். இதனைக் குறித்து அவரே தமது சுயசரிதையில் இவ்வாறு பாடியுள்ளார்.

சிறையின் ஜூனியர் சப்அஸிஸ் டெண்டு
சர்ஜன் நின்று சௌக்கியம் உசாவி,
"கலெக்டர் ஆஷுவைத் தெரியுமா?" என்றான்.
"நன்றாகத் தெரியும்" என்றேன். "எப்படி?"
என்றான். "யான் இவண் ஏகியதற்கும்,
தூத்துக் குடியில் தோன்றிய சுதேசிக்
கப்பல் கம்பெனி செத்தொழிந் ததற்கும்
அவன் காரணம்" என்று அறைந்தேன். "ஒருவன்
அவனை நேற்று மணியாச்சி ஜங்ஷனில்
சுட்டுக்கொன்று தன்னையும் சுட்டுச்
செத்தான்" என்றான். "நல்லதோர் செய்தி
நவின்றாய். நீநலம் பெறுவாய்" என்றேன்...

- (சுயசரிதை - பக். 140-141)

ஆனால், பாரதிக்கு இந்த ரகசியச் சங்கம் பற்றியும், அதன் திட்டங்கள் பற்றியும், ஆஷ் கொலை செய்யப்படுவான் என்பதும் தெரியுமா? பாரதி வரலாற்றாசிரியர்கள் அனைவருமே, பாரதிக்கு இந்த ரகசியச் சங்கத்தோடோ, அதன் திட்டங்களோடோ, எந்தத் தொடர்பும் இல்லையென்றும், சொல்லப்போனால், பாரதி சம்பந்தப்படாமலும், அவனுக்குத் தெரியாமலுமே இந்தக் காரியங்கள் எல்லாம் நடைபெற்று வந்தன என்றும் உணர்த்தவே அரும்பாடுபட்டு வந்துள்ளனர். ஆயினும், பாரதிக்கு ஆயுதம் தாங்கிய புரட்சி நடவடிக்கைகளிலும், ரகசியச் சங்கத்தைத் தோற்றுவிப்பதிலும் எவ்வளவு ஈடுபாடு இருந்து வந்தது என்பதை முந்தைய பக்கங்களில் நாம் விரிவாகப் பார்த்தோம். இங்கு மேலும் சில உண்மைகளை நாம் நினைவூட்டிக் கொள்ள வேண்டும்.

ஆஷ் கொலை வழக்கில் முதல் 'எதிரியாக'க் குற்றவாளிக் கூண்டில் நிறுத்தப்பட்ட நீலகண்ட பிரம்மச்சாரி பாரதியின் நெருங்கிய நண்பர். சென்னை டி.யூ.சி.எஸ்.ஸில் (Triplicane Urban Co-Operative Society) வேலை பார்த்து வந்த இளைஞனான நீலகண்டனைத் தேசிய இயக்கத்தில் ஈர்த்துவிட்டதில் பாரதிக்கும் பெரும் பங்கு உண்டு. வங்கத்திலிருந்து வந்த புரட்சி வீரர் சந்திர காந்தச் சக்கரவர்த்தியிடம் நீலகண்டரை அறிமுகப்படுத்தி வைத்ததே பாரதிதான் என்பதையும் (பக். 238), பாரதி தலைமறைவாகிப் பாண்டிச்சேரிக்குச் சென்ற பின்னால், பாரதி சொல்லியனுப்பிய தகவலின் பேரில் நீலகண்ட பிரம்மச்சாரியே அடுத்த இரண்டு 'இந்தியா' இதழ்களையும் வெளிக்கொண்டுவந்தார் என்பதையும் முன்னர் (பக். 244) பார்த்தோம். நீலகண்ட பிரம்மச்சாரியும் 'இந்தியா' பத்திரிகைக்கு அவ்வப்போது எழுதி வந்தார். மேலும் பாரதி

பாண்டிச்சேரி சென்ற பிறகும், நீலகண்டர் பலமுறை அங்குச் சென்று பாரதியைச் சந்திக்கவும் செய்தார். எல்லாவற்றுக்கும் மேலாக, பின்னால் பாரதி சென்னைக்கு வந்த பின்னரும் நீலகண்டர் பாரதியைப் பலமுறை சந்தித்தார். நீலகண்டர் ஒருமுறை பசியால் வாடியதைக் கண்டு பொறுக்காமல்தான், பாரதி தனது 'பாரத சமுதாயம்' என்ற பாடலில், "தனியொருவனுக்கு உணவிலை யெனில் ஜகத்தினை அழித்திடுவோம்" என்று உளங் கொதித்துப் பாடினான். மேலும், பாரதி 1921 செப்டம்பர் 11 அன்றிரவு அமரரான பின்னர், அவனது சிதைக்குத் தீயிடுமாறு அவனது நண்பர்கள் முதலில் நீலகண்டரையே வேண்டினர். ஆனால் நீலகண்டர் தாம் துறவி என்பதால், நான் தீயிட முடியாது என மறுத்துவிட்டார். இந்த விவரங்கள் எல்லாம் பாரதி வரலாற்றாசிரியர்கள் பலரும் ஒப்புக்கொண்டுள்ள செய்திகளே.

அதேபோல் ஆஷ் கொலை வழக்கில் இரண்டாவது 'எதிரி'யாக நின்ற சங்கர கிருஷ்ணனும் பாரதியின் சீடரே; பாரதியின் மனைவி செல்லம்மாவின் வழியில் அவர் பாரதியின் உறவினரும்கூட. பாரதி சென்னையிலிருந்த காலத்திலேயே பாரதியோடு உடன் இருந்தவர் சங்கர கிருஷ்ணன். பாரதி பாண்டிச்சேரி சென்ற பின்பும், அங்கு சென்று பாரதியுடன் தங்கியிருந்தவர் அவர். பாரதி பாண்டிச்சேரி வந்த பின்பு, 'இந்தியா' பத்திரிகையைத் தொடர்ந்து வெளிக் கொணர்வதில் உதவுமாறு, சங்கர கிருஷ்ணன் மூலமாகத்தான் நீலகண்டருக்குச் செய்தி அனுப்பினான் என்று ரா.அ.பத்மநாபன் எழுதுகிறார் (**புரட்சி வீரர் நீலகண்ட பிரம்மச்சாரி** - பக். 85). இதே சங்கர கிருஷ்ணன்தான் "தமது சகோதரி கணவரான வாஞ்சிநாதன் என்ற இளைஞரை நீலகண்டருக்கு அறிமுகம் செய்து வைத்தார்" என்றும் அவர் எழுதுகிறார் (அதே நூல் - பக். 94). மேலும், வாஞ்சிநாதன் மணியாச்சியில் ஆஷ் துரையைச் சுட்டுக்கொல்லச் சென்ற சமயத்தில், வாஞ்சிநாதனோடு துணையாகச் சென்று, வாஞ்சிநாதன் ஆஷைக் கொன்று, தன்னையும் மாய்த்துக் கொண்டபின், அங்கிருந்து தப்பித்து ஓடித் தலைமறைவாகி, பின்னர் பிடிபட்டு, நான்கு வருடம் சிறைத்தண்டனை விதிக்கப்பட்டவரும் இதே சங்கர கிருஷ்ணன்தான்.

மேலும் ஆஷ் கொலை வழக்கில் 13வது 'எதிரி'யாகச் சேர்க்கப் பட்டிருந்த 'வந்தேமாதரம்' சுப்பிரமணியம் என்ற எட்டயபுரம் சுப்பையாவும் பாரதியின் சீடர்களில் ஒருவரே. பிபிசுப்பிரமணியம் என்னும் இவர் பாரதியின் 'இந்தியா' பத்திரிகையில் 1906 'ஸ்வராஜ்யம்' என்ற தலைப்பில் ஒரு பாடலும் எழுதியுள்ளார். பாரதி புதுவை சென்ற பின், அங்குச் சென்று அவருடன் தங்கியிருந்த இளைஞர்களில் இவரும் ஒருவர் என்பதை இதே கட்டுரையில் முன்னர் குறிப்பிட்டுள்ளோம். பாரதியோடு

புதுவையில் தங்கியிருந்த இளைஞர்களில், ஹரிஹர சர்மாவைப் பற்றியும் குறிப்பிட வேண்டும். சங்கர கிருஷ்ணனின் சொந்த ஊரான கிருஷ்ணாபுரத்தைச் சேர்ந்த இவர், பிற்காலத்தில் மகாத்மா காந்தியின் அன்புக்குப் பாத்திரமாகி, சபர்மதி ஆசிரமத்தில் பல ஆண்டுகள் தங்கி, சட்டமறுப்பு இயக்கத்தில் பங்குகொண்டு சிறை சென்று, பின்னர் சென்னை ஹிந்தி பிரசார சபையிலும் பணியாற்றி வந்தார். பாரதி அமரரான சமயத்தில் நீலகண்ட பிரம்மச்சாரி, பாரதியின் சிதைக்கு நெருப்பூட்ட மறுத்துவிட்ட நிலையில், ஹரிஹர சர்மாவே பாரதியின் சிதைக்குத் தீ மூட்டினார். பின்னால் பாரதி பிரசுராலயத்தைத் தொடங்கி, பாரதியின் நூல்களை முறையாக வெளிக்கொண்டுவரவும் முன்னின்று பாடுபட்டவர் இவர். இவர் புதுவையில் பாரதியுடன் தங்கியிருந்த காலத்தில், இவரைக் "கைத்தொழில் முதலியன கற்று வரும்படியாகப் பரோடாவுக்கு அனுப்பினார்கள்" என்று செல்லம்மா பாரதி எழுதுகிறார் (**பாரதியார் சரித்திரம்** - அத்.16). பாரதியின் சீடர்களில் ஒருவரான நாகசாமி "ஹரிஹர சர்மா வட இந்தியா சென்று, அங்கு ஒன்றும் செய்ய இயலாது, ரங்கூனில் இருந்த பி.ஜே.மேத்தா என்ற தேசபக்தரிடம் போய்ச் சேர்ந்தார். மேத்தா சர்மாவின் மனோபாவத்தை நன்றாக அறிந்துகொண்டு, அவரைத் தம்மிடமே வைத்துக் கொள்ளாமல் ஆமதாபாத்திலுள்ள மகாத்மா காந்தியின் சபர்மதி ஆசிரமத்துக்கு அனுப்பி வைத்தார்" என்று எழுதுகிறார் (**புதுவையில் தேசபக்தர்கள்** - என்.நாகசாமி). ஆனால் ரா.அ.பத்மநாபனோ, "1908இல் புதுவையில் தேசபக்தக் காரியங்களுக்கு இளைஞர்கள் தேவை என்று பாரதியார் எட்டயபுரத்துக்கு எழுதிய சமயம், இவரும் (ஹரிஹர சர்மா), இவரைத் தொடர்ந்து என்.நாகசாமியும், புதுவை வந்து 'இந்தியா' பத்திரிகையில் பணிபுரிந்தார்கள். 'இந்தியா' நின்றபின், ஹரிஹர சர்மா பரோடாவுக்குச் சென்று, அரவிந்தருடன் தொடர்பு கொண்டு, புரட்சி வீரரானார். புரட்சி வேலையாகப் பர்மா சென்றவர், ஒரு நண்பரால் மகாத்மா காந்தியிடம் அனுப்பப்பட்டார்" (**புரட்சி வீரர் நீலகண்ட பிரம்மச்சாரி** - பக். 148-149) என்று எழுதுகிறார். (பத்மநாபனின் குறிப்பில் அவர் 'அரவிந்தரோடு தொடர்புகொண்டு' என்று கூறுவது சரியாகப்படவில்லை. ஏனெனில், 'இந்தியா' பத்திரிகை 1910 மார்ச்சில் நின்றுவிட்டது. அரவிந்தரும் அப்போது பரோடாவில் இல்லை. மாறாக, அவரும் 1910 ஏப்ரலில் பாண்டிச்சேரி வந்துவிட்டார். ஒருவேளை பரோடாவில் யாருடன் தொடர்பு கொள்வது என்பதற்கு வேண்டுமானால் அரவிந்தர் ஹரிஹர சர்மாவுக்கு உதவியிருக்கக்கூடும்) உண்மையில் ஹரிஹர சர்மா ஆயுதப் பயிற்சி பெறுவதற்காகவே தாம் பரோடா சென்றதாக, தாம் ஜீவிய வந்தராக இருந்த காலத்தில், பத்திரிகையாளரும்

எழுத்தாளருமான கே.எம்.ரங்கசாமிக்கு ('வாணீசரணன்') அளித்த பேட்டியொன்றில் கூறியிருந்தார். இந்தப் பேட்டி விவரம் பல ஆண்டுகளுக்கு முன் 'குமுதம்' வாரப் பத்திரிகையில் வெளிவந்தது (துர்ப்பாக்கிய வசமாக அந்தப் பேட்டியைத் தேடி எடுத்து மேற்கோள் காட்ட என்னால் முடியவில்லை. என்றாலும் அவரைப் பேட்டி கண்ட கே.எம்.ரங்கசாமியிடம் இதுபற்றி நேரில் கேட்டு, இந்தத் தகவலை உறுதிப்படுத்திக் கொண்டே, இங்கு இதுபற்றிக் குறிப்பிடுகிறேன் - ரகுநாதன்). இத்தனைக்கும் மேலாக, வாஞ்சி முதலியோர் பங்கெடுத்த ரகசியச் சங்கத்தைச் செயற்படுத்துவதில் துணை நின்றவரும், ஆஷ் கொலையையே திட்டமிட்டுக் கொடுத்தவர் என்று நம்பப்படுபவருமான வ.வே.சு. அய்யரும், புதுவைக்கு வருவதற்கு முன்பே, பாரதியின் 'இந்தியா' பத்திரிகைக்கு எழுதி வந்தவர், புதுவை வந்த பின்பும் பாரதியின் நெருங்கிய நண்பர்களில் ஒருவராக இருந்தவர் என்பதும் யாவரும் அறிந்த விஷயம். இவ்வாறு தனது நண்பர்கள், சீடர்கள் ஆகியோரில் பலர் ஆயுதந் தாங்கிய புரட்சி நடவடிக்கைகளில் ஈடுபாடு கொண்டிருக்க, பாரதி மட்டும் அதில் ஈடுபாடோ, பங்கெடுப்போ இல்லாமல், அதைப் பற்றி அறிந்து கொள்ளாமலும்கூட இருந்து வந்தான் என்று பாரதி வரலாற்றாசிரியர்கள் கொள்ளத் துணிவது வியப்பையே தருகிறது.

இதற்கு மாறாக, சுத்தானந்த பாரதி, "எண்ணங்கள் அனுபவங்கள்" என்ற தலைப்பில் தாம் எழுதி வந்த நினைவுக் குறிப்புத் தொடர் கட்டுரையொன்றில், ஆஷ் கொலை நடப்பதற்கு முன்னால், புதுவையில் என்ன நிகழ்ந்தது என்பது பற்றி இவ்வாறு எழுதுகிறார்:

"1857 ஆம் போர் நாள் மே 11இல் நடந்தது. அன்று காளிபூஜை ஐயர் (வ.வே.சு. அய்யர்) வீட்டில் அமளியாக நடந்தது. வீர இளைஞர் தமது கட்டை விரல் இரத்தத்தைக் குங்குமத்தில் கலந்து காளிக்குப் பொட்டுவைத்துத் தாமும் பொட்டிட்டனர். இரத்தத்தால் 'வந்தே மாதரம்' என்று எழுதினர். பிறகு முதல் காரியம் ஆஷைச் சுடுவது என்று தீர்மானம் ஆனது. யார் சுடுவது? திருவுளச் சீட்டுப் போட்டதில் வாஞ்சிநாதன் பேரே வந்தது. வாஞ்சிநாதர் துள்ளிக் குதித்தார். அவரைச் சங்கர கிருஷ்ணன் தழுவி முத்தமிட்டார்.

"புதுச்சேரி கிருஷ்ண பிள்ளை தோட்டம். நாற்பது பாரதமாதா சங்கவீரர் ஒரு மாமரத்தடியிலே கூடியிருக்கின்றனர் (14-6-1911). காளி பூஜை நடக்கிறது. பாரதியாரின் 'காளிப்பாட்டு' முழங்குகிறது. உள்ளே ஒற்றர்புகாமல் மாடசாமி தோட்டத்தைக் காத்து நிற்கிறான். பாரதியார் ஆவேசத்துடன் பாடுகிறார்.

"நெஞ்சுக்கு நீதியும் தோளுக்கு வாளும்
நிறைந்த சுடர்மணிப் பூண்...
தஞ்சமென்றே யுரைப்பீர் அவள்பெயர்
ஓம்சக்தி ஓம்சக்தி ஓம்..."

*"ஓம்சக்தி ஓம்சக்தி ஓம். வாஞ்சிக்கு செம்பூமாலை சூட்டி இரத்தக் குங்குமப் பொட்டு வைக்கிறார் ஐயர். ஏனெனில் திருவுளச் சீட்டு அவன் பக்கமே விழுந்தது. சங்கர கிருஷ்ணன் வாஞ்சியைக் கட்டியணைக்கிறான். வாஞ்சி..... ஐயர் திருவடியில் துப்பாக்கியை வைத்து வணங்கி நிற்கிறான். ஐயர் அவன் சட்டைப் பையிலே ஒரு துண்டுக் காகிதத்தில் ஏதோ எழுதிப் போடுகிறார். 'தெரிந்ததா? அதானதும் இதாகணும். நீ செய்யும் பயங்கரமான தியாகம் பாரத சுதந்திர இதிஹாசத்தில் இரத்தினம் பதித்ததுபோல் விளங்கும் ஓம்சக்தி ஓம்..." (**விஜயபாரதம்** - வாரப் பத்திரிகை. 7-11-1980).*

*சுத்தானந்த பாரதி எழுதியுள்ள மேற்கண்ட பகுதியில், அதன் அதிநாடகத் தன்மையை விலக்கிவிட்டுப் பார்த்தால், ரகசியச் சங்கத்தில் பாரதியின் பங்கெடுப்பும் இருந்தது என்பதும், வாஞ்சிநாதன் ஆஷ்துரையைச் சுட்டுக் கொல்லப்போகும் விஷயம் அவனுக்கும் தெரிந்திருந்தது என்பதும் நமக்குப் புலனாகின்றது. நாம் முன்னர் குறிப்பிட்ட நீலகண்ட பிரம்மச்சாரியின் இளவல் எஸ்.லட்சுமி நாராயண சாஸ்திரியும், வாஞ்சிநாதன் ஆஷைக் கொலை செய்வது என்று துணிந்துவிட்டதை, நீலகண்டர் ஏற்கவில்லை என்று எழுத வரும் போது, "இதனால் புதுவையில் நீலகண்டனுக்கும் வாஞ்சிக்கும் பலத்த வாக்கு வாதங்கள் ஏற்பட்டது. கவிபாரதியாரும் வாஞ்சியின் பக்கமாகத்தான் ஆதரவு தெரிவித்தார்..." என்று எழுதியுள்ளார் (**புரட்சிவீரர் நீலகண்ட பிரம்மச்சாரி** - தினமணி. 5-8-1981). இந்தக் குறிப்பும் ரகசியச் சங்கத்தின் நடவடிக்கைகளையும் அந்தச் சங்கத்தின் சார்பில் வாஞ்சிநாதன் ஆஷைக் கொலை புரியவிருந்ததையும் பாரதி அறிந்தே இருந்தான் என்பதோடு, அவனும் அதற்கு ஆதரவாக இருந்தான் என்பதையும் உணர்த்துகிறது.*

பாரதியின் பாடல்

இத்தனைக்கும் மேலாக, பாரதியின் பாடலொன்றை அவன் இதைப் பற்றியெல்லாம் அறிந்திருந்தான், அதற்கு ஆதரவாகவும் இருந்தான் என்பதை உறுதிப்படுத்துகிறது. சுத்தானந்த பாரதி பரலி நெல்லையப்பரைப் பற்றிய தமது கட்டுரையில், "பாரதியார் 'இந்தியா' பத்திரிகையில் சிதம்பரம் பிள்ளையின் தியாகங்களை எழுதினார். அவரைப் பற்றி நான்கு கவிகளும் புனைந்தார்" என்று எழுதுகிறார்

(**நெல்லை மாவட்டச் சுதந்திரப் போராட்ட வரலாறு** - *பக். 94*). *ஆனால் நெல்லையப்பரையே நேரில் சந்தித்து தகவல்களைக் கேட்டறிந்து அவரைப் பற்றி நூல் எழுதிய சு.விசுவநாதன், "பாரதியார் சிதம்பரனாருக்குச் சீட்டுக் கவியாக மூன்று விருத்தப் பாடல்களை எழுதி நெல்லையப்பரிடம் கொடுத்தார். இப்பொழுது பாரதியார் பாடல் புத்தகங்களில் காணப்படும் வ.உ.சி.க்கு வாழ்த்து என்ற விருத்தப்* **பாடல்** *இவற்றில் ஒன்றேயாம்" என்று எழுதியுள்ளார்* (**பாரதியாரின் தம்பி** - *பக். 46). ஆம். "இந்த ஆஷின் கொடுமைகளுக்கு முடிவில்லையா?" என்று வ.உ.சி., பரலி நெல்லையப்பரிடம் ஆதங்கப்பட்ட செய்தியையும், இதுவே தமிழ் நாட்டில் ரகசியச் சங்கத்தைத் தோற்றுவிக்கும் முயற்சியைத் தீவிரப்படுத்தி, ஆஷ் கொலை முயற்சியையும் மேற்கொள்ளத் தூண்டியது என்பதையும் முன்னர் பார்த்தோம். பரலி நெல்லையப்பரிடம் வ.உ.சி. சொல்லியனுப்பிய செய்தியை, பாரதியும் கேட்டறிந்தான் என்றும், அதற்குப் பதிலாக, பாரதி வ.உ.சி.க்குப் பாட்டு வடிவத்தில் மூன்று அல்லது நான்கு விருத்தப் பாக்களை எழுதி, நெல்லையப்பர் மூலம் வ.உ.சி.க்கு அனுப்பி வைத்தான் என்றும் கொள்வதற்கு, இப்போது பாரதி கவிதைத் தொகுதியில், "தேசியத் தலைவர்கள்" என்ற பகுதியில், "வ.உ.சி.க்கு வாழ்த்து" என்ற தலைப்பில் இடம்பெற்றுள்ள ஒரே பாடலே நமக்கு இடம் அளிக்கிறது. பாடல் வருமாறு:*

வேளாளன் சிறை புகுந்தான், தமிழகத்தார்
மன்னனென மீண்டான் என்றே
கேளாத கதை விரைவில் கேட்பாய் நீ;
வருந்தலை என் கேண்மைக் கோவே!
தாளாண்மை சிறிது கொலோ யாம் புரிவேம்?
நீ இறைக்குத் தவங்கள் ஆற்றி
வாளாண்மை நின்துணைவர் பெறுகெனவே
வாழ்த்துதி நீ! வாழ்தி! வாழ்தி!

இந்தப் பாடலுக்கு பொருள் என்ன?

உண்மையில் சிறைக்குள் வாடிக்கொண்டிருந்த வ.உ.சி.க்கு தெம்பும் உற்சாகமும் அளிக்கும் விதத்தில், சிறைக்கு வெளியே என்ன நடந்து வருகிறது என்பதைத்தான் பாரதி இப்பாடலில் மிகவும் சூசகமாகத் தெரிவித்திருக்கிறான். "வெளியே ஆயுதந் தாங்கிய புரட்சி நடவடிக்கைகளுக்கான முயற்சிகள் தீவிரமாக நடைபெற்று வருகின்றன. இந்த நடவடிக்கைகள் நாடு தழுவிய அளவில் மேற்கொள்ளப்படும். அவ்வாறு மேற்கொள்ளப்படும் போது சிறைக்கதவுகள் உடையும்; நாடு விடுதலை பெறும். அப்போது சிறை புகுந்த பிள்ளைவாள் ('வேளாளன்')

தமிழகத்தின் முடிசூடா மன்னனாக வெளிவருவார்" என்று முதல் இரண்டு வரிகளிலே, பாரதி வ.உ.சி.க்கு உற்சாகம் ஊட்டுகிறான். "நீ விரைவிலேயே ஒரு **'கேளாத கதையை'** - ஒரு புதிய செய்தியை - கேட்கப்போகிறாய். எனவே எனது தலைசிறந்த நண்பா! நீ வருந்த வேண்டாம்" என்று அடுத்த இரண்டு அடிகளில் நம்பிக்கை ஊட்டுகிறான். அந்தக் 'கேளாத செய்தி' என்ன? கொடுங்கோலனான ஆஷ் துரை கொலையுண்டு மாண்டான் என்று வ.உ.சி. பின்னால் கேட்க இருந்த செய்தியையே பாரதி சூசகமாக உணர்த்தினான் என்று கொள்ளவும் நமக்கு இடமுண்டு. இவ்வாறு வ.உ.சி.க்கு நம்பிக்கையூட்டு வதற்கான அடிப்படையே அடுத்த அடியில் பாரதி எடுத்துக் கூறுகிறார். "நீ சொல்லியனுப்பிய படி, வெளியில் நாங்கள் மேற்கொண்டு வரும் முயற்சிகள் (**'தாளாண்மை'** - முயற்சி) கொஞ்ச நஞ்சமா? நாங்கள் அதற்காக எவ்வளவோ முயற்சிகள் செய்துதான் வருகிறோம்" என்று அந்த அடியில் பாரதி கூறுகிறான். இவ்வாறு கூறிவிட்டு, இறுதி மூன்று அடிகளில், "எனவே நீ சிறைக்குள் தெய்வத்தை (**"இறைக்கு"**) வணங்கித் தவங்கள் புரிந்து, வெளியேயுள்ள உனது நண்பர்களான நாங்கள் விரைவில் ஆயுத பலம் (**"வாள் ஆண்மை"**) பெற வேண்டும் என்று வேண்டிக்கொள்; அத்தகைய ஆயுத பலமும் ஆண்மையும் எங்களுக்குக் கிட்ட வேண்டும் என்று எங்களை வாழ்த்திக்கொண்டிரு" என்று கூறி முடிக்கிறான்.

நமக்குக் கிட்டியுள்ள இந்த ஒரே பாடல் நமக்கு மேற்கண்ட உண்மையைத்தான் - அதாவது சிறைக்கு வெளியில் நடந்து வந்த புரட்சிகர இயக்கத்தை, ஆயுதந் தாங்கிய நடவடிக்கைக்கான முன்னேற்பாட்டைப் பற்றிய தகவலைத்தான் - பாரதி வ.உ.சி.க்குச் சீட்டுக்கவி மூலம் தெரிவித்தான் என்பதை உறுதிப்படுத்துகிறது. துர்பாக்கிய வசமாக அவன் அவருக்கு எழுதியனுப்பிய ஏனைய (இரண்டு அல்லது மூன்று) பாடல்களும் நமக்குக் கிடைக்கவில்லை. கிடைத்திருந்தால் அவை இன்னும் என்னென்னவோ உண்மைகளை நமக்குப் புலப்படுத்தியிருக்கக்கூடும்.

பிற்சேர்க்கை:
ரகசியச் சங்கத்தின் பிரகடனம்

ஆஷ் கொலையுண்ட பின், திருநெல்வேலி ஜில்லாவிலும், பிற இடங்களிலும் போலீஸார் நடத்திய சோதனைகளின்போது கைப்பற்றப்பட்டு, ஆஷ் கொலை வழக்கின்போது, கோர்ட்டில் 'எக்ஸிபிட்'டாகச் (தடயம்) சமர்ப்பிக்கப்பட்ட ரகசியச் சங்கத்தின் பிரகடனத்தை (ஆஷ் கொலை வழக்கு: எக்ஸிபிட் நம்பர்: Ext. T9) இந்தக் கட்டுரையின் இறுதியில் பிற்சேர்க்கையாக அப்படியே வழங்குகிறோம் (குறிப்பு: இந்தப் பிரகடனத்தைப் பார்க்கும்போது, இது மதுரையில்

சித்திரைத் திருவிழாவுக்கு வந்திருந்த மக்களிடையே ரகசியமாக வினியோகிக்கப்பட்டது என்றும், இந்தப் பிரகடனம் ரகசியமாக அச்சிடப்பட்டதால், அச்சிடப்பட்ட அச்சகம் "பரங்கி நாசினி அச்சியந்திரசாலை, அழகர் கோவில், மதுரை" என்று கற்பனையான பெயரில் குறிப்பிடப்பட்டிருக்கிறது என்றும் நமக்குப் புலனாகின்றது). பிரகடனம் வருமாறு:

ஓம் பரப்ரமஹணே நம:

ஆரியர்களுக்கு

ஓர் ஆப்த வாக்கியம்

நண்பர்களே! அன்பர்களே! ஆரியர்களே!

இகபர சுகங்கள் இரண்டையும் உத்தேசித்து நீங்கள் இந்த திவ்ய க்ஷேத்திரத்தில் ஸாந்நித்தியமாக இருக்கிற ஸர்வேசுவரனை தரிசிப்பதற்காக வந்திருக்கிறீர்கள். ஸர்வேசுவரனை தரிசித்தாகிவிட்டது. உங்களுடைய சித்தம் இப்பொழுது சுத்தியடைந்திருக்கிறது. ஆகையால் உங்களுக்கும் உங்கள் குஞ்சுக் குழந்தைகளுக்கும், பந்து மித்திரர்களுக்கும், உங்கள் நாட்டுக்கும் க்ஷேமத்தைக் கொடுக்கக்கூடிய இவ்வார்த்தைகளைச் சற்று சிரத்தையுடன் படியுங்கள்.

அன்பர்களே! நமது தேசத்தின் தற்கால நிலைமையைப் பற்றி சற்றுநேரம் நினையுங்கள். நமது நாட்டின் நிலைமைக்கும் ஈசுவர தரிசனத்திற்கும் என்ன சம்பந்தம் என்று நீங்கள் நினைக்கக்கூடும். ஜநநீ ஜந்ம பூமிச்ச **ஸ்வர்க்காத பிகரீயஸி** - அதாவது பெற்ற தாயும் பிறந்த பொன்னாடும் ஸ்வர்க்கத்தைவிட மேலானது என்று வேதங்கள் கூறுகின்றன. நாம் பிறக்கும் காலத்திலும், இறக்கும் காலத்திலும் பக்தியுடன் ஸ்மரித்து வரும் காசி, காஞ்சி, துவாரகை, ஹரித்துவாரம், ஹிருஷீகேசம், மதுரை, ஸ்ரீரங்கம், கேதாரநாதம், சிதம்பரம், திருப்பதி, திருப்பழனி, ராமேஸ்வரம் முதலிய புண்ணிய க்ஷேத்திரங்கள் பொலிந்த நாடல்லவா நமது நாடு? கங்கா, யமுனா, கோதாவரி, ஸரஸ்வதி, நருமதா, ஸிந்து, காவேரி முதலிய நதிகளாகிய திருமாலைகளையணிந்த புண்ணிய பூமியல்லவா நமது தேசம்? ஸ்ரீ இராமபிரான் இருந்து இனிதரசாண்ட நாடல்லவா நமது பாரத பூமி? மயில் தோகையணிந்த சுருண்ட குஞ்சியும், நீலமேகம் போன்ற சியாமளமான காத்திரமும், புன்னகை தவழ்ந்த வதனமும், வெண்ணெய் உண்ட பவளச் செவ்வாயும், சரத் காலத்தில் ஸ்வச்சமான தடாகத்தில் பொழுது புலர்ந்த நேரத்தில், புதிதாக மலர்ந்த செந்தாமரை மலரின் உட்புறத்து அழகினையும் வென்ற கண்களும்கொண்டு, பார்ப்போர் கண்களையும் மனதையும் அப்படியே ஈடுபடச்செய்து, பிருந்தாவனத்தில் பசுக்களுக்கென்று வியாஜம் வைத்துக்கொண்டு, திரிலோகமும் கனிந்துருகும்படி

வேணுகானம் செய்த நம் கண்ணன் சதங்கை ஆர்ப்பச் சீரடி பெயர்த்து ஓடியாடித் திருவிளையாடல்கள் செய்த அருமை நாடல்லவா நம் பாரத நாடு! இப்பேர்க்கொத்த நாடு க்ஷேமமாக இருக்கிறதா - அதன் ஜனங்கள் அபமிருத்தியு அகால மரணம் - இல்லாமல் சுகமாக வாழ்கிறார்களா - அதில் தருமம் தழைத்தோங்கி வருகிறதா - என்று பார்க்க வேண்டியது தன் கடமையில்லையென்று எந்த ஆரியபுத்திரன் சொல்வான்?

ஆகையால் ஆரியர்களே! நமது பாரதபூமியின் தற்கால நிலைமையைப் பற்றிச் சற்று நின்று நிதானித்துப் பாருங்கள்.

பிளேக் வியாதி

பிளேக் வியாதி நம்நாட்டில் குடிகொண்டுவிட்டது. சென்ற வாரத்தில் நமது நாட்டில் பிளேக்கினால் 42,700 ஜனங்கள் மரித்தார்களாம். அய்யோ! ஏழுநாளில் இத்தனை ஜனங்கள் - ஆரிய ஜனங்கள் - கொள்ளை வியாதியால் மடிந்தார்கள்! இது போன வாரம் மாத்திரம்தானென்று நினைக்காதீர்கள். வாரம் வாரம் 40,000த்துக்குக் குறையாமல் இந்த வியாதியால் மடிந்து வருகிறார்கள் நமது ஜனங்கள். வருஷத்திற்குச் சராசரி 15 லட்சம் ஜனங்கள் வீதம் சென்ற 15 வருஷங்களாக நமது ஹிந்து சகோதரர்கள் மடிந்து கொண்டிருக்கிறார்கள்.

பஞ்சம்

பஞ்சமோ நம் தேசத்தில் நித்திய வாசம் செய்ய ஆரம்பித்துவிட்டது. நமது நாட்டில், பூலோக ஸ்வர்க்க மெனப்பட்ட நமது பாரத நாட்டில், வயிறு நிறையச் சோறில்லாமல் எட்டுக்கோடி ஜனங்கள் எப்பொழுதும் பசியாகவே இருந்து பிராணனை விடுகிறார்கள்! தவிர, சாலிவாகன சகாப்தம் 1784ஆம் ஆண்டு முதல் 1823ஆம் ஆண்டுவரைக்கும், அதாவது சென்ற விகாரி ஆண்டு முடிவான நாற்பது வருஷங்களுக்குள் மூன்று கோடி (3,00,00,000) ஜனங்கள் பஞ்சத்தில் மடிந்துவிட்டார்கள். சகம் 1814 முதல் 1823 வரை, அதாவது பத்து வருஷத்தில் மட்டும், இரண்டு கோடி ஜனங்கள் சோறு சோறு என்றலறிக்கொண்டு, அடிவயிறொட்டி, கைகால் ஓய்ந்து எலும்புக் கூடாகி, கண் இருண்டு, தாங்கள் அருமையாய்ப் பெற்றெடுத்த குழந்தைகள் தங்கள் முன்னேயே மடிவதைப் பார்த்துக் கொண்டு கதியில்லாமல் பிராணனை விட்டிருக்கிறார்கள், அதற்குப் பிறகும் நாளது தேதிவரையில் ஒரு கோடிக்குக் குறையாமல் பஞ்சத்தினால் இறந்திருக்கிறார்கள்.

விஷக் காய்ச்சல் அல்லது முறை ஜுரம் - விஷக் காய்ச்சலோ சென்ற பத்து வருஷத்துக்கு மேலாகவே வருஷம் பதினைந்து லட்சத்துக்குக் குறையாமல் மடித்துக் கொண்டு வருகிறது. இந்தக் கணக்குகளெல்லாம் நமது சத்துருக்களாகிய வெள்ளைப் பறங்கிகளின் கணக்குகளிலிருந்தே எடுக்கப்பட்டன.

ஆகவே சென்ற இருபதே வருஷத்திற்குள் ஆறுகோடியே எழுபத்தைந்து லட்சம் (6,75,00,000) ஜனங்களுக்குக் குறையாமல், அபமிருத்யுவால், அதாவது சுபாவமாய் இதர தேசங்கள்போல் விருத்தாப்பியத்தினால் அல்லாமல், இளம் வயதில், கொடுங்கோல் அரசினால் விளையும் பிளேக்கினாலும், பஞ்சத்தினாலும், விஷ ஜுரத்தினாலும் மடிந்திருக்கிறார்கள். அய்யோ! நமக்கிருக்கிறதே முப்பது கோடி ஜனங்கள்தானே! இதில் ஐந்திலொரு பாகம் சென்ற இருபது வருஷங்களில் அழிந்துபோய் விட்டதனால், நம் ஜாதி இன்னும் எத்தனை நாள் பூலோகத்தில் வாழக்கூடும்! வெகு சீக்கிரத்தில் ஆரிய ஜாதியே அற்றுப்போய்விடும்.

இந்தக் கஷ்டங்களுக்கு என்ன காரணம்? நமது தேசத்து மன்னர்கள் போய் வெள்ளைக்காரன் (ஆங்கிலேயன்) நமது நாட்டில் அக்கிரமமாகப் பிரவேசித்து நம்மை ஆட்டி வைப்பதுதான் இதற்குக் காரணம். வேறொன்றுமில்லை. கொஞ்சம் கவனித்துப் பாருங்கள். நம் தேசத்துப் பெரிய உத்தியோகங்களெல்லாம், அதாவது கலெக்டர், அஸிஸ்டண்டு கலெக்டர், பெரிய டாக்டர், இஞ்சினியர், போலீஸ் சூப்பிரிண்டெண்டு, பள்ளிக்கூடங்களில் ப்ரொபசர், ஹைகோர்ட் ஜட்ஜ், கவுன்சில் மெம்பர், கவர்னர், தவிர ரயில்வேயில் டிராபிக் மானேஜர், ஏஜெண்டு வகையறா - இந்தப் பெரிய அதிகாரம் நிறைந்த உத்தியோகங்களையெல்லாம் பறங்கி தன் வசமே வைத்துக் கொண்டிருக்கிறான். நாய்களுக்கு எலும்பு எறிவதுபோல, எப்பொழுதாவது தான் இவ்வுத்தியோகங்களில் ஒன்று அல்லது அரையை, அதிலும் அதிகாரமில்லாத உத்தியோகங்களை, சுதேசிகளுக்கு, முக்கியமாக ஜனங்களைக் கொடூரமாக நடத்துபவர்களாகப் பார்த்து, அவர்களுக்குக் கொடுக்கிறான். இப்படிச் சம்பளம் என்ற பெயரால் மாத்திரம், வெள்ளைக்காரனுடைய கையில், நாமெல்லாம் நிலத்தில் விழும்படி பாடுபட்டுக் கொடுக்கிற வரிகளிலிருந்து வருஷா வருஷம் பதினைந்து கோடி (15,00,00,000) ரூபாய் போய்ச் சேருகிறது.

இப்படி ராஜாங்கத்தின் பலமெல்லாம் தன் கையில் இருப்பதால், நமது நாட்டு வியாபாரிகளையும் வியாபாரங்களையும் அழித்துவிட்டு, நமது நாட்டுப் பெரிய வியாபாரங்களையெல்லாம் தன் ஜாதியான் கையில் ஒப்புக்கொடுத்து விட்டான். பாருங்கள்! காவிரிப்பூம்பட்டினம், தூத்துக்குடி, கோழிக்கோடு, நாகப்பட்டணம், ஸூரத் முதலிய இடங்களில் இருந்த நமது கப்பல் வியாபாரங்களை இருந்த இடம் தெரியாமல் அழித்துவிட்டு அவைகளையெல்லாம் வெள்ளைக்காரக் கம்பெனிகள் வசம் விட்டுவிட்டான். சுதேசிக் கப்பல் சங்கத்தை ஆரம்பித்த மகானான சிதம்பரம் பிள்ளையை, கறுப்பு மனிதன் கப்பல் வியாபாரம்

ஆரம்பிப்பதாயென்று கறுவிக்கொண்டு ஆறு வருஷத்துக்குக் கடின காவலில் வைத்துவிட்டான்.

தேசத்தின் ரிவினியூவையெல்லாம் - அதாவது உங்களைக் கஷ்டப்படுத்தி, நகையை வைத்து நாணயத்தை வைத்து அகாத வட்டிக்கு வாங்கும்படி செய்து வசூலிக்கிற ரிவினியூவையெல்லாம் - நாட்டுக்கோட்டை செட்டிமார், மார்வாரி ஸேட்டு முதலிய நமது ஜனங்களிடம் கொடுக்காமல், தன் ஜாதியான வைத்த பாங்கிகளில் போட்டு, அவர்களையே பெரும் பணக்காரர்கள் ஆக்கியிருக்கிறார்கள். நமது ஜனங்களும் அவன் சூதையறியாமல் அவன் பாங்கிகளில் பணத்தைப் போட்டு, கடைசியில் ஆர்பத் நாட்டுக் கம்பெனியில் போனது போல, கோடிக்கணக்காய் திரவியத்தை இழந்து ஓலமிடுகிறார்கள். இவ்விதம் இந்தப் பறங்கி நமது தேசத்திலிருந்து சம்பளமாகவும், லாபகரமாகவும், இதரவிதமான மோசடியாகவும், வருஷா வருஷம் 60,00,00,000 ரூபாய்களுக்குக் குறையாமல் அடித்துக் கொண்டு போய்விடுகிறான். வருஷா வருஷம் 60,00,00,000 ரூபாய் நாட்டுக்குக் கொஞ்சம்கூடப் பிரயோசனப்படாமல் சத்துருவின் நாட்டுக்குக் கொண்டு போகப்பட்டு வந்தால், நமது நாடு குபேர நாடாக இருந்தால் கூடத் தாளாது. நாம் எப்படித் தாங்குவோம்?

இன்னும் நமது நாட்டில் விளையும் கோதுமை முதலிய தானியங்களில் பெரும்பாகத்தைப் பறங்கி தன்னுடைய நாட்டிற்கு ஏற்றுமதி செய்துவிட்டால், நமது நாட்டில் பஞ்சமில்லாமல் எப்படியிருக்கும்? நெல்லு சாகுபடி செய்கிற குடியானவர்களுக் கெல்லாம் ஆசை காட்டிப் பணம் கடன் கொடுத்து மணிலாக் கொட்டையும் சணலும், பருத்தியும் சாகுபடி செய்வித்து, விளைவையும் குறைத்து விட்டான். ரயில் நம்முடைய அனுகூலத்துக்காகப் போட்டானென்று மூடத்தனமாய் நாம் நினைக்கிறோம். ஆனால் ரயில் போட்டதில் அவன் உட்கருத்து இரண்டு. அதாவது நாம் கிளம்பி, நம்முடைய ராஜ்ஜியத்தைத் தன்னிடமிருந்து பிடுங்கிக்கொள்ள முயற்சி செய்யும்போது, உடனே சைன்னியங்களை நாம் யுத்தம் ஆரம்பிக்கிற இடங்களுக்கு வேகமாகக் கொண்டுவருவதற்காக - ஒன்று. நமது நாட்டில் விளைகிற நெல் முதலிய தானியங்களை லேசாகவும் வேகமாகவும் துறைமுகங்களுக்குக் கொண்டு போய்க் கப்பலேற்றிக் கொள்வதற்காக - இரண்டு. இந்த ரயில் இருப்பதனால் நல்ல கண்டுமுதல் இருக்கும் இடங்களில்தான் அகவிலை, இதர இடங்களைவிட அதிகமாக ஏறிப் போய்விடுகிறது. அப்படியே பிளேக் இருக்கும் ஊரிலுள்ள ஜனங்கள் பிளேக் இல்லாத ஊர்களில் போய் மண்டி நாடு முழுவதும் பிளேக்கும் பரவுகிறது.

இப்படி அகோரமாக முப்பது கோடி ஜனங்களில் ஆறே முக்கால் கோடி இருபது வருஷத்திற்குள் மடிந்து போயிற்றே. அதற்காகக் கொஞ்சமாவது வருந்தினானா இந்தப் பறங்கி? பதைபதைக்கிற வெயிலில் புழுக்கள் பதைத்துச் சாகுமே, அதுபோல ஜனங்கள் நூற்றுக்கணக்காய்ச் செத்தாலொழிய பஞ்சம் என்று கணக்குப்பிள்ளை ரிப்போர்ட்டில் எழுதக்கூடாது. மிதமிஞ்சிப் போய்விட்ட காலத்தில் வேலை செய்யத் திராணி இல்லாமல் நடை பிணங்களைப் போலிருக்கும் ஜனங்களைக் கூலிவேலை செய்யச் சொல்லி கஞ்சி கொடுக்கிறான். இது எதற்காக? தான் ரொம்பக் கருணையாக இருக்கிறதாக ஜனங்களுக்குக் காட்டி ஏமாற்ற, அதிலும் கஞ்சித் தொட்டிக்காக, பணத்தில் முக்காலே மூணு வீசம் நம்முடைய தனவான்களிடமிருந்துதான் வசூலிக்கிறான். பேர் வருகிறது பறங்கிக்கு. இந்தக் கஞ்சி வகையறா சரிவரக் கொடுக்கப்படுகிறதா என்று பார்க்கிறதற்கு, இன்னொரு பறங்கிக்கு மாதம் 1500 ரூபாய் சம்பளம்! என்ன அக்கிரமமடா இது! இதுதான் போச்சே. தன்னுடைய ரகஸிய ரிப்போர்ட்டுகளில் எழுதுகிறான்; இந்த மாதிரி ஜனங்கள் மடியாமறபோனால் ஜனத்தொகை ரொம்ப அதிகமாகிவிடும்; ஆகையால், பிளேக்கினாலும், விஷ ஜுரத்தினாலும், பஞ்சத்தினாலும் ஹிந்து ஜனங்கள் மடிய வேண்டியது அவசியம் என்று எழுதுகிறான்! ஆ! என் அருமைச் சகோதரர்களே! நினைத்துப் பாருங்கள். நீங்களும் உங்கள் குஞ்சு குழந்தைகளும் அகால மரணத்தில் மடிய வேண்டியது அவசியமென்று இந்தப் பாபி மேற்படி வியாதிகளை உண்டாக்கிக் கொண்டு வருகிறான்! பிளேக் பம்பாயிலிருந்து பங்களூருக்கு வந்தது! சேலத்தைத் தொட்டுவிட்டது! நாமக்கல்லிலும் குடிகொண்டுவிட்டது! திண்டுக்கல்லுக்குத் தாவிவிட்டது! இன்னும் இரண்டு வருஷம் இந்தப் பறங்கி நம் நாட்டில் இருந்தானானால் நாடு முழுவதும் பிளேக்தான்.

இன்னும் நம்முடைய தர்ம நாசத்தைப் பாருங்கள். உங்களை - ஸ்வாமி தரிசனத்துக்காக இந்தப் புண்ணிய ஸ்தலத்திற்கு வந்திருக்கிற உங்களை - கான்ஸ்டேபிள்கள் - நம்முடைய ஹிந்து சகோதரர்களேதான் என்ன சாட்டையடி அடித்தார்கள்? ஹிந்துக்கள் பகவத் தரிசனத்துக்காக வந்திருக்கிற உங்களைச் சாட்டையடி அடிக்கிறதென்றால், அதைவிட தர்ம நாசம் வேறு ஏதாவதுண்டா? இது யாருடைய தூண்டுதலின் பேரில் நடக்கிறது? அதை யோசியுங்கள். போலீஸ் சூப்பிரண்டெண்டு இன்ஸ்பெக்டருக்கு உத்தரவு கொடுக்கிறான். அந்த நாய் போலீஸ் ஹேட்டுகளுக்குச் சொல்லிவிடுகிறான். இந்த நாய்கள் ஜனங்களைக் கஷ்டப்படுத்தினால்தான் தனக்கு மேலாவில் நல்ல பெயர் கிடைக்கு மென்று சாட்டையை நிஷ் கருணையாய் நாலு பக்கமும் வீசி, போலீஸ் கான்ஸ்டேபிள்களையும் வீசும்படி ஏவுகிறார்கள்.

இன்னும் எத்தனை கோரமான பாபங்கள் நடக்கிறது பாருங்கள்! கோவில் சொத்தைக் கொள்ளையடிப்பவர்களாகப் பார்த்து கோவிலுக்குத் தர்மகர்த்தாவாக நியமிக்கிறான். சங்கராசாரியருக்கு கார்டியன் நியமிக்கிறது, நமது ஹிந்து மதத்தைக் கிறிஸ்தவப் பாதிரிகள் வேரோடொழிக்க வந்திருக்கும் கோமாமிசம் சாப்பிடும் பறங்கி! வெள்ளைக்காரன் கையைத் தொட்டால், அவன் நிழல் நம் மேல் பட்டால், ஸ்நானம் செய்கிறது என்கிற காலம் போய்விட்டது. அவனிடம் வேலை செய்து கொள்கிறதுக்காக, ஸ்திரீகளையும் சகோதரிகளையும் அவனுக்குக் கொடுக்கும் நாள் வந்துவிட்டது! அய்யோ! பாரத மாதா! ஸீதையும், ஸாவித்திரியும், சந்திரமதியும், தமயந்தியும் பிறந்து வளர்ந்து, ஸத்தியத்தை நெருப்பிலும் வீழ்ந்து பாதுகாத்த நாட்டில், ஸ்திரீகள் அரைக்காசுக்காக மானத்தை விற்கும் நாளும் வந்ததோ? ஓ, புருஷர்களே! ஆண்பிள்ளைகளே! ஸ்ரீராமபிரானுடைய பக்தர்களே! பீமனுடைய புத்திரர்களே! சேர, சோழ, பாண்டியர்களென்ன, திருமலை நாயக்கனென்ன, சிவாஜி சரபோஜியென்ன, கட்டபொம்மன் ஊமத்துரை பாக்ஷாவென்ன? இவர்களின் சந்ததியார்களே! உங்கள் மானம் உங்கள் கண்ணெதிரிலேயே போய்க்கொண்டிருக்கிறது! பகிரங்கமான சதஸில் கற்பிற்கரசியான திரௌபதி தேவியை, துச்சாதனன் துகிலுரிந்ததுபோல், இன்று தேதியில், நம் பாரதமாதாவை, நமது தாய்த் திருநாட்டை, உலகத்தார் முன்னிலையில் இந்தப் பறங்கி மானபங்கம் பண்ணிக் கொண்டிருக்கிறான்! உங்கள் மீசை துடிக்க வில்லையா? உங்கள் கண்ணில் பொறி எழவில்லையா? உங்கள் வலது புஜம் துடிக்கவில்லையா? நீங்கள் ஆரிய புத்திரர்களாச்சே, என்ன கேள்வி கேட்கிறேன்? மனத்தில் காரத்தை வையுங்கள். இந்த பாபாத்மாவான பரங்கியை நம் நாட்டை விட்டு அப்புறப்படுத்தி, அதில் ஸ்வராஜ்யத்தை நிலைநாட்டுவோம் என்று ஈஸ்வர சந்நிதியில் பிரமாணம் செய்யுங்கள்! நமது பாரத நாட்டில் பரங்கி அதிகாரம் செலுத்தும் வரையில் உயிரைத் துச்சமாக நினைப்பேன் என்று சபதம் செய்யுங்கள்! கையில் அகப்படுகிற வெள்ளை ஆங்கிலேயப் பறங்கியை, கத்தியினாலோ, தடியினாலோ, கல்லாலோ, அல்லது ஈசுவரன் கொடுத்த கையினாலேயோ, நாயை அடிக்கிறதுபோல அடித்துக் கொல்லுங்கள்! பறங்கிக்குத் துணையாக இருந்துகொண்டு எந்த எந்தப் போலீஸ்காரன் அல்லது உத்தியோகஸ்தன் ஜனங்களை - எந்த ஜனங்களையானாலும் சதா - கஷ்டப்படுத்துகிறானோ, அவனை நிர்தாக்ஷண்யமாகக் கொல்லுங்கள்!

ஏனென்றால்.

நந்தநா நந்தயோர் மத்யே சுவேத ராஜ்யம் விநச்யதி

என்று வியாச பகவானே அருளிச் செய்திருக்கிறார். அந்த வார்த்தைப்படிக்கே, நமது நாட்டில் ஸ்வதேசி யுத்தம் கிளம்பிவிட்டது. ஆநந்த வருஷத்திற்குள் வலுத்த யுத்தம் நடக்கவேண்டியது. ஆறிலும் சாவு, நூறிலும் சாவு! இந்தத் துச்சமான உயிரைத் திரணம் என்று நினைந்து, வெள்ளைப் பறங்கிகளைக் கொன்று நாட்டில் ஸ்வராஜ்யமும் நம்முடைய பெயரும் பிரகாசிக்கச் செய்துவிட்டு, நாம் வீர ஸ்வர்க்கம் செல்வோம்.

ஆரிய வீரர்களே! இனிமேல் தயங்காதீர்கள்! உங்களுக்கு ஈசுவரன் மங்களத்தைத் தருவாராக! ஜய பாரத!!!

பரங்கி நாசினி அச்சுயந்திர சாலை, அழகர்கோவில், மதுரை - 1வது பதிப்பு. 10.000.

7. கவிதையில் தெறித்த கனல்

ஆயுதந்தாங்கிய போராட்டத்திலும் அதற்கான புரட்சிகர நடவடிக்கைகளிலும் பாரதிக்கிருந்த நம்பிக்கையையும் ஈடுபாட்டையும், அவன் ஓர் அரசியல் இயக்கத்தைச் சேர்ந்த பத்திரிகையாளன் என்ற முறையில், அவன் நடத்தி வந்த 'இந்தியா' பத்திரிகையில் வெளிவந்த விஷயங்களின் அடிப்படையிலும், சரித்திர உண்மைகளின் பின்னணியிலும், முந்தைய கட்டுரையில் நாம் விரிவாகவே ஆராய்ந்தோம். பாரதியை நாம் போற்றி வருவதற்குப் பல காரணங்கள் இருந்தபோதிலும், அவையாவற்றிலும் தலையாய காரணம் அவன் ஒரு கவிஞன் - அதிலும் இந்திய தேசவிடுதலை இயக்கத்தோடு இணைந்து நின்று, தேச விடுதலைக்கும், ஏன், மானிடச் சாதியின் விடுதலைக்கும், தனது கவிதைகளைப் படைக்கலமாய் ஆக்கிக்கொடுத்த தனிச்சிறப்பு மிக்க தேசிய மகாகவி - என்பதேயாகும். அவனது தேசிய கவிதைகள் யாவும் நாட்டு மக்களுக்கு விடுதலை வேட்கையையும் விடுதலைக்காகப் போராடும் வேகத்தையும் தாகத்தையும் ஊட்டின என்பது யாவரும் அறிந்த உண்மையாகும். அதே சமயத்தில், அன்னியராட்சியை ஆயுதந்தாங்கி எதிர்த்துப் போராட வேண்டும் என்று அவனுக்கிருந்த வேட்கையை நேர்முகமாகவும் மறைமுகமாகவும் புலப்படுத்துகின்ற கவிதைகளும் அவற்றில் இடம்பெற்றே உள்ளன. அந்தக் கவிதைகள் சிலவற்றையும் அவற்றின் பின்னணியையும் நோக்கத்தையும் இங்கு ஆராய்வோம்.

வந்தே மாதரம்

இந்நூலின் இரண்டாவது கட்டுரையில் (முதல் பத்திரிகை - பக். 71-72) வங்கப் பிரிவினை அமலுக்கு வந்த சமயத்திலேயே பங்கிம் சந்திரரின் 'வந்தே மாதர' கீதம் தேசிய கீதமாக மாறியது என்று குறிப்பிட்டோம். 'வந்தே மாதரம்' என்றால் தாயை வணங்குவோம் என்று அர்த்தம். எனவேதான் பாரதி 'வந்தேமாதரம்' என்ற கோஷத்தைத் தமிழ்நாட்டில் எதிரொலித்தபோது,

> வந்தே மாதரம் என்போம் - எங்கள்
> மாநிலத் தாயை வணங்குதும் என்போம்
>
> - வந்தே மாதரம் - 1. பல்லவி

என்று முதலடியில் அந்தக் கோஷத்தையும் இரண்டாமடியில் அதன் பொருளையும் சேர்த்துப் பாடினான். பங்கிம் சந்திரரின் 'ஆனந்த மடம்'

என்ற நாவலில் இடம் பெற்றதே 'வந்தே மாதரம்' என்ற வங்கமொழிப் பாடல். 1857இல் நடந்த 'சிப்பாய்க் கலகம்' என்ற முதல் சுதந்திரப் போருக்குப் பின்னர், 1882இல் தாம் எழுதிய 'ஆனந்த மடம்' என்ற நாவலுக்கு, பங்கிம் சந்திரர், 1773இல் வங்காளத்தில் நடந்த சன்னியாசிகள் கலகத்தைக் கருப் பொருளாகக் கொண்டு, அதில் வரும் பவானந்தர் என்ற வீர சன்னியாசி பாடும் பாடலாகவே இந்தப் பாடலை இயற்றினார். அன்னியரிடமிருந்து நாட்டை மீட்பதற்காகத் துறவு பூண்ட பவானந்தர் கூறுவதுபோல், வேறு தாயை ஒப்புக் கொள்ளாமல், பிறந்த நாட்டையே தாயாகப் போற்றி, அவளுக்கு அஞ்சலி செய்வதே இந்தப் பாடல். அத்தகைய தேசத்தாயின் விடுதலைக்காக ஆயுதந் தாங்கிப் போராட வேண்டும் என்ற உட்கருத்தையே 'ஆனந்த மடம்' கொண்டிருந்தது. துறவியான விவேகானந்தர் தம்மைச் சந்திக்க வந்த இளைஞர்களிடம் 'ஆனந்த மட'த்தைப் படிக்குமாறு கூறினார் என்று அவரது வரலாறுகள் கூறுகின்றன. இந்தியாவின் ஏனைய எந்தப் பகுதியைக் காட்டிலும் வங்காளத்திலேயே சாக்த சமயத்தின் பிடிப்பு அதிகம் என்பதும், அங்கு இன்னும் சக்தியின் வடிவமாகக் கொள்ளப்படும் காளி வணக்கமும் துர்கா பூஜையும் பிரபலமானவை என்பதும் யாவரும் அறிந்த உண்மையாகும். இந்தச் சாக்த சமய வணக்கத்தை, நாடு என்னும் தாயை வணங்கும் சமய தேசியமாக தமது நாவலில் மாற்றினார் பங்கிம் சந்திரர். இந்தச் சமய தேசியம் அவர் 'ஆனந்த மட'த்தை எழுதி முடித்த காலத்தில், மக்கள் மனத்தைக் கவ்விப் பிடிக்கத் தவறி விட்டாலும், வங்கப் பிரிவினை ஏற்பட்ட சமயத்தில் வங்க மக்களின் மனத்தைக் கவ்விப் பிடித்துவிட்டது. அவரது 'வந்தே மாதரம்' பாடல், நாடு எனும் தாயை, அரவிந்தர் ஒருமுறை எழுதியதைப் போன்று, பதினான்கு கோடிக் கரங்களில் (அன்றைய வங்க ஜனத்தொகை ஏழு கோடி) வாளேந்தியவளாகவே காட்டியது. எனவே வங்கப் பிரிவினையைத் தொடர்ந்து 'வந்தேமாதர' கோஷம் தேசிய இயக்கத்தின் குரலாக ஒலிக்கத் தொடங்கியவுடனேயே, தீயவர்களைச் சங்கரிப்பதற்காகக் கைகளில் வாளேந்தி நிற்கும் பயங்கரியாகக் காட்சியளிக்கும் காளிமாதாவே, தேசத்தின் வடிவமாகக் கொள்ளப்பட்டாள். அதற்கேற்பக விளக்க வியாக்கியானங்களும் கூறப்பட்டன. இதனைக் குறித்து, விபின் சந்திரபாலர் இவ்வாறு எழுதினார்.

"நமது காலத்தில் இந்தியாவில் தேசிய உணர்வு மற்றும் வேட்கைகளின் விழிப்பானது, சக்தி வணக்கத்தின் புராதனத் தத்துவத்தைப் புதுப்பித்தது. இந்து சக்தி உபாசகர்கள் பயன்படுத்தி வந்த துர்க்கை, காளி, ஜகதாத்ரி, பவானி மற்றும் பிற பெரும் வடிவங்கள் சின்னங்கள் அனைத்தும் ஒரு புதிய அர்த்த பாவத்தைப் பெற்றுள்ளன. தற்காலச் சிந்தனையின்மீது தமது பிடிப்பை இழந்துவிட்ட இந்தப்

பழைய பரம்பரைத் தேவ தேவியர்கள் அனைவரும், மக்களின் மனத்திலும் ஆன்மாவிலும் ஒரு புதிய வரலாற்றுப் புகழ்மிக்க, தேசிய அர்த்தபாவத்தோடு உருவேற்றப்பட்டுள்ளனர், நமது கோடானுகோடி மக்கள் இன்று தமது தாய்நாட்டை, துர்க்கை, காளி, ஜகதாத்திரி என்றெல்லாம் போற்றிப் புகழத் தொடங்கியுள்ளனர். இவை இனியும் புராணக் கருத்துக்களாகவோ, கதைகளில் வரும் கற்பனை நபர்களாகவோ, கவிதா உருவகங்களாகவோ இருந்து வரவில்லை. இவை மாதாவின் பல்வேறு வடிவத் தோற்றங்களேயாகும். இந்த மாதாதான் இந்தியாவின் உணர்ச்சி" (The Soul of India, அத் India The Mother. பக். 186-187).

எனவேதான் அரவிந்தரும் இந்தப் புதிய தத்துவத்தை சமய தேசியத்தை விளக்கி, பிறந்த நாட்டைத் தாயாகக் கொண்டு, அந்தத் தாயின் விடுதலைக்காக உயிர்த் தியாகங்கள் செய்ய வேண்டும் என்று உணர்த்தி எழுதும்போது இவ்வாறு கூறினார்: "அரசியலில் அன்புக்கு இடமுண்டு. ஆனால் அது ஒருவரின் நாட்டுக்காக, நாட்டவருக்காக, இனத்தின் புகழுக்கும், பெருமைக்கும் மகிழ்ச்சிக்குமாகச் செலுத்தப்படும் அன்பேயாகும்; அது தன் நாட்டவருக்காகத் தன்னைத்தானே அழித்துக் கொள்ளும் பேரின்பமாகும்; அவர்களது துன்ப துயரங்களைத் துடைக்கும் பேரானந்தமாகும்; நாட்டுக்காகவும் விடுதலைக்காகவும் ரத்தத்தைச் சிந்துவதைக் காணும் மகிழ்ச்சிப் பெருக்காகும். தன் இனத்தின் மூதாதையரோடு சாவில் ஒன்றுபடும் பேரின்ப சித்தியாகும். தாய்நாட்டின் மண்ணைத் தொடுவதாலேயே, இந்தியக் கடல்களிலிருந்தும், மற்றும் இந்திய மலைகளிலிருந்தும் இழிந்தோடி வரும் நதிகளிலிருந்து வீசும் காற்றை நுகர்வதாலேயே, இந்தியர்களின் பேச்சு, இசை, கவிதை முதலியவற்றைக் கேட்பதாலேயே, மற்றும் நமது இந்திய வாழ்க்கையில் நமக்குப் பழக்கமாகிவிட்ட காட்சிகள், ஒலிகள், பழக்க வழக்கங்கள், உடைகள் முதலியவற்றை அனுபவிப்பதாலேயே ஏற்படும் பெரும் பரவசமாகும். இதுதான் அந்த அன்பெனும் மரத்தின் ஆணிவேராகும். நமது கடந்த காலத்தில் பெருமை கொள்வது, நிகழ்காலத்தைக் கண்டு வேதனைப்படுவது, வருங்காலத்துக்காக வேட்கை கொள்வது ஆகியவையெல்லாம் அதன் அடிமரமும் கிளைகளுமாகும். நாட்டுக்காக எதையும் தாங்கிக்கொள்வது, தன்னையே தியாகம் செய்வது, தன்னையே மறப்பது, பெருஞ்சேவை ஆற்றுவது ஆகியவை அதன் கனிகளாகும். இந்த மரத்தின் ஜீவரசத்தை உயிரோடு காப்பாற்றி வருவது, நாடே தெய்வத்தாய் என்று உணர்ந்தறிவதும், அதில் தாயின் தரிசனத்தைக் காண்பதும், தாயைப் பற்றியே எப்போதும் சிந்திப்பதும், அவளைப் போற்றி வருவதும், அவளுக்குப் பணிபுரிவதுமேயாகும், (மேற்கோள்: History of the Freedom Movement in India. R.C.Mazumdar. தொகுதி - 2).

இவ்வாறு பிறந்த பொன்னாட்டைத் தாயகம் காளியின் வடிவமாக, அதாவது அன்னியராட்சியைச் சங்காரம் செய்யும் ஆயுதங்களை ஏந்திய பயங்கரியாகச் சித்திரித்து, அந்த நாட்டுக்காகச் சகல தியாகங்களும் செய்ய வேண்டும், அவளின் வடிவமாகத் தேசபக்தர்கள் செயல்பட வேண்டும் என்று புரட்சி நோக்கங்கொண்ட அரவிந்தர் போன்ற தலைவர்கள் வலியுறுத்தி வந்தனர். இதனாலேயே, புரட்சி இயக்கத்தைச் சேர்ந்த 'யுகாந்தர்' பத்திரிகையின் ஆசிரியர் பூபேந்திரரைச் சிறையிலடைத்த பின்னால், அந்தப் பத்திரிகை வரப்போகிற பெரும் போராட்டத்தின் மனக்காட்சியைப் பற்றித் தனது 19-8-1907 இதழில் இவ்வாறு எழுதியது; "நாம் நீண்ட காலம் காத்திருக்க வேண்டியதில்லை என்பதில் ஐயமில்லை. போராட்ட வெறிகொண்டு நம் மக்களிடையே தேவி போர்க்கோலம் பூண்டு வந்து நிற்பதை நம் தெய்வீகக் கண்களால் காண்கிறோம். அதோடு குருதி தோய்ந்த வாள் வெந்தழல் ஒளியுடன் பிரகாசிப்பதையும், விரைந்து சுழல்வதையும் பாருங்கள். கொரில்லாப் படையினர் நாடெங்கும் திரண்டு எழுவதையும் காணுங்கள். அதோ அங்கே அன்னையின் ஆசியினால் பலப்பட்டு, ஆயுத சாலைகளை அவர்கள் கொள்ளையடிப்பதைக் காணுங்கள். அவர்கள் போடும் வெற்றிக் கோஷங்கள் விண்ணை அதிரச்செய்து பகைவரிடையே பீதியைக் கிளப்புகின்றன. அங்கே வங்காள விரிகுடாக் கடல் அலைகள் அசுரர்களின் வெற்றுச் சிம்மாசனத்தை அடித்துச் செல்கின்றன..."
(மேற்கோள்: **இந்தியப் புரட்சி இயக்கம்** - ப.கோதண்டராமன். பக். 84).

பாரத தேவி

இவ்வாறு வங்காளத்தில் நாட்டைக் காளிதேவியின் வடிவமாகவே கண்டு, சமய தேசியத்தின் அடிப்படையில் புரட்சிகர நடவடிக்கைகளை மேற்கொண்டு வந்த காலத்தில், சீக்கியர்கள் மலிந்த பஞ்சாபில் வீர வணக்கத்தை மேற்கொண்டு குரு கோவிந்தசிங்கின் புகழ் பாடி, தீவிரவாதிகள் புரட்சி இயக்கத்தையும் தேசிய இயக்கத்தையும் வழிநடத்தினர். திலகரின் மாகாணமான பம்பாயில் (மகாராஷ்டிரத்தில்) அங்குப் பிரபலமாகவுள்ள கணபதி வணக்கத்தையும், அத்துடன் சிவாஜியின் புகழ்பாடும் வீர வணக்கத்தையும் தேசிய இயக்கத்தின் வளர்ச்சிக்கும், புரட்சிகர நடவடிக்கைக்கும் பயன்படுத்திக் கொண்டனர். தமிழ் நாட்டில் பாரதியும் ஏனைய தேசியத் தலைவர்களும் சக்தி வணக்கம், வீர வணக்கம் ஆகிய இரண்டையுமே, இங்குத் தீவிரத் தேசியவாத இயக்கத்தையும் புரட்சிகர எண்ணங்களையும் வளர்க்கப் பயன்படுத்திக் கொண்டனர். சங்க காலத்தில் ரத்தப்பலி கொண்டு வந்த கொற்றவை முதற்கொண்டு, இன்றுவரையில் ரத்தப்பலி கொண்டுவரும் மாரியம்மன், காளியம்மன் போன்று ருத்திர சொரூபமான பலபெண் தெய்வங்கள் வணங்கப்பட்டுவரும் தமிழ் நாட்டில், தேசத்தைக் காளி

வடிவத்தில் பயங்கர சொரூபியாகவும் சித்திரித்து வழங்குவது பாரதிக்கு எளிதாகவும், தமிழ் நாட்டு மரபுக்கு ஒத்ததாகவும் இருந்தது. இதனையே பாரதத்தைத் தாய் வடிவில் கண்டு பாரதி பாடிய தேசிய கீதங்கள் பலவும் நமக்கு உணர்த்துகின்றன.

பாரதி அந்தத் தாயை எப்படிக் காண்கிறான்? பாரத சமுதாயம் முழுவதையுமே பாரதத்தாயின் வடிவமாகக் காணும் பாரதி,

முப்பது கோடி முகமுடையாள் உயிர்
மொய்ம்புற ஒன்றுடையாள் - இவள்
செப்பு மொழிபதி னெட்டுடையாள், எனில்
சிந்தனை ஒன்றுடையாள்

என்று பாடிவிட்டு, அவளைப் பின்வருமாறும் பாடுகிறான்:

அறுபது கோடித் தடக்கை களாலும்
அறங்கள் நடத்துவள் தாய் - தனைச்
செறுவது நாடி வருபவரைத் துகள்
செய்து கிடத்துவள் தாய்

பூமியினும் பொறை மிக்குடையாள் பெரும்
புண்ணிய நெஞ்சினள் தாய் - எனில்
தோமிழைப்பார் முன் நின்றிடுங்கால், கொடும்
துர்க்கை யனையவள் தாய்

நல்லறம் நாடிய மன்னரை வாழ்த்தி
நயம்புரிவாள் எங்கள் தாய் - அவர்
அல்லவராயின் அவரை விழுங்கிப் பின்
ஆனந்தக் கூத்திடு வாள்

- (எங்கள் தாய் - பாடல்கள்: 3, 5, 6, 9)

பாரதத் தாயை அறங்கள் தழைக்கச் செய்பவள் என்று பாடவந்த அதே மூச்சிலேயே அந்தத் தாயின் அறவழிக்குக் குந்தகம் விளைவித்து அவளோடு எவரேனும் மோத வந்தால், அந்தத் தாய் மறக்கோலம் பூண்டு, தன்னை எதிர்ப்பவர்களைத் தூள் தூளாக்க மண்ணோடு மண்ணாய்க் கிடத்திவிடுவாள் என்றும், அவள் பூமியைக் காட்டிலும் பொறுமை மிக்கவள்தான் என்றாலும் எவரேனும் அவளுக்குத் துரோகம் இழைக்கத் துணிந்தால் அந்தத் தாய் பொறுமையை விடுத்துப் பொங்கியெழுந்து அரக்கர்களைத் துவம்சம் செய்யும் துர்க்கையாகவும் மாறிவிடுவாள் என்றும், நல்லரசாட்சி நடந்தால் அவள் அதனை ஆதரித்து நிற்பாள். அதற்கு மாறாக, ஆட்சியாளர்கள் கொடுங்கோலர் களாக மாறினால், அவளும் கொற்றவையாக மாறி அவர்களையே விழுங்கித் தீர்த்து ஆனந்த நடனம்புரிவாள் என்றும் பாரதி அவளைப் பற்றிப் பாடுகிறான்.

எனவேதான் தாயாக விளங்கும் அவள் தருணம் வந்தால், அன்னியரை அழிக்கப் பேயாகவும் மாறிவிடுவாள் என்று உணர்த்தும் விதத்தில்,

பேயவள் காண் எங்கள் அன்னை - பெரும்
பித்துடையாள் எங்கள் அன்னை

என்று தொடங்கி,

பாரதப் போரெனில் எளிதோ? - விறல்
பார்த்தன்கை வில்லிடை ஒளிர்வாள்
மாரதர் கோடி வந்தாலும் - கணம்
மாய்த்துக் குருதியில் திளைப்பாள்

- (வெறிகொண்ட தாய் - பாடல்: 1, 5)

என்றும் பாடி முடிக்கிறான் பாரதி. பாரதத்தாய் தனது புத்திரர்களான அர்ஜூனன் போன்ற வீரர்களின் வில்லிற் புகுந்து செயல்படுவாள், இதன் மூலம் அவளை எதிர்ப்பவர்கள் கோடிக்கணக்கில் இருந்தாலும் கூட, அவள் அவர்களை மாய்த்து, அவர்களது ரத்த வெள்ளத்திலே குதூகலத்தோடு நீந்திக் களிப்பாள் என்று பாடுகிறான் பாரதி.

இதேபோல் பாரததேவியின் நாடு, நகர், ஆறு, மலை போன்ற பத்து அம்சங்களையும் போற்றித் 'திருத்தசாங்கம்' பாட வரும் போலும்,

பரிமிசை ஊர்வாள் அல்லள்; பாரனைத்தும் அஞ்சும்
அரிமிசையே ஊர்வாள் அவள்!

- (பாரத தேவியின் திருத்தசாங்கம் - பாடல்: 6)

*என்று அன்னை பாரததேவி உலகமே கண்டஞ்சும் சிங்கத்தின் மீதே ஏறிவருவாள் என்றே பாரதி பாடுகிறான். இதேபோல், அவன் அவளை (அன்னியர்களான) அரக்கர்கள் கண்டு நடுங்கும் விதத்தில் கையில் சூலாயுதத்தை எந்தி நிற்பவளாகவே (***"நிருதர்கள் நடுக்குறச் சூல்கரத்து ஏற்றாய்"*** - பாரத மாதா; திருப்பள்ளி எழுச்சி - பாடல் 3) காண்கிறான்.*

மேலும், மராட்டிய மன்னன் சிவாஜி வணங்கிய குல தெய்வமான பவானியின் வடிவத்திலும் பாரத தேவியையே பாரதி காண்கிறான். 1907 மே மாதத்தில் சென்னையிலும் சிவாஜி திருநாள் கொண்டாடப் பட்ட செய்தியை அறிவித்து! "அப்போது சிவாஜியின் குலதெய்வமும் ஆரிய ஜனங்களின் வீர தேவியுமாகிய பவானிக்கு ஸ்ரீ.ஸி.சுப்பிரமணிய பாரதியால் கூறப்பட்ட வணக்கம்" என்ற குறிப்போடு 'இந்தியா'வில் பின்வரும் வணக்கம் வெளியிடப்பட்டுள்ளது:

'ஹே மாதா! ஹே பவானி! மஹா வீரே! ஆரிய சக்தி, உன்னை நமஸ்கரிக்கின்றோம். பரத கண்டத்து முப்பது கோடி ஜனங்களையும்

நாசம் செய்துவிட வேண்டுமென்று யாரெல்லாமோ விரும்பியபோதிலும், எங்களுக்கு ஜீவாதாரமாக இருந்து ரக்ஷிப்பவள் நீ! எங்களையே சகாப்த காலமாக இந்த நாட்டில் எங்கள் ஜாதியாரின் புஜத்திலேயும் ஹிருதயத்திலேயும் நின்று விளங்க அவர்களுக்கு வீரத்தன்மையும் பராக்கிரமமும் மனத்துணிவும் இஷ்ட சித்தியும் தந்து காத்து வந்தவள் நீ! ஆதியிலே தர்ம ஸ்வரூபமாய், அதர்மத்தை நிர்மூலம் செய்பவனான ராவணன், கும்பகர்ணன், இந்திரஜித், மாரீசாதி ராக்ஷஸர்களையெல்லாம் பொடியாக்கிய ஸ்ரீராமனுக்குத் துணையாக நின்றவள் நீ! சீனம் முதலிய வடநாட்டு மிலேச்சர்களையெல்லாம் வெற்றிகொண்டு, அவர்களுக்குள்ளே தர்ம ஸ்தாபனம் செய்து, ஆரிய வர்த்தத்து மஹா வீரர்களுக்குள்ளே நிகரற்றவராக விளங்கிய அர்ஜுனனுக்கு ஸயாயம் செய்தவள் நீ! பீஷ்மன், பீமன், கர்ணன், அபிமன்யு, துரோணன், நிருபன், அசுவத்தாமன் முதலிய வீர சிகாமணிக்கெல்லாம் தோளிலே வலிமையும் மனத்திலே திடமும் கொடுத்து வீர ஸ்வர்க்கம் அருளினவள் நீ! க்ஷத்திரியர்கள் - தர்ம நெறியினின்று விலகிய காலத்திலே பரசுராமனைக் கொண்டு அவர்களையெல்லாம் ஸம்ஹரித்து எங்களுடைய ஆரிய ஜாதியின் பெருமையைக் காப்பாற்றியவள் நீ! பிரதாப ஸிம்ஹன் முதலிய ஆயிரக் கணக்கான ராஜபுத்ர வீரர்கள் பிராணனைக் காட்டிலும் மானமே பெரிதாக மதித்து யுத்த களத்திலே துண்டுபட்டு வீழ்ந்தேனும் ஸ்வதேச தர்மத்தை நிலைநிறுத்தியது உன்னுடைய கிருபையினாலேதான். வங்க தேசத்திலே பிரதாபாதித்யன் அடைந்த கீர்த்தி உன்னுடைய கீர்த்தி!... மஹமதிய ராஜாக்கள் அதர்மத்தில் சிந்தை வைத்தபோது, சத்ரபதி சிவாஜி மஹாராஜாவைத் தோற்றுவித்து மஹாராஷ்டிர ஸ்தாபனம் செய்தவள் நீ! உன்னை மறந்து, உன்னுடைய பாத பூஜையைக் காட்டிலும், எங்களது உதர பூஜையை பெரிதென்று நம்பி, எங்கள் ஆரிய ஜாதியாரிலே, ஒவ்வொருவனும் தனது, தனது அற்ப சுகங்களையே விரும்பி, ஸ்வதேசிய ஞானமும், ஸ்வஜாதியஞானமும், ஸ்வராஜ்ய அபிலாஷையும் நீங்கிப் போய் நாங்கள் அதர்ம நெறியிலே, புகுந்தது பற்றி எங்கள்மீது கோபங்கொண்டு, எங்களுக்கு அடிமைத் தன்மை ரோகம், தரித்திரியம் முதலியவற்றின் மூலமாக நற்புத்தி போதிக்க வேண்டுமென்று எண்ணங்கொண்டு விட்டாய், தாயே! உன்னை மறுபடியும் வணங்கத் தொடங்குகின்றோம். இந்த தரித்திர நிலைமையினின்றும் ரோகங்களினின்றும் இவற்றுக்கு மூலாதாரமான அதர்மத்தினின்றும் விலக்கியருள்வாயா? எங்களை அவமானத்தினின்றும் நீக்கு. எங்களை அபகீர்த்தியினின்றும் விலக்கு. எங்களுக்குப் பராக்கிரமத்தையும் ஞானத்தையும் இவற்றின் விளைவாக ஸ்வராஜ்யத்தையும் கொடுத்தருள். வந்தே மாதரம்" (**இந்தியா** 18-5-1907 **பாரதி தரிசனம்** - 2. பக். 88-89).

மேற்கண்ட வணக்கத்தில் பாரதி எழுதியுள்ள இதே விஷயம்தான். பாரதமாதாவைப் பற்றி அவன் பாடியுள்ள பாடலிலும் கவிதையாக உருக்கொண்டுள்ளது எனலாம். அந்தப் பாட்டிலும் பாரத தேவியின் வீரத்தைப் பற்றிப் பாட வரும்போது அவன் இவ்வாறே பாடியுள்ளான்.

முன்னை இலங்கை அரக்கர் ஒழிய
முடித்தவில் யாருடைய வில்? - எங்கள்
அன்னை பயங்கரி பாரததேவி நல்
ஆரிய ராணியின் வில்

இந்திர சித்தன் இரண்டு துண்டாக
எடுத்தவில் யாருடைய வில்? - எங்கள்
மந்திரத் தெய்வதம் பாரத ராணி
வயிரவி தன்னுடை வில்.

காண்டிவம் ஏந்தி உலகினை வென்றது
கல்லொத்த தோள்எவர் தோள்? - எம்மை
ஆண்டருள் செய்பவள் பெற்று வளர்ப்பவள்
ஆரிய தேவியின் தோள்.

- (பாரத மாதா - பாடல்கள்: 1, 2, 6)

இவ்வாறு, பவானி காளி, துர்க்கை, பைரவி போன்ற தெய்வங்களை யெல்லாம் பாரதி, பாரததேவி என்ற வீரத்தின் திருவுருவாகவும், இந்திய நாடு கண்ட இதிகாச வீரர்களது வீரத்தையெல்லாம் அவளது வீரத்தின் அம்சமாகவும் காண்கிறான். மேலும், பாஞ்சாலத்து வீரன் குருகோவிந்த சிங்கைப் பற்றிப் பாட வரும்போதும் நாட்டுக்காகத் தம்முயிரையும் பலி கொடுக்கத் தயாராக முன்வந்த தனது ஐந்து சீடர்களையும் குருகோவிந்தன்,

“காளியும் நமது கனக நன்னாட்டுத்
தேவியும் ஒன்றெனத் தேர்ந்தநல் அன்பர்காள்!”

என்றே விளிக்கத் தொடங்கியதாகப் பாரதி பாடுகிறான்.

உண்மையில், ரத்தப்பலி கேட்பவளாகக் கருதப்பட்டு வந்த காளியையே, நாட்டுக்காக ஆயுதந் தாங்கிப் போராடவும் உயிர்த்தியாகங்கள் செய்யவும் துணிந்த புரட்சிவாதிகள் பாரத தேவியின் மூர்த்தமாகக் கொண்டு வணங்கி வந்தனர். இதன் காரணமாகவே, ‘பயங்கரத்தை வழிபடு’ என்று போதித்த விவேகானந்தர் காளியின் மீது இயற்றிய ஒரு பாடலும், அந்தப் புரட்சி வீரர்களுக்கு நாட்டுக்காகத் தமது உயிரையும் பலிகொடுக்கும் உத்வேகத்தை அளித்தது.

சொல்லப்போனால், 'ஆனந்த மடம்' நாவலில், விடுதலைக்காகப் போராடிய வீர சன்னியாசிகள் அமைத்த ரகசியச் சங்கத்தின் பாணியைப் பின்பற்றியே, 1905இல் அரவிந்தர் 'பவானி மந்திர்' (பவானி கோவில்) என்ற பெயரில் ஒரு ரகசியத் திட்டத்தைத் தீட்டினார். அதாவது மனித நடமாட்டமற்ற மலைப் பிரதேசத்தில் அன்னை பவானிக்கு ("அன்னை பராசக்தியும் இந்தியத் தாயும் ஆன தூய பவானிக்கு") ஒரு கோயில் எழுப்பி, அதனை "அன்னை வழிபாடு நாடு முழுவதிலும் பரவுவதற்கான மத்திய ஸ்தலமாக" அமைத்து, அதில் நாட்டுக்கும், பணிபுரிய, பிரம்மச்சரிய விரதம் ஏற்க முன்வரும் இளைஞர்களைத் திரட்டி, அவர்களைப் புரட்சிப் பணியிலே ஈடுபடுத்த அரவிந்தர் விரும்பினார். அரவிந்தரின் இந்தத் திட்டத்தை அனுசரித்தே வங்கத்தில் புரட்சிச் சங்கங்கள் பலவும் செய்யப்பட்டன. "வங்காளத்தைச் சேர்ந்த புரட்சிச் சங்கங்கள் 'பவானி மந்திர்' திட்டத்தில் கூறப்பட்டிருந்த கோட்பாடுகளிலும் விதிமுறைகளிலும், புரட்சிகரப் பலாத்காரம் பற்றிய ரஷ்யக் கருத்துக்களையும் புகுத்தின. பவானி மந்திர் திட்டத்தில் சமய அம்சம் பற்றியே பெரிதும் கூறப்பட்டிருப்பினும், அதில் ரஷ்ய விதிகளே பெரிதும் இடம்பெற்றிருந்தன" என்று ரௌலட் அறிக்கை கூறியது (Rowlatt Report பக். 101).

வங்கப் பிரிவினையைத் தொடர்ந்து வங்காளத்தில் தீவிரத் தேசியவாதிகள் மக்களிடையே வினியோகித்த ஒரு துண்டுப் பிரசுரத்தில் இவ்வாறு எழுதப்பட்டிருந்தது; "நமது கைத்தொழில்களை நாசமாக்கி, நமது நெசவாளர்களுக்கும் கம்மியர்களுக்கும் வேலையில்லாமல் செய்துவிட்ட இந்தத் திருடர்களை நாம் எப்படி நமது ஆட்சியாளர்களாக ஏற்றுக்கொள்ள முடியும்? அவர்கள் தமது நாட்டில் உற்பத்தி செய்த பொருள்களைக் கொள்ளை கொள்ளையாக இறக்குமதி செய்த பொருள்களை நமது பஜார்களில் நமது மக்களின் மூலமே விற்று, நமது செல்வத்தைக் கொள்ளையடித்துக் கொண்டிருக்கிறார்கள்; நமது மக்களின் ஜீவனோபாயத்தையும் பறித்துக் கொண்டிருக்கிறார்கள்! நமது வயல்களில் விளையும் தானியத்தையெல்லாம் கொள்ளையடித்து, நம்மைப் பசிக்கும், ஜுரத்துக்கும், பிளேக் நோய்க்கும் இரையாக்கும் இவர்களை நமது ஆட்சியாளர்கள் என்று எப்படி ஏற்றுக்கொள்ள முடியும்? மேலும் மேலும் நம்மீது புதிய வரிச்சுமைகளை ஏற்றி வரும் இந்த அன்னியர்களை நாம் எப்படி நமது ஆட்சியாளர்களாக ஏற்றுக் கொள்ள முடியும்? சகோதரர்களே! நீங்கள் எவ்வளவு காலம் சகித்துக்கொள்கிறீர்களோ, அவ்வளவு காலத்துக்கு இந்தச் சூழ்ச்சிக்காரர்கள் உங்களை ஒடுக்கி வருவார்கள். நாம் ஒரு துணிவான நிலையை மேற்கொண்டு, விமோசனத்துக்கு வழி தேடியாக வேண்டும். சோதரர்களே! நாம்தான் இந்த மண்ணின் மக்கள். நமது

பணத்தினால்தான் அவர்கள் வேலை செய்யாமலே கொழுத்து வருகிறார்கள். அவர்கள் நமது ரத்தத்தைக் குடிக்கின்றனர். இதனை ஏன் நாம் சகித்துக் கொள்ள வேண்டும்? இந்து சோதரர்களே, ***காளி****,* ***துர்க்கை****, மகாதேவன், ஸ்ரீகிருஷ்ணன் ஆகியோரின் பேரால் சபதம் செய்யுங்கள்!..... சோதரர்களே! கிளர்ந்தெழுங்கள்! தாய் நாட்டின் தகுதி மிக்க புதல்வர்கள் நீங்கள்தான் என்று நிரூபியுங்கள்; தைரியமாகப் போரிடுங்கள்;* **"வங்க மாதாவுக்காகத் தியாகங்களைச் செய்யத் தயாராகுங்கள்!"** *(மேற்கோள்:* A History of India. G.G.Kotovsky. *பாகம் - 2 பக். 127-128. மேற்கண்ட துண்டுப் பிரசுரத்தை, முந்தைய கட்டுரையின் இறுதியில் வழங்கியுள்ள தமிழ்நாடு ரகசியச் சங்கத்தின் பிரகடனத்தோடு ஒப்பிட்டுப் பார்க்கவும்).*

*இங்குத் தமிழ்நாட்டில் தோன்றிய ரகசியச் சங்கத்திலும் காளி வணக்கம் நடைபெற்றே வந்தது. "அவர்கள் போட்ட கூட்டங்களில் காளியின் சிலை ஒன்று பிரதான இடத்தில் வைக்கப்பட்டிருக்கும். அதன் முன் சந்தனத்தையும் குங்குமத்தையும் கலந்த நீர் ஒரு கலயத்தில் வைக்கப்பட்டிருக்கும், தம் லட்சியம் நிறைவேற அவர்கள் அதற்கு வழிபாடுகள் இயற்றுவர். பின் பிரிட்டிஷ் ஆட்சியின் அட்டூழியங்கள் பற்றியும் அது ஒழிக்கப்பட வேண்டியதன் இன்றியமையாமை பற்றியும் ஆவேசமான, ராஜத்துரோகமான சொற்பொழிவுகள் ஆற்றப்படும். இத்தகைய கூட்டங்களில் ஒன்றுக்கு வாஞ்சி சென்றார்..." (****இந்தியப் புரட்சி இயக்கம்**** - ப.கோதண்டராமன். பக். 161).*

மேற்கூறிய விவரங்கள் அனைத்திலிருந்தும் இந்தியப் புரட்சிவாதிகள் ரத்தப்பலி கொள்ளும் காளியின் வடிவிலேயே பாரத தேவியின் மூர்த்தத்தைக் கண்டு, நாட்டுக்காகப் போராடவும் உயிர்த் தியாகம் புரியவும் முன்வந்தனர் என்பது விளங்கும். எனவே பாரத தேவியை, பைரவியாகவும், துர்க்கையாகவும், பயங்கரியாகவும் கண்டு பாடிய பாரதியின் பாடல்களும், தமிழ்நாட்டில் ஆயுதந் தாங்கிய புரட்சி நடவடிக்கைகளில் ஈடுபாடுகொண்ட இளைஞர்களுக்கு எத்தனை உத்வேகமும் ஆவேசமும் ஊட்டப் பயன்பட்டிருக்கும் என்பதை நாம் புரிந்துகொள்ளலாம்.

குரு கோவிந்த சிங்

இப்போது பாரதி கவிதைத் தொகுதியில் 'குரு கோவிந்தர்' என்ற தலைப்பில் இடம் பெற்றுள்ள பாடல், பாரதியால் எப்போது எழுதப்பட்டது, 'இந்தியா' பத்திரிகையில் எப்போது வெளிவந்தது என்று தெரியவில்லை. புதுச்சேரியைச் சேர்ந்த இராமகிருஷ்ணா வாசகசாலை, ஸ்ரீ சுப்பிரமணிய பாரதி சங்கம், புதுவை வாலிபர் ஐக்கிய

சங்கம் ஆகிய மூன்று ஸ்தாபனங்களும், 1937 செப்டம்பர் 11 அன்று புதுச்சேரியில் பாரதி தின விழாவைக் கொண்டாடியபோது, அவற்றின் சார்பில், மறைந்து கிடந்த இந்தப் பாடல் "புதுச்சேரி பாரதி அன்பர்கள் சிலரால் கண்டுபிடிக்கப்பட்டு", **குரு கோவிந்த ஸிம்ஹ விஜயம்** என்ற தலைப்பில் 8 பக்கங்கொண்ட சிறு நூலாக முதன் முதலில் வெளிவந்தது. இதன் பின்னர் இந்தப் பாடல் பாரதி பிரசுராலயம் வெளியிட்ட 'ஸ்வசரிதையும் பிற பாடல்களும்' என்ற தொகுப்பில் சேர்த்துக்கொள்ளப் பட்டது (1937இல் வெளிவந்த இதன் முதற் பதிப்பில் அல்ல. பிந்திய பதிப்புக்களிலேயே சேர்த்துக்கொள்ளப் பட்டது). என்றாலும் இந்தக் கவிதை பாரதி சிவாஜியைப் பற்றிப் பாடல் எழுதிய காலத்தை ஒட்டியே, அதாவது 1906-1907 ஆண்டுகளிலேயே எழுதப்பட்டிருக்க வேண்டும் என்றே இதன் உருவம், உள்ளடக்கம் முதலியவை நமக்கு உணர்த்துகின்றன.

குரு கோவிந்தர் சீக்கியர்களின் பத்தாவது குரு. 1675இல் கோவிந்தரின் தந்தையும் ஒன்பதாவது குருவுமான தேஜ் பகதூரை, மொகலாயர்கள் சின்னாபின்னமாக வெட்டித்தள்ளிக் கொன்றுவிட்ட பின்னர், குரு கோவிந்தர் சீக்கியர்களையெல்லாம் ராணுவ அடிப்படையில் ஒன்றுதிரட்டினார். அவர் சீக்கியர்களை முந்திய ஜாதி, சமய பேதங்களை யெல்லாம் கைவிட்டு விட்டு, சீக்கியர் என்ற ஒரே இனமாக ஒன்று திரளுமாறு அறைகூவல் விடுத்தார், இதனால் சீக்கியர்கள் பிரத்தியேகச் சிகை அலங்காரம் பிரத்தியேக சமயச் சின்னங்கள் ஆகியவற்றை மேற்கொள்ளத் தொடங்கினர். இவ்வாறு ஒன்றுபட்ட சீக்கிய இனம் மொகலாயருக்கு அன்று பஞ்சாபில் சிம்ம சொப்பனமாக விளங்கியது. ஆயினும் மொகலாயரை எதிர்த்து நடத்திய போர்களில் குரு கோவிந்தர் வெற்றி பெறவில்லை. இறுதியில் அவரும் 1708இல் கொல்லப்பட்டார். என்றாலும், அவர் சீக்கியர்களை ஒன்றுபடுத்த மேற்கொண்ட முயற்சிகளும், அவர் நடத்திய போர்களும், அவரது தலைமையின் கீழ் சீக்கியர்கள் புரிந்த தியாகங்களும் வீரத்தின் இலக்கணமாய் விளங்கின. எனவேதான் பஞ்சாபைச் சேர்ந்த லாகூரில் சுவாமி விவேகானந்தர் 'இந்து சமயத்தின் பொது அடிப்படைகள்' என்ற தலைப்பில் உரையாற்றும்போது இவ்வாறு கூறினார்: "இந்த உரையின் ஆரம்பத்தில் உங்களது மாபெரும் குரு கோவிந்த சிங்கைப் பற்றிக் குறிப்பிட்டேன். இந்து சமயத்தைக் காப்பதற்காகத் தனது சொந்த ரத்தத்தையே சிந்திய பின்னால், தமது சொந்தப் பிள்ளைகள் போர்க்களத்தில் கொல்லப்படுவதையும் பார்த்த பின்னால், இந்த நாட்டை அடக்கி ஒடுக்கி வந்தவர்களை எதிர்த்துப் போராடி வந்த அவர், இந்த நாட்டைவிட்டே துரத்தப்பட்டுவிட்டார். என்றாலும்,

அவர் யாருக்காகத் தமது ரத்தத்தையும் தமது சொந்த உற்றார் உறவினரின் ரத்தத்தையும் சிந்தினாரோ, அந்த மாபெரும் குருவின் உதாரணத்தை நீங்கள் பின்பற்றத் தயாராகும் போதே, நீங்கள் ஓர் இந்து ஆவீர்கள். காயம்பட்ட சிங்கம்போல் அவர் களத்திலிருந்து விலகி, தெற்கே சென்று அமைதியாக மரணத்தைத் தழுவினார். ஆயினும் நன்றிகெட்ட தனமாய் அவரைக் கைவிட்டவர்களுக்கு எதிராக, அவர் வாயிலிருந்து ஒரு சாப வார்த்தைகூடப் பிறக்கவில்லை. நான் சொல்வதைக் கேளுங்கள். நீங்கள் ஒவ்வொருவரும் ஒரு கோவிந்த சிங்காக இருக்க வேண்டும்" (To the Youth of India - collection of Speeches of Vivekananda பக். 152). எனவேதான் தீவிரத் தேசியவாத இயக்கம் மேலோங்கிய காலத்தில், அதன் தலைவர்களும் புரட்சி மனப்பான்மை கொண்ட இளைஞர்களும் குருகோவிந்த சிங்கின் வீரத்தைப் போற்றி, வீர வணக்கம் செய்து, அவரையும் அவரது முதல் சீடர்களையும் தமது உதாரண புருஷர்களாகக் கொள்ள முற்பட்டனர். தேசபக்தர் வ.வே.சு. அய்யர் பற்றிக் "குருகோவிந்த சிங்கன்" என்ற ஒரு தனி நூலையே எழுதினார். இத்தகைய மனப்பான்மை கொண்ட பாரதியும், குரு கோவிந்த சிங்கைப் பற்றி, "குரு கோவிந்த ஸிம்ஹ விஜயம்" என்ற தலைப்பில் 204 அடிகள் கொண்ட நீண்ட கவிதை ஒன்றையே பாடினான். அந்தக் கவிதையில் பாரதி பாட எடுத்துக்கொண்ட விஷயமே, நாட்டின் விடுதலைக்காகப் போராடவும், தமது உயிரையும் தியாகம் செய்யவும், அஞ்சா நெஞ்சமும் தியாக மனப்பான்மையும் கொண்ட இளைஞர்கள் முன்வர வேண்டும் என்பதை வலியுறுத்துவது தான். குரு கோவிந்தர் 'காலசா' என்ற தமது மார்க்கத்தைத் தொடங்கு வதற்குமுன், எவ்வாறு அதற்கு வீரத்திருமணிகளான ஐந்து சீடர்களை முதலில் தேர்ந்தெடுத்தார் என்பதே பாரதி பாட எடுத்துக் கொண்ட விஷயமாகும். குருகோவிந்தர் அந்தச் சீடர்களை எப்படித் தேர்ந்தெடுத்தார்?

குருகோவிந்தரின் கட்டளைக்குச் செவிசாய்த்து, அவர் கூறப்போகும் செய்தியைக் கேட்க ஆயிரமாயிரமாகச் சீக்கிய வீரர்கள் திரண்டு வந்திருக்கின்றனர். தமது குரு என்ன கூறப்போகிறார் என்று அவர்கள் ஆவலுடன் காத்திருக்கும்போது, குருகோவிந்தர் "கூற நா நடுங்கும் கொற்றக்கூர்வாள்" ஒன்றை ஏந்திக் கூடியிருந்த மக்கள் முன் வருகிறார். அவர் என்ன சொல்லப் போகிறாரோ என்று எண்ணியிருந்த வேளையில், குருகோவிந்தர்,

"வாள் இதை மனிதர் மார்பிடைக் குளிப்ப
விரும்புகின் றேன்யான்; தீர்கிலா விடாய்கொள்

> "தருமத் தெய்வந் தான்பல குருதி
> பலிவிழை கின்றதால், பக்தர்காள்! நும்மிடை
> நெஞ்சினைக் கிழித்து நிலமிசை உதிரம்
> வீழ்த்தித் தேவியின் விடாயினைத் தவிர்ப்ப
> யார் வருகின்றீர்?"
>
> - (வரிகள் : 42-48)

என்று கேட்கிறார். "தர்ம தேவதை பல உயிர்ப் பலிகளைக் கேட்கிறாள். எனவே உங்களில் நெஞ்சைக் கிழித்து நிலத்தில் ரத்தத்தைச் சிந்தி, அவள் தாகத்தைத் தணிக்க யார் முன்வருகிறீர்கள்?" என்று கேட்டதும், கூடியிருந்த மக்கள் நடுங்கிய ஒரு கணம் வாய் பேசாதிருந்தனர். இதன் பின் அங்கு திரண்டிருந்த மக்களில் ஒருவன் எழுந்து, 'நான் வருகிறேன்' என்று முன்னால் வருகிறான். அவனைக் குரு கோவிந்தர் கோவிலுக்குள் கூட்டிச் செல்கிறார். சிறிது நேரத்தில் கோவிலுக்குள்ளிருந்து ரத்தம் வெளியே ஆறாய் ஓடி வருகிறது. இதன்பின் குரு கோவிந்தர் ரத்தம் தோய்ந்த வாளுடன் வெளியே வருகிறார்;

> "மானுடர் நெஞ்சினில் வாளினைப் பதிக்க
> சித்தம்நான் கொண்டேன். தேவிதான் பின்னுமோர்
> பலிகேட் கின்றாள் பக்தர்காள்! நும்முளே
> இன்னும்இங் கொருவன் இரத்தமே தந்துஇக்
> காளியின் தாகம் கழித்திடத் துணிவோன்
> எவனுளன்? - (வரிகள் : 67-72)

என்று கூறி, அடுத்தாற்போல் காளிக்கு உயிரைப் பலிகொடுக்க 'யார் வருகின்றீர்கள்?' என்று கேட்கிறார். அடுத்தும் ஒரு வீரன் முன் வருகிறான். அவனையும் குரு உள்ளே அழைத்துச் செல்கிறார். மீண்டும் வெளியே ரத்தம் பாய்ந்து வருகிறது. குரு கோவிந்தர் மீண்டும் ரத்தம் தோய்ந்த வாளுடன் வெளியே வருகிறார். 'தேவியின் பசி இன்னும் தீரவில்லை. இன்னும் பலி கேட்கிறாள்' என்று கூறுகிறார். இவ்வாறே ஐந்து பேர் முன்வர, அவரும் மொத்தத்தில் ஐந்து 'பலிகளை'யும் கொடுத்து முடிக்கிறார். பின்னர் வெளியே வந்து திரண்டிருந்த மக்களை நோக்கி, இவ்வாறு கூறுகிறார்:

> "அறத்தினைத் தமது ஓர் அறிவினால் கொண்ட
> மட்டிலே மானிடர் மாண்பெற லாகார்.
> அறமது தழைப்ப, நெஞ்சகம் காட்டி,
> வாள்குத்து ஏற்று மாய்பவர் பெரியோர்
> அவரே மெய்ம்மையோர்; முத்தரும் அவரே!"

தருமத்தை அறிவினால் புரிந்துகொண்டால் மட்டும் போதாது, அதனைக் காப்பாற்ற வாளுக்கும் நெஞ்சைத் திறந்துகாட்டி உயிர்த் தியாகம் செய்பவரே மெய்ஞ்ஞானிகள் என்ற அறிவுரையை உணர்த்துவதற்கே, தாம் இந்தச் சோதனையை நடத்தியதாகவும், தாம் யாரையும் பலியிடவில்லை என்றும், வெளியே ஓடி வந்தது ஆட்டின் ரத்தமேயன்றி, அந்த ஐந்து வீரர்களின் ரத்தமல்ல என்றும் கூறி, அந்த வீரர்கள் ஐவரையும் குரு கோவிந்தர் கோவிலுக்கு வெளியே கூட்டி வருகிறார். பின்னர் அந்த ஐவரையும் அவர் மார்புறத் தழுவி, ஆசிகள் கூறி, ஜனக்கூட்டத்தை நோக்கி இவ்வாறு முழங்குகிறார்:

**“காளியும் நமது கனகநன் னாட்டுத்
தேவியும் ஒன்றெனத் தேர்ந்தநல் அன்பர்காள்!
நடுக்கம் நீரெய்த நான் ஐம்முறையும்
பலியிடச் சென்றது பாவனை மன்ற
என்கரத் தாற்கொலோ நும்முயிர் எடுப்பன்?
ஐம்முறை தானும் அன்பரை மறைத்துநும்
நெஞ்சச் சோதனை நிகழ்த்தினன் யானே!
தாய்மணி நாட்டின் உண்மைத் தனயர் நீர்
என்பது தெளிந்தேன். என்கர வாளால்
அறுத்தது இங்குஇன்று ஐந்தாடுகள் காண்பீர்.
சோதனை வழியினும் துணிவினைக் கண்டேன்.
களித்ததென் நெஞ்சம், கழிந்தன கவலைகள்”**

- (வரிகள் : 104-115).

இவ்வாறு தமது உயிரையும் நாடென்னும் தேவிக்காகப் பலி கொடுக்க முன்வந்த அந்த ஐந்து வீரர்களைத் தமது முதல் சீடர்களாகக் கொண்டே, குரு கோவிந்தர் தமது ‘காலசா’ என்ற மார்க்கத்தை, சங்கத்தைத் தொடங்குகிறார். இதன்பின் அவர் அவர்களுக்குத் தீட்சை அளித்து உபதேசம் புரிகிறார்.

**“தாய்த் திரு நாட்டைச் சந்ததம் போற்றி
புகழொடு வாழ்மின்! புகழொடு வாழ்மின்”**

- (வரிகள் : 198-199)

என்று குரு கோவிந்தர் அவர்களை வாழ்த்த,

**அவனடி போற்றி ஆர்த்தனர் சீடர்கள்;
குருகோவிந்தக் கோமகன் நாட்டிய
கொடிஉயர்ந்த தசையக் குவலயம் புகழ்ந்தது;
ஆடிய மாய்ந்தது அரங்கசீப் ஆட்சி**

- (வரிகள் : 201-204)

என்று முடிகிறது பாரதியின் பாடல்.

ஆங்கிலேயரிடமிருந்து பாரத நாட்டை விடுவிப்பதற்குத் தம் உயிரையும் பலி கொடுக்க, குரு கோவிந்த சிங்குக்குக் கிடைத்த ஐந்து வீர இளைஞர்களையும் போன்று, அஞ்சா நெஞ்சம் படைத்த இளைஞர்கள் முன் வர வேண்டும் என்பதுதான் பாரதியின் பாடல் நோக்கம் என்பதை இதிலிருந்து நாம் புரிந்துகொள்ள முடியும். இந்தப் பாடல் தமிழ்நாட்டைச் சேர்ந்த இளைஞர்களுக்கு எத்தனை உத்வேகத்தை வழங்கியது என்பதை, வாஞ்சிநாதன் ஆஷ்துரையைச் சுட்டுக் கொன்று விட்டுத் தன்னைத்தானே மாய்த்துக்கொண்டபின், அந்த வீரனின் சட்டைப் பையில் இருந்த கடிதத்தில், "எங்கள் ராமன், சிவாஜி, கிருஷ்ணன், **குரு கோவிந்தர்**, அர்ஜூனன் முதலியோர் இருந்து தர்மம் செழிக்க அரசாட்சி செய்து வந்த தேசத்தில்..." என்ற வாசகமும் இடம்பெற்றிருந்தது (முந்தைய கட்டுரை) என்பதை நினைவூட்டிக்கொண்டால் போதும்.

சத்ரபதி சிவாஜி

அன்றைய தீவிரத் தேசியவாதிகள் இளைஞர்கள் மத்தியில் தேசபக்தி ஆவேசத்தையும் போராட்ட வேகத்தையும் உருவேற்ற, குரு கோவிந்த சிங்கைப் போலவே சிவாஜியையும் வீர வணக்கம் செய்தனர். உண்மையில் சென்ற நூற்றாண்டின் இறுதியிலேயே சிவாஜி விழாவைக் கொண்டாடுவதன் மூலம் மராட்டிய மக்கள் மத்தியில் தேசிய உணர்வைப் பரப்பி அவர்களை ஒன்றுதிரட்ட முனைந்துவிட்டார் திலகர். இவ்வாறு பம்பாய் மாகாணத்தில் சென்ற நூற்றாண்டின் இறுதியில் சிவாஜி திருநாள் கொண்டாடப்பட்டு வந்த சமயத்தில், அத்தகைய விழாவொன்றில் திலகர் தலைமை வகித்து ஆற்றிய உரையும். "சிவாஜி கூறியவை" என்ற கவிதையும் அவரது 'கேசரிப் பத்திரிகையில் 15-6-1897 அன்று வெளிவந்தன. அந்தக் கூட்டத்தில் உரையாற்றிய பேராசிரியர் ஜின்ஸிவாலி என்பவர் சிவாஜி அப்ஸல்கானைக் கொன்றது சம்பந்தமாகக் கூறிய விஷயங்களைப் பற்றி, திலகர் தமது தலைமையுரையில் தெரிவித்த கருத்துக்கள், ஆங்கிலேய அரசாங்கத்தால் ஆட்சேபகரமானதாக, ராஜத்துரோகமான தாகக் கருதப்பட்டன. அதில் திலகர் இவ்வாறு கூறியிருந்தார்: "திருடர்கள் நமது வீட்டுக்குள் புகுந்துகொண்டால், அவர்களை வெளியே விரட்டியடிப்பதற்கு நமக்குப் போதிய பலம் இல்லை யென்றால், நாம் சற்றேனும் தயங்காமல் அவர்களை வீட்டுக்குள்ளே வைத்துப் பூட்டி, அவர்களை உயிரோடு எரித்து விடத்தான் வேண்டும். கடவுள் இந்துஸ்தான் ராஜ்யத்தைச் செப்புப் பட்டயம் எழுதி மிலேச்சர்களிடம் கொடுத்துவிடவில்லை. உங்கள் பார்வையைக் கிணற்றுத் தவளையைப்போல் குறுக்கிக்கொள்ளாதீர்கள். பீனல் கோடிலிருந்து வெளிவாருங்கள். பகவத் கீதையின் மிகமிகவுயர்ந்த

சூழ்நிலைக்குள் பிரவேசியுங்கள்; பின்னர் மகாவீரர்களின் செயல்களைக் கருத்தில் கொள்ளுங்கள்" (**கேசரி** - 15-6-1897). திலகரின் இத்தகைய கருத்துக்கள் அன்றைய அரசியல் நிலையோடு நேரடிச் சம்பந்தம் கொண்டவை என்றும், அவை வன்முறைச் செயலைத் தூண்டுவதாக இருந்தன என்றும், மற்றும் 'கேசரி'யில் வெளிவந்த கவிதையும் ஆட்சேபகரமானது என்றும் அரசாங்கம் கருதியது. உண்மையில் 15-6-1897 திலகரின் பேச்சு வெளிவந்த பின் பன்னிரண்டே நாட்களில், 27-6-1897 அன்று சப்பேகர் சகோதரர்கள் புனா நகரில் பிளேக் அதிகாரி ராண்டைச் சுட்டுக்கொன்றதுக்கு (இதே நூல் பக். 176 பார்க்கவும்), திலகரின் இந்தக் கருத்துக்களே தூண்டுகோலாக இருந்தன என்று அரசாங்கம் கருதியது. இதன் காரணமாகத் திலகர் 27-7-1897 அன்று கைது செய்யப்பட்டார். அவர் மீது தொடுக்கப்பட்ட இந்த முதல் ராஜத்துரோக வழக்கில் அவருக்கு 18 மாதம் கடுங்காவல் தண்டனை விதிக்கப்பட்டது.

ஆனால் சென்ற நூற்றாண்டில் மகாராஷ்டிரத்தில் பரவலாகக் கொண்டாடத் தொடங்கப்பட்டுவிட்ட சிவாஜி விழா, வங்கப் பிரிவினையைத் தொடர்ந்து தீவிரத் தேசியவாத இயக்கம் மும்முரமடைந்த பின்னர், மகாராஷ்டிரத்தில் மட்டுமல்லாது, வங்கத்திலும், தமிழ் நாட்டிலும் பிற மாகாணங்களிலும் கொண்டாடப்பட்டது. கல்கத்தாவில் நடந்த சிவாஜி விழாவில் திலகரே சென்று கலந்து கொண்டார் என்பதை முன்னரே குறிப்பிட்டுள்ளோம். தீவிரத் தேசியவாத இயக்கம் மும்முரமடைந்து வந்த காலத்தில் திலகர் 'மராட்டா' பத்திரிகையின் 1906 ஜூன் 24ஆம் தேதி இதழில், சிவாஜி விழாவை ஏன் கொண்டாட வேண்டும் என்பது குறித்து, இவ்வாறு எழுதினார். "வீர வணக்கம் மனித இயல்பில் ஆழமாக வேரூன்றிய உணர்ச்சியாகும். ஒரு சுதேசி மாவீரனின் வணக்கம் நமது மனத்துக்குள் உருவேற்றக் கூடிய அத்தனை பலமும் நமது அரசியல் வேட்கைகளுக்கு அவசியமாகும். இந்த நோக்கத்துக்கு, இந்திய வரலாற்றில் காணக் கிடைக்கும் ஒரே மாவீரர் சிவாஜிதான். தேசம் முழுவதுமே கொடுங்கோல் ஆட்சியிலிருந்து விடுபட வேண்டியிருந்த ஒரு தருணத்தில் சிவாஜி பிறந்தார். தமது தன்னலமற்ற தியாகத்தாலும், துணிவாற்றலாலும், ஆண்டவன் கைவிட்டுவிட்ட நாடல்ல இந்தியா என்பதை உலகுக்கு நிரூபித்தார்..." (மேற்கோள் - Lokamanya Tilak - Pradhan and Bhagat. பக். 90).

திலகரின் இந்தக் கருத்தை அப்படியே பிரதிபலித்து, 'தெய்வ பூஜையைக் காட்டிலும் இப்போது நமது நாடிருக்கும் நிலைமைக்கு வீர பூஜை (Hero Worship) அத்தியாவசியமாகும். ராமன், அர்ஜுனன், சிவாஜி, பிரதாபர் முதலிய யுத்தவீரர்களும், புத்தர், சங்கரர் முதலிய

ஞான வீரர்களும் வாழ்ந்த இந்தப் புண்ணிய தேசமானது இப்போது வீர சூன்யமாகப் போய்விட்டது... வீர பூஜையானது ஒரு தேசத்தின் அபிவிருத்திக்கு இன்றியமையாததாகும். கார்லைல் (Carlyle) என்ற ஆங்கிலேய ஞானியார் வீர பூஜையைப் பற்றி ஒரு முழுக்கிரந்தமே எழுதியிருக்கிறார்..." என்று பாரதியும் எழுதினான் (**இந்தியா** - 14-7-1906. **பாரதி தரிசனம்** - 1. பக். 33-34). "சிவாஜி மகோத்சவத்தால் நாம் அறிவதென்ன?" என்ற தலைப்பில் அவன் 23-6-1906 அன்று ஒரு கட்டுரையும் எழுதியிருந்தான் (மேற்கூறிய நூல் - பக். 189-191). இதன் பயனாகத் தமிழ்நாட்டிலும் பல இடங்களில் சிவாஜி விழா கொண்டாடப்பட்டது. உதாரணமாக 1907 மே மாதத்தில் சென்னையில் நடந்த சிவாஜி திருநாளின்போது, பாரதி வாசித்த 'பவானி வணக்கம்' பற்றி இதே கட்டுரையில் முன்னர் பார்த்தோம். அதே மாதத்தில் தஞ்சாவூரில் நடந்த சிவாஜி திருநாள் பற்றிப் பாரதி எழுதிய குறிப்பையும் இதே நூலில் முன்னர் குறிப்பிட்டு உள்ளோம் (பக். 287-288).

சிவாஜி விழாவைக் கொண்டாட வேண்டிய அவசியத்தை வலியுறுத்தி, தனது 'இந்தியா' பத்திரிகையில் 1906ஆம் ஆண்டில் எழுதிய பாரதி, 17-11-1906 அன்று தேதியிட்ட 'இந்தியா'வில் சிவாஜியின் படத்தையும் வெளியிட்டு, அதற்குப் "புராதன மகாராஷ்டிர சக்கரவர்த்தியாகிய ராஜேந்திர சத்தரபதி சிவாஜி மகாராஜா" என்ற தலைப்பும் கொடுத்து, "மற்றொரு பக்கத்தில் சிவாஜி மகாராஜன் தமது படைகளை நோக்கிக் கூறியதாகக் கற்பனைபுரிந்து ஒரு செய்யுள் பிரசுரமடைந்திருக்கிறது. சரித்திர சம்பந்தமான செய்யுட்களை புனைவதில் இக்காலத்துத் தமிழர்கள் சாதாரணமாகப் பிரவேசிப்பதில்லை. எனினும், சுதேசப் பற்று மிகுதிப்படுவதற்கு மேற்கூறிய விதமான செய்யுட்கள் மிகவும் அவசியமானவை" என்று தொடங்கி, "இந்தச் செய்யுள் முடிந்தவுடன் புஸ்தக ரூபமாக வெளியிடக் கருதியிருக்கின்றோம்" என்று முடியும் குறிப்புடன், மறு பக்கத்தில் "சிவாஜி தனது சைனியத்தாருக்குக் கூறியது" என்ற தலைப்பில், பாரதி கவிதைத் தொகுதியில் "சத்ரபதி சிவாஜி" என்ற தலைப்பில் கீழ் நாம் காணும் பாடலின் ஒரு பகுதியை வெளியிட்டுள்ளான்.

இப்போது நமக்குக் கிடைத்துள்ள இந்தப் பாடல், 'இந்தியா' பத்திரிகையில் 17-11-1906 இதழ் தொடங்கி, 8-12-1906 தேதியிட்ட இதழ் வரையிலான நான்கு வார இதழ்களில் நான்கு பகுதிகளாக வெளியிடப் பட்டுள்ளது. எனினும் பாரதி "புஸ்தக ரூபமாக" வெளியிடக் கருதிய இந்தப் பாடல் அந்த நான்காவது இதழிலும் முற்றுப் பெறவில்லை. அதன் தொடர்ச்சி அடுத்த 15-12-1906 இதழிலும் வெளிவரவில்லை.

பாரதி குறிப்பிட்டதுபோல், அது புத்தக ரூபமாகவும் வெளியிடப் படவில்லை. எனவே, அந்தப் பாடல் முற்றுப்பெறாமல் நின்று, இன்று நமக்கு அரைகுறை வடிவிலேயே கிட்டியுள்ளது. இந்தப் பாடலைப் பாரதி பிரசுராலயம் பின்னர் சேர்த்து வெளியிட்ட காலத்திலும், "இது அச்சுப்பிரதி ஒன்றிலிருந்து பதிப்பிக்கப்பட்டிருக்கிறது. நூலின் போக்கைப் பார்க்குமிடத்து இது பூர்த்தியாகவில்லையென்றும், கடைசியில் இன்னும் சில வரிகள் இருந்திருக்குமோ என்றும் சந்தேகப்பட வேண்டியிருக்கிறது" என்று அடிக்குறிப்பு எழுதியிருந்தது (**ஸ்வசரிதையும் பிறபாடல்களும்** - முதற்பதிப்பு - 1937). இவ்வாறு நேர்ந்தது ஏன் என்பதைப் புரிந்துகொள்ள, பாரதியின் சமகாலத்தவரான எஸ்.ஜி. ராமானுஜலு நாயுடு எழுதிய "சென்று போன நாட்கள்" என்ற கட்டுரைத் தொடரில் கண்டுள்ள செய்தி நமக்கு உதவுகின்றது. "இந்தியா" பத்திரிகை வரவரக் 'கார'மாகிவிட்டது. 'சிவாஜி தன் சைனியத்தாருக்குக் கூறியது' என்று அகவல் ரூபமாய், 'பாஞ்சாலி சபதம்' போல் பெருங்காவியமாகத் தொடர்ச்சியாய்ப் பத்திரிகையில் எழுதிவந்தார் (பாரதி), அது முற்றும் வீர ரஸமாய் இருந்தது. அதனைத் தனிப் புஸ்தக உருவமாய் வெளியிடுவதற்குப் பாரதியார் விரும்பினார். அது ஆபத்தென நண்பர்களால் தடுக்கப்பட்டது." என்று எழுதியுள்ளார் ராமானுஜலு நாயுடு (அமிர்தகுணபோதினி - 15-11-1928). எனவே, சிவாஜி பற்றி வெளியிட்ட கட்டுரைக்காக, 1897ஆம் ஆண்டிலேயே திலகருக்கு ஒன்றரை ஆண்டுச் சிறைத்தண்டனை வழங்கப்பட்டிருந்த உண்மையைத் தெரிந்திருந்தும்கூட, பாரதி 'சிவாஜி தன் சைனியத்துக்குக் கூறியது' என்ற தலைப்பில், மிகவும் ஆவேசமூட்டும் விதத்தில் தனது பாடலை எழுதி வந்ததைக் கண்டு, பாரதியும், 'இந்தியா' பத்திரிகையும் ராஜத்துரோக வழக்குக்கு உள்ளாகக்கூடும் என்று 'இந்தியா'வை நடத்தி வந்த பாரதியின் நண்பர்கள் எச்சரித்ததன் பேரில்தான், பாரதி அந்தப் பாடலைக் குறையும் பாடி முடிக்காமல் அரைகுறையாக நிறுத்தவும், அதனைப் புத்தகமாக வெளியிட விரும்பிய எண்ணத்தைக் கைவிடவும் நேர்ந்தது என்று நாம் இதிலிருந்து ஊகித்துக் கொள்ளலாம்.

உண்மையில் 187 வரிகளோடு நின்றுவிட்ட பாரதியின் பூர்த்தி பெறாத இந்த நெடுங்கவிதை, அந்த நண்பர்கள் அவ்வாறு கூறியிருக்கலாம் என்பதையே நமக்கு உணர்த்துகிறது. சொல்லப்போனால் பாரதியின் இந்தப் பாடல், சிவாஜி சைனியத்தாருக்கு ஆற்றிய பிரசங்கப் பாணியிலே இருந்தாலும், உண்மையில் இது ஆங்கிலேயருக்கு எதிராக ஆயுதம் தாங்கிப் போராட நாட்டு மக்களைத் தூண்டும், அவர்களுக்கு ஆவேசமும் உத்வேகமும் ஊட்டும் வீராவேச முழக்கமாகவே

விளங்கியது என்பதை இதனை ஒருமுறை முழுக்கப் படித்தாலே நாம் புரிந்துகொள்ளலாம். இனிப் பாடலைப் பார்ப்போம். எடுத்த எடுப்பிலேயே சிவாஜி பின்வருமாறு கூறுவதாகப் பாரதி பாடுகிறான்:

ஜயஜய பவானி! ஜயஜய பாரதம்!
ஜயஜய மாதா! ஜயஜய துர்க்கா!
வந்தே மாதரம்! வந்தே மாதரம்! - (வரிகள் : 1 - 3)

சிவாஜி வாழ்ந்து மறைந்ததோ 17ஆம் நூற்றாண்டு; 'வந்தே மாதரம்' பாடல் பிறந்ததோ 19ஆம் நூற்றாண்டு; 'வந்தே மாதரம்' தீவிரத் தேசியவாத இயக்கத்தின் தேசிய கோஷமாக மாறியதோ 20ஆம் நூற்றாண்டின் தொடக்கம். ஆயினும் பாரதி எடுத்த எடுப்பிலேயே சிவாஜியின் வாய் மொழியில் 'ஜயஜய பவானி' என்ற கோஷத்தோடு 'வந்தேமாதரம்' என்ற கோஷத்தையும் சேர்த்து வழங்குவதன் மூலம், தான் பாட வந்தது நிகழ்காலத்துக்காகத்தான், வெறும் கடந்த கால நிகழ்ச்சியை மட்டும் அல்ல என்பதை உணர்த்திவிடுகிறான். பழைய பாரம்பரியத்தை நிகழ்காலத்துக்கேற்ப எவ்வாறு பயன்படுத்திக் கொள்ள வேண்டும், பயன்படுத்திக் கொள்ள முடியும் என்பதற்கும் இந்தப் பாடலில் அவன் அடியெடுத்துக் கொடுத்துவிடுகிறான். இவ்வாறு ஜெயகோஷமிட்டுத் தனது சேனா வீரர்களையும் தளபதிகளையும் நோக்கி உரையாற்றுகின்ற சிவாஜி அவர்களை வாழ்த்திவிட்டு,

மாற்றலர் தம்புலை நாற்றமே யறியா
ஆற்றல் கொண்டிருந்த திவ்வரும் புகழ்நாடு!
வேதநூல் பழிக்கும் வெளித்திசை மிலேச்சர்
பாதமும் பொறுப்பளோ பாரத தேவி! - (வரிகள்: 14 - 17)

என்று கூறி, இந்த நாட்டில் அன்னியன் காலடி வைப்பதைக் கூடப் பாரத தேவி பொறுப்பாளா என்று கேள்வி எழுப்புகிறான். இந்தக் கேள்வியைத் தொடர்ந்து

பாரத பூமி பழம்பெரும் பூமி!
நீரதன் புதல்வர்: இந்நினை வகற்றாதீர்!
பாரத நாடு பார்க்கெலாம் திலகம்
நீரதன் புதல்வர்; இந்நினை வகற்றாதீர்! - (வரிகள் : 24 - 27)

என்று அவர்களுக்குத் திரும்பத் திரும்ப வலியுறுத்துகிறான். பின்னர் இந்த நாட்டின் நதிகள், காடுகள், கடல்கள் மற்றும் இந்த நாட்டின் ஞானச் செல்வங்கள் முதலியவற்றையெல்லாம் புகழ்ந்து பாடிவிட்டு,

பாரத நாட்டிசை பகரயான் வல்லனோ?
நீரதன் புதல்வர்; இந்நினை வகற்றாதீர்! - (வரிகள் : 40 - 41)

என்று பல அடிகளுக்குப் பின்னால், திரும்பத் திரும்பப் பாடப்பெறும் பல்லவிபோல், "நீரதன் புதல்வர்; இந்நினைவகற்றாதீர்!" என்று மீண்டும் நினைவுபடுத்துகிறான்.

இத்தகைய நாட்டை அன்னியர்கள் வந்து அடிமைகொண்டு அடக்கியாண்டு, அக்கிரமங்கள் பலவும் புரிந்து வருவதையெல்லாம் சிவாஜி எடுத்துக் கூறிவிட்டு,

மற்றிதைப் பொறுத்து வாழ்வதோ வாழ்க்கை?
வெற்றிகொள் புலையர்தாள் வீழ்ந்து கொல் வாழ்வீர்?
மொக்குள் தான்தோன்றி முடிவதுபோல
மக்களாய்ப் பிறந்தோர் மடிவது திண்ணம்!
தாய்த்திரு நாட்டைத் தகர்த்திடு மிலேச்சரை
மாய்த்திட விரும்பான் வாழ்வுமோர் வாழ்வுகொல்?
மானமொன் றிலாது மாற்றலர் தொழும்பராய்
ஈனமுற் றிருக்க எவன்கொலோ விரும்புவான்?
தாய்பிறன் கைப்படச் சகிப்பவ னாகி
நாய்போல் வாழ்வோன் நமரிங் குளனோ? - (வரிகள் : 61 - 70)

என்று ஆவேசமூட்டுகிறான். இதன்பின் சொந்தச் சுகத்தையும், சொத்தையும், சுயநலத்தையும், உயிரையும் பெரிதாக மதித்து, தேசத்துக்காகப் போராட விரும்பாது ஒதுங்கி நிற்கக் கூடியவர்களையெல்லாம் "ஆணுருக்கொண்ட பெண்கள்" என்றும் "அலிகள்" என்று கடிந்துரைத்துவிட்டு, தாய் நாட்டின் மீது அன்பு செலுத்தி அதன் விடுதலைக்காகப் போராட முன் வருவோரை மட்டும் தன்னோடு சேர்ந்து நிற்கச் சொல்கிறான் சிவாஜி:

தேவிதாள் பணியும் தீரர் இங்கிருமின்!
பாவியர் குருதியைப் பருகுவார் இருமின்!
ஈட்டியால் சிரங்களை வீட்டிட எழுமின்!
நீட்டிய வேல்களை நேரிருந்து எறிமின்!
வாளுடை முனையிலும், வயந்திகழ் சூலினும்
ஆளுடைக் கால்கள் அடியிலும், தேர்களின்
உருளையின் இடையிலும், மாற்றலர் தலைகள்
உருளையிற் கண்டுநெஞ்சு உவப்புற வம்மின்!
நம்மிதம் பெறுவளம் நலிந்திட விரும்பும்

***சும்பரை வேரறத் தொலைத்த பின்னன்றோ**
ஆணெனப் பெறுவோம்! அன்றிநாம் இறப்பினும்
மாணுறுத் தேவர் மணியுல கடைவோம் - (வரிகள் : 101 - 102; 117 - 128)

இவ்வாறு கூறிவிட்டு,

போரெனில் இதுபோர்! புண்ணியத் திருப்போர்!
பாரினில் இதுபோல் பார்த்திடற் கெளிதோ?
ஆட்டினைக் கொன்று வேள்விகள் இயற்றி
வீட்டினைப் பெறுவான் விரும்புவார் சிலரே;
நெஞ்சக் குருதியை நிலத்திடை வடித்து
வஞ்சக மழிக்கும் மாமகம் புரிவம்யாம்!

என்று நாட்டுக்காக நெஞ்சின் ரத்தத்தைச் சிந்துவதே மகாயாகமாகும். யக்ஞமாகும் என்று சிவாஜி கூறுவதாகப் பாரதி பாடுகிறான். இதன்பின், இறுதியாகப் பாடலின் 137ஆவது வரியிலிருந்து 180ஆம் வரி வரையிலும், 44 வரிகளில், பாரதப் போரின் போது அர்ச்சுனன் மனம் தளர்ந்த காலத்தில் அவனுக்குச் சாரதியாக வந்த கண்ணன் கீதோபதேசம் செய்து, அறிவு கொளுத்தி, அவனைப் போரில் ஈடுபடுமாறு செய்த வரலாற்றைப் பாடி, கீதா ரகசியத்தையும் உணர்த்தி,

விசயன் அன்றிருந்த வியன்புகழ் நாட்டில்
இசையுநற் றவத்தால் இன்று வாழ்ந்திருக்கும்
ஆரிய வீரர்கள்! அவருடை மாற்றலர்
தேரில், இந்நாட்டினர்; செறிவுடை உறவினர்;
நம்மையின் றெதிர்க்கும் நயனிலாப் புல்லோர்,
செம்மைதீர் மிலேச்சர்; தேசமும் பிறிதாம்.
பிறப்பினில் அன்னியர், பேச்சினில் அன்னியர்
சிறப்புடை ஆரியச் சீர்மையை அறியார்... - (வரிகள் : 180 - 187)

**இந்தப் பாடல் பாரதி பிரசுராலயம் பதிப்பில் முதன் முதலில் (1937) வெளியிடப்படுவதற்கு முன்னர், திருநெல்வேலியிலிருந்து ப.ராமஸ்வாமி அய்யங்கார் (ப.ரா) நடத்திவந்த 'உதயபாரதி' என்ற மாத இதழில், 1927 ஏப்ரல் - மே மாத இதழிலேயே முதலில் வெளிவந்தது. பின்னர், பாரதிதாசன் புதுவையிலிருந்து வெளியிட்டு வந்த 'ஸ்ரீசுப்பிரமண்ய பாரதி கவிதா மண்டலம்' என்ற மாத சஞ்சிகையில் 1935ஆம் ஆண்டில் (புத்தகம் 1 - வெளியீடு ,7 - யுவ - புரட்டாசி) மீண்டும் வெளிவந்தது. இந்த இரண்டிலும் 'சும்பர்' என்ற சொல்லே காணப்படுகிறது. ஆனால் 1935இல் பாரதிதாசனின் கவிதா மண்டலத்தில் வெளிவந்த இந்தப் பாடலை, பாரதி பிரசுராலயத்தார் பின்னர் தமது 1937ஆம் ஆண்டுப் பதிப்பில் சேர்த்துக்கொண்டபோது, இந்தச் சொல்லையே விட்டுவிட்டனர். பின்னர் வந்த பதிப்புக்களில் இந்தச் சொல்லுக்குப் பதிலாக 'வன்மியை' என்ற சொல்லை அடைப்புக் குறிக்குள் வழங்கினர். ஒரு வேளை 'சும்பர்' என்ற சொல் தரக்குறைவான, ஆபாசமான சொல் என்று கருதி, அதனை அகற்றிவிட்டார்கள் போலும்! என்றாலும் பாரதி இந்தச் சொல்லைத்தான் இந்தப் பாடலில் பயன்படுத்தியிருக்கிறான்.*

என்று பாடி வரும்போதே, பாட்டு முற்றுப் பெறாமல் நின்றுவிடுகிறது. 'அர்ஜுனன் அன்று எதிர்த்துப் போராட நேர்ந்ததோ இந்த நாட்டைச் சேர்ந்தவர்கள்; மேலும் அவனது உறவினர்கள். ஆனால் இன்று நமக்கு எதிரிகளாக உள்ளவர்களோ வேற்று நாட்டைச் சேர்ந்த அன்னியர்கள்; பிறப்பிலும், பேச்சிலும், நடையிலும், உடையிலும், நாகரிகத்திலும் நமக்கு அன்னியமானவர்கள்' என்று கூறத் தொடங்கிய பாரதி, இதன்பின் என்ன பாட எண்ணியிருந்தானோ நாம் அறியோம்.

பாரதியே இந்தப் பாடலைப் பற்றி 'இந்தியா'வில் எழுதிய குறிப்பில், இது "சிவாஜி மகாராஜன் தமது படைகளை நோக்கிக் கூறியதாகக் கற்பனை புரிந்து" எழுதப்பட்ட பாடல் என்றே குறிப்பிட்டிருக்கிறான். உண்மையில், பாரதி இந்தப் பாடலை எழுதுவதற்குச் சிவாஜி தன் சேனையை நோக்கி ஆற்றிய சொற்பொழிவு என்ற சரித்திர ஆதாரம் எதுவும் இல்லை. 15-6-1897 அன்று திலகரின் 'கேசரி' பத்திரிகையில் வெளிவந்ததும், அரசாங்கத்தால் ஆட்சேபகரமானது என்று கொள்ளப்பட்டதுமான "சிவாஜி கூறியவை"யும் கூட, மாண்டுபோன சிவாஜி தன் சமாதியிலிருந்து வெளிவந்து தன் மக்களை நோக்கிக் கூறியதாகவே இருந்தது. ஆனால் அன்னியர்களான ஆங்கிலேயர்களை எதிர்த்து, ஆயுதந்தாங்கி ஒரு பெரும் போரை நடத்துவதே விடுதலைக்கான மார்க்கம் என்று உணர்த்த விரும்பிய பாரதி, ஔரங்கசீப்பை எதிர்த்துச் சிவாஜி போர் புரிந்த சரித்திரப் பின்னணியைப் பயன்படுத்திக்கொண்டு, வேண்டுமென்றே சிவாஜி தன் **சேனாவீரர்களை** நோக்கிக் கூறிய சொற்பொழிவாகக் கற்பனை புரிந்து தனது பாடலை எழுதத் துணிந்திருக்கிறான். இந்தப் பாடல் 1906 நவம்பர் - டிசம்பர் மாதங்களில் எழுதி வெளியிடப்பட்டுள்ளது. பாரதி 1906 டிசம்பர் இறுதியில் நடந்த கல்கத்தா காங்கிரசுக்குப் பிரதிநிதியாகச் செல்வதற்கு முன்பே, அவனுக்குப் பலாத்காரப் போராட்ட முறையில் எவ்வளவு ஈடுபாடு இருந்தது என்பதை, சிவாஜி பற்றிய அவனது பாடல் வெளிவருவதற்கு முந்தைய செப்டம்பர், அக்டோபர் மாதங்களில், அவன் 'இந்தியா' பத்திரிகையில், 'ஸ்வர்ண வங்காள' இயக்கத்தின் சுற்றறிக்கையையும், 'ஹிந்து ஸ்வராஜ்யம்' பத்திரிகையில் வெளிவந்த பலாத்காரப் புரட்சிக்கு அறைகூவல் விடுக்கும் கட்டுரையையும் மறுபிரசுரம் செய்த உண்மையிலிருந்து நாம் ஏற்கெனவே தெரிந்து கொண்டுள்ளோம் (பக். 300-308). சொல்லப்போனால், 'ஹிந்து ஸ்வராஜ்யம்', 'ஸ்வர்ண வங்காள' இயக்கத்தின் சுற்றுப் பிரசுரம், மற்றும் 'யுகாந்தர்' பத்திரிகையில் வெளிவந்த கட்டுரைகள் ஆகியவை, ஆயுதந் தாங்கிய போராட்டத்தின் அவசியத்தை எத்தனை உணர்ச்சிகரமாகவும், உத்வேகமாகவும் எடுத்துக் கூறினவோ, அத்தனை உணர்ச்சியும் உத்வேகமும் ஆத்திரமும் ஆவேசமும் இந்த ஒரே கவிதையில் பொங்கிப்

பிரவகிக்குமாறு, அவற்றில் இடம்பெற்ற கருத்துக்களின் திரட்சியாகவே, பாரதி இந்தக் கவிதையைக் கனல் கக்கும் எரிமலையாகப் படைத்து விட்டான் என்றே நாம் சொல்லலாம். உண்மையில் பாரதி படைத்துள்ள சிவாஜி பற்றிய இந்தக் கவிதை அன்னியரை எதிர்த்து ஆயுதந் தாங்கிய போருக்குத் தயாராகுமாறு இந்த நாட்டின் இளைஞர்களுக்கு உணர்ச்சியும் உத்வேகமும் ஊட்டும் விதத்தில் அறைகூவல் விடுத்த போர்ப் பரணியாகவே, போர் முழக்கமாகவே இருந்தது என்பதை, 1962இல் இந்திய நாட்டின்மீது சீனர்கள் படையெடுத்த காலத்தில், சீனப் படையெடுப்புக்கு எதிரான நமது போரின்போது, பாரதியின் இந்தப் பாடலிலிருந்து எடுத்த பல வரிகளையே தமிழக அரசாங்கமும் பத்திரிகைகளும் அரசியல்வாதிகளும் பிரசாரக் கருவிகளாகப் பயன் படுத்திக் கொண்டனர் என்ற உண்மையை நினைவூட்டிக் கொள்வதன் மூலமும் நாம் புரிந்துகொள்ளலாம்.

இங்கு இன்னொரு விஷயத்தையும் குறிப்பிட வேண்டும். மகாராஷ்டிரத்தில் ஆயுதந் தாங்கிய நடவடிக்கைகளை மேற்கொள்வதற்காக விநாயக தாமோதர சாவர்க்காரும், அவரது மூத்த சகோதரர் கணேச சாவர்க்காரும், அபிநவ பாரத சங்கம் என்ற பெயரில் ஓர் ரகசியச் சங்கத்தைத் தோற்றுவித்த பின்னால், 1909இல் பம்பாய் அரசாங்கம் அந்தச் சங்கத்தின் மீது தாக்குதலைத் தொடுக்கத் தீர்மானித்தது. இதற்கு முகாந்தரமாக, சாவர்க்காரின் மூத்த சகோதரர் கணேச சாவர்க்காரை, அவர் பிரிட்டிஷ் மன்னரை எதிர்த்துப் போர் தொடுக்கத் தூண்டியதாக, இந்தியன் பீனல்கோடு 121ஆவது பிரிவின்படி, கைது செய்து வழக்குத் தொடுத்தது. அவர் புரிந்த 'குற்றம்' என்ன தெரியுமா? அவர் "லகு அபிநவ பாரத மேளா" என்ற தலைப்பில் ஒரு கவிதைத் தொகுதியை வெளியிட்டது தான். இந்த வழக்கில் அவருக்கு 1909 ஜூன் 9 அன்று ஆயுள் தண்டனை வழங்கப்பட்டது. இந்தத் தண்டனையை வழங்கித் தீர்ப்புக் கூறிய பம்பாய் ஹைகோர்ட்டின் மராத்தி மொழி தெரிந்த நீதிபதி ஒருவர் இவ்வாறு கூறினார்: "இந்துக்களின் சில தெய்வங்கள், மற்றும் சிவாஜி போன்ற சில வீரர்கள் ஆகியோரின் பெயரால், இன்றைய அரசாங்கத்துக்கு எதிராக யுத்தப் பிரசாரம் செய்வதே இந்த எழுத்தாளரின் பிரதான நோக்கமாகும். 'வாளை ஏந்துங்கள்; அரசாங்கத்தை அழியுங்கள். ஏனெனில், அது அன்னிய அரசாங்கம்; அடக்குமுறை அரசாங்கம்' என்று கூறுவதற்கு இந்தப் பெயர்கள் எல்லாம் வெறும் சால்ஜாப்பேயாகும். இந்த எழுத்தாளரின் உள்நோக்கத்தையும் கருத்தையும் கண்டறிவதற்கு, பகவத் கீதையில் இருந்து கடன் வாங்கிய உணர்ச்சிகளையோ அல்லது கருத்துக்களையோ, இந்தக் கவிதைகளின் அர்த்தபாவத்துக்குள் புகுத்த வேண்டிய அவசியமில்லை. இந்தக் கவிதைகள் அவற்றின் சொந்த அர்த்த பாவத்தையே வழங்குகின்றன. இவை பிரிட்டிஷ் அரசாங்கத்துக்கு

எதிராகப் போர் தொடுக்கவேண்டும் என்றே உபதேசிக்கின்றன என்பதை மராத்திமொழி தெரிந்த எவரும் புரிந்துகொள்ள முடியும்; அல்லது புரிந்து கொள்வார்" (மேற்கோள்: The Savarkar Case: R.P.Aiyar. Blitz: 19-5-1962).

பாரத தேவியைப் பயிரவியாகவும், காளியாகவும், துர்க்கையாகவும் கண்டு பாரதி பாடிய பாடல்கள், குரு கோவிந்த சிங்கைப் பற்றி அவன் பாடிய பாடல், மற்றும் சிவாஜி தன் சேனாவீரர்களை நோக்கிக் கூறுவதாக அவன் பாடிய வீராவேசப் பாடல், அந்தப் பாடலில் போர்புரிய வேண்டிய அவசியத்தை வலியுறுத்தும் விதத்தில், 44 வரிகளில் கிருஷ்ணன் அர்ஜுனனுக்குக் கீதோபதேசம் செய்து போர் புரியத் தூண்டியது பற்றிக் கூறும் பகுதி - இவையனைத்தையும் மேற்கூறிய பம்பாய் ஹைகோர்ட் தீர்ப்பின் வாசகத்தைக் கருத்தில் கொண்டு பார்த்தால், மராத்தியக் கவிஞனுக்கு நேர்ந்த கதி, தமிழ்க் கவிஞனான பாரதிக்கு நேராமல், இவன் எப்படித் தப்பினான் என்றே நமக்கு வியக்கத் தோன்றும்.

மாஜினியின் சபதம்

தற்போது பாரதியின் கவிதைத் தொகுதியில் தேசிய கீதப் பகுதியில் இடம் பெற்றுள்ள 'மாஜினியின் சபதம்', பாரதியின் 'இந்தியா' பத்திரிகையில் வெளிவந்ததா, வெளிவந்ததெனில் எப்போது வெளிவந்தது என்ற விவரம் நமக்குக் கிட்டவில்லை. என்றாலும் 1908 ஜனவரியில் பாரதி தானே வெளியிட்ட 'சுதேச கீதங்கள்' என்ற தொகுதியில், இந்தப் பாடல் 'மாஜினி என்ற இத்தாலி தேசத்து தேசாபிமானி தம்மால் ஸ்தாபிக்கப்பட்ட 'யௌவன இத்தாலி' என்ற சங்கத்திலே செய்து கொண்ட "பிரதிக்கினை" என்ற நீளமான தலைப்புடன் இடம் பெற்றுள்ளது. எனவே இந்தப் பாடல் 1908 ஜனவரிக்கு முன்னால் 1907இல் (அல்லது 1906இல்) எழுதப்பட்டிருக்கலாம்.

இந்த பாடலைப் பாரதி எழுதியதற்குக் காரணம் என்ன?

பாரதியைப் பற்றி வ.உ.சிதம்பரம்பிள்ளை "பல ஆண்டுகளுக்கு முன் எழுதிய குறிப்புக்கள்" எனக் குறிப்பிட்டு, வ.உ.சி.யின் புதல்வர் வ.உ.சி. சுப்பிரமணியம் தொகுத்து வெளியிட்டுள்ள "வ.உ.சி. கண்ட பாரதி" என்ற நூலில் வ.உ.சி.யின் கூற்றாகப் பின்வரும் தகவல் வழங்கப் பட்டுள்ளது: "ஒருநாள் இத்தாலி நாட்டுத் தேசாபிமானி மாஜினியின் தேச ஊழிய யௌவன இத்தாலி சங்கத்தின் அங்கத்தினராகச் சேர்ந்தோர் செய்து வந்த விசுவாசப் பிரமாணச் செய்யுளை, ஆங்கில பாஷையில் மாமா (பாரதி) எனக்குப் படித்துக் காட்டினார். அதனைக் கேட்டதும் நான் சொக்கிப் போனேன். அச்செய்யுளைத் தமிழ்ப் பாடலாக மொழிபெயர்த்துத் தர மாமாவை வேண்டினேன். அவர்

அன்றே அந்த இடத்திலேயே அதைத் தமிழில் மொழி பெயர்த்துத் தந்தார். அதுதான் 'பேரருட் கடவுள் திருவடியாணை' எனத் தொடங்கும் பாட்டு." (பக். 10-11).

'மாஜினியின் சபதம்' என்ற பாடலின் தோற்றக் காரணம் என்று நாம் இதனைக் கொள்ளக்கூடுமாயினும், மாஜினி தோற்றுவித்த 'யௌவன இத்தாலி' என்ற சங்கத்தில் அங்கத்தினர்களாகச் சேர்ந்தோர் செய்து கொண்ட விசுவாசப் பிரமாணத்தை (வ.உ.சி.யின் கூற்றில் அது ஒரு செய்யுள் என்று கூறப்பட்டுள்ளது சரியல்ல அது ஆரம்பம் முதல் முடிவு வரையில் ஒரே நீண்ட வாக்கியமாக வசனத்தில் அமைந்த விசுவாசப் பிரமாணம்தான். அதன் ஆங்கில மொழிபெயர்ப்பையும், தமிழாக்கத்தையும், இக்கட்டுரையின் இறுதியில் காணலாம்). பாரதி ஏன் வ.உ.சி.க்கு வாசித்துக் காட்டினான், அதனை ஏன் தமிழில் பாடலாகவும் ஆக்கித் தந்தான் என்ற கேள்விகளுக்கு நாம் விடை கண்டால்தான், உண்மையில் இந்தப் பாடலின் தோற்றக் காரணத்தை நாம் புரிந்து கொள்ள முடியும்.

மாஜினி

ஜோசப் மாஜினி (1805 - 1872) சென்ற நூற்றாண்டின் மத்தியில் ஆஸ்திரியாவின் ஆதிக்கத்தின் கீழ் அடிமைப்பட்டுச் சிதறுண்டு கிடந்த இத்தாலி நாட்டை, அன்னிய ஆதிக்கத்திலிருந்து விடுவித்து, அதன் சுதந்திரத்தையும் தேசிய ஒற்றுமையையும் நிலைநாட்டவும், அதனை ஒரு குடியரசாக மாற்றவும் சுதந்திரம், சமத்துவம், சோதரத்துவம் என்ற பிரஞ்சுப் புரட்சியின் கோஷங்களை முழங்கிப் போராடிய இத்தாலியத் தேசபக்தன். இதன்பயனாக, இத்தாலி ஆஸ்திரிய ஆதிக்கத்திலிருந்து விடுபட்டது; இறுதியில் ஒன்றுபட்டது. எனினும் மாஜினியின் குடியரசு லட்சியம் மட்டும் நிறைவேறவில்லை. ஏனெனில் இத்தாலி ஒன்றுபட்ட காலத்தில் மிதவாத முதலாளித்துவ வர்க்கம் ஆட்சிக்கு வந்தவுடன் அது ஒரு முதலாளித்துவ அரசியல் சட்ட பூர்வமான மன்னராட்சி வடிவத்தில், இத்தாலிய ஒற்றுமையை நிலைநாட்டிக் கொள்ளும் சூழ்ச்சியில் வெற்றி கண்டுவிட்டது. என்றாலும், இத்தாலியை வெளியார் ஆதிக்கத்திலிருந்து விடுவித்து, அதனை ஒன்றுபடுத்துவதில், மாஜினியும் அவனுடன் சேர்ந்து போராடிய ஜோசப் கரிபால்டியும் (1805-1872) ஜனங்களை ஒன்று திரட்டிப் பல போர்களையும் நடத்திய புரட்சி வீரர்களாகவே திகழ்ந்தனர்.

மாஜினியின் அரசியல் பிரவேசத்துக்கு முன்பே, இத்தாலியில் அன்னிய ஆதிக்கத்திலிருந்து விடுபடுவதற்குப் பாடுபட்டு வந்த பல ரகசியச் சங்கங்கள் இருக்கத்தான் செய்தன. அவற்றில் கார்போனரி (Carbonari) என்பது மட்டும் உருப்படியான அரசியல் ஸ்தாபனமாக இருந்தது.

இந்தச் சங்கத்தில் மாஜினியும் சேர்ந்திருந்தான். ஆயினும் இந்தச் சங்கம் பிரான்சின் உதவி பெற்று இத்தாலியின் விடுதலையைப் பெறக் கருதியது; மேலும், இந்தச் சங்கம் இளைஞர்கள் இதில் வந்து சேர்வதையும் அவ்வளவாக விரும்பவில்லை. இதனால் இந்தச் சங்கத்தால் உருப்படியாய் எதையும் சாதிக்க முடியவில்லை. எனவே, மாஜினி 1831இல் கார்போனரிக்குப் பதிலாக, 'யௌவன இத்தாலி' (Young Italy) என்ற ரகசியச் சங்கத்தை நிறுவினான். இதே பெயரில் ஒரு பத்திரிகையை நடத்தினான். இந்தப் பெயருக்கேற்ப இந்தச் சங்கம் நாற்பது வயதுக்கு உட்பட்டவர்களை மட்டுமே உறுப்பினர்களாகச் சேர்த்துக்கொண்டது. இந்தச் சங்கம் அன்னிய அரசாங்கங்களின் மீதும் அரசியல் சூழ்ச்சிகளின் மீதும் நம்பிக்கை வைக்காமல், தனது உறுப்பினர்களின் ஆயுதந் தாங்கிய புரட்சிப் போராட்டங்களிலேயே நம்பிக்கை வைத்தது. மேலும், இந்தச் சங்கம் மக்களைக் கண்டு அஞ்சாமல் தனது போராட்டத்துக்கு மக்களது ஆதரவையும் திரட்டியது. இந்தச் சங்கம் பல போராட்டங்களை நடத்தியது. இந்தப் போராட்டங்களில் கரிபால்டி மாஜினிக்கு உற்ற தோழனாக விளங்கினான். சொல்லப் போனால், கொரில்லாப் போர் முறையில் கரிபால்டி தலைசிறந்தவனாக விளங்கினான். கரிபால்டியின் "ஆயிரம்" என்ற பேர்கொண்ட ஆயுதப்படை வீரர்கள் பல அற்புதமான வீர சாதனைகளைப் புரிந்தனர். மாஜினியும் கரிபால்டியும் இளைஞர்கள் மீதும் தமது நாட்டவரின் மீதும் நம்பிக்கை வைத்தே இந்தச் சாதனைகளைப் புரிந்தனர். "ஒரு நாட்டில் சுதந்திர விருட்சம் எப்பொழுது பலன் கொடுக்கிறது தெரியுமா? அந்த நாட்டு மக்கள் தங்கள் கையாலேயே சுதந்திர விதையைப் பூமியில் ஊன்ற வேண்டும். தங்கள் ரத்தத்தினாலேயே அதற்கு நீர் பாய்ச்ச வேண்டும். தங்கள் வீரத்தினாலேயே அதற்கு வேலி போட்டுப் பாதுகாக்க வேண்டும். அப்போதுதான் அது பலன் கொடுக்கும்... எந்த ஜாதி தனது சொந்த முயற்சிகளைக் கொண்டு சுதந்திரத்தைப் பெறவில்லையோ, அந்த ஜாதிக்குச் சுதந்திரம் பெற யோக்கியதை இல்லை. அப்படிப் பெற்றாலும், அதனை அது நீடித்துக் காப்பாற்றிக் கொள்ள முடியாது. ஜனங்களே, ஜனங்களுக்காகப் புரட்சிகள் செய்ய வேண்டும்" என்று அவன் முழங்கினான். அதேபோல் "இளைஞர்களைப் பாமர ஜனங்களின் தலைவர்களாக நியமியுங்கள். இவர்களிடத்திலே எவ்வளவு மகத்தான சக்தி அடங்கியிருக்கிறது என்பது உங்களுக்குத் தெரியாது. இவர்களுடைய பேச்சில், பாமர ஜனங்களை வசீகரிக்கும் சக்தி எவ்வளவு அடங்கியிருக்கிறது என்பது உங்களுக்குத் தெரியாது. இவர்கள் புதிய மதத்தை, தேசிய மதத்தைப் பரப்பும் தூதர்கள்" என்று அவன் தேசவிடுதலைப் போராட்டத்தில் இளைஞர்களின் முக்கிய பாத்திரத்தை வலியுறுத்திப் பேசினான் (மாஜினி உரை மேற்கோள்கள்: **மாஜினி வாழ்க்கை வரலாறு** -

வெ.சாமிநாத சர்மா, பக். 39-40). இதேபோல் கரிபால்டியும் இத்தாலி நாட்டு இளைஞர்களை நோக்கி, “வாருங்கள், வந்து என் படையில் சேருங்கள். வீரமுரசு முழங்கும்போது வீட்டுக்குள் இருப்பவன் கோழை. என்னோடு வந்தால் நான் உங்களுக்குப் போரையும் துன்பத்தையும் களைப்பையும் அளிப்பேன். ஆயினும் இறுதியில் உங்களுக்குச் சுதந்திரத்தையும் வெற்றியையும் தேடித்தருவேன்” என்று முழங்கினான். மாஜினியும், கரிபால்டியும் நிகழ்த்திய உரைகள், மற்றும் அவர்கள் நடத்திய விடுதலைப் போர்கள் அன்னிய ஆதிக்கத்திலிருந்து விடுபட விரும்பிய இந்தியத் தேசபக்தர்களுக்கு எத்தனை உத்வேகம் ஊட்டியிருக்கும் என்பதை நாம் எளிதில் உணர்ந்து கொள்ளலாம்.

இந்திய நாட்டில் மாஜினியின் செல்வாக்கு

மாஜினியின் எழுத்துக்கள் பலவற்றைத் தொகுத்துத் தந்துள்ள தொகுப்பாசிரியரான என்.கங்கூலி என்பவர் தமது தொகுப்பின் முன்னுரையில் இவ்வாறு எழுதுகிறார்:

“மாஜினி போன்ற கவர்ச்சிகரமான நபரின் கருத்துக்களும் லட்சியங்களும், ஒற்றுமையையும் விடுதலையையும் அடையப் போராடி வந்த நாடுகளின் தலைவர்களை இயல்பாகவே கவர்ந்தன. இந்தியாவில் தேசிய இயக்கம் எழுந்த காலந்தொட்டே, கற்பனாலங் காரணமான தேசியவாதக் கருத்துக்கள் இளைஞர்களைப் பெரிதும் கவர்ந்தன. நல்லொழுக்க லட்சியங்களை அரசியல் அபிலாஷைகள் என்றுமே கைவிட்டுவிடக் கூடாது; ஒரு நாட்டின் வாழ்க்கை உண்மையான மதத்தையே மையமாகக் கொண்டிருக்க வேண்டும்; ஸ்தாபன ரீதியாக அமைந்த சமயங்களின் தார்மிக பலத்தை வைதீக மனப்பான்மை தகர்த்துவிடுகின்றது: விடுதலைக்கான போராட்டம் நாடு தழுவிய ஆன்மிக விழிப்புடனேயே சேர்ந்து நிகழ வேண்டும் - என்பன போன்ற மாஜினியின் இந்த அடிப்படையான கருத்துக்கள் அனைத்திலும், அவர்கள் மிகப்பெரிய உத்வேக சக்தியைக் கண்டனர். இதனால் 19ஆம் நூற்றாண்டின் கடைக்கால் பகுதியில், இத்தாலியத் தேசபக்தர்களின் செல்வாக்கானது, இந்தியாவின் தேசிய ஒற்றுமை உணர்வை எழுப்புவதில் ஓர் உள்ளாற்றல் மிக்க அம்சமாகிவிட்டது... மாஜினி, கரிபால்டி ஆகியோரின் வாழ்வும் பணியும் இந்திய இளைஞர் களுக்குப் போராட்ட உணர்வையூட்டும் கண்கண்ட பாடங்களாக விளங்கின; இத்தாலியத் தலைவர்களது இந்தச் சுதந்திரப் போராட்ட இயக்கத்தைப் பாராட்டுவது, வெறுமனே அதனைப் படித்தறிவதாக மட்டும் இருக்கவில்லை. அவர்களது வாழ்க்கை நாடகம் இந்திய இளைஞர்களின் உள்ளத்தில் மதிப்புணர்வை மட்டும் எழுப்பவில்லை; அது காரியார்த்தமான நடவடிக்கையில் ஈடுபடவும் அவர்களுக்கு உத்வேகம் ஊட்டியது.

"இந்த நூற்றாண்டின் முதல் பத்தாண்டு காலத்தில், இந்தியத்தேசிய இயக்கம் ஒரு புதிய கட்டத்தினுள் - அன்னியராட்சிக்கு எதிரான பகிரங்கக் கலகக் கட்டத்தில் - பிரவேசித்தபோது, ஐரோப்பியத் தேசபக்தர்களில் ஒருவரான மாஜினியின் எழுத்துக்கள் இந்திய இளைஞர்கள் மத்தியில் பிரசித்தம் அடைந்தன. 'யௌவன இத்தாலி'யின் கோட்பாடுகளை ஓரளவுக்கு அடிப்படையாகக்கொண்ட இளைஞர் ஸ்தாபனங்கள் நிறுவப்பட்டன. தேசியத் தலைவர்களில் ஒருவர் மாஜினியின் சுயசரிதையை இந்திய மொழியொன்றில் மொழிபெயர்த்தார்: மேலும் ஐரோப்பியப் புரட்சிகர இயக்கங்கள் பலவற்றையும் பற்றிய அறிவைப் பரப்பும் நோக்கத்தோடு, பல கல்விக்கழகங்களும் நிறுவப்பட்டன" (Giuseppe Mazzini: selected Writings. Ed. N.Gangulee *1945*).

உண்மையில் கங்கூலி குறிப்பிட்டதுபோல், சென்ற நூற்றாண்டின் கடைக்கால் பகுதியிலேயே மாஜினியின் செல்வாக்கு இந்தியாவில் பரவத் தொடங்கிவிட்டது. இந்த நூற்றாண்டின் தொடக்கத்தில் தீவிரத் தேசியவாதம் ஒரு வலிமை மிக்க சக்தியாக மாறிய காலத்தில் மிதவாதத் தேசிய வாதத்தின் சின்னமாக விளங்கிய சுரேந்திரநாத பானர்ஜி (1848-1926), சென்ற நூற்றாண்டின் கடைக்கால் பகுதியில், இந்தியா ஒரே நாடு என்ற உணர்வுடன் ஒன்றுபட வேண்டும் என்று நாடெங்கிலும் சுற்றிப் பிரசாரம் செய்தார். அவ்வாறு ஒற்றுமைப்படுவதற்கு மாஜினியை முன்மாதிரியாகக் கொள்ள வேண்டும் என்றும் அவர் இளைஞர்களுக்கு உபதேசித்தார். உதாரணமாக, அவர் 1878 மார்ச் 16 அன்று கல்கத்தாவில் மாணவர் சங்கக் கூட்டமொன்றில் உரையாற்றுகையில், இவ்வாறு கூறினார்: "கரிபால்டி, மாஜினி ஆகியோரின் வழிகாட்டலின் கீழ் இத்தாலிய ஒற்றுமை என்ற கருத்தைக் கேட்டும், இத்தாலி நாட்டுக்காக உயிர்நீத்த தேசபக்தத் தியாகிகளின் புனிதமான பெயர்களின் மீது நிலையான புகழைப் பெய்துள்ள உன்னதமான செயல்களையும், கேட்டறியாத தியாகங்களையும் கண்டும், இத்தாலி விழித்தெழுந்தது. இத்தாலிய மக்கள் தமது நாட்டின் சுதந்திரத்தையும் ஒற்றுமையையும் போராடிப் பெற்றனர். இந்திய ஒற்றுமைக்காக உங்களில் யார் கரிபால்டியாகவும், மாஜினியாகவும் இருக்கப் போகிறீர்கள்? அவர்களது தியாகத்தையும் ஈடிணையற்ற தேசபக்தியையும், தமது நாட்டின் நலனின் பால் அவர்கள் கொண்டிருந்த தளராத பக்தியையும் உங்களில் யார் பின்பற்றப் போகிறீர்கள்?" (மேற்கோள்: Modern Indian Political Tradition - K.P.Karunaharan) உண்மையில், இளைஞர்கள் மத்தியில் அவர் உரையாற்றும் போதெல்லாம் அவர் இறுதியில் இந்தக் கேள்விகளை எழுப்பினார்; அப்போது "நாங்கள் அனைவருமே" என்று அவர்கள் ஒரே குரலாகக் கோஷமிடுவார்களாம் (**ஸ்ரீ அரவிந்தர் வாழ்க்கை வரலாறு** - ப.கோதண்டராமன், பக். 79).

சொல்லப்போனால், மாஜினியின்பால் ஏற்பட்ட இந்தக் கவர்ச்சி வெறும் மனத்தளவில் மட்டும் நின்று விடவில்லை. சுரேந்திரநாதரின் சொற்பொழிவுகள் அந்தக் காலத்தில் இளைஞர்களை எவ்வாறு செயல்படவும் தூண்டியது என்பதற்கு, பாரதியின் மதிப்புக்குரிய தலைவர்களில் ஒருவராக விளங்கிய விபின் சந்திரபாலரின் கூற்றே சான்று பகர்கின்றது. அவர் தமது வாழ்க்கை நினைவுக் குறிப்புக்களில் இவ்வாறு எழுதியுள்ளார்: "ஜோசப் மாஜினியைப் பற்றியும், அவன் ஸ்தாபித்த 'யௌவன இத்தாலி' இயக்கம் பற்றியும் தமது பிரசங்கங்களின் மூலம் சுரேந்திரநாதர் ஆரம்பத்தில் செய்துவந்த பிரசாரம், மிகவும் உத்வேக மூட்டும் மிகப்பெரும் உபதேசமாக விளங்கியது. மாஜினியின் வாழ்க்கையும், குறிப்பாக, ஆஸ்திரிய ஆதிக்கத்தின்கீழ் தனது நாடு அடிமைப்பட்டுக் கிடக்கும் நிலையில், குடும்பம் மற்றும் சமூகத்தின் கோலாகலக் கொண்டாட்டம் எதிலும் தான் கலந்துகொள்ள முடியாது என்று பள்ளிச் சிறுவனாக இருந்தபோதே மறுத்த அவனது மிகமிக உணர்வுமிக்க தேசபக்தியும், எங்கள் உள்ளத்தில் உறங்கிக் கிடந்த தேச விடுதலையார்வம் அனைத்தையும் வெளிக்கொணர்ந்தன... நாங்கள் மாஜினியின் எழுத்துக்களையும், 'யௌவன இத்தாலி' இயக்கத்தின் வரலாற்றையும் படிக்கத் தொடங்கினோம். இவற்றைப் படித்தபோது, இத்தாலியில் ஆரம்பத்திலிருந்த இத்தாலிய விடுதலை ஸ்தாபனங்களையும், குறிப்பாக, தனது தேசபக்த வாழ்க்கையின் தொடக்கத்தில் மாஜினியும் சேர்ந்திருந்த கார்போனரி ஸ்தாபனங்களைப் பற்றியும் தெரிந்து கொண்டோம். கார்போனரி ரகசிய ஸ்தாபனங்களாகவே இருந்தன. அவர்கள் நாடு முழுவதிலும் ரகசியப் புரட்சிச் சங்கங்களை நிறுவுவதன் மூலம் தமது தேச சுதந்திரத்தை அடைந்துவிடலாம் என்று நம்பினர். ஆஸ்திரிய ஆட்சியாளர்களின் மீது தாக்குதல் தொடுப்பதன் மூலம், தமது தாயகத்தை ஆஸ்திரிய நுகத்தடியிலிருந்து விடுவித்துவிட வேண்டும் என்பதே அவர்களது கருத்தாக இருந்தது. இந்தக் கார்போனரி ஸ்தாபனங்களின பிரதான நோக்கம் ஆட்சியாளர்களை ரகசியமாகக் கொன்று தள்ளுவதாகவே இருந்தன... மாஜினியின் வாழ்க்கை மற்றும் இத்தாலிய இயக்கம் பற்றி, சுரேந்திரநாத் எடுத்துக்கூறிய விதத்தில் வங்க இளைஞர்கள் உள்ளத்தில் குடிபுகுந்த புதிய உத்வேகம், எங்களில் பலரை ரகசிய ஸ்தாபனங்களை உருவாக்கவும் தூண்டியது... இத்தகைய ரகசியச் சங்கங்கள் பலவற்றுக்கு, சுரேந்திர நாதரே தலைவராகவும் இருந்தார் என்று நான் கருதுகிறேன்..." (Memoirs of My Life and Times. P.C.Pal. *பாகம்: 1. பக். 246-247*). அத்துடன் இத்தகைய ரகசியச் சங்கங்களில் சேரும் ஒவ்வொருவரும் தமது மார்பிலிருந்து வாள் முனையினால் கீறியெடுக்கப்பட்ட ரத்தத்தினால் சங்கத்தின் உறுதி மொழிப் பத்திரத்தில் கையெழுத்திடவும் செய்தனர் என்பதையும் விபின் சந்திரபாலர் குறிப்பிட்டிருந்ததை முன்னரே பார்த்தோம் (பக். 201).

*இதன் மூலம் 1905ஆம் ஆண்டின் ரஷ்யப் புரட்சிக்குப் பிறகு, இந்தியாவில் ரஷ்ய நாட்டிலிருந்த ரகசியச் சங்கங்களின் முறைகளை, இந்திய இளைஞர்களும் புரட்சிவாதிகளும் பின்பற்றத் தொடங்குவதற்கு முன்னால், இத்தாலி நாட்டில் மாஜினி தோற்றுவித்த 'யௌவன இத்தாலி' என்ற ரகசியச் சங்கத்தின் முறைகளை அவர்கள் பின்பற்ற முற்பட்டனர் என்பதையே மேற்கூறிய தகவல்கள் நமக்கு விளக்குகின்றன. உண்மையில் லாலா லஜபதிராய் போன்ற தீவிரத் தேசியவாதத் தலைவர்களும் மாஜினியிடம் ஈடுபாடுகொண்டவர்களாகவே இருந்தனர். இதன் விளைவாக, லஜபதிராய் இத்தாலிய வீரர்களான கரிபால்டி, மாஜினி ஆகியோரின் வாழ்க்கை வரலாறுகளையும் எழுதினார். இவை பற்றிப் பாரதியும் லாலா லஜபதிராய் பற்றிய தனது கட்டுரையொன்றில் குறிப்பிட்டிருக்கிறான் (**இந்தியா:** 25-5-1907 - **பாரதி தரிசனம்** - 2. பக். 92). அவர் மாஜினியின் 'யௌவன இத்தாலி' என்ற பத்திரிகையையும் நடத்தினார். அவர் பின்னர் எழுதி வெளியிட்டதும், இந்தியாவில் சிறிது காலம் தடை செய்யப்பட்டிருந்ததுமான நூலுக்கும் 'Young India' என்றே தலைப்புக் கொடுத்திருந்தார். இதேபோல் பம்பாய் மாகாணத்திலும், விநாயக தாமோதர சாவர்க்கார் மாஜினியின் சுய சரிதையை மராத்தியில் மொழிபெயர்த்து வெளியிட்டார். மேலும், அங்கு அவரும் அவரது மூத்த சகோதரர் கணேச சாவர்க்காரும் தோற்றுவித்த அபிநவ பாரத சங்கமும், மாஜினியின் 'யௌவன இத்தாலி' சங்கத்தையும், ரஷ்ய நாட்டு ரகசியச் சங்கங்களையும் முன்மாதிரியாகக் கொண்டே நிறுவப்பட்டது. 1910ஆம் ஆண்டில் விநாயக தாமோதர சாவர்க்காரின்மீது பிரிட்டிஷ் அரசாங்கம் வழக்குத் தொடுத்து, அவருக்குத் தீவாந்திர சிட்சை வழங்கிய காலத்தில், அரசாங்கம் அவர் மொழிபெயர்த்த மாஜினியின் சுயசரிதத்தையும், அதற்கு அவர் எழுதிய முன்னுரையையும் ஆட்சேபகரமான விஷயங்களாக எடுத்துக்கொண்டது. "அரசாங்கத் தரப்பு விநாயக சாவர்க்காரின் மாஜினியின் சுயசரித மொழிபெயர்ப்பைக் கடுமையாக ஆட்சேபித்தது. அவர் அதற்கு எழுதியிருந்த முன்னுரை, அவரது அரசியல் தத்துவத்தைச் சுருக்கிக் கூறுவதாகக் கூறப்பட்டது. அந்த முன்னுரை அரசியலைச் சமயத்தின் தரத்துக்கு உயர்த்த வேண்டியதன் முக்கியத்தை வலியுறுத்தியது; சத்திரபதி சிவாஜியின் காலத்தில் மகாராஷ்டிர ஞானியாகவிருந்த ராமதாஸ், மாஜினியைப் போன்ற அதே ஆன்மிகக் கருத்தையே கொண்டிருந்தார் என்று அதில் கூறப்பட்டிருந்தது. சுதந்திரம் அடைவதற்கு மாஜினி நாட்டின் இளைஞர்களை எவ்வாறு நம்பியிருந்தார் என்று அதில் சுட்டிக்காட்டப்பட்டிருந்தது; அதன்பின் அந்த முன்னுரை மாஜினியின் போதனை மற்றும் போர்முறை என்ற இரண்டுவிதத் திட்ட முறைகளையும் விவரித்திருந்தது. இவ்வாறு போருக்குத் தயாராவதற்குத்*

தெரிவிக்கப்பட்ட முறைகளில், அண்டை நாடுகளிலிருந்து ஆயுதங்களை வாங்கி, அதனைச் சந்தர்ப்பம் ஏற்படும்போது பயன்படுத்துவதற்காகச் சேமித்து வைக்க வேண்டும்; ஆயுதங்களை ரகசியமாக உற்பத்தி செய்வதற்காக, ஆங்காங்கே ஒன்றுக் கொன்று சற்றுத் தொலைவாகவுள்ள தூரத்தில் சிறிய எனினும் ரகசியமான தொழிற்சாலைகள் பலவற்றைத் தொடங்க வேண்டும். பிற நாடுகளிலிருந்து ஆயுதங்களை வாங்கி, அவற்றை வர்த்தகக் கப்பல்களின் மூலம் ரகசியமாக இறக்குமதி செய்ய வேண்டும் என்பன குறிப்பிடப்பட்டிருந்தன." (The savarkar Case: R.P. Aiyar, Blitz: *9-6. 1962*). மேலும், பம்பாயிலிருந்து வெளிவந்துகொண்டிருந்த மராத்திப் பத்திரிகையான 'விகாரி'யில் (சிவாஜி தனது சேனா வீரர்களை நோக்கிக் கூறுவதாகப் பாரதி பாடியது போல்) மாஜினி இத்தாலி நாட்டு மக்களை நோக்கி, ஆஸ்திரியாவுக்கு எதிராகக் கிளர்ந்தெழுமாறு கூறுவதாகப் பாடப் பெற்ற ஒரு கவிதையை 1908 ஜூன் மாதத்தில் வெளியிட்டதற்காக, அந்தப் பத்திரிகையின் மீது ராஜத்துரோக வழக்குத் தொடரப்பட்டது. அதன் ஆசிரியர் ராமச்சந்திர நாராயணன் மாண்டிவிக்குக்கு இரண்டாண்டுக் கடுங்காவல் தண்டனையும் ஆயிரம் ரூபாய் அபராதமும் விதிக்கப் பட்டது (மேற்கோள்: Tilak and Struggle for Indian Freedom - Ed. M.Reisner and N.M.Gold berg. பக். 238). பாரதிக்கு சுதேசபக்தி உபதேசம் செய்த அவனது குருமணியான நிவேதிதா தேவி, மாஜினியின் சுய சரிதத்தின் முதல் தொகுதியை வங்காளத்திலிருந்த புரட்சிச் சங்கத்துக்கு வழங்கியது பற்றியும், அந்தத் தொகுதியின் இறுதியில் இடம் பெற்றிருந்த 'கொரில்லாப் போர்முறை' பற்றிய பகுதி, டைப் அடிக்கப்பட்டு, ரகசியச் சங்க உறுப்பினர்களிடம் வினியோகிக்கப்பட்டது பற்றியும் அந்தச் சுயசரிதையின் மீது ஐந்து தொகுதிகளையும் அவர் விவேகானந்தரின் தம்பியான புரட்சி வீரர் பூபேந்திரநாதரிடம் கொடுத்தது பற்றியும் இந்நூலில் நாம் ஏற்கெனவே குறிப்பிட்டிருக்கிறோம் (பக். 141).

இவ்வாறு மாஜினியின் வரலாறும், அவனது எழுத்துக்களும் புரட்சி மனப்பான்மை கொண்ட இந்தியத் தலைவர்களையும் இளைஞர்களையும் கவர்ந்ததோடு மட்டுமன்றி, அவன் தோற்றுவித்த 'யௌவன இத்தாலி' என்ற ரகசியச் சங்கமும் இந்தியாவில் தோற்றுவிக்கப்பட்ட ரகசியச் சங்கங்களுக்கும் முன்மாதிரியாக விளங்கியது. இதனால்தான் இந்தியப் புரட்சி இயக்கத்தைப் பற்றி எழுதவந்த பிரிட்டிஷ் வரலாற்றாசிரியர்களும், "சதி வேலைகளில் ஈடுபட்டவர்கள், தமது சீடர்களுக்கு, ஆசியாவிலும் ஐரோப்பாவிலும் இருந்து கடன் வாங்கிய கருத்துக்களோடு, பகவத்கீதை, **மாஜினி** மற்றும் **கரிபால்டி**யின் வாழ்க்கை வரலாறுகள், புரட்சிகர வன்முறைக்கான ரஷ்ய முறைகள், மற்றும் ராணுவ மானுவல்கள், வெடிகுண்டு பற்றிய

புத்தகங்கள் ஆகிய ஒரு கலவையைப் பாடப் புத்தகங்களாகக் குறித்துக் கொடுத்தனர்" என்று எழுதினர் (Cambridge History of India. தொகுதி-6 Ed. H.H.Dowell. பக். 552). இதேபோல், 1910ஆம் ஆண்டின் படுமோசமான பத்திரிகைச் சட்டத்தை வைஸிராயின் சபையில் ஸர் ஹெர்பர்ட் ரிஸ்லே என்பவன் அறிமுகப்படுத்திப் பேசிய காலத்தில், இந்திய நாட்டவரின் உள்ளத்தில் ஆவேச உணர்ச்சிகளையும் போர் வெறியையும் உருவேற்ற, புரட்சிவாதிகள் கையாண்டு வரும் விஷயங்களைப் பற்றிக் குறிப்பிட்ட போது, அவை "அரசியல் கொலை பற்றிய மாஜினியின் உபதேச"த்தையும் பயன்படுத்தி வருவதாகக் குறிப்பிட்டான். இந்த விவரங்களைக் கூறிவிட்டு, "நாம் ஒரு கொலைக் காரத்தனமான சதியை இந்தத் தருணத்தில் எதிர்நோக்கியுள்ளோம். இதன் நோக்கம் நாட்டின் அரசாங்கத்தைக் கவிழ்ப்பதும், பொதுவான பயங்கரவாதத்தை நிலை நாட்டி வருவதன் மூலம் பிரிட்டிஷ் ஆட்சியை நடத்தவொட்டாமல் ஆக்குவதும்தான். அவர்களது ஸ்தாபனம் செயல் மிக்கதாகவும் விரிவடைந்தும் உள்ளது. அவர்களின் எண்ணிக்கை கணிசமான அளவுக்கு உள்ளதாகக் கருதப்படுகிறது. தலைவர்கள் ரகசியமாகச் செயல்பட்டு வருகின்றனர். அவர்களது வாலிபச் சீடர்கள் அவர்களைக் குருட்டுத்தனமாகப் பின்பற்றுகின்றனர். தற்போது அவர்கள் ஆதரித்து வரும் முறை அரசியல் கொலை முறையே - மாஜினி தனது மோசமான மனோநிலைகளின்போது கையாண்ட முறையேயாகும்" என்று கூறினான் (மேற்கோள்: India Struggles for Freedom - Hiren Mukerjee, பக். 92).

பாரதியும் மாஜினியும்

மாஜினி தொடங்கிய 'யௌவன இத்தாலி' என்ற ரகசியச் சங்கத்தின் உறுப்பினர்கள் எடுத்துக்கொண்ட சத்தியப் பிரமாண வாசகத்தை மட்டும்தான் பாரதி தெரிந்துகொண்டிருந்தான் என்பதில்லை. மாஜினி அரசியல்வாதியாகவும் புரட்சிவாதியாகவும் மட்டுமல்லாது, கலை இலக்கியம் முதலியவற்றில் ஈடுபாடு கொண்டவனாகவும், அவை பற்றிப் பல கட்டுரைகள் எழுதியவனாகவும் விளங்கினான். பாரதி மாஜினியின் சுயசரிதை, அவனது வாழ்க்கை வரலாறு மற்றும் அவனது அரசியல் நூல்கள் முதலியவற்றை மட்டும் அல்லாது, கலை, இலக்கியம் பற்றி மாஜினி எழுதியவற்றையும் படித்திருந்தான் என்று கருத நமக்கு இடம் உண்டு. 'கலை' என்ற தலைப்பில்தான் 1906ஆம் ஆண்டிலேயே எழுதிய கட்டுரையில், பாரதி மாஜினியை மேற்கோள் காட்டுகிறான். கலைப் பஞ்சம் தோன்றியிருப்பதற்குக் காரணம் என்ன என்பதை ஆராயப் புகும் அவன் இவ்வாறு எழுதுகிறான்: "உண்மையான 'கலை' தோன்ற வேண்டுமானால் அது இருவகையாகத் தோன்றும் என்பதாக மேஸினி (Mazzini) என்னும் இத்தாலிய ஞானி கூறுகிறார். அதாவது

'ஒருவகைப்பட்ட கால சகம் முடிவுபெற்ற போதிலும், ஒரு வகைப்பட்ட கால சகம் வரும் தறுவாயிலும் உண்மையான கலை நிகழ்ச்சி ஏற்படுகின்றது' என்கிறார். இதை ஒரு விதமாக உண்மையாகக் கொள்ளலாம். பொதுவாகக் கூறுவோமாயின் ஒரு தேசத்து ஜனங்கள் மெய்யான உற்சாகமும் வீரத் தன்மையும் புகழும் கொண்டு இருக்கும் போது அங்கே ஒரு பெரிய 'கலையெழுச்சி' ஏற்படுகின்றது. அழிவுக் காலங்களிலேயும் இடையிடையே ஜனங்களின் தாழ்நிலையைச் சபிக்கும் பொருட்டு மஹான்கள் தோன்றுவார்களேயல்லாமல் 'கலை'யின் வளர்ச்சியேற்றப்படமாட்டாது (**இந்தியா:** 23-11-1906. **பாரதி தரிசனம்** - 1. பக். 346). இதன்பின் அடுத்த டிசம்பர் மாதத்திலேயே அவன் எழுதிய "தேசபக்தியும் பாடசாலைகளும்" என்ற கட்டுரையில், "இத்தேசத்திலே தேசாபிமானிகள் என்று சொல்லிக்கொள்ளும் சிலரைப் பற்றி நினைக்கும்போது கண்ணீர் விடுவதா, நகைப்பதா என்று தெரியவில்லை. நம்மவர்களுக்குள்ளேயும் தேசாபிமானிகள் கூட்டம் கூட்டமாக இருக்கிறார்கள். இவர்களெல்லாம் மேற்கு தேசங்களில் இருந்த **மாஜினி** கோசுத் முதலிய தேசாபிமானிகளைப் பற்றிப் படித்திருக்கிறார்கள். மேற்குத் தேசத்தாரைப் போலவே ஸபைகள் கூட்டுகின்றார்கள். தீர்மானங்கள் செய்கின்றார்கள். ஆனால் மேற்கு தேசத்தார் செய்யும் தீர்மானங்களுக்கும் நமது தேசாபிமானிகளின் தீர்மானங்களுக்கும் ஒரு முக்கியமான வித்தியாசமிருக்கின்றது. மேற்கு தேசத்தார் தீர்மானங்கள் செய்த உடனே அதன்படி நடக்கத் தொடங்கி விடுகின்றார்கள். இங்கே வாய்த் தீர்மானங்கள் மட்டும் மிகப் பிரமாதமாகக் கிடக்கின்றனவே அல்லாமல், மனத் தீர்மானத்தைச் சிறிதேனும் காணவில்லை...." (**இந்தியா:** 15-12-1906 - **பாரதி தரிசனம்** - 1. பக். 226).

இந்தப் பகுதியின் மூலம், இங்குள்ள தேசாபிமானிகள் மாஜினி முதலியோரின் வரலாறுகளைப் படித்திருந்தும், தேச விடுதலைக்கான சங்கங்களை அமைத்தும்கூட, இந்தியத் தேசபக்தர்கள் மாஜினியைப் போல், அவனது சங்கத்தைப் போல் செயல்பட உறுதி பூணாதது குறித்து, பாரதி வருத்தமும் அடைந்தான் என்பது புலனாகின்றது. பாரதி மாஜினியின் நூல்களைக் கற்றிருந்தான் என்பதை அவன் புதுவை சென்ற பிறகு வெளியிட்டு வந்த 'இந்தியா' பத்திரிகையில் வெளிவந்த ஒரு கட்டுரையும் புலப்படுத்துகின்றது. 1908 பிற்பாதியில் திலகர், வ.உ.சி., சிவா முதலியோர் சிறைத்தண்டனை விதிக்கப்பட்டுச் சிறைக்குச் சென்றுவிட்ட கால கட்டத்தை, பாரதி போரில் ஒரு கட்டம் முடிந்த தருணமாகக் கருதினான். 1905இல் 'வந்தேமாதர' கோஷம் பிறந்தவுடனேயே சுதந்திரப்போர் பாரத நாட்டிலே தொடங்கிவிட்டதென்றும், "அதுமுதல் ஸ்ரீ திலகருக்குத் தீவாந்தர சிக்ஷை விதித்ததோடு பாரத தேசத்தாரின் சுதந்திரப் போரிலே முதற் சருக்கம் முடிவு பெற்றது.

இன்னும் இரண்டாம் சருக்கம் தொடங்கவில்லை. சிறிது காலத்துக்கு இரு திறத்தாரும் இளைப்பாறுவார்கள். இளைப்பாறுதற்கென்று அமைந்த இந்தச் சமயத்தில் தேசாபிமானிகள் செய்ய வேண்டிய கடமை யாது? அதை ஒரு திருஷ்டாந்தம் மூலமாக விளக்குவோம்" என்றும் எழுதி, அவன் மாஜினியைப் பற்றி எழுதத் தொடங்குகிறான்: "மாஜினி என்னும் பெயர் கொண்ட இத்தாலித் தேசபக்தரைப் பற்றிப் பலமுறை பிரஸ்தாபம் செய்திருக்கிறோம். அவர் தமது வாழ் நாளிலேயே தம்முடைய நாடு சுயாதீன நிலையடைந்ததைக் காணும் பாக்கியம் பெற்றிருந்தார். அதுவும் பெரும்பாலும் இவரது சொந்த முயற்சியிலேயே நிறைவேறிற்று. இவர் 'பால இத்தாலி' என்ற சங்கம் தொடங்கி வேலை செய்து வந்தார். இவரது முயற்சிகளிலேயும் முதல் சருக்கத்தில் தேசபக்தர்களின் பக்கம் தோல்வியடைந்து கொடுங்கோலரசாகிய ஆஸ்திரியாவின் பக்கமே வெற்றி வாய்த்து நின்றது" என்று கூறி, "அந்தச் சந்தர்ப்பத்தைக் குறிப்பிட்டு மாஜினி பின்வருமாறு எழுதுகின்றார்" என்று குறிப்பிட்டுவிட்டு, மாஜினிக்கும் அவனது தோழர்களுக்கும் தோல்வி ஏற்பட்ட காலத்தில், அவர்களுக்கு ஏற்பட்ட சோதனைகளையும் வேதனைகளையும் கண்டு துவளாமல், போரின் இரண்டாவது கட்டம் நிச்சயம் தொடங்கும் என்று மாஜினி எழுதிய கட்டுரையை அப்படியே (நாலு பக்கங்கள்) வழங்குகிறான். இறுதியில் "மேலே மாஜினி கூறியிருக்கும் வசனங்கள் நமது தற்கால நிலைமைக்கு முற்றிலும் பொருந்தியனவாகும். நமது தேசபக்தர்களிலே அன்னியர்களின் சரீர பல உதவியைச் சிறிதேனும் எதிர்பார்க்காத விபின் சந்திரபாலர் கபார்தே முதலியவர்கள்கூட, இப்போது ஐரோப்பாவுக்குப் போயிருக்கிற நோக்கமும் மேலே கூறிய வசனங்களிலிருந்து நன்கு விளங்கும்" என்று தன் கட்டுரையை முடிக்கிறான் (**இந்தியா:** 21-11-1908- மேற்கோள்: **புதுவையில் பாரதி** - ப.கோதண்டராமன். பக். 17-22). இதன்பின், வ.வே.சு. அய்யர் லண்டனிலிருந்து எழுதிவந்த கரிபால்டியின் சரிதமும் பாரதியின் 'இந்தியா' பத்திரிகையில் 1909-1910 ஆண்டுகளில் தொடர்ந்து வெளிவந்தது என்பதும் குறிப்பிடத்தக்கதாகும்.

எனவே பாரதி மாஜினியின் வரலாறு, மற்றும் அவனது நூல்கள் முதலியவற்றை நன்கு கற்றிருந்தான் என்பதோடு, மாஜினியின் 'யௌவன இத்தாலி' ('பால இத்தாலி') என்ற சங்கத்தின் போர்த் தந்திரத்தையும் புரிந்துகொண்டிருந்தான், ஏற்றுக்கொண்டிருந்தான் என்பதும் இதனால் தெரியவருகிறது. மாஜினி போன்றோரின் வீர வரலாறுகளையும் அவர்கள் சுதந்திரப் போரில் வெற்றி பெற்ற செய்திகளையும் படித்தறிந்து கொண்டிருந்த காரணத்தினால்தான், அவன் சுதந்திர தேவியை நோக்கித் துதிக்கின்ற நேரத்தில்,

மேற்றிசைப் பல நாட்டினர் வீரத்தால்
போற்றி நின்னைப் புதுநிலை எய்தினர்
கூற்றினுக் குயிர் கோடி கொடுத்தும்நின்
பேற்றினைப் பெறுவோம் எனல் பேணினர்

- (சுதந்திர தேவியின் துதி - பாடல் : 7)

என்றும் பாடியுள்ளான். மேலும் மாஜினியிடம் பாரதிக்கிருந்த ஈடுபாடும், அவனது போராட்ட முறையில் பாரதிக்கிருந்த உடன்பாடும், பாரதி தான் தொடங்கிய ஆங்கிலப் பத்திரிகைக்கு, 'பால இத்தாலி' என்ற பெயரைப் போல், 'பால பாரதா' என்று பெயரிட்டதிலும், அவன் வருகின்ற பாரதத்தை வாழ்த்திப் பாடும்போது,

இளைய பாரதத்தினாய் வா வா வா
எதிரிலா வலத்தினாய் வா வா வா

- (போகின்ற பாரதமும் - வருகின்ற பாரதமும், பாடல் - 7 : வரி : 1 - 2)

என்று வரவேற்புக் கூறுவதிலும் நமக்குப் புலப்படுகின்றன என்றே சொல்லலாம். இவற்றிலிருந்து பாரதி ஏன் மாஜினியின் 'யௌவன இத்தாலி' என்ற ரகசியச் சங்கத்தின் உறுப்பினர்களுக்கான சத்தியப் பிரமாணத்தை வ.உ.சி.க்கு வாசித்துக் காட்டினான். அதை ஏன் தமிழாக்கித் தந்தான் என்ற கேள்விகளுக்கான விடையை நாம் புரிந்து கொள்ளலாம். மாஜினியின் 'யௌவன இத்தாலி' போன்று, தமிழ்நாட்டில் ஆயுதந்தாங்கிய போராட்ட நோக்கத்தோடு உருவாகக்கூடிய ரகசியச் சங்கத்தில் சேர்கின்ற இளைஞர்கள் பங்கிம் சந்திரரின் 'ஆனந்த மடம்' என்ற நாவலில், ரகசியச் சங்கமாகத் திரண்டிருந்த பவானந்தரும் அவரது சக தோழர்களும் பாடிய வந்தேமாதர கீதம் போல் பாடுவதற்காகவே, அல்லது புரட்சி மனப்பான்மை கொண்ட இளைஞர்கள் தேசத்துக்காகப் போராடும் வைராக்கியத்தை வலுப்படுத்திக் கொள்ளும் நோக்கத்தோடு பாடுவதற்காகவே, பாரதி 'மாஜினியின் சபதம்' என்ற தலைப்பில், மாஜினியில் 'யௌவன இத்தாலி'ச் சங்கத்தின் சத்தியப் பிரமாணத்தைத் தமிழில் பாடினான் என்று நாம் முடிவு கட்டலாம். ஆயுதம் தாங்கிய போராட்டத்திலும் ரகசியச் சங்க அமைப்பிலும் பாரதிக்கு இருந்த ஈடுபாட்டையே இந்தப் பாடலும் நமக்கு உணர்த்துகிறது எனலாம்.

பிற்சேர்க்கை:

இங்கு பாரதியின் 'மாஜினியின் சபதம்' என்ற பாடலை வாசக நேயர்கள் மாஜினியின் 'யௌவன இத்தாலி' (Young Italy) என்ற ரகசியச் சங்கத்தின் சத்தியப் பிரமாணத்தோடு ஒப்பிட்டுப் பார்த்துக் கொள்வதற்காக, 1831இல் மாஜினி எழுதித் தயாரித்த அந்தப் பிரமாணத்தின் ஆங்கில வாசகத்தையும், அதனை அடுத்துத் தமிழறிந்த வாசகர்களுக்காக அதன் தமிழாக்கத்தையும் அப்படியே வழங்குகிறோம்.

Each member will, upon his initiation into the association of Young Italy. pronounce the following form of Oath. in the presence of the initiation:

In the name of God and of Italy-

In the name of all the martyrs of the holy Italian cause, who have fallen beneath foreign and domestic tyrranny -

By the duties which bind me to the land wherein God has placed me and to the brothers whom God has given me;

By the love - innate in all men - I bear to the country that gave my mother birth, and will be the home of my children;

By the hatred - innate in all men - I bear to evil, injustice, usurpation and arbitrary rule -

By the blush that arises to my brow when I stand before the citizens of other lands, to know that I have no rights to citizenship, no country and no national flag -

By the aspiration that thrills my soul towards that liberty for which it was created, and it impotent to exert; towards the good it was created to strive after, and is impotent to achieve in the silence and isolation of slavery -

By the memory of our former greatness, and the sense of our present degradation -

By the tears of Italian mothers for their sons dead on the scaffold in prison or in exile -

I, AB,

Believing in the mission entrusted by God to italy and the duty of every Italian to strive to attempt its fulfilment - Convinced that where God has ordained that a nation shall be, He has given the requisite power to create it; that the people are the depositaries of that power, that in its right direction for the people, and by the people, lies the secret of victory; Convinced that virtue consists in action and sacrifice, strength in union and constancy of purpose, give my name to young Italy, an association of men holding the same faith, and swear -

To dedicate myself wholly and forever to the endeavour with them to constitute Italy, one, free, independent, republican nation.

To promote by every means in my power - whether by written or spoken word, or by action - the education of Italian brothers towards the aim of young Italy; towards association the sole means of its accomplishment and to virtue, which alone can render the conquest lasting -

To abstian from enrolling myself in any other association from this time forth -

To obey all the instructions, in conformity with the spirit of Young Italy, given me by those who represent with me the Union of my Italian brothers; and to keep these instructions, even at the cost of my life -

To assist my brothers of the association both by action and by counsel -

NOW AND FOREVER

This I do swear, invoking upon my head the wrath of God, the abhorrence of man, and the infamy of the perjuror, if I ever betray the whole or a part of this my oath.

- (Oath 1831 - Mazzini's works. Vol. - 1)

இதன் தமிழாக்கம் வருமாறு:

'யௌவன இத்தாலி' சங்கத்துக்குள் ஒருவர் சேர்த்துக்கொள்ளப் படும்போது, அவரைச் சங்கத்தில் சேர்ப்பவரின் முன்னிலையில், ஒவ்வொரு உறுப்பினரும் பின்வரும் சபத வடிவத்தை வாய்விட்டுக் கூறி, சபதம் எடுத்துக்கொள்ள வேண்டும்;

கடவுளின் பெயராலும், இத்தாலியின் பெயராலும் -

வெளிநாட்டு மற்றும் உள்நாட்டுக் கொடுங்கோலாட்சியின் கீழ், புனிதமான இத்தாலிய லட்சியத்துக்காக உயிர்த்தியாகம் செய்த தியாகிகள் அனைவரின் பெயராலும் -

கடவுள் என்னைப் பிறப்பித்து விட்டுள்ள நாட்டோடும், கடவுள் எனக்கு வழங்கியுள்ள சோதரர்களோடும் என்னைப் பிணைக்கின்ற கடமைகளினாலும்,

என் தாய்க்குப் பிறப்பளித்ததும், என் பிள்ளைகளின் தாயகமாக விளங்கவிருப்பதுமான நாட்டின்பால் நான் கொண்டுள்ள - எல்லா மனிதர்களிடத்திலும் பிறவியிலேயே அமைந்துள்ள - அன்பினாலும்,

தீமை, அநீதி, அபகரிப்பு, கொடுங்கோலாட்சி ஆகியவற்றின் மீது நான் கொண்டுள்ள - எல்லா மனிதர்களிடத்திலும் பிறவியிலேயே அமைந்துள்ள - வெறுப்பினாலும்,

நான் பிரஜாவுரிமை அற்றவன் நாடும் தேசியக் கொடியும் இல்லாதவன் என்று அறிந்து, மற்ற நாட்டுப் பிரஜைகளின் முன்னால் நிற்கும்போது, என் நெற்றியைக் கன்றிச் சிவக்க வைக்கும் வெட்கத்தினாலும்,

எனது ஆன்மா எதற்காகப் படைக்கப்பட்டதோ, எதனைக் கொண்டு செலுத்த அதனால் இயலாதிருக்கிறதோ, அந்த விடுதலையின்பால், அது எந்த நன்மைக்குப் பாடுபடுவதற்காகப் படைக்கப்பட்டதோ, அடிமைத்தனத்தின் தன்மையிலும், மௌனத்திலும் எதனை அதனால் எய்த இயலாதிருக்கிறதோ, அந்த நன்மையின்பால் நாட்டமுற்று எனது ஆன்மாவைச் சிலிர்க்க வைக்கின்ற அந்த வேட்கையினாலும்,

எங்களது முன்னாள் பெருமையின் நினைவினாலும், இந்நாள் சிறுமை பற்றிய உணர்வினாலும்,

சிரச்சேதத்தினாலோ, சிறையிலோ, அல்லது தேசப் பிரஷ்ட வாழ்க்கையிலோ இறந்துபோன தம் புதல்வர்களுக்காக, இத்தாலியத் தாய்மார்கள் வடிக்கும் கண்ணீரின் பெயராலும்,

இன்னாராகிய நான்,

இத்தாலிக்குக் கடவுளால் ஒப்படைக்கப்பட்டுள்ள புனிதப் பணியிலும், அதனை நிறைவேற்ற முயன்று பாடுபடுவதற்கு ஒவ்வோர் இத்தாலியனுக்கும் உரிய கடமையில் நம்பிக்கை கொண்டும் - , ஒரு தேசம் இருந்தே தீரும் என்று கடவுள் ஆணையிட்டுள்ளார் என்றால், அதனை உருவாக்குவதற்குத் தேவையான சக்தியையும் அவர் வழங்கியே இருக்கிறார் என்பதையும், அத்தகைய சக்தியின் கருவூலங்கள் மக்களே என்பதையும், மக்களுக்காகவும், மக்களாலும் அதனைச் சரியான திசை வழியில் செலுத்துவதிலேயே வெற்றியின் ரகசியம் அடங்கியிருக்கிறது என்பதையும் திடமாக நம்பியும், தருமம் என்பது செயலிலும் தியாகத்திலும், ஒற்றுமையின் பலத்திலும், நோக்கத்தின் நிலைத்த தன்மையிலும்தான் அடங்கியுள்ளது என்று திடமாகக் கருதியும் இதே கொள்கையைக் கொண்டுள்ள நபர்களின் சங்கமான 'யௌவன இத்தாலி'க்கு என் பெயரைக் கொடுத்து -

இத்தாலியை **ஒரே, விடுதலை பெற்ற, சுதந்திரமான குடியரசு** நாடாக உருவாக்குவதற்கு, அவர்களோடு சேர்ந்து பாடுபட என்னை முழுமையாகவும் என்றென்றும் அர்ப்பணிக்கவும்-,

'யௌவன இத்தாலி'யின் நோக்கத்தை நோக்கியும், அதனைச் சாதனை செய்வதற்கான ஒரே சாதனமான சங்கத்தை நோக்கியும், வெற்றியை நிலையானதாக்கும் ஒரே சக்தியான தருமத்தை நோக்கியும், - எழுதப்படும் அல்லது சொல்லப்படும் வார்த்தை அல்லது செயல் எதன் மூலமாகவாயினும் - எனது சக்திக்குட்பட்ட சகல வழிகளின் மூலமும், இத்தாலியச் சகோதரர்களுக்குக் கல்வி போதிக்கவும்-,

இந்தத் தருணம் முதற்கொண்டு, வேறு எந்தச் சங்கத்திலும் என்னைப் பதிவு செய்துகொள்ளாதிருக்கவும் -

என்னையும் சேர்த்து, எனது இத்தாலியச் சகோதரர்களின் சங்கத்தைப் பிரதிநிதித்துவப்படுத்துவோர், "யௌவன இத்தாலி'யின் உணர்வுக்கு ஒத்த விதத்தில், எனக்கிடும் உத்தரவுகள் அனைத்துக்கும் கீழ்ப்படியவும் எனது உயிரே போக நேர்ந்தபோதிலும் கூட, இந்த உத்தரவுகளை நிறைவேற்றவும் -

செயல் மற்றும் ஆலோசனை இரண்டினாலும், சங்கத்தைச் சேர்ந்த எனது சகோதரர்களுக்கு உதவி செய்யவும்-,

இன்றைக்கும் என்றைக்குமாக,

நான் சபதம் செய்கிறேன்.

இந்த எனது சபதத்தில் ஒரு பகுதியையோ அல்லது அதனை முழுமையாகவோ நான் என்றேனும் காட்டிக் கொடுப்பேனாகில், ஆண்டவனின் கோபமும், மனிதர்களின் வெறுப்பும், வாக்குறுதியைக் கைவிட்டவனுக்கு நேரும் அவமானமும் என் தலைமீது வந்து விடியட்டும் என்று கூறி நான் இந்தச் சத்தியப் பிரமாணத்தைச் செய்கிறேன்.

- (1891இல் மாஜினி வரைந்த சத்தியப் பிரமாண வாசகம்)

***

இத்தாலி நாட்டின் விடுதலைக்காகவும் ஒற்றுமைக்காகவும் ஆயுதந் தாங்கிப் போராடிய மாஜினியும், மாஜினியின் எழுத்துக்களும், அவன் தோற்றுவித்த 'யௌவன இத்தாலி' என்ற ரகசியச் சங்கமும், அந்தச் சங்கத்தில் சேர்வதற்கான மேற்கண்ட சத்தியப் பிரமாணமும், இந்தச் சத்தியப் பிரமாணத்தின் தமிழாக்கமான பாரதியின் 'மாஜினியின் சபதம்' என்ற பாடலும், ஆங்கிலேயருக்கு எதிராக ஆயுதந் தாங்கிப்

போராட வேண்டும் என்ற ஈடுபாட்டைக் கொண்டிருந்த இளைஞர்களின் மீது எத்தகைய தாக்கத்தை ஏற்படுத்தியிருந்தன, தமிழ்நாட்டில் இதற்கான ரகசியச் சங்கத்தைக் கட்டியமைத்த காலத்தில், அவை எவ்வாறு பயன்பட்டன என்பதற்கு, 1911 ஜூலை மாதத்தில் வாஞ்சிநாதன் ஆஷ்துரையைச் சுட்டுக்கொன்ற பின்னால், இந்த நிகழ்ச்சிக்குப் பின்பலமாகவிருந்த ரகசியச் சங்கத்தைச் சேர்ந்தவர்களின் வீடுகளைச் சோதனையிட்ட காலத்தில், அங்குப் போலீசார் கைப்பற்றிய "**அபிநவ பாரத சமாஜ**"த்தில் சேர்ந்துகொள்வதற்கான பிரமாணம் என்ற சத்தியப் பிரமாண வாசகத்தின் பிரதியே சாட்சியமாக விளங்குகிறது.

திருநெல்வேலி ஜில்லாவுக்கு நீலகண்ட பிரம்மச்சாரி சென்று, ஆயுதம் தாங்கி புரட்சிகர நடவடிக்கைகளை மேற்கொள்வதற்கான முயற்சிகளைப் புரிந்துவந்த காலத்தில், தூத்துக்குடியிலும், மற்றும் திருநெல்வேலி ஜில்லாவின் சில இடங்களிலும், செங்கோட்டை புனலூர் போன்ற ஊர்களிலும், '**பாரத மாதா சங்கம்**' என்ற பெயரிலேயே ஓர் ரகசியச் சங்கமும் அதன் கிளைகளும் நிறுவப்பட்டன. இந்தச் சங்கமும் இதன் நடவடிக்கைகளும் பெரும்பாலும் மேற் குறிப்பிட்ட வட்டாரத்துக்குள்ளேயே நிலவிவந்தன. என்றாலும், வ.வே.சுப்பிரமணிய அய்யர் 1910 அக்டோபரில் பாண்டிச்சேரிக்கு வந்துசேர்ந்த பின்னால், அவருக்கும் வாஞ்சிநாதன் போன்ற புரட்சிகர இளைஞர்களுக்கும் இடையே தொடர்பும் ஏற்பட்ட பின்னால், குறுகிய எல்லைக்குள் செயல்பட்ட இந்தப் 'பாரத மாதா சங்க'த்தை நாடு தழுவிய புரட்சிகர இயக்கத்தின் அங்கமாக மாற்றும் முயற்சியின் விளைவாக, இதன் பெயர் '**அபிநவ பாரத சமாஜம்**' என்று மாற்றப் பட்டிருக்கலாம் என்று தோன்றுகிறது. வ.வே.சு.அய்யர் விநாயக தாமோதர சாவர்க்காரின் நெருங்கிய நண்பராகவிருந்த காரணத்தாலும், அவர் ஐரோப்பாவிலிருந்த இந்தியப் புரட்சியாளர்களை நேர்முகமாக அறிந்தவர், பாண்டிச்சேரிக்கு வந்த பின்பும் அவர்களோடு தொடர்பு கொண்டிருந்தவர் என்பதாலும், சாவர்க்காரால் மகாராஷ்டிரத்தில் (பம்பாய் மாகாணத்தில்) நிறுவப்பட்டிருந்த "அபிநவ பாரத" சங்கத்தின் தமிழ்நாட்டின் கிளையாக, இங்கிருந்த சங்கத்துக்கும் "அபிநவ பாரத சமாஜம்" என்ற பெயர் சூட்டப்பட்டிருக்கலாம் என்றும் தோன்றுகிறது.

எவ்வாறாயினும் போலீசாரால் கைப்பற்றப்பட்ட இந்தச் ரகசியச் சங்கத்தின் சத்தியப் பிரமாணத்தின் பிரதி, மாஜினியின் 'யௌவன இத்தாலி' சங்கமும், அதன் சத்தியப் பிரமாணமும், தமிழ் நாட்டில் ஏற்படுத்திய தாக்கத்தையும் விளைவையும் நமக்குப் புலப்படுத்தவே செய்கின்றன. சென்னை ஹைக்கோர்ட்டில் நடந்த ஆஷ்கொலை

வழக்கின்போது, அரசாங்கத் தரப்பில் எக்ஸிபிட் (தடயம்) ஆக, கோர்ட்டில் சமர்ப்பிக்கப்பட்ட அந்தப் பிரமாணத்தின் பிரதியை (ஆஷ் கொலை வழக்கு எக்ஸிபிட் எண் Ex.T 10), நாம் மேலே வழங்கிய 'யௌவன இத்தாலி'ச் சங்கத்தின் சத்தியப் பிரமாணத்தோடும், மற்றும் பாரதியின் பாடலோடும் ஒப்புநோக்கிக் காண்பதற்காக, இங்கு முழுமையாகத் தருகிறோம்.

படித்துவிட்டு உங்கள் சிநேகிதர்களிடம் கொடுங்கள்
அபிநவ பாரத சமாஜத்தில் சேர்ந்துகொள்ளப் பிரமாணம்

ஆங்கில சத்துரு நமது நாட்டில் பிரவேசித்து நமது சொத்துக்களையும் மானத்தையும் சென்ற நூறு வருஷ காலமாக இடைவிடாது உறிஞ்சிக் கொண்டு செல்கிறான். இவனுடன் போர் செய்து இவனை விரட்டிவிட்டு நமது நாட்டில் ஸ்வதந்திரத்தையும் தர்மத்தையும் நிலைநாட்ட வேண்டு மென்று ஒரு பெரிய ஆவேசம் நமது தேசத்தில் கிளம்பியிருக்கிறது. இந்த ஆவேசத்தை அடக்கிவிட சத்துரு அநேக ஏற்பாடுகள் செய்திருக்கிறான். ஆனால், "நந்தநா நந்த யோர் மத்யே சுவேத ராஜ்யம் விநச்யதி" என்று வேதவியாசர் சொல்லியிருக்கிறபடி, பறங்கி இந்த நாட்டிலிருந்து வருகிற ஆநந்த வருஷத்திற்குள் தொலைந்துவிட வேண்டியது என்று பகவத் ஸங்கல்பம் இருப்பதினாலும், அது காரணம் பற்றி மகரிஷிகளும், சித்த புருஷர்களும் இந்த அருங்காரியத்தைப் பின்னிருந்து நடத்திக் கொண்டிருப்பதினாலும், இந்த ஆவேசம் சத்துருவின் சூழ்ச்சியினால் அடக்கப்படாமல் காட்டுத் தீபோல் எங்கே பார்த்தாலும் பரவிக்கொண்டு வருகிறது. அது அவ்விதம் பரவுவதற்கு உபகரணங்கள் வேண்டுமே, அவைதான் ரகசிய சமாஜங்கள்.

இந்த ரகசிய சமாஜங்களுக்குள் மிகவும் கியாதி பெற்றது **அபி நவ பாரதம்**. இது ஆரியவர்த்தத்தில் எல்லாவிடங்களிலும் பரவியிருக்கிறது. இன்னும் சில காலத்திற்குள் யுத்தம் ஆரம்பிக்கும்போது இதை நடத்துபவர்கள் பகிரங்கமாய் முன்வருவார்கள். இப்பொழுது தயார் செய்ய வேண்டிய காலமானதால், ஜனங்களுக்கு ஸ்வதந்திரத்தில் ஆவேசம் உண்டாக்கும் படியான *பத்திரிகைகள் எழுதியும் இதர காரியங்கள் செய்தும் வருகிறார்கள்.

எவன் எவனுடைய சரீரத்தில் ஆரிய ரத்தம் ஓடுகிறதோ, எவன் எவனுக்கு தர்மத்தின் பேரில் பக்தியும், அதர்மத்தின் பேரில் துவேஷமும்,

---

*இந்தப் பிரமாணத்தில் பத்திரிகைகள் எனக் கூறப்படுவது ரகசியச் சுற்றறிக்கை களையே குறிக்கிறது.

- ரகுநாதன்

ஸத்தியத்தினிடத்தில் அபிருசியும், அஸத்தியத்தினிடத்தில் அருவருப்பும் இருக்கிறதோ, எவன் எவனுக்கு ஆண்மையும் பௌருஷமும், கீர்த்தி சம்பாதிக்க வேண்டுமென்கிற தாகமும் இருக்கிறதோ, நம்முடைய ஆரியநாட்டில் பறங்கி படாடோபத்துடனும் அதிகாரத்துடனும் நடப்பதைப் பார்த்து, எந்த எந்த ஆரியனுடைய மீசை துடிக்கிறதோ, ஆரிய வர்த்தத்தைப் பறங்கியின் கைவசத்தினின்று மீட்டு, அதன் அழகிய சிரத்தில் ஸ்வதந்திரம் என்கிற நிரதிசயமான கிரீடத்தை வைத்து, நாட்டினின்றும் பஞ்சத்தையும் பிணியையும் நீக்கி, சுபத்தையும் செல்வத்தையும் மங்களத்தையும் உண்டாக்க வேணுமென்று எந்தஆரியனுடைய மனது ஆவல்கொண்டு பறக்கிறதோ, அந்த அந்த ஆரியன் இதனடியில் எழுதப்பட்டிருக்கிற பிரமாணத்தைச் செய்து சமாஜத்தில் சேர்ந்துகொள்ள அருகன்.

நிரம்பிய தேசபக்தி இருக்கும் பக்ஷத்தில் அபி நவ பாரதத்தின் தலைவர்கள் இன்ன இடத்தில் இருக்கிறார்களென்ற ஞானம்தானே உண்டாகும்.

இது ரகசிய சங்கமாயிற்றே, இதன் பிரமாணங்களையும் சங்கதி களையும் இவ்விதம் பகிரங்கப்படுத்தலாமா என்கிற கேள்வி பிறக்கக் கூடும், பிரமாணத்தை வரைவதற்கு முன் இந்தப் பிரசினத்துக்குப் பதில் கொடுத்து விடுவோம்.

இந்த முயற்சியானது ஒரு நாட்டை, ஒரு ஜாதியையே உத்தாரணம் செய்ய ஏற்பட்ட முயற்சி, இதையும் இதன் உபகரணங்களையும் ரகசியமாக வைப்பது அசாத்தியம்; தவிர, காரியத்துக்கே இடையூறாகும். **அபிநவ பாரதம்** என்கிற சமாஜம் ஒன்று இருக்கிறது என்கிற விஷயத்தை ரகசியமாக வைத்தால், எத்தனை பேர் அதில் சேருவார்கள்? அல்லது ஒவ்வொருவராக நேரிடப் போய்ச் சேர்க்கிறதாக இருந்தால் எத்தனை நாளாகும்? ஒரு மன்வந்தரமாகிவிடும்.

கண்ணன் பிறந்த சங்கதியை எத்தனை நாள் ரகசியமாக வைத்தல் சாத்தியம்? தன்னைக் கொல்லுவதற்காகவே கண்ணன் பிறந்து கோகுலத்தில் வளருகிறான் என்று கம்ஸனுக்குத் தெரிந்துவிடவில்லையா? அதே மாதிரி அபிநவ பாரதம் இப்பொழுது வளர்ந்து அதப்தமான சக்தியுடன் ஆரிய வர்த்தத்தில் விளையாடிக்கொண்டிருக்கிறது என்று தற்காலக் கம்ஸனான பறங்கிக்குத் தெரியும். ஏனென்றால், அவன் முடியும் காலம் வந்துவிட்டதோ இல்லையோ? ஆகையால், இந்தப் பத்திரிகை பறங்கிக்குத் தெரியாத புது சமாசாரம் ஒன்றையும் அவனுக்குத் தெரிவிக்கவில்லை. பறங்கிக்குத் தெரிந்த விஷயம் நம்முடைய ஆரிய ஜனங்களுக்குத் தெரிவிக்கக்கூடாது என்று யார் சொல்வார்கள்?

ஆனாலும் இது ரகசிய சங்கம் ரகசிய சங்கமே. ஏனென்றால், இந்த சமாஜத்துக்கு நேதாக்கள் (தலைவர்கள் அல்லது நடத்துபவர்கள்) யார்; இதன் மூலஸ்தானம் எது; இது என்ன வேலைகள் செய்கிறது; எவ்விதம் வேலை செய்கிறது என்று சத்துருவுக்குக் கிஞ்சித்தேனும் தெரியாது. இதன் காரியங்கள் எல்லாம் சமிக்கினை மூலமாக நடக்கிறதேயொழிய, கடிதப் போக்குவரவினால் நடக்கவில்லை. இது அடிக்கும் அடியெல்லாம் காடாந்தகார இருளில், வித்தியுதம் (மின்னல் இடி) விழுமே அந்த மாதிரிதான் விழும். அடி விழுகிறது தான் தெரியும். முன்னும் பின்னும் காடாந்தகார இருள்தான்! ஆகையால் இது ரகஸிய சங்கம்தான்.

ஆரியர்கள் இந்தப் பிரமாணத்தைச் செய்து, தேசத்தைச் சத்துருவிடமிருந்து மீட்க முயற்சிகளை உடனே ஆரம்பிப்பார்களாக. பின் செய்யவேண்டிய காரியங்கள் அப்போதைக்கப்போது பத்திரிகைகள் மூலமாகப் பிரசுரமாகும்.

இதர விஷயங்கள் தெரிய வேண்டுமானால் மேலே சூசிக்கப் பட்டிருக்கிற மூலஸ்தானத்துக்கு வந்து தெரிந்துகொள்ளவும்.

பிரமாணம்

ஓம் வந்தே மாதரம்.
ஜகதீசுவரன் பேரில் ஆணை;
பாரத மாதாவின் பேரில் ஆணை.

பாரத மாதாவை ஆங்கிலப் பறங்கியிடமிருந்து மீட்பதற்காகத் தங்களுடைய இரத்தத்தைத் தத்தம் செய்திருக்கும் ஆரியவீரர்கள் மீது ஆணை;

என் மாதா பிதாக்கள் பிறந்து வளர்ந்த இடமும், என் குஞ்சு குழந்தைகள் வாழப்போகிற இடமுமான என் பாரத நாட்டின் பேரில் எனக்கிருக்கும் பிரேமை அன்பின் பேரில் ஆணை;

கொடுமை, அநியாயம், அக்கிரமம், கொடுங்கோலரசு, இவைகளின் பேரில் எனக்கிருக்கும் உக்கிரமான துவேஷத்தின் பேரில் ஆணை;

மற்ற நாட்டு ஜனங்கள் முன்னிலையில் நிற்கும்போது, எனக்கு என் தேசத்தில் யாதொரு உரிமையும் இல்லை, என் தேசமே என்னுடையதல்ல, என்னுடைய நாட்டிற்கு சுவயமான துவஜம்கூட இல்லையே என்கிற எண்ணத்தினால் என் மனதில் எழும் அவமானம் ஆணை;

என் நாட்டின் முந்நாள் பெருமையின் பேரில் ஆணை; இந்த நாள் சிறுமையின் பேரில் மீது ஆணை;

தங்கள் புத்திரர்கள் சிறையிலோ, தூக்கு மரத்திலோ, தண்ணியின் பேரில் ஏற்றப்பட்டதிலோ, துப்பாக்கியினால் சுடப்பட்டதிலோ, இறந்து போக, உயிர் துடித்து மனம் உடைந்து, நிர்க்கதியாகித் தாரை தாரையாகக் கண்ணீர் விட்டு அழுதுகொண்டிருக்கும் என் அருமை ஆரிய மாதாக்களின் பேரில் ஆணை;

பறங்கியின் அக்கிரமத்தினால் வலிமையை இழந்திருக்கிற தர்ம தேவதையின் பேரில் ஆணை; இந்தப் பிரமாணங்கள் செய்து,

.... (பிரமாணம் செய்வோன் பெயர்)

ஆகிய நான்,

நன்மை தீமை தெரியாமல் உழன்றுகொண்டிருக்கிற உலகத்திற்குத் தர்மத்தின் வழியைக் காட்ட வேண்டுமென்று, ஆரிய வர்த்தத்துக்குப் பரமேசுவரன் ஒரு ஆதேசம் கொடுத்திருக்கிறானென்றும், அந்த ஆதேசத்தைத் தலைமேற்கொண்டு அதர்மத்தையழித்து தர்மத்தை ஸ்தாபிக்க வேண்டியது ஒவ்வொரு ஆரியனுடைய கடமையென்றும்;

சுவராஜ்ஜியம், அதாவது பூர்ணமான ராஜரீக சுதந்திரம் இல்லாத வரையில் உலகத்திலுள்ள ஜாதிகளின் மத்தியில் கௌரவம் நிறைந்த பதவியாகிய அதனுடைய இயற்கை உரிமை என்னுடைய பாரத நாட்டிற்குக் கிட்டாதென்றும் அதனால் அது மேற்படி தர்ம ஸ்தாபனம் செய்யச் சக்தியற்றதாக இருக்குமென்றும்;

அந்த சுவராஜ்ஜியமும், நம்முடைய நாட்டை அக்கிரமமாகப் பிடுங்கிக் கொண்டு அதில் கொடுங்கோல் செலுத்திவரும் ஆங்கிலேய வெள்ளையர்களைப் பெரும் போர் செய்து விரட்டிவிட்டாலொழிய நமக்குக் கிடைக்காதென்றும்;

எப்பொழுது ஈசுவரன் நம்மை ஒரு ஜாதியாக, அதிலும் ஆரிய ஜாதியாக, சிருஷ்டித்திருக்கிறானோ, அப்பொழுது நாம் ஸ்வதந்திரத்துடன் வாழச் சக்தியையும் நமக்குக் கொடுத்திருக்கிறான் என்றும், அந்தச் சக்தி அனைத்தும் பாரதர்கள் ஒவ்வொருவரிடத்தும் குடிகொண்டிருக் கிறதென்றும்;

உடல், பொருள், ஆவி மூன்றையும் இந்தத் தர்மோத்தாரண காரியத்தை நிறைவேற்றுவதற்காகத் தத்தம் செய்வதுதான் தர்மம் என்றும், ஐக்கியமும் பிடிவாதமும்தான் பலத்துக்குக் காரணமென்றும் தீர்மானித்து, இதே தர்மத்தை அனுஷ்டிக்கிறவர்கள் சேர்ந்த சமாஜமான **அபிநவ பாரதம்** என்கிற தர்ம சமாஜத்தில் நான் சேர்கிறேன்; ஆரிய

வர்த்தத்தை சுதந்திரமான ஜன உரிமையுள்ள ஜாதியாகச் செய்ய மேலே சொன்னவர்களுடன் சேர்ந்து கடைசி வரையில் முயலுவேன் என்றும்;

எழுத்தினாலாவது, வார்த்தையினாலாவது, அல்லது செய்கையினாலாவது என்னால் கூடிய சகலவிதத்தாலும் என் நாட்டு ஜனங்களுக்கு **அபிநவ பாரதத்தின்** எண்ணங்களை, அதாவது ஐக்கியத்தையும் தர்மத்தையும் ஸ்வதந்திரத்தையும் இடைவிடாது போதித்து வருவேன் என்றும், அபிநவ பாரதத்தின் நோக்கத்திற்கு அணுகுணமாக அபிநவ பாரதத்தின் அந்தந்தக் காலத்தில் தெரிந்தெடுக்கப் பட்ட தலைவர்கள் கொடுக்கும் உத்தரவுகளை என் பிராணனைக் கொடுத்தும்கூட நிறைவேற்றுவேன் என்றும், பிராணன் போனாலும், எந்த உத்தரவுகளையும், சமாஜத்தைச் சேர்ந்தவர்களின் பெயரையும், அதன் இதர விவகாரங்களையும் வெளிப்படுத்துகிறதில்லை என்றும்;

செயலினாலும் யோசனையினாலும், திரவியத்தினாலும் என் **அபிநவ பாரத** சகோதரர்கட்குச் சகல உதவிகளும் செய்வேன் என்றும், **பிரமாணம் செய்கிறேன்**.

இந்தப் பிரமாணத்தில் சொன்ன எந்த விஷயத்தையாவது நான் காட்டிக்கொடுப்பேனானால், எனக்கு ரௌரவாதி நரகங்கள் ஏற்படட்டும்! கோஸ்வாமி போலவும், கொரே காக்கர் போலவும், ஊமைத்துரை பாக்ஷாவைக் காட்டிக்கொடுத்த புதுக்கோட்டைக் காதகன் போலவும் என் பெயருக்கு என்றைக்கும் நீங்காத அவமானம் வந்து சேரட்டும்.

இந்தப் பிரமாணத்தைச் சரிவரக் காப்பாற்றி என் பெயருக்கு அழியாத கீர்த்தியையும், என் அருமை பாரத நாட்டிற்குச் சுவதந்திரம் ஏற்படும்படியும் வேலை செய்வேனாகவும்.

ஓம் வந்தே மாதரம்.

பரங்கி நாசினி அச்சுக்கூடம், சென்னை.

8. பின்னுரை

பாரதியின் வரலாறு மற்றும் படைப்புக்களைப் பற்றி இதுவரை வெளிவந்துள்ள நூல்கள் மற்றும் கட்டுரைகள் முதலிய பலவற்றையும் படித்தவர்களுக்கு, இந்நூலில் இதுவரை கூறப்பட்டு வந்துள்ள செய்திகளும், கருத்துக்களும் ஆச்சரியத்தை மட்டுமல்ல, அதிர்ச்சியையும் தரக்கூடும். என்றாலும், பாரதி நிவேதிதா தேவியைச் சந்தித்து, சுதேச பக்தி உபதேசம் பெற்றுத் திரும்பிய 1906ஆம் ஆண்டின் தொடக்கம் முதற்கொண்டு, மணியாச்சியில் வீரன் வாஞ்சிநாதன் ஆஷ் துரையைச் சுட்டுக்கொன்ற காலமான 1911ஆம் ஆண்டு மத்தி வரையிலான ஐந்தரை ஆண்டுக் காலத்தில், பாரதிக்குப் பலாத்காரப் போராட்டத்திலும், ஆயுதந் தாங்கிய புரட்சி நடவடிக்கைகளிலும் ஈடுபாடும் நம்பிக்கையும் இருந்தன என்பதையே, **இந்தக் கால கட்டத்தில்** பாரதி எழுதிய கட்டுரைகள், படைத்த கவிதைகள், மற்றும் 'இந்தியா' பத்திரிகையில் அவன் வெளியிட்டுவந்த விஷயங்கள் முதலியவற்றை மேற்கோள்காட்டியும், இவற்றின் சரித்திரப் பின்னணியையும் தொடர்பையும் எடுத்துக் கூறியும் நாம் விளக்கிக் கூறியுள்ளோம்.

என்றாலும், பாரதியின் வரலாற்றையும் படைப்புக்களையும் பற்றி எழுதியுள்ளவர்கள் பலரும், பாரதிக்கு என்றைக்குமே பலாத்காரப் போராட்டத்தில் ஈடுபாடோ நம்பிக்கையோ இருந்ததில்லை என்றும், அவன் ஆரம்பம் முதலே அகிம்சாவாதியாகத்தான் இருந்து வந்தான் என்றுமே எழுதி வந்துள்ளனர். இதனால் இந்தியாவிலும் தமிழகத்திலும் விடுதலைப் போராட்டத்தின் ஓர் அங்கமாக மேற்கொள்ளப்பட்ட பலாத்காரப் போராட்ட நடவடிக்கைகளோடும் முயற்சிகளோடும் அவனுக்குச் சம்பந்தமோ, அவற்றின்பால் பரிவோ இருந்ததில்லை என்று உணர்த்தவே அவர்கள் முயன்று வந்துள்ளனர். உதாரணமாக, பாரதியின் எழுத்துக்கள் பலவற்றைத் தேடித் தந்தவரும், பாரதியைப் பற்றிப் பல நூல்களை எழுதியும் தொகுத்தும் வெளிக்கொணர்ந்தவருமான பாரதி அன்பர் ரா.அ.பத்மநாபன், "பலாத்கார வழிகளிலே அவருக்கு ஆரம்ப முதலே நம்பிக்கை இருக்கவில்லை" (**பாரதியும் ருஷ்யாவும்** - கட்டுரை. **அமுதசுரபி**: டிசம்பர் 67) என்று எழுதியிருக்கிறார். இவரே தமது 'புரட்சிவீரர் நீலகண்ட பிரம்மச்சாரி' என்ற நூலில் "மகாத்மா காந்தி பாரதத்தின் அரசியலில் அஹிம்சையைப் புகுத்துவதற்குப் பல்லாண்டுகள் முன்பே பரிபூரண அஹிம்சை விரதம் பூண்டவர் பாரதி" என்றும் எழுதியுள்ளார் (பக். 14). இத்தனைக்கும் மேலாக, பாரதிக்கும் புரட்சி இயக்கத்துக்கும் எந்தச் சம்பந்தமும் இருக்கவில்லை என்பதை

வலியுறுத்தும் முகமாக, வங்காளத்திலிருந்து தன்னைச் சந்திக்க வந்திருந்த வங்கப் புரட்சியாளர் சந்திரகாந்தச் சக்கரவர்த்தியை (இதே நூல் பக். 238 பார்க்க) நீலகண்ட பிரம்மச்சாரியிடம் பாரதி அறிமுகப்படுத்தி வைத்தபோது, "நான் ஒரு கவி. நேரடியான புரட்சி நடவடிக்கைகளில் ஈடுபட மாட்டேன். என் குரு நிவேதிதா தேவியின் கட்டளை அது" என்று கூறி, புரட்சி இயக்கத்தோடு சம்பந்தப்படாமல், பாரதி ஒதுங்கிக் கொண்டதாகவும் பத்மநாபன் எழுதுகிறார் (அதே நூல். பக். 32). நிவேதிதா தேவி பாரதிக்கு இவ்வாறு கட்டளையிட்டார் என்று கொள்வதற்கு எந்த விதமான ஆதாரமும் கிடையாது. மாறாக, நிவேதிதா தேவியிடம் புரட்சி நடவடிக்கையில் ஈடுபடுவதற்கான உபதேசத்தையே பாரதி பெற்றான் என்று கொள்வதற்கான காரணங் களை, இதே நாளில் 'குருமணியின் உபதேசம்' என்ற கட்டுரையில் நாம் விரிவாகவே ஆராய்ந்திருக்கிறோம். எனவே, பாரதி ஆரம்பம் முதலே அகிம்சாவாதியாகவே இருந்து வந்தான் என்று வலியுறுத்தும் ஆர்வத்தில், அவன் இவ்வாறு கூறியதாகக் கற்பனை செய்யும் எல்லைக்கே பத்மநாபன் சென்றுவிடுகிறார் என்றே நாம் கொள்ள வேண்டியுள்ளது.

பாரதியும் காந்தியடிகளும்

பாரதி அகிம்சாவாதியாகவே இருந்தான் என்று கொள்வதற்குப் பாரதி வரலாற்றாசிரியர்கள் பலரும், பாரதி காந்தியடிகளின் அகிம்சைப் போராட்டத்தையும் ஒத்துழையாமை இயக்கத்தையும் வாழ்த்திப் பாடியுள்ள பாடல்களை முதலாவது ஆதாரமாகக் கொள்கின்றனர். பாரதி மகாத்மா காந்தியைப் பற்றி, 'மகாத்மா காந்தி பஞ்சகம்' என்ற ஒரு தனிக் கவிதையைப் பாடியுள்ளதோடு, 'பாரத மாதா நவரத்தின மாலை' என்ற பாடலிலும் அவரை வாழ்த்திப் பாடியுள்ளான். காந்தியடிகளைப் பற்றிப் பாரதி பாடியுள்ள பாடல்கள் இந்த இரண்டு மட்டுமேயாகும். ஆனால், பாரதி இந்தப் பாடல்களை எப்போது பாடினான்? முதலாவது பாடலில் பாரதி காந்தியடிகளை வாழ்த்தி இவ்வாறு பாடுகிறான்:

பெருங்கொலை வழியாம் போர்வழி இகழ்ந்தாய்
 அதனிலும் திறன் பெரிதுடைத் தாம்
அருங்கலை வாணர் மெய்த்தொண்டர் தங்கள்
 அறவழி யென்றுநீ அறிந்தாய்;
நெருங்கிய பயன்சேர் 'ஒத்துழை யாமை'
 நெறியினால் இந்தியா விற்கு
வருங்கதி கண்டு பகைத்தொழில் மறந்து
 வையகம் வாழ்க நல்லறத்தே.

- (மகாத்மா காந்தி பஞ்சகம்: பாடல் - 5)

1919 மார்ச் மாதத்தில் மகாத்மா காந்தி சென்னைக்கு விஜயம் செய்த பின்னர், அந்த ஆண்டில் காஞ்சிபுரம் கிருஷ்ணசாமி சர்மா (இவரைப் பற்றி முன்னர் குறிப்பிட்டுள்ளோம். பக். 346 பார்க்க) ஆங்கிலேயருக்கு எதிராக ராணுவத்தினரை ஆயுதம் தாங்கிக் கலகம் செய்யத் தூண்டியதாகக் குற்றம் சாட்டப்பெற்று, 1908இல் ஐந்தாண்டுச் சிறைத் தண்டனை பெற்ற பாரதியின் நண்பரான இவர், சிறையிலிருந்து வெளிவந்த பின், மகாத்மா காந்தியைச் சந்தித்து, அகிம்சாவாதியாக மாறி, காந்தியடிகளின் சபர்மதி ஆசிரமவாசியாகவும் மாறிவிட்டார். இவர் எழுதிய 'மகாத்மா காந்தி' என்ற வாழ்க்கை வரலாற்று நூலுக்குப் பாயிரம் போல் பாரதி எழுதிக் கொடுத்த பாடல் இது; அந்நூலிலேயே இந்தப் பாடல் முதன் முதலில் வெளிவந்தது (தகவல்: Krishnaswamy sarma ரா.அ.பத்மநாபன், Indian Revies, Nov. 74). காந்தியடிகள் ஏப்ரல் தொடக்கத்தில் 'ஒத்துழையாமை' இயக்கத்தைத் தொடங்குவதற்கு முன்னால், 1919 மார்ச் பிற்பகுதியில் சென்னை வந்தார். அப்போது பாரதி காந்தியடிகளைச் சந்தித்து, "மிஸ்டர் காந்தி, தாங்கள் ஆரம்பிக்கப் போகும் இயக்கத்தை நான் ஆசீர்வதிக்கிறேன்" என்று கூறியதாக வ.ரா. எழுதுகிறார் (**மகாகவி பாரதியார்** - அத். 23). எனவே, 'ஒத்துழையாமை' இயக்கம் அறிவிக்கப்பட்ட பிறகே அந்த இயக்கத்தை வாழ்த்தி, பாரதி இந்தப் பாடலை எழுதியுள்ளான் என்பதை, மேற்கண்ட பாடலே தெளிவுபடுத்திவிடுகிறது.

அடுத்து, '**பாரத மாதா நவரத்தின மாலை**' பாடலைப் பார்ப்போம். இந்தப் பாடல் பாரதியின் ஆயுட்காலத்தில் பத்திரிகை எதிலாவது வெளிவந்ததா என்ற விவரம் தெரியவில்லை. பாரதி அமரனான பின்னர், 1924 முதற்கொண்டு பாரதி பிரசுராலயம் வெளியிட்டு வந்த சுதேச கீதங்களின் பதிப்புக்களில்தான் இந்தப் பாடல் பிரசுரமாயிற்று என்று அரசாங்கப் பதிப்புக் குறிப்பு தெரிவிக்கிறது. (**சுதேச கீதங்க**ள் - பதிப்பாசிரியர்களின் குறிப்புக்கள் xxvii) என்றாலும், இந்தப் பாடல் எப்போது எழுதப்பட்டது என்று தீர்மானிக்க நமக்கு இடமுண்டு. இந்தப் பாடலில், பாரதி பின்வருமாறு பாடியுள்ளான்:

இன்பவ ளம்செறி பண்பல பயிற்றும்
கவீந்திர னாகிய ரவீந்திர நாதன்
சொற்றது கேளீர்! "புவிமிசை யின்று
மனிதர்க் கெல்லாம் தலைப்படு மனிதன்,
தர்மமே உருவாம் மோஹன தாஸ
கர்ம சந்திர காந்தி" யென் றுரைத்தான்.....

- (பாரத மாதா நவரத்தின மாலை: பாடல் - 4, வரிகள் 14-19)

இவ்வாறு பாடிவிட்டு, இதே பாடலின் பின்வரும் வரிகளிலும் அடுத்து வருகின்ற ஏழாவது பாடலிலும், பாரதி காந்திஜியின் அறப் போரையும் அற வழியையும் வாழ்த்திப் பாடியிருக்கிறான். மேலே கண்ட வரிகளில் மகாகவி ரவீந்திரநாத தாகூர், காந்தியடிகளை 'மகாத்மா' என்று குறிப்பிட்டதையே பாரதி, "புவிமிசை இன்று மனிதர்க்கெல்லாம் தலைப்படு மனிதன்" (மகாத்மா) என்று அவர் கூறியதாகப் பாடியுள்ளான். காந்தியடிகளை 'மகாத்மா' என்று அழைக்கத் தொடங்கியது எப்போது? யார் அவரை முதலில் அவ்வாறு குறிப்பிட்டனர் என்பது பற்றி வரலாற்றாசிரியர்களிடையே பல்வேறு கருத்துக்கள் உண்டு. காந்தியடிகள் தென்னாப்பிரிக்காவிலிருந்து திரும்பி வந்தபின், 1915 ஜனவரி மாதத்தில் சௌராஷ்டிராவைச் சேர்ந்த கோண்டால் சமஸ்தானத்துக்குச் சென்றிருந்த காலத்தில், அந்த சமஸ்தானத்தின் அதிபதியும் பிறரும் சேர்ந்து அளித்த வரவேற்பின்போது, சமஸ்தானத்தின் ராஜவைத்தியரான ஜீவராம்பாய் என்ற சமஸ்கிருத பண்டிதரே 'மகாத்மா' என்ற பட்டத்தை வழங்கினார் என்று ஒரு தகவல் உண்டு (How Gandhi became to be called Mahatma - Manubhai. K.Bhimani. The Hindu. *2-10-1969*). இதற்கும் முன்பே, கனய்லால் கிரிதாரிலால் கோத்தாரி என்பவர் 1910 ஆகஸ்ட் 21 அன்று காந்தியடிகளுக்குத் தாம் எழுதிய கடிதத்தில், 'மகாத்மா' என்று அவரை விளித்து எழுதியதாகவும், இதன்பின், பரோடாவைச் சேர்ந்த கஞ்சி கேவல் என்பவர் 1913 ஆகஸ்டு 19 அன்று தாம் எழுதிய கடிதம் ஒன்றில் காந்தியடிகளை இவ்வாறு குறிப்பிட்டதாகவும் தகவல்கள் உள்ளன. என்றாலும், காந்தியடிகளின் சத்தியாக்கிரகம் குறித்து, ரவீந்திரநாத தாகூர் 1919 ஏப்ரல் 12 அன்று எழுதிய கடிதத்தில் "அன்பார்ந்த மகாத்மாஜி" என்று அவரை அழைத்து எழுதிய பின்னரே காந்தியடிகளை 'மகாத்மா' என்று எல்லோரும் குறிப்பிடுவது பெரு வழக்காயிற்று. காந்தியடிகளை இவ்வாறு 'மகாத்மா' என்று தாம் குறிப்பிட்டதை விளக்கி, தாகூர் பின்னர் இவ்வாறு எழுதினார்; "அவர் அனாதைகளான ஆயிரக்கணக்கான மக்களின் குடிசை வாசலில், அவர்களில் ஒருவரைப் போலவே உடையணிந்து கொண்டு நின்றார். அவர்களது மொழியிலேயே அவர்களிடம் பேசினார். இங்குப் புத்தகங்களில் இருந்து எடுக்கப்பட்ட மேற்கோள்கள் மட்டும் அல்ல, சத்தியமே நம் கண்முன்னால் வாழ்ந்து கொண்டிருக்கிறது. இந்தக் காரணத்தினால், இந்திய மக்கள் அவருக்கு அளித்துள்ள 'மகாத்மா' என்ற பெயரே அவரது உண்மையான பெயராகும்" (மேற்கோள்: Who first called him Mahatma - Shisn Ray - Chaudhuri. Blitz. 26-1-1969). எனவே, 1919 ஏப்ரலில் தாகூர் காந்தியடிகளை 'மகாத்மா' என்று அழைத்ததைக் குறிப்பிட்டு, பாரதி இந்தப் பாடலை எழுதியுள்ளதால், இதுவும் 1919ஆம் ஆண்டிலேயே எழுதப்பட்டிருக்கிறது என்பதும் தெளிவாகிறது.

என்றாலும் பத்மநாபன், “1909இல் தென்னாப்பிரிக்காவில் பாரிஸ்டர் காந்தி நடத்திய இயக்கங்களைப் பற்றிக் குறிப்பிடும்போதே பாரதி அஹிம்சையில் தமக்குள்ள நம்பிக்கையைத் தெரிவிக்கிறார்” என்று எழுதுகிறார் (**அமுதசுரபி** - டிசம்பர் 67). இவ்வாறு அவர் எழுதுவதற்கு, அவரே தொகுத்து வெளியிட்டுள்ள ‘பாரதி புதையல்’ (பாகம்-2) என்ற தொகுதியில், இடம் பெற்றுள்ள ‘இந்தியா’ பத்திரிகைக் கட்டுரைகளே ஆதாரமாகும். பாரதி தென்னாப்பிரிக்காவில் நிறவெறிப் பாகுபாட்டை எதிர்த்து இந்தியர்கள் நடத்தி வந்த போராட்டத்தை ஆதரித்து, 1907ஆம் ஆண்டிலேயே எழுதியிருக்கிறான் என்பதை, நாம் முன்னர் பார்த்தோம் (பக். 254 - 257). எனவே அந்தப் போராட்டத்துக்குத் தலைமை வகித்த காந்தியடிகளையும் அவன் ஆதரித்தான். 1909 ஆகஸ்ட் 21 தேதியிட்ட ‘இந்தியா’வில் காந்தியடிகளின் தென்னாப்பிரிக்கப் போராட்டம் பற்றி எழுதுகையில், “ஸாத்விக எதிர்ப்பை அனுஷ்டிப்பதிலேயே இவரைக் கிட்ட அண்ட ஒருவருக்கும் யோக்கியதை இல்லை” என்று பாரதி காந்தியைப் பாராட்டிவிட்டு, 1909 இறுதியில் லாகூரில் நடைபெறவிருந்த காங்கிரஸ் மகாநாட்டுக்குக் காந்தியடிகளைத் தலைவராக்குவது மிகவும் உயர்ந்த, முக்கியமான செயலாக இருக்கும் என்று கருத்துத் தெரிவித்திருக்கிறான். என்றாலும், அவ்வாறு கருத்துத் தெரிவிக்கும்போதே ‘**ராஜ்ய தந்திர முறையிலும்** ஸூக்ஷ்மமான புத்தியுடன் யோசித்துப் பார்த்தால்’ இதுவே உசிதமானது என்றும் குறிப்பிட்டிருக்கிறான். ஏனெனில், தென்னாப்பிரிக்க இந்தியர்களுக்கு நாம் “அனுதாபம் காட்ட வேண்டுமானால், அவர்களது கஷ்டங்களை நீக்கி வைக்க நாம் முயல எண்ணமுண்டானால் அவர்களது மாட்சிமை தங்கிய தலைவரை... (காங்கிரஸ்) மகாசபைக்கு அக்கிராஸனாதிபதியாகத் தெரிந்தெடுப்பதே முக்கியமான சாக்ஷியம்” என்று எழுதி, அதற்குக் காரணமும் கூறியுள்ளான். இதேபோல் தென்னாப்பிரிக்க இந்தியர்கள் போராட்டம் பற்றி எழுதியுள்ள “திரான்ஸ்வால் இந்தியர்கள்” என்ற மற்றொரு கட்டுரையில், இந்தப் போராட்டத்தில், “கடைசியாக ஜயம் ஸ்ரீ காந்தி பக்ஷம்தான்” என்றும் பாரதி எழுதியுள்ளான் (பாரதி புதையல் - 2. பக். 124-143). இந்தக் குறிப்புக்கள் யாவும் காந்தியடிகள் நடத்தி வந்த போராட்டத்துக்குப் பாரதி தார்மிக ஆதரவு தெரிவித்தான் என்பதை உணர்த்துகின்றனவே தவிர, காந்தியடிகளின் போராட்ட முறையையே அவன் முற்றிலும் அங்கீகரித்து விட்டதாக நமக்கு உணர்த்தவில்லை.

மேலும், காந்தியடிகளைப்போல், போராட்ட முறையின் தர்ம நியாயங்களைக் குறித்து, பாரதி சார்ந்திருந்த தீவிரத் தேசியவாத இயக்கத் தலைவர்கள் கவலைப்படவில்லை. மாறாக, அவர்களும் 1905இல் நிகழ்ந்த வங்கப் பிரிவினைக்குப் பின் சாத்விக எதிர்ப்பைத்

தமது போராட்ட முறையாக அறிவித்த போதிலும், அதனை அவர்கள் ஒரு நடைமுறைத் தந்திரமாகவே கையாண்டார்கள் என்பதையும், பாரதியும் இதே கொள்கையைத்தான் கொண்டிருந்தான் என்பதையும், அவசியம் ஏற்படும்போது சாத்விக எதிர்ப்பைக் கைவிட்டு செய்கை எதிர்ப்பை (அதாவது பலாத்கார எதிர்ப்பை) மேற்கொள்ள வேண்டும் என்றே கருதினான் என்பதையும், இதே நூலில் (பக். 203-259) நாம் விரிவாகவே பார்த்திருக்கிறோம். மேலும், 1910-11ஆம் ஆண்டு வரையிலும், பாரதிக்குப் போராட்ட முறைமை பற்றி எத்தகைய கருத்து இருந்தது என்பதையும் இந்நூலில் பரவலாக எடுத்துக் கூறி வந்துள்ளோம். எனவே, பத்மநாபனும் அவரையொட்டி வேறு சிலரும் கருத முற்படுவதுபோல், பாரதி 1909ஆம் ஆண்டிலேயே காந்தியடிகளின் அகிம்சை வழியை ஏற்றுக்கொண்டு விட்டான் என்று கருதுவதற்கே இடமில்லை. சொல்லப் போனால், காந்தியடிகள் 1915இல் தென்னாப்பிரிக்காவிலிருந்து இந்தியாவுக்குத் திரும்பிவந்து 1915 முதற்கொண்டு 1918 வரையில் ராஜ்காட் சமஸ்தானம், பீகார் முதலிய இடங்களில் பல சத்தியாக்கிரக இயக்கங்களையும் நடத்தி வெற்றி கண்டு, இந்திய அரசியல் வாழ்வில் செல்வாக்கையும், மக்கள் மத்தியில் ஆதரவையும் பெற்று, 1919 ஏப்ரலில் "ஒத்துழையாமை" இயக்கத்தைத் தொடங்கிய காலத்தில்தான் அவரது அகிம்சா வழிமுறையைப் பல தலைவர்களும் ஏற்றுக்கொண்டனர். அப்போதுதான் இந்திய அரசியலில் 'காந்தியுகம்' தொடங்கியது. பாரதியும் இந்தச் சமயத்தில்தான் காந்தியின் அகிம்சை வழியைப் போற்றினான் என்று நாம் கொள்ளலாம். பாரதி காந்தியடிகளைப் பற்றிப் பாடியுள்ள மேற்கண்ட இரண்டு கவிதை களும் இவ்வாறு கொள்வதைத்தான் உறுதிப்படுத்துகின்றன.

வேறு 'காரணங்கள்'

அடுத்து, பாரதி பலாத்கார மார்க்கத்தை ஏற்றுக் கொண்டவனல்ல என்று கூறுவதற்கு, பாரதி வரலாற்றாசிரியர்கள் அவன் இந்தியாவில் நிகழ்ந்த முதல் வெடிகுண்டு வீச்சு நிகழ்ச்சி பற்றியும், ஆஷ் கொலை பற்றியும் எழுதியுள்ள வரிகளையும் ஆதாரமாகக் கொள்கின்றனர். 1908 ஏப்ரல் 30 அன்று முஜாபர்பூரில் வீசப்பட்ட முதல் வெடிகுண்டு வீச்சைப் பற்றிப் பாரதி இவ்வாறு எழுதியுள்ளான்: "இந்தியாவில் ஒரு புரட்சிக்காரனால் முதன் முலில் எறியப்பட்ட வெடிகுண்டு பிசகினால் மிஸஸ் கென்னடி என்ற வெள்ளை மாதின்மீது வீசப்பட்டபோது, ஆங்கிலோ - இந்திய வர்க்கமே கோபவெறி கொண்டதாகிவிட்டது! ஐயோ பாவம்! என்ன காரியம் செய்தனர்! நவ இந்தியாவில் உதயமாகியுள்ள ரஜபுத்திர வீரத்திற்கு என்ன இழுக்கு! என்ன தவறு! என்ன தவறு! ஒரு பெண்மீது வெடிகுண்டு வீசி இந்தியாவுக்கு விடுதலை பெறுவதாம்!... உன்னதமான வாழ்க்கையிலே ஊறித் திளைத்த இந்திய

நாடும், உடனே 'கவனியுங்கள்! ஆரம்பமே அபசகுனமாயிருக்கிறது! எனது நாட்டில் இவ்வியக்கம் வேரூன்றாது! என்று எச்சரித்தது" (**பாரதி புதையல்** - 2. ரா.அ.ப. பக். 237-238). இதேபோல், 1911 ஜூன் மாதத்தில் ஆஷ் கொலை செய்யப்பட்ட நிகழ்ச்சி குறித்தும் பாரதி இவ்வாறு எழுதியுள்ளான்: "இந்தச் சௌகரியமான நிலைமையில்தான் ஒரு துரதிருஷ்டமான சம்பவம் (இதை 'எதிர்பாராத விபத்து' என்றுதான் சொல்லட்டுமா? ஏனென்றால் இம்மாதிரியான மற்றொரு சம்பவம் நமது ராஜதானியில் நடந்ததேயில்லை). இந்தியாவின் தென்கோடி ஜில்லாவில் மணியாச்சி ரயில்வே ஸ்டேஷனில் நடந்தது. திருநெல்வேலி கலெக்டர் ஆஷ் துரையை வாஞ்சி அய்யர் என்ற இளைஞர் சுட்டுக் கொன்றுவிட்டார். இது மகத்தானதோர் சோக சம்பவம். இதற்குப் பின் இம்மாதிரி இன்னொரு சம்பவம் நடைபெறவில்லை என்ற விஷயம் சென்னை ராஜதானிக்கே பெருமையளிக்கிறது. சென்னை ராஜதானியில் பயங்கர இயக்கம் பிறக்கும்போதே உயிரற்ற பிண்டமாய்ப் பிறந்தது..." (மேற்கண்ட நூல் பக். 238-240).

மேற்கண்ட பகுதிகள் "The Political Evolution in the Madras Presidency" (சென்னை ராஜதானியில் அரசியல் வளர்ச்சி) என்ற தலைப்பில் பாரதி எழுதத் தொடங்கி, முற்றுப் பெறாமலே நின்றுபோனதோடு, பாரதி காலத்தில் அச்சேறாமலும் போய்விட்ட ஆங்கில நூலிலிருந்து எடுத்தவை. ஆனால், பாரதி ஆரம்பத்திலிருந்தே பலாத்கார நடவடிக்கைகளையும் பயங்கரவாதத்தையும் ஆதரிக்கவில்லை என்று கூறத் துணிபவர்கள், மேற்கண்ட நூலை பாரதி எப்போது எழுதினான் என்பதை மட்டும் கூற மறந்து விடுகிறார்கள். இந்நூலைப் பாரதியின் தம்பி சி. விசுவநாதனிடமிருந்து பெற்று, இதன் சில பகுதிகளை நாம் மேலே குறிப்பிட்ட நூலில் சேர்த்து வெளியிட்ட ரா.அ. பத்மநாபனே, இது பற்றிய குறிப்பில் இவ்வாறு எழுதியுள்ளார்: "பாரதி தாம் காலனுக் கிரையாவதற்குச் சில மாதங்கள் முன், சென்னையில் இரண்டாம் முறை வசித்திருந்த பொழுது (இந்நூலை) 1920-21இல் எழுதி வந்தார்" (**பாரதி புதையல்**-2. பக். 234). எனவே பாரதி காந்தியடிகளின் அகிம்சைப் போராட்ட முறையை ஆதரிக்கத் தொடங்கிய பிறகு, பலாத்கார நடவடிக்கையையும் பயங்கரவாதத்தையும் பற்றிய அவனது ஆரம்பகாலக் கருத்து அடியோடு மாறிப்போய்விட்ட பிறகு எழுதப்பட்ட ஒரு நூலை ஆதாரமாகக் கொண்டு, பாரதி ஆரம்பத்திலிருந்தே பலாத்கார நடவடிக்கையை ஆதரிக்காத அகிம்சா வாதியாக இருந்தான் என்று கூறிவிட முடியாது என்பது தெளிவு.

ஆயினும், பாரதிக்கு ஆரம்பத்திலிருந்தே பலாத்கார நடவடிக்கை களில் ஈடுபாடோ, நம்பிக்கையோ இருக்கவில்லை என்று கூற

முற்படுபவர்கள். 1909 மே 15 அன்று பாரதி தனது 'இந்தியா' பத்திரிகையில், முஜாபர்பூர் வெடிகுண்டு நிகழ்ச்சிக்குப்பின் தொடரப் பட்ட 'அலிபூர் சதி வழக்கில்' கைதான அரவிந்தர், விடுதலையடைந்து, காவல் சிறையிலிருந்து வெளிவந்ததையொட்டி, அரவிந்தரைப் பற்றித் தான் எழுதிய கட்டுரையில், **அரவிந்தர்** 'நிரபராதி' என்பதை வலியுறுத்தும் முகமாக, "இவர் (அரவிந்தர்) வெடிக்காய் வியாபாரத்தில் சம்பந்தப்பட்டிருக்க மாட்டார் என்பது நமக்கு ஆதிமுதலே நிச்சயம்" என்று எழுதியுள்ள வரியை மேற்கோள் காட்டி, "பயங்கர இயக்கம் பலாத்கார வழியைப் பற்றிய பாரதியின் கருத்து இதில் தெள்ளெனத் தெரிகிறது" (ரா.அ. பத்மநாபன்: **பாரதி புதையல்** - 2. பக். 148) என்று எழுதி, இதன் மூலம் பாரதி பலாத்கார இயக்கத்தில் என்றும் நம்பிக்கைகொண்டவனல்ல என்று வலியுறுத்த முற்படுகின்றனர். ஆனால், அரவிந்தருக்கும் வெடிகுண்டு வீச்சுப் போன்ற பயங்கரவாத நடவடிக்கையை மேற்கொண்டவர்களுக்கும் இடையே தொடர்பு இருந்தது என்பதையும், அவரே அந்த இயக்கத்துக்கு உத்வேகமூட்டும் சக்தியாக இருந்தார் என்பதையும், இதனை அரவிந்தரே தமது 'பூர்வாசிரம' வாழ்க்கையைப் பற்றிப் பிற்காலத்தில் கூறும்போது ஒப்புக் கொண்டிருக்கிறார் என்பதையும் முன்னரே பார்த்தோம். எனவேதான், வரலாற்றாசிரியர் மஜூம்தாரும் இவ்வாறு எழுதினார்: "வெடிகுண்டு வழிபாட்டுடன் அரவிந்தர் அனுதாபம் கொண்டிருக்க வில்லை, சம்பந்தமே கொண்டிருக்கவில்லை என்று பலர் உளமாரக் கருதி வந்தனர். ஆனால், இந்திய அரசியல் வளர்ச்சியில் ஒரு குறிப்பிட்ட கட்டம் வரையில் அதனால் பயனுண்டு என்று தாம் கருதியதாக அவரே தெரிவித்துவிட்ட பின்னால், இது பற்றிய வாதப் பிரதிவாதங்கள் எல்லாம் இப்போது அடங்கிப்போய்விட்டன" (History of Freedom Movement in India. R.C.Mazumdar, தொகுதி - 2 பக். 474). எனவே 1909இல் பாரதி இவ்வாறு எழுதியதைக் கொண்டு, அவன் பயங்கரவாத நடவடிக்கையை அப்போதே சற்றேனும் ஆதரிக்கவில்லை என்று நாம் கொள்ள முடியாது. உண்மையில், அரவிந்தரைப் பற்றிப் பாரதி அன்னியராட்சி நிலவிய அந்தக் காலத்தில் இவ்வாறு எழுதியது, ஓர் ராஜதந்திரம் என்றே நாம் கொள்ள வேண்டும். ஏனெனில் பலாத்கார இயக்கம் பற்றி அரவிந்தருக்கிருந்த கருத்தையும், அதனோடு பாரதிக்கிருந்த உடன்பாட்டையும் இதே நூலின் முந்திய பக்கங்களில் நாம் பரவலாகக் குறிப்பிட்டு வந்திருக்கிறோம். சொல்லப்போனால், 'அலிபூர் சதிவழக்கில்', அரவிந்தர் நிரபராதி என விடுதலையானதற்கு அவருக்காக வாதாடிய தேசபந்து சித்தரஞ்சன் தாஸின் வாதத் திறமையும் அவர் வழக்கை நடத்திய விதமும்தான் காரணம் என்பது வரலாறு உணர்ந்த உண்மையாகும்.

இதேபோல், பாரதி பயங்கரவாதச் செயல்களை ஆரம்பம் முதலே ஆதரிக்கவில்லை என்பதற்கு, **மதன்லால் திங்ரா** *விஷயமாக, வ.சேசு. அய்யர் எழுதிய 'லண்டன் கடித'த்துக்கு, பாரதி எழுதிய பதிலையும் ஒரு காரணமாகச் சிலர் காட்டுகின்றனர். தான் இந்தியாவிலிருந்த காலத்தில் மக்களைக் கொடுமைப்படுத்தி வந்த ஸர் கர்ஸான் வைலி என்ற ஆங்கில அதிகாரியை, மதன்லால் திங்ரா என்ற இந்திய வீர இளைஞன் லண்டன் நகரில் சுட்டுக்கொன்றதன் விளைவாக, திங்ரா 1909 ஆகஸ்டு 17 அன்று லண்டனில் தூக்கிலிடப்பட்ட பிறகு, அந்த வீரனின் உடலை இந்துமத ஆசாரப்படி எரிக்கவும் பிரிட்டிஷ் அதிகாரிகள் அனுமதிக்கவில்லை. இந்தச் சமயத்தில் இங்கிலாந்தில் கிளாஸ்போ பஞ்சாலை தீப்பிடித்து எரிந்துவிட்டது. இதனைக் குறித்து வ.வே.சு. அய்யர் எழுதி,1909 ஆகஸ்டு 28அன்று 'இந்தியா' பத்திரிகையில் வெளிவந்த 'லண்டன் கடித'த்தில், அய்யர் இவ்வாறு எழுதியிருந்தார் "…..மதன்லால் திங்ரா தமது சரீரத்தைத் தகனம் செய்யும்படி கேட்டார். அதிகாரிகள் இதை ஏதோ காரணத்திற்காக மறுத்துவிட்டார்கள். இந்தத் திவ்ய பாரத புத்ரரின் சரீரத்தை நல்ல பரிசுத்தமான ஹவிஸாக, ஹிந்துக்கள் வேத சாஸ்திராதி வழக்கப்படி அமுதுசெய்ய அக்னி பகவான் ஸித்தமாய் இருந்தார். ஆனால், அது கிடைக்கவில்லை. அதற்காக கோபங்கொண்ட அக்னி பகவான் கிளாஸ்கோ பருத்திச்சாலையில் புகுந்து 2½ லக்ஷம் பவுன் பெறுமான ஸாமான்களைத் திருவுள்ளம் பற்றி விட்டார். அதாவது அவர் மதிப்பில் ஸ்ரீமான் திங்ராவின் திவ்ய சரீரம் 2½ லக்ஷம் பவுன் பெறுமானது என்று உலகோர் அறிந்துகொள்ளலாமே!" வ.வே.சு. அய்யர் தெரிவித்த இந்தக் கருத்தைப் பாரதி ஆதரிக்கவில்லை. எனவே, மறுவாரமே இதனை மறுக்கும் விதத்தில் ஓர் உபதலையங்கக் குறிப்பை எழுதினான். அதில் இவ்வாறு எழுதியிருந்தான்: "சென்ற வாரத்தில் நமது நிருபர் ஒருவர் ஸ்ரீமான் மதன்லால் திங்ரா விஷயமாய் எழுதியிருந்தார். அதை நாம் முற்றிலும் ஆதரிக்கவில்லை. அதில் ஸ்ரீமான் திங்ராவின் உயிர் ஏதோ இரண்டரை லக்ஷம் பவுன் என்று ஒரு மதிப்பாய்க் கூறியிருக்கிறார். மேலும், கிளாஸ்கோ பருத்திச் சாலையில் தீப்பிடித்ததைப் பற்றி ஸந்தோஸப்படுவது போல எழுதியிருக்கிறார். கிளாஸ்கோ பருத்தியாலையில் நெருப்புப்பற்றி அது நஷ்டமடைந்து விட்டால், திங்ரா உயிர்த்தெழுந்துவிட்டாரா? நம் பாரதவாசிகளுக்கு அதனால் என்ன அனுகூலமாய் விட்டது? நாமேன் அதையோர் பழிவாங்குதலைப்போல் கொள்ளவேணும்? அற்பத்துக் கெல்லாம் சந்தோஷித்துப் பழிவாங்கும் இழிவான குணம் ஆரியர்களுடையதல்ல. நமது நாட்டில் ஒருநாளும் கேட்டிருக்க முடியாத, வெடிகுண்டு முதலிய பயங்கரமான செயல்கள் அநாகரிகமானவைகள், இவையெல்லாம் பிரிட்டிஷ் ஏகாதிபத்தியத்தின் நிரந்தர நிரங்குசப் பிரபுத்துவச் சட்ட திட்டங்களின் பலன்தானே?…" (மேற்கோள்:* **பாரதி புதையல்** *- 2. பக். 172).*

மேற்கண்ட பகுதியில், "அதை நாம் முற்றிலும் ஆதரிக்கவில்லை" என்றும், "நமது நாட்டில் ஒருநாளும் கேட்டிருக்க முடியாத வெடிகுண்டு முதலிய பயங்கரமான செயல்கள் அநாகரிகமானவைகள்" என்றும் எழுதியுள்ள வரிகளைக் கொண்டே, பாரதி இத்தகைய நடவடிக்கைகளை ஆதரிக்கவில்லை என்று அவர்கள் முடிவு கட்டு கின்றனர். ஆனால் மேற்கூறிய பகுதியை ஊன்றிப் படித்துப் பார்த்தால், பாரதி மதன்லால் திங்ராவின் தேசபக்தியையோ தியாகத்தையோ, அந்த வீர இளைஞன் செய்த செயலையோ கண்டிக்கவில்லை என்பது புலனாகும். அந்த வீர இளைஞனை ஸ்ரீமான் என்ற மரியாதை அடைமொழியுடன் பாரதி இருமுறை குறிப்பிடுவதையும் கவனிக்க வேண்டும். எனவே, அத்தகைய ஒரு தியாகியை உயிர்ப்பலி கொடுத்துவிட்டு, கிளாஸ்கோ பருத்திச்சாலை எரிந்துபோனதைக் கண்டு அற்ப சந்தோஷம் அடையும் அவசர புத்தியையும் சிறுமையையும் கண்டுதான், பாரதி வ.வே.சு.அய்யரை மறுத்து எழுத முற்பட்டிருக்கிறானே தவிர, மதன்லால் திங்ராவின் செயலை மறுத்து எழுத முனையவில்லை என்பதை நாம் புரிந்துகொள்ள முடியும். விலை மதிப்பிட முடியாத அத்தகைய வீரனை, இரண்டரை லட்சம் பவுனுக்கா மதிப்பிட வேண்டும் என்ற ஆத்திரம்தான் பாரதியின் எழுத்தில் குடிகொண்டிருக்கிறது. அடுத்து, வெடிகுண்டு முதலிய பயங்கரமான செயல்கள் "நமது நாட்டில் ஒரு நாளும் **"கேட்டிருக்க முடியாத"** செயல்கள் என்று பாரதி குறிப்பிடுவதும் உண்மையல்ல. மதன்லால் திங்ரா கர்ஸான் வைலியைச் சுட்டுக் கொல்வதற்குப் பத்தாண்டுகளுக்கும் முன்பே, 1897இல் சப்பேகர் சகோதரர்கள் ராண்டு என்ற ராணுவ அதிகாரியை, புனா நகரில் சுட்டுக் கொல்லத்தான் செய்தனர் (இதே நூல் பக். 176). மேலும், திங்ராவுக்கு ஒன்றேகால் ஆண்டுக்கு முன்னர்தான், 1908 ஏப்ரல் 30 அன்று முஜாபர்பூரில் இந்தியாவின் முதல் வெடிகுண்டு வீச்சு நிகழ்ந்தது. இவையெல்லாம் பாரதிக்குத் தெரியாத செய்திகள் அல்ல; **கேட்டிருக்க முடியாத செயல்கள்** அல்ல. ஆனால் பாரதி ஏன் இவ்வாறு எழுதினான்? திலகர் வெடிகுண்டு வீசுவதைக் கண்டித்து எழுதிய அதே நேரத்தில், பயங்கரவாதச் செயல்களை நிராகரிக்காமல், அத்தகைய செயல்கள் தோன்றுவதற்கு, பிரிட்டிஷ் அரசாங்கமே காரணம் என்று பழியை எவ்வாறு அரசாங்கத்தின்மீது சுமத்தினாரோ (இதே நூல் பக். 190). அதேபோலத்தான் அந்தச் செயலைக் கண்டிப்பது போல் எழுதிவிட்டு, "இவையெல்லாம் பிரிட்டிஷ் ஏகாதிபத்தியத்தின் நிரந்தர நிரங்குசப் பிரபுத்துவச் சட்டதிட்டங்களின் பலன்தானே!" என்று எழுதி, பாரதியும் பழியை அரசாங்கத்தின் மீதே சுமத்துகிறான் என்பதை நாம் காணலாம். எனவே, மேற்கூறிய இந்தக் 'காரண'த்தைக் கொண்டும், பாரதி பலாத்கார நடவடிக்கையை ஆரம்பம் முதலே ஆதரிக்கவில்லை என்று கொள்ள முடியாது.

சமயத் தேசியமும் பாரதியும்

என்றாலும், பாரதி என்றென்றும் எவ்வாறு அகிம்சாவாதியாக இருக்கவில்லையோ, அதேபோல் அவன் என்றென்றும் ஆயுதந் தாங்கிய போராட்டத்தையும் பலாத்கார நடவடிக்கையையும் பயங்கர வாதச் செயல்களையும் ஆதரித்தவனாகவும் இருந்துவிடவில்லை. அவன் தன் அரசியல் வாழ்க்கையில் ஒரு கட்டத்தில் அவற்றில் நம்பிக்கை இழக்கவும் செய்தான். அவன் அவற்றில் எவ்வாறு நம்பிக்கை இழந்தான் என்பதைத் தெரிந்துகொள்ளுமுன், அவன் சார்ந்திருந்த தீவிரத் தேசியவாத இயக்கத்தின் சில தன்மைகளையும், அதனால் பாரதிக்கு ஏற்பட்ட சில பாதிப்புக்களையும் நாம் தெரிந்துகொள்ள வேண்டும்.

1905ஆம் ஆண்டு நிகழ்ந்த வங்கப் பிரிவினையைத் தொடர்ந்து, தீவிரத் தேசியவாத இயக்கம் திலகர், அரவிந்தர், விபின் சந்திரபாலர் போன்ற தலைவர்களின் தலைமையின் கீழ் வீறுபெற்று எழுந்த காலத்தில், அது அரசியல் ரீதியில் முற்போக்கானதாகவும், தீவிரமான தாகவும்தான் இருந்தது. கோகலே போன்ற மிதவாதத் தலைவர்கள் காங்கிரஸ் மாநாடுகளில் ராஜவிசுவாசத் தீர்மானங்களை நிறைவேற்றி, ஆங்கிலேயர்களோடு பேரம் பேசியும், அவர்களுக்கு விண்ணப்பம் செய்தும் சலுகைகளைப் பெற்று வரலாம் என்று முயன்று வந்த காலத்தில், திலகர், "சுயராஜ்யம் எனது பிறப்புரிமை" என்று முழங்கி, அதனைப் பேரம் பேசிப் பெற முடியாது, போராடித்தான் பெற முடியும் என்ற கருத்தோடு நாட்டு மக்களைத் தட்டியெழுப்பி, தேச விடுதலைப் போராட்டத்துக்கு ஒரு வெகுஜனத் தன்மையை அளிக்க முற்பட்டதன் காரணமாக, தீவிரத் தேசியவாத இயக்கம் அரசியல் ரீதியில் முற்போக்கானதாகத்தான் இருந்தது. எனவேதான் தேச விடுதலையில் பேரார்வம் காட்டி வந்த இளைஞனான பாரதி, தனது இருபத்தி நாலாவது வயதிலேயே அந்த இயக்கத்தோடு தன்னை ஐக்கியப்படுத்திக்கொண்டான்.

ஆனால், நாம் முந்தைய கட்டுரையில் குறிப்பிட்டதுபோல், தீவிரத் தேசியவாத இயக்கத்தின் தேசியம், சமயத் தேசியமாகத்தான் இருந்தது. வங்காளத்தை இந்து வங்காளம், முஸ்லிம் வங்காளம் என்று பிரிப்பதற்கு முதல் விதையை விதைத்து, ஆங்கிலேயர்கள் 1905இல் வங்காளத்தைத் துண்டாடிய காலத்தில், அதனை எதிர்த்து எழுந்த மக்கள் இயக்கத்தை, தீவிரத் தேசியவாதத் தலைவர்கள் மதச்சார்பற்ற இயக்கமாகவே வளர்த்துச் சென்றிருக்க வேண்டும். அவர்கள் அதில் தவறிவிட்டனர். வங்கப் பிரிவினை அமலுக்கு வரவிருந்த நாளான 1905 அக்டோபர் 16 அன்று முதல், வங்கத்தில் நடைபெற்ற ஆர்ப்பாட்டங்களின் போதே, '(பாரதத்) தாயை வணங்குவோம்' என்னும் 'வந்தே மாதர' கோஷம் பிறந்தது.

இந்தக் கோஷத்தின் மூலகர்த்தா, தமது ‘ஆனந்த மடம்’ நாவலின் மூலம் சமயத் தேசியத்தைப் பிறப்பித்த பங்கிம் சந்திரர் என்பதைச் சென்ற கட்டுரையில் பார்த்தோம். ‘தாயை வணங்குவோம்’ என்ற இந்தக் கோஷம் அல்லாவைத் தவிர வேறு யாரையும் வணங்காத முஸ்லிம் சமூகத்தினர் ஏற்றுக்கொள்ள முடியாத ஒன்றாகும் என்பது சொல்லாமலே விளங்கும். மேலும், இந்தக் கோஷம் இந்தக் கோஷத்தைக்கொண்ட வந்தே மாதர கீதம் ஆகிய இரண்டுமே அன்றைய தீவிரத் தேசியவாத இயக்கம் சமயத் தேசியமாக மாறுவதற்கு அடியெடுத்துக் கொடுத்து விட்டன. நாடென்ற இந்தத் தாயை இந்துக்களின் தெய்வமான காளியாகவும், பவானியாகவும், துர்க்கையாகவும், அன்றையத் தீவிரவாதத் தேசியத் தலைவர்களான அரவிந்தர், விபின் சந்திரர் மற்றும் புரட்சிவாதிகள் முதலியோர் எவ்வாறு சித்திரித்தனர் என்பதை முந்தைய கட்டுரையில் பார்த்தோம். இவ்வாறு காளியையும் பாரத தேவியையும் ஒன்றாகவே சித்தரித்ததன் விளைவாக, அன்றைய தீவிரத் தேசியவாத இயக்கம், இந்துக்களைத் தம்பால் பெருமளவில் ஈர்க்கவும், அதன் மூலம் தனது போராட்டத்தை விஸ்தரிக்கவும் முடிந்தது. அதே சமயம், இவ்வாறு செய்ததன் காரணமாக அது ஓர் இந்து இயக்கமாகவே உருவெடுத்து விட்டது. மேலும், வீர வணக்கம் என்ற பெயரால், முஸ்லிம் மன்னனான அவுரங்கசீபை எதிர்த்துப் போராடிய சிவாஜியின் புகழ்பாடி, திலகர் இந்து சாம்ராஜ்யக் கனவை வளர்த்துவிட்டார். சிவாஜியின் வீர வணக்கத்தோடு சேர்ந்து பிறந்த சிவாஜியின் குலதெய்வமான பவானியின் வணக்கமும், மற்றும் மகாராஷ்டிரத்தில் கணேச பூஜையைத் தேசிய இயக்கத்துக்குப் பயன்படுத்திக் கொண்டதும், தீவிரத் தேசியவாத இயக்கம் இந்து இயக்க நெருப்பாக வளர்வதற்கே நெய் வார்த்தன.

எனவேதான், இந்தத் தீவிரத் தேசியவாத இயக்கத்தைப் பற்றி எழுதும்போது பண்டித ஜவஹர்லால் நேரு, “சமூகநோக்கோடு பார்த்தால், 1907இல் மலர்ந்த இந்திய தேசியம் பிற்போக்கானதே. அது சமயத் தேசியம் என்பதில் ஐயமில்லை” என்று எழுதினார் (சுய சரிதம் - அத்.4). இதேபோல், கவியரசர் ரவீந்திரநாத தாகூரும் தீவிரத் தேசியவாத இயக்கம் சமயத் தேசியவாத இயக்கமாக மாறிக்கொண்டிருந்ததை அன்றே உணர்ந்தார். “அவர் தேசிய அரசியலில் வளர்ந்து வந்த தீவிரவாதப் போக்கின் பால் திரும்ப முனைந்தார்; அவர் இந்தியாவின் இருபெரும் விழிப்புற்ற மக்களை ஒன்றுபடுத்த, சிவாஜி விழாவைக் கொண்டாட வேண்டும் என்ற யோசனையை ஆதரித்தார். எனினும், இந்த விழாவின் ஒரு பகுதியாக பவானி தெய்வத்தைப் பொதுஜன வணக்கமாகக் கொண்டுவருவது, இந்துக்கள் அல்லாதவரை அன்னியப் படுத்துவது நிச்சயம் என்று சுட்டிக் காட்டும் விவேகமும் அவருக்கு இருந்தது”

(Notes on Bengal Renaissance - Amit Sen. பக்.68). மேலும், அரசியலில் மதத்தைப் புகுத்துவது பற்றி இதன் பின்னரும் தாகூர் எச்சரித்தார். "நமக்கு மதமும் வேண்டும்; நமது தேசியமும் வேண்டும். நமது பகவத் கீதையும் வேண்டும்; வந்தே மாதர கீதமும் வேண்டும். இதன் விளைவாக இரண்டுமே பாதிக்கப்படுகின்றன. இந்தச் செய்கை நமது இந்திய நாட்டு விழாக்கால வாத்தியங்களுக்கு அருகருகில் ஆங்கிலேயரின் மிலிட்டெரி பாண்டு வாத்தியத்தையும் சேர்த்து வாசிப்பது போலிருக்கிறது. இத்தகைய பயங்கரமான குழப்பத்துக்கு ஒரு முடிவு கட்டுவதை எனது வாழ்வில் லட்சியமாகக் கொள்ளவேண்டும்" என்றும் தாகூர் எழுதினார். இதன் காரணமாகவும் வேறு காரணங்களாலும் தாகூர் தீவிரத் தேசியவாத இயக்கம் மிகவும் மும்முரமடைந்த காலத்தில் அதிலிருந்து விலகியும்விட்டார்.

ஆனால் தாகூர் விடுத்த எச்சரிக்கை தீவிரத் தேசியவாதத் தலைவர்களுக்கு உறைக்கவில்லை. தீவிரத் தேசியவாதம் இவ்வாறு சமயத் தேசியமாக உருப்பெற்று வளர்ந்ததை இந்தியாவை ஆண்டு வந்த ஆங்கிலேயரும் பயன்படுத்திக்கொண்டனர். இதனைப் பயன்படுத்தி அவர்கள் அன்றே இந்து-முஸ்லிம் வகுப்புக் கலவரங்களையும் தூண்டிவிட்டனர். இவ்வாறு தூண்டிவிடப் பெற்ற வகுப்புக் கலவரம் பற்றி, 'இந்தியா' பத்திரிகையில் பாரதி (25-5-1907 அன்று) எழுதியிருந்ததை நாம் முன்னமேயே பார்த்தோம். (பக். 312) இத்தகைய சமயத் தேசியப் போக்கு இதன் பின்னரும் பல்வேறு வடிவங்களில் நீடித்து வளர்ந்ததால்தான், அன்றைய இந்திய நாட்டில் முஸ்லிம் லீக் தோன்றவும், வெள்ளையர்கள் அதனைப் பயன்படுத்தி, இந்தியத் துணைக்கண்டத்தைத் துண்டாடவும் நேர்ந்தது என்பது இந்திய வரலாறு கண்ட கசப்பான உண்மையாகும் (சொல்லப்போனால், 1905இல் எந்த வங்காள மாகாணம் பிரிக்கப்பட்டதோ, அதே வங்காளம் 1911இல் இந்தியாவுக்கு ஐந்தாம் ஜார்ஜ் மன்னர் வரவிருந்த தருணத்தில், பிரிவினை ரத்துச் செய்யப்பட்டு மீண்டும் ஒன்றுபட்ட பிறகும், அது இந்து-முஸ்லிம் இருதரப்பிலும் வளர்ந்த சமயத் தேசியத்தின் பயனாக, 35 ஆண்டுகளுக்குப் பின்னால் மீண்டும் துண்டாடப்பட்டு விட்டது எனலாம். சமயத் தேசியத்தின் அடிப்படையில் ஒரு நாடு ஒன்றுபட்டிருக்க முடியாது, நிலைபெறவும் முடியாது என்பதை, பத்தாண்டுகளுக்கு முன்னால் பங்களாதேஷ் தனி நாடாக உதயமானதிலிருந்தும் நாம் தெரிந்துகொள்ளலாம்). இதன் காரணமாகவே, இந்தியா சுதந்திரமடைந்த பிறகு, சுதந்திர இந்தியா மதச் சார்பற்ற நாடாகவே இருக்க வேண்டும் என்ற தொலை நோக்குடன், சமயத் தேசியத்துக்கு அடியெடுத்துக் கொடுத்த 'வந்தே மாதர' கோஷத்தை - இந்தியா விடுதலையடையும் வரையில் ஒலிக்கப்பட்டு வந்த

கோஷத்தை - பண்டித ஜவஹர்லால் கைவிட்டு, நேதாஜி சுபாஷ் சந்திரபோஸ் பிறப்பித்த 'ஜெய் ஹிந்த்' (இந்தியா வாழ்க!) என்ற கோஷத்தை வழக்குக்குக் கொண்டு வந்தார் என்றும் கூறலாம்.

தாகூரைப் போலவே, பாரதியும் இந்தச் சமயத் தேசியத்தின் பாதக விளைவை ஓரளவுக்கு உணர்ந்திருந்தான் என்று நாம் கருத இடமுண்டு. 1906 ஆம் ஆண்டில் "சிவாஜி மகோத்சவத்தால் நாம் அறிவதென்ன?" என்ற தலைப்பில் தான் எழுதிய கட்டுரையில், "இந்த உத்சவம் நடத்தியதில் சில மகமதியருக்கு வெறுப்புண்டாகி, அதைச் சில பத்திரிகைகளிலும் வெளியிட்டிருக்கிறார்கள்... சிவாஜி ராஜதந்திரத்தை உத்தேசித்தோ, அல்லது ராஜாங்கக் கொடுமையைத் தீர்க்க வேண்டும் என்ற எண்ணத்தாலோ, மகமதிய ராஜாங்கத்தை விரோதித்து எழுந்து அவர்களைக் கண்டனம் செய்தது யாவரும் ஒப்புக்கொள்ளத் தக்கதே, மகமதியர்களும் இந்நாட்டில் கால்வைத்தது முதல், கோவில்களை இடித்ததும், ஜனங்களைத் துன்பப்படுத்தியதும் சரித்திரமே கூறுகிறது. ஆகையால் ஏதோ சமயம் வாய்த்தபடி இருபுறத்தாரும் தபபிதம் செய்திருக்கலாம். ஆனால் மகமதியர்கள் தங்கள் நாட்டை விட்டு இதையே சுய நாடாக எப்போது அடைந்தார்களோ, அன்று முதல் அவர்களுக்கும் நமக்கும் ஒருவிதச் சம்பந்தம் ஏற்பட்டு விட்டது. நாமும் அவர்கள் பேரில் பூர்வீகக் குற்றங்களை எடுத்துரைத்தல் தப்பிதம். அவர்களும் நம்மை உடன் பிறந்தவர்களெனப் பாவித்து நடக்க வேண்டும். நமக்குள்ளே எவ்வளவு சச்சரவுகள் நேர்ந்த போதிலும், நம்மைப் பிரித்து ஆள எண்ணம் கொண்டுள்ள ஐரோப்பியரின் எண்ணத்தைக் குலைப்பதே நமது முதல் கடமை" என்று எழுதிவிட்டு, இறுதியில் "நமது நாட்டில் தோன்றி நமது நன்மைக்குப் பாடுபட்ட மகான்களை எல்லோரும் சேர்ந்து பூஜிப்பதே நமது கடமை. இதை நாமெல்லோரும் நமது மகமதிய சகோதரர்களுக்குக் காரியத்தில் காட்ட அக்பர் போன்ற மகமதிய மகான்களின் உற்சவத்தைக் கொண்டாட வேண்டும். அதனால்தான் அவர்களுக்கு முழு நம்பிக்கையும் ஏற்படும். ஆகையால் நமது நாட்டார் அனைவரும் இதை ஆழ்ந்து யோசித்து, நமது அக்பர் சக்கரவர்த்தியின் உற்சவத்தையும் கொண்டாடுவர் என நம்புகிறோம்" என்று எழுதினான் (**இந்தியா**: 23-6-1906. **பாரதி தரிசனம்** - 1. பக். 189-191). இதேபோல் நாம் முந்தைய கட்டுரையில் குறிப்பிட்ட சிவாஜி பற்றிய தனது கவிதையை, 'இந்தியா'வில் வெளியிட்ட காலத்திலும், அதற்கு முன்னுரையாகத் தான் எழுதிய குறிப்பில், "இந்தச் செய்யுளில் மகமதிய சஹோதரர்களுக்கு விரோதமாக, சில வசனங்கள் உபயோகிக்க நேர்ந்தது பற்றி விசனமடைகிறோம். சிவாஜி மகாராஜா

காலத்தில் ஹிந்துக்களுக்கும் மகமதியர் களுக்கும் விரோதமிருந்த படியால், அவர்களைப் பற்றி மஹாராஜா சிவாஜி சில கோபமான வார்த்தைகளைச் சொல்லியிருப்பது வியப்பாக மாட்டாது. மேற்படி செய்யுளிலே மகமதியர்களைப் பற்றி வேண்டுமே யல்லாமல், மகமதிய நண்பர்கள் தமது விஷயத்தில் உதாஸீனம் இருப்பதாக நினைக்கக் கூடாதென்று கேட்டுக்கொள்கிறோம்" என்றும் பாரதி எழுதியுள்ளான். (**இந்தியா:** *17-11-1906* **பாரதி தரிசனம்** *- 1. பக். 336-337).*

ஆனால், மேலே குறிப்பிட்டதுபோல், அக்பர் விழாவையும் கொண்டாட வேண்டும் என்று பாரதி விடுத்த வேண்டுகோள், ஏற்கப்பட்டதாகவோ நிறைவேற்றப்பட்டதாகவோ தெரியவில்லை. தீவிரத் தேசியவாத இயக்கம் இந்து சமயத் தேசிய இயக்கமாகவே பரிணமித்து விரிவடைந்து வந்த ஒரு தருணத்தில், பாரதி எழுப்பிய இந்தக் குரல், தாகூரின் குரலைப் போலவே தீவிரத் தேசியவாதத்தின் ஆரவார முழக்கத்தில், எவர் காதிலும் விழாத குரலாகவே ஒடுங்கிப் போயிருக்கும் என்பதில் ஐயமில்லை. பாரதி இவ்வாறு குரல் கொடுத்த போதிலும் ஓர் உண்மையை நாம் மறந்துவிடுவதற்கில்லை. பாரதி மதவெறியனல்ல. இந்து சமயக் கடவுள்கள் பலரையும் பாடிய அவன், அல்லாவையும் ஏசு கிறிஸ்துவையும், புத்தரையும் போற்றிப் பாடியவனே. இஸ்லாம் மதத்தின் மேன்மை பற்றிப் பிரசங்கமும் ஆற்றியவனே; சர்வ சமய சமரசம் கண்டவனே. ஆனாலும், ஏனைய சமயத்தைச் சேர்ந்த தெய்வங்களையெல்லாம் அவன் தீவிரத் தேசியவாத இயக்கத்தில் மும்முரமாக ஈடுபட்டிருந்த காலத்தில் பாடவில்லை; அதற்குப் பின்னரே பாடினான். அந்த இயக்கமும் மும்முரமாக இருந்து வந்த காலத்தில் அவன் பாடிய பாடல்கள், நாம் சென்ற கட்டுரையில் குறிப்பிட்டது போல், காளியின் வடிவிலும், பயிரவியின் வடிவிலும், துர்க்கையின் வடிவிலும் பாரத தேவியைக் கண்டு பாடிய பாடல்களே யாகும். பாரதி தீவிரத் தேசிய இயக்க காலத்தில் படைத்தளித்த பாரத நாட்டின் மூர்த்தம், இந்து நாகரிகத்தின், இந்து சமயத்தின் மூர்த்தமாகவே அமைந்துவிட்டது என்றே சொல்ல வேண்டும். எனவே, தீவிரத் தேசியவாதத்தின் சமயச் சார்பான போக்கினால் ஏற்படக்கூடிய பாதக விளைவை அவன் ஓரளவுக்கு உணர்ந்திருந்த போதிலும்கூட, அத்தகைய சமயத் தேசியம் பிரவாகமாகப் பெருக்கெடுத்து ஓடிய சூழ்நிலையில், அதில் இணைந்திருந்த பாரதியும் அந்த வெள்ளத்தோடு மிதந்து, அதன் இழுப்புக்கெல்லாம் இணைந்து செல்ல வேண்டிய நிர்ப்பந்தத்துக்குத் தவிர்க்க முடியாமல் ஆளாகியிருந்தான் என்றே சொல்ல வேண்டும்.

சமூகச் சீர்திருத்தமும் தீவிரத் தேசியவாதமும்

தீவிரத் தேசியவாதத் தலைவர்கள் சமயத் தேசியத்தை வலியுறுத்தி வளர்த்து வந்ததைப் போலவே, அரசியல் போராட்டத்தில் ஈடுபட்டிருக்கின்ற நேரத்தில், சமூகச் சீர்திருத்தங்களுக்காகப் போராட வேண்டிய அவசியமில்லை என்றும் கருதி வந்தனர். சொல்லப் போனால், காங்கிரஸ் இயக்கம் தோன்றிய காலத்திலிருந்தே முதலில் வேண்டியது அரசியல் சீர்த்திருத்தமா, சமூகச் சீர்திருத்தமா என்ற விவாதம், தேசிய இயக்கத்தில் ஈடுபட்டிருந்த தலைவர்கள் மத்தியில் தீராத விவாதமாகவே இருந்து வந்தது எனலாம். இதில் வேடிக்கை என்னவென்றால், அரசியலில் தீவிரவாதிகளாக இருந்தவர்கள் சமூகச் சீர்திருத்த விஷயத்தில் மிதவாதிகளாகவும், அரசியலில் மிதவாதிகளாக இருந்தவர்கள் சமூகச் சீர்திருத்த விஷயத்தில் தீவிரவாதிகளாகவும் இருந்தனர் என்பதுதான்.

உதாரணமாக, சென்ற நூற்றாண்டின் இறுதியில் (1886) பம்பாய் மாகாணத்தில் ஒரு சுவையான வழக்கு நடந்தது. வழக்கு இதுதான்: பம்பாயைச் சேர்ந்த டாக்டர் சகாராம் என்பவர் ரகமாபாய் என்ற தம் மகளைச் சிறுவயதில் தாதாஜி என்பவருக்குத் திருமணம் செய்து கொடுத்தார். பின்னால் சகாராமுக்கும் தாதாஜிக்கும் ஏற்பட்ட ஏதோ தகராறின் காரணமாக, சகாராம் தம் மகளை அவளது கணவர் வீட்டுக்கு அனுப்ப மறுத்துவிட்டார். சகாராம் இறந்த பின், தாதாஜி தம் மனைவியைத் தம்மிடம் அனுப்ப வேண்டும் என்று கோர்ட்டில் வழக்குத் தொடர்ந்தார். ஆனால், ரகமாபாய் தன் கணவனிடம் செல்ல மறுத்துவிட்டாள். தனது சம்மதம் பெறாமலே தன்னைத் தாதாஜிக்குத் திருமணம் செய்து கொடுத்துவிட்டதாகவும், எனவே, தன்னை அவரோடு சென்று வாழுமாறு நிர்ப்பந்திக்கக்கூடாது என்பதும்தான் அவளது வாதம். முதலில் கோர்ட் அவள் சார்பாகத் தீர்ப்பளித்தது. ஆனால் தாதாஜி ஹைகோர்ட்டுக்கு அப்பீல் செய்தபோது, முந்தைய தீர்ப்பு தள்ளுபடி செய்யப்பட்டு, தாதாஜிக்கு ஆதரவாகத் தீர்ப்பளிக்கப்பட்டது. இந்த வழக்கைக் குறித்து அந்தக் காலத்தில் பத்திரிகைகளிலும் பொதுமக்கள் மத்தியிலும் காரசாரமான விவாதமே நடந்தது. சமூகச் சீர்திருத்தங்களை ஆதரித்தவர்கள், இந்து திருமணச் சட்டத்தைப் பிற்போக்கானது என்றும், காலாவதியானது என்றும் கூறினர். இதற்கிடையில் ரகமாபாய், ஹைகோர்ட்டின் தீர்ப்பை மீறவும், அவசியமானால் அதற்காகச் சிறைத் தண்டனை அனுபவிக்கவும் துணிந்து நின்றாள். அவளது இந்தப் புரட்சிகரமான போக்கினால், தாதாஜியும் ஹைகோர்ட்டில் தமக்குச் சட்டப்படி நீதி கிடைத்து விட்டது என்ற ஆத்ம திருப்தியோடு, இல்லற உறவு விஷயத்தில் நிர்ப்பந்தம் பயனளிக்காது என்பதை உணர்ந்து, தம் மனைவிமீது உரிமை கொண்டாடிய விஷயத்தை அத்துடன் கைவிட்டுவிட்டார்.

இந்த வழக்கு விஷயத்தில் அரசியலில் மிதவாதியாகவிருந்த மகாதேவ கோவிந்த ரானடே ரகமாபாயின் கட்சியையே ஆதரித்தார். 1887இல் அவர் புனாவில் "திருமணச் சட்டமும் அதன் அமலாக்கமும்" என்ற பொருள் பற்றிப் பேசிய சொற்பொழிவின்போது, இப்போதைய திருமணச் சட்டம் ஆணுக்கும் பெண்ணுக்கும் சம அளவில் பொருந்தும் என்றாலும், நடைமுறையில் அது ஆடவருக்கே சலுகை காட்டுவதாக உள்ளது என்றும், கணவனையும் மனைவியையும் ஒன்றாகக்கூடி வாழுமாறு நிர்ப்பந்தப்படுத்தும் தண்டனையோ அபராதமோ இருக்கக்கூடாதென்றும், இதற்கான ஷரத்து சட்டத்தில் இல்லை யென்றால், இந்தத் திருமணச் சட்டத்தையே மாற்ற வேண்டும் என்றும் பேசினார். ஆனால் ரானடேயின் இந்தக் கருத்தை எதிர்த்து, அரசியலில் தீவிரவாதியாகவிருந்த திலகர் 1887 ஜூன் 7ஆம் தேதி அன்று தமது 'கேசரி'ப் பத்திரிகையில் எழுதினார். அதில் பண்டைய தர்ம சாஸ்திரங் களில் குறுக்கிடுவதற்கு ரானடேக்கு எந்த உரிமையும் கிடையாது என்று கூறி, ரானடேயின் கருத்தை மறுக்கும் விதத்தில் பண்டைய இந்து தர்ம சாஸ்திரங்களிலிருந்து பல மேற்கோள்களைக் காட்டித் தமது புலமையைப் புலப்படுத்தியிருந்தார். சுருங்கக்கூறின், காலத்துக்கொவ்வாத சமூகச் சட்டங்களை மாற்ற வேண்டும் என்று ரானடே குரல் கொடுத்த போது, தர்ம சாஸ்திரங்களை மேற்கோள்காட்டி, பண்டைய சட்டங்களை எவரும் மாற்றக்கூடாது என்றே திலகர் எதிர்வாதம் செய்திருந்தார்.

இந்த வழக்கையும், ரானடே - திலகர் விவாதத்தையும் பற்றி விரிவாக எழுதியுள்ள திலகரின் வரலாற்றாசிரியர்களே முடிவில் இவ்வாறு எழுதியுள்ளனர்: "என்றாலும், வாதத்தின் சூடான கட்டத்தில் திலகர் வைதிகக் கண்ணோட்டத்தையே ஆதரித்து நின்றார் என்றே ஒருவர் கருத முடியும். விவேகமான யோசனையையோ, சீர்திருத்தத்தையோ தாம் எதிர்க்கவில்லை என்று அவர் கூறிக் கொண்டாலும், அவர் எழுதிய கட்டுரைகளிலிருந்து, திருமணச் சட்டங்கள் சம்பந்தமாக எந்தச் சீர்திருத்தத்தையும் ஆதரித்தவர்கள் அனைவருக்கும் எதிராக அவர் கடுமையாகப் பதில் அளிக்க விரும்பினார் என்ற எண்ணமே ஒருவருக்கு ஏற்படுகிறது. மேலும், திலகர் ஓரிடத்தில்கூட, ரகமாபாய் ஒரு படித்த பெண்மணி, ஆனால், தாதாஜியோ கல்வியறிவே அற்றவன் என்ற உண்மையைக் குறிப்பிடவே இல்லை. இந்த வழக்கில் சம்பந்தப்பட்டிருந்த மனிதாபிமானப் பிரச்சினையைத் திலகர் குறிப்பிடவே இல்லை. அவரது நிலை சட்டரீதியில் இருந்தது. இந்து சாஸ்திரங்களைச் சரிவர அர்த்தப்படுத்தும் ஆர்வத்தில், அவர் பிரச்சினையின் மானிட அம்சத்தைக் காணத் தவறிவிட்டார்" (Lokamanya Tilak - G.P.Pradhan and A.K.Bhagawat. பக். 51).

இதேபோல், இந்த வழக்கைத் தொடர்ந்து, பாலிய விவாகத்தைத் தடைசெய்யும் "திருமண வயது மசோதா" (Age of Consent Bill) ஒன்றை அன்றைய ஆங்கிலேய அரசாங்கம் கொண்டுவர முனைந்தபோது, ரானடே அதனை ஆதரித்தார்; ஆனால் திலகரோ அந்த மசோதாவை எதிர்த்து எழுதினார். 1891 ஜனவரியில் அந்தச் சட்டம் வைசிராயின் சபையில் பிரேரேபிக்கப்பட்ட பின்னரும்கூட, திலகர் தமது 'கேசரி'ப் பத்திரிகையின் தலையங்கத்தில், இந்தச் சட்டம் இந்துக்களின் சமூக, சமயப் பழக்க வழக்கங்களில் குறுக்கிடுகிறது என்றே எழுதினார்; மேலும், வைதிக இந்துக்களை அவர் அவர்கள் கடைப்பிடித்து வந்த மரபை என்றுமே கைவிட முடியாது என்று அரசுக்கு அறிவுறுத்தி எழுதுமாறும் வேண்டுகோள் விடுத்தார். இத்தகைய வாதப் பிரதி வாதங்கள் நடந்துவரும்போதே, அந்த மசோதா 1891 மே மாதத்தில் நிறைவேற்றப்பட்டுவிட்டது. இதனால் அதே மே மாதத்தில் புனாவில் நடந்த மாகாண மாநாட்டில், "திருமண வயது மசோதா விஷயத்தில் தெரிவிக்கப்பட்ட பொது ஜன அபிப்பிராயத்தை உரிய விதத்தில் அரசாங்கம் கருத்தில் கொள்ளவில்லை" என்று கண்டிக்கும் ஒரு தீர்மானத்தையே திலகர் பிரேரேபித்தார்! (மேற்கூறிய நூல்: பக். 54).

இதே நூலில் (பக்.193), சிறை மீண்டு வந்த திலகரைச் சந்திக்க, 1915 பிப்ரவரியில் வ.உ.சி. புனாவுக்குச் சென்று அவரைச் சந்தித்து உரையாடியது குறித்து, 1928இல் அவர் எழுதிய கட்டுரை பற்றிக் குறிப்பிட்டோம். அதே கட்டுரையில் வ.உ.சி. தாம் திலகரிடம் சமூகச் சீர்திருத்தம் பற்றி அவரது கருத்து என்ன என்று கேட்டதாகவும், அதற்குத் திலகர் அது மிகவும் நல்ல இயக்கம்தான் என்று கூறி நிறுத்திக் கொண்டதாகவும், அதன்மேல் தாம் அதில் திலகர் ஏன் பங்கெடுக்கவில்லை என்று கேட்டபோது, திலகர் "ஒருவர் ஒரு சமயத்தில் ஒரு குறிக்கோளுக்காகத் தான் உழைக்க வேண்டும். பல குறிக்கோள்களையும் வைத்துக் கொண்டால், கவனமும் சக்தியும் சிதறிப் போய்விடும். இதனால் எந்தக் குறிக்கோளும் நிறைவேறாது" என்று கூறியதாகவும் எழுதியிருக்கிறார். இதிலிருந்து அரசியல் விடுதலைப் போராட்டம் முடிவுறுகிற வரையில், அரசியல் விடுதலை ஒன்றைத் தவிர, சமூகச் சிர்திருத்தம் போன்ற வேறு எந்தவோர் லட்சியத்தையுமே கொண்டிருக்கக்கூடாது என்ற எண்ணமே, திலகருக்குத் தீவிரத் தேசியவாத இயக்கத்துக்கு முன்பும் பின்பும்கூட இருந்து வந்திருக்கிறது என்பது புலனாகின்றது.

அரசியலில் மிதவாதியாக இருந்த ரானடே போன்றவர்கள் சமூகச் சீர்திருத்தங்களை ஆதரிக்கவும், அரசியல் தீவிரவாதிகளாக இருந்த திலகர் போன்றவர்கள் சமூகச் சீர்திருத்தங்களை எதிர்க்கவும் செய்தது ஏன்?

இந்தக் கேள்விக்கு வரலாற்றாசிரியர் மஜூம்தார் இவ்வாறு பதிலளிக்கிறார்: (மிதவாதிகளான) காங்கிரஸ் தலைவர்கள் சமூக அநீதிகளும், சமய மூட நம்பிக்கைகளும், ஜாதிப் போட்டிகளும் இருக்கும் வரையில், மக்களின் எழுத்தறிவின்மை போக்கப்படாத வரையில், இந்தியர்கள் தமது நாட்டைப் பாதுகாப்பதற்குப் போதுமான ராணுவ அறிவைப் பெறாத வரையில், சுதந்திரம் வேண்டும் என்று கேட்பது, சந்திரனைக் கொண்டுவா என்று கேட்பது போலத்தான் என்று தாராளமாக வாதிட்டு வந்தார்கள். தீவிரவாதிகளோ இந்த வாதங்களின் பின்னாலிருந்த தர்க்கக் கூற்றை மறுத்தனர். இந்தக் குறைகளை யெல்லாம் போக்கும் வரையில் இந்தியா காத்திருக்க வேண்டுமென்றால், ஊழூழிக்காலம் காத்திருக்க வேண்டியதுதான் என்று கூறினர். மேலும், ஓர் அன்னிய ஆட்சி இத்தகைய தீமைகளை அகற்றுவதற்குப் பதிலாக, அவற்றை மேன் மேலும் நிலை நிறுத்தி வரவே முனையும் என்றும் அவர்கள் வாதிட்டனர் (History of Freedom Movement in India R.C.Mazumdar தொகுதி - 1. பக். 440). இதனால்தான் தீவிரவாதியான அரவிந்தர், "அரசியல் விடுதலைதான் ஒரு நாட்டின் உயிர்மூச்சு. எல்லாவற்றிலும் முதன்மையாக, அரசியல் விடுதலைக்கும் குறி வைக்காமல், சமூகச் சீர்திருத்தம், கல்விச் சீர்திருத்தம், தொழில் வளர்ச்சி இனத்தின் நல்லொழுக்க அபிவிருத்தி ஆகியவற்றை அடைய முயற்சி செய்வது அறியாமையின், வீண் வேலையின் சிகரமேயாகும்" என்று கூறினார் (மேற்கோள்: மேற்கூறிய நூல்). சுருங்கக்கூறின் தீவிரத் தேசியவாதக் கருத்தைக் கொண்டிருந்த தலைவர்கள், இந்தியாவை ஆண்டு வந்த ஆங்கிலேய அரசாங்கம் கொண்டு வந்த சமூகத்துக்குத் தேவையான சீர்திருத்தங்களைக்கூட, அவற்றைக் கொண்டு வருவது நம்மை ஆண்டு வந்த அன்னிய அரசாங்கம் என்ற காரணத்துக்காகவே எதிர்த்தனர். அதாவது சமூகச் சீர்திருத்தங்களுக்காகப் போராட முற்பட்டால், அரசியல் போராட்டம் பின்தங்கி விடும் என்றும், அன்னிய அரசாங்கம் சமூகச் சீர்திருத்தங்களைக் கொண்டுவருமானால், அதனால் அரசியல் போராட்டத்தின் கூர்மை முனை மழுங்கிப் போய்விடும் என்றும் அவர்கள் கருதினார்கள் எனலாம். இதனால் அவர்கள் அரசியல் ரீதியில் அன்று முற்போக்கானவர்களாக இருந்த போதிலும், சமூக அநீதிகளையும், மூடநம்பிக்கைகளையும், பத்தாம் பசலியாகிவிட்ட சாஸ்திர சம்மதங்களையும் எதிர்த்துப் போராட முனையாது, அந்த விஷயத்தில் பிற்போக்கானவர்களாகவே இருந்தனர். எனவேதான், ஜவஹர்லால் நேரு நாம் மேலே மேற்கோள் காட்டியதுபோல், தமது சுய சரிதையில், "சமூக நோக்கோடு பார்த்தால், 1907இல் மலர்ந்த இந்திய தேசியம் பிற்போக்கானதே" என்று எழுதினார்.

பாரதியின் நிலை

பாரதியைப் பொறுத்த வரையில், அவன் காசியில் இருந்த காலத்தில், "பெண் கல்வி, சமத்துவம் - இந்த இரு விஷயங்களைத் தவிர வேறு எதிலும் அவர் (பாரதி) கவனம் செலுத்தவில்லை" என்று பாரதியின் காசிவாசகால நண்பர் நாராயண அய்யங்கார் குறிப்பிட்டிருந்ததை இந்நூலின் முதல் கட்டுரையில் கண்டோம். பாரதி பின்னர் சென்னைக்கு 1904ஆம் ஆண்டின் இறுதியில் வந்துசேர்ந்த காலத்திலும், பாரதியிடம் சமூகச் சீர்திருத்தக் கருத்துக்கள் மேலோங்கி இருந்தன என்று அவனைப் பற்றிய வரலாற்றுக் குறிப்புக்கள் கூறுகின்றன. "சென்னைக்கு பாரதி சுதேசமித்திரன் பத்திரிகையின் உதவி ஆசிரியராக 1904இல் வந்து சேர்ந்தபோது, அவர் தம்மைப் போலவே சமூகச் சீர்திருத்தத்தில் ஆர்வம்கொண்ட பல இளைஞர்களைத் தம்மோடு சேர்த்துக் கொண்டார்... பாரதி பெண்களின் நல்வாழ்வு, ஜாதி ஒழிப்பு, சமபந்தி போஜனம் முதலிய விஷயங்களில் மிகுந்த கவனம் செலுத்தினார்." என்று தமது ஆங்கிலக் கட்டுரையொன்றில் எழுதுகிறார் ரா.அ. பத்மநாபன், (Essays on Bharathi (Collection) Bharathi's Associates - R.A.P.). மேலும், இதே கால கட்டத்தில் பாரதி 'இந்து' (Hindu) பத்திரிகைக்கு எழுதிய கடிதம் ஒன்றில் சமூகச் சீர்திருத்தத்தை வலியுறுத்தி இவ்வாறு கூறியும் இருந்தான்: "சமூகச் சீர்திருத்தம் இல்லாவிட்டால், நமது அரசியல் சீர்திருத்தம் கனவேயாகும்; கற்பனையேயாகும். ஏனெனில் சமூக அடிமைகள் அரசியல் விடுதலையை உண்மையில் ஒரு பொழுதும் புரிந்துகொள்ள முடியாது. மேலும், நமது சமூக மாநாடுகள் வெற்றி பெறும் வரையில் வெற்றி பெற்றாலொழிய, நமது தேசியக் காங்கிரஸ் வெறும் புழுதி மண்டலமேயாகும்" (A Hundred Years of the Hindu-P. 77-78. மேற்கோள்: **பாரதியும் சமூகச் சீர்திருத்தமும்**: பெ.சு. மணி. பக். 163). இதனாலேயே பாரதி சென்னைக்கு வந்து சேர்ந்த எட்டு மாதங்களில் "மாதர் அபிவிருத்தியே நோக்கமாக"க் கொண்ட "சக்கரவர்த்தினி" பத்திரிகையின் ஆசிரியப் பொறுப்பையும் ஏற்றுக் கொண்டான். இந்நூலின் 2, 3 கட்டுரைகள்.

ஆனால் 1905 இறுதியில் காசிக் காங்கிரசுக்குச் சென்று, நிவேதிதா தேவியிடம் சுதேச பக்தி உபதேசம் பெற்று, 1906இல் சென்னைக்குத் திரும்பி வந்தது முதற்கொண்டு, பாரதி தீவிரத் தேசியவாத இயக்கத்தில் மிகுந்த ஈடுபாடு காட்டினான். 1906 மே மாத மத்தியில் 'இந்தியா' பத்திரிகையின் ஆசிரியராகவும் ஆனான். தீவிரத் தேசியவாதக் கருத்துக்களையும் பலாத்காரப் போராட்டக் கருத்துக்களையும் அப்போதே பரப்பவும் தொடங்கிவிட்டான் என்று நாம் பார்த்தோம். தீவிரத் தேசியவாத இயக்கத்தில் ஈடுபடுவதற்கு முன்பு, சமூகச் சீர்திருத்தத்தில் அதிக ஈடுபாடு காட்டி வந்த பாரதி, தீவிரத் தேசியவாத

இயக்கத்தில் தீவிரமாக ஈடுபட்ட பின்பும், சமூகச் சீர்திருத்தத்தில் அதே ஈடுபாடு காட்டி வந்தானா, அல்லது தீவிரத் தேசியவாதத் தலைவர்கள் மேற்கொண்டிருந்த அதே நிலையைத் தானும் மேற்கொண்டானா என்ற கேள்வி எழுகிறது. இந்தக் கேள்விக்குப் பதில் காணவும் பாரதியின் சில எழுத்துக்கள் நமக்கு உதவுகின்றன.

1906 ஜூன் மாதத்தில் திருநெல்வேலியில் நடந்த சென்னை மாகாண ஆசாரத் திருத்த (சமூகச் சீர்திருத்த) மாநாடு பற்றி, பாரதி ஒரு குறிப்பு எழுதியிருக்கிறான். அதில் "புனா நகரத்திலே ஸ்ரீமான் திலகர் முதலானவர்கள் ராஜாங்கச் சீர்திருத்தத்திலே அளவிறந்த ஆத்திரம் கொண்டவர்களாகவும், ஆசாரத் திருத்தம், சமயத் திருத்தம் முதலியவற்றிலே மிகவும் பிரியமற்றவர்களாக இருக்கிறார்களென்றும் பலர் குறை கூறுவது வழக்கம்" என்று தொடங்கி, சென்னை மாகாணத்தைச் சேர்ந்த மிதவாத அரசியல் தலைவர்கள் சமூகச் சீர்திருத்தத்திலேயே அதிக அக்கறை காட்டி வந்ததை, ஆனால் "சென்னை மாகாண ஜனத் தலைவர்களின் மீது அவ்விதமான குறை கூறுவதற்கு இடமில்லை" என்று கிண்டலாக எழுதிவிட்டு, இறுதியில் அந்த மாநாட்டில், மிதவாதத் தலைவரான வி.கிருஷ்ணசாமி அய்யர் 'பெண்களுக்கு அவர்கள் பருவமடைந்த பிறகே திருமணம் செய்ய வேண்டும்; இதனால் பெண்கள் பள்ளிக்குச் செல்லும் காலம் நீளும்; மேலும் பால்ய விதவைகளின் தொகையும் குறையும்" என்று பிரேரேபித்த யோசனை குறித்து எழுதும்போது, அவர் பிரேரேபித்த தீர்மானம் "நமக்கு ஒருவிதமான வியப்பையும் சந்தோஷத்தையும் அளித்தது" என்று அதனை வரவேற்கும் விதத்திலேயே பாரதி கருத்துத் தெரிவித்திருக் கிறான். என்றாலும், இவ்வாறு சீர்திருத்தம் பேசும் மிதவாதிகள் வெறும் வாய்ப் பேச்சு வீரர்களே என்று இடித்துக் கூறும் விதத்தில், "சென்னை மாகாணத்திலே மதிப்பான நிலைமையிலிருக்கும் பெரிய மனிதர்கள் தமது வாயினால் பகிரங்கமாகப் பேசும் கருத்துக்களைச் சிறிது நடத்தைக்கும் கொண்டுவருவார்களானால், பெருநன்மை விளையக்கூடும்" என்று பாரதி எழுதி முடிக்கிறான் ('**இந்தியா**' - 30-6-1906, **பாரதி தரிசனம்** - 1. பக். 260-262).

இதன்பின் ஒரு மாதம் கழித்து அவன் "ஆசார சீர்திருத்தக்காரர்களின் தப்பெண்ணம்" என்ற கட்டுரை ஒன்றையும் எழுதியுள்ளான். இந்தக் கட்டுரையில், சமூகச் சீர்திருத்தங்களை மட்டும் வலியுறுத்தி, அரசியல் சீர்திருத்தத்தைப் புறக்கணிக்கும் நபர்களைப் பாரதி வன்மையாகவே சாடியிருக்கிறான். "தேசாந்திர, ராஜாங்கச் சீர்திருத்தங்களின் பொருட்டுப் பாடுபடுவதெல்லாம் இப்போது வீண் முயற்சியென்றும், ஆசாரத்

திருத்தக் கூட்டத்தாரின் முயற்சியால் நிறைவேறியதற்கப்பாலேதான் ராஜாங்கச் சீர்திருத்தத்தைப் பற்றி மூச்சுவிட முடியுமென்றும் இவர்கள் சொல்கிறார்கள். இந்தியாவின் ஜன்ம சத்துருக்களாகிய பல ஆங்கிலேயர்களும் 'வெள்ளை'ப் பத்திரிகைத்தலைவரும் இப்பேதையர் சொல்லுவதற்கு ஒத்துப் பாடுகிறார்கள். ஆனால் நமது ஜென்ம விரோதிகள் மேற்கண்டவாறு போதனை புரிவதற்குப் போதுமான காரணங்கள் இருக்கின்றன. 'இந்தியா தேசத்தாரை உள்நாட்டுச் சச்சரவுகளில் மூட்டிவிட்டு, ஜாதி விவகாரங்களிலும், விதவா விவாகச் சண்டைகளிலும் அவர்கள் ஒருவருக்கொருவர் மண்டைகளை உடைத்துக் கொண்டு கிடக்கட்டும். நாம் பக்கத்திலிருந்து, வேடிக்கை பார்த்துச் சிரித்துக் கொண்டிருப்போம். எந்த உபாயத்தினாலும் இந்தக் கருப்பு மனிதர்கள் ராஜாங்க அநீதிகளிலே கருத்தைச் செலுத்தாமலிருந்தால் அதுவே போதுமானது' என்பது மேற்படி வெள்ளைப் போதனா மூர்த்திகளின் உபதேசம். ஆனால் நம்மவருக்குள்ளும் சிலரிடத்திலே மேற்கூறிய விநோதமான கொள்கையிருப்பது அறியாமையால் ஏற்பட்டதோ அல்லது மேலே கூறிய வெள்ளை தெய்வங்களின் தயவைச் சம்பாதித்துச் சுகம் பெறவேண்டுமென்ற ஈன எண்ணத்தினாலோ என்பது செம்மையாக விளங்கவில்லை" என்று எழுதிவிட்டு, இத்தகையோர் கொள்கை மூடத்தனமானது என்று சுட்டிக் காட்டும் விதத்தில், பிராமணக் கன்னிகளையெல்லாம் 10 வயதில் விவாஹம் செய்து கொடுப்பதற்குப் பதிலாக 15 வயதில் விவாஹம் செய்து கொடுக்கும் வரை, உப்பு வரியைக் குறைப்பது நியாயமாகமாட்டாதென்றால் இது மூடத்தனமல்லாமல் வேறு என்ன என்று அவன் கேள்வியும் எழுப்புகிறான். இறுதியில் "இதனால் ஆசாரத்திருத்த முயற்சிகளை எதிர்த்துப் பேச வேண்டுமென்ற நோக்கமே எமக்கில்லை. ஆசாரத் திருத்தங்கள் செய்வதோ, செய்யாமலிருப்பதோ, நமது சொந்த சௌகரியத்தைப் பொறுத்த விஷயம். அதைப் பற்றி அன்னியர்கள் அதிக சிரத்தையெடுத்துக் கொள்ள வேண்டியதில்லை. ராஜாங்கத்தாரும் அதில் அதிகமாகத் தலையிட வேண்டுவதில்லை. ஜனங்களிடம் தீர்வை வாங்கும் கவர்ன்மெண்டார் ஜனங்களைச் செம்மையாகவும், கூடிய வரை ஜனங்களின் இஷ்டப்படியும் ஆளவேண்டியது அவர்களின் கடமையாகும். அப்படியின்றி, ஆசாரத் திருத்தங்கள் நிறைவேறும் வரை ராஜதந்திரங்களுக்கு இத்தேசத்தார் தகுதியுடையவர்களில்லை என்று சொல்லுவோர், அயோக்கியர்களாகவேனும் அல்லது மூடர்களாகவேனும் இருக்கவேண்டும் என்பதில் ஆக்ஷேபமே கிடையாது" என்று பாரதி எழுதி முடிக்கிறான் ('**இந்தியா** 28-7-1906. **பாரதி தரிசனம்** - பக். 268-270).

மேற்கண்டவற்றிலிருந்து பாரதி 1906இல் தீவிரத் தேசியவாத இயக்கத்தில் தீவிரமாகப் பங்கெடுக்கத் தொடங்கி திலகரைத் தனது அரசியல் தலைவராக ஏற்றுக்கொண்ட போதிலும், அவன் அவரைப் போல் சமூகச் சீர்திருத்த லட்சியத்தை அடியோடு கைவிடவோ, புறக்கணிக்கவோ, எதிர்க்கவோ முற்படவில்லை என்று தெரிகிறது. என்றாலும், சமூகச் சீர்திருத்த இயக்கத்தை நம்மை ஆண்டுவந்த ஆங்கிலேயர்கள் அரசியல் போராட்டத்தைத் திசை திருப்பப் பயன்படுத்திக் கொள்கிறார்கள் என்ற காரணத்தாலும், அரசியல் மிதவாதிகள் இந்தச் சூழ்ச்சிக்கு இரையாகிவிடுவதாலும், தீவிரத் தேசிய இயக்கக் காலத்தில் சமூகச் சீர்திருத்தப் பிரச்சினையைச் சற்றே ஒதுக்கிவைத்துவிட்டு, திலகரின் பக்கம் நின்று, அரசியல் சீர்திருத்தத்துக் காகவே, அரசியல் விடுதலைக்காகவே முதன்மையாகப் போராடியாக வேண்டும் என்ற நிலையைப் பாரதி மேற்கொண்டு விட்டான் என்பதும் புலனாகின்றது. இந்தக் காலத்தில் அவன் எழுதிய கவிதைகள், மற்றும் 'இந்தியா' பத்திரிகையில் எழுதிய கட்டுரைகள் பலவும் இதனையே நமக்கு உணர்த்துகின்றன. ஆயினும், இவ்வாறு ஒரு நிலையை அவன் மேற்கொள்வதற்கு முன்பாக, அவன் சமூகச் சீர்திருத்தத்திலும் மிகுந்த ஈடுபாடுகொண்டவனாக இருந்ததால், 'இந்தியா' பத்திரிகையில் அவன் 'பெண் கல்வி' 'மாதர் முன்னேற்றம்' போன்ற சமூகச் சீர்திருத்தக் கருத்துக்களைக் கொண்ட கட்டுரைகள் சிலவற்றையும் அவ்வப்போது எழுதியும் வந்திருக்கிறான். இந்தக் காலத்தில் அவன் எழுதிய கவிதைகள் சிலவற்றிலோ, அவன் மேற்கொண்ட நிலையையும் மீறி, அவனது சமூகச் சீர்திருத்தக் கருத்துக்கள் சமயங்களில் முந்திக்கொண்டு வெளிப்பட்டும் உள்ளன. உதாரணமாக, "வந்தே மாதரம் என்போம்" என்று தொடங்கும் பாடலின் முதல் சரணமே,

  ஜாதி மதங்களைப் பாரோம் - உயர்
  ஜென்மம்இத் தேசத்தில் எய்தினராயின்
  வேதிய ராயினும் ஒன்றே - அன்றி
  வேறுகுலத்தின ராயினும் ஒன்றே   - (வந்தே மாதரம் - 1)

என்றுதான் பாரதிக்குப் பிறந்துவருகிறது. இதற்குப் பிறகுதான் திலகரின் கருத்தை எதிரொலிக்கும்,

  ஆயிரம் உண்டிங்கு ஜாதி - எனில்
  அன்னியர் வந்து புகலென்ன நீதி?   - (சரணம் - 3)

என்ற கேள்வி இடம்பெறுகிறது. இதேபோல், தேச விடுதலைக்காக உயிர்த்தியாகம் செய்யத் துணிவுள்ள தீரர்கள் வேண்டும் என்ற கருத்தை வலியுறுத்தும் முகமாக அவன் எழுதிய 'குரு கோவிந்தர்' என்ற

பாட்டிலும், குரு கோவிந்தர் தமது சீடர்களுக்குத் தீட்சை அளிக்கத் தொடங்கும்போது, அவரது வாய்மொழியாகப் பிறந்து வரும் முதல் வார்த்தைகளிலும் பாரதியின் சமூகச் சீர்திருத்தக் கருத்தே முதலிடம் பெறுகிறது:

> மானிடரெல்லாம் சோதரர்; மானிடர்
> சமத்துவம் உடையார்; சுதந்திரம் சார்ந்தவர்...
> பிரிவுகள் துடைப்பீர். பிரிதலே சாதல்.
> ஆரியர் சாதியுள் ஆயிரஞ் சாதி
> வகுப்பவர் வகுத்து மாய்க. — (வரிகள் : 179-180; 183-185)

அவரது தர்மோபதேசத்தின் இறுதியில் தான்,

> தாய்த்திருநாட்டைச் சந்ததம் போற்றிப்
> புகழொடு வாழ்மின்! புகழொடு வாழ்மின்! — (வரிகள் : 198-199)

என்ற வரிகள் இடம்பெறுகின்றன. இதேபோல் பாரதி 1907இல் எழுதிய 'சுதந்திரப்பள்ளு' என்ற பாடலிலும் எடுத்த எடுப்பில் முதல் சரணத்தில்,

> பார்ப்பானை ஐயரென்ற காலமும் போச்சே!

என்ற வரிதான் முதலில் இடம்பெறுகிறது. பிறகுதான்,

> —வெள்ளைப்
> பரங்கியைத் துரையென்ற காலமும் போச்சே!

என்ற அடி வருகிறது.

என்றாலும், ஒட்டுமொத்தமாகப் பார்க்கும்போது, தீவிரத் தேசியவாத இயக்கத்தில் பாரதி முழு மூச்சாக ஈடுபட்டிருந்த காலத்தில் அவன் எழுதிய சுதேச கீதங்களில், சமூகச் சீர்திருத்தக் கருத்துக்கள் அரிதாகவே இடம்பெற்றிருந்தன. அந்த இயக்கம் தோற்றுவித்த சுதேசிய இயக்க சகாப்தம் முடிவுற்ற பிறகுதான், 1911க்குப் பிறகுதான் அவன் சமூகச் சீர்திருத்த நோக்குடன் கூடிய பல கவிதைகளையும் ஏராளமான கட்டுரைகளையும் எழுதிக் குவித்தான் என்பதையும் நாம் காண முடிகிறது.

ஆயுதப் புரட்சியும் பயங்கரவாதமும்

தீவிரத் தேசியவாத இயக்கத்தின் சமயத் தேசியமும், சமூகச் சீர்திருத்த எதிர்ப்புப் போக்கும், அந்த இயக்கத்தில் ஈடுபட்டிருந்த பாரதியிடம் எவ்வாறு சில பாதிப்புக்களை ஏற்படுத்தியதோ, அதேபோல் தீவிரத் தேசியவாத இயக்கத்தால் அதிகாரபூர்வமாக அங்கீகரிக்கப்படாத, எனினும் பெரும்பாலும் அந்த இயக்கத்

தலைவர்களின் மறைமுகமான ஆதரவையும் அங்கீகாரத்தையும் பெற்றிருந்த (பக். 206, 207 பார்க்கவும்) அன்றைய ஆயுதந்தாங்கிய போராட்டக் கொள்கையும் நடவடிக்கைகளும் பாரதியை எவ்வாறு பாதித்தன என்பதை நாம் பார்ப்போம்.

ஆயுதப் புரட்சியும் பயங்கரவாதமும் ஒன்றல்ல என்பதை நாம் இன்று நன்கறிவோம். ஆயுதப் புரட்சி என்பது, அன்னிய ஆதிக்கத்தை அல்லது உள்நாட்டு ஆட்சியை, ஆளும் வர்க்கத்தை எதிர்த்து, மக்கள் ஒன்று திரண்டு, முடிந்தால் நாட்டின் ராணுவத்திலுள்ள போர் வீரர்களின் ஆதரவையும் பெற்றுக்கொண்டு, ஆயுதங்களைச் சேகரித்து ஆயுதப்போர் நடத்தி, ஆட்சி மாற்றத்தைக் கொண்டுவர முற்படுவதே ஆயுதப்புரட்சி எனப் பொதுவாகக் கூறலாம். பயங்கரவாதம் எனப்படுவதோ, தமது வெறுப்புக்கும் பகைமைக்கும் ஆளான நாட்டின் அதிபதியை, அல்லது ஆட்சியாளர்களின், ஆளும் வர்க்கத்தின் பிரதிநிதிகளை, அதிகாரிகளை அல்லது அவர்களுக்குத் துணைபோகும் நபர்களை தனிநபர்கள் வெடிகுண்டு வீசியோ, துப்பாக்கியால் சுட்டோ கொலை செய்யும் போக்காகும் என்று பொதுவாகச் சொல்லலாம். இவர்களை அராஜகவாதிகள், பயஙகரவாதிகள் என்று பொதுவாகக் குறிப்பிடுவது வழக்கம். ஆயினும் இவ்வாறு அப்பட்டமான பயங்கர வாதத்தில் ஈடுபடுபவர்களும் தம்மைப் புரட்சிவாதிகள் என்று கூறிக்கொள்வதுண்டு. இதேபோல் ஆயுதப் புரட்சிக்கு, ரகசியமாக மக்களைத் திரட்டி, அவர்களை ஆயுதபாணிகளாக்கி, இறுதியாக ஆட்சியாளருக்கு எதிராகப் பகிரங்கமாகப் போர் தொடுப்பதே மார்க்கமாகும் என்று தேர்ந்தவர்களும்கூட, அத்தகைய ஆயுதப் போருக்கு மக்களைத் தயார் செய்வதற்கும், அவர்களுக்கு உத்வேகம் ஊட்டுவதற்கும், இத்தகைய பயங்கரவாத நடவடிக்கைகள் தேவை என்று கருதியோ, அல்லது மக்களை அவ்வாறு திரட்டிமுடிப்பதற்கான பொறுமை இல்லாமலோ அவசரக் குடுக்கைகளாகச் செயல்பட்டு, பயங்கரவாத நடவடிக்கைகளில் ஈடுபடுவதும் உண்டு; அவ்வாறு ஈடுபடுவதையும் அவர்கள் புரட்சியின் ஓர் அங்கமாகக் கருதி மயங்கிவிடுவதும் உண்டு.

இந்தியாவில் தீவிரத் தேசியவாத இயக்கம் மும்முரமாகவிருந்த காலத்தில், ஆயுதந்தாங்கிய போராட்டத்தில், நம்பிக்கைகொண்டு செயல்பட்ட இளைஞர்களை, மேற்கூறிய பிரிவினரில் இரண்டாவது பிரிவைச் சேர்ந்தவர்கள் என்றே கூற வேண்டும். எனவேதான், ஆயுதந் தாங்கிய புரட்சியில் நம்பிக்கைகொண்டு, இந்த நூற்றாண்டின் தொடக்கத்திலேயே அதற்கான முயற்சிகளிலும் ஈடுபட்ட திலகர், இந்தியாவில் பயங்கரவாத நடவடிக்கையில் ஈடுபட்ட இளைஞர்களைக்

குறித்து எழுதும்போது, அவர்களது பயங்கரவாதச் செயலைக் கண்டித்து எழுதிய போதிலும்கூட, அவர்களைப் பயங்கரவாதிகள் என்றோ, அராஜகவாதிகள் என்றோ பழித்துக் கூறிவிடவில்லை. மாறாக, உண்மையான தேசபக்தி கொண்ட இளைஞர்களை பிரிட்டிஷ் அரசாங்கத்தின் கொடுங்கோலாட்சிதான் பயங்கரவாதச் செயலில் ஈடுபடத் தூண்டிவிடுகிறது என்று கூறி அரசாங்கத்தையே பழித்து வந்தார். (இதே நூல். பக்.189-190, 284) அரவிந்தரைப் பொறுத்தவரையில், அவர் "வெற்றியடைய வாய்ப்பு இருப்பின்" ஆயுதந் தாங்கிய புரட்சிப் போராட்டமே எதிர்காலத்துக்குரிய வழியாகும் என்றும், அதுவே விரைவாகப் பலன் அளிக்கவல்லது என்று பகிரங்கமாகவே எழுதியவர் (இதே நூல். பக். 250, 251). அவர் திலகரைப்போல், பயங்கரவாதச் செயல்களைக் கண்டித்தது கூட இல்லை. மாறாக, பயங்கரவாதச் செயல்களில் முனைப்புக் காட்டி வந்த இளைஞர்களை அவர் ஊக்குவித்தே வந்தார். விவேகானந்தரின் தம்பி பூபேந்திரர், அரவிந்தரின் தம்பி பரீந்திரர் முதலியோர் நடத்தி வந்த "யுகாந்தர்" பத்திரிகை ஆயுதந் தாங்கிய புரட்சியைத்தான் பிரசாரம் செய்துவந்தது; அதே சமயம் அது தனிநபர்கள் பயங்கரவாதச் செயல்களையும் மேற்கொள்ள வேண்டும், அதுவும் புரட்சியின் அங்கம்தான் என்ற கருத்தையும் வலியுறுத்தி வந்தது (இதே நூல். பக். 212-218).

எனவே அன்றைய இந்தியப் புரட்சிவாதிகளை, புரட்சிவாதிகள் மற்றும் பயங்கரவாதிகள் என்று இருவேறு கூறாகப் பிரித்துப் பார்ப்பது, அவ்வளவு சரியாகாது. அவர்களில் பயங்கரவாதச் செயலில் ஈடுபட்டவர்களும்கூட, அதனையே தமது முழுமுதல் நோக்கமாகக் கொண்டிருக்கவில்லை. இத்தகைய செயலும் தமது இறுதி நோக்கத்தை எய்தத் துணைநிற்கும் என்றே அவர்கள் கருதினர். சொல்லப்போனால், ஆயுதப் புரட்சியில் நம்பிக்கை கொண்ட புரட்சிவாதிகள், பயங்கரவாதச் செயலையும் ஒரு போர்த் தந்திரமாகவே கருதினர். உதாரணமாக, முஜாபர்பூர் குண்டுவீச்சுக்குப் பின் கைது செய்யப்பட்ட அரவிந்தரின் தம்பி பரீந்திர கோஷ், அலிபூர் சதி வழக்கின் விசாரணையின் போதே, கோர்ட்டில் இவ்வாறு கூறினார்: "நாங்கள் சில ஆங்கிலேயரைக் கொல்வதன் மூலம் எங்கள் நாட்டை விடுவித்துவிடுவோம் என்று கருதவும் இல்லை; அவ்வாறு எதிர்பார்க்கவும் இல்லை. எப்படித் துணிவது, எப்படிச் சாவது என்பதை மக்களுக்குக் காட்டவே நாங்கள் விரும்பினோம்" (மேற்கோள்: History of Freedom Movement in India - R.C. Mazumdar. தொகுதி. 2. பக். 486). ஆவேசமான பத்துப் பிரசங்கங்கள் மக்கள் மத்தியில் ஏற்படுத்தாத உத்வேகத்தை ஓர் அரசியல் கொலை உண்டாக்கி விட்டுவிடும், ஒரு புரட்சிகரமான இளைஞன் புரிகின்ற உயிர்த் தியாகம், மக்கள் மத்தியில் தேசபக்தி வேசத்தைக் கிளப்பிவிட

முடியும் என்றே அவர்கள் கருதினர். மேலும், வெடிகுண்டு வீச்சு முதலியவற்றினால், அரசாங்கம் மனக்கலவரமடையும் என்றும் அவர்கள் கருதினர். அதனால்தான் மேற்கூறிய வழக்கு விசாரணைக்குக் கோர்ட்டுக்குக் கொண்டு வரப்பட்டபோது, பரீந்திரர் தமக்குக் காவல் நின்ற போலீஸ் டிப்டி சூப்பிரிண்டெண்ட் ஆலம் என்பவரை (இவரும் பின்னால் சுட்டுக் கொல்லப்பட்டார்) நோக்கி, "என்ன ஆலம் மாமா! மூன்று வெடிகுண்டுகள் மார்லி - மிண்டோ சீர்திருத்தத்தைக் கொண்டு வந்துவிட்டன. மேலும், வெடி குண்டுகள் வரப்போகிறது ஜாக்கிரதை!" என்று கூறினர் (மேற்கோள்: மேற்கூறிய நூல்). இதேபோல், தேசபக்தர் வ.வே.சு. அய்யரும், தாம் லண்டனிலிருந்த காலத்தில், அங்குள்ள 'இந்தியா விடுதி'யில் வழக்கமாக நடக்கும் ஞாயிற்றுக்கிழமைக் கூட்டத்தில், 1910 ஏப்ரல் 10 அன்று இவ்வாறு பேசினார்: "பயங்கரவாதமோ அல்லது தனிநபர் கொலையோ புரட்சியின் முதல் கட்டமேயாகும். அதைத் தற்போதைக்குக் கொஞ்சங்கூடக் குன்றாத வேகத்தோடு மேற்கொண்டு வரவேண்டும்; எனினும் இதில் ஈடுபடுபவர்கள் தமது இறுதியான குறிக்கோளை, அதாவது ஆங்கிலேயப் படையோடு நடத்த வேண்டிய ஒரு மூர்க்கமான போராட்டத்தை, இறுதிப் புரட்சியை, எப்போதும் கருத்தில் கொண்டேயிருக்க வேண்டும்" (மேற்கோள்: Political Trouble - J.C.Kerr. பக். 187). எனவேதான் சோவியத் அறிஞரான ஏ.பி. ரெய்க்கோவ், அன்றைய இந்தியப் புரட்சிவாதிகளைக் குறித்து எழுதும்போது, "தனிநபர் பயங்கரவாதம் இந்தியத் தேச பக்தர்களுக்கு என்றுமே இறுதி லட்சியமாக இருந்ததில்லை. அது ஒரு போராட்ட முறையாகத்தான் கையாளப்பட்டது; மக்களுக்கு விழிப்பூட்டும், புரட்சிக்குத் தயாராகும் நோக்கத்தையே கொண்டிருந்தது" என்று குறிப்பிட்டிருக்கிறார் (மேற்கோள்: Indian Liberation Movement and Russia - P.B.Sinha, பக். 90).

என்றாலும், ஒரு கேள்வி இயல்பாகவே எழுகிறது. அரசியல் கொலைகளில் ஈடுபடும் பயங்கரவாதச் செயல்களை, புரட்சிவாதிகளில் யாருமே தவறான மார்க்கம் என்று இடித்துக் கூறவில்லையா என்பதே அந்தக் கேள்வி. சொல்லப்போனால் பஞ்சாபைச் சேர்ந்த லாலா ஹரிதயாள், வங்காளத்தைச் சேர்ந்த ஜாது கோபால் முகர்ஜி போன்ற சில புரட்சிவாதிகள் இத்தகைய செயல்களை அங்கீகரிக்கவில்லை. ஹரிதயாளைப் பற்றி எம்.ஏ.புச் இவ்வாறு எழுதுகிறார்: "ஹரிதயாள் பகிரங்கக் கலகத்தையே ஆதரித்தவர். அவர் தனிநபர்களைக் கொல்ல வெடிகுண்டையோ, ரிவால்வரையோ பயன்படுத்துவதை ஆதரிக்கவில்லை. ஆனால் அவற்றைப் பயன்படுத்தி, தமது உயிர்களை ஆபத்துக் குள்ளாக்கியவர்களை அவர் வியக்கிறார்; போற்றுகிறார்"

(Rise and Growth of Indian Militant Nationalism - M.A.Buch. பக். 202). இந்த ஹரிதயான்தான் 1912ஆம் ஆண்டிலேயே காரல் மார்க்ஸைப் பற்றி எழுதினார் (Karl Marx - A Modern Rishi - Modern Review, March 1912) என்பதும், இந்தக் கட்டுரை பின்னர் சென்னையிலும் புத்தக வடிவில் வெளியிடப்பட்டது (வெளியிட்ட வருடம் புத்தகத்தில் இல்லை) என்பதும் குறிப்பிடத்தக்கதாகும். இவ்வாறு இந்தியப் புரட்சிவாதி களில் சிலர் பயங்கரவாதத்தை எதிர்த்த போதிலும், புரட்சிவாதிகள் மத்தியில் இத்தகைய எதிர்ப்பு பெரும்பாலும் விதிவிலக்காகவே இருந்தது.

(இங்கு வேறு ஒரு விஷயத்தையும் குறிப்பிட வேண்டும். நீலகண்ட பிரம்மச்சாரியைப் பற்றித் தமிழில் வெளிவந்துள்ள முக்கிய நூல் மற்றும் கட்டுரைகள் குறித்து முன்னர் குறிப்பிட்டுள்ளோம் (பக்கம். 350 பார்க்கவும்). இவற்றோடு நீலகண்டரின் தம்பி லட்சுமி நாராயண சாஸ்திரி எழுதிய கட்டுரையையும் (தினமணி: 5-8-1981) சேர்த்துக் கொள்ளவேண்டும். நீலகண்ட பிரம்மச்சாரியைப் பற்றி வெளிவந்துள்ள இந்தக் கட்டுரைகள் முதலியன, நீலகண்டர் மக்களை ரகசியமாக ஒன்றுதிரட்டி பகிரங்கமான ஆயுதப் புரட்சி நடத்தவே பாடுபட்டார் என்று கூறுகின்றன. இவை யாவும் இந்தியா சுதந்திரமடைந்த பிறகு, அதற்குச் சில ஆண்டுகளுக்கு முன் சாதுவாக மாறி மைசூர் நந்திமலையில் தங்கிவிட்ட நீலகண்ட பிரம்மச்சாரி (சாது ஓம்கார்)யை **நேரில் சந்தித்துக்** கேட்டறிந்த விவரங்களை அடிப்படையாகக் கொண்டு எழுதப் பட்டவையாகும். இவற்றில் 1956இல் எம்.எஸ்.சுப்பிரமணிய அய்யர் எழுதிய கட்டுரையில் (தினமணி: 5-8-1956; 12-8-1956- நீலகண்டரைப் பற்றித் தமிழில் முதன் முதலில் வெளிவந்த விரிவான கட்டுரை இதுவென்றே தெரிகிறது), "ஆஷ் துரையைச் சுடுவதில், வ.வே.சு. அய்யருக்குத் தீவிர நோக்கம் இருந்தது. இதனை நீலகண்டர் மீறுவது எங்ஙனம்?..... வ.வே.சு.அய்யரின் வார்த்தையைத் தட்டி நடக்க முடியாமல் ஆஷின் கொலைக்கு ஆவன எல்லாம் செய்தார்" என்று கூறப்பட்டுள்ளது.

ஆனால் இதன்பின் 1975 ஜனவரியில் வெளிவந்த டாக்டர் எஸ்.விஜயலட்சுமியின் கட்டுரை, 1978இல் வெளிவந்த ரா.அ. பத்மநாபனின் வரலாற்று நூல், நீலகண்டரின் தம்பி கட்டுரை ஆகிய யாவும், நீலகண்டர் பயங்கரவாதத்தை ஆதரிக்கவில்லை. ஆஷ் கொலை அவருக்குத் தெரியாமலே, வ.வே.சு. அய்யரின் தூண்டுதலால் நடந்துவிட்டது என்ற தொனியிலேயே உள்ளன. இதனால் பத்மநாபன் "நீலகண்ட பிரம்மச்சாரி ஒருவரே தென் இந்தியாவில் பூரணமான புரட்சிவாதியாகமிஞ்சுவதாகவும்" (நீலகண்ட பிரம்மச்சாரி - பக். 4) இதற்கு மாறாக, வ.வே.சு. அய்யர் "அக்காலத்திய ரஷ்ய 'அராஜகவாதி'களின் போக்கைப் பின்பற்றிய 'வெடிகுண்டு வீசும் பயங்கர இயக்கத்தினர்'" என்று பெயர்

பெற்றிருந்ததாகவும் (பக். 111) எழுதியுள்ளார். எனினும் பத்மநாபனே நீலகண்டர் தம் கையில் ரிவால்வரை வைத்திருந்ததாகவும், 'இந்தியா' பத்திரிகையை நடத்தி வந்த எஸ்.என்.திருமலாச்சாரியை அந்த ரிவால்வரைக் காட்டி பயமுறுத்திப் பணத்தைக் கறந்ததாகவும் எழுதியுள்ளார் (பக். 73-74). எனவே தமிழ்நாட்டில் ரகசிய இயக்க நடவடிக்கைகளில் ஈடுபட்டிருந்தவர்களையும், புரட்சிவாதிகள், பயங்கரவாதிகள் என்று பிரித்துப் பார்ப்பதற்கில்லை என்பதையும் நாம் இங்கு நினைவூட்டிக்கொள்ள வேண்டும்).

எனவே, அன்று பயங்கரவாதச் செயல்களில் ஈடுபட்ட இளைஞர் களைப் 'பயங்கரவாதிகள்' என்று பட்டம் கட்டி, பழித்துக் கூறிவிட முடியாது. அவர்கள் மேற்கொண்ட வழிமுறை தவறானது என்பது உண்மையாயினும்கூட, அவர்களது தேசபக்தியையோ, தியாகத்தையோ, துணிச்சலையோ யாரும் குறைத்து மதிப்பிட்டுவிட முடியாது. இதனால்தான் வரலாற்றாசிரியர் மஜூம்தார் இவ்வாறு எழுதினார்: "அவர்களில் பலர் அழிவை நோக்கித் தலைதெறிக்கப் பாய்ந்து சென்றனர். அவர்கள் மாண்டனர்; மற்றவர்கள் வாழ வேண்டும் என்பதற்காக மாண்டனர். அவர்களை நாம் உணர்ச்சி வசப்பட்டவர்கள், விவேகமற்றவர்கள், யதார்த்த நோக்கு இல்லாதவர்கள் என்று கூறலாம். ஆனால், அவர்களது உணர்ச்சிகளின் ஆழத்தையோ, அவர்களது நம்பிக்கையின் நேர்மையையோ எவரும் சந்தேகிக்க முடியாது. அவர்களது சக தேசபக்தர்கள் அவர்களை என்றுமே சந்தேகிக்கவில்லை என்பது, அவர்களுக்கு ரகசியமாகவும் பகிரங்கமாகவும் அவர்கள் செலுத்திய அஞ்சலியே நிரூபித்துள்ளது. கனைலால் தத்தா (இதே நூல்.பக். 365 பார்க்கவும்)வின் சடலத்தை அலிபூர் சிறையிலிருந்து வெளியே கொண்டுவந்தபோது, ஆயிரக்கணக்கான ஆணும், பெண்ணும், குழந்தைகளும் அங்கிருந்து சுடுகாடு வரையிலும் ஊர்வலமாகச் சென்றனர். வீதியோரங்களிலிருந்த வீடுகளின் மேல்மாடியிலிருந்து பெண்கள் சடலத்தின் மீது மலர்கள், அரிசிப்பொரி போன்ற மங்கலப் பொருள்களைத் தூவினர். குதிராம் போஸ் தூக்கிலிடப்பட்டபோது வங்காளமே கண்ணீர்விட்டது; அந்தப் புரட்சிவாதியின் மரணச் செய்தி அநேகமாக ஒவ்வொரு வீட்டிலும் துக்கம் அனுஷ்டிப்பதற்கான சமிக்கையாக விளங்கியது" (History of Freedom Movement in India - R.C.Mazumdar. தொகுதி. 2. பக். 173).

இங்கு இறுதியாக ஒரு விஷயத்தைக் குறிப்பிட வேண்டும். தீவிரத் தேசியவாத இயக்கமும் சரி, இந்தியப் புரட்சிகர இயக்கமும் சரி, இந்த நூற்றாண்டின் தொடக்கத்தில் தீவிரமடைந்ததற்கு 1905-07 ஆண்டுகளில் ரஷ்யாவில் நிகழ்ந்த புரட்சியும் ஒரு முக்கிய காரணம்

என்றும், திலகரே “ரஷ்ய முறைகளைப் பின்பற்றுங்கள்!” என்று இளைஞர்களுக்கு அறைகூவல் விடுத்தார் என்றும் இதே நூலில் முன்னர் பார்த்தோம். என்றாலும் ரஷ்யப் புரட்சியை முன்னுதாரணமாகக் கொண்டு, இந்தியாவில் புரட்சி இயக்கத்தைக் கட்டியமைக்க முற்பட்ட இந்திய இளைஞர்கள் ஏன் பயங்கரவாதச் செயல்களில் இறங்கினர்? அதற்குக் காரணம் இதுதான்: அன்று ரஷ்யாவில் நிகழ்ந்து வந்த புரட்சியின் உண்மையான தன்மையை அவர்கள் சரிவரத் தெரிந்து கொள்ளவில்லை. ரஷ்ய நாட்டுப் புரட்சிப் போராட்டத்தின் உண்மையான, பூரணமான சித்திரத்தை வழங்கக் கூடிய புத்தகங்களோ, பிற தகவல்களோ அவர்களுக்குக் கிட்டவும் இல்லை. ரஷ்யாவில் அந்நாளில் புரட்சிவாதிகள் மத்தியில் பல்வேறு கருத்துக் கொண்டவர்களும் இருந்தார்கள் என்பதையோ, அவர்கள் எது எதை ஆதரித்தனர் என்பதையோ அவர்கள் தெரிந்துகொள்ளவில்லை. இதனைக் குறித்து சோவியத் அறிஞர் இ.என்.கோமரோவ் இவ்வாறு எழுதுகிறார்: ‘ரஷ்ய நிகழ்ச்சிகளைப் பற்றிய தகவல்கள் இந்தியாவுக்கு ஐரோப்பிய, முக்கியமாக ஆங்கில முதலாளித்துவப் பத்திரிகைகள் மூலமே கிட்டி வந்தன. இந்தப் பத்திரிகைகள் ரஷ்யப் புரட்சியைப் பெரும்பாலும் பயங்கரவாதச் செயல்களின் தொடர்ச்சியாகவே சித்திரித்து வந்தன. எனவே இந்தியாவிலும் சமயங்களில் பயங்கரவாதச் செயல்களையே ‘ரஷ்ய முறைக’ளாகக் கருதிக் கொண்டு விட்டார்கள் என்பதில் வியப்பில்லை” (மேற்கோள்: Indian National Liberation Movement and Russia. P.BB.Sinha பக். 217).

பாரதி 1906ஆம் ஆண்டு முதல் ஆயுதந் தாங்கிய புரட்சிப் போராட்டத்திலேயே நம்பிக்கை கொண்டிருந்தான். அவனும் ரஷ்யப் புரட்சியைக் கண்டு உத்வேகம் பெற்றிருந்தான், 1906ஆம் ஆண்டிலேயே “நமது ருஷ்யத் தோழர்கள் செய்துவரும் உத்தமமான முயற்சிகளின் மீது ஈசன் பேரருள் செலுத்துவாராக!” என்று ரஷ்யப் புரட்சிக்கு வாழ்த்தும் கூறினான் (இதே நூல். பக். 289) என்றும் பார்த்தோம். ஆனால் அவ்வாறு வாழ்த்துக் கூறும்போது, அங்கு நடைபெற்ற வேலை நிறுத்தம், புரட்சிப் பிரசாரம், ராணுவத்துக்குள்ளும் சுதந்திரப் போராட்டத்தைக் கொண்டுசெல்வது போன்றவற்றை மட்டும் அல்லாது, வெடிகுண்டு வீசுவது, சைனியத் தலைவர்களைக் கொல்வது போன்றவற்றையும் அவன் புரட்சி நடவடிக்கைகளாகவே கருதி, அவற்றையும் ‘உத்தமமான முயற்சிகள்” என்றே கொண்டுவிட்டான் என்பதையும் சுட்டிக்காட்டினோம் (பக். 289). எனவே அவன் அவற்றையும் “ரஷ்ய முறைக”ளாகக் கருதிக்கொண்டிருந்தான் என்பது வெளிப்படை. மேலும், இந்தியப் புரட்சிவாதிகளும் ‘ரஷ்யப் புரட்சிமுறைகள்’ என்று கருதிப் பயங்கரவாத நடவடிக்கைகளையும் புரட்சியின் ஓர் அங்கமாகக்

கொண்டு செயல்பட்டு வந்ததாலும், அத்தகைய நடவடிக்கைகளுக்கு அரவிந்தர் போன்றோரின் ஆசியும் ஆதரவும் இருந்து வந்ததாலும், பாரதியும் இதன் பாதிப்புக்கு உள்ளாகி, இந்தியப் புரட்சிவாதிகளின் அத்தகைய பயங்கரவாதக் கருத்துக்களைத் தனது 'இந்தியா' பத்திரிகையின் மூலம் ('ஸ்வர்ண வங்காள' இயக்கத்தின் சுற்றறிக்கை. இதே நூல். பக். 271, 272 பார்க்கவும்) புரட்சிப் போராட்டக் கருத்துக்களாகப் பிரசாரம் செய்யவும் முனைந்தான் என்றே நாம் கொள்ளலாம்.

என்றாலும், தீவிரத் தேசியவாத இயக்கம் வளர்த்து விட்ட சமயத் தேசியத்துக்குத் தானும் உடந்தையாகி, தன் பாடல்கள் பலவற்றையும் அதற்குப் படைக்கலமாக்கிக் கொடுத்து வந்த அதே நேரத்தில், அந்தச் சமயத் தேசியத்தினால் நேரக் கூடிய பாதகமான விளைவையும் பாரதி ஓரளவுக்கு உணர்ந்திருந்தான் என்று முன்னர் பார்த்தோம். அதேபோல் ஆங்கிலேயரை எதிர்த்து ஆயுதந் தாங்கிப் போராடவும், அதற்காக உயிர்த் தியாகம் செய்யவும் நாட்டு மக்கள் முன்வர வேண்டும் என்ற கருத்தோடு, சிவாஜி, குருகோவிந்தர் பற்றிய கவிதைகளைப் பாடியும், அவற்றைத் தனது 'இந்தியா' பத்திரிகையில் வெளியிட்டும், ஆயுதந் தாங்கிய புரட்சிப் போராட்டத்தை வலியுறுத்தும் கட்டுரைகளை மறுபிரசுரம் செய்வதும், அதில் ஆர்வமும் ஈடுபாடும் காட்டி, அத்தகைய போராட்டத்தைப் பிரசாரம் செய்து வந்த அதே நேரத்தில், அதன் ஓர் அங்கமாகப் பயங்கரவாத நடவடிக்கைகள் தலைதூக்குவது சரிதானா என்ற எண்ணமும் பாரதியின் உள்ளத்தை ஓரளவு நெருடியிருக்கிறது என்று ஊகிக்கவும் நமக்கு இடமுண்டு.

சொல்லப்போனால், பாரதி 'இந்தியா' பத்திரிகையின் ஆசிரியப் பொறுப்பை ஏற்ற அதே மாதத்தில், ஆசிரியப் பொறுப்பிலிருந்து தான் இன்னும் விலகிக் கொள்ளாத 'சக்கரவர்த்தினி' பத்திரிகையின் அதே மே மாத இதழில் ஸ்பெயின் நாட்டின் இளம் ராஜ தம்பதிகள் தமது திருமணம் முடிந்து தேவாலயத்தை விட்டு வெளிவந்த நேரத்தில், அவர்களை வெடிகுண்டு வீசிக்கொல்ல முயன்ற அராஜகவாதி ஒருவனின் செயலைப் பற்றி விஸ்தாரமாக ஒரு கட்டுரை எழுதியிருந்தான். அந்தக் கட்டுரையில் "அனார்க்கிஸ்டுகள்" எனப்படும் அராஜகவாதிகளைப் பற்றி எழுதும்போது, "அனார்க்கிஸ்ட் என்றால் 'ஸர்வாதிகார விரோதி' என்று பொருள்" என்று கூறிவிட்டு, "இந்தக் கூட்டத்தார் நாள்தோறும் அதிகப்பட்டு வருவதனால், ஐரோப்பிய மகுடபதிகள் எப்போதும் உடல் பதறிய வண்ணமாகவே இருக்கிறார்கள். அனார்க்கிஸ்ட் கூட்டத்தாரை எவ்வளவு கடுமையாகத் தண்டனை புரிந்த போதிலும் அவர்கள் தமது பயங்கரமான செய்கைகளை நிறுத்துவது கிடையாது. இந்த விவாகத்தின்போது வெடிகுண்டு எறிந்த மாத்யூமாரல் என்பவன்

தன்னைப் பிடிக்க வந்த போலீஸ் சேவகனைக் கொன்ற பிறகு, தன்னைத்தானே சுட்டுக் கொன்று இறந்து போய்விட்டான். உயிரை வெறுத்து இந்தக் கூட்டத்தார் இப்படி ஓயாமல் பெரும் பாதகங்கள் செய்வதன் காரணம் என்ன என்பது யோசனை புரியத் தகுந்த விஷயம். இந்தக் கூட்டத்தாரில் அநேகர் நல்ல புத்திக் கூர்மையும் கல்வியறிவும் உடையவர்கள். இவர்கள் கருணையற்ற காட்டுமிருகங்களைப் போன்ற செய்கைகள் செய்வதற்கு முக்கியமான முகாந்திரங்கள் இருக்கு மென்பதில் ஆக்ஷேபமில்லை. இவர்களுடைய நினைப்பு ஒருவேளை நியாயமாயிருந்த போதிலும், இவர்களது செய்கை மாதிரி மிகவும் மிருகத்தனமானது என்பதில் தடையில்லை" என்று எழுதியிருக்கிறான் (மகாகவி பாரதியின் '**சக்கரவர்த்தினி**' கட்டுரைகள்: பதிப்பாசிரியர்கள்: சீனி, விசுவநாதன், டி.வி.எஸ்.மணி. பக். 74-76). இந்தக் கட்டுரையில், பாரதி அவர்களது நோக்கம் நியாயமானதாக இருக்கலாம் என்றும், அவர்கள் இவ்வாறு நடந்துகொள்வதற்கு "முக்கியமான முகாந்திரங்கள் இருக்குமென்பதில் ஆக்ஷேபமில்லை" என்றும் எழுதி, அவர்களது நோக்கத்தைக் குறை கூறாவிட்டாலும், புதுமணத் தம்பதிகளைக் குண்டெறிந்து கொல்ல முயன்ற அவர்களது செய்கை மிருகத்தனமானது என்றே முடிவுகட்டுகிறான். இங்கு பாரதியின் மனிதாபிமான உணர்ச்சியே அவனை இவ்வாறு அவர்களது செயலைக் கண்டிக்கத் தூண்டியுள்ளது என்பது தெளிவு. ஆயினும் இதே பாரதிதான் அடுத்து வந்த மாதங்களில், (1906 செப்டம்பர்) "வெள்ளைக்காரர்களின் வீடுகளை இடித்து அவர்களைத் துண்டு துண்டாக வெட்டிக் கங்கை நதியிலே எறிய வேண்டும்" என்று கூறும் 'ஸ்வர்ண வங்காள'ச் சுற்றறிக்கையையும், 'எதிரியையும் கொன்று விட்டுத் தானும் இறந்து" போகவேண்டும் என்று உபதேசித்த 'ஹிந்து ஸ்வராஜ்ய'க் கட்டுரையையும் (1906 அக்டோபர்) தனது பத்திரிகையிலே வெளியிட்டு அத்தகைய கருத்துக்களைத் தானும் பிரசாரம் செய்திருந்தான் (பக். 271, 275, 276 பார்க்கவும்).

இதேபோல், 1908 ஏப்ரல் இறுதியில் நடந்த இந்தியாவின் முதல் வெடிகுண்டு வீச்சுக்குப் பின்னர், 1909 ஏப்ரல் மாதத்தில், அவன் தனது 'இந்தியா' பத்திரிகையில் "ரஷ்யாவிலுள்ள 'மேத்தா' கட்சியாருக்கு டால்ஸ்டாய் என்ற ஞானி எழுதுவது" என்ற தலைப்பில், டால்ஸ்டாய் ரஷ்யாவிலுள்ள லிபரல் (மிதவாதக்) கட்சியாருக்கு எழுதிய கடிதம் பற்றி எழுதிய கட்டுரையில், டால்ஸ்டாய் கொக்குத் தலையில் வெண்ணெய் வைத்து அதனைப் பிடிக்க எண்ணுவதுபோல் செயல்படும் அதிதீவிர வலதுசாரி மிதவாதிகளையும், வெடிகுண்டு முதலியவற்றை வீசும் அதிதீவிர இடதுசாரித் தீவிரவாதிகளையும் அங்கீகரிக்கவில்லை என்பதையே விஸ்தாரமாகப் பாரதி எழுதியிருக்கிறான். இவ்வாறு எழுதும்போது இந்திய நாட்டின் மிதவாதியான மேத்தாவையும்,

முஜாபர்பூரில் முதல் வெடிகுண்டை வீசி, தூக்குமேடையைத் தழுவிய குதிராம் போஸையும், உதாரணம் காட்டி, "ருஷ்யாவில் நமது மேத்தாவைப் போலிருப்பவர்கள், நமது குதிராம் போஸைப் போலிருப்பவர்கள் ஆகிய இரு திறத்தாராலும் கேடுதான் விளையும் என்ற அபிப்பிராயம் **இவருடையது**" என்று பாரதி எழுதுகிறான். இதேபோல் வேறோரிடத்தில், குதிராம்போஸ் போன்று பயங்கரவாதச் செயல்களில் ஈடுபடும் "பயாநகர்களைக் காட்டிலும்கூட, மிதவாதிகள் மூடர்கள். வெடிகுண்டுக் காரனின் பேதைச் செய்கைகளை விட, மிதவாதிகளின் செய்கைகள் அதிகப் பேதைமையுடையனவாகும்" என்று டால்ஸ்டாய் கூறுவதாக எழுதுகிறான். (**மிதவாதிகளுக்கு** டால்ஸ்டாயின் கடிதம் - பாரதியின் ஒப்புநோக்கு. தொகுப்பாசிரியர் - சி.எஸ். சுப்பிரமணியம்). இந்திய நாட்டு மிதவாதிகளைப் பற்றிப் பாரதிக்கிருந்த கருத்து என்ன என்பது நமக்குத் தெரிந்த விஷயம். அந்த மிதவாதிகளுக்கு எதிரான தீவிரவாதிகளின் கட்சியிலேயே அவன் இருந்து வந்தான். என்றாலும், வெடிகுண்டு வீச்சுப் போன்ற செயல்களில் ஈடுபட்ட குதிராம்போஸைக் குறித்துத் தனது **சொந்தக் கருத்து** என்ன என்பதை, தான் ஆறு வாரமாக எழுதி வந்த இந்தக் கட்டுரைகளில் பாரதி எங்கேனும் குறிப்பிட்டிருக்கிறானா என்று தேடித் தேடிப்பார்த்தாலும், நம்மால் காண முடியவில்லை. மாறாக, பயங்கரவாதம் பேதைமையானது, அது பலனளிக்காது என்பது டால்ஸ்டாயின் கருத்து என்பதையே பாரதி பல இடங்களிலும் திரும்பத் திரும்ப வலியுறுத்தியிருக்கிறான். இதன் மூலம்தான் நம்பிக்கை கொண்டிருந்த ஆயுதப் புரட்சி இயக்கத்தில், பயங்கரவாதம் தலைதூக்குவது ஆபத்தாக முடியும் என்ற அந்தரங்கமான எண்ணம், பாரதியின் உள்ளத்தை உறுத்தியிருக்கிறது என்றே நாம் உணரமுடிகிறது. என்றாலும், அத்தகைய இயக்கத்தைத் தானும் ஆதரித்து நின்ற காரணத்தால், தனது உள்ளத்தில் தோன்றிய இந்த உறுத்தலைப் பகிரங்கமாக, நேர்முகமாகத் தெரிவிக்கத் துணியாமல், மறைமுகமாக டால்ஸ்டாயின் வாயிலாகக் குறிப்பாக உணர்த்தவே பாரதி முயன்றிருக்கிறான் என்றே நமக்குப் புலனாகின்றது.

பாரதி (1909 ஆகஸ்டில்) திங்ராவைக் குறித்து வ.வே.சு. அய்யர் எழுதிய கட்டுரைக்கு மறுப்பு எழுதும்போது, திங்ராவின் நோக்கத்தையும், தியாகத்தையும் எந்த விதத்திலும் பழிக்காமல், "வெடிகுண்டு முதலிய பயங்கரமான செயல்கள் அநாகரிகமானவை" என்று குறிப்பிட்டு, எனினும் இத்தகைய செயல்கள் பிறப்பதற்கு, பிரிட்டிஷ் அரசாங்கத்தின் "நிரந்தர நிரங்குச பிரபுத்துவச் சட்ட திட்டங்க"ளே காரணம் என்று பழியை அரசாங்கத்தின் மீதே அவன் சுமத்தினான் என்று முன்னர் பார்த்தோம். இதேபோல், இதன் பின்னர் 1909 நவம்பரில் "ஒருவன் தன்னுடைய நியாயமான சுதந்திர சம்ரக்ஷணைக்காக தனக்குத்

தீங்கிழைக்க வரும் அயலான்மீது செய்யும் **எந்தப் பலாத்கார காரியமும் நியாயமானதே**" என்று எழுதவந்த பாரதி, (இதே நூல் பக். 285-287 பார்க்கவும்) "சுதந்திர விருப்பமுள்ளவன் சாவதான வழிகளில் செய்யும் முயற்சிகளைக் கொடுங்கோலர்களான சுதந்திர விரோதிகள் தடை செய்து பல கொடிய தண்டனைகளை விதிப்பதால், வெடி குண்டு முதலிய பல உயிர்ச்சேதகரமான அநாரிய காரியங்கள் நடைபெறவும், ரகசியச் சங்கங்கள் ஏற்படவும் காரணமாய் இருக்கிறது" என்றும் அதே கட்டுரையில் எழுதியிருக்கிறான். இந்தக் குறிப்புகள் அனைத்திலும், திலகர் கையாண்ட ராஜதந்திர வழியையே பின்பற்றி, பயங்கரவாதத்தைக் கண்டிக்கும் அதே நேரத்தில், பாரதி அதற்கான பழியை அரசாங்கத்தின் மீதே சுமத்த முனைந்திருக்கிறான் என்பது தெளிவாகிறது. ஆனால் பயங்கரவாதச் செயல்கள் திலகரின் உள்ளத்தில் எந்த நெருடலையும் உறுத்தலையும் ஏற்படுத்தியதாகச் சான்றுகள் இல்லை. அவர் அவற்றை "அநாரியமானவை" என்றோ, "அநாகரிகமானவை என்றோ, எங்கும் குறிப்பிட்டதில்லை. சொல்லப்போனால் ஆயுதப் போராட்டத்தில் நம்பிக்கை கொண்டிருந்த அவர் அவற்றை நிராகரித்ததில்லை. (இதே நூல் பக்கம். 190 பார்க்கவும்) பாரதியும் திலகரைப் போலவே ஆயுதந் தாங்கிய புரட்சிப்போராட்டத்தில் நம்பிக்கை கொண்டிருந்தபோதிலும், அதன் அங்கமாகத் தலைதூக்கிய பயங்கரவாதம், மனிதாபிமானம் மிக்க அவனது நெஞ்சில் முள்போல் உறுத்தியிருக்கிறது. என்றாலும், அவன் எவ்வாறு சமயத் தேசியத்துக்கு உடன்பட்டு, அதனைச் சகித்துக் கொண்டிருந்தானோ, அதேபோல் ஆயுதப் புரட்சிப் போராட்டத்தில் தனக்கிருந்த நம்பிக்கையின் விளைவாக, பயங்கரவாதத்தையும் அவன் அந்தக் காலத்தில் சகித்துக்கொண்டிருந்தான் என்றே நாம் கூற வேண்டியுள்ளது.

விடுதலைக்கு 'ஜாதகம்!'

புரட்சிகர நடவடிக்கைகளில் ஈடுபட்டிருந்த வங்க நாட்டு இளைஞர்களுக்கு வழிகாட்டியாகவும், உத்வேக மூட்டும் சக்தியாகவும் விளங்கிய நிவேதிதா தேவியை பாரதி 1905 இறுதியில் சந்தித்து, ஆயுதந் தாங்கிய போராட்டமே இந்திய விடுதலைக்கான மார்க்கம் என்று அவரிடம் ஞானோபதேசம் பெற்றுத் திரும்பினான் என்று முன்னர் பார்த்தோம் (கட்டுரை - 4). எனவே, 1906 முதற்கொண்டே பாரதி தீவிரத் தேசியவாத இயக்கத்தில் தீவிரமாகப் பங்குகொண்டு செயல்பட்டுவந்த காலத்திலும், அவனுக்கு ஆயுதந் தாங்கிய போராட்டத்தில் அதிகமான ஈடுபாடும் நம்பிக்கையும் இருந்தன என்றும் (கட்டுரைகள் 5, 6, 7) பார்த்தோம். இந்த ஈடுபாடு அதிகரிக்க வேறொரு காரணமும் இருந்தது எனலாம். வங்கத்தில் ஆயுதந் தாங்கிய புரட்சிப் போராட்டத்தைக் குறிக்கோளாகக்

கொண்டு செயல்பட்டு வந்த விவேகானந்தரின் தம்பி பூபேந்திரர் முதலிய புரட்சிகர இளைஞர்கள், அவர்களுக்கு உற்சாகமும் உத்வேகமும் ஊட்டி வந்த அரவிந்தர், மற்றும் இந்தியாவுக்கு வெளியே ஐரோப்பாவிலிருந்துகொண்டு, இந்திய விடுதலைக்கான ஆயுதந் தாங்கிய போராட்டம் பற்றிய பிரசாரத்திலும், அதற்கான இளைஞர்களைத் தயார் செய்வதிலும் ஈடுபட்டிருந்த சியாம்சி கிருஷ்ணவர்மா போன்ற புரட்சிவாதிகள் ஆகியவர்கள் பலரும், ஆயுதப் போராட்டத்துக்கு விரைவில் தயாராகி, அத்தகைய போரையும் நடத்தி, ஒரு சில ஆண்டுகளிலேயே விடுதலைப் போரில் வெற்றி கண்டுவிடலாம் என்று கருதியும் வந்தனர்; கூறியும் வந்தனர். இவ்வாறு அவர்கள் விடுதலைப் போர் விரைவில் வெற்றி கண்டுவிடும் என்று ஊட்டி வந்த நம்பிக்கையும், பாரதிக்கு ஆயுதந் தாங்கிய போராட்டத்தில் ஈடுபாட்டையும் நம்பிக்கையையும் வளர்த்தன என்றும் கூறலாம்.

உதாரணமாக, பூபேந்திரர் ஆசிரியராகவிருந்து நடத்தி வந்ததும், புரட்சிகர நடவடிக்கைகளை மேற்கொள்ளுமாறு பகிரங்கமாகப் பிரசாரம் செய்து வந்ததுமான "யுகாந்தர்" பத்திரிகை, நடக்கப் போகும் ஆயுதந் தாங்கிய விடுதலைப் போரை மனக்கண் முன்னால் கண்டு, 1907ஆம் ஆண்டிலேயே இவ்வாறு எழுதியது: **'நாம் நீண்டகாலம் காத்திருக்க வேண்டியதில்லை...'** போராட்ட வெறிகொண்டு நம் மக்களிடையே, (பாரத) தேவி போர்க்கோலம் பூண்டு வந்து நிற்பதை நம் தெய்வீகக் கண்களால் காண்கிறோம். அதோ அங்கே குருதி தோய்ந்த வாள் செந்தழல் ஒளியுடன் பிரகாசிப்பதையும், விரைந்து சுழல்வதையும் பாருங்கள். கொரில்லாப் படையினர் நாடெங்கும் திரண்டு எழுவதையும் காணுங்கள். அதோ அன்னையின் ஆசியினால் பலப்பட்டு, ஆயுத சாலைகளை அவர்கள் கொள்ளையடிப்பதை நோக்குங்கள். அவர்கள் போடும் வெற்றிக் கோஷங்கள் விண்ணையதிரச் செய்து பகைவரிடையே பீதியைக் கிளப்புகின்றன. அங்கே வங்காள விரிகுடாக் கடல் அசுரர்களின் வெற்றுச் சிம்மாசனத்தை அடித்துச் செல்வதையும் காணுங்கள்..." (மேற்கோள்: **இந்தியப் புரட்சி இயக்கம்** - ப.கோதண்டராமன். பக். 84).

"எப்போதெப்போது தர்மம் அழிந்து அதர்மத்தின் கை மேலோங்குகிறதோ, அப்போதெல்லாம் நான் பூமியில் அவதாரம் செய்கிறேன்" என்ற கீதா வாசகத்தைத் தனது தலைப்பில் பொறித்திருந்த அந்தப் பத்திரிகை, அவ்வாறு பகவான் பூமியில் அவதரித்து, ஆங்கிலேயர் ஆட்சி நிலவிவரும் கலியுகத்தை அழித்து, சுதந்திர பாரதம் உதயமாகும் கிருதயுகத்தைத் தோற்றுவிக்கப்போகும் சந்தி நிலையில் நாம் இருக்கிறோம் என்று உணர்த்தும் முகமாகவே, தன் பெயரை

"யுகாந்தர்" (யுக சந்தி) என வைத்துக்கொண்டிருந்தது. இதற்கேற்பவே நிகழவிருக்கும் ஆயுதப் போராட்டத்தினால் நமது சுதந்திரம் நெருங்கி வந்துவிடும் என்ற கருத்தையே அது பிரசாரம் செய்து வந்தது. எனவேதான், அதே 1907ஆம் ஆண்டில் 'யுகாந்த'ரின் ஆசிரியரும் புரட்சிவீரருமான பூபேந்திரர் கைது செய்யப்பட்டவுடன், பாரதி அவரை வாழ்த்தி இவ்வாறு பாடினான்.

பாழ்த்த கலியுகம் சென்று, மற்றோர் யுகம்
அருகில் வரும் பான்மை தோன்றக்
காழ்த்தமன வீரமுடன் யுகாந்தரத்தின்
நிலைஇனிது காட்டி நின்றான். - (பூபேந்திர விஜயம்: பாடல் - 2)

அது மட்டுமல்ல, 'யுகாந்தர்' பத்திரிகை விரைவில் வரப்போகும் சுதந்திரப் போரை மனக்கண்ணால் கண்டு சித்தரித்ததையும் மிஞ்சும் விதத்தில், 'சுதந்திரமே வந்து விட்டது!' என்று நம்பிக்கையூட்டி, அதே 1907ஆம் ஆண்டில்,

ஆடுவோமே பள்ளுப் பாடுவோமே
ஆனந்த சுதந்திரம் அடைந்துவிட்டோம் (ஆடுவோமே!)
- (சுதந்திரப் பள்ளு - பல்லவி)

என்றே பாரதி பாடிவிட்டான்!

'யுகாந்தர்' பத்திரிகையைப் போலவே, ஐரோப்பாவில் லண்டனிலிருந்த சியாம்ஜி கிருஷ்ண வர்மாவும் இந்தியாவில் ஒரு சில ஆண்டுகளில் ஆயுதந் தாங்கிய விடுதலைப் போரை நடத்தி வெற்றி கண்டுவிடலாம் என்றே நம்பிக்கை ஊட்டி வந்தார். "சியாம்ஜி கிருஷ்ண வர்மா ஸ்வராஜ்யம் கிடைக்கப் **பத்து வருஷ**மாகுமென்று கணக்கு"ப் போட்டிருந்த தகவலை, பாரதியே தனது 'ஞானரதம்' என்ற நூலில் குறிப்பிட்டிருக்கிறான் (இதே நூல். பக். 319). இதேபோல் அரவிந்தரும் சுதந்திரப் போர் விரைவில் நடக்கும், வெற்றியும் பெற்று விடும் என்ற நம்பிக்கையையே ஊட்டி வந்தார். 'இந்தியா' பத்திரிகையின் 'பிரதிநிதி' ஒருவர் அரவிந்தரைக் கல்கத்தாவில் பேட்டி கண்ட விவரத்தை பாரதி 1909 செப்டம்பர் 18 அன்று 'இந்தியா' பத்திரிகையில் வெளியிட்டிருந்தான். அதில் அரவிந்தர் இவ்வாறு கூறியிருந்தார்.

'ஒரு பிரளயம் வருகின்றது. அப்பிரளயம் வருவதற்கான முன் அடையாளங்கள் எல்லாம் தென்படுகின்றன. 1908ஆம் வருஷத்துடன், கலியுகம் 5000 வருடங்கள் ஆகிவிட்டன. 1907ஆம் வருஷ முதல் ஓர் புதிய காலம் தொடங்கியிருக்கிறது. இஃது பலத்திலும் அளவிலும் மிகுதி பெற்றுக் கொண்டே வருகின்றது. இன்னும் நான்கு வருஷங்களில்

இப்பிரளயம் எல்லோர் கண்ணுக்கும் தெரியும்படி, நன்றாக விருத்தியடைந்திருக்கும். அதற்கடுத்த 4 அல்லது 5 வருஷங்களில் இது பரிபூரணமாகிவிடும்,'

"கேள்வி: இந்தப் பிரளயம் எப்படிப்பட்டது?"

"மறுமொழி: மஹாப் பிரளயம்; மாறுதல் புரட்சி; மகாக்கிராந்தி; உயர்ந்தோர் தாழ்தல்; தாழ்ந்தோர் உயர்தல்; மாறுதல்; மாறுதல்; எங்குப் பார்த்தாலும் மாறுதல்; **அரசாட்சியிலே மாறுதல்**; நமது ஜனங்களிடம் மாறுதல்; புதிய பிரச்சினைகள்; புதிய சிந்தனைகள்; எல்லாச் செயல்களிலும் புதிய வழிகள்" (மேற்கோள்: **புதுவையில் பாரதி** - ப.கோதண்டராமன். பக். 33).

அரவிந்தர் கூறிய கணக்கு என்ன? 1907ஆம் ஆண்டில் வீறுபெற்றுவிட்ட புரட்சிகர நடவடிக்கைகள் விரைவிலேயே அதிகரித்து, ஒரு சில ஆண்டுகளில், - 1909ஆம் ஆண்டில் அவர் அளித்த பேட்டியில் தெரிவித்திருந்த கணக்குப்படி - நான்கே ஆண்டுகளில், அதாவது 1913-14 ஆண்டு வாக்கில், சுதந்திரப்போர் வெற்றிபெற்று, இந்தியா விடுதலையடைந்துவிடும், அரசாட்சியும் மாறிவிடும் என்பதுதான்.

இதேபோல் இந்த நூலின் 6ஆம் கட்டுரையின் இறுதியில் இடம் பெற்றுள்ள தமிழ்நாட்டில் தோன்றிய ரகசியச் சங்கத்தின் பிரகடனத்தில், "நமது நாட்டில் ஸ்வதேசி யுத்தம் கிளம்பிவிட்டது. **ஆநந்த வருஷத்திற்குள்** வலுத்த யுத்தம் நடக்க வேண்டியது. ஆரிய வீரர்களே! இனிமேல் தயங்காதீர்கள்! உங்களுக்கு ஈசுவரன் மங்களத்தைத் தருவாராக! ஜெய பாரத!" என்று குறிப்பிட்டு இருந்ததையும், அடுத்து 7ஆம் கட்டுரையின் முடிவில் இடம்பெற்றுள்ள அபிநவ பாரத சமாஜ ரகசியச் சங்கத்தின் சத்தியப் பிரமாணத்தில், "**நந்த நா நந்த யோர் மத்யே சுவேத் ராஜ்ஜியம் விநச்யதி**" என்று வேதவியாசர் சொல்லியிருக்கிறபடி, பறங்கி இந்த நாட்டிலிருந்து வருகிற **ஆநந்த வருஷத்துக்குள்** தொலைந்துவிட வேண்டியது என்று பகவத் சங்கல்பம் இருப்பதினாலும், அது காரணம் பற்றி மகரிஷிகளும் சித்த புருஷர்களும் இந்த அருங்காரியத்தைப் பின்னிருந்து நடத்திக்கொண்டிருப்பதினாலும், இந்த ஆவேசம் சத்துருவின் சூழ்ச்சியினால் அடக்கப்படாமல் காட்டுத்தீ போல் எங்குப் பார்த்தாலும் பரவிக்கொண்டு வருகிறது" என்று குறிப்பிட்டிருந்ததையும் நாம் பார்த்தோம்.

இதில் குறிப்பிட்டுள்ள 'ஆனந்த வருஷம்' என்பது 1914-15ஆம் ஆண்டுதான். இவ்வாறு சியாம்ஜி கிருஷ்ண வர்மா தொடங்கி, அரவிந்தர், மற்றும் அபிநவ பாரத சமாஜம் வரையிலும் இந்தியா விடுதலை பெறப்போகும் ஆண்டைக் குறித்து ஒரு ஜாதகமே குறித்துக்

கொடுத்துவிட்டனர்! இவையாவும் ஆயுதந் தாங்கிய விடுதலைப்போர் ஒரு சில ஆண்டுகளிலேயே தொடங்கப் போகிறது, விரைவில் வெற்றி காணவும் போகிறது என்ற நம்பிக்கையை ஊட்டுவதாகவே இருந்தன.

ஆனால் நிகழ்ந்தது என்ன?

1908 ஏப்ரல் 30 அன்று முஜாபர்பூரில் நிகழ்ந்த இந்தியாவின் முதல் வெடிகுண்டு வீச்சைத் தொடர்ந்து, ஆங்கில அரசாங்கம் மிருகத்தனமான அடக்குமுறையைக் கட்டவிழ்த்துவிட்டது. இந்த வெடிகுண்டு வீச்சு சம்பந்தமாக, அரவிந்தர், அவரது சகோதரர் பரீந்திரர் மற்றும் 30க்கு மேற்பட்ட வீர இளைஞர்கள் கைதாயினர். அவர்களது ஆயுதக் கிடங்கு சோதனையிடப்பட்டு, ஆயுதங்கள் பறிமுதல் செய்யப்பட்டன. குண்டை வீசிய குதிராம் போஸ், மற்றும் கனைலால் தத், சத்தியேந்திர நாத் முதலிய புரட்சிவீரர்கள் அந்த ஆண்டிலேயே தூக்கிலிடப் பட்டனர். கைது செய்யப்பட்ட பரீந்திரர் முதலான வீர இளைஞர்களுக்கு வழக்கு முடிந்த பின்னர் ஆயுள் தண்டனையிலிருந்து ஓராண்டுச் சிறைத் தண்டனை வரையிலும் பல்வேறு தண்டனைகள் விதிக்கப்பட்டன. மேற்கூறிய வெடிகுண்டு நிகழ்ச்சி நிகழ்ந்த ஒரு சில மாதங்களிலேயே, திலகர், வ.உ.சி., சுப்பிரமணிய சிவா, மற்றும் பாரதியின் நண்பர்களான காஞ்சிபுரம் கிருஷ்ணசாமி சர்மா, ஹரி சர்வோத்தம ராவ், சுரேந்திரநாத் ஆர்யா, 'இந்தியா' பத்திரிகையின் ஆசிரியராக அறிவிக்கப்பட்டிருந்த மு.சீனிவாசன் முதலிய பலரும் பற்பல தண்டனைகள் விதிக்கப்பட்டு சிறைக்குள் தள்ளப்பட்டுவிட்டனர். பாரதியும் பாண்டிச்சேரியில் அடைக்கலம் புக நேர்ந்தது. இதேபோல் அடுத்த 1909ஆம் ஆண்டிலும் மகாராஷ்டிரத்தில் விநாயக தாமோதர சாவர்க்காரின் சகோதரர் கணேச சாவர்க்காருக்கு ஆயுள் தண்டனை விதிக்கப்பட்டது. அடுத்த ஆண்டில் விநாயக தாமோதர சாவர்க்காரும் அதே தண்டனைக்கு ஆளானார்...

இவ்வாறு 1908 ஏப்ரலில் நடந்த முதல் வெடிகுண்டு வீச்சைத் தொடர்ந்து அடுக்கடுக்காய்ப் பல சம்பவங்கள் நிகழ்ந்தன. ஆயினும் பாரதி அப்போதும்கூட, "திலகருக்குத் தீவாந்தர சிக்ஷை விதித்ததோடு பாரத தேசத்தாரின் சுதந்திரப் போரிலே முதற்சருக்கம் முடிவுற்றது. இரண்டாம் சருக்கம் தொடங்கவில்லை. சிறிது காலத்துக்கு இருதிறத்தாரும் இளைப்பாறுவார்கள்" என்றே 1908 நவம்பர் 21ஆம் தேதி எழுதினான். மேலும் அவன் மாஜினியின் கட்டுரையை மேற்கோள் காட்டி, "வெடிகுண்டின் தந்தை" என்று கருதப்பட்ட கபார்தே, மற்றும் விபின் சந்திரபாலர் முதலியோர் ஐரோப்பாவுக்குச் சென்றுவிட்டதைக்கூட, நேர்ந்துவிட்ட இடைக்காலத் தோல்விக் கட்டத்தில் வெளிநாடு சென்று மீண்டும் போர் தொடங்குவதற்குத் தயாராவதற்குத்தான் என்றும்

எழுதினான் (இதே நூல் பக். 438 பார்க்கவும்). ஆயினும், திலகர், வ.உ.சிதம்பரம் பிள்ளை, சிவா முதலிய தலைவர்கள் சிறைக்குள் அடைபட்டுக் கிடந்த நிலையில், வெளியே இருந்த தீவிரத் தேசியவாதத் தலைவர்கள் என்ன செய்தார்கள்?

விபின் சந்திரபாலருக்கும் புரட்சிகர இயக்கத்துக்கும் இருந்த தொடர்பைக் குறித்து முன்னர் விரிவாகக் கூறியுள்ளோம் (பக். 201-208). 1907இல் விபின் சந்திரபாலர் சென்னைக்கு வருகைபுரிந்து அங்கு அவர் ஆற்றிய ஆவேசமான பிரசங்கங்களுக்குப் பிறகே சென்னை மாகாணத்தில் தீவிரத் தேசியவாத இயக்கம் மேலும் வீறு பெற்று எழுந்தது. விபின் சந்திரபாலர் அரவிந்தருக்கு எதிராகச் சாட்சியம் கூற மறுத்து 1907 ஆகஸ்டில் ஆறுமாதச் சிறைத் தண்டனை பெற்றார். இவர் தண்டனை முடிந்து 1908 மார்ச் 9 அன்று விடுதலையானபோது, அவரது விடுதலை தினம் நாடு முழுவதிலும் 'சுயராஜ்ய தின'மாகக் கொண்டாடப்பட்டது. இவரது விடுதலை தினத்தை 'சுயராஜ்ய தின'மாகக் கொண்டாடிய பின்னர்தான் வ.உ.சி.யும், சிவாவும் கைது செய்யப்பட்டனர்; சிறைத் தண்டனை விதிக்கப் பெற்றனர். ஆனால் தீவிரத் தேசியவாத இயக்கத்தின் முக்கிய தலைவர்களில் ஒருவராகவும் பிரசார பீரங்கியாகவும் விளங்கிய விபின் சந்திரபாலர், 1908ஆம் ஆண்டில் தமது அரசியல் சகாக்களும், மற்றும் தமது ஆவேசப் பிரசங்கங்களால் உத்வேகம் பெற்ற இளம் புரட்சி வீரர்களும் சிறைக்குள் தள்ளப்பட்டுவிட்ட நிலையில், அவர்களில் சிலர் தூக்கிலும் தொங்கி உயிர்த் தியாகம் செய்த காலத்தில், என்ன செய்தார்? வ.உ.சி., திலகர் போன்ற தலைவர்கள் சிறை சென்ற ஒரு மாதத்துக்குள். குதிராம்போஸ் தூக்கிலிடப்பட்ட பத்தே நாட்களுக்குள் 1908 ஆகஸ்டு 20அன்று அவர் இங்கிலாந்துக்குக் கப்பல் மூலமாகப் புறப்பட்டுச் சென்றார். அவ்வாறு செல்கையில் அவர் சென்னை வழியாகத்தான் சென்றார். ஆயினும், ஒரு வருடத்துக்கு முன்னால் தாம் வந்து ஆவேசப் பிரசங்கங்கள் நிகழ்த்திய அந்தச் சென்னை நகரில் அவர் காலடிகூட வைக்கவில்லை. பாரதி எழுதியதுபோல், அவர் வெளிநாட்டிலிருந்து விடுதலைப் போர் இயக்கத்துக்குப் பாடுபடத்தான் சென்றாரா? இவர் இங்கிலாந்து சென்றபின் என்ன ஆனார் என்பதை வங்க எழுத்தாளர் ஒருவரே பின்வருமாறு எழுதியுள்ளார்:

"இதே போர்க்குணமிக்க தேசியவாதியான விபின் சந்திரபாலர்தான் பிற்காலத்தில் தமது கருத்துக்களை அடியோடு மாற்றிக்கொண்டு அதனையும் அதே ஆவேசத்தோடு பிரசாரம் செய்தார். அவர் பிரிட்டிஷ் சாம்ராஜ்யத்தோடு நிரந்தரமாகச் சேர்ந்திருக்க வேண்டும் என்றும் விரும்பினார். இந்தப் புதிய கருத்துக்களைத் தாம் மரணமடையும்

வரையிலும் பின்பற்றி வந்தார்... சுயராஜ்யத்தை ஆவேசத்தோடு ஆதரித்து நின்றவர் என்ற நிலையிலிருந்து, இந்தியா பிரிட்டிஷ் சாம்ராஜ்யத்தின் பகுதியாக இருக்க வேண்டும் என்று விரும்பிய மிதவாதியாக இவர் மாறிவிட்டார் என்பது அரசியலில் நேரும் சோகநாடகங்களில் ஒன்றேயாகும். பூரண சுயராஜ்யத்தை முழுங்கி வந்த பழைய பாலர் மறைந்துவிட்டார்..." இவ்வாறு எழுதியதோடு அவரது இறுதிக் காலத்தைப் பற்றியும் அவர் பின்வருமாறு எழுதியுள்ளார்: "இந்தியா முழுவதிலும் ஒத்துழையாமை இயக்கம் பேரலையாக வீசிய காலத்தில் இவர் முற்றிலும் புறக்கணிக்கப்பட்டார். தமது கட்டுரைகளை விற்பதற்காக, பாலர் ஆங்கிலோ - இந்தியப் பத்திரிகைகளை வட்டமிட்டு வரவேண்டியிருந்தது. உண்மையில் அவர் புகழப் படாமலும் கௌரவிக்கப்படாமலும் இறந்தார். இத்தகைய சோக முடிவைக் கண்ட இந்திய தேசியவாதிகளைக் காண்பது அரிதே" (B.C.Pal-Stormy Petrel of Indian Politics - P.C. Roy Chandry. The Hindu, 9-2-1969).

வங்கத்தின் மற்றொரு தீவிரத் தேசியவாதத் தலைவரான அரவிந்தர் என்ன செய்தார்? அரவிந்தர் 1909ஆம் ஆண்டில், ஒரு "மகா பிரளயம்" வரப்போகிறது, அதுவும் நான்கு வருடங்களில் என்று கூறி, இந்திய விடுதலைப் போர் வெற்றி பெறப்போகும் ஆண்டைக் குறித்துக் கொடுத்தார் என்று இதே கட்டுரையில் முன்னர் பார்த்தோம். அலிபூர் சதிவழக்கில் கைதான இவர் ஓராண்டுக் காலம் காவல் கைதியாக இருந்தபின், 1909 மே மாதம் விடுதலையடைந்தார். ஆனால் தாம் சிறையிலிருந்த காலத்தில் தமக்குக் "கிருஷ்ண பகவான் காட்சியளித்து" உபதேசம் அருளிச் செய்ததன்பேரில், "சுதேசியம் அரசியல் அல்ல, சனாதன தருமமே சுதேசியம், அந்தச் சனாதன தருமம் அழியக்கூடுமானால் இந்து சமுதாயமே அதனுடன் அழியும்" என்று தேர்ந்து தெளிந்து (அரவிந்தரின் உத்தரபாரா பிரசங்கம் - **ஸ்ரீ அரவிந்தர் வாழ்க்கை வரலாறு** - ப.கோதண்டராமன்; பக். 216), அரசியலிலிருந்து சன்னியாசம் வாங்கிக்கொண்டு, சிறை மீண்டுவந்த தம்மை ஆங்கில அரசாங்கம் மீண்டும் கைது செய்யக்கூடும் என்று தகவலறிந்ததும், ஆண்டவன் அவரைப் "புதுவை செல்லுமாறு பணித்ததன் பேரில் (மேற்கூறிய நூல்: (பக். 307) 1910 ஏப்ரல் முதல் வாரத்தில் புதுச்சேரிக்குச் சென்று அங்கேயே ஆயுள் முழுவதும் தங்கிவிட்டார். திலகரின் வரலாற்றாசிரியரான டி.வி. தாஹ்மாங்கர் இவ்வாறு எழுதுகிறார்: "அரவிந்த கோஷ் புரட்சிகர நடவடிக்கையின் ஆரம்ப வேகத்தில், அரசியல் வானில் எரி நட்சத்திரம் போல் மேலே பாய்ந்தார். ஆனால் அரசியல் ஒடுக்குமுறையின் கடுமையான சிரமங்களை அவரால் தாங்கிக்கொள்ள முடியவில்லை. சிறிது காலத்துக்குப் பின்னர் அவர் அரசியல் அரங்கிலிருந்தே மறைந்துவிட்டார். அவர் தனிமையை நாடி பாண்டிச்சேரி சென்று, தனது வாழ்நாளின்

மீதிப் பகுதியைத் தத்துவ ஆராய்ச்சியிலும், பரம்பொருள் நாட்டத்திலும் செலவிட்டார். விபின் சந்திரபாலர் பெரிய பிரசங்கி; அபாரமான கற்பனைத் திறன் படைத்தவர்; ஆனால் அவரிடம் அரசியல் கட்டுப்பாடே இருக்கவில்லை. லாலா லஜபதிராயும் திலகரை மாண்டலேகு நாடு கடத்திய பிறகு விரைவிலேயே அமெரிக்காவுக்குச் சென்றுவிட்டார்; அங்கு இந்தியப் பிரசாரகர் என்ற முறையில் பயனுள்ள பணியாற்றி வந்தார்..." (மேற்கோள்: A History of the Press in India. S.Natarajan. பக். 167). இவ்வாறு சென்ற லஜபதிராய் அமெரிக்காவிலும் லண்டனிலும் பல ஆண்டுகள் இருந்து விட்டு 1920இல் தான் இந்தியா திரும்பினார். திலகரின் வரலாற்றாசிரியர்கள் இன்னொரு சுவையான தகவலையும் வழங்குகின்றனர். திலகர் 1914 ஜூன் மாதம் சிறையிலிருந்து திரும்பி வந்து, மீண்டும் தேசிய இயக்கத்தில் பங்குகொள்ள முற்பட்டதைக் குறித்து எழுதும்போது அவர்கள் இவ்வாறு எழுதியுள்ளனர்: "இந்தச் சமயத்தில் திலகர் சுதந்திர லட்சியத்தில் தமது வீரமிக்க சகதோழர்களாக இருந்தவர்களின் உதவி தமக்கு அவசியம் என்பதை உணர்ந்தார். லாலா லஜபதிராய் இல்லாததையும், பாண்டிச்சேரிக்கு அரவிந்தர் சென்று விட்டதால் ஏற்பட்ட சூனியத்தையும் அவர் உணர்ந்தார். 'ஒவ்வொரு மாகாணத்திலும் எனக்கு ஒரு லாலாஜியும் அரவிந்தரும் கிடைப் பார்களேயானால், இந்த அரசாங்கம் யுத்தக் கடன் எதுவும் பெற முடியாதவாறு என்னால் பார்த்துக்கொள்ள முடியும். இதற்கு ஆட்களைத் திரட்ட முடியாது, துர்ப்பாக்கியவசமாக அத்தகைய உறுதி படைத்த நபர்களுக்குப் பஞ்சமாய்ப் போய்விட்டது' என்று அவர் சொன்னார். காங்கிரசுக்குப் புதிய, ஜீவசக்தி மிக்க தலைமை தேவை என்று உணர்ந்த போது, தமது சகஊழியரை முதன்முதலில் நினைத்துப் பார்த்தவர் மகான் திலகர்தான். அவர் தமது உணர்ச்சியை அரவிந்தருக்குத் தெரிவிப்பதற்காக, அவரிடம் ஒரு தூதரை அனுப்பினார். சுதேசிய இயக்கத்தின் அந்த ஸ்தாபகத் தலைவரை, தனிமையை விடுத்து வெளியே வர ஒப்புக்கொள்வதன் மூலம் தமது விருப்பத்தைப் பூர்த்தி செய்யுமாறும், அவர் அவ்வாறு வெளிவருவதற்குத் தேவையான ஏற்பாடுகளையெல்லாம்தாம் செய்து வைத்திருப்பதாகவும் தெரிவித்து வேண்டிக் கொண்டார். என்றாலும் ஸ்ரீ அரவிந்தர் ஆன்மிக விடுதலை மார்க்கத்தில் வெகுதூரம் சென்று விட்டதால், இந்த வேண்டுகோளுக்குச் செவி சாய்க்கவில்லை" (Lokamanya Tilak - G.P.Pradhan and A.K.Bhagawat. பக். 277).

இவ்வாறு 1908ஆம் ஆண்டின் முதல் வெடிகுண்டு நிகழ்ச்சியைத் தொடர்ந்து 1911ஆம் ஆண்டு முடிவு வரையிலும் நிகழ்ந்து வந்த நிகழ்ச்சிகள் யாவும், பயங்கரவாதத் தன்மைகொண்ட பலாத்கார நடவடிக்கையானது, மக்கள் மத்தியில் தேசபக்தி ஆர்வத்தைக் கிளறிவிட்டு அவர்களை

வீறுகொண்டு விடுதலைப் போருக்குக் கிளர்ந்தெழச் செய்வதற்குப் பதிலாக, விடுதலை இயக்கத்தின் மீது முன்னென்றும் காணாத அடக்குமுறையை அரசாங்கம் கட்டவிழ்த்து விடுவதற்கு, அதற்குப் பச்சை விளக்குக் காட்டி விடுகிறது. அரசாங்கம் அத்தகைய அடக்குமுறையை மேற்கொண்டு விடுதலை இயக்கத்தையே நசுக்குவதற்கு அதற்கு ஒரு நியாயத்தையும் தேடிக்கொடுத்து விடுகிறது என்பதையே புலப்படுத்தின; மேலும், ஆங்கிலேயர் சிலரைக் கொல்வதன் மூலம் ஆங்கில ஆதிக்கம் ஒழிவதற்குப் பதிலாக அது தனது அடக்குமுறை எந்திரத்தை வலுப்படுத்தி மேலும் நன்றாகக் காலூன்றிக் கொள்ளவும், வீரம் படைத்த இளைஞர்கள் சிலரை வீணாகப் பலி கொடுக்கவும், அதே சமயம் தலைவர்களையும் தொண்டர்களையும் சிறைக்குள்ளே தள்ளிவிட்ட நிலையில், விடுதலை இயக்கமே தலைமையின்றித் தறிகெட்டுச் சிதறிப்போகவும், சுருங்கக் கூறின், பயங்கரவாத இயக்கமானது விடுதலையை அருகிலே கொண்டு வருவதற்கு மாறாக, அதனை வெகுதூரத்துக்கு அடித்து விரட்டிவிடவும் தான் வழி வகுக்கும் என்பதையும் அந்த நிகழ்ச்சிகள் புலப்படுத்தின. இதனால்தான் 1905ஆம் ஆண்டின் வங்கப் பிரிவினையோடு பிறந்த சுதேசிய இயக்கம், 1908ஆம் ஆண்டின் முதல் வெடிகுண்டு வீச்சுக்குப்பின் தேய்ந்து நலிந்து, 1911ஆம் ஆண்டின் இறுதியில், ஐந்தாம் ஜார்ஜ் மன்னன் இந்தியாவுக்கு வரவிருந்த தருணத்தில், இந்திய மக்களை ஏமாற்றுவதற்காக, அரசாங்கம் வங்கப் பிரிவினையை ரத்துச் செய்து பிறப்பித்த உத்தரவோடு முடிவு கண்டு விட்டது. இதற்கு அடுத்தது என்ன என்பது கேள்விக் குறியாக மாறிவிட்டது. இந்தக் கால கட்டத்தைப் பற்றி ஜவஹர்லால் நேரு தமது சுயசரிதத்தில் இவ்வாறு எழுதினார்: "1912 இறுதி வாக்கில் இந்தியா அரசியல் ரீதியில் மிகவும் மந்தமாகிக் கிடந்தது. திலகர் சிறையில் இருந்தார். தீவிரவாதிகள் திறமை வாய்ந்த தலைமை ஏதுமின்றி அடங்கிப்போய் வாளாவிருந்தனர். வங்காளப் பிரிவினையை ரத்துச் செய்தபின் வங்கத்திலும் அமைதி நிலவியது... காங்கிரஸ் ஆண்டுதோறும் கூடுவது, சில தீர்மானங்களை நிறைவேற்றுவது என்ற அளவிலேயே இருந்து வந்தது..." (சுயசரிதை - அத். 5).

இத்தகைய சூழ்நிலையில்தான் பாரதி பயங்கரவாதத்தில் மட்டுமல்லாது ஆயுதந் தாங்கிய போராட்டத்திலேயே நம்பிக்கை இழந்திருக்க வேண்டும் என்று நாம் சொல்லலாம். என்றாலும், பாரதி இதனால் தேச விடுதலைப் போராட்டத்திலேயே நம்பிக்கை இழந்து விடவில்லை. 1911 ஆம் ஆண்டில் அவன் எழுதி முடித்து, 1912இல் வெளியிட்ட அவனது 'பாஞ்சாலி சபதம்' (1912இல் இதன் முதல் பாகத்தை மட்டுமே அவனால் வெளியிட முடிந்தது) என்ற காவியத்தில், அவன் அர்ஜுனனின் வாய்மொழியாகப் பாடிய பின்வரும் வரிகள்,

அவனது அந்தக்காலத்து மனோநிலையைத்தான் பிரதிபலிக்கிறது என்று கூறலாம்:

'தருமத்தின் வாழ்வதனைச் சூது கவ்வும்;
தருமம் மறுபடியும் வெல்லும்' எனும் இயற்கை
மருமத்தை நம்மாலே உலகம் கற்கும்
வழிதேடி விதியிந்தச் செய்கை செய்தான்,
கருமத்தை மேன்மேலும் காண்போம், இன்று
கட்டுண்டோம்; பொறுத்திருப்போம், காலம் மாறும்.
தருமத்தை அப்போது வெல்லக் காண்போம்....

- (பாஞ்சாலி சபதம் - பாடல் : 283).

முடிப்பதற்கு முன்

1908ஆம் ஆண்டில் இந்தியாவில் நிகழ்ந்த முதல் வெடிகுண்டு வீச்சுக்குப் பின் 1908-1911ஆம் ஆண்டுகளில், விடுதலை இயக்கமே சிந்திச் சிதறிச் சீர்குலைந்து போய்விட்ட நிலையில், அதில் ஈடுபட்டிருந்த தீவிரத் தேசியவாத இயக்கத்தையும் புரட்சிகர இயக்கத்தையும் சேர்ந்த இளைஞர்கள் பலரும், அதன்பின் வெவ்வேறு மார்க்கங்களைத் தேர்ந்தெடுத்தனர். சிலர் அரசியலிலிருந்தே விலகிக் கொண்டனர். பாரதியின் நண்பர் சுரேந்திரநாத் ஆர்யா அவ்வாறுதான் செய்தார். விவேகானந்தரின் போதனைகளால் உத்வேகம் பெற்றுப் புரட்சி இயக்கத்திலே வந்து சேர்ந்த இளைஞர்களில் சிலர், வெடிகுண்டு இயக்கம் தோற்றுவித்த விளைவுகளினால், புரட்சி நடவடிக்கையிலேயே விரக்தியடைந்து ராமகிருஷ்ண மடத்தில் அடைக்கலம் புகுந்து துறவிகளாகவும் மாறினர். காந்தியடிகள் இந்தியாவுக்குத் திரும்பி வந்த பின்னர், சிலர் அவரது அகிம்சை வழியை ஏற்று, மீண்டும் அரசியலில் ஈடுபட்டனர். நாம் முன்னர் குறிப்பிட்டபடி, பாரதியின் நண்பரான காஞ்சிபுரம் கிருஷ்ணசாமி சர்மா தாம் சிறையிலிருந்து வெளிவந்தபின் 1915இல் தமிழ்நாட்டுக்கு வந்த காந்தியடிகளைச் சந்தித்து, காந்தியடிகளின் சபர்மதி ஆஸ்ரமத்தில் போய்ச்சேர்ந்தார். அதேபோல் 'பயங்கரவாதி' என்று சிலரால் பட்டம் கட்டப்பெற்ற வ.வே.சு. அய்யரும், 1915இல் பாண்டிச்சேரிக்குச் சென்றிருந்த காந்தியடிகளைச் சந்தித்தபின், அவரது சாத்விக மார்க்கத்தை ஏற்றுக்கொண்டு விட்டார் (1915இல் பாண்டிச்சேரிக்குச் சென்றிருந்த காந்தியடிகள் அங்கு அரவிந்தரையும் சந்திக்க விரும்பினார். ஆனால் அரவிந்தர் அவரைச் சந்திக்க மறுத்துவிட்டார்).

இவர்களைத் தவிர, வேறு சிலர் புரட்சி இயக்கம் என்பது பயங்கரவாதமல்ல என்று தேர்ந்து தெளிந்து, உண்மையான புரட்சி

இயக்கத்தின்பாலும் கவனத்தைத் திருப்பினர். உதாரணமாக, விவேகானந்தரின் தம்பியும், "யுகாந்தர்" பத்திரிகையின் ஆசிரியருமான பூபேந்திரநாதர் தாம் சிறைத்தண்டனை முடிந்து வெளியே வந்ததும், அயல்நாடு சென்று அங்கிருந்த இந்தியப் புரட்சிவாதிகளோடு சேர்ந்துகொண்டார். இவர் பெர்லினில் இருந்த காலத்தில், 1917 அக்டோபரில் ரஷ்ய நாட்டில் புரட்சி வெற்றி பெற்றபின், அவர் அதன்பால் ஆழ்ந்த அக்கறை காட்டினார். பெர்லினில் மார்க்சியத்தின்பால் நாட்டங்கொண்டிருந்த இந்தியப் புரட்சியாளர்கள் கோஷ்டியில் இவரும் இருந்தார். இதன் பயனாக, இவர் 1921இல் மூன்றாவது கோமின்டர்ன் நடப்பதற்குமுன் மாஸ்கோவுக்குச் சென்று லெனினையும் சந்தித்து, அவரிடம் இந்தியா பற்றிய ஆய்வுரை ஒன்றையும் கொடுத்தார். இதன்பின் இந்தியாவுக்குத் திரும்பி வந்த இவர் இங்கு தொழிற்சங்க இயக்கத்தைக் கட்டி வளர்ப்பதிலும் பங்கெடுத்தார். அகில இந்தியத் தொழிற்சங்கக் காங்கிரசின் தலைவராகவும் இருமுறை இருந்தார். 1955இல் காலமான இவர் எங்கெல்சின் 'சோஷலிசம்' முதலிய நூல்களையும் மொழிபெயர்த்தார். இவரைப் போலவே பாரதியின் 'இந்தியா' பத்திரிகையின் நிர்வாகியாக இருந்தவரும், பாரதியுடன் சேர்ந்து பாண்டிச்சேரிக்குச் சென்றவருமான எம்.பி.டி. ஆச்சாரியா என்ற மண்டயம் பிரதிவாதி பயங்கராச்சாரியாரும், பாண்டிச்சேரியிலிருந்து லண்டன் போய்ச்சேர்ந்து அங்கிருந்த இந்தியப் புரட்சிவாதிகளோடு சேர்ந்து கொண்டார். மாடம்காமா, சாவர்க்கார் போன்றவர்களோடு சேர்ந்து பணியாற்றி வந்த இவரும், பின்னர் 1919 மே மாதத்தில் லெனினைச் சந்தித்துப் பேசிய இந்தியப் புரட்சிவாதிகளில் ஒருவராக இருந்தார்; வெளிநாடுகளில் இருந்த இந்தியப் புரட்சிவாதிகள் 1920 அக்டோபரில் தாஷ்கெண்டு நகரில் தோற்றுவித்த இந்தியக் கம்யூனிஸ்டுக் கட்சிக்கு இவரே தலைவராகவும் இருந்தார். இதேபோல், தமிழ்நாட்டைச் சேர்ந்த புரட்சிவாதியான நீலகண்ட பிரம்மச்சாரியும், 1917ஆம் ஆண்டின் ரஷ்யப் புரட்சிக்குப் பின்னர், 1919 ஆகஸ்டு மாதத்தில் சிறையிலிருந்து வெளிவந்த பிறகு, கம்யூனிசக் கொள்கைகளின்பால் ஈடுபாடுகொண்டு, தமிழ்நாட்டில் தொழிற்சங்க இயக்கத்துக்கும் கம்யூனிச இயக்கத்துக்கும் முன்னோடியாகவிருந்தவர்களில் ஒருவரான ம.சிங்காரவேலு செட்டியாருடன் சேர்ந்து "இந்தியக் கம்யூனிஸ்டு சமஷ்டிக் கழகம்" (The Communist Federal League of India) என்ற கம்யூனிஸ்டுத் திட்டம் ஒன்றையும் வெளியிட்டார். இந்நூல் 1922இல் பிரிட்டிஷ் அரசாங்கத்தினால் தடை செய்யப்பட்டது. பின்னால் இவர் அரசியல் துறவறமும் பூண்டு, சாது ஓம்கார் என்ற பெயருடன் (மைசூர்) நந்திமலையில் ஆசிரமம் அமைத்து அங்கேயே தங்கிவிட்டார்.

இவரைப் போலவே, பாரதியின் நண்பரும், தமிழ்நாட்டில் தீவிரத் தேசியவாத இயக்கத்தின் மும்மூர்த்திகளில் ஒருவராக விளங்கியவருமான சுப்பிரமணிய சிவாவும்கூட, 1925 இறுதியில் கான்பூரில் நடந்த முதல் இந்தியக் கம்யூனிஸ்டு மாநாட்டுக்குச் செல்ல விரும்பியதாகவும், ஆனால் அவர் உடல் நிலையின் காரணமாக அவ்வாறு செல்ல இயலவில்லை எனவும் சிவாவின் வரலாற்று ஆசிரியர் குறிப்பிடுகிறார் (*சுப்பிரமணிய சிவா - ரா.ஸ்ரீனிவாச வரதன் - பக். 86*).

ஆயினும் இந்தியாவைச் சேர்ந்த இவர்கள் அனைவரிலும், 1917 இல் ரஷ்யாவில் நிகழ்ந்த சோஷலிஸ்டுப் புரட்சியை அதே ஆண்டிலேயே வாழ்த்தி வரவேற்றுப் பாடியதோடு, அதனைக் குறித்து அப்போதே பல கட்டுரைகளையும் எழுதத் தொடங்கியவன் பாரதிதான் என்பதை நாமறிவோம். 1906 முதற்கொண்டு தீவிரத் தேசியவாத இயக்கத்தில் மும்முரமாக ஈடுபட்டு, அதன் சமயத் தேசியத்தையும் ஏற்றுக்கொண்டு, பாரத தேவியைத் தீமைகளைச் சங்கரிக்க வந்த காளியின் அவதாரமாகக் கண்டு பாடிய பாரதி, அந்த மாகாளி உலகில் முதன்முதலில் ரஷ்யாவில்தான் தீயவர்களைச் சங்கரித்துத் தருமத்தை நிலைநாட்டியதாக அவன் கண்டான். எனவே,

> மாகாளி பராசக்தி உருசிய நாட்டினில்
> கடைக்கண் வைத்தாள்; அங்கே
> ஆகாவென் றெழுந்தது பார் யுகப்புரட்சி! - (*புதிய ருஷ்யா : பாடல் - 1*)

என்று பாடினான். அதனைப் பாரதி எவ்வாறு கலியுகம் மாறி, கிருத யுகத்தைத் தோற்றுவிக்கும் புரட்சியாக இனம் கண்டான்?

இதே கட்டுரையில் 'யுகாந்தர்' பத்திரிகை ஆசிரியர் பூபேந்திரரும், சியாம்ஜி கிருஷ்ண வர்மாவும், அரவிந்தரும் இந்தியாவில் கலியுகம் சில ஆண்டுகளில் வீழ்ந்து, கிருதயுகம் பிறந்துவிடும், அதாவது இந்தியா விடுதலை பெற்றுவிடும் என்று நம்பிக்கை ஊட்டி வந்தனர் என்றும், அதனைப் பாரதியும் நம்பினான் என்றும் நாம் குறிப்பிட்டிருந்தோம். ஆனால் "கிருதயுகம்" என்பது பற்றிப் பாரதிக்கு வேறொரு கண்ணோட்டமே இருந்தது. அதாவது அரசியல் விடுதலையோடு மட்டும் கிருதயுகம் வந்துவிடும் என்று அவன் நம்பவில்லை. அரசியல் விடுதலையோடு பொருளாதார விடுதலையும் சமூக விடுதலையும் கிட்டும்போதுதான், அது பூரணமாக அர்த்தமுள்ள விடுதலையாக இருக்க முடியும் என்பதே அவனது ஊறிப்போன கருத்தாக இருந்தது. எனவேதான் 1910 பிப்ரவரியில் வெளியிட்ட தனது ஞானரதத்தில் "பாரத நாட்டில் இப்போது கலியுகம். ஆனால் இன்னும் **இரண்டு மூன்று தலைமுறைகளில்** கலியுகம் நீங்கிக் கிருதயுகம் பிறக்கப் போகிறது"

என்று எழுதினான் (**ஞானரதம்** - அத். தர்மலோகம்). அது மட்டுமல்ல. "மகாப் பிரளயம்." "புரட்சி", "மகாக் கிராந்தி" ஒரு சில ஆண்டுகளிலே வரப்போகிறது என்று உறுதி கூறிய அரவிந்தரும்கூட, அரசியல் சன்னியாசம் பெற்றுப் பாண்டிச்சேரிக்கு வந்து அடைக்கலம் புகுந்திருந்த வேளையிலும், பாரதி அங்கிருந்தபோது தான் பாடிய 'விநாயகர் நான்மணி மாலை'யில்

பொய்க்கும் கலியை நான்கொன்று
பூலோகத்தார் கண்முன்னே
மெய்க்கும் கிருத யுகத்தினையே
கொணர்வேன். தெய்வ விதியிஃதே - (பாடல் - 39)

என்றும்,

பாரிடை மக்களே!
கிருதயுகத்தைக் கேடின்றி நிறுத்த
விரதம்நான் கொண்டனன். - (பாடல் - 40)

என்றும் பாரத மக்களின் பிரதிநிதியாக நின்று, மனம் தளர்ந்து விடாமல் மார்தட்டிச் சபதம் எடுத்துக்கொண்டான்,

சொல்லப்போனால், வெள்ளையராட்சியிலிருந்து விடுபட வேண்டும் என்ற அரசியல் விடுதலை ஒன்றை மட்டுமே குறிக்கோளாகக் கொண்ட, இதன் காரணமாகச் சமூகச் சீர்திருத்தத்தையும் முழுமையாக எதிர்த்து நின்ற, வருங்காலச் சுதந்திர இந்தியா பற்றிய பொருளாதாரத் திட்டம் எதையும் கொண்டிராத தீவிரத் தேசியவாத இயக்கத்தில் முழுமூச்சோடு ஐக்கியப்பட்டு நின்ற காலத்திலும்கூட, தான் தொடங்கிய 'இந்தியா' பத்திரிகையின் குறிக்கோளாக, 'சுதந்திரம், சமத்துவம், சகோதரத்துவம்' என்ற பிரெஞ்சுப் புரட்சியின் லட்சியத்தையே பாரதி பொறித்துக் கொண்டான். தீவிரத் தேசியவாத இயக்கத்தில் மும்முரமாக ஈடுபட்டிருந்த 1907ஆம் ஆண்டில் எழுதிய 'குரு கோவிந்தர்' பற்றிய பாடலிலும்கூட,

சோதர நட்புத் தொடர்ந்திடு சாதி
அரசன் இல்லாத தெய்வமே அரசாய்
மானிடர் துணைவரா, மறமே பகையாய்
குடியர சியற்றும் கொள்கையார் சாதி. - (வரிகள் : 193 - 196)

என்று வரவேண்டிய லட்சிய சமுதாயம் குறித்து, தனது முப்பெரும் கோஷங்களை வலியுறுத்தும் முறையிலேயே பாரதி பாடினான். அதே 1907ஆம் ஆண்டில் அவன் எழுதிய 'சுதந்திரப் பள்ளு' என்ற பாடலிலும்,

எங்கும் சுதந்திரம் என்பதே பேச்சு - நாம்
எல்லோரும் சமம் என்பதுறுதி யாச்சு - (பாடல் - 3)

என்றும்,

> உழவுக்கும் தொழிலுக்கும் வந்தனை செய்வோம் - வீணில்
> உண்டு களித்திருப்போரை நிந்தனை செய்வோம்
> விழலுக்கு நீர்பாய்ச்சி மாயமாட்டோம் - வெறும்
> வீணருக் குழைத்துடலம் ஓயமாட்டோம் - (பாடல் - 4)

என்றும் பாடி, இதே லட்சியங்களை மீண்டும் பாரதி வலியுறுத்தினான்.

எனவே தீவிரத் தேசியவாத இயக்கம் அரசியல் ரீதியில் அன்று முற்போக்கானதாக இருந்த காரணத்தால், அதில் ஈடுபட்டிருந்த பாரதி, அந்த இயக்கத்தின் பிற்போக்குத் தன்மைகளின் பாதிப்புக்கும் ஓரளவுக்கு ஆட்பட்டிருந்த பாரதி, அப்போதும்கூட, விழிப்போடிருந்தது 'சுதந்திரம், சமத்துவம், சகோதரத்துவம்' என்ற புரட்சி லட்சியங்களை வலியுறுத்துபவனாகவே இருந்தான். எனவேதான், 1917இல் நிகழ்ந்த அக்டோபர் புரட்சி, அநேகமாக ரத்தமே சிந்தாமல் ஒரே நாளில், வெற்றிகரமாக நடந்தேறிய புரட்சி என்ற உண்மையையும், மக்கள் வெற்றிகரமாக நடத்தி முடித்த இந்தப் புரட்சியைச் சீர்குலைத்து, மீண்டும் சுரண்டல் ஆட்சியைக் கொண்டு வருவதற்காக எதிர்ப்புரட்சிக் காரர்கள் ரத்த பயங்கரத்தில் ஈடுபட்ட காரணத்தால், மக்கள் அரசு அங்கு அவர்களை ஒடுக்க வன்முறையைப் பிரயோகிக்க வேண்டியிருந்தது என்ற உண்மையையும், பாரதி முழுமையாகத் தெரிந்துகொள்ளாத நிலையிலும் கூட, இந்தியாவில் 1908ஆம் ஆண்டு தொடங்கிய பயங்கர வாதத்தால் ஏற்பட்ட விபரீத விளைவுகளை 1911 முடிவுவாக்கில் உணர்ந்ததன் விளைவாக ஆயுதப் போராட்டத்தை ஆதரிப்பதையே கைவிட்டுவிட்ட பாரதி, ரஷ்யப் புரட்சியைப் பற்றி எழுதும்போது, "பலாத்காரமாக முதலாளிகளின் உடைமைகளையும் நிலசுவான்களின் பூமியையும் பிடுங்கி, தேசத்துக்குப் பொதுவாகச் செய்ய வேண்டும் என்ற கொள்கை ருஷ்யாவில் வெற்றி பெற்றதற்குப் பல **பூர்வ காரணங்கள் இருக்கின்றன**. நெடுங்காலமாகவே ருஷ்யாதேசத்தில் ஆட்சி புரிவோரின் நிகரற்ற கொடுங்கோன்மையிலும், அநீதங்களாலும், செல்வர்களின் குரூரத் தன்மையாலும், பல ராஜாங்கப் புரட்சிகள் நடந்து வந்திருக்கின்றபடியால் இந்த மாறுதல் அங்கு அமைப்பது சுலபமாயிற்று" என்று எழுதி, அங்குப் பலாத்காரம் கையாளப்பட்டிருக்குமானால் அதற்கு ஆட்சியாளர்கள் கையாண்ட கொடிய பலாத்காரம்தான் காரணம் என்ற கருத்துத்தொனிக்கும் விதத்தில் அதற்கு அவன் சமாதானமும் கூறிக்கொள்கிறான். அத்துடன் "இந்த (சோஷலிச சித்தாந்தம்) பரிபூரண ஜெயமடைந்து மனிதருக்குள்ளே ஸகஜ தர்மமாக ஏற்பட்ட பிறகுதான் மானிடர் உண்மையான நாகரிகம் உடையோராவார்"

(**பாரதி கட்டுரைகள்** - சமூகம்) என்றும் அவன் திட நம்பிக்கை தெரிவிக்கிறான். இவ்வாறு அகில இந்தியாவிலும் அக்டோபர் புரட்சியை வாழ்த்தி வரவேற்றுப் பாடிய கவிஞனாக மட்டுமல்லாது, தமிழ்நாட்டில் சோஷலிசத்துக்கு ஆதரவாக முதற்குரல் கொடுத்த அறிஞனாகவும் பாரதி எவ்வாறு விளங்க முடிந்தது என்பதும் விரிவாக ஆராயப்பட வேண்டிய விஷயமாகும்.

இந்த நூலில் பாரதியின் அரசியல் பரிணாமத்தில் 1905 முதல் 1911 வரையிலான காலகட்டத்தில் தென்பட்ட ஓர் அம்சம் மட்டுமே ஆராயப்பட்டுள்ளது. 1911 முதல் அவன் அமரனான ஆண்டான 1921 வரை, அதாவது அவன் எழுதிவிட்டுச் சென்ற இறுதிப் பாடல் எனக் கூறப்படும் 'பாரத சமுதாயம்' என்ற பாட்டில்,

முப்பதுகோடி ஜனாங்களின் சங்கம்
முழுமைக்கும் பொதுவுடைமை
ஒப்பிலாத சமுதாயம்
உலகத்துக்கொரு புதுமை (அனுபல்லவி)

இனியொரு விதிசெய்வோம் - அதை
எந்தநாளும் காப்போம்;
தனியொரு வனுக்கு உணவிலை யெனில்
ஜகத்தினை அழித்திடுவோம்! (சரணம் -2)

என்று அவன் பொதுவுடைமைப் புரட்சிக் கோஷம் எழுப்பிப் பாடிச்சென்றதுவரை, அவனது சிந்தனையில் ஏற்பட்டு வந்த மாற்றம், வளர்ச்சி பற்றி ஆராய வேண்டியதும் அவசியம். அதற்கும் ஒரு தனி நூலே தேவை.

- முற்றும் -

***

ஆசிரியரின் பிற நூல்கள்

சிறுகதை :

* *ரகுநாதன் கதைகள்*
* *சேற்றில் மலர்ந்த செந்தாமரை*
* *க்ஷணப் பித்தம்*

நாவல் :

* *பஞ்சும் பசியும்*
* *கன்னிகா*
* *புயல்*

கவிதை :

* *ரகுநாதன் கவிதைகள்*
* *கவியரங்கக் கவிதைகள்*
* *காவியப் பரிசு*
* *தமிழால் ஏலாதா?*

நாடகம் :

* *சிலை பேசிற்று*
* *மருது பாண்டியன்*

வரலாறு :

* *புதுமைப்பித்தன் வரலாறு*

விமர்சனம் :

* *இலக்கிய விமர்சனம்*
* *சமுதாய இலக்கியம்*
* *கங்கையும் காவிரியும்*
* *பாரதியும் ஷெல்லியும்*
* *பாரதி சில பார்வைகள்*
* *பாரதியும் புரட்சி இயக்கமும்*

ஆராய்ச்சி :

* *இளங்கோவடிகள் யார்?*
* *புதுமைப்பித்தன் கதைகள் - சில விமர்சனங்களும் விஷமத்தனங்களும்.*